இலட்சுமணப்பெருமாள் கதைகள்

வம்சி

இலட்சுமணப்பெருமாள் கதைகள்		
	:	சிறுகதைகள்
ஆசிரியர்	:	எஸ். இலட்சுமணப்பெருமாள்
	:	© ஆசிரியருக்கு
முதற்பதிப்பு	:	டிசம்பர் 2009
இரண்டாம் பதிப்பு	:	டிசம்பர் 2012
வெளியீடு	:	வம்சி புக்ஸ்
		19.டி.எம்.சாரோன்,
		திருவண்ணாமலை.
		செல் : 9444867023, 04175 - 251468
அச்சாக்கம்	:	மணி ஆப்செட், சென்னை - 600 077
விலை	:	₹ 500/-
ISBN	:	978-81-908193-8-1

Lakshmana Perumal Kathaikkal

	:	Short Stories
Author	:	S. Lakshmana Perumal
	:	© Author
First Edition	:	December 2009
Second Edition	:	December 2012
Published by	:	Vamsi books
		19.D.M.Saron,
		Tiruvannamalai-606 601
		9444867023, 04175-251468
Printed at	:	Mani Offset, Chennai-600 077
Price	:	₹ 500
ISBN	:	978-81-908193-8-1

vamsibooks@yahoo.com * www.vamsibooks.com

எழுத்தில் கதை சொல்லல்

இந்த மண்ணில இப்படியும் ஆட்களைப் பார்க்க முடியும். இலட்சுமணப்பெருமாளுக்கு கதைசொல்ற நேர்த்தி பிடிபட்டிருக்கு. இவருடைய கதைகளை இப்பதாம் நான் முதமுதல்ல படிக்கிறேன். என்னமாப் படம் பிடிக்கிறார், விசயங்களை.

'வடு' கதையில வருகிற வள்ளிக்கிழவிய மறக்க முடியல. அவ புருசன என்னமா வையிரா! வையிரதெல்லம் செல்லும் இன்னுங்கூட வையலாம் அந்தப் பெரியாளை. இப்படிக் கிழங்களைப் பாத்து ரொம்ப நாளாச்சி கீகாட்டுத்தாத்தான்னு ஒருத்தர் 'ஒட்டுப்படை'ங்கிற கதையில வர்றார்! படிச்சித்தாம் அதத் தெரிஞ்சிக்கணும் நீங்க; கிழடு கட்டைகளுக்கும் என்னல்லாம் பிரச்சனைகள் இருக்கும்ன்னுட்டு, எதார்த்தம், எதார்த்தத்தை அப்படியே விவரிக்கணும் மஞ்சாடி கூடிரப்படாது குறைஞ்சிறப்படாது என்ற நம்ம விமர்சகர்கள் வற்புறுத்திச் சொல்லுகிறார்கள் சரி, என்று அதும்படியே சொன் னால், இதையெல்லாமுமா எழுதுறது என்று கேட்பார்கள். எதை விடமுடியும் சொல்லுங்கள்!

நாள் நேரம் கேட்டுத் தெரிந்து கொண்டு மாரீஸும் அவரோடு ஒரு முதிர் இளைஞரும் என்னைப் பார்க்க வந்தார்கள்.

கூட வந்தவரை எனக்கு அறிமுகப்படுத்திய மாரீஸ் "நம்ம ஊர்ப் பக்கந்தாம். கதை எழுதுறார். பேரு லட்சுமணப்பெருமாள்" என்றார்.

"அப்படியா; நாம் படிச்சதில்லையே"

"படிச்சிப் பாருங்க; அப்பிடியே ஒரு முன்னுரையும் தந்தாத்

தேவலை'' என்று கையோடு கொண்டுவந்திருந்த எழுத்துப் பிரதிகளைக் கொடுத்தார் மாரீஸ்.

"கதை படிக்கிறதையும் எழுதுகிறதையும் விட்டு ரொம்ப நாளாச்சி'' என்றேன்.

கொஞ்ச நாளைக்கு முன்னால் சோ. தர்மன் வந்திருந்தார் என்னைப் பார்க்க.

"நம்ம பக்கத்துப் பையங்க யாரும் புதுசா கதைகிதை எழுதுறாப்ல தெரியலையே''ன்னு கேட்டேன்.

"ஏம் எழுதாம என்ன; அது நடந்துக்கிட்டுதாம் இருக்கு நீங்க படிக்கிறதில்ல'' என்றார் அவருக்கே உள்ள குறுஞ்சிரிப்பாணியோடு.

வழக்கமாக கேட்கிற 'நம்ம பக்கத்துல எல்லாருஞ் சவுகரியந் தானா' என்கிறதுபோலத்தான் கேட்டேன்.

நடந்துக்கிட்டுத்தாம் இருக்கு என்று சொன்னது சரிதாம் என்று தெரிந்துவிட்டது.

கையில வாங்கியதும், கனத்தைப் பார்த்து மனசுக்குள் எல்லாத்தையும் எப்படிப் படிக்கப்போறோம் என்றிருந்தது.

படிக்கிறதுக்கு ஆலாப் பறந்து காலம் ஒன்று உண்டு; எப்பப் பார்த்தாலும் வெள்ளாடு மேய்கிறதுபோல.

சாப்பாடு சுருங்குனதுபோல படிப்பும் சுருங்கிட்டது. இப்படி முன்னுரை கேட்டாலோ பேசக் கூப்பிட்டாலோ பெருசா ஒரு கும்பிடு போட்டு விடுகிறது இப்பொ.

பாடுகிறது. வாசிப்பு, பேச்சு இதுகளைக் கேட்டு அபிப்பிராயம் சொல்லலாம். அதையே எழுதித்தா என்றுகேட்டால் முடியவில்லை எழுத்து வடிவம் வேற; பேச்சு வடிவம் வேற. என்றாலும் மக்கள் எழுதிக்கொண்டும் பேசிக்கொண்டும் இருப்பதைப் பார்க்க முடிகிறது.

ஒரு விஷயத்தைக் கேட்கிறோம். சற்றே புருவங்களை உயர்த்தி லேசாகத் தலையை ஆதரிப்பதுபோல அசைத்தாலே போதும்; பேசவேண்டாம். பேச்சில் இதற்கு வார்த்தை உண்டா. எதை சொல்லிப் பார்த்தாலும் சரியாய் வரலை.

அங்கரஸம் என்று உண்டு அங்கங்களால் பாவனை பண்ணித் தெரிவிப்பது. ரசிகமணி இது பற்றிச் சொல்லியிருக்கிறார்.

இதைத் தெரிந்து கொள்ள இப்போது பாலசரஸ்வதி இல்லை. அந்த அம்மையார் ஆடும்போது நான் பார்க்கக் கொடுத்துவைக் கவில்லை ரசிகமணி வாயால் கேள்விப்பட்டதோடு சரி.

எழுத்தில் ஒரு விஷயத்தைக் கொண்டுவர வாழைத்தாரிலிருந்து ஒரு சீப்புப் பழத்தை இழுத்துப் பறித்துக் கொடுக்கிறதுபோல சிரமப்பட வேண்டிய திருக்கிறது நாம்.

எழுத்தில் மிக சரியாகச் சொல்றதே கஷ்டந்தான். எழுத்து என்கிற புருசனை நான் தெரியாமத்தான் வம்படியாகத் திருமணம் செய்து கொண்டேன்!

•

மாரீஸூம் இலட்சுமணப் பெருமாளும் போனபிற்பாடு, அவர்கள் தந்துவிட்டுப் போன எழுத்துத்தொகை எனது எழுது பலகையின் மேல் உட்கார்ந்துகொண்டு ரொம்ப நாள் என்னையே பார்த்துக்கொண்டிருந்தது; பசியோடு இலையில் உட்கார்ந்து படைக்க வருகிறவரை எதிர்பார்த்துக் கொண்டிருப்பதைப்போல் நான் எழுதி முடிக்கவேண்டிய பாக்கிகள் மண்டையில் நிறைய்யவே காத்துக்கொண்டிருந்தன.

தபால்க் காயிதங்களுக்கெல்லாம் உடனுக்குடன் பதில் எழுதிய காலமெல்லாம் மலையேறிப் போச்சி. ரொம்பத் தேவை என்றால் மட்டும் கார்டில் ரெண்டுவரி எழுதி முடிப்பேன். முகவரியைத் தேடிப் பிடித்து கவனமாக பேனாவை இறுக்கிப் பிடித்து எழுதி முடிக்கவேண்டியதிருக்கும் சுயம்புலிங்கம், தி.க.சி. போன்ற ஒரு சிலர் மட்டும் காயிதம் தவறாமல் அவர்களின் முழுமுகவரியையும் தந்திருப் பார்கள்; ஆசுவாசமாக இருக்கும், பாதி வேலை குறைந்த மாதிரி.

சில முகவரிகள் கட்டாயமாக இங்கிலீஷில் எழுதவேண்டிய திருக்கும்; இவர்கள் வெளிமாநிலத்தவர் அல்லது வெளிநாட்டவர். இன்னும் சில கடிதங்களை இங்கிலீஷில் எழுதியே தீரணும். அதுக்குத்தக்க நண்பர் எப்ப நம்ம வீட்டுக்கு வருவாரோ அப்பதான் முடியும். ஒரு ''பிய்ஏ'' வைத்துக் கொள்ளக் கூடாதா என்ற கேட்பார்கள் அறியாதார் இப்படியான அலப்பரைகள் நிறைய்ய.

ஆக, அப்படி இப்படி என்று சின்னமாசத்துக்கு ஒருமாசம் ஆகி விட்டது. ஒரு தொகுப்புக்கு ''அணிந்துரை'' எழுதி முடிக்கணும்!

யாரையும் வையமுடியாது. கடவுளை மட்டும் வையலாம் அவர்தான் யாரையும் ஒண்ணும் சொல்லமாட்டார்.

சரி; எந்தக் கதையைப் படிக்க என்ற பொருள் அடக்கத்தில் கண்ணோட்டினேன். (இப்பல்லாம் ரொம்பப் புத்தகங்களில் "பொருள் அடக்கம்" கிடையாது. படிக்கிறவனை அலப்பரைப் படுத்துகிறதில் அப்படி ஒரு கள்ளக் குஷி!)

வரிசையாகப் பார்த்தக்கொண்டு வந்ததில் ''ஒரு கதைசொல்லி யின் கதை'' என்ற கதைத் தலைப்பில் கண்பட்டதும் இதையே படித்துப் பார்ப்போம் என்று திருப்பினேன். தலைப்பே என்னைப் படி என்றும் சொன்னது.

முதல் பாராவே என் தோள்மேல் கைபோட்டு இழுத்துக் கொண்டது சில் என்ற வாழைமட்டையில் உட்காரவைத்து பளிங்குத் தரையில் வழுக்கிக் கொண்டு போகும்படியாய் இலட்சுமணப் பெருமாள் என்னை இழுத்துக் கொண்டு ஓடினார். பஜனை மடங்களும் புராண இதிகாச சிந்தனைகளும் உள்ள எனது மக்களைப் பார்த்து எத்தனை வருசங்களாகி விட்டன. எனது பேனாவிலிருந்து எப்படியோ தப்பிவிட்டார் இந்த பாராயணம் கெங்கவ நாயக்கர் கதையைப் படித்து முடித்ததும் உணர்ச்சி வசப்பட்டேன். ஊர்மிளைக்காவும் லட்சமியம்மாவுக்காகவும் கண்ணீர் கசிந்தேன்.

இதிகாச பாத்திரமான ஊர்மிளையைத் தொட்டு - கு.ப.ரா உட்படி பல படைப்பாளிகள் கதை பண்ணியிருக்கிறார்கள்; சிரவணன் கதையும்கூட அப்படித்தான். இவைகளின் மாற்று வடிவக் கதைகள் மக்களிடம் இன்னும் உயிர்வாழ்ந்து கொண்டிருக்கின்றன. நமத படைப்பாளிகள் முதலில் செய்ய வேண்டியது மக்களிடம் உள்ள கதைகளைக் கேட்டுத் தெரிந்துகொள்ள வேண்டும். அதைச் சொல்லுவதற்கு கிராமங்கள் தோறும் பாராயணம் கெங்கவ நாயக்கர்கள் இருக்கிறார்கள். எழுத்தில் ஏறிய புராணக் கதைகளுக் கெல்லாம் மக்களிடம் உள்ள சொல்கதைகளே மூலம் என்பதை அறிந்தவர்கள் அறிவார்கள்.

சிரவணன் கதையின் மூலத்தில், ஒரு பானைக்கு உள்ளே நடுச் சுவர் இருப்பதும், சிரவணனின் மனைவி தனது வயோதிக, கண் பார்வையற்ற மாமியார் மாமனார்க்கு பானையினுள் நடுச்சுவருக்கு ஒரு புறம் கஞ்சியும் மறுபுறம் சோறும் ஆக்கி,

கமுக்கமாக தங்களுக்கு சோறும் வயோதிகர்களுக்குக் கஞ்சியும் தருகிற ஒரு மருமகளைப் பார்க்கிறோம் இது எனக்குப் புதிய செய்தி.

ராமாயணக் கதையில் வருகிற பெண்களிலேயே மிக துர்ப் பாக்கியமுள்ள பெண் யார் என்று கேட்டால் சீதைதான் என்பார்கள். இப்பவும் தங்கள் பெண்பிள்ளைக்கு சீதை என்ற பெயர் வேண்டாம் என்றே தாய்மார்கள் சொல்லுகிறார்கள். ஆனால் பாராயணம் கெங்கவநாயக்கரின் கணக்குப்படி இந்தக் கேள்விக்கு பதில் - ஊர்மிளை என்கிறார்.

லக்குவனுக்கு மனசில் முதல் இடம் ராமன்தான்; பெற்ற தாயோ தகப்பனோ கூட அல்ல. காட்டுக்குப் புறப்படும்போது போயிட்டு வர்றோம் என்று கூற ஊர்மிளையிடம் அவன் சொல்லிக் கொள்ளவில்லை. அயோத்தியை விட்டு ராமன் போனபிறகு தசரதனின் உயிர் மட்டுமில்லை. அயோத்தியின் உயிரும் அரண்மனை யின் உயிருமே போய்விட்டது. ராமன் என்கிற அந்த உயிர் அரண்மனைக்குள் திரும்பிவர பதினாலு ஆண்டுகள் பிடித்தது. எல்லோரும் உயிர் பெற்று எழுந்ததுபோல் இவர்களைச் சுற்றி நின்று வரவேற்றார்கள். அந்தக் கூட்டத்தில் ஊர்மிளை மட்டும் இல்லை என்று உடனே லக்குவன் கண்டுகொண்டான். வேகமாக அவளைத் தேடி லக்குவன் தனது அரண்மனைக்குள் போனான். தனது படுக்கையில் அவன் கண்டது ஒரு எலும்புக்கூட்டை மட்டுமே. அது அணிந்திருந்த அணிகலன்களை வைத்து மட்டுமே ஊர்மிளையின் எலும்புக்கூடு என்று லக்குவன் தெரிந்து கொண்டான்.

இப்படியும் நடக்குமா என்ற நினைப்பவர்களுக்கு பாராயணம் கெங்கவ நாயக்கரின் மனைவி லட்சுமி அம்மாளின் தோல்போர்த்த எலும்புக்கூடே சாட்சி. அதைப் பார்த்ததும் கெங்கவநாயக்கர் தன்னையே அறைந்துகொண்டு என்ன சொல்லிக் கதறினார் என்று எழுத்தாளர் இலட்சுமணப் பெருமாள் எழுதுகிறார். அதில் ஒரு வார்த்தை “என் பணப்பெட்டீ......” என்று வருகிறது.

இலக்குவன் என்ன சொல்லிக் கதறினான் என்று தெரியவில்லை.

புதுச்சேரி **கி.ராஜநாராயணன்**

காலம் மீறி வாழும் கதைகள்

இலட்சுமணப் பெருமாள் கதையை எழுதவில்லை; சொல் கிறார்! அவர் முன்னால் அமர்ந்து கதையை கேட்பது போலத்தான் தோன்றுகிறது. கதையைச் சொல்வதற்கு மிகுந்த சாதுர்யமும் மொழி ஆளுமையும் நகைச்சுவையுணர்வும், கதை கேட்பவனின் மனதைப் பிடுங்கிக் கொள்ளும் திறன் கொண்ட உணர்வுத் தூண்டலும் தேவை. இவைகளெல்லாம் அவரிடம் அபரிமிதமாகப் பொதிந்து கிடக்கின்றன. எள்ளல், கோபம், காதல், காமம், துக்கம் என மாறி மாறி மானுட உணர்வுகள் அவரின் கதைகளில் வெள்ளமென பெருக்கெடுக்கின்றன.

கவிதைக்கடுத்து மிகவும் நேசிக்கப்படுகின்ற நுணுக்கமான வடிவம் கொண்ட சிறுகதை தமிழில் இன்று மெல்ல தேய்ந்து வருவ தாகத் தோன்றுகிறது. சில சக எழுத்தாளர்கள் இதை வருத்தத்துடன் தமது பத்திகளிலும் கூட சமீப காலங்களில் குறிப்பிட்டிருக்கிறார்கள்.

ஆனால் நிலைமை அவ்வளவு ஒன்றும் மோசமில்லை. பல சிறுகதை எழுத்தாளர்கள் தொடர்ந்து எழுதியே வருகின்றார்கள். ஆழமும், செறிவும், கச்சிதமும் கொண்ட கதைகள் அவ்வப்போது படிக்கக் கிடைக்கின்றன. இப்படி தொடர்ச்சியாகவும், செறிவாகவும் எழுதி வருகின்றவராக இலட்சுமணப்பெருமாள் இருக்கிறார். இலட்சுமணப் பெருமாளின் கதை மனிதர்கள் கிராமம் சார்ந்தவர்கள். சாதி, மதம், ஆண் ஆதிக்கம், பணக்கார தடித்தனம் போன்றவைகளில் ஏதேனும் ஒன்றால் பாதிக்கப்படுகின்றவர்கள். இம்மனிதர்களை அசலாக தமது கதைகளில் உயிர்பெறச் செய்வதில் பெரும் அளவுக்கு அவர் வெற்றி பெறுகிறார்.

மேலோட்டமான வாசிப்பிலோ, அவதானிப்பலோ இவரின் கதைகளை நாம் கி.ரா.வின் தொடர்ச்சியாகவும் கணித்துவிட வாய்ப் பிருக்கிறது. ஆனால் இலட்சுமணப் பெருமாளின் பாத்திர தேர்வும், அவர் வெளிச்சமிட முயலும் வாழ்வின் பகுதியும் சமூக நிலையும் அவரை அந்தத் தொடர்ச்சியிலிருந்து வேறுபட வைக்கிறது. இதுவே, அவரின் தனித்துவமாகவும் இருக்கிறது. இவைகளுக்கு மேலாக அங்கதம் அவருக்கு அற்புதமாக கைகூடி வருகிறது.

இத்தொகுப்பிலே தமிழின் மிகச் சிறப்பான கதைகளின் வரிசையில் சேர்க்கக்கூடிய இரு கதைகள் இருக்கின்றன. வயனம், தீ ஆகிய இரு கதைகள். பஞ்சு மிட்டாய் விற்கிற அயனுவிற்கு ஆறு பெண் மக்கள். அவன் ஏமாளி. இத்தனை பெண்களைப் பெற்றதற்காய் அவனை நிந்திக்கும் அய்யம்மாள், பிள்ளைகளின் சுமையைப் பெற்ற பிறகும் இறக்குவதில்லை. இருக்கன்குடி மாரியாத்தாளை வேண்டிவர போகுமிடத்தில் அயனுவிடம் முகம் தெரியாத ஒரு பெண், தனது பெண் குழந்தையைத் தந்து விட்டுப் போய்விடுகிறாள். மனைவியின் ஆங்காரத்தை நினைத்து நடுங்கிய படியே குழந்தையுடன் வீடு சேர்கிறான் அவன். ஆனால் அய்யம்மாள் அக்குழந்தையை மாரியம்மனாய் எண்ணி ஏற்று மகிழ்கிறாள். இக்கதை முழுக்க வகை வகையான குணாம்சங்களைக் கொண்ட அசலான எளிய மனிதர்கள், ஈரமுள்ள அவர் தம் மனங்கள், அவர்களின் அறப்பார்வையுடனான கற்பிதங்கள் என அலை மோதுகின்றன.

தீ - கதையைப் படிக்கப்படிக்க மனம் மாய்ந்து மாய்ந்து குழைகிறது. தமது பிள்ளைகள் வேலை பார்க்கும் தீப்பெட்டி தொழிற்சாலை பற்றியெரிகிறது. எப்படியோ தப்பிய தம் பிள்ளைகளைக் கண்டு திருப்திகொள்ளும் சேர்மத்தாய்க்கு, அவர்களைப் பசியாற்றும் கவலை சூழ்ந்து கொள்கிறது. நிவாரணம் வழங்குமிடத்தில் போய் உணவு வேண்டுமென கேட்கிறாள். காயம்பட்டவர்கள், எரிந்தவர்கள் ஆகியோருக்கு மட்டுமேதான் உணவு என்கிறார்கள். அவளுக்கு என்ன செய்வதென தெரியவில்லை. கையில் காசில்லை. ஒன்றுமில்லாத வீடு, ஆத்திரத்தில் பிள்ளைகளை அடித்துத் துரத்துகிறாள். "தீயில ஒருத்தியாவது பொசுங்கி செத்துருக்கக் கூடாதா!" அவளின் கால்களைக் கட்டிக்கொண்டு அடிகளை வாங்கியபடி

"அடிக்காதம்மா... இனிமே தீப்பிடிச்சா உள்ள இருந்து வெளியே வரமாட்டம்மா..." என்று பிஞ்சு மகள் கதறும்போது, நம் மனம் முள்ளில் சிக்கிய சீலையாய் கிழிகிறது. முற்போக்குப் பார்வையுடன் இலட்சுமணப்பெருமாளைக் குற்றம் சாட்டலாம். சேர்மத்தாயின் கோபம் - தீப்பெட்டி தொழிற்சாலை மீது திரும்பியிருக்க வேண்டிய கோபம் என்று கதைகளில் மட்டும் புரட்சி செய்ய விரும்பும் கலைஞனல்ல அவர். சமூகத்திடமிருந்து அந்த கோபம் எழவேண்டும் என்பதவர் விருப்பம். அதைச் செய்யும் திராணியுடன் இருக்கிறது அந்தக் கதை.

எச்சம், மருவாதி, வெறி, மகரந்தை ஆகிய கதைகள் தலித் மக்களின் வாழ்வியலை நுணுக்கமாகக் காட்டுகின்றன. தலித் பெண் களின் அறியாமை, வாழ்வின் நெருக்கடிகள் ஆகியவற்றைப் பயன் படுத்திக் கொண்டு, உயர்சாதியினர் அவர்கள் மேல் செலுத்தும் பாலியல் கொடுமைகளை எச்சம் சொல்கிறது. இக்கதையில் வரும் கிட்ணியின் அறியாமையும் சாதிய கட்டமைப்பு உருவாக்கி வைத்திருக்கும் அடிமை உளவியலும் நமக்கு எரிச்சலைக் கிளப்பு கின்றன. மருவாதி கதையைப் படிக்க வயிறு வலிக்கும் மட்டும் சிரிப்பு கிளம்புகிறது.

நாடகத்தனமான கதையாகத் தோன்றுகிறது அது. போதையின் உச்சத்தில் சாதி இந்துக்களை அடிக்கும் ஒருவனை கிராமம் விட்டு வைக்குமா என்று தெரியவில்லை. விழிப்பற்ற நிலையிலும்கூட சாதிய உரிமை செயல்படும் மனங்களை நாம் பெற்றிருக்கிறோம்! வெறி - கதை ஒரு செய்திக்கதையாகத் தங்கி விடுகிறது. சேரியிலிருந்து ஆண் நாய்கள், மேல் சாதியினரின் தெருக்களில் இருக்கும் பெண் நாய்களைச் சேர்த்து விடுவதால், சில கிராமங்களில் தலித்துகள் ஆண் நாய் வளர்க்க தடை விதிக்கப்பட்டது. இந்தச் செய்தியை கச்சிதமான கதையாக்கியிருக்கிறார். பத்திருபது ஆண்டுகளுக்கு முன், பிரபலமான பல எழுத்தாளர்கள் இவ்வகை கதைகளை எழுத அதிகம் முயன்றிருக் கிறார்கள். இன்றும் இதுபோல் எழுதப்படும் பல தலித் கதைகள் (என்று சொல்லப்படுபவை) செய்திக் கதைகளாகவே தங்கி விடுகின்றன.

மகரந்தை - கதை நவீன சாதியத்தின் 'தகவமைப்பை' சொல்கிற கதை. சாதி கட்டுமானங்களை மீறிவிடும் பெண்களுக்கு பஞ்சாயத்தில் கடும் தீர்ப்பு வழங்கும் கவுண்டர்,

தன் மகளுக்கு மட்டும் மருத்துவ முறைப்படி ஊர்பேர் தெரியாத ஒருவனின் விந்தை இரவலாகப் பெற்று கருவுற அனுமதிக்கிறார்!. சாதியம் மேற்கொள்ளும் தகவமைப் புகளில் இதுவும் ஒன்று. சாதியம் தனது மைய கருத்தியலை மட்டும் விட்டுவிடாமல், தேவைக்கு ஏற்றாற்போல இப்படியான பல தகவமைப்புகளைப் பெற்று வாழ்கிறது இன்று.

ஒட்டுவாரொட்டி, உத்தராயணம் ஆகிய கதைகள் இரண்டும் கிராமத்து மனிதர்களின் பாலுறவு விடயங்களை அழகாகப் பேசுகின்றன. ஒட்டுவாரொட்டியில் வருகின்ற சுப்பக்காளின் கூடலின் போது கிளம்பும் சிரிப்பு, கிராமத்துப் பெண்களின் பாலியல் வெளிப் பாட்டு சுதந்திரத்தைச் சொல்கிறது. ஒப்பீட்டளவிலே இது போன்ற சில கூறுகளை நகர்ப்புற பெண்களுக்கும் கிராமப்புற பெண்களுக்குமான பாலுறவு வெளிப்பாட்டு வேறுபாடுகளாக நாம் காணலாம். இத்தொகுப்பிலுள்ள வேறு கதைகளான வெயிலாள், கறிநாள், பச்சை மனசு போன்ற கதைகள் எளிய மக்களின் வாழ்வியல் கூறுகளையும் சிக்கல்களையும் பேசுகின்றன.

இலட்சுமணப்பெருமாளுக்கு கதைகளை எழுத மக்களின் மொழி கைகொடுக்கிறது. நாட்டுப்புற கதைக்கூறு முறையின் அத்தனை அம்சங்களையும் தனது சிறுகதைகளின் சொல்முறைக்குப் பயன்படுத்துகிறார். இவை மண்சுவையை இக்கதைகளுக்குத் தருகின்றன. இவற்றுடன் அவரின் கூரிய சமூகப்பார்வை இணைந்து கொள்கிறபோது, அக்கதைகள் வேறொரு பரிமாணத்தை அடைகின்றன. உற்சாகமற்ற சொல்முறை, பழக்கப்படுத்தப்பட்ட மொழி, உயிரோட்டமற்ற நவீன வாழ்வு என்று இயங்கிக் கொண்டி ருக்கும் நவீன எழுத்துமுறைக்கு மாற்றாக வாழ்வும், உயிரும் ததும்பும் கதைகளாக இலட்சுமணப்பெருமாளின் கதைகள் இருக்கின்றன. காலம் மீறி வாழும் திராணியில் தெம்பும் இக்கதைகளுக்கு நிச்சயம் இருக்கும். ஏனெனில் இவை தன்போக்கில் வளரும் காட்டுச்செடிகள்.

அழகியபெரியவன்
குமுதம் தீராநதி - நவம்பர் 2006

சண்டை போட்டு... கூடி சந்தோசப்பட்டு...

அப்பவெல்லாம் மனுசர்களுக்கு கிழடாய் போகிறவரைக்கும் வயசாகிறதெல்லாம் இல்லே. நாப்பது அம்பது வயசுக்கு மேல உடம்பு சன்னஞ்சன்னமா நறுங்கிக்கிட்டே வந்து நூறு வயசுவாக்குல ஒரு குழந்தை மாதிரி ஆகிருவாங்க, பிறகும் அப்படியே குறுகி கோழிக்குஞ்சு அளவுக்கு 'மினுக் மினுக்கின்னு' முழிச்சுக்கிட்டு கிடக்க, ஒரு சோத்துப் பருக்கையும் ஒரு சொட்டு தண்ணியும் கொடுத்து அப்படியே கையிட்டு தூக்கி வீட்டு மாடக்குழியில வச்சிருவாங்க. ஒருநா ஒருபொழுது போல 'அதை' மதமதக்கா தாழியில வச்சி அதுல ரெண்டு சோத்துப் பருக்கைகளும் சின்னக் கிண்ணத்துல தண்ணியும் வச்சி புதைச்சிருவாங்க.

வானம் இப்பொ மாதிரியில்லாம அந்தக் காலத்துல இவ்வளவு தொலைவுட்டு இருக்காது. வீட்டைவிட்டு வெளியில வந்தா தலைதட்டுற மாதிரிதான் இருக்கும். அன்னக்கி பாட்டிக்கு தாத்தாகிட்டெ எதோ ஒரு வாய்த்தகராறுல கொஞ்சம் மனச்சடவு. பொரும்பொரும்முன்னு வீட்டுக்கும் வாசலுக்குமா நடந்துக்கிட்டேயிருந்தா. தெருவுக்கு வரும்போது நாலஞ்சி தடவை வானத்துல நங்குநங்குன்னு முட்டீட்டா. உடனே கோபத்துல வெளக்கமாத்த எடுத்து 'நீ வேற எனக்கு வெனயா? நீ வேற எனக்கு வெனயா'ன்னு ஆத்திரத்தோட 'சப்பூ சப்பூன்னு' மாறி மாறி வானத்தை விளாகிவிட்டுட்டா விளாசி. ரோசப்பட்ட வானம் அப்படீயே..... மேல போயிருச்சாம். இன்னும் போயிக்கிட்டேதான் இருக்காம்.

சின்ன வயசுல எனக்கு, தெய்வாம்சமான ஒரு முதிலித்தாய், வளந்த காதுலே வண்டிக்கம்மல் ஆட மூச்குல சிவப்பு மூக்குத்தி மின்ன கதை கதையாகச் சொன்னாள். அவள் ரொம்ப ரொம்ப சொன்ன மனுசர்களும் கீழேழு மேலேழு லோகமும் மண்டலங்களும் ரொம்ப அன்யோன்யமா பேசி சிரிச்சி சண்டை போட்டு கூடி சந்தோசப்பட்ட அது - உண்மையான பூமி.

இக்கரைக்கும் அக்கரைக்குமான நீர் நிறைஞ்ச ஆறுகள்; தோப்பு தோப்பாய் விருட்சங்கள் வனமா அப்பிக்கிடக்கும் பகுதிகள்; காலத்தில் பச்சைப்பசேல்ன்ன பயிர்களுக்குள்ளும் கோடைகாலத்தில் பொன்நிற தட்டை காடுகளுக்குள்ளும் பாடுபடுகிற மானாவாரி மக்கள்; தன்னை ரொம்ப வேலை வாங்குற சம்சாரியை கோபிச்சுக்கிடுற மாடுகள்; எமன் வர்றதை முன் கூட்டியே தெரிஞ்சு எசமானர்களுக்கு சொல்ற நாய்கள் - எப்பேர்பட்ட உலகத்தை எனக்கு சொல்லிக் காண்பிச்சிட்டு போயிட்டாள்!

நான் அறிஞ்சிருந்த புராணக் கதைகளெல்லாம் வயிறு பெருத்த பெரிய சம்சாரிகள் சம்பந்தப்பட்டதின்னும் அதிலெ வர்ற அரண்மனைகளும் ராஜாக்களும் அவங்களுக்குள்ளான அடிபிடி களும் இவங்க பெரிய காரவீட்டோட சம்பந்தப்பட்டது அப்படின்னு எனக்குப்பட்டது தினந்தந்தியில வர்ற கன்னித்தீவு, உலகத்துலெ இப்பேர்பட்ட வீரனோ கொடையாளியோ கிடையா துன்னு ஜனங்களோட என்னையும் அல்லாட வச்ச எம்.ஜி.ஆர் - இவங்க கூட ஒரு மாயையாகவே இருந்தாங்க. என்னோட அந்த நெசம்மான எம் மனசுல சுத்திவர்ற மானாவாரி மனுசர்கள் பூமிக்கு இவங்கள்லாம் வரவேயில்லை.

ஹைஸ்கூல்ல எட்டாம் வகுப்பு படிக்கவந்து பெரிய பத்துவரைக்கும் படிச்ச காலத்தில்தான் சாத்தூர் டவுன் பழக்க வழக்கம். கொஞ்சம் விசயம் தெரிஞ்ச ஆளுகளோட பழக்கம். லீவு நாள்ல கூலி விவசாயம் பாத்து குடும்பத்துக்கு உதவுன நான் பெறகு மைக்செட் தொழிலாளியா சம்பளத்துக்கு போனேன். பால்பண்ணையில் வேல. நிப்புக் கம்பெனி தொழிலாளி, பஸ்ல கண்டக்டர். லாரியில கிளீனர். டிரைவருக்கு தூக்கம் வராம இருக்க. தெரிஞ்ச தெம்மாங்கு பாட்டை

போக்குவரத்துல பாடிக்கிட்டு வர அந்த டிரைவர் ஒரு கிராமத்து கிழக் கவிராயர்கிட்டே என்னைக் கொண்டுபோய் சேர்த்தார். அதிலிருந்து ஒரு மூச்சு மேடையில வில்லிசைச் கச்சேரி. தீப்பெட்டி உற்பத்தியாளி பெட்டிக்கடை வியாபாரி.

இந்தக் கட்டாப்புலதான் த.மு.எ.ச நண்பர்களோட சிநேகம் ஆனது. கொஞ்ச நாள்ல மேடைப் பிரசங்கியாக்குனாங்க. அவங்களோட அடிக்கடி நடக்கிற பேச்சுல என் அனுபவமெல்லாம் வேடிக்கையாய்ச் சொல்ல இதை எழுத்துல கொண்டுவரணும்னு சொன்னாங்க.

எழுதறேன் என்னை வளத்த தமிழ்நாடு முற்போக்கு எழுத்தாளர் சங்கம், என்னைச் செதுக்கிய ச.தமிழ்ச்செல்வன், உதயசங்கர், மாரீஸ் ஆகியோரை பேனா பிடிக்கும் போதெல்லாம் நெனச்சுக்கிடுறேன். முன்னுரை தந்த ஐயா கி.ராஜநாராயணனுக்கும், தோழர். அழகியபெரியவனுக்கும் நன்றி.

எம் மனசிலிருக்கிற எனக்கு ரொம்ப சொந்தமான அந்த மனுசர்களையெல்லாம் எழுதி முடிச்சப்பிறகு அவங்களை முழுசாச் சொல்லலைங்கிற குத்தம் நெஞ்சுக் கூட்டுக்குள்ள குறுகுறுன்னுக் கிட்டிருக்கு அவங்களை அப்படியே அச்சுஅசலா சொல்லமுடியலே. அவங்கள்லாம் என்னப்பாத்து 'ஏஏ...ஹே.... தோத்துப் போனயே'ன்னு இப்பவும் இளப்பமா சிரிக்கிற மாதிரி இருக்கு. இன்னும் எழுதுவேன் - இந்த அண்டமும் பிரபஞ்சமும் அன்யோன்யமா கூடி குலாவி, சண்டையும் போட்டு ஒண்ணு சேந்து வாழ்ற எனது அந்த முதிலித்தாயின் பூமி தென்படுகிற வரைக்கும்; என் மனசு நிறையிற வரைக்கும்.

அன்புடன்,

இலட்சுமணப்பெருமாள்

1/302,படந்தால் அஞ்சல்
சாத்தூர் - 626203
செல் : 94422 61971

உள்ளே...

1.	ஊமங்காடை	17
2.	வடு	29
3.	பாலகாண்டம்	38
4.	கதை சொல்லியின் கதை	54
5.	ஒட்டுப்படை	70
6.	கெத்து	80
7.	ஆதாரம்	91
8.	நீதம்	97
9.	அரைச்சண்டியர்	107
10.	உறுத்து	119
11.	சாகஸம்	124
12.	கனவிதுதான் நிஜமிதுதான்	134
13.	ராப்பாடிகள்	145
14.	அர்ப்பணிப்பூ	153
15.	கிருஷ்ணப்பருந்து	165
16.	எருக்கலை	174
17.	பிறிதின் நோய்	187
18.	மாலை பூத்த வேளை	196

19.	அலகிலா	216
20.	பாடறியா நாளையிலே...	230
21.	ஸ்திரீதரன்	240
22.	வீச்சு	253
23.	பீதி...?	267
24.	துடி	275
25.	கறவை	287
26.	ரசமானி	301
27.	வயனம்	317
28.	வெயிலாள்	331
29.	கறிநாள்	339
30.	எச்சம்	347
31.	மருவாதி	367
32.	பச்சைமனசு	376
33.	ஒட்டுவாரொட்டி	388
34.	உத்தராயணம்	398
35.	புருஷி	408
36.	பிம்பத்தின் பின்னே	414
37.	சாதிமனுசன்	424
38.	வெறி	434
39.	மகரந்தை	443
40.	இருள் மனிதர்கள்	451
41.	தீ	463

ஊமங்காடை

மடத்துல கூட்டம் ஹேஹேன்னு கூடியிருந்தது. இந்த மாதிரி பஞ்சாயத்துன்னா போதும் ஜனங்களுக்கு வேறபாடு சோலி சோறு தண்ணி வேண்டாம். வெத்தலயும் பீடியும் மடி நெறய வாங்கி வச்சுக் கிட்டு அன்னக்கி ஒரு நாளக்கி ஓசியும் இல்லேங்காம கொடுத்துக் கிட்டு கூடிக்கூடி நின்னு இக்கிகிக்கி இக்கிகிக்கின்னு சும்மா பல்லப் போட்டு தெறந்துக்கிட்டு வாய மூடாம பேசிக்கிட்டு கிடக்கும் கூட்டம்.

பிரசிரண்டு வந்து உட்கார்ந்தார்.

"பெறகு?"

கேள்விய கேக்கும்போதே அவரு மொகத்துல சிரிப்பாணி பொங்கிச்சி. அப்படியே எல்லாரும் சிரிச்சிக்கிட்டே "பெறகென்ன பெறகு. நீங்கதாம் வந்துட்டீகள்ள. விசாரிச்சி பைசல் பண்ணுங்க." மூக்குக்குக் கீழே எல்லாம் குறுஞ்சிரிப்பும் கேலியும் தெரிஞ்சது.

"என்ன தெரியாத சங்கதியா? அதா ஊரு பூராம் கொட்டடிச்சி சொன்ன மாதிரி தெரிஞ்ச விசயந்தான். இன்னக்கி பப்பளான்னு பஞ்சாயத்து வரைக்கும் வந்திரிச்சி."

"பொன்ராசு பய வந்துட்டானா?"

"இல்லே பிராது கொடுத்த அவம் பெஞ்சாதி தங்கக்கிளிதான் அந்தா அந்த மரத்தோரமா நிக்கா."

பேருக்கு தகுந்த பொண்ணு. பிள்ள கருப்புன்னாலும் மினுக்குற கருப்பு. மொக லட்சணம் அப்படி நிறவாசியோ என்னமோ சிரிச் சான்னா பளீர்னு ஒளிவு அடிக்கும். பச்சரிசி மாதிரி அப்படி பல் வரிசை.

ஒத்தக்கல்லு மூக்குத்தி போட்டுருப்பா. அதுல ரெண்ட முத்து தொங்கி அவ அசையும் போதெல்லாம் அது சந்தோசத்துல குலுங்கறது போல இருக்கும். பக்கவாட்டுல பாத்தா ஒரு ரூபமாவும் எதுத்தெதுத்து பார்த்தா ஒரு சோக்காகவும் ஒரு துணிப்பா தொலங்கற நீட்டு பொம்பள.

பொன்ராசுக்கு இப்பேர்பட்ட கூறுள்ள பொண்ண பாத்துருக்குங்கவும் வெடலைப்பயக பூராம் ரொம்ப குஷியா திரிஞ்சாங்க. இதுக்காச்சிட்டி இன்னும் ஓடியாடி அலைய வேண்டாம்னு முடிவு பண்ணிட்டாங்க. என்னமோ சொலவஞ் சொல்லுவாகளே ஏலாதவன் பொண்டாட்டி எல்லோருக்கும் மதினீன்னு அதைப்போல ஊர்ல இருக்கிற இளவட்டங்களல்லாம் கல்யாணத்தன்னிக்கு ஓடி ஓடி தண்ணி சொமந்தாங்க. வாழைமரம் கொண்டு வர்றவனும் ரேடியோ செட்டை தள்ளீட்டு வந்தவனும் உஸ்ஸீன்னு உக்காராம ஒரே பறப்பா இருந்தது. எல்லாந் தங்கக்கிளிக்காகத்தான். மணமகளே மருமகளே வா வான்னு ரிக்கார்டு சத்தம் கேட்டதோ இல்லையோ வயசுப் பய்யங்க கூட்டம் நெட்டித் தள்ளீரிச்சி வீட்டுக்குள்ள.

பாத்த பொண்ணுகளயெல்லாம் சும்மா கழிச்சிக் கிட்டேயிருக்கிற பயகளுக்கும் பொண்ண ஆயிரம் நொறநாட்டியம் சொல்ற பய களுக்குந்தான் குரங்கு மாதிரி வாச்சிக்கிடும். பொன்ராசு மாதிரி ஆளுகளுக்கு ஒரு வகைப்பெரட்டுல வந்து சிக்கிருதுக. நம்ம ஒடம் போட அப்பியிருக்குறது மலைத் தேன்தட்டுன்னு அறியாத மஞ்ச னத்திச்செடி மாதிரி ஆனானப்பட்ட அழகு செப்புசிலை நமக்கு வாச்சிருக்குன்னு அவன் அறியணுமே. நோங்காத கிடாயிக்கு வளப்பு ஆடென்ன வறண்ட காட்லயிருந்து வந்த வரத்து ஆடென்ன?

தாலி கட்டுற நேரம். பொன்ராசு மச்சுவீட்டுக்குள்ள இருந்து கிட்டு இன்னும் வெளியே வல்ல. உள்ள போயி பாத்தா பொண்ண சிங்காரிச்சி வச்சமாதிரி இவன் சிங்காரிச்சுக்கிட்டு அப்படி வெக்கப் பட்டு நிக்கான்.

மொதநா சாயந்தேரத்திலிருந்து கைவிரல் கால்விரலுக் கெல்லாம் மருதாணி வச்சி உள்ளங்கை மேல்பாதமெல்லாம் மருதாணிப் புள்ளி பொட்டுகளா வச்சி பளபளன்னு மொகமெல்லாம் மஞ்ச பூசி... மாப்பிள்ளைக்கான பட்டு வேட்டியும் சட்டையும் அசையில தொங்கிக்கிட்டிருக்க இவஞ் சம்பாத்யத்துல தனியா ரவிக்கை தச்சிக் கிட்டான். மாடலா ரெண்டு புஜத்திலயும் பிரில் வச்சி அவஞ் செவப்பு நெறத்துக்கு தக்கன வைலட் கலர்ல சேலயும், உள்பாவாடை, உள்பாடி எல்லாம் மேச் மேச்சா நெத்திப்பொட்டு மொதக்கொண்டு...

ஆத்தாக்காரி வந்து பாத்துட்டு ஆச்சு போச்சுன்னு ஒரே அவயக்காடு. "ஏலே மானங்கெட்ட பயலே. ஆணும் பெண்ணும் சிரிச்ச ஆணாங்கிப்பயலே. ஒனக்கெல்லாம் கல்யாணம் வேணுமாக் குண்டா கல்யாணம். பொண்ணங்கி தேவடியா மகனே" தலையில தலையில அடிச்சா. சப்தங்கேட்டு உள்ள வந்த கொழுந்தனாரு " மதினி சொன்னாக் கேளு. வெட்டியா அவயம் போட்டு கூட்டத்தை கூட்டிராதே. நல்ல நாளும் பொழுதுமா அதஇதப் பேசி நல்ல காரியத்தை நிறுத்திராதே. அவன சத்தம் போட்டு வேட்டி சட்டய போடவச்சி திருப்பூட்டுறதுக்கு வழியப்பாரு."

"வேட்டியக் கட்டுறா டேய் தாயோளி" சித்தப்பன் நறநறன்னு பல்லக் கடிச்சுக்கிட்டு நிமுச்சலா கைய ஓங்குனார். ஆத்தாக்காரி சொன்னா: "இந்த எழவுக்குத்தானே இவனுக்கு இந்த கல்யாணம் காடையேத்தெல்லாம் வேண்டாம்னேன்.'' அல்லாரும் கல்யாணம் முடிக்காகளேன்னு நிதாசரி இவனும் கல்யாணம் முடிச்சு வச்சாலே வையின்னு பறந்துகிட்டு வந்தான். சரின்னு இவ்வளவு ஏற்பாடும் பண்ணுன பெறகு நேத்துத்தான் இவம் பவுசைப் பாத்தேன்.

"அந்தப்பொண்ண அழச்சிட்டு வர்றநேரம் போடுவாகளே பாட்டு மணமகளே மருமகளேன்னு அந்த ரெக்கார்டை

கேட் டானோ இல்லியோ அந்தப்பாட்டை எப்படா போடுவாகன்னு காத்துக்கிட்டுருந்தவம் போல ஒத்தச் சேலய அவசர அவரசரமா கெட்டுனான், பூவச்சான், பொட்டு வச்சான். அந்தானக்கி தலைய கவுந்தமட்டுல மச்சுவீட்டுக்கும் அடுப்பாங்கரைக்கும் காலடிய அளந்துவச்சி மெல்ல மெல்ல அங்குட்டு இங்குட்டுமா அலஞ்சான்.

"சீ. வெக்கம் கெட்ட சிரிக்கி மகனேன்னு வெளக்குமாத்தால மூஞ்சியில நாலு சாத்து சாத்துனேன். அப்பயிலிருந்து இந்நேர வரைக்கும் உம்முன்னு ஒத்தவீட்டு நாயி மாதிரி உக்காந்திருந்தான். இப்ப தாலி கட்டுற நேரத்திலயும் இப்படி கேவலப்படுத்துறானே. இந்தக் கண்றாவிய நா யாருகிட்ட சொல்லி அழுக" தலையில கைய வச்சி ஒரு மூலையில போயி உக்காந்தா.

ஆளும் பேருமா மொகரையில போட்டு வேட்டி சட்டைய.... வலுக்கட்டாயமா போடவச்சி "ம் நட" ன்னாங்கா.

"......ம்..ஹீம் நான் ஒங்களோடலெல்லாம் வரமாட்டேன். நீங்கள்லாம் வெளியே போங்க"ன்னான்.

"ஏலே முட்டாப்பயலே. ஒம்பதரையிலிருந்து பத்துவரைக் குமுடா முகூர்த்தம். நேரமாகுது. எங்ககூட வராம யாரு கூட இன்னும் வரணுங்கறெ?"

"கனகையும் காளியம்மாவையும் வரச் சொல்லிருக்கேன். அவுக வந்து என்ன கைய பிடிச்சி கூட்டிட்டு போவாக." மூஞ்சிய ஏழு கோணலா திருப்பி உதட்டை ரெண்டு பிதுக்கு பிதுக்கினான்.

"ஓ வாயில மண்ணப் போட்டாக போ. மாப்ள தொணக்கி எப்படி ஆள பிடிக்காம் பார். கனகாம் காளியம்மாவாம். இது வெளங் காது." துண்டை ஒதறி தோள்ல போட்டுக்கிட்டு கிளம்புனார் தாய்மாமா தங்கராசு.

"என்னக்கா ஒனக்கு கூறுபாடு வேண்டாம். அவனத்தான் பெறவியிலியே தெரியுமில்ல. நல்ல ரோசன பண்ணி எந்த ஏற்பாடும் பண்ண வேண்டாமாக்கும்?" அக்காவைப் பார்த்து ரொம்ப குறைபட்டுக்கிட்டார்.

“நா என்னத்தடா கண்டேன். கல்யாணமோ கல்யாணம்னு ஒரே ஒப்பாரி பாத்துக்கோ இந்த ஒரு வருஷமா. அடுத்த தெருவு கல்யாண வீடுகள்ல ரேடியோ படிச்சிட்டா இங்கிருக்கிற பாத்திர பண்டங் களையெல்லாம் டம்முடம்முன்னு எடுத்து வீசுறான். அடுக்குப் பானைய தூக்கி நின்னமட்டுல டமால்னு கீழ போட்டு ஒடச்சிட்டு இத ஏன் குறுக்கெ வச்சேன்னு எந்தலமயித்த பிடிச்சு மல்லுக் கட்டுறான்.”

“சரி நாம எப்படியெப்படியோ நெனச்சோம். பிள்ளைக்கு கல்யாண ஆசை வந்திரிச்சின்னு ஏற்பாடு பண்ணுனா கழுத இவன் பொண்ணாயிருக்கணும்னுல்ல ஆசைப்பட்டிருக்கான். இந்த வெக்கக் கேட்ட எங்க சொல்லி முட்டிகிட்ட” சேல முந்தானையால கண்ணீரைத் தொடச்சாள்.

இவ்வளவு ஏற்பாடு பண்ணி சொந்தபந்தமெல்லாம் கூடுன பெறகு முட்டுன கட்டாப்புல என்ன செய்யமுடியும்? வந்த சனங்க வாய்விட்டு சிரிக்காது?

“நடரா ஏலே நடரா. மூஞ்சியும் மொகரக்கட்டயும் பாரு.”

“அவன நாலு வப்பு வையி. இல்லன்னா செம்மைக்கு வர மாட்டான்”

செவிட்டை சேத்து ஆளுக்கு ரெண்டு குடுப்பு வச்சி சித்தப்பனும் மாமனும் சேந்து கையப்பிடிச்சி தரதரன்னு இழுத்துக்கிட்டு போனாங்க. வராத நாய கவுறு போட்டு இழுத்த மாதிரி.

“என்னைய விடு, மாமா என்ன விடும்.... சின்னையா கைய விடுங்க நானா நடந்து வாரேன்” னுட்டு ரொம்ப பாவமா கெஞ்சி கைய உதறி விட்டுட்டு அவனா நடந்தான். தலய கவுந்து கையி ரெண்டை யும் முன்னால கூட்டி வச்சி சின்ன சின்ன எட்டுகளாப் போட்டு மாலையுங் கழுத்துமா ரொம்ப வெக்கப்பட்டு தேர் நகண்ட மாதிரி ரொம்ப ஒயிலா நடந்து வந்தான்.

மட்ட தரத்து பையங்கள்லாம் பாத்து “ஏ பொன்ராசு வர்ற வரத்தை பாருங்க டோய் அய்...அய்... .மெல்ல....பாத்து....

யா.....ய்....யா"ன்னு ஒருத்தனோட ஒருத்தன் முதுகில அடிச்சுக்கிட்டு விழுந்து விழுந்து சிரிச்சி உருண்டு பெரண்டாங்க.

பெண்ணை அழைச்சிக்கிட்டு வந்தாங்க. ஜோடியா குத்த வைக்கவும் பெண்ணு எப்படி ஒரு கால கூட்டி வைச்சி உக்காந்துருக்காளோ அதே மாதிரிதான் பொன்ராசும் உக்காந்திருந்தான். பொன்ராசைப்பத்தி தெரிஞ்ச ஆளுகளுக்குத் தெரியும். மத்த வெளியூர்க்காரருகளுக்கெல்லாம் எது பொண்ணு எது மாப்ளேன்னு குழம்பாத குத்தந்தான்.

மாங்கல்யம் பூட்ட கெட்டிமேளம் கட்டுனாங்க. பொன்ராசு எனக்கென்னேன்னு உக்காந்திருந்தான். என்னமோ அவங் கழுத்துக்குத்தான் தாலி ஏறப் போறமாதிரி. பின்னாடியிருந்த மாமன் பொடதியில ரெண்டு ஏவு ஏவினார். திருப்பூட்டி முடியவும் ரெண்டு கையாலயும் அரிசி அள்ளி பொண்ணு தலையில மூணு தடவை போடும்போது நிமுந்தே பாக்கல, அவ்ளோ வெக்கம். இவஞ்சோட்டு பயக கேலியும் கிண்டலுமா சிரிக்கும்போது புதுப்பெண்ணை முறைப்பையங்க சீண்டுவாங்களே அத மாதிரி நெனச்சி ரொம்ப புளகாங்கிதம் அடஞ்சிக்கிட்டான்.

"என்னம்மா வெவரம்? கூட்டத்துல சொல்லும்மா."

தங்கக்கிளிய வரச்சொல்லி பஞ்சாயத்தை ஆரம்பிச்சார் பிரசிரண்டு, சுவரோரமா ஒண்டிக்கிட்டு நகத்தை வச்சி சுவத்தில கீறிக்கிட்டே ஒண்ணும் பேசாம நின்னா.

"பேசாம இருந்தா எப்படிம்மா? எல்லாருக்கும் முன்னால சொன்னாத்தான நாலு பேருக்குத் தெரியும்."

தங்கக்கிளிக்கு கூட்டத்தைப் பாத்து சொல்றதுக்கு ரொம்ப ராஞ்சனையா இருந்தது. ரெண்டு கண்ணுலயும் நீர் கோத்து நின்னது.

ஒருவேளை இந்தப் பய கை நீட்டியிருப்பானோங்கிற அர்த்தத் தில பொன்ராசை பார்த்தார். எல்லோரும் உக்காந்திருக்க இவன் கூட்டத்துக்கு நடுவுல நின்னுக்கிட்டு மொகவாயில ஆள்காட்டி விரலை வச்ச மட்டுல பாத்துக்கிட்டிருந்தான்.

“இவன் எந்தக்காலம் யார அடிச்சான். யாரு கூட சண்டை போட்டாலும் ஒரே வசவுதானே. தெருவே நாறிப்போகும் நாறி.”

‘ஒன்னைய பேதியில கொண்டுபோக. ஒரு நா கொள்ளையில கொண்டுபோக. நாசமாப்போக. நக்கவாடி ஏம் பேச்சை எடுக்க. தப்பிலி முண்டெ, தரங்கெட்ட தட்டுவாணி சிரிக்கி. ஒந் தரமென்ன ஏந்தரமென்ன என்னப் பேச நீயென்ன எங் கால்ல ஒட்டுன கரிசக்காட்டு மண்ணா இல்ல எஞ் சேலையில ஒட்டுன செவக்காட்ட மண்ணா.’

‘ஒங்க ஆத்தா ஒத்த வீட்டுக்காரங்கூட ஓடையில படுத்தது தெரியாதா? ஒந் தங்கச்சி மரியவூரணி கம்மாயில டிக்கட் போட்டது தெரியாதா? நீ ஏலாத கெழட்டுப் பயல வச்சிருந்து ஏமாத்தி ரெண்டு குருக்கம் மந்தப்பிஞ்சைய எழுதி வாங்குனது தெரியாதா? இதுக்கு மேல ஏதும் பேசுனே, கீழ மேல பிடிச்சி கிழிச்சி விட்டுறு வெங் கிழிச்சி.’

வசவு தாங்க மாட்டாம யாராவது அவன கை நீட்டுனா போச்சி. முக்குக்கு முக்கு நின்னு மாரடிச்சி ஒப்பாரி மெட்டுல இப்படிச் சங்கதியெல்லாம் பாடி ஊரெல்லாம் அசிங்கப்படுத்திடுவான்.

அப்படி அவ கண் கலங்குற அளவுக்கு என்ன நடந்திருக்கும்?

“கூட்டத்தை கூட்டிட்டு ஒரு விவரமும் சொல்லாம நீ ஒம்பாட்டுல அழுதுகிட்டு நின்னயின்னா எங்களுக்கென்னம்மா தெரியுமா, சும்மா தைரியமா சொல்லு,”

‘..’

கூட்டம் ரொம்ப அமைதியாயிருந்தது. அடுத்து ஒரு வார்த்தை கூட பேச தங்கக்கிளி ரொம்ப தயங்கினாள்.

“நீ சொல்லப்பா பொன்ராசு. இனிமே ஒங்கூட இருந்து வாழ முடியாதுங்குறா, நீ என்ன சொல்ற?”

“அடப் பாதகத்தி கெடுத்தியே. இதெல்லாம் எந் தலையிலயெழுத் தில்லெ. இந்த கொடுமைய எங்க போயி சொல்ல!...அட லொங்கா தவளே!.” அப்படின்னு சும்மா நீட்டி நீட்டி முழக்குனான். “வந்த நாளயிலிருந்து அடிச்சிருப்பேனா

புடிச்சிருப்பனா கடுகிம்புட்டு பேச்சு பேசியிருப்பனா, நா என்னமோ இருக்கவிடாம இம்சை பண்ணுன மாதிரி சொல்றியே. ஓ வாயில புழுத்தள்ள. மேல ஒருத்தன் இருக்கான். அவந்தா ஒன்னைய கேக்கணும். அந்த ஆகாசதேவி அறி யும் இந்த பூமாதேவி அறியும். ஏ நாடே கேளு ஏ ஊரே கேளு." கூட்டத்துல ஓடி ஓடி மண்ண வாரித் தூத்துனான்.

"ஏலே....ஏலே இருடா இருடா, இப்ப அவ என்ன சொல்லிட் டான்னு இப்படி எங்க தலையில்லெல்லா மண்ணள்ளிப் போடுறே. அந்தப்பிள்ளை வாயில புழுத்தள்ளுமுங்குறே. கூறுகெட்ட பயலே."

"பெறகென்ன மாமா ஏ வேலயில கொறயா வெட்டியில கொறயா. ஒரு வம்பு தும்புக்கு போறானா, ஒண்ணுக்குமத்த சல்லிப் பய கூட சகவாசம் வச்சுக்கிட்டு சுத்துறனா. இல்ல குடி உண்டுமா? கூத்தியா உண்டுமா?"

"பொறுடா பொறு, பொற....... நீயா பேசுனா எப்படி. அவளும் பேசட்டும். அமைதியா பேசு. எதுக்கு இவ்வளவு ஆக்ரோசமும் ஆங்காரமும்."

"என்ன கொற வச்சிருக்கேன், மாமா, வீட்ல. இப்படி திட்டாந் தரமா ஊரைக்கூட்டி வாழ முடியாதுங்கறாளே. இப்ப வாங்க வீட்டுக்கு. சுடச்சுட சோறு வடிச்சு வச்சிருக்கேன். இப்ப மட்டுமில்ல மூணு தேரமும் சுடச்சுடத்தான். ஒரு நா ஒரு பொழுதாவது பழயது வச்சி கொடுத்திருப்பனா. வாரந் தவறாம கறிபுளிதான். வேல விட்டு வரும் போது மிச்சரென்ன பக்கடா என்ன ராத்திரிக்கு ராத்திரி இவளுக்கு கோழிக்கூடு வாழப்பழம் வேற. இந்த வாழத்தோட்டம் வச்சிருக்கிற சம்சாரிககூட ரப்பட்டுல வாழப்பழம் சாப்பிட்டு படுக்க கண்டுருக்கீகளா?"

"என்னம்மா அவஞ் சொல்றதெல்லா வாஸ்தவந்தானா?"

கொஞ்ச நேரம் பேசாம நின்ன தங்கக்கிளி பெறகு மெல்ல மொனங்குணா.

"................ அதெல்லா நா கொற சொல்ல வல்ல. அந்த வகையில ஒரு கொறவும் சொல்ல முடியாது...................." வார்த்தையை இழுத்து ஒரு தொக்கடி வச்சி பேசுனா.

பெறகும் விடாம பொன்ராசுதான் மூச்சுவிடாம பேசுனான்.

“மாமா பஞ்சாயத்தார் பேச்சு எந்தலைக்கு மேல. ஒரு வெவரம் நல்லா உன்னிப்பா கேளுங்க. எம் மேல குத்தங்குறையிருந்தா இந்தா இந்த செருப்பைக் கொண்டி அடிங்க. நேத்து வேலைக்கு போயிட்டு எட்டுமணி வாக்குல வந்தேன். நல்லா குளிச்சி செஞ்சி கல்யாணத்துக்கு எடுத்த பூப்போட்ட சேலையை உடுத்தி பூவ்வு கீவ்வு வச்சி வாசப்படியில கொறாவி போயி உக்காந்திருந்தா”.

“சாப்டீயான்னேன். சாப்புடலேன்னு தலைய மட்டும் பொல பொலன்னு ஆட்டுனா. சரி. மூணு நேரமும் சோத்தையே தின்னு கழுதக்கி மூஞ்சியில அடிச்சிருக்குமுன்னு சொல்லி, இப்பத்தான் ஒரு டவுன்பஸ்ல போயி ஒரு டவுன்பஸ்ல வந்து எறங்கீரலாமுல்ல, மெனக்கிட்டு ஐயர் கடை வடை ஒரு டசம் போயி வாங்கியாந்து கொடுக்க, படுத்துக்கிட்டே சொல்றா - அதக்கொண்டு போயி கடக்கரை வீட்டு கழுதைக்கு வையின்னுட்டா”.

“சரி இனி என்ன செய்ய சாப்டாம இல்ல கெடக்கான்னு அதுக்கப்புறம் அரக்க பரக்க ஓடி அரிசி வாங்கி அந்நேரத்துக்குப் பிறகு அதை திரிச்சி கருப்பட்டி இருக்கா கருப்பட்டின்னு கடை கடைக்கு ஓடி பால் கொழக்கட்டை செஞ்சி முடிக்க நல்லா அசந்துட்டா. இன்னும் எப்படி எழுப்பன்னு பக்கத்துல போயி... நல்ல உறக்கச் சடவுல்லெ... நேரங்கெட்ட நேரத்துல எழுப்ப அவ என்னமோ ஏதோன்னு பதறிட்டான்னா!

“எம்புட்டு அலுப்போ பாவமுன்னு சொல்லி - உள்ளதத்தைத் தானெ சொல்லணும், ஊராவுகளா கூட்டிக் கொறச்சிச் சொல்ல - அந்த மட்ல மெல்லப்போயி அவ ரெண்டு காலயும் கை பெலங் கொண்ட மட்டும் நல்லா அமுக்கிவிட்டேன். அப்படியே ரெண்டு புசத்து வரைக்கும் நல்லா அரைமணிக்கு மேல பிடிச்சி விட்டேன். ஆ... ஊ......ன்னு அனத்துனா. இந்த பூவாடைக்கு காத்த கருப்பு அண்டியிருக்குமோ அப்படீன்னு மட்டிய கடிச்சிக்கிட்டு அந்த கடவுள் மேல பாரத்தைப் போட்டு பெரட்டி பெரட்டி அமுக்குனேன்”.

“கண்ணகண்ண சொருகி ரெப்பைய மூடமூடியாம கிறங்கி கிறங்கி சிணுங்கிக்கிட்டே மூடுறா. “கருத்தப்பாண்டி! ஒன்ன

நம்பித்தானே விட்டுட்டுப் போனேன்னு" அந்த பதினெட்டாம் படியானை மனசுல நெனச்சேன். சிரிச்சிக்கிட்டே என்ன நெறு நெறுன்னு சேந்து பிடிச்சா. மாடாக்குழியில இருக்குற திருநீறு ஞாபகம் வந்தது. இந்தா இந்த பால் கொழக்கட்டைய சாப்பிடு இந்தா வாரேன்னு மாடாக்குழி கிட்டத்தான் போயிருக்கேன். அங்குட்டு கொண்டுபோய் போடுன்னு ஏம் மூஞ்ச சேத்து விட் டெறிஞ்சுட்டா. இந்நேர வரைக்கும் யார்கிட்டவாவது சொல்லி யிருப்பனா. வீட்டுச்சடவை ஒரு வார்த்தை வெளிய விட்டுருப்பனா இது நா வரைக்கும்.

'கோமாளிப்பய கோமாளிப்பய'ன்னு பல்லக்கடிச்சிக்கிட்டு மனசில்லாம சிரிச்சார் பொன்னாண்டி தாத்தா. அதுக்கு மேல தங்கக்கிளிக்கு அங்க நிக்கெ முடியல.

''அண்ணாச்சி, இங்க அண்ணந்தம்பி முறைமை காருகளெல்லாம் நெறய இருக்கீக. மாமன் முறைமைக்காரு ஒரு பெரியாள வரச் சொல்லுங்க என் மனசிலிருக்கிறத சொல்லிருதேன்."

விவரத்தை கேட்டுட்டு வந்த பொன்னாண்டி தாத்தா கறாரா சொல் லிட்டாரு. "நாம நெனக்கிற மாதிரிதாய்யா. என்ன யானை பாக்க வெள்ளெழுத்தா அத்து விட்டுருங்கய்யா. இன்னும் அந்தப் புள்ள ஜெகஜாலம் வச்சாலும் அந்த வீட்டுக்கு போயி இருக்காது. இதுக்கு மேலயும் இவங்கிட்டயிருந்தா அது பெரிய பாவம். நீ போம்மா; நல்ல முடிவோட வாரேன்னு அந்தப்பிள்ளைய போகச் சொல்லிட்டேன். முடிச்சி விடுங்க. பால் கொழக்கட்டை அவிச் சானாம் பால் கொழக்கட்டை." மூஞ்சிய கடுகடுன்னு வச்சிக்கிட்டு பொன்ராசை மென்னு தின்னுர்ற மாதிரி உம்முன்னு மொறச்ச மட்டுல இருந்தார்.

"எல்லார்க்கும் தெரியும்படியா விசயத்த ஓடச்சி சொல்லிருங்க. நாமதான இருக்கோம்." பிரசிரண்டு கேட்டார்.

"ஐயா இவன் இதுநா வரைக்கும் ரப்பட்டல ஒண்ணா படுத்தது இல்லியாமுய்யா!. ஒண்ணாப் படுக்கிறதென்ன ஒண்ணாப்படுக்கறது ஆண் தத்துவமே இல்லேனுட்டா போ!."

பொன்ராசு மூச்சு பேச்சில்லாம தலய தொங்கப்போட்ட மட்டுல இருந்தான்.

“சோறுபொங்க, காலு வழியா மோல, எழவு வீட்டுல ஆளுக்கு முன்னாடி போயி மாரடிக்க, ஒப்பாரி வைக்க, இப்படிப் பய ஏங் கல்யாணம் முடிக்கான். பாவம் அந்தப் பிள்ள வாழ்க்கை பாழாப்போச்சில்ல.”

“என்னய்யா இவனவிட கேவலமாயிருந்த ஆணாங்கி சங்கரப்ப நாயக்கர் பதிமூணு பிள்ள பெறலயா...அவரு பேச்சும் பழக்கமுந்தா பொம்பள மாதிரி. வீட்ல இதே சோலியா ஒக்காந்துருவாராம். அவரு தகப்பனாரு சாட்டைகம்பை எடுத்துக்கிட்டு ஒடம்பு என்னத்துக் காகுமுடா, ஒடம்பு என்னத்துக்காகுமுடான்னு முடுக்கி முடுக்கி அடிப் பாராம். ரொம்ப சூடும்மா ஒடம்புக்கு. நீயாவது அவனுக்கு கூறு சொல்லப்படாது அப்படீன்னு மருமகளையும் பட்டும்படாம ஒரு வெரசு வெரசுவாராம்.”

“அப்படி நெனச்சிதான் இவனுக்கு எழவு கூட்டுனது, இது கழு தைக்கு லாரி ஏறிருச்சோ என்னமோ?”

“என்னப்பா பொன்ராசு என்ன இது வாஸ்தவந்தானா?”

“அதெல்லாம் கிடையாது மாமா அவரு சொல்லுவாரு சுண்ணாம்பு சட்டியில் குச்சி கெடந்த மாதிரி கெடக்கணும்ணு. நா இந்த கார்த்திகை பெறக்கவும் மாலை போடப் போறேன்.”

பொன்னாண்டி தாத்தா நாக்கை துருத்திக்கிட்டு பலம்மா கத்துனார். “ஆமா, மத்த மாசமெல்லாம் தகத்தெறிஞ் சிட்டியாக்கும். கார்த்திகைக்கு மாலை போட்டு தகிப்பாறப் போறே. செருப்ப கழத்தியே அடிக்கணுமுடா ஒன்னை. ஒனக்குத் தான்மே உதடு இல்லியே. சீங்குழல் வாசிக்க என்ன மயித்துக்கு ஆசப்படுறே.”

தங்கக்கிளி ரெண்டாரந்தாரமா வாக்கப்பட்டு கையில இப்ப ஒரு ஆம்பளப் புள்ள. உள்ளூர் மாப்ளதான். இதனால பொன்ராசுக்கு ஒண்ணும் கொறஞ்சி போகல. எப்பவும்போல தங்கக்கிளி கூட பேசிக்கிடுவான். அவ பிள்ளையத் தூக்கி வச்சிக்கிடுவான். வீட்டு வேலையில ரொம்ப ஒத்தாசை

பண்ணுவான். வேலைவிட்டு வந்ததும் தங்கக்கிளி வீடே கதின்னு கிடப்பான். பொழுது போகாத நேரம் ரெண்டுபேரும் தாயம் விளையாடுவாங்க.

ஒரு நா தங்கக்கிளி வெறகுக்கு போயிருந்தா. நேரம் மதியம் ஆகிப்போச்சு. பிள்ள பாலுக்கு காகமாக் கரைஞ்சுது. பொன்ராசு பிள்ளைய தூக்கிக்கிட்டு அக்கரை காட்டுக்கு வேகுவேகுன்னு ஓடுனான். எதுக்கெ ஆம்பள சொமைக்கு ஒரு சொமை கட்டைத் தூக்க முடியாம தூக்கிக்கிட்டு வந்தா தங்கக்கிளி.

"இம்புட்டு நேரமா? பிள்ள பாரு அழுது அழுது தொண்ட கட்டிக்கிடிச்சி. ஏயப்பா.... எவ்ளோ பெரிய கட்டு. ஆமா! காலையில எங்கிட்டே வீட்டுக்கு தூரம் ஆகியிருக்கேன்னு சொன்னயே. இப்படி தூக்கமுடியாத சொமைய தூக்கிக்கிட்டு வர்றியே இடுப்பு உளையாது?" ரொம்ப வருத்தமா கேட்டான் பொன்ராசு.

"ஏ சனியனே சனியனே பாத்துப்பேசு. பின்னாடி ஆம்பளையாளு வருது."

கட்டை கீழே 'பொத்து'ன்னு போட்டுட்டு ஆவலாப் பாஞ்சி வந்த பிள்ளைய வாங்கி மரத்து நிழலோரமா உக்காந்து பால் கொடுத்தாள்.

குழந்தை முட்டிமுட்டி சிணுங்கலும் அழுகையுமா வாயாலே தேடித்தேடி ஆவல் ஆவலா சுவைச்சது. பாத்துக்கிட்டே நின்ன பொன்ராசு அவன் நெஞ்ச ரெண்ட கையாலயும் தடவித் தடவிப் பார்த்தான்.

அதைக் கவனிச்ச தங்கக்கிளியின் ரெண்டு கண்ணுலயும் கண்ணீர் சரஞ்சரமா வடிஞ்சது.

வடு

வள்ளிக்கிழவிக்கு மனசு ஒரு லெக்குல இல்லே. அவளே பெரிய மருத்துவச்சி. இந்த நோவுக்கு எங்கிட்டெ மருந்து கிடையாதுன்னே சொல்லமாட்டா. அப்பேர்பட்ட ராச வைத்தியகாரி, யாருகிட்டப் போயி இந்த மனுசனுக்கு மருந்து கேட்டுட்டு வரலாம்ன்னு நிலை கொள்ளாம ஓடிக்கிட்டு திரிஞ்சா.

ஊர்ல எல்லோருக்கும் இவ மருந்து கொடுத்து வாசியாக் கினாலும், கிழவனுக்கு ஒண்ணுன்னா யார்கிட்டயாச்சும் ரோசனை கேட்டுச் செய்யுறதில் அவளுக்கு திருப்தி. அந்நேரம் பிறத்தியார் வைத்தியத்தை பெரிய சொல்லாய் மதிப்பாள். ‘சோத்துப் பசியே எடுக்க மாட்டேங்குது’ என்கிற வியாதிக்கு ஊர்ல இருக்கிற திருணை திருணையா உக்காந்து ‘என்ன செய்யிறது? இதுக்கு என்ன மருந்து கொடுக்கலாம்’னு ஆளுகளை அச்சலாத்தி பண்ணுறாள். அது சம்மந்தமா இம்புட்டு புள்ளெயோசன சொன்னாலும் இன்னக்கி அப்படி செஞ்சி பாக்க வேண்டியதான்னு வீட்டுக்கு வந்தகாலையும் வராதகாலையும் இழுத்துக்கிட்டு ஓடியாருவா.

“ஏ! கெழவி என்ன தவியா தவிக்கிறே. ஒனக்கு எழுவது. கெழவனுக்கு எம்பது. வடக்காம போற நாளையிலெ பசி எங்ஙன யெடுக்கும் பசி!”

மருந்து செய்யப்போவம்னு போகும்போது ஒரு எடுபட்ட பய இப்படி சொல்லுவானாக்கும். அவெ வாயில

மண்ணப்போட ஒழச்சு கொண்டுவந்து கொடுக்கானா அகம்பாதம் பிடிச்சவன். வாயில தெர்ப்பைய போட்டு பொசுக்க.

அந்த மனுசன் சாப்புடுற அழகை பாத்துக்கிட்டிருந்தாலும் போதாது.! எவ்வள வயனமா ஒரு கால கீழே மடிச்சுப்போட்டு இன்னொரு கால குத்திவச்சி சோத்தை ஒத்த பருக்கை சிதற விடாம வட்டிலுக்குள்ளேயே பெணஞ்சி அதை கவளமா திரட்டி அந்த முத்தத்த மேலே நாலுதடவை சூரைபோட்டு பிடிச்சி, திருச்செந்தூர் யானை பிரசாதக்கட்டியை தும்பிக்கையிலெ வாங்கி பொன்னம் போல வாய்க்குள்ளே செலுத்திட்டு அலகை ரெண்டு அசைப் போட்டு நிறுத்துன மாதிரி......கிட்ட உக்காந்து பாத்துக் கிட்டிருந்தாலே பாக்குற ஆளு வயிறுமுட்ட சாப்பிட்டிருந்தாலும் பழையபடியும் புதா பசியெடுக்கும். அம்பது வருசமா அந்த மூணுகால பூசையை பாத்து பாத்து மகிந்தவளுக்கில்லே தெரியும்.

"ஆமா! நேத்துதான் ரெண்டு பேர்க்கும் முகூர்த்தம். புது மாப்பிளே சாப்பிடலேன்னு தேடுறியாக்கும். ஒரு பிள்ளையில்லெ கொள்ளியில்லெ. என்னத்த கண்டாளோ கெழவனை இந்த தேடு தேடுறா" இது இன்னக்கி நேத்து பேச்சில்லை. ஒருத்தர் ரெண்டு பேர் பேசுறதில்லை. ஊருபூராம் வீடு வீடா பேசுற பேச்சுத்தான்.

மேய்ச்சக்காரங்க காலையில எட்டுமணிக்கெல்லாம் எருமை மாடுகளை அவிழ்த்துவிட்டு மேச்சலுக்கு கிளம்புவாங்க. விடிஞ்சி கஞ்சியெ குடிச்சதும் ஒவ்வொரு தெருவிலிருந்தும் மாடுகள் மொது மொதுன்னு ஒண்ணுக்குப் பின்னால ஒண்ணு மந்தைக்கு வந்துசேரும். அங்கிருந்து கரிசக்காட்டுக்கோ அக்கரைப் பிஞ்சைக்கோ தூரக் காட்டுக்கோ கிளப்பிக்கிட்டு போவாங்க.

மாடுகள் வண்டிப்பாதை வழியா போய்க்கிட்டிருக்கும்போது சொல்லிவச்ச மாதிரி வாலத் தூக்கி ஒண்ணொண்ணா சாணி போட ஆரம்பிக்கும். பின்னாடியே ஒரு கூடையை கொண்டுக்கிட்டு அந்த சாணியை நாள் தவறாம போய் அள்ளி குப்பை சேர்ப்பாள் வள்ளிக்கிழவி. அதை வித்துத்தான் கிழவனும் கிழவியும் சீவங் கழிக்கிறது.

எங்கெயாவது நாலுபேரோட உக்காந்து சௌடால் அடிச்சிக் கிட்டிருக்கும் கிழவனை மூணு தேரமும் தேடிவந்து சாப்பிட கூப்பிட்டுப் போவாள்.

"யப்பா....சும்ம்மா நீட்டி மொழக்குவே. வந்து வகுத்துக்கு கொட்டிக்கிட்டு பிறகு வந்து ஓம் பகுத்தக்கொழி."

"பெரீய மண்டபக்படி கணக்குயெழுதுறவன் போலதான் பேச்சு. வா வா வந்து மிழுங்கீட்டு வந்து வச்சுக்கோ ஓம் பிரசங்கத்தை.'' சுத்தியிருக்கிற ஆளுகளுக்கு கிழவி பேச்சு ஒண்ணும் புதுசு இல்லெ.

கிழவி பேச்சு எப்பவும் இப்படித்தான் இருக்கும். ஆனா கிழவன், கூட அரைமணி நேரம் காங்கலையோ தவியா தவிச்சுப்போவா. வர்ற போற ஆளுகளையெல்லாம் கேட்டு உசுர வாங்கீருவா.

"ஏ அய்யா, தாத்தாவ பாத்தே?"

"மருமவனே, ஒங்கமாமா அங்கிட்டு தட்டுப்பட்டாரு?"

"ஏ இவளே, எங்க கெழவனை அங்கிட்டு எங்கயாச்சும் கண்டே?"

ஊரை நாலு சுத்துசுத்தி சல்லடை போட்டு அலசுவாள்.

சாயங்காலமா வெந்நி போட்டு வச்சிட்டு ஒரு மூச்சு தேடுவாள். முதுகு தேய்ச்சிவிட்டு முக்காலியிலெ உக்காரவச்சி முந்திச்சேலை யாலெ துவட்டிவிட்டு தொவைச்ச நாலுமுழ வேட்டிய கட்டச் சொல்லி சோத்த போட்டு வைப்பாள். சிம்னி விளக்கு வெளிச்சத் துக்கும் குளிச்ச உடம்புக்கும் மினுமினுன்னு கிழவி கண்ணுக்கு அன்னக்கி பாத்த மாதிரிதான் இன்னைக்கும் தெரியிறார்.

அந்த நாளையில வள்ளிக்கிழவியோட தகப்பனார் சொத்து சுகத்துக்கு மரியாதையே தரமாட்டேனுட்டார். மாப்ள பிள்ளாண் டன் மாத்திரம் திடகாத்திரமா இருந்தா போதும். ஆளுக்கொரு வேலைய செஞ்சி கடைசிவரைக்கும் காலந் தள்ளீருவாகன்னு அவரோட தீர்க்கமான முடிவு. வள்ளிக்கு எத்தனையோ மாப்பிள்ளைகள் தோட்டமிருக்கு துறையிருக்கு நஞ்சையிருக்கு புஞ்சையிருக்குன்னு வந்தாங்க.

இலட்சுமணப்பெருமாள் 31

இவரு வச்ச பரிட்சையிலே ஆள் திடமில்லேன்னு சோப்ளாங்கி பட்டம் வாங்கி பொண்ணு கிடைக் காம திரும்பீட்டாங்க. அப்பத்தான் இந்த மனுசன் வந்தார். கூட அஞ்சுபேரு தொணமாப்பிள்ளெக. இவரு மட்டும் கடோர்கஜன் மாதிரி. இப்ப மாதிரி தலைமுடி கிராப்பு வெக்காம எல்லோரும் கொண்டை போட்டிருந்தாங்க. எல்லார் மூஞ்சியிலேயும் தேன்தட்டு மாதிரி மீசை தாடி. அப்பவெல்லாம் பெரிய சம்சாரிகதான் சேக்கு வெட்ட முடியும். சவரம் பண்ண முடியும். இப்ப மாதிரி எல்லோர்க்கும் குடிமகன் கிடையாது. ஊருக்குள்ளே முக்கலய மும்மாகாணி பங்கு ஆளுக தாடி மீசையா அலையுறதனாலே பொம்பள புள்ளெகளுக்கு அது ஒரு பிரச்னையாகவும் இல்லை. அந்த ரோம கொசகொசப்பை தாண்டி வயசுப்பொண்ணுக கண்ணுக்கு அழகான ஆம்பளெ அம்சம் ஊடுருவி தெரியும்.

ஆறுபேருக்கு ஆறு கும்பாவிலயும் நிமுரா கம்மஞ்சோத்தை வச்சி, கானத்துவையலை உருண்டையா திரட்டி கும்பாவுக்கு வெளிப் பக்கம் ஒட்ட வச்சிருந்தாங்க. கூட வந்தவங்க அஞ்சுபேரும் கிணத்துல போய் குளிச்சிட்டு வாரோம்ன போக, மாப்ள மட்டும் உள்ள போய் சாப்பிட உட்கார்ந்துட்டார். வள்ளியும் தகப்பனாரும் வெளியே திருணையிலெ உட்கார்ந்திருந்தாங்க. சாப்பிட உட்கார்ந்த மாப் பிள்ளையை பாராட்டியும் குளிக்கப் போனவங்களை மேனா மினுக்கிப் பயகன்னும் மனசுக்குள்ளே சொல்லிக்கிட்டார். நணநணன்னு கும்பா உருண்டுவர்ற சத்தங்கேட்டது. ஒண்ணொண் ணயா சாப்பிட்டு வெறுங்கும்பாவை வெளியே உருட்டி விட்டுக் கிட்டிருந்தார் மாப்பிள்ளெ.

தன் காலுக்கடியிலெ வந்து குமிஞ்ச கும்பாக்களைப் பாத்ததும் வள்ளியோட தகப்பனுக்கும் தாயுக்கும் 'இளவட்டம் இளவட்டம் இப்படியில்லெ இருக்கணும்' அப்படீன்னு ஆனந்தம் பொறுக்க முடியலெ. மாப்பிள்ளெய ரொம்ப பிடிச்சுப்போச்சி.

நாத்துச்சோள மூட்டையெ ஒத்தையிலெதூக்கி மச்சு வீட்டுக்குள்ளே போடச் சொன்னாங்க. ரெவ்வெண்டு மூடையா

ஆஞ்சநேயர் மாதிரி அனாயசமா தூக்கி மளமளன்னு அட்டீல் போட்டார். மறு நா மாப்ளெ 'வெளியெ' போகும்போது வேவு பாக்ககூட ஒரு ஆள அனுப்புனார். ஆமா பின்னே! 'ஆளப் பாத்தா அழகு வேலையப் பாத்த இழவு'ன்னு கதை ஆயிறப்படாதே! போயிட்டு வந்தவன் எதோ இப்படி அதிசயத்தை இதுவரையிலும் பாத்ததே இல்லேங்கிற மாதிரி பெரியவரைப் பார்த்து தன்ரெண்டு புருவத்தையும் மேலே தூக்கி கண்களை திரச்சி முழிச்சி தலையை பவ்யமாய் ஆட்டிக் காட்டுனான்.

அய்யணம் பூசாரிகிட்டெப்போயி திருநீறு மந்திரச்சி பூசிகிட்டு வந்த கெழவன், எதோ பயந்த கோளாறுன்னும் சித்திரம்பட்டியிலெ போய் தாயத்து மந்திரிச்சி கட்டிக்கிட்டு வரணும்னு பூசாரி சொன்னதா கிழவிகிட்ட சொல்ல, ரெண்டுபேரும் பஸ்ஸில கிளம்புனாங்க. வள்ளி, வயசுல கிழவன்கூட ஜோடியா வெளியே போகணும்னு அப்படி ஆசைப்டுவா. நடந்து பேசிக்கிட்டே ஊருக்குப்போய் வரணும்.

வள்ளியும் மாப்ளயும் சரியாவுல ஜோடின்னு வீட்டுக்கு வீடு பேசுறதை கேட்டுக்கிட்டே இருக்கணும். நாடகம் கூத்துன்னா கூடவே போய்வரணும். ரொம்ப நாளக்கிப்பிறகு நாலா சாதிசனங்களும் பஸ்ஸுல போகலாம்னு ஆனதும் புருசனோட மகாலிங்கமலை, சங்கரன்கோவில், திருச்செந்தூர், பழனின்னு சந்தோமா போயிட்டு வருவா. சும்மாவும் வரமாட்டா. எதுனாச்சும் பேச்சுக் கொடுத்துக் கிட்டெயிருப்பா. தாம் புருசன் இவர்தான்னு எல்லோர்க்கும் தெரிய வேண்டாம்?

பழைய சங்கதிகளையெல்லாம் கிளறுவா. அதெப்படி இதெப்படி நீங்க பெண்ணு பாக்கவரையில நா எப்படி கலர்ல சேல உடுத்தியிருந்தேன்? நா மொத மொதல்ல ஒங்ககிட்ட என்ன பேசுனேன். நீங்க அப்ப என்ன பதில் சொன்னீங்க. இப்படியா ஞாபகப்படுத்தி கேட்டு கேட்டு சொக்கிப்போவா, ம்......புள்ளெ குட்டிதான் இல்லேன்னு போச்சு. அந்தப் பாக்கியம் மட்டும் இருந்துச்சுன்னா தாயோழி மன்னன் பண்ற அலப்பறைக்கி ஊர்ல பேர்பாதி இவங் கூட்டந்தான் திரிஞ்சிக் கிட்டிருக்கும். கிழவி அங்கலாய்த்துக் கொள்வாள்.

சித்திரம்பட்டியில தகப்பன்வழி தாயாதிகளும் வாக்கப்பட்ட ஊர்லருந்து ஏகப்பட்ட சம்மந்த வழிகளும் இருக்கிறதாலே, வள்ளி, வள்ளிப்பெரியம்மா, வள்ளியக்கா, வள்ளிப்பாட்டின்னு கேக்குற ஆளுகளுக்கு இப்பத்தான் வந்தேமுன்னு சொல்லி முடியலை. எல்லார் கிட்டயும் மொகங்கொடுத்து பேசிப்புட்டு நேரா கோயிலுக்குப் போய் தீர்த்தம் பிடிச்சி கிழவன் உடம்பு வயிறெல்லாம் தேச்சி, தாயம் மந்திரிக்க பதினோருரூபா தட்சிணயெ கொடுத்திட்டு கோயில் முன்வாசல் படிக்கட்டுலெ வந்து, 'உஸ்............ அப்பாடா'ன்னு உட்கார்ந்த கிழவி தூரத்துல தாயத்து மந்திரிக்கிறதை பயபக்தியோடு பாத்துக்கிட்டிருந்தா.

“வள்ளிப்பாட்டி! நல்லாருக்கீகளா?” பேரைச்சொல்லி கூப்பிட்ட நடுவயசுக்காரரை திரும்பிப் பார்த்தாள். கூட ஒரு பையனும் நின்னுக்கிட்டிருந்தான். “என்னய யாருன்னு அடையாளந் தெரியலையா?” யாருன்னு ரொம்பநேரமாய் யோசிச் கிழவி, “தெரியலையே ராசா”ன்னு திகைச்சி சிரிச்சாள். “கருப்பையா பிள்ளை பேரன். ஒங்க வீட்டுக்கு எதுத்தாப்புல வடையெல்லாம் போட்டு விப்பாரில்லெ.”

“எம் பேராண்டி வா............ எம் பேராண்டி வா.................. ஏ சாமி எவ்ளோ பெரிய ஆளாயிட்டெ............ இந்த எளவட்டம் ஒம் புள்ளயா? நேத்து பிள்ள நீயி! எம் பேத்தியா நல்லாருக்காளா?”

“ம் எல்லாரும் கவுகரியமா யிருக்கோம். தற்செயலா தாத்தாவ ஆச்சியம்மா கடையில வச்சி பாத்தேன். அவருதான் சொன்னாரு கோயிலுக்கு வந்ததா.”

வள்ளிக்கிழவி அப்பதான் கெழவன தேடுனாள். உள்ள போயிட்டு வந்து வரங்குள்ளயும் எங்க மாயமாயிட்டார்? எங்கயாவது பேச்சு கெடைச்சாப் போதும் மனுசனுக்கு பொங்கச்சோறு கெடச்ச மாதிரிதான்.

“எந்த ஆச்சியம்மா கடையிலெ?”

“அதான் நம்ம ஊர்ல நாஞ் சின்னப்பிள்ளையா இருக்கும்போது இட்லிக்கடை வச்சிருக்கலெ” கிழவிக்கு திடீர்னு மொகம் தொங்கிப் போனது. மொகவாயில கை வச்செ மட்டுலெ ஆச்சியம்மாளா....ஆச்சியம்மாளா....ன்னு மாறிமாறி

அவளா கேள்வி கேட்டு தலைய மேலையும் கீழையும் ஆட்டிக்கிட்டேயிருந்தாள். அந்த கடைக்கு எப்படி போகணும் ராசான்னு அடையாளங் கேட்டுக்கிட்டு தாத்தாவ பாத்துட்டு வாரணுய்யா என்று கிளம்பினாள். அவள் முகம் காய்ஞ்ச சூரியகாந்திப்பூ மாதிரி சுருண்டு போயிருந்தது. நடக்கமாட்டாத கால்கள் அப்பொரொம்ப விரசல் காட்டுனமாதிரி தெரிஞ்சது.

அடபாவி கெடுத்தானே. அப்படிச் சொல்லு. அதாம் சித்திரம் பட்டி வரணும்னு மையம் பறந்தானா? ஒரு கூத்தா அடிச்சான் அந்த நேரத்துலெ. ம்ஹூம்ம்..... ஆச்சியம்மா கரண்டுதான் இழுத் திருக்கா.... அதாம் பயமகனெ உக்காந்திருந்தமட்டுலெ திடுதிப்புன்னு காணமா?......ஒரு சீரழிவா சீரழிஞ்சேன்....... பாதகத்தி.......பாதகத்தி கிளப்புகடை நடத்துறாளாம் கிளப்புகடை. நல்லா தின்னு போட்டு கோவேறு கழுதை போல இருப்பா. செவத்ததொலி. ஏ.....யப்பா அவ சிமிட்டுற சிமிட்டுக்கும்......ஒடம்பு சிலுப்புற சிலுப்புக்கும் கட்டுன ஆம்பளெ ஆறு மாத்தக்கிமேல தாமரிக்க முடியும்? அவன் எங்குட்டு ஓட்டம் புடிச்சானோ. இன்னக்கி வரைக்கி உசிரோட இருக்கானா என்னன்னு தெரியலை. பெறகென்ன இந்த திக்குவிசயன்தான் போயி கம்பெடுத்து சிலாவரிசை பிடிச்சிருக்கான். ஒண்ணான் அடி ரெண்டானடி மூணானடின்னு போட்டு கடைசியில் படைவீச்சுல மல்லாத்தி யிருக்கான். தினோமும் காலையிலெ காலையில இட்லியும் மொச்சையும் பீசு.

காமிரெட்டி வீட்டுக்கு ராமாயணம் கேக்கப்போறேன், காமி ரெட்டி வீட்டுக்கு ராமாயணம் கேக்கப்போறேன்னு போன ஆளு ஒரு மாசாமா ரப்பட்டுலெ வீடு தங்கலை. இந்த ஆளு 'பேச்சு வார்த்தை' இல்லாமெ ஒருநா கூட தாங்க மாட்டாரே. அட ஒரு காரணகாரியமா ஒருநா ரெண்டுநா 'பேச்சை' தள்ளிப்போட்டாலும் கோபம் நாய்க்கு வந்தமாதிரி வருமே. ஒரு மாசமா அந்த ஞாபகமே இல்லாம அப்படி என்ன ராமாயணம்னு காமிரெட்டி வீட்டுல போய் பாத்தா அவரு கட்டில்ல கிடையா கிடந்து ரெண்டு மாசமா ஆளு இழுத்துக்கோ பறிச்சுக்கோன்னு கெடக்காராம். தீர விசாரிக்கும் போதுதான் தெரியுது ஆச்சியம்மா வீட்லதான் தெனோமும்

பட்டாபிஷேகம் நடந்துக்கிட்டிருக்கு, ஊரே கேளு நாடே கேளுன்னு சண்டைபோட்டு சாதிசனமெல்லாம் சிரிச்சி.........

ஒரு வடையப்பிச்சி வாயிலெ வக்கெப்போன கிழவனை, "ஏ மூத்தவனே. ஏ லொங்காதவனே இப்ப நீ கடையெ விட்டு வெளியே வர்றியா இல்லையா" கடைக்கு முன்னே நின்னு நிக்கிமுன்னே வெந்நிகொதிச்ச மாதிரி கொடுங்கொடுன்னு வாய விட்டாள் கிழவி.

உக்காந்திருந்த ஆளுகளெல்லாம் ஒருத்தர் மூஞ்ச ஒருத்தர் பாத்தாங்க. "சின்னப்புத்திக்கார மனுசா வெக்கமாயில்லெ. அடியில மேல அவ்வளவும் நரச்சிப்போச்சி. இன்னும்.....ஆனாம அலையுறயே.... த்தூ......ஆக்கங்கெட்ட மனுசா போ..........அட மானங்கெட்டவனே...." இப்படிப்போட்ட கிழவியின் அவயம், அடுக்களையில் வடையை புரட்டி போட்டுக் கொண்டு வடை செவந்து வெந்துவிட்டதா என்று சோடாபாட்டில் தூரின் தடிமத்தில் இருந்த மூக்கு கண்ணாடியின் வழியே பார்த்துக் கொண்டிருந்த ஆச்சியம்மாளின் காதில் மெலிதாக விழுந்தது. பல்லில்லாத பொக்கை வாயை கொஞ்சம் சிறிதாய் திறந்து கண்ணாடியின் மேலாக்கில் முழியை தூக்கி வெளியே பார்த்தாள்.

கொஞ்ச நேரங்கழிச்சு அடையாளம் பாத்து, "யாரு வள்ளியக் காளா வள்ளியக்கா உள்ள வாங்கன்னு" கண்கரண்டியை எண்ணெய் மேல் மிதக்கவிட்டு தடுமாறி வந்தாள். அதை காதுல வாங்காம, ஏ...கெழட்டுப்பயலே, அறிவு கெட்ட ஆம்பளை... ஆக்கங் கெட்டு துப்புக் கெட்டு துப்புரவா தொடச்சிட்டு திரியுறவனே புத்தி கெட்டவனே பொச கெட்டவனே"ன்னு சொல்லிக்கிட்டே மார்ல திட்டுதிட்டுன்னு அறைய கூடிட்டா.

கெழவனை முன்னால விட்டு இன்ன மட்டுமின்னுல்லே தெருவழியே தாறுமாறா பிடிச்சி வஞ்சிக்கிட்டே வந்தா. "தாயத்தும் வேண்டாம் ஒரு தாலியும் வேண்டாம். எதுக்கு பசிக்கலேன்னு இப்பவில்லே தெரியுது. மருந்து இங்கெ இருந்திருக்கா? ஓகோ!... பழைய சோடிய மறக்க முடியலியாக்கும்ப்பா தம்பி....!ஐயே......நீ வந்துதான் அன்னக்கி

போட்ட பூட்ட தெறந்து விட்டயாக் கும்........... ஏ............... யப்பா.................”
கிழவி கடுகா வெடிச்சி பொரிஞ்சிக்கிட்டு வந்தா.

தெருவில ரெண்டுபக்கமும் ஆளுக நின்னு வேடிக்கை பார்த்துக் கிட்டிருந்தாங்க. தொல்ல தாங்கமுடியாத கெழவன் அவர்களைப் பார்த்து, “பாருங்கய்யா எந்தக் காலமோ போனதை இப்ப பேசுறா. எனக்கும் அந்தப் பொம்பளைக்கும் இப்ப வயசு திரும்புதாக்கும். ஐயைய்யய்யே............. கோட்டி கழுதெ விருதா கோட்டிக்கழுதெ இவ்வள காலத்துக்குப் பிறகு அசலூர்லயும் வந்து இப்படி கேவலப் படுத்துறாளே...................

“சும்மா பாதையெ பாத்துப்போ.......என்ன பேச்சு வேண்டிக் கிடக்கு.......மானமில்லாதவனே.” என்ன சொன்னாலும் சமாதான மாகாத கிழவியைப் பார்த்து, “ஏம்மா......... அட கண்றாவியே கட்டையில போற நாளையில காலுகையெல்லாம் விளங்காத காலத்துலெ இப்ப அது ஒண்ணுதானெ கொறச்சே?” என்று முணங்கினார்.

‘‘பேசாதே பேசாதெ. ஏ வயிறு எரியுது. ரொம்ப யோக்கியந்தான் நட.” அந்த அகாத வெய்யிலில் கெழுவனை ரொம்பதூரம் நடக்கவிட்டு மூச்சுவிடாமல் கண்ட மேனிக்கு வைதுகொண்டு வந்தாள் வள்ளிக்கிழவி. கிழவனுக்கு இப்பொ ரொம்ப பசிக்க ஆரம்பிச்சது.

பாலகாண்டம்

“இந்தா வந்துட்டாக!” என்று மகிழ்ச்சியாக சொல்லிவிட்டு வாசல் கட்டிலிருந்து உள்ளே போன மனைவிக்குப் பின்னால் அந்த இளம்பெண் மரியாதை நிமித்தமாய் எழுந்து நின்றாள். சுரீர் என்று கொளுத்திய காலை வெயிலில் சன்னமாக வியர்த்திருந்த மாரிச்சாமி, கண்ணன் கோயிலின் பஜனை மட பழைய சுவரில் வேர்விட்டிருந்த நாயுருவிச் செடியின் வேரைப் பிடுங்கி, தந்த சுத்தி செய்து கொண்டே வந்தவன், வீட்டில் வந்திருப்பது விருந்தாளா இல்லெ விவகாரம் வழக்கு என்ற பஞ்சாயத்தா என்று யூகிப்பதற்கு வீட்டின் உள்ளிருட்டு ஆளை அடையாளம் காட்ட மறுத்தது.

பல்லுக்குச்சியை கெடாசிவிட்டு வாசலின் உள்புறத்தை யொட்டியுள்ள குளியல் புழக்கடையுள் நுழையும் போது “வணக்கம்” என்று இடுப்பில் தாங்கியிருந்த கைக்குழந்தையை சேர்த்து இரண்ட கைகளையும் நுனிவிரல்களால் பொருத்தி வணங்கினாள். ‘‘இரும்மா இரு இந்தா வர்றேன்.’’ வாய் கொப்பளித்து வணங்கினாள். “இரும்மா இரு இந்தா வர்றேன்.” வாய் கொப்பளித்து முகங்கழுவி கால் கைகளை நனைத்து டவலால் துடைத்தவாறு வெளியே வந்தவன், ‘‘யாரு.........’’ என்று இழுத்தவாறு வீட்டின் நிழல் வெளிச்சம் கண்பார்வையில் பட நெற்றியையும் புருவத்தையும் சுருக்கி கண்களை இடுக்கி கூர்ந்து, பழையபடியும் சங்கோஜத்தோடு எழுந்து நின்றிருந்த அந்த பெண்ணைப் பார்த்தான்.

வத்சலா அக்கா. வத்சலா அக்காவா அது!. இருபது வருசத்துக்கு முன்னாடி பார்த்த மாதிரியே முகத்தில் எப்பவும் சந்தோசத்தை வச்சிருக்கிற அதே சிரிப்பு. காலையில் விடிஞ்சும் விடியாமல் எழுந்ததும் கொடுவா மூஞ்சியைக்கூட கழுவாமல் மேலத் தெருவிலிருந்து தெற்குத்தெருவுக்கு ஓடுவான். குளிச்சி மொழுகி சந்தனச்சிலை மாதிரி கமகமன்னு.... எப்பவும் ஏதாவது ஒரு வேலையிலிருக்கிற வத்சலாவைப் போய் பின்னாடி கூடி சேர்ந்து பிடிச்சு ''அக்கோவ்'' என்று பிடித்து தொங்குகிறவனை, ''டேய்....டேய்......எம் மாரிச்சாமியில்லே....அட எம் மாக்குட்டியில்லே..... என் ஜீக்குட்டியில்லே........ போக்கிரி இன்னும் வெளியே போகலை யில்லே, பல் தேக்கலையில்லே, அபக்குப் பையா, இந்தா காபியைக் குடி. டவுசரைக் கழட்டு...... வந்து பல் தேயி அக்கா உனக்கு வெந்நி போடுறேன்'' என்பாள்.

சேலையில் முகத்தைப் புதைத்து இறுக்க அணைத்தவாறு மாரிச்சாமி அம்மாவிடம் கிடைக்காத, கொஞ்சாத கொஞ்சலை வத்சலாவிடம் கிராக்கியோட சிணுங்கி அனுபவிப்பான். பச்சைமூங்கில் மாதிரி இருக்கிற கைகள் ரெண்டையும் அப்படியே சேத்து அவனை பாசமா அணைக்கிறப்போ அருவியின் கீழே நின்னு 'ஓ'ன்னு காலுகையை ஆட்டி ஆனந்திக்கிற மாதிரி இருக்கும். பறக்குற பட்டத்துலெ நுனியில் உட்கார்ந்திருக்கிற மாதிரியும் புதுமழையில நனஞ்சி குதிக்கிற சந்தோசமும் மாரிச்சாமிக்கு ஜிலுஜிலுப்பை ஏற்படுத்தும்.

கர்ணனை குழந்தையில் பேழையில் வைத்து ஆற்றில் விட்டுவிட்டு, யௌவனத்தில் அவனைப் பார்க்கிறபொழுது பேழையின் பட்டுத்துணியை போர்த்தியவுடன் குந்திக்கு மழலை நினைப்பில் மார் சுரந்ததாம். மாரிச்சாமிக்கு இப்பவுங்கூட வத்சலா அக்காவின் நினைவால் உச்சியிலிருந்து உள்ளங்கால்வரை ஒரு சுகமான ஜிலுஜிலுப்பு. ஒரு தாயின் ஸ்பரிசம்..... வாழ்க்கையின் துவக்கப் பகுதியிலே பெற்ற முழுமையான ஆனந்தம், எல்லாம் மீண்டும் ஒரு முறை உடம்போட மனசோடும் உராய்ந்து போனது.

"டேய் பொடிப்பயலே இங்கே வா. அக்காவுக்கு பொய் சொன்னா பிடிக்காதுல்லே. பிறகு ஏன் மத்தியானம்

இலட்சுமணப்பெருமாள் 39

சாப்பிட்டயான்னு கேட்டதுக்கு வீட்ல சாப்பிட்டேன்னு சொன்னே. அங்கேயும் சாப்பிடல இங்கேயும் சாப்பிடாம அப்படியென்ன விளையாட்டுத்தனம். பள்ளிக்கூடம் போய் என்ன படிப்பே. ஒன்னெ இன்னைக்கு ஒதைக்கிற ஒதையிலே........ இப்படி வா மொட்டி போடு. நாஞ் சொல்றவரைக்கும் எழுந்திருக்ககூடாது. கையில் அடிஸ்கேலைக் கொண்டு அடிக்கிறமாதிரி ஓங்கி..... இந்தக்கையில் மாத்தி ஓங்கி..... 'இந்த வாய்... இந்த வாய்தானே பொய் சொன்னது' கோபத்தில் உள்ளேயும் வெளியேயும் ஆத்திரத்தோட அலைந்து 'இன்னைக்கி ஒன்ன சும்மா விடறதில்லே.' எப்பவும் வத்சலா அக்கா கோபமா இருந்ததை மாரிச்சாமி பார்த்ததில்லை. கோபத்தில் மூக்கும் முகமும் செவசெவ என்று செவந்தாலும் மேலுதடின் வடிவும் கீழ் நாடியின் களையான அமைப்பும் நீலம் பாரித்த கண்ணுக்கு கீழ் லேசான வளையங்களும் எப்பவும் சிரித்த மாதிரியே இருக்கும்.

ரொம்பவும் ஆத்திரப்படும்போதுகூட குரல் மட்டும் வெளி வரவில்லையென்றால் சிரிச்சி குலுங்குற மாதிரி தெரியும். குதூகலம் கொண்ட குழந்தையாய் பரபரவென்று சுறுசுறுப்பாய் திரியும் வத்சலாவை சோம்பலாய் பார்க்கிறது அபூர்வம். என்னைக்காவது வீட்டிற்குப் போகாமல் கூடப்படுத்து தூங்கும்போது சுருக்கி வைத்திருக்கும் அரிக்கேன் விளக்கை தூண்டிவிட்டு மாரிச்சாமி பார்ப்பான். அம்மன் சிலையை படுக்கையில் சாய்த்து வைத்த மாதிரி. எழுப்பிவிட்டு இந்த இரவிலும் பேசச் சொல்லி விளையாடிக் களிக்க வேண்டும் போலிருக்குமவனுக்கு.

"ஓங்களுக்கு தெரியுமாமில்லெ இவுக அம்மாவை. சின்னப் பிள்ளையிலே அம்மா இல்லாத குறையே தெரியாம பெத்த பிள்ளை மாதிரி கூடவே வச்சிக்கிடுவாகளாம். ஒரு நிமிசம் தவறாம ஒட்டிக்கிட்டே அலையுவீகளாம். ராக்குப்பிள்ளை சொன்னாரு. இந்தப் பிள்ளெ ஒங்க பேரச்சொல்லி விசாரிச்சுட்டிருக்கும்போது இந்தப் பொண்ண பாத்ததுமே அவ்வளவு கூட்டமும் தெகஞ்சி போறமாதிரி டக்குன்னு கேட்டுட்டாராம் நீ நர்ஸம்மா மகளான்னு?"

வைத்த பார்வையிலேயே வெகுநேரம் உறைந்த போயிருந்த மாரிச்சாமியை மனைவியின் அறிமுகம் சுயநினைவுக்கு கொண்டு வந்தது. எத்தனையோ இன்பமான நாள்கள் இப்பவும் வந்து வந்து திட்டமில்லாத இன்பத்தை மீண்டும் மீண்டும் கண்களில் பூக்களாய் பொழிந்தபோதும். அந்தப் பொழுது மட்டும்!...... அன்றைக்கு பொழுது அடையாமல் பகலாகவே இருந்திருக்கலாம். இல்லை இவனையாவது அங்கேயிருக்க விடாமல் வீட்டிற்கு வழக்கம்போல் தொலைத்திருக்கலாம். அத்தனை நாள் ஆனந்தமும் ஒரு கும்மிருட்டில்... ஒரு காட்சியில்.... தன் நெஞ்சுக்கூடு ஒரு அடிக்கு முன்னாடி போய் போய் வருகிற மாதிரி...

''அப்படியா....ஞாபகமில்லையே!'' ஒரே வார்த்தையில் மனைவிக்கு பதில் சொன்னவன் "சாப்பிடச் சொன்னியா" என்று கேட்டுக் கொண்டே நேரே மச்சு வீட்டிற்குள் நுழைந்து தாழிட்டுக் கொண்டான். ஊருக்குள் வந்து வீட்டைக் கண்டுபிடித்து அம்மா என்றோ சொல்லிப்போன அறிமுக இல்லாத அண்ணனை கண்டுபிடித்து ஆர்வமாய் வணக்கஞ் சொன்னவளுக்கு மறுதளிக் காமல் மனைவியை பார்த்துக் கேட்ட இந்தக் கேள்வியோடு உள்ளே மறைந்து போனான். வேற்று ஆட்களை பார்த்து திரளதிரள விழிக்கும் தன் குழந்தையைப் போலவே இவளும் திகைத்து சோர்ந்து போனாள். அம்மா அவளிடம் சொல்லிப் போன ஒரே நம்பிக்கை!

அந்த தாய்சேய் நலவிடுதிக்கு எத்தனையோ நர்ஸம்மாக்கள் வந்து போயிருக்கிறார்கள். அங்கிருந்து பக்கத்திலிருக்கிற கிராமங்களுக்கெல்லாம் காலையில் போய் மதியம் மூன்றுமணிவரை மருந்து மாத்திரைகள் தருவது குறிப்பாக கர்ப்பிணிப் பெண்களுக்கு மாத்திரை ஊசிபோட்டு வருவதும் பிரசவம் பார்த்துவிட்டு வருவதும் அவர்கள் வேலை. சோலையம்மா ஆயா, கூடப்போய் வருவாள். எத்தனை நர்ஸம்மாக்கள் வந்தாலும் ஆயா ஒன்றுதான் இந்திராணிக்கு இந்திரர்கள் மாறுகிற மாதிரி.

இந்த வத்சலா அக்கா மாதிரி ஊருக்குள் இதுவரை நர்ஸம்மா வாய்க்கவேயில்லை. சிரிச்சுக்கிட்டே கையை பிடிச்சு

பார்த்தாலே பாதிநோய் பறந்து போகும். கைராசி புண்ணியவாட்டின்னு சொன்னாங்க ஜனங்களெல்லாம். அந்த அக்காவுக்கு சின்னப் பையங்கன்னா உசிரு. எந்நேரமும் அவங்களோடதான் விளையாட்டு. பசங்கமேல அவ்வளவு கிறுக்கு. ஊர்ல அவங்க கையாலே வாங்கி சாப்புடாத சின்னப் புள்ளைகளே கிடையாது. ஊர் பொது பண்டுலே முன்காலத்தில் கட்டி வைத்திருந்த காரைக்கட்டிட பொதுமடம் பாதி அரண்மனை போல இருக்கும். அங்குதான் அந்த அக்காவின் தாய்சேய் நல விடுதி. எலக்ட்ரிக் வசதியெல்லாம் இல்லாத ரொம்ப விசாலமான வீடு.

பத்து வயசுக்குட்பட்ட பயகளுக்கெல்லாம் அங்கதான் குதியாளம் கும்மரிச்சம். ஒரு நாளைக்கு ஒரு விளையாட்டு. கொழுகொழுன்னு குண்டுப்பையன் மாரிச்சாமின்னா வத்சலாவுக்கு ரொம்ப சிநேகம். அவன் கூடுதல் நேரம் அங்கெயே கிடப்பான். நண்டூருது நரியூருது விளையாடும் போது அக்காவின் மூன்று விரல்கள் தரையிலே மாறிமாறி கிடுகிடுவென விழுந்து நண்டு வருகிற மாதிரியே இருக்கும். நண்டு அப்படியே பாதத்து வழியே ஏறி முழங்கால் தாண்டி தொடைக்கு மேலே கிச்சலங் காட்டும்போது, ஹேய்ய்.........பக்கத்திலிருக்கிற பையன்களும் ரெண்டு கையாலயும் டவுசரை பொத்திக்கிட்டு அவன் பெற்ற கூச்ச சந்தோசம் தானும் பெற்ற மாதிரி ஒரே இரைச்சலும் கூச்சலுமா மடத்துக்குள்ளே சுத்திசுத்தி வருவாங்க. எப்பவும் ரொம்ப சந்தோசமான ஆரவாரம் தான். அந்த இடத்தைவிட்ட போகவே மனசு வராது.

அங்கங்கே தெருத்தெருவா விளையாடிக்கிட்டு இருந்த பையன்களுக்கெல்லாம் இப்ப மொத்தமா மடத்துக்கு முன்னாடிதான் ஆட்டம். வத்சலா அக்காதான் ரெப்ரி. பையன்க ஒருத்தருக்கொருத்தர் முன்னம் மாதிரியெல்லாம் அசிங்கமா வைய்யமுடியாது. மறுநாள் ஆட்டையிலெ அக்கா சேத்துக்கிடமாட்டாங்க. திடீர்னு ஒவ்வொரு நாள் அந்த அக்கா கேம்ப்புக்கு போயிருவாங்க. பையன்கள்லாம் எரிச்சலா சீய்யின்னு சோர்ந்து போயி வெளியே திண்ணையிலே எப்படான்னு காத்துக்கிடப்பாங்க. அப்பவெல்லாம் பஸ்வசதி கிடையாது. பக்கத்து ஊருக்கு நடந்தே போய் நடந்தே வரணும்.

தூரத்தில் ஒத்தையடிப்பாதையில் அக்கா குடையோடும் ஆயா பெட்டியோடும் வர்றது தெரிஞ்சவுடன் எல்லாரும் எதிர்த்து ஓடிப்போய் வரவேற்பதில் போட்டி. சாப்பிடாமல் அலுப்போடு வேர்த்து விறுவிறுத்து வந்தபோதிலும் முக சந்தோசத்தோடு பையன் களைப் பார்த்து, டே! கண்ணுகளா என்று ஆர்வமாய் யார் தாடையையாவது பிடித்து ஆட்டி விடுவார்கள். கன்னத்தெ கிள்ளி செல்லமா அடிப்பார்கள். இல்லேன்னா முத்தங் கொடுப்பார்கள்.

"வாங்க வாங்க வாங்க எங்கண்ணுகளா அப்பவே வந்தாச்சா. ஆயா கதவை தள்ளி திறந்து விடுங்க! எல்லாம் உள்ளே போ. வெயில்ல நிக்காதே" என்று வீட்டுக்குள் தள்ளிக்கொண்டு போவார்கள். அந்தக் கூட்டத்தில் அக்கா இனியும் நம்மளை கவனிக்கலையேன்னு பையன்கள் முன்னமுன்னப்போய் விழுவார்கள். முகத்தைப் பார்த்து பேசணும். இல்லையா கையாவது மேலே படணும். அந்த அக்கா எங் கன்னத்தைத் தான் கிள்ளுனாங்க. ம். என்னைத்தான் உள்ளே பிடிச்சி இப்படியே தள்ளிக்கிட்டுப் போனாங்க. இந்த சம்பாஷணைகள் மற்ற பையன்களுக்கு பொறாமையாயிருக்கும். நம்மள சீண்டலையேன்னு குளிக்கவும் சாப்பிடவும் விடாமல் மாறிமாறிப்போய் முகத்தைக் காட்டிச் சிரிப்பார்கள்.

"டேய் போறீயளா என்ன! கம்பாலே போட்டேன்னா போங்கடா!" வழக்கமா இப்படியொரு குரல் அதட்டலாக ஒரு மூலையிலிருந்து கேட்டுக்கொண்டேயிருக்கும். இதை எந்தப் பையனும் பொருட்படுத்தறதேயில்லை. வராண்டாவை ஒட்டுன மாதிரி வடக்குப் பக்கமா இருட்டா ஒரு ரூம். அதிலே கழுதைக்கால் கட்டில்போட்டு ஒரு உருவம். நரைச்ச மண்டை. மெழுகு ஒழுகினமாதிரி கண்கள். ஒண்ணு விட்டு ஒண்ணா சிலேட்டு குச்சி மாதிரி பல்லுவரிசையும் முழங்கால் தட்ட அன்றாயரு மட்டும் போட்டு ஒல்லிப்பாச்சானாய் உட்கார்ந்தே கிடப்பார். கட்டிலிலிருந்து கால் ரெண்டும் கோழிக் குடல்போல கீழே தொங்கிக் கிடக்கும். எந்நேரம் பார்த்தாலும் தேங்காய் துண்டை அசைபோட்டு மென்று சாறை விழுங்கி சக்கையை ஒரு பேப்பரை சுருட்டி மடித்து அதில் துப்பி ரொப்பிக் கொண்டிருப்பார். பையன்களை எப்போதும் திட்டுவார்.

அதட்டல் சத்தம் கேட்கவும் வத்சலா அக்கா சைகையிலே 'அந்தப் பக்கம் போகாதீங்க இப்படி வந்திருங்கன்னு' ஓடிவந்து பையன்களை அனுசரணையாய் கூட்டிக்கிட்டு போவாள்.

நர்ஸம்மாக்கள் என்றாலே மடத்துக்கு வெளியே சைட் அடிக்கிறதுக் குன்னு ஒரு இளவட்டகும்பல் நின்று கொண்டிருக்கும். அது கல்யாணம். ஆனதோ ஆகாததோ நர்ஸ்ன்னாலே சைட் அடிக்கிறதுக்கு உகந்ததாக ஆகிப்போய்விட்டது. சொந்த வீட்டிலும் உள்ளூர் குமரிகளையும்விட நல்ல துணிமணிகளும் பவுடர் ஸ்நோ வாசனை சோப்புகளும் வத்சலா மாதிரி அழகுப்பெண்கள் தவிர வயசு மீறின நர்ஸுகளும் பயன்படுத்தறதுனால் மானாவரி இளவட்டங்களுக்கு ஒரு லயம் தட்டிப் போயிருந்தது.

கரிசல்காட்டில் உழவு போடும்போது கூட முதலாளி வந்து உழுகிறவனை இப்படி திட்டுவார். "ஏண்டா காலையில ஆறு மணியிலிருந்து பத்துமணி வரைக்கும் உழவு நல்லா கதீயா ஒண்ணுபோல பிடிச்சிப் போயிருக்கியே தெக்கே போகப்போக ஏன் சாலு கோணல் மாணலா போயிருக்கு. நர்ஸம்மா அந்நேரம் ஒத்தையிடிப்பாதை வழியா ஓடைப்பட்டிருக்கு போயிட்டி ருந்தாளாக்கும்."

வத்சலாவின் வீட்டிற்கு போய்வரும் பையன்களிடத்தில் இளவட்டங்கள் பண்ற லொள்ளு தாங்கமுடியாது. அதுவும் மாரிச்சாமி மேலே ஒரு அலாதிப்பிரியமா இருப்பாளா! அவனைப் பாத்ததும் ஒரே கேலிகிண்டல்தான் மாரிச்சாமிக்கு திட்டங்கெட்ட கோபம் முட்டிப் போய் நிற்கும். இளவட்டங்களைப் பார்த்தாலே ஒரு முறைப்போடுதான் பார்ப்பான். அவன்கிட்ட பேசுறதுன்னாலே 'அந்த' பேச்சு தவிர வேறு பேச்சு கிடையாதுன்னா?

"ஏ மாப்ளே எந்நேரமும் அந்த அம்மாகூட அங்ஙனயே கெடக்கெயே ராத்திரியாவது வீட்டுக்கு வந்திருவியா இல்லெ படுக்கையும் அங்கேயேதானா?" மாரிச்சாமி கடுப்பாகி முறைப்பான். வாயில வந்தபடி மொனங்கிக்கிட்டே அந்த இடத்தைவிட்டு நகருவான்.

“டே! எங்கன தப்பிக்கப் பாக்குறே” பொடதியோடு வளைத்து முன்னாடி உட்கார வைத்துக்கொள்வார்கள். “ஒங்கூட சேந்தவ னெல்லாம் சொல்றான். நர்ஸம்மா குளிக்கும்போது நீதானே முதுகு தேய்ச்சிவிடுவியாம்.”

“இப்படியெல்லாம் பேசுனீங்கன்னா எங்க அப்பாகிட்ட போயி சொல்லீருவேன். என்ன ரொம்பவும் பேசுறீங்க.”

மாரிச்சாமிக்கு வயது பத்து பதினொன்றுக்குள் இருக்குமென் றாலும் வயசுக்கு மீறி இருப்பான். குண்டு குண்டுன்னு பாக்க கண்ணு நெறய தெரிவான். அதனால் பெரிய விஷயங்களை யெல்லாம். அவனிடத்தில் பேசுறதுலெ அவங்களுக்கு ஒரு ஜாலி.

“ஏ..சீச்சி எம் மருமகனை அப்படியெல்லாம் பேசாதீகப்பா. கோபம் வருதில்லே. நீயி எம் பக்கத்துல வா.” இன்னொருத்தன் அவனை இழுத்து முன்னாடி நிறுத்திக்கிடுவான். “அது சரி மாரிச் சாமி......எல்லாப் பிள்ளைகளுக்கும் காபி போட்டு கொடுக்குமாம். உனக்கு மட்டும் அந்த அம்மா பால் கொடுக்குமாமே நெசம்மாவா?”

“ஆமா நாஞ் சின்னப்பிள்ளையிலிருந்தே காபி குடிக்க மாட்டேனுல்லே.”

“ஙா....... அதான் பயக வந்து சொன்னாகளே ஆமா பாலு நல்லா வயித்துக்கு குடிச்சிருவியா? கெடச்சா விடுவியா; உனக்குத்தான் சின்னப் பிள்ளையிலிருந்தே பால் கொடுக்க ஆளில்லையே.”

எல்லோரும் சிரிக்க ஆரம்பித்தவுடன் மாரிச்சாமிக்கு இதிலே ஏதோ கிண்டல் இருக்கிற மாதிரி தெரிந்து நகர ஆரம்பிப்பான். அவன் கையை விடாமல் பிடித்து வம்பு செய்ய அவன் கீழே உட்கார்ந்து அழ ஆரம்பித்து விடுவான்.

“சரி சரி சரி இன்னுமே ஒண்ணுங் கேக்கலே. இப்படியெல்லாம் பேசாதீங்கப்பா. நீ இங்க வாடா மாரிச்சாமி அவங்க கெடக்கானுக சல்லிப்பையக. சின்னப்பையங்கிட்டெ தேவையில்லாம பேசா தீங்கப்பா” கோபமாக கடிந்து கொண்ட மாதிரி அந்தப் பக்கமாய் ஒருத்தர் இழுத்துக்கொள்வார்.

''ஆமா அந்த அம்மா புருசங்காரன் ஒருத்தன் லொக் லொக்குன்னு தொரத்திக்கிட்டே கெடக்கானே அவங் கட்டில்லதான் இந்த அம்மா ரப்பட்டுல படுத்துக்கிடுமா? நீயி அந்நேரம் என்ன செய்வே?''

''போங்கடா'' மாரிச்சாமி கடைசியாய் பொறுமையிழந்து இப்படிக் கத்திவிட்டு ஓடிவிடுவான். அதனால யாருக்கும் கோபம் வர்றதில்லே. இந்த வம்பளப்பில் நர்ஸம்மாகிட்ட நெருங்கிட்டதா நெனச்சி மறுநாளும் அவனை எதிர்பார்த்து காத்துக் கொண்டிருப்பார்கள்.

ஒரு மூலையிலெ முடமாகிப்போய் கிடக்கும் ஒரு ஜந்துவை வத்சலா அக்காவுக்கு புருசன் என்று சொல்லுவது இவனுக்கு துப்புரவாய் பிடிக்கவில்லை; ஏன் இவன் சேக்காளிகளுக்கும் கூட உடன்பாடில்லை. அந்த அக்காவும் அந்த ஆள்கிட்டெ ஒரு வார்த்தை பேசி இவங்க பார்த்த தில்லை. அந்த ஆள் எப்ப சாப்பிடுவான் யாரு சோறு வச்சிக்கொடுப்பா என்பதே யாருக்கும் தெரியாது.

இவங்களோட உல்லாசமான அரட்டைகளில் அந்த ஆள் ஒரு பொருட்டாகவும் இவர்களுக்கு இருக்கவில்லை. வத்சலா அக்காவுக்கு ஜோடு. இந்த உலகத்தில் யாரும் கிடையாது என்பது அவர்களது தீர்மானம். காணாக்குறைக்கு சோலையம்மா ஆயா பிரச்சாரம் வேற. ''ஆமாமா அதாம் மாப்ளயாம். பாவம் இந்த அனுபவிக்கிற வயசுல ஒண்ணுங் காணாம அந்தப் பொண்ணு சீரழியுது. அதச் செய்யி இதச் செய்யி அதக் கொண்டா இதக் கொண்டான்னு இம்சு வேற. அடேயப்பா உக்காந்த இடத்துலருந்து அந்த மொண்டிக்கு அவ்வளவு மணியம். அது தலையில எழுதுன எழுத்து. கண்றாவி!''

மாரிச்சாமிக்கு சரியாக சாப்பாடே செல்லவில்லை. ஊருக் குள்ளே மூலை மூலைக்கு நர்ஸம்மா பற்றிய பேச்சே பேசுவதுபோல இவனுக்கு திகிலாய் இருந்தது. உத்தியோகஸ்தர்கள் அலுவலக விசயமாய் தாய்சேய் நலவிடுதிக்கு வரும்போதெல்லாம் இவனுக்குப் பயமாயிருக்கும். வந்தவரை வத்சலா அக்காவோடு இணை சேர்த்துப்

பார்ப்பான். அந்தப் பொருத்தம் இவன் மனசை படாதபாடு படுத்தும். மிலிடேரியிலிருந்து லீவுக்கு வருகிறவர்களும் மடத்துப் பக்கம் வந்து அரட்டையடிக்காமல் இருப்பதில்லை. அவர்கள் இந்தியில் பேசுவதும் வடமாநிலங்களின் ஊர் பெயரைச் சொல்லி ரொம்பத்தான் பீத்திக்கொள்வதும் வத்சலாவை கொத்திக்கொண்டு போகத்தான் என்று கறுவுவான். நேர்த்தியான டி-சர்ட்டு பேண்ட்டு களில் கமகமவென அவர்கள் மீதான நறுமணமும் வத்சலாவோட நெருக்கமாய் காட்ட ஒருவித பதட்டமாகவே திரிவான்.

வீட்டிலே ஜாஸ்தி இருக்க மனசே இல்லே. எந்நேரமும் வத்சலாக்கா கூடவே இருக்கவேண்டும் போலிருந்தது. 'தாயில்லாப்பிள்ளை. அந்தப் பொண்ணும் பெத்த பிள்ளைமாதிரி வச்சிக்கிடுது' என்று அவன் அப்பாவும் இவனைக் கண்டுக்கிடலை. இரண்டு மாசம் முழுப்பரீட்சை லீவு. இரவிலும் அங்கேயே தூங்க ஆரம்பித்து விட்டான். காலையில் ஆறுமணி வரையிலும் வத்சலாவின் வயிற்றிலே முகம் புதைத்து ஆனந்தத் தூக்கம். அன்று அவன் தனியே விரிப்பில்லாமல் ஒரு மூலையில் கிடத்தப் பட்டிருப்பதுபோல உணர்ந்து முழித்தான். அரிக்கேன் வெளிச்சத் திலே அந்தப் புது உருவம் இவன் படுத்திருந்த இடத்தில் யார்? அவன் தான் தன்னை இங்கே கொண்டவந்து போட்டிருக்க வேண்டும். எழுந்து உட்கார்ந்து விடலாமா? அக்கா எப்படி அனுமதித்தாள்?

அக்கா நின்றுகொண்டு கட்டிலில் படுத்திருந்த அவனோடு கடுமையாக சண்டை போட்டாள். "போடா நாயி நீ யாரு நான் யாரு............ ஒன்னைய எவ இங்க வரச் சொன்னா. தொடப்பம் பிஞ்சு போகும். தொடதே...... ஏய்....தொடாதடா........ சீ........." கைலியோடு கட்டிலில் படுத்திருந்தவன் எழுந்து இந்த வசவுகளையெல்லாம் சந்தோசமாக ஏற்றுக்கொண்டு வத்சலாவை சேர்ந்து பிடித்து கட்டிலில் தள்ளினான். விளக்கொளியில் பளீரென்ற பல்வரிசை மின்ன சிரித்து அவளை துள்ளத் துவளவிடாமல் இரண்டு கைகளாலும் முரட்டுத்தனம் செய்து அடக்கினான். நண நண வென்று சில பாத்திரங்கள் உருண்டன. கட்டிலின் மொறு மொறுப்பும் ரொம்ப நேரமாய் நீண்டது. வத்சலா எதுவோ

கொண்ட அவனை சடேர் சடேரென்று அடிப்பதும் அவன் குழந்தை அடிக்கிறபோது பொறுத்துக் கொள்ளுகிற பாவனையில் இருந்து கொண்டே ஒரு வித வற்புறுத்தலில் முனைப்பாய் இருப் பதும் நன்றாய் தெரிந்தது. இந்த மல்லாடலில் மாரிச்சாமிக்கு ஒன்று மட்டும் புரிந்தது. அந்த மனுசர் அக்காவுக்கு அந்நியமானவர் இல்லை என்பது தான். வத்சலா ஏசுவதும் அழுகையோடு அவனுக்கு உடன்படாமலும் நாலு சுவருக்கு வெளியே தெரியாம லுமாக இந்தச் சண்டை உக்ரம் கொண்டிருந்தது. அவன் அரிக்கேன் விளக்கின் ஒளி குறைய திரியை இறக்கினான் வத்சலா சண்டை யிட்டு திரியை நிறைய ஏற்றினாள். அதில் கண்ணாடி கிளாஸ் உடைந்து விடுவதுபோல ஒளி ஏறி விளக்கில் புகை மண்டியது.

"ஏய்! என்னடா சொல்றா அவ. கையை இல்லை ஒரு காலை ஒடிச்சி போடு அவளை. திமிரு பிடிச்சவ. என்ன தலைப்புரட்டு! இங்கே ஒரு நாதியும் கிடையாது. சங்கை நெரிச்சி கொல்லு அவளை."

வந்தவனுக்கு சப்போட்டாய் இருட்டு மூலையிலிருந்து அந்தக் கிழவன் சத்தமாகக் கத்தினான். இன்னும் அந்த அக்காவைப் பற்றி அசிங்கமாய்முணங்கினான்.

வதசலாவின் கன்னத்தில் இப்போது அவன் மூர்க்கமாக மாறி மாறி அடிக்க ஆரம்பித்தான். ரெண்டு செவியையும் பிடித்து சுவரில் பலமாக மோதி மோதி எடுத்தான். "ஐயோ" என்று ஈனஸ்வரத்தில் கத்தியவள் அவனைத் தள்ளிவிட்டு காலால் மிதித்தாள். கையில் கிடைத்ததை யெல்லாம் தூக்கி எறிந்தாள். ஒரு அரக்கனைப்போல் அவற்றை யெல்லாம் சட்டை செய்யாமல் குபு குபுவென்று புகை வெளிச்சம் கக்கிய அரிக்கேன் விளக்கை எடுத்து 'சலார்' என்று நொறுங்கிவிழ போட்டு உடைத்தான். இப்போ எல்லாமே இருண்டுவிட்டது. மண்ணெண்ணை நாற்றம் அந்த இடம் முழுவதும் வீசியது.

"அம்மா" என்ற வத்சலாவின் கூவல். அதைத் தொடர்ந்து சன்னஞ்சன்னமாய் எழுந்த அழுகை கேவல் ஒலி, அந்த இரவு முழுவதும் கேட்டுக்கொண்டே இருந்தது. மாரிச்சாமி கை கால்கள் நடுங்க நிலைகுலைந்து கிடந்தான். 'தம்பிதம்பி' என்று

அடிக்கடி கூப்பிட்டு நிலைமை அமைதியானதை தொடர்ந்து ரொம்ப சாந்தமாகிப் போனான் கிழவன்.

காலையில் வத்சலா முட்டுக்கால் கூட்டி தலையை உள்ளே புதைத்து உட்கார்த்திருந்தாள் 'அக்கோவ்' என்று பாய்ந்து போய் கட்டிக் கொள்ள இவனுக்கு தோணவில்லை. ஏதோ விபத்துக் குள்ளாகி மேலுகாலெல்லாம் ரணப்பட்டவன் போல சோர்ந்து போய் வீட்டுக்குப் புறப்பட்டான். அந்த முரடன் கிழவனுடன் உட்கார்ந்து எதோ பேசிக் கொண்டிருந்தான். அங்கு ஒரு பொருட் டேயில்லாது போன மாரிச்சாமி தெருவில் இறங்கி சுரத்தில்லாமல் நடந்தான்.

அழுகை அழுகையாய் வந்தது. எல்லோரும் இவனைப் பார்த்து சிரிக்கிற மாதிரி இருந்தது. வத்சலா அக்காவுக்கு பிரண்டு என்கிற மவுசு குறைந்து இப்பொ எல்லோரும் பாக்கும்போது இவனுக்கு ரொம்ப கூச்சமாய் இருந்தது. பெரிய குற்றவாளிகூட சேந்து சுத்தறவன்னு எல்லோரும் இவனப் பாத்து ஒதுங்கிப்போன மாதிரி உணர்ந்தான். யாரும் எதுவும் கேட்டாலும் பதில் ஒருவித நடுக்கம் கொண்டிருந்து.

இப்பவெல்லாம் மாரிச்சாமி அங்கே போறதே கிடையாது. அந்த முரடன் இன்னும் அங்கதான் இருக்கிறான்கிறதனாலெ இல்லை. வலையில சிக்குன கௌதாரிப்பறவை கியாகியான்னு கத்துறமாதிரி துடிச்ச அன்னைக்கு மறுநாள் இவனுக்கு வத்சலா அக்காவை பாக்கணும் போல இருந்தது. சாயங்காலமா விடுதிக்குப் போய் பார்த்தான். கதவு சாத்தியிருந்தது. பெரும்பாலும் கதவு சும்மாதான் சாத்தியிருக்கும். அந்த கிழவன் ஒரு பக்கத்தில் கிடையா கிடக் கிறதனாலே எப்பவும் அடையாப் பெருங்கதவுதான். தட்டினான். ரொம்ப நேரங்கழிச்சு கதவை திறந்த வத்சலா முகத்தை மட்டும் வெளியே தெரிய நீட்டி, "அங்குட்டு போய் விளையாடுடா போ" என்று சொல்லி கதவை பட்டென்று சாத்தி விட்டாள்.

ஒரு நாள் மாரிச்சாமி பள்ளிக்கூடம் விட்டு வரும்போது ஒரு திருணையிலே ஆயா ஒத்த பொம்பளையோட பேசிட்டிருந்தாள். மோவாயிலே ரெண்டு விரல பதித்திருந்தாள். சாறு பூராவும் உமிழ்ந்துவிட்ட வெத்தலை சக்கையை

ஒதுக்கியிருந்தாள். அதனால் அவள் பேச்சுக்கு ஒன்றும் இடையூறு இருக்கவில்லை. ஆயாவை கண்ணாடியில் பார்த்தமாதிரி அந்த பொம்பளையும் எதுத்தாப்புல உட்கார்ந்து கொஞ்சமா வாயைத் திறந்தமட்டுலெ லேசா தலையை ஆட்டி ஆட்டி கேட்டுக்கொண்டிருந்தாள். இவன் போய் நின்றதை ஆயா கவனித்தாலும் ஒன்றும் சட்டை செய்யாமல் "இந்தா பாரு சேக்காளி தேடி வந்துரல" என்று இகழ்ச்சியா சொல்லிவிட்டு பழையபடியும் செய்தியை சொல்ல ஆரம்பித்தாள்.

"எந்தப் புத்துல எந்தப் பாம்பு இருக்குன்னு கண்டமாம்மா. இதா பாரு நானும் தெனேசரி கூடவே போயி கூடவேதான் வாரேன். இந்தச் சங்கதி இப்பத்தான் தெரியுது. மீட்டிங் போன எடத்துலதான் எனக்கே தெரியும். இருந்திருந்தாப்புல கிறுகிறுத்து விழுகவும் டி.எம்.ஒ. கையைப் பிடிச்சு பாத்து மாசமா இருக்கான்னு சொன்னாக. அட பாதகத்தி கெடுத்தாளே! ரெண்டு காலும் விளங்காம அந்த மனுசன் அப்படி கட்டில்ல கெடக்காரு. ஒரு பேச்சு வார்த்தைகூட கெடை யாதே! எவனைச் சொல்றது? வந்திட்டுப்போற ஆபீஸர்களை யாருன்னு சொல்றது இல்லெ கொழுந்தன்னு சொல்லி கிடையா கெடந்தானே அவனைச் சொல்றதா. சங்கதி தெரிஞ்சதுதான் தாம்சம் ராவோடு ராவா ஓடிப்போயிட்டா. அந்த மொண்டியெ இழுத்துக் கிட்டு புதுசா வந்த தம்பி முந்தாநாள்தான் ஊருக்குப் போனான்."

மாரிச்சாமிக்கு பலம்மா கத்தி அழுகணும்போல் இருந்தது. கிறுக்கு பிடிச்சமாதிரி நடந்தான். எங்கு பார்த்தாலும் வத்சலா அக்காவைப் பற்றியே கூடிக்கூடிப் பேசுறமாதிரி தெரிஞ்சது. "இன்னாருன்னு தெரியலெ சின்ன பப்பா மாதிரி இம்புட்டு பிள்ளைகளோட சேந்து கூத்து அடிச்சிட்டு எவ்ளோ பெரிய சோலி பாத்துருக்கா." பேச்சு தாங்கமுடியாத மாரிச்சாமி மெத்தையில் படுத்து யாருக்கும் தெரியாமல் அழுதான்.

"என்ன இப்படி கதவை சாத்திகிட்டு சின்னப்பிள்ளை மாதிரி அழுகுறீக. தாய் தகப்பன் இல்லாமெ ஒரு தஞ்சம்ன்னு வந்த பிள்ளைய என்ன எவடம்னு விசாரிக்காம இப்படி வந்து குப்புற

விழுந்துக்கிட்டு அழுதுக்கிட்டிருந்தா? பாவம் கதகதயா சொல்லிக்கிட்டிருந்தா."

"அந்தப்பொண்ணு என்ன சொன்னா?" கிணத்துக்குள்ளிருந்து பேசுற மாதிரி கேட்டான்.

"அந்தப் பிள்ளைக்கு அப்பன் யாரு சொந்தபந்தம் எங்கிருக்கிகாகன்னு ஒரு நாதியும் தெரியாதாம். இந்த ஊருவிட்டுப்போய் தாயும் மகளுமா துணிமணி தச்சி பொழச்சி பொழக்கப்போன ஊரிலேயே ஒருத்தனுக்கு இவளை கட்டிக்கொடுத்து, வச்சிருக்காளே.... ஒரு பிள்ளை அந்தப் பிள்ளையாம். அவன் ஒரு குடிகார வந்தட்டிப் பய. எங்கெயோ போக்கொழிஞ்சி போயிட்டான். பெறகென்ன குடிக்க கஞ்சியில்லாம உடுத்த துணியில்லாம படாதபாடுபட்டு....... அந்தப் பாதரவ கேக்கும் போதே தலை சுத்துது. ஆம்பளையாளு இல்லேன்னா.... ஆனா அந்த அம்மா - ஒனக்குன்னு யாருங் கெடையாதுடி. மாரிச்சாமி மாரிச்சாமின்னு ஒரு அண்ணன் மட்டும் இருக்கான். என்னயக் கொண்டுபோய் சேக்கிற வரையிலும் பாரு. ஒன் வீட்டுக்காரன் வரலையோ அந்தப்புள்ளதான் ஒனக்கு தஞ்சம். அவன் நல்லா பிழைப்பான். மனுசர்கள்ட்டே ஆசாபாசம் உள்ளவன். ஒனக்கும் ஒம் பிள்ளைக்கும் ஆதரவா இருப்பான்னு அடிக்கடி சொல்லுமாம்."

மாரிச்சாமி எழுந்து வெளியே ஓடிவந்தான். அந்தப் பெண்ணைக் காணவில்லை. வெளியே வந்து பார்த்தான். முத்தம்மா பாட்டி வந்து கொண்டிருந்தாள். ஓங்க வீட்டுக்கு வந்த பிள்ளைகிட்டதான் இந்நேரம் வரைக்கும் பேசிக்கிட்டிருந்தேன். சுருக்குப் பையை விரித்து வெத்தலை சுண்ணாம்பை எடுத்து தடவிக்கொண்டே சொல்ல ஆரம்பித்தாள்.

"ரோட்டு மேல பெரிய வீட்டார் வீட்டுலெ 'கொஞ்சந்தண்ணி கொடுங்க'ன்னு சொல்லி ரெண்டு செம்பு 'கடகடகட'ன்னு குடிச்சா. பிள்ளைச்சோறு கொஞ்சங் கொடுங்களேன்னு கையை ஏந்திக் கேட்டா. அந்த வீட்டுலயா வாங்க முடியும்? இன்னும் உலை வைக்க லேன்னுட்டாக. பிள்ளை காகமா கரைஞ்சது."

“பாட்டி பேசிக்கிட்டிருங்க. நாம் போய் கூட்டிக்கிட்டு வந்துர்றேன்.” மாரிச்சாமி அவசரமா கிளம்பினான்.

“ எங்கய்யா போறே? கொற கதையைக் கேளு. அவ எங்க பறந்திருவா. கையிலெ அஞ்சு நயாபைசா கிடையாது போகணுமுன்னா. அந்த மட்டுலெ... இங்க ஒருத்தி இருந்தாளே நரஸம்மா பேரு என்ன?”

“வத்சலா” அவசரமா சொன்னான் மாரிச்சாமி.

“வச்சாலோ வக்கெலியோ அந்தப்பேருதான் சொன்னா. அவ ஆத்தா என்னக் கணக்கா சின்ன வயசுலெயே ஒத்த பிள்ளையோட தாலி அத்தவ. என்னமோ பேங்குல வேல பாக்குறான்னு தம்பிக்காரன மாப்பிள்ளையா காட்டி, திருப்பூட்டுற அன்னக்கி ரெண்டு காலும் விளங்காத மொண்டிப்பயலுக்கு கட்டி வச்சிட்டாகளாம். ஆம்பளையாள் யாரிருக்கா அதக் கேக்குறதுக்கு?”

வெளியே போய் புளிச்சுன்னு எச்சிலைத் துப்பிவிட்டு பழையபடி வந்து உட்கார்ந்து புகையிலையை மடித்து வாயில் அதக்கிய முத்தம்மா பாட்டி நிதானமாய் குறை கதையைச் சொல்ல ஆரம்பித்தாள்.

‘அந்தமட்டுல அவ புகுந்த வீட்ல வெள்ளிடி விழுக அந்த சின்னப்பயபுள்ளெ இருக்கானே அவன வச்சுத்தான் வீட்ல காலாட் சேபம் போலுக்கோ. அவம் மெல்ல இந்தப்பிள்ளைய பெண்டாள பாத்துருக்கான். நிதாசரியும் அந்தப் பிள்ளைக்கு இம்சுன்னா இம்சு அப்படி இம்சாம். அந்தமட்டுலெ அந்த மொண்டிபுருசனை இழுத்துக்கிட்டு நம்ம ஊருக்கு வந்தவதானாம். இங்கெயும் விட்டானா அந்த பாவிமகெங்.......... ஆத்தாகாரி இவ்ள விவரம் சொன்னவா அப்பன் யாருன்னு சொன்னாளா?”

“பாட்டி இந்தா வாரேன்.” பரபரத்த மாரிச்சாமி மேல் துண்டையெடுத்து தோளில் போட்டுக்கொண்டு கிழக்காம ரோட்டை பார்த்து ஓடுனான். மாரிச்சாமி எவ்ளோ பெரிய சம்சாரி, அத்தனெ வேகமா தெருவுல ஓடுனதை இதுவரை

யாரும் பார்த்ததில்லை. ரோட்டுல நின்னு ரெண்டு பக்கமும் அரக்கபரக்கச் சுத்தி தேடுனான்.

"யாரைத் தேடுறீக மொதலாளி!" டீக்கடைக்காரர் கேட்டார். "ஒத்தப்புள்ளெய வச்சிக்கிட்டு ஒரு பொண்ணு" மாரிச்சாமி அவசரமா கேட்டான்.

"ஆமா காலைலெ ஒங்க விலாசந்தான் கேட்டு வந்தது. சொல்லி அனுப்பிச்சேன். செத்த முன்னாடிதான் திரும்ப வந்துச்சி. என்னம்மா பாத்துட்டியான்னேன். தலையை மட்டும் ஆட்டுனது. வீட்ல எதுவோ புருசனோட சடவா வந்த மாதிரி தெரிஞ்சது. கையில அரைபைசா கிடையாது போலுக்கு. திருமங்கலம் போற மணல்லாரி வந்துச்சு. சொல்லிப்பெறக்கி ஏத்தி விட்டேன் பாவம்! என்னய கையெடுத்து கும்புட்டது."

கதை சொல்லியின் கதை

பாராயணம் கெங்கவநாயக்கர் ஊருக்கே பெரிய மிராசுதாரர். வட்டாரத்திலேயே பெரிய நிலக்கிழார்ன்னுதான் பேரு. பழக்கத்திலே அப்படியெல்லாம் கிடையாது. சாதாரணமா கூலிவேலை செய்றவங்களை ஆடுமாடு மேய்க்கிறவங்களைகூட மாப்ளே மாமன் மச்சான்னு தான் முறைவச்சி கூப்புடுவார். நாலுமுழ கதர்வேட்டியும் கதர்துண்டும் தான் கட்டியிருப்பார். திடீர்னு சின்னப்பையங்க கூடப்போய் கபடி விளையாடுவார். பொம்பளப்பிள்ளெககூட உக்காந்து தட்டாங்கல்லு ஆடுவார். மலையே குலைஞ்சாலும் மனங்கலங்காத சிரிச்ச மூஞ்சிக்காரர்.

பஜனை மடத்துக்குள்ளே நொழஞ்சி தான் எப்பவும் உக்கார்ர சப்பரத்துக்கு பக்கமா சாய்வுக்கு தோதா இருக்கிற மூலையில மேல் துண்டையெடுத்து கீழே மூணு தடவை தூசி கிளம்ப அடிச்சி உதறி விரித்து ஸ்.......... அப்பா............ ரெங்கப்பா...........ராகவா வெங்கட்ரமணா ஏடுகொண்டலவாடா தேவுண்டா என்று பலம்மா முழங்கி கடைசியில் நாராயணா..... யம்மா என்று உட்கார்ந்தார். முகத்தில் என்றைக்கும் இல்லாத வாட்டம் தெரிந்தது.

இதிகாச புராணங்களின் செய்யுள்களையெல்லாம் தரோவா மனப்பாடஞ் செய்து எந்த பருவத்திலும் இல்லை எந்த காண்டத்திலும் எத்தனாவது செய்யுளைச் சொல்லச் சொன்னாலும் டாண்ணு வெண்கலச் சத்தத்திலே எடுத்துவிடுவார். வம்பு வழக்கு விவகாரங்களை தீர்த்து

வைக்கும்போதுகூட செய்யுள்லதான் உவமானம். சம்மந்தகாரங்க பிரச்னையின்னு வந்தா ராவணன் செய்யுள்ல ரெண்டையும் துரியோதனன் சம்பந்தப்பட்ட செய்யுள் ரெண்டையும் எடுத்துச்சொல்லி பின்னாடி அந்த மமதைக்காரங்க எப்படி சீரழிஞ்சி செங்கச் செமந்தாங்கங்கிறதை வயனமா சொல்லி அடக்கி வச்சிப்பிடுவார். தாயாதிக்காரங்க திண்டுக்குமுண்டு பண்ணுனா தருமனந்தர்களும் ராமனாதிகளும் அண்ணந்தம்பிகளா எப்படி ஒத்துமையாயிருந்து கடைசியில் எப்படி காரியத்துல ஜெயம் பண்ணுனாங்கன்னு பேசி மறுபேச்சு பேசவிடாம நிலைமையை சரிப்படுத்திருவாரு.

புராணத்தைச் சொல்லும்போது நடப்பு எடக்கு எகடாசிகளை ஊரு உலக நிலவரங்களை உவமானமா சொல்லி அசத்துவார். ஆம்பள பொம்பள விசயமெல்லாம் அத்துபடியாயிருக்கும். மடத்தில உட்கார்ந்திருக்கிற ஆளுக வர்றபோற ஆளுக எல்லோர்க்கும் தகுந்த மாதிரியெல்லாம் பேசி பொழுதை தள்ளிவிடுவார். புராணங்கள்லயும் பூர்வீக கதைகளையெல்லாம் தாண்டி இவரு சில சேதிகளை நேரில பார்த்தது போல சொல்லுவார். ஆளுகளும் கேட்டு புல்லரிச்சிப் போய் சாமம் வரைக்கும் உட்கார்ந்திருக்கும்.

பரசுராமனின் தாய் ஆத்துலபோய் குளிச்சி மொழுகி மணல்ல குடஞ் செஞ்சி அதுலெ தண்ணி மோந்து இடுப்புல வச்சி வீட்டுக்கு கொண்டு வருவாளாம். அப்பேர்ப்பட்ட கற்புக்கரசியாமேன்னு சந்தேகங்கேட்டால் “எந்தக் கோட்டிப்பய இப்படி கதை கட்டுனான். மணல்ல குடஞ் செய்யுறது அதிசயமா? ஆத்து தண்ணியில விரலாலே ஒரு வளையம் போடுவா அவ்ளதான். அத அப்படியே தூக்குனா தண்ணி அப்படியே திரண்டு டப்புன்னு பானை மாதிரி வர அதெ ஐஸ்கட்டி மாதிரி இடுப்பல தூக்கி வச்சிக்கிட்டு வருவா”, அப்படீன்னுவார்.

இப்பொ தலையெடுக்கிற பிள்ளைக எல்லாம் இவருக்கு லெளடு ஸ்பீக்கர்ன்னு பேரு வச்சிருந்தாங்க. ஏன்னா அவர் சுபாவம் அப்படி. தொண்டையிலிருந்து சத்தம் மெதுவாகவே வராது. பக்கத்துலயிருக்கிற ஆளுககிட்ட பேசும் போது கூட

அந்த உச்சஸ்தாயிலதாம் பேசுவார். வாயத் திறந்தாலே எச்சு சுதியிலே பேசுறாரா, அதனால அவரு ஊருக்குள்ள எந்த எடத்தலயிருக்காருங்கிறதை பஸ்ஸை விட்டு இறங்குன உடனே கண்டுபிடிச்சிரலாம்.

இடது கைக்குள் வெத்திலை உரலை இறுக்கப்பிடிச்சு விரல்தண்டி இரும்பு உலக்கையால் பல்லக் கடிச்சிக்கிட்டு உள்ளே கிடக்கும் பாக்கை இடித்து நொறுக்கும் போது சிவந்த அவர் ரெண்டு கன்னத்திலும் ரெண்டு வானவில்கள் வந்து வந்து மறையும். பிறகு நரம்பெடுத்த வெத்திலையில் வாசனை சுண்ணாம்பை தடவி தூளான பாக்கை வெத்திலையில் கொட்டி மடிச்சி, திரும்பவும் உரல்ல போட்டு இப்பொ அந்த உலக்கையை மாத்திப்பிடிச்சி அதேபோல இடிக்கும்போது முகத்திலே வர்ணஜாலம் காட்டுவார்.

அதுவரையிலும் நாலாபேரு சொல்லுகிற சங்கதியையெல்லாம் தலையை ஆட்டி உம் கொட்டி கேட்டுக்கொண்டேயிருப்பார். அந்த வெத்தலை செல்லத்தை ஒதக்கி, மட்டையிலிருந்து கருப்பட்டி புகையிலையை அண்ணாக்க வாயிலே ஒரு இணுக்கப்போட்டு வாய் பொதும்ப கொஞ்சநேரம் இருந்து வெளியே போய் ரெண்டு விரலுக்கிடையில் ஒரே வீச்சில் கலை அம்சத்தோடு பீச்சிவிட்டு வரும்போதுதான் "அதாவதப்பா".......... ."ஹர்ர்" என்று லேசாக செல்லக் காரல் காறி வெத்தலை கலவையை மறுபுறத்தில் ஒதுக்கி அப்போது ஊறும் புதிய எச்சில் ஊற்றின் இன்பத்தில் லயித்து அது வரையிலும் தன் காதில்விழுந்த செய்திகளுக்கு பதிலாய் இப்படி உதாரணத்துடன் பிரஸ்தாபிக்க ஆரம்பிப்பார்.

"மிதிலையிலிருந்து கல்யாணத்தடபுடல்ல சேனை பரிவாரத் தோட வந்த ராமனை பரசுராமன் வளைச்சான். அப்பொ ஆகா என்னயிருக்க என்ன வந்துச்சோன்னு பாத்து பதறுன தசரதன், ஐயா சாமின்னு போய் கும்புட்டு கூத்தாடி நிக்கான். அந்த நேரம் ராமன் பாத்து, அப்பன கொஞ்சம் ஓரமா நிக்கெச்சொல்லி, வாப்பா ஒஞ் சங்கதியென்ன பிரயாணத்தடையா ஒத்தப் பாப்பான் எதுக்கெ நிக்குற சாமச்சாரம் என்ன, சொல்லுன்னான். 'ஏது ஏது ரொம்ப

எகத்தாளமா பேசுறியே என்னமோ தாடகைங்கிற பொம்பளய கொன்னுட்டோமுன்னு வீறாப்புல பேசுறீயா'ன்னு பரசு ராமன் கேட்க, 'அட நீநாப்ல என்ன பெரிய இவராம். பெத்த தாய கொன்ன வன்தானப்பா'ன்னு மடக்குனான் ராமன். 'அது எந் தகப்பஞ் சொல்லி செஞ்சது எம் மதியில செய்யலே' ன்னு இவஞ்சொல்ல. 'அப்படி பாத்தா இது நான் குருநாதர் சொல்லி செஞ்சது எம் புத்தியிலே செஞ்சதில்லே'ன்னு ராமஞ் சொல்ல.......................'

''அட்றாத் தாயோழி........ஙா...........'' மனுசர்கள் சூடேறிப் போவார்கள்.

பரசுராமனுக்கு பேசும்போது நெஞ்சை நிமிர்த்தி கண்ணைச் சுழட்டி நரைச்ச மீசையில கைபோட்ட மட்டுலெ பேசுவார். திரும்ப ராமனுக்கு பேசும்போது உடம்பை கீழே கவுத்தி மூஞ்சியை மட்டும் ஏத்திவச்சி எச்சிலைக் கூட்டி விழுங்கி நல்ல பிள்ளையாய் பேசுவார். கொஞ்ச நேரம் அமைதியாயிருந்து திடீர்னு நிமுந்து இப்பொ பலம்மா சத்தங் கொடுப்பார். "ஏசூய்........இந்தா பேச்சை நிறத்து. கொண்டுவா ஓவில்லை. எடுறா பாணத்தை. விடு................. விட்டு அடிச்சாம்பாரு அடி! எப்படி?..............................''

கொஞ்சநாளா என்னமோ தெரியல. இப்படி பொரியா பொரிக்கிற மனுசன் கொஞ்சநேரங்கூட சும்மாயிருக்காத வாயி இப்பொ மோட்டு வளையை பார்த்த மட்டுலெ..... அடுத்த பேருக்கு காட்டிக்கிடாத கவலை. அவருக்கு தாய்வழியில் சொத்து; தகப்பன் வழியிலும் சொத்து. ஈரூரு விவசாயி. ரெண்டு ஊர்லயும் வேலக்காரங்க மட்டும் முப்பது நாப்பது பேருக்கு மேலே. அவங் களுக்கெல்லாம் வீட்டுலெயே சாப்பாடு. அதுக்காக இந்த வீட்டுக்குன்னே குயவங்கிட்டேயிருந்து பெரிய பெரிய பானைகள் தனியா செய்துவரும். புடைக்கவும் இடிக்கவும் காச்சவும் தனித்தனி ஆளுகள். இடுப்புயர பானைகளில் வெண்ணெய் மாதிரியிருக்கிற கம்மஞ்சோற்றை அம்மாவின் மேற்பார்வையில் கையால் வளைத்து பேர்த்துபோட்டு பசியமர பந்தி பந்தியாய் சாப்பிடுவார்கள். நாளுக்கு ஒரு பருப்பு குழம்பு, மோர்வத்தல், அவிச்ச மிளகாய்,

இலட்சுமணப்பெருமாள் 57

கானத்துவையல், மொடாக்களில் வருடக்கணக்கில் ஊறிக்கிடக்கும் கிடாரங்கா ஊறுகாய்.

இப்பொ அன்றைக்கு மாதிரி இல்லாமல் தினச்சம்பளம் வாங்கும் வேலையாட்களானாலும் காலத்துக்கு தகுந்தமாதிரி நெல்லவிச்சி காயப்போட்டு ரைஸ்மில்லுல அரைச்சி வந்து பண்ணையாளுக பசிச்சி வந்த நேரம் ஒரு புளிக்குழம்பு மட்டும் வச்சி போட ஒரு பெரியம்மா மடப்பள்ளியிலெ இருக்காங்க.

அப்படி செல்வம் பொழியிற வீட்டுலெ ஏன் அப்படி ஒரு சம்பவம் நடந்தது? தடம் விலகாமல் போய்க் கொண்டிருந்த நாயக்கரின் நிம்மதியான வாழ்க்கையில் நினைத்துப் பார்க்க முடியாத அசிங்கம். மனுசனோட இத்தன வருச வாழ்க்கையிலெ இவ்ளோ வயசுக்குப்பிறகு. இப்படியான மனஉளச்சல் படணும்னு எழுதியிருந்திருக்கு.

எப்பேர்பட்ட கலகலப்புக்கு பேர்போனவர் கெங்கவநாயக்கர். சோகம்கிறதும் கவலை கண்ணீருங்கிறதும் அவரு அகராதியிலயே கிடையாது. தருமப்பிரபுகன்னு ஊரே வாழ்த்துன தாயும் தகப்பனும் இறந்தப்பொகூட ஒத்தச்சொட்டு கண்ணீரு விடலை. மனுச வாழ்க்கைங்கிறது காஞ்ச ஓலையும் குருத்துஓலையும் மாதிரி முளைக்கவும் உதிரவுமா மாறிமாறி நடந்துக்கிட்டேயிருக்கும். இதப்போய் இந்தான்னா திரும்புமா?பிடின்னா நிக்கிமா? எல்லாம் அலகில்லா விளையாட்டுடைய பகவான் செயல் அப்படீன்னுவார்.

“அந்த சிரவணன் கதை எப்படி மாமா?”

நல்ல கட்டத்துலெ கதை போய்க்கொண்டிருக்கும் போது யாரு குறுக்கெ பேசுறதுன்னு எல்லாரும் திரும்பி பாத்தாங்க. மடத்துக்கு வெளியே உக்காந்திருந்த ஓதக் காளிமுத்துதான் உணர்ச்சிவசப்பட்டு அவரு வாயால அந்தக் கதைய கேக்கணும்னு கேட்டுப்புட்டான். சின்னப்பாறைமேல உக்காந்திருந்தவன் போல இருந்தான். “அவனுக்கு எந்தக் கத மேல ஆவல் பாருங்க” அப்படீன்னு எல்லோரும் சிரிச்சி நாயக்கரைப் பாத்தாங்க. அது வேற ஒண்ணும் இல்லே காளிமுத்துவுக்கு பாரிசவாயு. அத ஓதம்னு சொல்லுவாங்க.

அவன் நடந்தாலும் உக்காந்திருந்தாலும் அவனுக்குத்தக்க ஓடுனாலும் ஏன் பேசுனாக்கூட எல்லோருக்கும் 'அத' மனசுல வச்சே சிரிப்புத்தான்.

எல்லாரும் சிரிச்சி முடியவும் நாயக்கர் வெத்தலை மென்னுக் கிட்டே காளிமுத்தை பாத்த மட்டுலயிருந்தார். சரி சரி இன்னக்கி விடுகதையும் இடைஉவமானமும் காளிமுத்தை வச்சுத்தான்னு எல்லாரும் முடிவு கட்டிட்டாங்க. "ஏம்ப்பா சிரிக்கிறீங்க அவனப்பாத்தா ஒங்களுக்கு இளப்பமாத்தான் இருக்கும். அவனமாதிரி நாலுபேரு இருக்கப் போய்த்தான் வெள்ளக்காரன் நம்ம நாட்டவிட்டு போனாந் தெரியுமா? பின்ன சும்மா ஒண்ணும் போகலே."

"அட அதுவும் அப்படியா? எல்லோரும் ஆச்சரியமா கேட்டார்கள். "பின்னே!" எல்லோரையும் ஒரு தடவை சுற்றி பார்த்துவிட்டு எச்சில் மிடறை விழுங்கி கண்ணை மூடிக்கொண்டு சொல்ல ஆரம்பித்தார். "அதாவது வெள்ளைக்காரன் என்ன பண்ணிருக்கான், நம்ம ஆளுக மூலைக்கொருத்தனா சுதந்திரம் சுதந்திரம்னு கூக்காடு போடவும் அத ஒடுக்குறதுக்கு அவனோட போலீஸ் பத்தாம நம்ம ஆளுகளையே கொஞ்சப் பேர போலீஸுக்கு எடுத்தான்.

"கூட்டுக்காடைய வச்சி காட்டுக்காடையை பிடிக்க."

"ஆமாமா அதே மாதிரி தான்."

"அப்பொ ஒரு ஊர்ல பத்துபேரை தேர்ச்சி பண்ணி டிரெய்னிங் கொடுத்திருகாக. லெப்ட் ரைட்டுன்னா அப்பத் தெரியாதுல்லெ அதனால ஒரு கால்ல ஓலையையும் இன்னொரு கால்ல சேலையையும் கட்டி ஓலைக்கால் சீலைக்கால் ஓலைக்கால் சீலைக்கால்ன்னு மிதிக்கச்சொல்லி சொல்லிக் கொடுத்தான். அப்பொ இங்கிருக்கிறவனவிட பெரிய வேலக்காரன் அய்தராபாத்துல இருந்து வந்தான். வந்தவன் குதிரையில இருந்தமட்டுலெயெ ரெண்டு பர்லாங்குக்கு அந்தப் பக்கமாயிருந்து பைனாகுலர்ல இந்த பத்துப்பேரை பாத்தான். அது ஒரு எக்ஸ்ரே குழாயி. உள்ளயிருக் கிறதை பளிச்சின்னு வெளியே காட்டிரும். அதக்கொண்டு அந்த பத்துப்பேரை

பாக்கவும் அதுல நாலுபேருக்கு இவனக் கணக்கா ஓதம். அத இவன் பாத்து என்ன முடிவு பண்ணுனான் இப்படி ரெண்டு தொடைக்கு நடுவுல ரெண்டு கையாலயும் சேத்து பிடிக்க முடியாத அளவுக்கு அணுகுண்டுல்ல வச்சிருக்காங்கன்னு அரண்டு போனான். அதுக்கு தோதா அவங்களோட உயிர்த்தலம் அணுகுண்டுக்கு மேல திரி கிடந்த மாதிரி இவனுக்கு தெரிஞ் சிருக்கும். அந்த மட்டுல பதறிப்போயி இந்தமாதிரி தற்கொலைப் படை உலகத்துலெயே கிடையாதுன்னு அம்புட்டையும் தூக்கி எறிஞ்சிட்டு குதிரையில சிட்டாப் பறந்து போனவந்தானாம். இன்னக்கி வரைக்கி இந்த திசைக்கிடைக்கே வரலை."

வெள்ளைக்காரனை நையாண்டி பண்றதைவிட தன்னை மாமா ரொம்ப கேலி பேசிட்டார்ன்னு காளிமுத்துவுக்கு ரொம்ப வருத்தம். சுத்தியிருந்தவங்க சிரிப்பு இன்னும் வருத்தப்பட வச்சது.

"காளிமுத்து..............காளிமுத்து..................காளிமுத்தோய்..........."இதமாய் கூப்பிட்டார். "போங்க மாமா அன்னக்கி காந்திமகான் ஸ்ரீமன் நாராயணனோட அவதாரம். வெள்ளக்காரங்கங்கிற ராட்சஷ வம்சத்தை ஒழிக்க பதினோராவது அவதாரமுன்னு மணிக்கணக்கிலே பேசுனீங்க?"

"ஆமா வாஸ்தவந்தான். சொன்னேன். இப்ப தீர விசாரிக்கை யிலெ விவகாரம் இப்படியில்ல நடந்திருக்குன்னு தெரியுது. "எல்லோரும் காளிமுத்தையே பாத்தாங்க. அவம் மூஞ்சி இம்புட்டா போச்சி. "மாப்ளே ஒரு வெத்தலை போடுறீகளா" சமாதானம் பண்ணுனார். "வேண்டா வேண்டாம் அன்னக்கி அப்படித்தான் இருக்கன்குடி கோயிலுக்கு போறவனை நிப்பாட்டிட்டீங்க."

"ஏ மாப்ளே அது நெசம். நல்லவேள ஞாபகப்படுத்துனே. அது நெசம் மாப்ளே. என்னைக்கும் பஸ்ஸுல கூட்டமாயிருந்துச்சுன்னா ஒன்ன மாதிரி ஆளுக அங்க நிக்காதீக புண்ணியத்துக்கு. "எல்லோரையும் பார்த்துச் சொன்னார். "இந்நேரம் வரையில சொன்னனே அது மாப்ளேன்னு கேலி செஞ்சது. சும்மா புராணஞ் சொல்லும்போது விடுகதை வேணுமே அதுக்காக சொன்னது. இப்பொ மாப்ளெ

ஞாபகப்படுத்துனானே அது நா கண்கூடா பாத்தது. எப்படீன்னா..............''

''ஸ்ரீவில்லிப்புத்தூர் ஆண்டாள் தேர்த்திருவிழாவுக்கு போகணும்னு பஸ் ஸ்டாண்டுல நின்னுக்கிட்டிருந்தேன், கூட்ட முன்னா சும்மா எக்குதப்பான கூட்டம். கூட்டத்த தள்ளிமுள்ளி படிக்கட்டுல காலதூக்கி வக்கெப் போனேன். எனக்கு முன்னால இருந்தவன் ஐயையோ ஐயையோன்னு மல்லாக்க சாஞ்சான். அந்தமட்டுல ஆளுக விலகவும் கீழே பொத்துன்னு விழுந்து விலுக்கு விலுக்குன்னு காலுகைய ஒதைய ஆரம்பிச்சான். எல்லோரும் காக்காவலிப்பு காக்காவலிப்புன்னாங்க. அப்பொ நாந்தான் தற்செயலா இடுப்புக்கு கீழே கவனிச்சேன் ரத்தம் வெள்ளக்காடா ஒடுது. என்னடா இதுன்னு சுத்திமுத்தி பாத்தா எங்க காலுக்கடியிலியே கிடாத்தலை மாதிரி ஒரு உருப்படி தெரிஞ்சது. அப்பத்தான் விசயந்தெரியுது ஆகா! எவனோ பிக்பாக்கெட்காரன் 'இதை'வசமாவுள சுருக்குப்பையின்னு கத்திரி போட்டுருக்கான்.'' சொல்லீட்டு திரும்பி பார்த்தார். காளிமுத்து ஆளக் காணோம்.

இளையவன் சீனிவாசனுக்கு சம்சாரித்தனமான பெண்ணாகப் பார்த்து கல்யாணம் செய்து வைத்தார். சம்சாரித்தனத்துலயும் அன்னாடு காச்சி. வேணுமின்னுதான் இந்த சம்மந்தத்தைச் செய்தார். மூத்தவன் அழகர் சாமிக்கு நம்ம தரத்துக்கு தக்கன பெண்ணாப் பாக்கணும்னு ராசபாளையத்துலெ மில்லு முதலாளிகிட்டெ சம்மந்தம் வச்சிக்கிட்டார். கிலோவா பவுனும் லட்சமா ரொக்கம் கொண்டுவந்தாலும் சம்சாரித் தனமான குடும்பத்துக்கு அந்த மருமகள் தோதுப்படலை. வாழையடியா விவசாய பழக்க வழக்கமுள்ள குடும்பத்துக்கு தக்க அந்த பெண்ணை மாத்துரறது அவ்வளவு லேசான சமாச்சாரமா தெரியலை. சதா சுடிதாரும் நைட்டியுமா இருக்கிற பிள்ளை என்னேன்னு பயிர் பச்சை மாடு கன்னுன்னு கிடக்கிற இடத்துல நின்னு குப்பை கொட்ட முடியும்? எப்படியோ மூத்தவன் என்னேன்னும் மல்லுக்கட்டி தெள்ளு தெரிக் கட்டுமுன்னு சொல்லி ஒரு ஊர் பண்ணைக்கி பொறுப்பாக்கியாச்சு.

இன்னொரு சம்மந்தமும் அப்படி வச்சுக்கிட்டா விவசாயம் சீரழிஞ்சு போகுமுன்னுதான் ரொம்பவும் கீழே இறங்கி போயிட்டார். அதுதான் அவரை ரொம்ப பாதிச்சிருச்சி. எவ்வளவு அவமானம். இதை யாருகிட்டே சொல்லி நெஞ்சு வேதனையை ஆத்தலாம். தனக்கொரு பிரச்னையின்னு அடுத்த ஆள்கிட்டே சொல்லி சுமையை இறக்கி வைக்க தன்னவிட பெரிய மனுசன் இந்த ஊரில் யாரும் இல்லை. இந்த ஒரு பிரச்னையையே நம்மாள எதுத்து நின்னு சமாளிக்க முடியலையே. வருசமெல்லாம் பிரச்னையாவும் அவமானமாவும் அலையுற ஜனங்கள் எப்பேர்பட்ட மனுச ஜென்மங்கள். ஊரிலிருக்கிற மனுஷாள் பூராவும் எந்தப் புராணத்திலும் சொல்லப்படாத பெரிய கதை நாயகர்களா தெரிஞ்சாங்க. பிறந்ததிலிருந்து கவலையறியாத சந்தோஷ சாகரத்திலெ, ஒரு சின்னக்கல்லு விழுந்து அலையை எழுப்பி நிம்மதியை கெடுத்திருந்தது. சம்மந்தம் ரெண்டும் முன்னால வந்தால் கடிக்கிறதும், பின்னால வந்தா உதைக்கிற கதையிலே வந்து சேந்ததே! மடத்துல இருந்த தனிமை ரொம்ப மலைப்பையும் பலமாதிரி யோசனையையும் கொடுத்தது. மோட்டுவளையிலிருந்து பார்வையைத் திருப்பினார்.

எத்தனை கேலியையும் அவமானத்தையும் தினசரி சந்தித்தாலும் தினசரியும் குளித்துவிட்டு துவட்டிவிட்டுற மாதிரி கவலையில்லாமல் வந்து கொண்டிருக்கும் காளிமுத்து நுழைந்தான். இவருக்கு காளிமுத்துவைப் பார்க்க கண் கூசியது. அவன் மனசு எப்படிப் பட்டது! எவ்வளவு சம்மட்டி அடிகளையும் தாங்குற தனிப்பிறவி அவன். தனிமையிலே அவரை பாத்ததும் அவனுக்கு அவ்வளவு சந்தோசம். "மாமா" எவ்வளவு அன்னோன்யமா சந்தோசமா மனசுல சின்ன அழுக்கு கூட இல்லாம கூப்புடுறான். அவனை சந்தோசப் படுத்தணும்னு இவருக்கு நெஞ்சுக்குழியிலே குறுகுறுன்னது. "வா மாப்ளே! உக்காரு."

"அன்னக்கி யாரைப்பத்தியோ கேட்டியே ஞாபகமிருக்கா?"

"சிரவணன் கதைய கேட்டேன்"

"நா..................முனிபுத்திரன் கதையா?"

"ஆமா மாமா நீங்க சொன்னா கண்ணீர் வரும். சொல்லுங்க மாமா."

"கதை சொன்னா உனக்கு மட்டும் கண்ணீரு வரக்கூடாது. எனக்கும் வரணும்னு தான் நல்லா அனுபவிச்சி சொல்லணும்னு ஆண்டவன் நம்ம ரெண்டு பேரையும் இன்னக்கி சந்திக்க வச்சிருக்கான்.

"கண்ணு தெரியாத தாய் தகப்பனை பெண்டாட்டியை நம்பி விட்டுட்டு தினோமும் வேலைக்கு போயிருவான் சிரவணன். அந்தப் பாதகத்தி என்ன பண்ணுனா-ஒரே பானையில நடுக்கொண்டு ஒரு சுவரு வச்சி ஒருபக்கம் பெருசுக ரெண்டுக்கும் கூழ் காச்சுறது, இன்னொரு பக்கம் புருசனுக்கும் இவளுக்கும் வரகஅரிசி சோறு இல்லேன்னா சாமச்சோறு பொங்கிடறது. கிழடுக ரெண்டும் நம்ம பிள்ளை எவ்வளவு சிரமப்படுறானோ நம்ம வீட்டு நிலவரமே இதாம் போலுக்கோன்னு ஊத்துறதை குடிச்சிட்டு சூசுவான்னா கிடந்தாங்க. மகன் என்னம்பான் பாவம். ஒரு பானை சோறுதானே. நாம சாப்புடறதுதான் நம்மள பெத்தவங்களும் சாப்பிடுவாங்கன்னு திருப்தியா போய்க்கிட்டும் வந்துக்கிட்டுமிருந்தான். ஒரு நாள் தேவையிலே அன்னக்கி தீபாவளியோ பொங்கலோ அந்த நல்லநாள்ல சிரவணன் வீட்டுலெ ராத்தலா இருந்திருக்கான். அன்னக்கி இவளால ஒண்ணுஞ் செய்ய முடியலெ. புருசனுக்கு செய்யுற மாதிரியே பெருசுகளுக்கும் ரெண்டு கறிகாய் வகைகளோட பரிமாறுனா. திருப்தியா ரொம்ப ஆவலா சாப்புட்ட தாய்தகப்பன் ரெண்டு பேருக்கும் சந்தோசம். "ஏ ராசா! வரகுச் சோறும் பருப்பு காய்கறியும் ரொம்ப நல்லா இருந்ததுய்யா நேத்திரம் தெரிஞ்ச போது சாப்புட்டது. எங்களுக்காக எவ்ளோ சிரமப்பட்டு இதை செஞ்சிபோடச் சொன்னியோ நீ நல்லாருக்கணும் சாமி!"

முனிபுத்திரனான சிரவணனுக்கு ஆத்திரம் இந்தமட்டுல இல்லெ. அப்பொ இவ்ளோ நாளும் நீங்க என்ன சாப்பிட்டீகன்னு கேட்டு பொண்டாட்டிய கூப்பிட்டு விசாரிச்சா அவ அப்படியே பணுக்குறா. ஒரு பானையிலதான்

இலட்சுமணப்பெருமாள் 63

பொங்குறேன். நீங்க வறே அவுக வேறயா அப்படீன்னு சீத்து பூத்துன்னு அழுகிறா. இவனுக்கு சந்தேகம் குறையல. போய் பானைய எடுத்துப் பாக்குறான். ஒரே பானையில நடுவுள தடுப்பு கொடுத்து ரெண்டு உலை வைக்கிற மாதிரி வேலைமானம். அப்படியே அவளை தலையை முழுகிட்டு உறி கட்டி தாயையும் தகப்பனையும் அதுலெ உக்கார வச்சி புசத்துல சுமந்துக்கிட்டு வனத்து வழியா போறான் அப்பொ தான்................

வீட்டுக்கு வேண்டிய சாமான்களை இவரேதான் டவுனுக்கு போயி பலசரக்கு முதற்கொண்டு நயமா பார்த்து வாங்கியாருவார். வெல்லசிப்பம், சீயக்காய், எண்ணை புண்ணைகள், நயம் பால்நெத்திலி எல்லாம் இவர் கைப்பட வாங்கிப் போட்டாத்தான் இவருக்கு திருப்தி. அப்படியெல்லாம் நயம் சரக்குகள் வாங்கி கொடுத்தும் வீட்டுக்கு வந்த மருமகள் சமையல்ல அப்படி ஒண்ணும் கெட்டியில்லை. மூணு தேரமும் மருந்த தின்னமாதிரிதான் திங்கெ வேண்டியிருக்கு. நெத்திலிகருவாடு குழம்பு இவரு சம்சாரம் லட்சுமியம்மா வச்சா சோறு கொண்டா கொண்டாங்கும். அந்த அம்மா இவருக்கு வாழ்க்கைப்பட்டதிலிருந்து இவருக்கு பதிலா காட்டுலபோய் ஆளுகளை மேய்க்கவே தேரஞ் சரியாப் போகுது. வீட்டுலவேலைய எங்க பாக்கமுடியும். அவர ஒத்த துரும்பு எடுத்துப்போட சம்மதிக்காது. அவரு பாராயணம் பண்ற அழகில ரொங்கிப்போய் அவரே கதின்னு பின்னாடி வந்தது. அந்த புராணிக புருசனோட படுக்கையில் நித்தமும் படுத்து எந்திரிக்கிறதே பெருமாள் கோயில்ல சேவிக்கிற மாதிரிதான் அந்த அம்மாவுக்கு.

சாப்பிட உட்கார்ந்தார். சே! வாய்க்கே ஒண்ணும் விளங்கலை. அது என்ன குழம்புன்னும் கண்டுபிடிக்க முடியாத விசித்திரமா இருந்தது. ரசத்தண்ணியோடயும் கூட்டில்லை. என்னமோ சரி அந்தப்பிள்ளக்கி வவுசு அவ்ளதான். சோறு உள்ள இறங்குவனாங்குது. தயிரு உறைகுத்தி வச்சிருப்பாகளே.........மேல பலகையில அண்ணாந்து பார்த்தார். மருமக வெளியே சிக்கு எடுத்துக்கிட்டிருந்தா. எந்திரிச்சி பீச்சங்கையாலெ நார்ப்பெட்டி பக்கமா தயிரை தேடுனார். ஒரு தூக்குவாளி அகப்பட்டது. திறந்து பார்த்தார். கட்டியா எண்ணை மிதக்க குளுகுளுன்னு

இவருக்கு பிடிச்ச நெத்திலி கருவாட்டு குழம்பு. தலை அந்து விழுந்த மாதிரி இருந்தது நாயக்கருக்கு. அடடே! இதென்ன பழக்கம். சீச்சி இந்த சோலி நம்ம பரம்பரையிலேயே கிடையாதே. இங்கென்ன குறை! இதே மாதிரி எல்லாருக்குமா வக்கெ வேண்டியதானே. யாரு என்ன சொல்லுவா. இந்த வீட்டு செருக்குக்கு சாப்பாடு போக்குவரத்தெல்லாம். ஒரு செலவா. வெளியே மடப்பள்ளியில வேலக்காரங்களுக்கு வக்கெப்போற குழம்புக்கு அரைக்கிறதுகூட ஜம்முன்னு இங்கெ வரையிலும் மணக்குதே!

ரொம்ப வேதனப்பட்டு போனார். ஒரு கூலிக்காரன் வீட்டி லிருந்து வந்த பிள்ளை இப்பேர்பட்ட அரண்மனைக்கு வந்தும் ஏன் இந்தப்புத்தி. வீட்ல இல்லைன்னா சரிதான். மூணுவருசமா விளைஞ்ச தவசங்களோ எடுக்காம குலுக்கையிலெ சிந்த சிந்த கிடக்கு. இவருக்கும் வம்பாடு படுற இவரு பெண்டாட்டிக்கும் சேத்து நல்ல குழம்பு வக்கிறதிலெ என்ன கொறஞ்சி போகும். இதென்ன தரித்திரப்புத்தி. இல்லாதவன் வயிறுமேய சாப்பிடுறதைப் பார்த்துதான் இந்த வம்சாவழியே சந்தோசப்பட்டிருக்கு. வேட்டியை யெல்லாம் மடிச்சி மடிச்சி பீரேவுல வச்சு பூட்டுனா. சரி பத்திரப் படுத்துறான்னு நெனச்சா இப்பவில்ல தெரியுது கிழவன் உடுத்தி அழுக்காக்கிறுவானுன்னே புருசனுக்கு பத்திரப்படுத்தி யிருக்கா அதுவும் நூறு வேட்டி தேறுமே.

இவர்தான் மெல்லப்பேச மாட்டாரு மறைச்சும் பேச மாட்டாரே. மகங்கிட்டெயே கேட்டுப்புட்டார். “இதெல்லாம் என்னடா பழக்கம். அந்தப் புள்ளக்கித்தான் கூறு கிடையாதுன்னா நீ எப்படி வம்சத்திலே வந்தவன் இதெல்லாம் உனக்கு அசிங்கமாப் படலையா!” அவ்வளவு தான் எப்ப எப்படான்னு இருந்தமாதிரி சீனி சிடுசிடுன்னு பொரிஞ்சான். “யய்யா நீ மொதல்ல வாயக்கட்டு. இத்தன வயசுக்குப் பிறகு மூணு தேரமும் ருசி மசியாதிங்கணும்னு அலையாதே. ஊர்ப்பட்ட புராணத்தை பேசுறே. வீட்லே என்ன செஞ்சி எங்கெ ஒளிச்சி வச்சிருக்காகன்னு உருட்டிக்கிட்டு திரியுறயே. என்ன குத்தம்னு சொல்லவதுட்டே. அன்னக்கி அப்படித் தான்

காட்டுல இருந்து வந்தும் வராம அம்மா, 'ஏண்டா, அய்யா அந்த ஒத்த வேட்டியையே அழுக்கா கட்டிக்கிட்டு திரியுறாரு. என்ன இப்பொ வேட்டியெல்லாம் புதுசா பீரோவுல வச்சி பூட்டுறீகன்னு கேக்கா. அப்படி என்ன வேலை கிழிக்கிறியோ, இன்னும் இளவட்டமுன்னுதான் நெனப்பு, வயசுக்கு தக்கன நடந்துக்கோ சொல்லிட்டேன்'

இன்றைக்கோட பதினாறுநாள் ஆச்சி நாயக்கர் வீட்டுல சாப்பிட்டு. ஆனா இன்னும் வெளியே யாருக்கும் தெரியாது. அரவமில்லாம ஒரு பஸ்ஸூல ஏறிப்போய் டவுன்ல சாப்பிட்டுவிட்டு அடுத்த பஸ்ஸூல இறங்கி வந்து பஜனை மடத்துலெ பிரசங்கம் பிடிச்சிருவார். மனசுக்குள்ள எரிமலை புகைஞ்சாலும் வெளியே எப்பவும் போல பழைய பாராயணம் கெங்கவநாயக்கர்தான். ஒரு மாசத்துக்கு தேவையான அரிசி பருப்பு தேவையான பாத்திரங்க ஒரு ரப்பர்குடம் எல்லாம் வாங்கி லட்சுமி யம்மாட்டெ கொடுத்துட்டு சொன்னார். "நான் இன்னும் இந்தவீட்டு வாசப்படியெ மிதிக்க மாட்டேன். நா இல்லேன்னா நீயும் இந்த வீட்டுல சாப்புட மாட்டேன்னு தெரியும். வீட்டுச்சொல் வெளியில போகவேண்டாம். உள்ளயே தொழுவில ஒரு ஓரமா காச்சிக்கோ. இனிமேத்தான் நாம தைரியமா இருக்கணும்."

லட்சுமியம்மா ஒண்ணும் பேசலை. மாலை மாலையா கண்ணீர் மட்டும் விட்டாள். அவருக்கு மறுத்தோ ஏன்னு கேக்கவோ இந்த ஈன ஜென்மத்துக்கு அருகதியில்லைன்னு அந்த அம்மா முடிவு பண்ணியிருந்தது. எது ஒண்ணும் பேசாத சம்சாரத்தை அந்த கோலத்தோடு பாத்த நாயக்கர் சிரிச்சார். அந்த சிரிப்புல எவ்வளவு அர்த்தம் இருந்தது. மூங்கில்படலை திறந்து வெளியேறுனவர் பழையபடி வந்தார் "ஓம் மகன் பேசி இப்பதுக்குள்ளெ நீ கேட்கலையே..........அடேயப்பா!. அவன் அஞ்சுவயசு வரைக்கும் பேசலைன்னு அண்ணன் தம்பி ரெண்டு பேரையும் தூக்கி தோள்ல வச்சிக்கிட்டு திருவண்ணாமலை, ஸ்ரீரங்கம்னு நடந்தே திரிஞ்சோமே ஞாபகமிருக்கா..... ஙாஹா!.....சரிதான் அவன் அப்படி பேசலன்னா நாம அலஞ்ச அலச்சலுக்கு என்ன விமோசனம்?"

மாமா மாமான்னு காளிமுத்து அங்ஙனயெ கிடையாய் கிடந்தான். அவனுக்கும் சாப்புட போகணும்னு தோணலை. நாயக்கருக் கும் பசிக்கலை. விளக்குப்போடுற நேரத்திலிருந்து ராத்திரி ஆகாரம் முடிச்ச ஆளுக ஒவ்வொண்ணா மடத்துலெ வழக்கம் போல கூட ஆரம்பிச்சது. "ராமாயணத்துலெ எத்தன பொம்பள வாரா. கோசலை யிலிருந்து எடுத்துக்கிட்டா கைகேயி சுமித்திரை சீதை தாடகை தாரை அகலிகை மண்டோதரின்னு கேள்விப்பட்டுருக்கோமுல்ல. இந்த பொம்பளெக எல்லாத்துலயும் கூடுனவ ரொம்ப பெருசா தியாகம் பண்ணுன பொண்ணு ஒருத்தி இருக்கா அது யாருன்னு யாராவது சொல்லீருங்களேம் பாப்பம்." ஏகமாய் கூடி யிருந்த கூட்டத்திலே வழக்கம்போல் மடத்தின் மூலையில் உட்கார்ந்து வெத்தலையின் மூன்றாம் வரத்துச் சாறை விழுங்கி கண்ணை மூடிக்கொண்டு புதிரை அவிழ்த்துவிட்டு கூட்டத்தை பெரிய எதிர்பார்ப்புடன் அமைதியாக்கியிருந்தார்.

''நீங்கதான் சொல்லணும்!'' நாயக்கருக்கு அன்றைக்கு ரொம்பவும் சிநேகமாகிப் போன காளிமுத்து 'இங்கெ எவனுக்குத் தெரியும்' என்கிற ஜாடையில் மாமாவுக்கு மறுதளித்தான்.

"மிதிலையிலெ தசரதன் மக்கமார் நாலுபேருக்கும் கல்யாணம் நடந்தது. அவதார புருசன் ராமனுக்கு பூமாதேவி மகளான சீதையைக் கொடுத்து ஜனகராஜனோடு சொந்த மகள்களான ஊர்மிளா, மாண்டவி, சுதகீர்த்தி மூணுபேரையும் லட்சுமணன், பரதன், சத்ருக்கனன் மூணுபேருக்கும் ஒரே முகூர்த்தத்திலே மங்களகாரியம் முடிஞ்சது, அதுலெ லட்சுமணன் பொண்டாட்டி ஊர்மிளையிருக்காளே அவளோட கதை என்னான்னு தெரியுமா?

"அண்ணன் ராமன் இவ்ள தூரம் அவமானப்பட்டபிறகு இந்த அரண்மனையில் அரைச்சணம் தங்கமாட்டேன்னு கூடவே காட்டுக்கு கிளம்பி போயிட்டான் புருசனுங்கவும் சேதியை கேள்விப்பட்ட ஊர்மிளை, என்ன கேடுகாலம்! இந்த மனுசர் அத்து வான வனத்துலபோயி உங்கவும் உறங்கவும் இல்லாம திரியுறதா? அப்படி சீரழிய பிறந்த வம்சமா இது,

இலட்சுமணப்பெருமாள் 67

இப்படி இப்படியெல்லாம் துன்பப்படுறாகன்னு ஊருலகம் பேச அது என் காதுல விழுகணுமா, இந்த ஊனு உறக்கம் வாழ்வு இன்னும் எனக்கு வேணுமா அப்படீன்னு சொல்லி ஓப்போயி ஒரு அறைக்குள்ள நொழஞ்சி கதவைச் சாத்துனவதானெ! வனவாச மெல்லாம் முடிஞ்சி ராமர் பட்டாபிஷேகம் நடந்த பிறகுதான் லட்சுமணனுக்கு பெண் ஜாதியோட நெனப்பு வந்து விசாரிக்கிறார். அரண்மனையெல்லாம் அலஞ்சி அந்த அறையை திறந்துபாத்தா ஒரு எலும்புக்கூடு மட்டும் கெடக்குதாம்."

கூட்டம் புல்லரித்துப்போய் 'அடாடாடா.........சே............'என்று பலவாறு புலம்பி அமைதி கண்டிருந்தது.

"யய்யா"

திரும்பி பார்த்தார். மூத்தவன் அழகர்சாமி நின்னுக்கிட்டி ருந்தான். பக்கத்துல சீனியும் இருந்தான்.

"வாய்யா எப்ப வந்தே?"

"வீட்டுக்கு வா."

நாயக்கர் இளையவனைப் பார்த்தார். வீட்டு சமாச்சாரம் மூத்தவனுக்குகூட தெரியக்கூடாதுன்னு நெனச்சார். இப்படி பெத்த பிள்ளைகளே விவகாரம் பேசுற அளவுக்கு வந்துருச்சேன்னு யோசன பண்ணிக்கிட்டே இருந்தார். "போயிட்டு வாங்க. நீங்க இருக்கிற பக்கமே வர பயப்படுற பிள்ளைகளே தேடி வந்துட்டாக. மூத்தவர் வேற ஊர்லருந்து வந்திருக்காரு. போயிட்டு வாங்க."

ஆளுகள் இதிலே மூக்கை நுழைக்கிறது நாயக்கருக்குப் பிடிக்கலே. விசயம் அப்படி அப்படியே வெளியே உடைய ஆரம்பிச்சிரும்.

"வர்றேன் போ"

"எனக்கு எல்லாம் தெரியும். நீ வீட்டுக்கு வரமாட்டே. அம்மா இருக்கிற தொழுவரைக்கும் வா" நாயக்கருக்கு எரிச்சல் வந்தது. இங்கிதம் தெரியாத பயக. அம்மா தொழுவில இருக்கான்னு கூட்டத்துலெ எல்லாருக்கும் தெரியணுமா. கூட்டத்தை

சங்கோஜத் தோடு பார்த்த நாயக்கர் விசுக்குன்னு எந்திரிச்சி துண்டை ஒதறி தோள்ல போட்டதும் விறுவிறுன்னு நடந்தார்.

தொழுவிலெ கூட்டம் நிரம்பி இருந்தது. குண்டுபல்பு எரிஞ்சுக் கிட்டிருந்தது. கூட்டத்தோட பலத்த முணுமுணுப்பு சத்தம் நாயக்கரைப் பாத்ததும் சட்டுன்னு நின்னுது. மனசுல கலவரத்தோடு மகன்களை ஒருமுறை திரும்பிப்பார்த்து. ''என்னய்யா என்ன கூட்டம்'' என்ற கேட்டுக்கிட்டே தொழுவுக்குள் நொழஞ்சி பாத்தார். கீழே கிடத்தி வைக்கப்பட்டிருந்த லட்சுமியம்மாளின் கால் பெருவிரல்கள் கட்டப்பட்டிருந்தன. கண்களில் மஞ்சள் அரைத்து அப்பி யிருந்தார்கள். உடம்பு என்று சொல்லமுடியாத அளவில் இருந்த எலும்புகள் கோர்த்த தோல்மேல் சேலையைச் சுற்றி வைத்திருந் தார்கள். கெங்கவநாயக்கர் சுற்றி சுற்றி வந்தார். அவர் வாங்கி வைத்துப்போன அரிசி பலசரக்குகுகள் பாத்திரங்களெல்லாம் அலுங்காமல் இருந்தன. எடுத்து வைத்துப்போன நிறைகுடம் தண்ணீரும் தழும்பாமல் இருந்தது.

''லட்சுவம்மா..............தாயி..................லட்சுவம்மா...........................என் அபரஞ்சி.................லட்சுவம்மா...........எம் பணப்பெட்டி..............தாயி............''

நெஞ்சில் பலமாக மாறி மாறி அறைந்த கெங்கவநாயக்கர் வாழ்க்கையின் முதலும் முடிவுமாக அன்று கண்ணீர்விட்டு அழுது முடித்துக்கொண்டார்.

ஒட்டுப்படை

கீ காட்டு தாத்தாவுக்கு ஊர்க்காரங்க மேல ரொம்ப கோவம். விருதா ரத்தஞ் செத்த பயக. ஒரு பயலுக்கும் புத்தீங்கிறதயெ ஆண்டவன் வல்லிசா வக்கெ மறந்துட்டான். சும்மா எருமை கணக்கா திங்கெ.......... செனாரிக்காம தெருவுல திரிய...... இதுக்குத்தான் ஆவாங்க. சரியொத்த ஊர்கள்ல என்னென்ன மாதிரியெல்லாம் கவர்மெண்ட்டை மல்லுக்கட்டி மூலமூலக்கி புதுசு புதுசா பொதுக்கட்டடங்களா கட்டி சௌரியம் பண்ணிக்கிட்டாங்க. இங்க எவனுக்காவது அந்த நெனப்பு இருக்கா. சாரக்கழுதை எவனாவது ஒருத்தன் போய் என் நாட்டை ஒரு பார்வை எட்டிப்பாத்தான்னா திலும்பி வர மனசு வருமா?

ஒதவாக்கரை பயக இருக்குற இந்த ஊர நெனக்கும்போது இவருக்கு அடியிலிருந்து திகுதிகுன்னு எரியுதும்பார். அடுத்த நிமிசத்துல இந்த வயசுப்பயக வாக்கொடுக்க வந்துட்டானுங்கன்னா கொண்டாட்டமாகிப் போவார். சிரிப்பு அலை அலையா கிளம்பும். தெருலைட்டுக்கு கீழ பத்து இருபது எளவட்டங்களை சுத்தி உக்கார வச்சிக்கிட்டு எப்பவும் கதைகளை அள்ளி விட்டிக்கிட்டிருப்பார்.

“இப்படித்தான் ஒரு சம்சாரிக்கி 16வயசுல ஒரேஒரு சமஞ்ச கொமருப்புள்ள. ரொம்ப செல்லமா வளந்தது.” அடுத்தகதையை ஆரம்பிச்சார்.

“தாத்தா கொஞ்சம் நிப்பாட்டுங்க. பொம்பளயாளு வருது போயிக்கிடட்டும்.” கத சொல்றத ‘கப்பு’ன்னு நிப்பாட்டுன தாத்தா சுத்திப் பாத்துட்டு அவன மாதிரியே மெதுவா ரொம்ப சடவாச்சொன்னார். “இதுக்குத்தான் இந்தமாதிரி சோலிக் கெல்லாம் அனாமத்தா ஒரு கட்டடம் இருக்கணும்கிறது.”

இவருகிட்ட இதுதான் ஆகாதசோலி. பேச்சுக்கு பேச்சி பொழுதன்னக்கும் தனியா ஒரு கட்டடம் வேணும், பொதுவான எடமொன்னுயிருக்கனுமுன்னு ஒடஞ்ச ரெக்கார்டு மாதிரி சும்மா பெனாத்திக் கிட்டேயிருப்பார்.

“தனியா ஒரு தாவாரம் ஒரு எட்டுக்கெட்ட சைசுல ஒரு இடம் மட்டும் அமைப்பா இருந்திச்சின்னு வச்சிக்கோ”

“உஸ்ஸ்ஸ்ஸ்ஸ்...............அடாடாடா......ஆரம்பிச்சிட்டியா பொம்பளயாளு போயிருச்சி கதய சொல்லு, ஒனக்கு பெசலா பில்டிங்கு பெறகு கட்டுவோம்.” அவசரமா அச்சலாத்திப்பட்டான் ஒரு வயசுப்பய.

“சரி சரி அந்தமானக்கி அந்த சம்சாரியும் சம்சாரி பெஞ்சாதியும் நமக்கு இருக்கிறதோ ஒத்த பொம்பளப்புள்ள, வேறு சொந்தம் பந்தம் நாதிநாத்தங்கால் நமக்கு கெடயாது. இனிமேலாச்சும் நம்ம வம்சம் நல்லபடியா விருத்தியாகனுமுன்னு சொல்லி ஒரு மிலிட்டிரி மாப்ளையா பாத்தாங்க. மாப்ளேன்னா சும்மா வீமசேனன் மாதிரி கை ஒண்ணொண்ணும் இந்தா இத்த..ந்தந்...தண்டியில.” கை ரெண்டாலயும் அவரு ரெண்டு தொடையையும் பிடிச்சி ஆட்டிக் காட்டினார்.

“வெரலு ஒவ்வொண்ணும் பாத்தீகண்ணா இந்தா இவ்ளோ நீளம்.” முழங்கையிலிருந்து மணிக்கட்டு வரைக்கும் நீட்டினார்.

தாத்தா சொல்றதை கொஞ்சநேரம் நிதானிச்சுப்பாத்த அங்கிருக்கிற எல்லோர்க்கும் வாக்கப்படப்போற பொம்பளப்புள்ளய நெனக்க ரொம்ப பாவமாயிருந்தது.

“கல்யாணம் ஏகத்தடபுடல். இப்பேர்ப்பட்ட வாச்சமாப்ள இது நா வரைக்கும் இந்த ஊருக்கு வந்ததில்லேன்னு ஒரே

ஓமலிப்பு. விருந்தாடிக எல்லாம் போன பெறகு விளக்கு பொருத்தவும் பொண்ணு கையில பாலும் பழமுங் கொடுத்து இப்படிகிப்படி இன்னின்ன மாதிரின்னு விகரமெல்லாஞ் சொல்லி மொத ராத்திரிக்கி அனுப்பி வெச்சாக.

"ச்சர்ர்ரீ.................................."

கதை இப்ப உச்சக்கட்டத்துல நிக்கிறதுக்கு அர்த்தமா எல்லார் சார்புலயும் ஒருத்தன் உற்சாகமா அழுத்தி அப்படி சரி போட்டான்.

"அப்பொ நல்லா பளபளன்னு விடிஞ்சது. மொதநா ராத்திரி பொண்ணு சந்தோசமா இருந்ததப் பாக்க பெத்த தாயிக மக ரூமுக்குள்ளே இருந்து வர்றத ஆவலா எதிர்பார்த்துக் கிட்டிருப்பாங்க. அதுமாதிரிதான் சம்சாரி பெஞ்சாதியும் எதுப்புல நின்னுக்கிட்டிருந்தா."

'அய்யய்யோ ஆத்தேன்னு' புதுப்பொண்ணு அவயம் போட்டு அழுதுகிட்டே வெளியெவந்தா. அம்மாக்காரி பதறிப்போயி 'எந்தாயி' 'எஞ்செல்லம்' 'எங்கண்ணு ன்னு' ஆவிப் போயி பிடிச்சிக்கிட்டு 'என்னடா என்னம்மா நடந்துச்சி'ன்னு இவளும் கூடச் சேர்ந்து அழுகக் கூடிட்டா. மகக்காரி என்ன எவடம்னு கேக்க கேக்க ஒண்ணுஞ் சொல்லாம கேவிகேவி அழுதுக்கிட்டேயிருந்தா.

'நாஞ்சாகிறவரைக்கும் இப்படித்தான் கெடந்து அழியணுமுன்னு எந்தலையில் எழுதிருச்செ. ஆளாளுக்கு என்னென்னமோ சொல்லி ஏமாத்தி என்னய இப்படி மாட்டி விட்டுட்டீகளே' விசயத்த சொல்லமுடியாம அப்பனையும் ஆத்தாளயும் அப்படித்தான் குத்தஞ் சொல்லி குமுறுறா.

'வரட்டும் இந்த மனுசனே...... வம்சவிருத்தி வம்சவிருத்தின்னு 20 வருசமா மில்ட்டிரியில டிஸ்சார்ஜ் ஆகாம கெடந்த ஆள்கிட்ட புள்ளயக் கொடுத்து..........பாரு...... இப்படியா? ஒரே ராத்திரியில பிள்ள அலமந்து போச்சே!' மகள அடுப்படிக்கி கைத்தாங்கலா கூட்டிக்கிட்டுப் போனா.... ரொம்ப மெதுவா 'ஏட்டி ராத்திரி அப்படி என்னதாண்டி நடந்தது?' கெஞ்சுனா பதுல சொல்றதுக்கு வழியில்ல. ராவெல்லாம் முழிச்சிக்

கிட்டிருந்து செவந்தபோயிருந்த கண்ணுலயிருந்து கண்ணீரு சொல்லி மாளலை. ஆத்தாள சேந்துசேந்து பிடிச்சா. பாவம் அவ ஒடம்புக்கு எப்படி அத்தாவுத்தியா வருதோ?

'வென்னி வக்கெட்டுமா? சுடச்சுட ஊத்துணுமுன்னா கொஞ்சம் சொடக்கெடுத்த மாதிரி இருக்கும்.......ம்........'

குளிப்பாட்டிக்கிட்டெ துணிமணிகளையும் அவளையும் சந்தேகமாக பாத்து பழயபடியும் 'ராத்திரி என்னதான்டி நடந்தது'ன்னு கேட்டா. அவ சொன்னா:

'யம்மா எல்லோரும் சொல்லியனுப்புன மாதிரி ராத்திரியில விடிய விடிய ஒண்ணுமே நடக்கலையேம்மா.'

"தலையில தலையில அடிச்சுக்கிட்டு அம்மாவை சேந்து கட்டி ஒப்பாரி வச்சா."

நெத்திலி கருவாடு மண்டைமாதிரி முன்னாடி நீட்டிக்கிட்டிருந்த ரெண்டு பல்லக் காட்டி தாத்தா சிரிக்கவும் பயகளும் கெக்கே பெக் கேன்னு ரொம்ப நேரமா சிரிச்சுக்கிட்டு கெடப்பாங்க. எல்லோரும் கலஞ்சி போனவுடனே இவருக்கு ஊரப் பாக்க திடீர்னு வெறி கிளம்பிரும். இந்த ஊருக்கு வந்ததிலிருந்து இன்னக்கி வரைக்கும் அவரு நெனச்சதை சாதிக்க முடியலை. நெனச்சிப்பாத்தா எச்சிக்கலத்தனந்தான். ஆனா ஒரு சில நேரத்துல இமிசையான இமிசையாயிருது.

இந்த விசயத்துல இத்தன வயசுக்குமேல ரொம்ப எச்சரிக்கை யோட இருக்கணும். கொஞ்சம் கலச்சலானாகூட கடைசிவரைக்கும் ஒண்ணுங் கைகூடாம போயிரும். கொத்தன் கருப்பையா மாதிரி கண்டெடத்துல வாய் வச்சிட்டு சொளகடி வாங்கீறப்படாது. அவன் அவசரப்புத்தியினால இப்ப யார்கிட்ட கேட்டாலும், மூஞ்சியில அடிச்சமாதிரி பதில் சொல்லீர்றாங்க - 'இந்தவயசுல அப்படி கேக்காக்கும்.... இப்பத்தான் 20 வயசு எளவட்டம். தின்னுட்டு சும்மா கெடக்கவிடலையோ'

தாத்தா ரொம்ப எச்சரிக்கை. ஏதோ நமக்கு தொணப்போன ஒத்த சத்தை, நம்மளப்போல நாள்ப்பட்டது இப்படித்தான் பாத்துக் கிடணும்பார்.

இலட்சுமணப்பெருமாள் 73

அநேகநாளா முகச்சி பண்ணி படாத பிரயாசைப்பட்டு மகமாயி கிழவிய ஒரு வழியா சரி சொல்ல வச்சிருந்தார். கைக்கெட்டுனது வாய்க்கெட்டாத மாதிரி அதுவும் இன்னுங் கைகூடாம நாளும் பொழுதும் இந்தா அந்தான்னு இழுத்துக்கிட்டே போகுது. பேசுறதுக்கு லாயக்கா ஒரு எடம் அமையல. ஊரு பொது எடம்முன்னு எதாவது இருக்கான்னா இல்லை. ஊர விட்டு தள்ளி வெலகிப் போனமின்னா இருட்டுல நெகாத்தெரியல. வெளிச்சமிருக்க ரோட்டுக்கு மேற்க வேலிப்புதர்க பக்கமா போகலாம். அங்க பொம்பளக ஒதுங்குற இடம். சகிக்கமுடியாது. கம்மாதிக்கம் போகலாம்னா பயபுள்ளக எந்நேரமும் வீட்டுக்கும் கம்மாயுக்குமா விடியவிடிய நடமாடிக்கிட்டுத்தான் இருக்காங்க. குடிகாரப்பயக என்னத்தந்தான் திம்பாங்களோ.

கையகல எடமில்லாதது எவ்வளவு சிக்கல்ல கொண்டாந்து விட்டுரிச்சின்னு ரொம்ப விசனப்பட்டார். முன்னம் மாதிரியா ஒக்காந்ததும் எந்திரிக்கிறதுக்கு ரெண்டு பேருக்குமென்ன வயசு திரும்புதா?

அவரு ‘காட்டுல’ பொது எடங்களுக்கு பஞ்சமே கிடையாது. பஞ்சாயத்துபோர்டு தாவாரம், விவசாயகிட்டங்கி, ஒண்ணுக்கு மூணு பள்ளிக்கூடம், ரேசன்கடை, அதும்போக பொம்பளகளுக்கு கக்கூஸ் வேற பெருசா கட்டி விட்டுருக்காக அதுல யார் போய் இருக்கப்போறாங்க. நம்ம பொம்பளகளுக்கு ஓடைப்பக்கமோ வேலிச்செடி மறசலோ மஞ்சனத்தி மறசலோதான் பழகிப்போனது. இப்பொ நொழஞ்சி பாத்தாலும் கக்கூஸ் அடுப்படி மாதிரி அவ்வளவு சுத்தமா இருக்கும். அடடா எவ்வளவு சௌரியமான ஊரு.

முனிச்சிய சும்மா சொல்லப்படாது. சொன்னா சொன்ன நேரத்துல வெத்தலையும் போயலையுமா முன்னக் கூடி வந்து ஒக்காந்திருப்பா. தோண்டியும் கயிறுமா எம்புட்டு சிநேகிதம். எப்படியெல்லாம் சொன்னபடி கேப்பா. பாட்டு படிச்சான்னா சும்மா கே.பி.சுந்தரம்மா மாதிரிதான். நல்லா தொண்டையை விரிச்சிவிட்டு உச்சியில ஏத்திப் படிச்சான்னா குளுந்த நேரத்துல பக்கத்து ஊரு வரைக்கும் கேக்கும்.

விடியவிடிய மடியில மாத்தி மாத்தி படுத்திருந்தாலும் ஊர்ல ரெண்டு சாதியானும் கண்டுக்கிடமாட்டாங்க. ரெண்டும் கழண்ட அகப்பைன்னு எல்லார்க்கும் தெரியும்.

தாத்தாவுக்கு வேற ஒண்ணும் முக்கியமில்லை. ராப்பொழுதை மனுசப் பொழுதா கழிக்கணும், அவ்ளதான். விடிவெள்ளி முளைக்கிற நேரம் சிலுசிலுன்னு சில்லாப்பா அடிக்கிற குளுந்த காத்துல பக்கத்துல ஒருசோடு கொடங்கைய்யிலே சுருண்டு கெடக்கிற மாதிரி ஒரு சொகம் ஒலகத்துல ஒண்ணுங் கெடையாதுன்னு அவரு அபிப்ராயம். பய கைப்பிள்ளையா இருந்ததிலிருந்து எளவட்டம் ஆகிறவரைக்கும் பொம்பளயாளு இல்லாத கொறயே இல்லாம முனிச்சி எவ்ளோ ஒத்தாசை.

ரெண்டுநாள் காச்சல்லதான் படுத்தா. படுத்தவ படுத்தவதான். அந்த சொதை போனதிலிருந்து தாத்தா ரொம்ப குன்னிப்போனார்.

களை எடுக்க, கருது பெறக்க, தட்ட நாத்து அறுக்க இவரு கைவசம் பத்துஇருபது ஆளுக இருப்பாங்க, இவர்தான் பெரியகொத்தான். ஒரு பயலை பெத்து கையில கொடுத்துட்டு நல்ல பிராயத்துல இவரு சம்சாரம் போயிசேர்ந்து போனா. பய தீப்பெட்டி ஆபீஸ் வேலைக்கின்னி பஸ்ஸுல இந்த திக்கமா வேலைக்கு வந்தான். வந்த எடத்துல அயல்சாதி பெண்ணோட பழக்கமாயி இங்கனயெ செட்டில் ஆயிட்டான். எல்லா வகைக்கும் தோதா இவரு பாத்துவச்ச பொண்ண இவன் கட்டிக் கிடலையேன்னு கொஞ்ச நாள் கோபமாயிருந்தார். தவங்குன காலத்துல வேறவழியில்லாம இவரும் இங்க வந்து சேந்துட்டார். ஒரு சின்ன தாவாவுல இப்ப கைக்கஞ்சி காச்சி குடிச்சிக்கிட்டிருக்கார்.

மொதல்ல சித்துவேலைக்கு போயிட்டு வந்து சம்பளத்த கொடுத்துட்டு ஒழுங்காத்தான் சாப்டுகிட்டிருந்தார். இருக்கும்போதே கிரித்திரியம் பண்ண ஆரம்பிச்சிட்டார்.

வேலவிட்டு வந்ததும், மருமகள்ட்ட மெல்ல குசுகுசுன்னு பயவந்துட்டானான்னு கேப்பார். அவரு வர நேரமாகும்னதும் மடியிலிருந்த பொட்டலத்தை எடுத்து "இந்தா கருப்பட்டி

முட்டாசு'' அப்படீன்னு கொடுப்பார். மருமகளும் வெள்ளத்திித்தனமா வாங்கி தின்னுக் கிட்டிருந்தா. இது தினமும் வாடிக்கையாப் போச்சி. பய உள்ள இருக்கானான்னு கேட்டுட்டுத்தான் 'இந்தா சீனி முட்டாசுன்னு' கொடுப்பார். ஒரு நாதேதியில கசமுசலாகி மகன் கோபத்துல தரமில்லாம வஞ்சிக்கிட்டிருந்தான்.

'நீயெல்லாம் பெரிய மனுசந்தானா? சின்னப்புத்திக்காரா இன்னுமே வீட்டுக்குள்ளே நுழையாதே'னுட்டான்.

'போடா போ ஒனக்கெல்லாம் அன்றாய்டு செல்லையா மாதிரி பயகதான் லாயக்கு'ன்னுட்டு வெளியேறிட்டார்.

அன்றாய்டு செல்லையா மகனும் வேத்துச்சாதி பொண்ணத்தான் கூட்டியாந்து கல்யாணம் முடிச்சிக்கிட்டான். மகன் வீட்ல இவரு கஞ்சி குடிச்சிக்கிட்டு இருக்கும்போது மருமகள்ட்டே மெல்ல பண்டம்பழம் வாங்கி கொடுத்து சங்கதிக்கு அடிப்போட்டுருக்கார். இதைத் தெரிஞ்சி மகன் வீட்டை விட்டு வெளியே போன்னான். ஏல கூறு கெட்ட பயலே முன்னப்பின்ன அறியாம வேத்துச்சாதிப் பிள்ளைய கட்டிக்கிட்டயே பிள்ள எப்படி எவடம்னு சோதிச்சுப்பாத்தன்டோய்... பரவாயில்ல.... பிள்ளை குடும்பத்துப் பிள்ளைதான் அப்படீன்னு சர்டிபிகேட் பண்ணுனார்.

'............ம் படவா. உனக்கு சரிப்போட்டிருந்தா ரொம்ப ரொம்ப நல்ல குடும்ப பிள்ளைதான், கிளம்பு. அரைச்சணம் நிக்காதே ஓடிப்போ வீட்டைவிட்டு'ன்னுட்டான்.

தாத்தா அப்படியில்லை. அவருக்கு எப்பவாவது ஒரு 'வெறிச்சி' சிக்குனா அணச்சி வீட்டுப்பக்கமா ஒதுக்கி கொண்டு வருவார். அதுக்கு மருமக ஆட்சேபணை சொல்லீறக் கூடாதில்லையா? அதுக்குதான் அந்த 'முட்டாசு' லஞ்சக்கம். வீட்டுக்கு பெறத்தாலெ வேப்பமரத்துக்கு கீழ அன்னைக்கு அகப்பட்ட தெக்குத்தெரு நாச்சியார் பாட்டியோட பேசிக்கிட்டிருந்தார். ராத்திரி வேலை விட்டு மகன் வந்து பாக்கும் போது பேச்சுக்கால்கள் கொஞ்சங்கொஞ்சமா கொறஞ்சிக்கிட்டே போயி ரெண்டு பேருக்கும் ரொம்ப

ரஞ்சிப்பான கட்டமாய் இருந்தது. பிடிபட்டு போனார், அவ்வளவுதான்.

வேலைவிடுற நேரத்துக்கு கரெக்டா வர்ற ரெயில் அதலக்காய் வண்டி போனதும் களையெடுக்கப்போன ஆளுகளோடு ஊரைப்பாத்து வந்துக்கிட்டிருந்தார். இத்தனை நாளா தாக்காட்டி வச்சிருந்த நெனப்பு இன்னக்கி அடங்காம அல மோதிச்சி இன்னிக்கி விடிஞ்சதிலிருந்தே ஒரு முடிவோடதான் இருந்தார். எறங்கு பொழுதில் கூட்டத்தோடு கூட்டமா நடந்துக்கிட்டே மகமாயி கிழவிய சும்மா கெறங்கிகெறங்கி பார்த்தார். சங்காரெட்டி ஊரணிய தாண்டி ரெண்டு எட்டு எடுத்து வெக்கவும், "சூ..... அடடா ஏம்மா மகமாயி தூக்குச்சட்டிய வச்சிட்டு மறந்தாப்பல வர்றம்பாரு. செத்தபோயி எடுத்தாந்திர்றியா? கிழக்கு பொழியில ஆமணக்கு செடிக்கு கீழ வச்சேன். ஒரு எட்டுப் போயேன்."

"ம்..........ஹூம் நா ஒத்தீல போக மாட்டேஞ்சாமி. நீரு எங்கயாவது தன்னுசார் இல்லாம மறந்து வச்சிருப்பீரு. தேடு முன்ன பொழுதடஞ்சி போகும்."

"நாளக்கி நான் கஞ்சிய எதுல கொண்டு வருவேன்? இப்ப நாம் போயிருவேன். ஒங்களுக்கெல்லாம் கொத்து வாங்கணுமே. போயிட்டு திரும்பும்போது கொஞ்சம் வெளிச்சம் மங்குனாக்கூட சுத்தமா பார்வை தெரியாது. அதாம் பார்த்தேன்......ம்...அப்ப செத்த தொணக்கி வர்றியா. ஒரு எட்டுல போயி திரும்பிருவோம்." மகமாயி பாட்டிய மெல்ல அணச்சி கூட்டிக்கிட்டு ஊரணியத் தாண்டி களையெடுத்த பிஞ்சைக்கே வந்துட்டார். பளிச்சின்னு மகமாயி முன்னாடிபோயி மறிச்சு நின்னார். கண்ணுக்கெட்டுன மட்டுலும் பருத்திச்செடிகளும் குறுக்கும் நெடுக்குமா ஆமணக்கு செடிகளுமா மொளோர்ன்னு தெரிஞ்சது. ஒரு சீவராசியக் காணம்.

"ஏய் இந்தா மகமாயி, இதாஞ் சந்தர்ப்பம். வேற எங்கனயும் ஒக்காந்து லாத்தலா பேச முடியாது. "வளர்ந்த ஆமணக்கு செடிப்பக்கமா பளிச்சின்னு பதுங்கனவர், 'இப்படி வா'ன்னு துண்டை ஒதறி விரிச்சார்.

இலட்சுமணப்பெருமாள் 77

''சும்மா இருமய்யா புல்லரியாத ஆளு. இம்புட்டு வெளிச்சத்துல வெக்கமில்லாம என்ன அப்படி வேண்டிக்கெடக்கு. வேலை விட்ட நேரத்துல அங்கிட்டும் இங்குட்டுமா ஆள் நடமாடிக்கிட்டிருக்கும் போது யாராவது பாத்து தொலைக்கப்போறாக.'' சொல்லிக்கிட்டே சுத்தும் முத்தும் பாத்துக்கிட்டே மெல்ல விரிப்புல ஒக்காந்தா.

"பாத்தா என்ன இப்பொ, ஒன்ன கட்டிக்கொடுக்கிறது நின்னு போகுதா? மாப்ளக அங்க கீ வரிசையிலாயா நிக்காக........' சொல்லிக்கிட்டே பக்கத்துல நெருக்கி ஒக்காந்து மகமாயி மூக்க செல்லமா நோண்டுனார்.

''தாத்தோவ்.. தாத்தோவ்... வேல எப்படி காண்ட்ராக்டா அத்தக்கொத்தா?''

திடீர்ன்னு வந்த சத்தத்தை கேட்டதும் கிழவி தடபுடலா எந்தரிச்சி தலை முடிய ஒதறி முடிஞ்சிக்கிட்டு ஒண்ணும் பேசாம விசுவிசுன்னு நடக்க ஆரம்பிச்சிட்டா... கொஞ்ச நேரங் கழிச்சி வேலை மும்முரத்துல இருந்த மாதிரி கையில ரெண்டு களையோட எந்திரிச்சி ஏறிட்டப் பார்த்தார் தாத்தா.

பொட்டுலுபட்டியான் ஆட்டுக்குட்டிக்கி சடேர் சடேர்ன்னு கொழை ஒடிச்சிக்கிட்டு இங்கிட்டு ஒரு பார்வை அங்குட்டு ஒரு பார்வையுமா இருந்தான்.

''பொழுது கரகரன்னு மயங்குன பெறகும் வேலையில மும்முரமா இருக்கியே, அதான் காண்ட்ராக்டான்னு கேட்டேன்.''

இவரு ஒண்ணும் பதில் சொல்லிக்கிடாம மகமாயி போன தெசய பரிதாபமா ஏறுட்டு பார்த்தார். அவ நல்லபாம்பு போன மாதிரி சரசரன்னு ஊடுகாட்டுபாதையில பாஞ்சி போயிக்கிட்டிருந்தா. பய வெடச்ச எளவட்டமா இருந்தான். இல்லன்னா அந்த எடத்திலயே தூக்கிப்போட்டு மிதிச்சி கொதவளையை கடிச்சிருப்பார். இருட்ட ஆரம்பிச்சிருந்தது. கை அனுசரணைக்கு வளந்த அகத்தி மரத்தை காலால் பலம் பலம் கொண்ட மட்டும் சடக்குனு ஒடிச்சி ஊனிக்கிட்டு

பாதையை பார்த்து நடந்தார். வண்டிப் பாதைத் தடம் வெளேருன்னு நீண்டு தெரிஞ்சது.

"இந்த வயசுக்கும் பிறகு ஒத்தையில ஒம்ம ஊர்ல போயி ஏஞ்சங்கடப்படணும்கிறீர். கொறநாள இங்கியே கிடந்து கழிக்க வேண்டியதானே." யார் சொல்லியும் கேக்காம பொட்டணத்தை கட்டிக்கிட்டு தாத்தா கீகாட்டுக்கு புறப்பட்டுட்டார். அங்கெயிருக்கிற பஞ்சாயத்து போர்டு தாவாரம், விவசாய கிட்டங்கி, கவர்மெண்ட் கட்டுன கக்கூஸ் எல்லாமே அவர் கண்ணுக்கு முன்னாடி சொர்க்கலோகம் போல தெரிஞ்சது.

கெத்து

ராமையா தேவருக்குன்னா கோபம் இந்த மட்டுல அந்த மட்டுல இல்லெ. சும்மா திட்டமில்லாம பிடிச்சி வஞ்சி விட்டுட்டாரு. பெறகென்ன? களவை கையும் மெய்யுமா பிடிக்கணும். சொல்லணும். மானாங்கானியா நாலபேருக்கு முன்னாடி திட்டாந்தரமா சொன்னா மனுசன் எத்தன நாளைக்குத்தான் பொறுத்துக்கிட்டிருக்க முடியும்?

நம்பியாபுரத்து நாயக்கரும் விட்டபாடில்லை. ''அப்பொ அடுப்படிக்குள்ள நுழையப்போகும்போது நாங் கண்ணாரப் பாத்து ஊர்க்கிணத்து வரைக்கும் விரட்டி விட்டுட்டு வந்தவன் பேப்டபயலா? எதுத்த வீட்டுல இருக்கேன். ஒந் நாயும் ஊரார் நாயும் தெரியாமலா இருப்பேன்'' என்று நட்டுக்குத்தலா நட்டுனார்.

நாயக்கருக்கு வயசு அறுபது இருக்கும். சம்சாரின்னுதான் பேரு. பிஞ்சைப் பக்கமோ தோட்டத்துப் பக்கமோ மருந்துக்குக்கூட எட்டிப் பாக்க மாட்டார். பையங்கதான் ரெண்டுபேரும் அவுக அம்மாகூட சேந்து வம்பாடு படுறாக. இவரு ஊருக்குள்ளெ எங்கெல்லாம் பேப்பர் வருதோ அங்கெல்லாம் தினசரியும் போயி பேப்பரோட பேரை திருத்தமா மொதல்லருந்து தினத்தந்தி தமிழ் நாளிதழ். நாளொன்றுக்கு எட்டு லட்சம் சுவடிகள் அச்சாகின்றன. அப்டீன்னு வாசிக்க ஆரம்பிச்சு கடைசியா அச்சிடுபவர் வெளியிடுபவர் இந்த விபரங்களையெல்லாம் சும்மா ஸ்பீக்கர் கணக்கா பலம்ம்மா வாசிப்பார்.

அதுவரைக்கும் யாரும் பேப்பரை அவர் கையிலிருந்து வாங்கீற முடியாது. 'ஐயைய்யோ. விடியக்கருக்கல்ல இந்த எழவா'ன்னு உக்காந்திருக்கிற ஆளுக எல்லாம் பிடுங்கி ஓட ஆரம்பிச்சிரும்.

எல்லாம் வாசிச்சி முடிச்சி எந்தெந்த வீடுகள்ல குமுதம், ஆனந்தவிகடன் வாங்குவாகன்னு இவருக்கு கரெக்டா தெரியும். துரூவா அங்கெ போயி ஏதோ துட்டுக் கொடுத்து தவிச்சுப்போற மாதிரி அம்பலமான அம்பலம் பண்ணுவாரு. ''கிழமைப் பிரகாரம் ஏன் வாங்க மாட்டேங்கிறீங்கன்னு'' வீட்டுக்காரங்களெ உஸ்ஸீன்னு இருக்க விடாம, வேற வேல சோலி பாக்கவிடாம வாணால வாங்குவாரு. இந்த துன்பத்துக்குத்தான் இவரு தூரத்துல வர்றத ஜன்னல் வழியாப் பாத்து கதவைச் சாத்தி மூச்சு விடாம உள்ள உக்காந்திருப்பாங்க. உள்ளெ விட்டா உக்காந்துக்கிட்டு ரோதனை பண்ணுனா?

இப்படியாகப்பட்ட வேலக்கார மனுசனுக்கு வீட்ல தெனோமும் அரைப்படி அரிசி வாங்கி தனீயா பொங்கி வச்சிருவாக. உசிரே போனாலுஞ் சரி, கம்மஞ்சோறு கேப்பக்களி கிட்ட வந்துரப்படாது. 'வேணா வெய்யில்ல அலஞ்சிட்டு வர்ற புள்ளெக ஊத்துனத குடிச்சிட்டு மொடங்குதுக. இவருக்கு தெனோமும் வடிப்பு மார் போட்டு வடிச்சு வக்கெணும், வடிப்புமார் போட்டு! வேலக்காரப் புலிக்கி' அப்படீன்னு நிதாசரியும் வீட்டக்காரம்மா மூஞ்சியிலெயே போட்டாலும் இவரு துப்புரவா உதுத்துட்டாரு. இவரு சோத்துப் பானையில தான் ராமையா தேவர் நாயி கை வச்சிரிச்சி.

"பக்கத்துல கம்மஞ்சோத்து பான இருக்குல்லப்பா! அதுல வாய் வக்கெப்படாது? கோளாறா எனக்கு வச்சியிருந்த நெல்லுச் சோத்ததானெ திங்கணும்? நாயும் ஒன்னக்கணக்கா ரோசனையில் ரொம்ப ரொம்ப கூடுனதப்பா," என்று ரொம்ப எளக்காரமா சொன்னார் நாயக்கர்.

''மாமா ஒங்களவிட வயசுல நா ரெண்டு வருசத்துக்கு எளயவன். பெறகு நா இப்படி பேசிட்டேன்னு வருத்தப்படாதீக. இப்பொ ஏ வீட்ல போயி பாருங்க. நாய்த் தொட்டியில அரைத்தொட்டிக்கி கஞ்சி கெடக்கும். அடுத்த வீட்டு நாயும்

பேயும் ஏ வீட்ல வந்து குடிச்சிட்டு போருது. நீங்க பாட்ல சும்மா தாட்சண்யம் இல்லாம பேசுறீகளெ என்ன சேதி"?

ராமையத்தேவர் சொன்ன வாய்ச்சொல் வாயிலிருக்கும் போதே அவரோட நாய் எங்கெயெல்லாமோ சுத்தி திரிஞ்சிட்டு அவருக்கு பக்கமா ஓடிவந்து நின்னது.

"இந்தா.....இந்தா.....ஏய் இந்த நாய்தாம்பா...... இதே நாய் தாம்பா.... இத்தன பேரு இருக்கீகள்ல இது யாரு நாயி? இல்லெ யாரு நாயிங்கறேன்?'' என்று நாயக்கரு எந்திரிச்சி தண்டமானம் போட்டுக் கிட்டு அடையாளங் காட்டுனார்.

வண்டிப்பைதாவில சாயுமானங் கொடுத்து உட்கார்ந்திருந்த ராமையத்தேவர் பளிச்சின்னு எந்திரிச்சி அங்குட்டும் இங்குட்டுமாய் குனிஞ்சு ஓடோடி கல்லுகளெ பெறக்கி நாய குறிபாத்து, "ஓடு..........ஓடு..........படவா வீட்டுக்கு வா இன்னக்கி ஒங்கால ஒடிச்சுப் போட்டுர்றேன். எங்கிட்டும் போயி சாகவேண்டியதானெ" என்று முடுக்கி விட்டு மேமூச்சு கீமூச்சுப் பறிய நின்னுக்கிட்டிரந்தார்.

''விடுண்ணே கழுதைய, வாயில்லா சீவன பிடிச்சிக்கிட்டு. மாமா வீட்டுக்குள்ள எந்த நாய் மொழஞ்சதோ பாவம்......நீ வாட்டுல அது கால ஒடிச்சி விட்டுறாதெ. எண்ணெ நக்குன நாய விட்டுட்டு எதுக்க வந்த நாயெ அடிச்ச மாதிரி" என்று கீறல் குருசாமி அமைதிப் படுத்துனான்.

கல்லெறிக்கி தப்புன நாய் கொஞ்சதூரம் ஓட்டங்காட்டிட்டு பழையபடியும் இவரு பக்கமா ஓடிவந்து எச்சரிக்கையா கொஞ்சதூரத்துல நின்னுக்கிட்டு 'என்ன ஆச்சி இந்த மனுசனுக்கு இன்னக்கி. என்னமோ மூணுதேறமும் கஞ்சி ஊத்தி அலுத்துப் போற மாதிரிதான்'ங்குற மாதிரி கழுத்த சாச்சிக்கிட்டு மொறச்சது.

''பாக்குறயா?........வா........வா.............இன்னக்கி உனக்கு பெறந்தநாள் கொண்டாடிர்றேன்னு'' பழையபடி கல்லெடுத்து விரட்டப் போனவரை ராமசாமித்தேவர் பாத்து அலட்சியமா இப்படிச் சொல்லி ஒக்கார வச்சிட்டார்.

'சும்மா கெடப்பா. அந்தமட்ல பெரிய்ய கோட்டவீடு கட்டி பெழச்சவன் மாதிரி தான். கள்ளன் வந்து வீட்டுக்குள்ள மொழஞ்சி மூலைக்கு மூலை குமிஞ்சி கெடக்குற பவுனையும் ரொக்கத்தையும் கொள்ளையடிச்சிட்டு போயிர்றானாக்கும். இருக்கற நாய்களுக்கே கஞ்சிய காணம். இதுலெ வளப்பு நாய்க வேறெ வளப்பு நாய்க' என்று இகழ்ச்சியா பேசி வாயில குதப்பியிருந்த வெத்தல எச்சியத் 'தூ'ன்னு அவரு மூஞ்சியில துப்பாத கொறயா ஒரு ஓரமா துப்புனார்.

"அதச்சொல்லு....அதச்சொல்லு............"

"இது வாஸ்தவமான பேச்சு." என்று உக்காந்திருந்தவங்கள்லாம் சிரிச்சுக்கிட்டே ராமையாதேவரை பாத்தாங்க. அவரும் வேற வழி யில்லாம லேசா ராஞ்சனயோட மூஞ்சிய சிரிக்க வச்சிக்கிட்டாலும் மனசுக்குள்ள, 'இவன் ஒரு எத்துவாளிப்பய. பெரிய யோக்கியங் கணக்கா பேசிக்கிடுறான். இவன் முடிச்சிமாறித்தனம் எனக்குல்ல தெரியும்'னு புகைஞ்சார்.

ரெண்டு பேரும் ஒண்ணாத்தான் மாடு மேக்கிறாங்க. ஒரு நா அப்படித்தான மதியம்போல வீரசின்னு கம்மாயில மாடுகள நல்லா நீயவிட்டு கரையேத்திக் கிட்டிருக்கும்போது எலியம் பய வந்து அந்த தகவல சொன்னான்: "என்ன மாமா இன்னக்கி ஒங்க சோடி என்னமோ பேங்குக்கு போகணும்னு வேகமா போறாரு. ரூபா எடுக்கணும் அதான் மாட்டை இன்னக்கி ஒரு பொழுது அண்ணாச்சிகிட்டெ சேத்து பத்திவிட்டுட்டு போறேன்னு சொன்னார்"ன்னதும் ராமைய தேவருக்கி பகீர்ன்னது.

இப்படித்தான் போனமாசம் கரண்ட் சார்ஜ் கட்டப்போன எடத்துல ராமையா தேவருக்கு பில் போடுய்யான்னா ராமசாமித்தேவர் பேருக்கு பில் போட்டுட்டு கடையிசியல் ராமையா தேவர் வீட்டுல பிஸை பிடுங்கிட்டான். பெறகு போயி பெரிய ஆபிசர பாத்து விகரஞ்சொல்லி பீஸ் போடறதுக்கு அந்தா இந்தான்னு ஒரு வாரமாகிப் போச்சி.

இவன் எந்த துட்டு எடுக்கணும்னு பேங்குக்கு போறான்? மாடுகளெ அவசரமா வீட்டுக்கு பத்துனார். ராமசாமித்தேவர்

இலட்சுமணப்பெருமாள் 83

மாடுகளெ, அவரு வீட்டுக்கு அடிச்சி முடுக்கிட்டு இவரு மாடுகள தொழுவில கட்டிப்போட்டார். அரக்க பரக்க டிரங்கு பெட்டிய தெறந்து துண்டை எடுத்து மேலுல போட்டுக்கிட்டு பாஸ்புத்தகத்தை தேடிப் பிடிச்சி எடுத்து வேகமா பஸ்டாப்புக்கு வந்தார்.

அன்னக்கீன்னு கூட்டம் திகுடு முகுடா நின்னுக்கிட்டிருந்தது. 'எங்க எழவு விழுந்திரிச்சோன்'னு மனசுக்குள்ள வஞ்சிக்கிட்டே இன்னும் தாம்சம் பண்ணக் கூடாதுன்னு தடதடன்னு கஜப்பிடுங்கா ஓட ஆரம்பிச்சிட்டார்.

"கிளாக்கய்யா கிளாக்கய்யா......."

"வாங்க பெருசு. பணம் போடணுமா எடுக்கணுமா?"

"அதில்லெ. ஒரு வெகரம் தெரிஞ்சிட்டு போகலாமுன்னு வந்தேன். நம்ம ஊர்லருந்து ராமசாமித்தேவர்ன்னு யாரும் ரூபா எடுக்க வந்தாங்களா?"

"இல்லியே என்ன சமாச்சாரம்?"

"இல்லெ எம்பேரு ராமையாத்தேவர். அவர் பேர் ராமசாமித் தேவர். அதனாலெ சின்ன சொல் பெறட்டுல கணக்கு எதும் விடுதல் ஆயிறக்கூடாது பாருங்க."

"சே...சே...அப்படியெல்லாம் ஒண்ணும் ஆகாது. அக்கவுண்ட் நம்பர் வேற வேறயா இருக்கும். கையெழுத்து பாப்போம். அதும்போக ஒங்கள எங்களுக்கு தெரியாதா என்ன?"

"அதுசரி....அதுசரி...நா இன்னக்கி நேத்தா வாரேன். இந்த பேங்கு முளப்பிடிச்சதிலிருந்து வந்துக்கிட்டிருக்கேன். ஒங்கள மாதிரி பத்து கிளாக்குக வரைக்கும் மாறிப் போயிட்டாக"ன்னு சொல்லிக்கிட்டே ரொம்ப தோஸ்தா சிரிச்சிக்கிட்டார்.

"அப்ப நான் வரட்டுமாய்யா. ஏஞ் சொல்றேன்னா அவரும் நானும் ஒரே சாதி. தாய் பிள்ளெகதான். ஒரு சுவரு. ரெண்டு பேரு வீடும் கிழக்க பாத்ததுதான். ரெண்டு வீடும் லைட்டு போட்டது. ரெண்டு வீட்டுக்கும் முன்னாடி திருணையிருக்கு. அதுவும் ஒட்டுவீடு இதுவும் ஒட்டுவீடா, அங்க நுழையுதேமுன்னு இங்க நொலஞ்சிருவாங்க."

“அதெல்லாம் ஒண்ணும் ஆகாதுய்யா. தைரியமாபோயிட்டு வாங்க பயப்படாதீங்க” சொல்லிவிட்டு கேசியர் அடக்க முடியாமல் கீழே குனிஞ்சி சிரிச்சிக்கிட்டிருந்தார்.

“சரி. அப்ப நா வரட்டுமாய்யா. யாபகம். அவரு பேரு ராமசாமி. எம்பேரு ராம - அய்யா ஒத்த எழுத்துத்தான். வகைப்பெறட்டு ஆயிறப்படாது. ஏஞ் சொல்றேன்னா ரெண்டுபேரும் எருமை மாடுதான் மேய்க்கோம். அவரு துட்டு எனக்கு வேண்டாம். ஏந் துட்டு அவருக்கு வேண்டாம். டிபார்ட்மெண்ட் சோலி. நாளப்பின்னெ ஒங்களுக்கொரு சிக்கலாயிறப்படாதுல்ல. அதாஞ் சொல்லீட்டுப் போவலாமுன்னு வந்தேன். இங்கே ஒரு புள்ளிய பாக்க வேண்டியிருந்ததா அப்படியே இந்த தாக்கலயும் சொன்னேன்.”

இவனுக்கு பேங்குல கணக்கே கிடையாது. போயி ரூபா எடுக்கப் போறேன்னு போயிருக்கான். எலக்ட்ராபீஸ் மாதிரி இங்கெயும் ஆள் மாறாட்டம் பண்ணீறலாமுன்னு கோடிக்கணக்குல ரூபா பெழங்குற எடத்துல ரூபா வச்சிருக்கிற மூஞ்சி தெரியாதா? செருப்புட்டே அடிச்சி முடுக்கியிருப்பான். இங்க வந்து நா நாய் வளக்கிறத பேசிக்கிடுறான்.

“சரி. நம்பியாபுரத்து அண்ணாச்சி, நாய் இந்த நாய்தான்னு நீங்க ருசிபிக்க முடியுமா? எதுக்கு வளவளன்னு பேசிக்கிட்டு.” மணி பத்து ஆகப் போய், காலை ஆகாரம் பார்க்க வேண்டிய அவசரத்தில் பரமுபிள்ளை கேட்டார்.

“ருசிபிக்கிறது என்ன ருசிபிக்கிறது.... இன்னக்கி ராத்திரி பிடிச்சிர்றேன் பிடிச்சா என்ன பைசல்?”

“அப்படி அந்த நாயை நீர் பிடிச்சிட்டீர்ன்னா ராமையாண்ணன் உமக்கு நூறு ரூபாய் கொடுத்துற வேண்டியது. பிடிக் கலையோ நீர் நூறு ரூபா அபதாரஞ் செலுத்திரணும். சரிதானய்யா.”

“ஆமாமா. அப்படியே முடிங்க. நாளைக்கி விடிய தெரிஞ்சு போகுமில்ல.” கூட்டம் ஒரு முடிவெடுத்து கலஞ்சது.

ராமையா தேவருக்கு இப்பொ பெரிய பிரச்சினையாகிப் போச்சு. அன்னக்கி நாய்க்குட்டிகளை கொண்டுபோய்

கிணத்துல போடப்போன பயககிட்டெயிருந்து இவருதான் சம்பநிறக்குட்டி நல்லா வெடச்சி முழிக்கீன்னு சொல்லி வலுக்கட்டாயமா வாங்கியாந்து வீட்ல விட்டார். அன்னக்கி வீட்ல கொண்டாந்து விட்டதுதான் ஒரு நாளாவது அதோட இரைபாட்டுக்கு என்னேன்னு இவரு யோசிச்சுகூட பாத்ததில்ல. அதுவும் இவரோட நெலவரத்த தெரிஞ்சுக்கிட்டு அடுத்த எடத்துலதான் கை வரிசைய காட்டுறது.

இப்பொ அதெல்லாம் பெரிசு இல்லை. 'நாயும் ஒன்னக் கணக்கவே யோசனையில் கூடுனதுப்பா'ன்னு நாயக்கர் இணைப் போட்டு பேசுனதுதான் இவருக்கு ரொம்ப ஆத்திரம். நாய வளக்கிறவன் புத்திதான் நாய்க்கும் இருக்குமுன்னு சொல்லுவாக. அதத் தான் நம்பியாபுரத்து மாமா இடைக்குத்தா குத்திக் காட்டுறாரு.

கிராம முன்சீப் வீட்ல ஒரு நாய் இருக்கு. அவரு வீட்டுக்கு யாராவது பெரிய ஆபிஸர் வந்தா மூச்சுவிடாம இருக்கும். அதே நேரம் ஏப்பசாப்பெ யாரும் போனா ஒரே குலைப்பா குலைக்கும். நிதசரி போயிக்கிட்டும் வந்துக்கிட்டுமிருக்கிற தலையாரி வெட்டியானக்கூட ரொம்ப எளக்காரமா குலைக்கும். கிராம முன்சீப் யாரு யாரைப் பாத்து அதட்டிப் பேசுறாரோ அவங்கள்லாம் இந்த நாய்க்கு தொக்கு.

மேலத்தெருவுல ஒரு சண்டியர் நாய் வளக்கான். அவன யாராவது தொட்டுப் பேசுனாப் போதும். அந்தானக்கி கால மேலெ ஏத்தாப்பு போட்டுக்கிட்டு பலியா கடிக்க ஆரம்பிச்சிரும். என்னதான் சேடு சேடுன்னாலும் அதுக்கு வேகம் கூடிக்கிட்டுதான் போகும். அவன் பாத்து விலக்கி முடுக்கி விட்டாத்தான் உண்டு.

சொஸைட்டி கண்ணன் வீட்டுல இருக்குற நாயி அது பொறந்தாம் பொறப்புலருந்து இதுவரைக்கும் குலைச்சதே கிடையாது. அவன் யாருகிட்டெயாவது பேசுனாத்தானெ? வீட்டு வாசப்படியில படுத்துக் கிடக்கும். வேத்து ஆளுக நடமாடுற மாதிரி தெரிஞ்சா எந்திரிச்சி உள்ளே போயிரும். இப்படித்தான் சாமக்கோடாங்கி ஒருநா கால்ல சலங்கைய கட்டிக்கிட்டு அந்தப் பக்கமா வந்திருக்கான் சாமம்போல

சலங்கையோட அவன் நடமாடுறத பாத்த ஊர் நாய்கயெல்லாம் அங்கங்கே தாக்கல் சொல்லி வந்ததுபோல ஒண்ணா சேந்து அவன விரட்ட ஆரம்பிச் சிரிச்சி. அவன் உசுரை காப்பாத்த தல தெறிக்க ஓடி சொஸைட்டி கண்ணன் வீட்டுக்கு முன்னால கூடி வந்திருக்கான். அங்க வாசல்ல படுத்துக்கிடந்த இந்த நாயி இப்பேர்ப்பட்ட சலங்கை சத்தத்தையும் இப்படி வேசங்கட்டுன ஆளையும் பின்னாடி இத்தன நாய்க முடுக்கிக்கிட்டு வர்றதையும் பாத்து திகை மிரண்டுபோயி கிழக்காம பாத்து நாலுகால் பாய்ச்சல்ல ஓட ஆரம்பிச்சிருச்சி. போன நாய் திரும்பி வரவேயில்லை.

ஒருவாரம் கழிச்சி ஒருத்தர் மாட்டுத்தாவணிக்கு, கிழக்க வேம்பாரு பக்கமா போயிட்டு வந்தார். அவரு சொன்னதுதான் இன்னும் வேடிக்கை. அந்த நாய் இன்னும் அந்தப் பக்கம் ஓடிக் கிட்டுத்தான் இருக்காம்.

ராத்திரி ரொம்ப நேரம் வரைக்கும் ராமையாத்தேவர் நாய ஊரு முழுக்க தேடிக்கிட்டிருந்தார். பிடிச்சி மச்சு வீட்டுக்குள்ள போட்டு பூட்டிருவோம். இன்னக்கி ராப்பொழுது போகட்டும்முன்னு நெனச்சார். இவரு பந்தயம் கட்டுனதுக்கு நாயிக்கி தெரியுமா? அது வயித்துக்கு அது தேடுனாத்தானே ஆச்சு.

இவரும் பேச்சுக்குத்தான் நாய்த்தொட்டியில அரைச் தொட்டிக்கி கஞ்சி கெடக்குன்னாரு. அவரு வீட்டுக்காரம்மா, குழம்புச் சட்டி ஒடஞ்சி போச்சி, ஒரு சட்டி எடுக்கணும்முன்னு பத்துநாளா தொந்தரவு பண்ணிக்கிட்டிருக்கு. குழம்பு தாளிக்கிற கரண்டியில குழம்ப வச்சி சமாளிச்சிக்கிட்டு வருது. இவரு நாய்த் தொட்டி கஞ்சிக்கி எங்க போவரு? சும்மா கூட்டத்துல கெத்து விடாம அடிச்சி விட்டுட்டு வந்துட்டாரு. சரி. பேங்க் பாஸ் புத்தகத் துல நூத்தம்பது ரூபா வரைக்கும் கெடக்கும் அதுக்கு அனத்தம் பிடிச்சிருச்சின்னு முடிவு பண்ணிட்டார்.

ராமையாத்தேவர் வீட்டுக்கு முன்னாடி தெருவு. எதுப்புல நம்பியாபுரத்து நாயக்கரு வீடு. மண்சுவரு காம்பவுண்ட் இடிஞ்சி கட்டமண்ணாக் கெடக்கும். அந்த வழியாத்தான் நாயி லேசா தாண்டி உள்ளே போயிரும். முன்னடியில அடுப்பாங்கரையும்

கொஞ்சம் தள்ளி புழக்கத்துக்கெல்லாம் வால் வீச்சுல ஓட்டடிவீடு.

அடுப்பாங்கரைக்கு முன்னாடி கீழ சாக்கை விரிச்சி அதுக்கு மேல ஒரு சேலைய பரத்தி படுத்துக்கிட்டு, வெத்தலய வாய் நெறய ஒதப்பிக்கிட்டு கொட்டாங் கொட்டான்னு முழிச்சிக்கிட்டு கெடந்தார் நாயக்கர்.

ஊரடங்கி சாமம் போல அடுப்படியில பாத்திரம் உருள்ற சத்தங்கேட்டது. 'ம்........மாட்டிகிடிச்சி. மொணங்கிக்கிட்டே பக்கத்துலயிருந்த கம்பை எடுத்துக்கிட்டு போயி அடுப்படிய எட்டிப் பார்த்தார். கட்டச்சுவரு வழியா வந்த தெருவிளக்கு வெளிச்சத்துல நல்லா தெரிஞ்சது. இவரு நெல்லுச்சோறு இருக்கிற ஈயப்பாத்திரத்து மூடிய வாயில கவ்வி சத்தமில்லாம எடுத்து கீழே வச்சிட்டு சாவகாசமா சோத்த திங்க ஆரம்பிச்சது.

'ராஸ்கோல், இந்த ராமையத்தேவன் என்ன பேச்சு பேசுறான். இப்ப கூட்டியாந்து காட்டுனாவில்ல தெரியும்'ன்னு நெனச்சிக்கிட்டே உள்ளெ நெலய தாண்டி போயி கதவ இழுத்து சாத்தப்போனார்.

அருவங்கண்டு ஆத்திரத்தோட திரும்பிப் பாத்த நாயி இவரு கையில கம்பு வச்சிருக்கிறத பாத்ததும், 'ம்ம்ம்....வ்வ்வ்....வ்'ன்னு பல்லை யெல்லாங் காட்டி பயங்கரமா உறுமுனது. பல்லுக்கு மேல எலுறுகள் லாம் தெரிய வாய ஈ.........ஈ.........ஈன்னு இளிச்சுக்கிட்டே இவரப் பாத்து ஒரு எட்டு எடுத்து வச்சது.

பாத்து பதறி ஈரக்குலை நடுங்கிப்போன நாயக்கர் மெல்ல கையில வச்சிருந்த கம்பை அரவமில்லாம சுவர்ல நாய்க்கி தெரியாம சாத்தி வச்சிட்டு அப்படியே திரும்பி சத்தங்காட்டாம கால பூப்போல பொத்தி பொத்தி வச்சி வந்து படுக்கையில விழுந்து கம்பளிய எடுத்து இறுக்க மூடிக்கிட்டார்.

கொஞ்ச நேரங்கழிச்சி நாய் போயிருச்சான்னு மெல்ல மூஞ்சிய வெலக்கி பாத்தார். நாய், சட்டிக்குள்ள தலைய குடுத்து கடைசி அத்தத்தில இருந்தது. தலைய தூக்கி சந்தேகமா அவரை ஒரு தடவை திரும்பி பார்த்தது. அவரு மூஞ்சியை பார்த்ததும் 'உவ்'வுன்னு ஒரு உறுமல் கொடுத்தது. திரும்ப பளிச்சின்னு

பொத்திக்கிட்டார். முடிஞ்சதும் பழையபடி பாத்திரத்து மூடிய வாயால கவ்வி எடுத்து மூடி வச்சிட்டு பின்னங்காலாலெ வாயோரமா வங்கு வங்குன்னு சொரிஞ்சிவிட்டு நாக்க சுழட்டி வாய மாறி மாறி சுத்தம் பண்ணி சுத்தி ஒருதரம் பாத்தது. மெல்ல நடந்து வந்து நாயக்கருக்கு பக்கமா வந்து கொஞ்சநேரம் நின்னு அவரையே பாத்தது. அவரு பொத்தி, பொணம் போல கெடந்தார். மெல்ல நடையை கட்டி கட்டச்சுவரை தாண்டுனதும் ஒரே ஓட்டமா ஓடிரிச்சி.

மறுநாள் காலையில எல்லோரும் உக்காந்திருந்தாங்க. ஆளுக்கு முன்னாடி அந்த நாயும் கவலையில்லாம பின்னத்திங் கால அடி வயித்தோட கூட்டிவச்சி முன்னத்திங் கால முன்னாடி நீட்டிவிட்டு அதுல தலைய சாச்சி கூட்டத்துக்கு நடுவில படுத்துக் கிடந்தது.

அந்தப்பக்கமா வந்த ராமையத்தேவர் 'ஆகா பிடிபட்டுருச்சி போலுக்கோ' என்று பதறி திரும்பி வேகமா நடந்தார். எதுத்தாப்புல நாயக்கர் வரவும் தெக்கு தெருவுல படக்குன்னு திரும்பி யாரையோ அவரசமா தேடிக்கிட்டு போறமாதிரி கைய மேல மேல தூக்கிக்கிட்டு ''ஏலே அய்யாத்துரை ஏலே அய்யாத்துரை"ன்னுட்டே போயிக்கிட்டிருந்தார்.

இவம் போற போக்குக்கு மந்தைக்கி இப்பக்குள்ள வரமாட்டான் என்று திடப்படுத்திக்கிட்ட நாயக்கர் "மேலாவுள இருக்குற பயலுக நம்மள ஏச்சி ஓட்டு வாங்கி ஏமாத்தி திங்கிறதுமில்லாம, நமக்குள்ளே ஒருத்தர் மூஞ்சியில ஒருத்தர் முழிக்க முடியாம கட்சி கட்டியில்ல விட்டுர்றா''ன்னு அன்னைக்கி பேப்பர் செய்தியை விமர்சனமா பிரஸ்தாபிச்சுக்கிட்டே கூட்டத்துக்குள்ள உக்காரப் போனார்.

சத்தத்தை கேட்ட நாயி பளிச்சின்னு தலைய ஒசத்தி பாத்து இவரைக் கண்டதும் எந்திரிச்சி நின்னது. நாயப் பாத்ததும் அதுக்கு மேல நாக்கு எந்திரக்காம "ஒரு முக்கியமான சோலிய மறந்துட்டன்ல'' என்று கிளம்பிட்டார். இந்தா இப்ப வந்திருவேன்னு சமாளிச்சிக்கிட்டே திரும்பி பாராம தெருவில எறங்கி விரசையா நடந்தார்.

இலட்சுமணப்பெருமாள் 89

நாயி தொயங்கட்டுதோ என்னமோன்னு திரும்பி திரும்பி பாத்துக் கிட்டே ஓட்டமும் நடையுமா போனார்.

உடம்பை ஒரு நெளிப்பு நெளிச்சுவிட்டு அத்தன உறுப்புகளும் ஆடுற மாதிரி, படபடன்னு ஒரு உலுப்பு. அந்த உதறலோட கூட்டத்தை விட்டு கிளம்புன நாயி அந்தப் பிறவிக்கே உண்டான அந்த ஓட்டத்தோடு நிதானமாய் யாருக்கும் பயமில்லாமல் தெருத்தெருவாய் லாந்திக் கொண்டிருந்தது.

ஆதாரம்

பள்ளிக்கூடம் விட்டு காலனி வந்துசேரும்போது இருட்ட ஆரம்பித்து விட்டது. காட்டு வேலைக்குப்போயி அப்பதான் வந்த சில பெரிசுகள் கோவணத்தோடு தெருவில் உட்கார்ந்து அலுப்பாறிக் கொண்டிருந்தார்கள்.

"அம்மாசி! இந்தவருஷம் ஒம்பதாப்பு டவுன்லயா படிக்க?" இந்த விசாரிப்புகளில் எப்பவும் புளகாங்கிதம் அடைந்திருந்த அம்மாசி, இன்று ஏனோ எரிச்சலுடன் பதில சொல்லாமல் வெடுக்கென்று மூஞ்சியைத் திருப்பினான்.

அம்மணமாக சில சிறுபிள்ளைகள் வழக்கமாக இவன் பின்னால் வீட்டுவரை ஓடிவந்தன. "இந்த அண்ணன் டவுன்ல படிக்கி" "இந்த அண்ணன் டவுன்ல படிக்கி" குழந்தைகள் சொல்லி குதூகலித்துக் கொண்டன. அம்மாசி அணிந்திருந்த ஊதா கால்சட்டையும் வெள்ளை மேல்சட்டையும் அந்த காலனி ஆளுகளுக்கு பிரமிப்பாய் இருந்தன.

"என் ராசா வாய்யா! என் ராசா வாய்யா!" கேப்பை திரித்துக் கொண்டிருந்த அம்மாவின் வரவேற்பு. "நம்ம மந்திரி வந்துட்டாரு. நம்ம தொரை வந்துட்டாரு. நம்ம சீமான் வந்துட்டாரு." விளையாடிக் கொண்டிருந்த சின்னத் தம்பியிடம் அம்மாசியை மகிழ்வாய் காட்டினாள் அம்மா. அண்ணனைப் பார்த்து விரசலாய்த் தவழ்ந்து சிரிப்பாணியாய் எச்சில் சிந்தி வந்த தம்பியை அம்மாசி தூக்கிக் கொஞ்சி இடுப்பில் வைத்துக் கொண்டான்.

"பெரியவனே! அந்த அடுக்குப்பானையில கெழங்கு அவிச்சி வச்சிருக்கேன். நீ ரெண்டு எடுத்து தின்னுட்டு ஐயாவுக்கு ரெண்டு வச்சிவையி. இப்ப ஒரு வீச்சில களி கிண்டிருதேன்." மகனைக் கனிவோடு பார்த்தாள். பண்டத்தை எடுத்து தம்பிக்கு ஊட்டித் தானும் தின்னான்.

''தெனமும் ஒம்பது கல்தொலவு நடந்துபோயி படிக்கமுடியுமா? ஆஸ்டல்ல சேர்றதுக்கு என்ன சொன்னாகய்யா?''

"அன்னக்கி சொன்னாங்கள்ல அதயேதான் இப்பவும் சொல் றாங்க. ஐயா பேர்லயோ, இல்லெ நம்ம சொந்தக்காரங் களாயிருந் தாலும் பரவாயில்லையாம், சக்கிலிய சாதிதாம் அப்படீன்னு ரெக்கார்டா ஆதாரம் வேணுமாம், வீட்டுப்பத்திரம் நெலப்பத்திரம் இப்படி..............."

"இதென்னய்யா பாதரவு....பத்திரம் வச்சி இந்தச் சாதியில யாரு பொழச்சிருக்கா? சொன்னா காதுல வாங்க மாட்டங்கறாங்களே." கவலையோடு மகனைப் பார்த்தாள்.

அவன் பசியாறிக் கொண்டிருந்தான். ''அப்ப ஒண்ணும் ஆகாதாய்யா?'' அம்மாசி ஒன்றும் பதில் சொல்லாமல் இருந்தான். ஒரு பாயிண்டைப் பிடித்து விட்டதைப்போல ஆர்வமாய்க் கேட்டாள். "ஒண்ணு செய்யாலாமுய்யா இந்த செருப்பு தக்கிற சாமான்கள வேணுன்னா நாளைக்கு ஐயாவ கொண்டு வந்து காட்ட சொல்லட்டுமா?"

அம்மாசிக்கி அம்மாவைப் பார்க்க பாவமாய் இருந்தது. இதெல்லாம் அவங்ககிட்ட எடுபடுமா? அன்னக்கி அப்படித்தான் தாலுகா ஆபீஸ் வந்து ஒரே ஒப்பாரி வச்சி ஊரைக்கூட்டிட்டா. அம்மாசிக்கி தாலுகா ஆபீஸை இப்ப நெனைச்சாலும் மனசு ஒரு மாதிரியா கனத்தது.

"ஆஸ்டல்ல சேர்ற அளவுக்கு குடும்பம் அவ்வளவு ஏழ்மை யாப்பா?" வேறு ஏதோ வேலையில் ஆழ்ந்திருந்த தாசில்தார் பார்வையைத் திருப்பாமலேயே கேட்டார். தூரத்தில் இவன் மனு ஓரமாய் மேஜையில் சுருண்டு கிடந்தது. "ஆமா சார்!"

“எஸ்.சி.யா?”

“ஆமா சார்!”

‘‘ஏன் வி.ஏ.ஓவும் ஆர்.ஐயும் கையெழுத்து போட மாட்டேங்கிறாங்க. அப்பொ கிராஸா? என்ன பதிலக் காணோம்? என்ன பித்தலாட்டம் நடந்தது சொல்லு?”

அம்மாசி அதெல்லாம் இல்லை என்பதுபோல் தலையை ஆட்டினான். மனசில் அம்மா வி.ஏ.ஓ.விடம் இரண்டு கையையும் விரித்து கூக்காடு போட்டது நிழலாடியது. “நாங்க பொய் சொல்ற சாதியில்ல சாமி, நாங்க பொய் சொல்ற சாதியில்லை.”

அம்மாசிக்கு கண் கலங்கியது. பேச நாக்கு எழும்பவில்லை. நம்ம சாதி சனத்தையெல்லாம் இந்த அதிகாரிங்க மனுச மக்க கணக்குல சேப்பாங்களா? மேலாவுல படிக்கிறதெல்லாம் நம்ம ஈனச்சாதிக்கி தேவையா? நாம வந்து நிக்கிற எடமா இது?

அம்மாசி தன் வீட்டையும் தாசில்தார் அலுவலகத்தையும் ஒப்பிட்டுப் பார்த்தான். தேவையில்லாமல் ஐயாவையும் தாசில்தாரை யும் இணை சேர்த்து தராதரம் பார்த்து குறுகிப்போய் நின்னான். இதெல்லாம் நமக்குத் தேவையில்லாத அதிகப்பிரசங்கித்தனம் என்று அவன் மனசு குமைந்தது.

“காது கேக்குமில்லப்பா ஒனக்கு. இந்தா காது கேக்குமில்ல..” அலட்சியமாய் மனுவை இரண்டு விரலுக்கிடையில் வைத்துக் கொண்டு முகத்தை எரிச்சலுடன் சுழித்தார் தாசில்தார்.

“சார் நான் சக்கிலிய சாதிசார். நான் சக்கிலியந்தானுட்டு உறுதி பண்ண என்ன ஆதாரம்னு கேக்குறாங்க. வீட்டுப்பத்திரம் நெலப் பத்திரம் இப்படி ஏதாவது வேணும்கிறாங்க.”

“ஓ! பின்ன சார் கேட்டவுடனே நீட்டுன எடத்துல நாங்க கையெழுத்து போட்டுறணும், அப்படீங்களா?” அம்மாசிக்கி அவமானமாய் இருந்தது. ‘‘எழுத்து பூர்வமான ரெக்கார்டு இல்லாம ஒண்ணும் ஆகாது. இல்லெ ஊர்ல நாலுபேரு ஜாதிக்கு ஒருத்தனா வந்து சொல்லச் சொல் போ......போ....”

கூட வந்த அம்மா தூரத்தில் மரநிழலில் உட்கார்ந்திந்தாள். அவளிடம் எப்படிச் சொல்வது. அவளுக்கு இவன் படிப்பு மீதும் எதிர்காலத்தின் மீதும் எவ்வளவு நம்பிக்கை. கரிசல்காட்டில் அல்லாடிய அவள் தேகம் நார்நாராய்ப் பிரிந்து நைந்த நூலாய்த் துவண்டு போயிருந்தது.

அம்மாசியைப் பார்த்ததும் எழுந்து நின்றாள். 'முடிஞ்சிரிச் சாய்யா' என்பது போல் தலையை ஆட்டி ஆவலாய்ப் பார்த்தாள். "நாலா சாதியும் வந்து சொல்லணும்னு இவரும் சொல்றார்மா!"

இதேமாதிரி ஆர்.ஐ.சொல்லும்போது இவள் ஊருக்குள்போய் சொன்னாள். அப்பொ கிடச்ச கொடமானம் இவள் ஜென்மத்துக்குப் போதும்.

"நீ ஒரு மனுஷி. ஒனக்காக நாங்க மெனக்கெட்டு அங்க வந்து கிளிக்கூண்டு ஏறிச் சொல்லணுமா? எவ்ளோ தெனாவட்டு ஒனக்கு, சின்னச்சாதிப்பய மவளே!"

"அவ மனசுல பெரிய்ய இந்திராகாந்தின்னு நெனப்பு. அவ கூப்புடுற இடமெல்லாம் நாம அலையறதுக்கு, அவள் அறிவு வரும் படியா தலய செறச்சி மூளியலங்காரி மாதிரி முச்சந்தியில மூணு சனிக்கிழமைக்கு அவளை ஒக்காரவையி, முண்டெக்கி அப்பத்தான் அறிவு வரும். பத்து அம்பது செலவழிக்க முடியல்லன்னா என்ன மயித்துக்கு படிக்க போடணும். சக்கிலிய முண்டெக்கும் ஆச லேசுல இல்லெ."

ஆளாளுக்கு அம்மாவை வைது கையை ஓங்கிக்கொண்டு அடிக்க வரும்போது பக்கத்திலிருந்த அம்மாசியால் அழத்தான் முடிந்தது.

"இத்தனை படிச்சவங்கள்ல நாம சொல்றது நெசந்தாமுன்னு ஏத்துக்க ஒரு எரக்கப்பட்ட புண்யவான் இல்லயா பகவானே!" ஆமணக்கு இலய மாதிரி கைய பெரிசாய் விரித்து உரக்க அழுதாள். அம்மாசியும் வாய் கோணிக்கொண்டு அழ ஆரம்பித்தான். வீட்டிற்குச் சங்கடம் தராமல் எப்படியும் ஆஸ்டலில் சேர்ந்துவிட தெனமும் தாலுகா ஆபீஸிற்கு அலைந்தான்.

கிழங்கைத் தின்றுமுடித்த அம்மாசி தம்பியை இறக்கிவிட்டான். கையைக் கழுவி தம்பியின் வாயைத் தண்ணீரால் துடைத்து விட்டான். ''ஐயா எங்கெம்மா?'' "மேலத்தெருவுல ஒரு சாவுன்னு காலையில போன மனுசன். ஒரு தாக்கலுந் தெரியல. இந்நேரத் தூக்கியிருப்பாக."

சுடுகாட்டுக்கு நடந்தான். கிழக்கே தூரத்தில் சிதை புகைவது தெரிந்தது. உறவினர்கள் கலைந்து போய்க்கொண்டிருந்தார்கள்.

தொத்தன் களிமண்ணைக் குழைத்துச் சிதைக்கு மேலே பூசிக்கொண்டிருந்தான். "நீ எப்படா வந்தே?" தற்செயலாய் திரும்பி கொஞ்சம் வியப்போடு அம்மாசியைக் கேட்டான். அம்மாசி ஒண்ணும் பேசாமல் ஒத்தாசையாய் ரெண்டுவாளி சாந்து கோதிக் கொடுத்தான்.

''இது என்ன எழவு மண்ணோ எவ்ளதான் பூசினாலும் மூட்டம் சூடுதாங்காமல் விரிவு விட்டுக்கிட்டே இருக்கும். 'உருப்படி' பஸ்ப மாகிற வரைக்கும் விரிசலை பூசிக்கிட்டே இருக்கணும்." தொத்தன் அவனா முணங்கினான். அப்புறம் அம்மாசியை ஏறிட்டு "நீ போய்யா, ஒனக்கு எதுக்கு இந்த வேல. நாம் பாத்துக்கிட மாட் டனா. போயி புஸ்தகம் எடுத்துப் படிப்பியா.....உம்.....புறப்படு. காலடி தடம் தெரியும்போதே வீடு போய்ச் சேரு."

வாளியிலிருந்த தண்ணீரில் கைய கழுவிக்கொண்டு புறப்பட்டான்.

"இந்தாடா பெரியவனே அம்மாசி!" தொத்தன் சாந்தை ஒதறிக் கொண்டே மகனை நோக்கி வந்தான். "மடியிலெ ஒரு சிட்டை இருக்கு எடு. ஏங் கையி சகதியாயிருக்கு" இடுப்பை வளைத்து முன்னாடி நீட்டினான். சிட்டை வியர்வையில் மடிந்து கிடந்தது. உள்ளே ஐம்பது ரூபா தாளும் இருந்தது.

ஒருதரம் எட்டமட்டும் சுற்றி ஆள் அரவம் பார்த்துவிட்டு "சிட்டையை வாசி" என்று மெல்லச் சொன்னான் தொத்தன்.

''வெகுதான்ய வருடம் வைகாசி முப்பதாம் தேதி தெற்குத்தெரு சண்முகையா வேளார் சாவுக்கு சக்கிலியர்க்குண்டான சுடுகூலி சுதந்திரம், ஊர்பஞ்சாயத்து

வழமைப்படி உள்ளூர் தொத்தன் பகடை வசம் ரூ.ஐம்பது மட்டும் நாட்டாமை உத்தரவில் கொடுக்கப்பட்டது. ரசீது நெம்பர், தேதி, கையொப்பம்."

"ம். ரைட்." தலையை ஆட்டினான் தொத்தன். "ரூபாய அம்மாகிட்ட கொடு. சிட்டை ரொம்ப பத்திரம், சாவு வீட்டில சோறு வாங்கியார இதான் ஆதாரம். அதோட அடுத்த சாவு வரைக்கும் இத பத்திரமா வச்சிருக்கணும், இல்லேன்னா சுடுகூலி சுதந்திரம் போனதடவை முப்பதுதான் தந்தோமுன்னு ஒரேயடியா புளுகீறுவாங்க. பத்திரம் டோய்."

அம்மாசி வேகமாய் நடந்தான். அவன் காதில் தொத்தனின் குரல் எதுவும் விழவில்லை. மாறாக "எழுத்துபூர்வமா பத்திர ஆதாரம் வேணும்" என்ற தாசில்தாரின் கத்தல் கேட்டது.

நீதம்

வெள்ளாமையில் ஆட்டைவிட்டான், மாட்டைவிட்டான், அழிம்பு ஜாஸ்தி அப்படீன்னாத்தான் ஒரு பகடையை விட்டு தப்பு அடிச்சி ஊர் சாட்ட விடுவாங்க. அப்படி பிராது ஒண்ணுங் கிடையாது. ஊர்க்கூட்டமெல்லாம் ஒண்ணும் போடலை. இருந்தாலும் ஊர் சம்சாரிக ஆள் தவறாம களத்துமேட்டுக்கு வந்திருந்தாங்க. தாத்தையா நாயக்கர் வந்து உட்கார்ந்திருந்தார். அவரை நேரடியா பாத்தா மூக்கும் முழியும் குடைக்காதும் முழங்காலுக்கு தொங்குற கைகளும் நெசம்மா காந்தி மாதிரியே இருப்பார். அவரு வீட்டுக்குள்ளே சிமெண்ட்பச்சை கலர்ல்லே உயரத்துலெ கண்ணாடி போட்டோக இருக்கும். காந்தி, நேரு, படேல், ராஜாஜின்னு வரிசையா மாட்டியிருக்கும். தாவாரத்தில் நின்னு தவசம் வாங்க வந்த கூலியாளுக, இந்தப் படங்களைப் பாத்து தாத்தையா நாயக்கருக்கு இவங்கள்லாம் தாயாதிக்காரங்கன்னு நெனச்சிக்கிடுவாங்க.

இவரு ஜாஸ்தியா பேசமாட்டார். யாராவது பேசுனா பக்கத்திலிருக்கிறவர் அவரு என்ன பேசுனார்னு இவருகிட்டெ எடுத்துச் சொல்லுவார். பேச்சுல அவரு எப்படி பொடிவச்சி பேசி ரூட்டு போட்டு வாரார். அப்படி ஏத்தி பேசுனாத்தான் எதிரியை மடக்கலாம். அப்படீன்னெல்லாம் பதவுரை சொல்லிக்கிட்டிருப்பார். மொதலாளி தப்பபிப்பராயப் பட்டுட்டா? இவரும் ஏறிட்டுப் பாக்காம தலைய மட்டும் ஆட்டி உடம்புல இருக்கிற தூசியையும், வேட்டியிலிருக்கிற நூலையும் புறங்கையாலெ தட்டி விட்டுக்கிட்டிருப்பார்.

தாத்தைய நாயக்கர் வீட்டுல மாடு மேய்க்கிற பயிட்டன் பகடைதான் அன்னக்கி குத்தவாளி குத்தமுன்னா குத்தம் லேசுப்பட்ட குத்தமில்லே. அதான் தாக்கல் சொல்லாமலே அன்னக்கி அவ்வளவு கூட்டம்.

"இப்பத்தான் வேலக்காரங்க காலமாய்ப் போச்சே. அவனெ எதுவும் சொல்ல முடியுதா. சம்சாரிக்கி எங்க மதிப்பிருக்கு." காலை கூந்தரிப்பிலேயே வியர்க்க, எல்லோருக்குமான ஒரு தத்துவத்தை உதிர்த்தார் முச்சந்தி பண்ணை முதலாளி. "ஆமாமா"ச்ம் ச்ம்" கலிமுத்திப் போச்சி" என்று நாலுபேர் வழிமொழி தாத்தையா நாயக்கர் முச்சந்திய பாத்து லேசா தலைய ஆட்டி மூக்குமுனியில சிரிச்சி பாஸ்மார்க் போட்டார். இன்னும் மொதலாளிகிட்டெ நூத்துக்கு நூறு வாங்குற கைகளெல்லாம் கூட்டத்திலிருக்கிறார்கள்.

"இப்பளித்தாங்..................!" வாயில ஒதுக்கியிருந்த வெத்தலை புகையிலை கலவையோடு பேச ஆரம்பித்த ஒவுரெட்டி பக்கவாட்டில் புளிச்சின்னு எச்சியை துப்பிவிட்டு ஹ்ர்ம்ம்........என்று தொண்டையை செருமி, "இப்படித்தான்.............!" என்று பழையபடி ஆரம்பித்தார்.

"என்னடா பயிட்டா! மொதலாளியவுகளுக்கு என்ன மொகாந்திரஞ் சொல்றே!" ஒவுரெட்டியின் பேச்சில் குறுக்கிட்டு விவகாரத்தை ஆரம்பித்தார் ராமானுஜ நாயக்கர்.

"சாமியவுக உத்தரவு எந்தலைக்கு மேலே. சாமியாவுக உத்தரவு எந்தலைக்கு மேலே." பழைய கிழிந்த சேலையை கோவணமாய் கட்டி கற்கால மனிதன் குடைந்து தங்கிய பொந்தினைப்போல் கொடேர்ன்னு வயிறு கொண்ட பயிட்டன் நெடுஞ் சாண்கிடையாக கும்பிட்டு விழுந்தான். கண் இடுக்குகளில் பீழை தள்ளி நடுமூக்கின் இருபுறமும் நீர் இறங்கி காய்ந்திருந்தது. தள்ளாத வயதாகையால் விழுந்தவன் எழுந்து நிற்க ரொம்ப சிரமப்பட்டுக் கொண்டிருந்தான். இந்த இடைவேளையில் சுதாரித்த ஒவுரெட்டி, "நல்லா நாஞ் சொல்ற கதையெ கேளுங்க........" என்று தொடர்ந்தார்.

“ஐயா ஐயா நா வல்ல நாட்டுலருந்து வாரேன். ஆடு கன்னு மேப்பேன். மூணு தேரமும் கஞ்சித்தண்ணி மட்டும் ஊத்துனாப் போதும்னு சொல்லிக்கிட்டு ஒருத்தன் வந்தான். நீங்ககூட பாத்துருப்பீக ஒரு ஒஞ்சட்டப் பய.'' ஆள்காட்டிவிரலை நட்டமாய் நிறுத்தி கூட்டத்திலெ எல்லோருக்கும் காண்பித்தார். “சரின்னு சொல்லி ஆடுகளை மேச்சி அடச்சிக்கிட்டிருந்தான். ஒரு ஒரு மாசம் போகவும் பய கொஞ்சம் உடம்பு வச்சி மொழு மொழுன்னு வந்தான். வீட்டுலருந்த மிச்ச மிகுலத் தின்னு கொஞ்சம் தண்ணி ஊறிக்கிடிச்சி.

அப்பொ இருளாயி இருளாயின்னு ஒரு கொஞ்சவயசுல தாலி அத்தவ நம்ம வீட்ல சட்டி பானைகளை கழுவிக்கிட்டிருந்தா. ஆளு பாத்தீகன்னா நல்லா......டே ஙப்பா அரபுக்குதிர மாதிரி உடம்பு. சும்மா கல்லுக்கட்டடம் போல கிண்ணுன்னு இருப்பா.'' ரெண்டு கையையும் மடக்கி புஜம் வரையிலும் ஏத்தி இறக்கி பறவைபோல அடித்து காண்பித்தார். சம்சாரி கூட்டமெல்லாம் அரைவாயைத் திறந்து புருவத்தை மேலே ஏற்றி ரசன முகபாவத்தோடு தலையை ஆட்டி சுவாரஸ்யமானார்கள்.

ஏறுவெயிலின் உக்கிரம் பயிட்டனின் உடம்பில் சுர்ரென்று பரவ யாரையும் ஏறிட்டுப் பார்க்காமல் தலை கவிழ்ந்திருந்தான். எழுபதைத் தாண்டிய வயது. பற்களில்லாத வாயின் மேல்நாடியும் கீழ்நாடியும் ஐப்பென்று ஒட்டியிருந்தது. மூக்கிலிருந்து தொங்கிய கள்குடி மீசை நாடிக்குக் கீழே கூரைத்தாவரம் போல தொங்கியிருந்தது. குதிகாலும் விரல் பதிவுகளும் ஓட்டையாய் விழுந்து, தேய்ந்த இடதுகால் ரப்பர் செருப்பும், வலதுகாலில் இழுபட்டு அறுந்துபோன பழைய இடதுகால் தோல்செருப்பும் அவனைப் போலவே ஒதுங்கி தூரத்தில் கிடந்தன. ஆணும் பெண்ணுமாக சக்கிலிகுடியிலிருந்து கொஞ்சப்பேர் நின்று கொண்டிருந்தார்கள்.

“அந்த மட்டுலெ அந்தப் பிள்ளையெ பாக்கும்போதெல்லாம் இந்தப் பய அய்யின்னுக்கிடறதும் புய்யின்னுக் கிடறதுமாயிருந்தான். ஒரு நா நாங் கண்ணார தொழுவுல வச்சி பாத்து பிடிச்சிக்கிட்டேன்.'' என்று சொன்ன ரெட்டியாரை

ராமானுஜ நாயக்கர் மறித்து, "நீயி தொடுப்பா வச்சிருந்ததை அந்த இளவட்டப்பய வசப்படுத்திக் கிட்டான். ஒங்கிட்டெ அவ போக்குவரத்து கொறஞ்சதும் ஏழெட்டு உருப்படிகளை காணோம்னு போலீஸ்ல பிராது கொடுத்து அவன உள்ள வச்சிட்டு பழையபடி நீயி போய் படுத்து எந்திரிக்கியாக்கும். அதுக்குத்தான் இந்தக் கூட்டம் போட்டுருக்கா?" மடையடியில் தண்ணீர் பாய்ச்சுவதில் ரெண்டு பேருக்கும் இருக்கிற தாவாவை மனசிலெ வைத்து நாயக்கர் பழி தீர்த்துக்கொள்ளவும், ரெட்டியார் வாயடைத்துப் போய் மிரண்டு திருதிருன்னு பார்த்த மட்டுலெ இருந்தார்.

"காவக்கார மன்னாரு எங்கெய்யா?" "இந்தா இருக்கேன் மொதலாளி?" "வாய்யா வந்து பிராதைச் சொல்லு கூட்டத்தின் மத்தியில் வந்து நின்ன காவல்காரருக்கு படபடவென்று உத்தரவு போட்டார் ராமானுஜம். காவல்காரர் சொல்ல ஆரம்பித்தார். "தை மாசப் பிறப்பன்னைக்கி தாத்தையா மொதலாளி வீட்டுலெ ஆடு ஒன்னு குறை மாத குட்டி போட்டிருச்சி. நல்ல நாளும் பொழுதும் நிறைஞ்ச சம்சாரி வீட்டில கரைகுட்டி ஈண்டா ஆகாது; மேக்கொண்டு இந்த வருசம் ஆடுகள் பலுகாதுன்னு பயிட்டனை விட்டு புதைச்சிட்டு வரச் சொன்னோம். அன்னைக்கே குழிப்பாலும் ஊத்துனோம்.

மறுநா கரி நாளன்னக்கி மொதலாளி வீட்டுக்கு ரெண்டுகிலோ கறியை வாங்கி கொடுத்துட்டு நானும் ரெண்டு வாய் வீட்டுலபோய் அள்ளிப் போட்டுக்கிட்டு சுடுகாட்டு பிஞ்சைப்பக்கமா போவோம்னு போனேன். அப்பொ மழை புசுபுசுன்னு தூறிக் கிட்டிருந்தது.

இடுகாட்டு பாலத்துக்கு நேரா போகவும் பாலத்துக்குள்ளிருந்து புகையா வந்தது. உள்ள மெல்ல எட்டிப்பாத்தேன். நல்லா மூணுகல்லு வச்சி, கொள்ளிக்குடம் ஒடச்சி போட்டிருப்பாங்கள்ல அதுலெ நல்லா தூறு உள்ளதா பாத்து நல்லா உலைமூடி சைசுக்கு எடுத்து கல்லுவச்சி தீ மூட்டி என்னமோ அவிச்சிக்கிட்டிருந்தான். பக்கத்துல கிடங்கு தண்ணி வாய்ப்பா கெடந்தது. கொஞ்ச நேரஞ்செண்டு கட்டியிருந்த கோவணத்தை அவுத்தான். இந்நேரம் சுடுகாட்டுப்பாதைக்கு

நல்லநாளும் பொழுதுமா யாரு வரப்போறா? சட்டியெ கீழே இறக்கி வச்சதும் பழையபடி கோமணத்தை கட்டுனது தான் தாம்சம் சட்டிக்குள்ள கையவிட்டு சாவகாசமா எடுத்து திங்க ஆரம்பிச்சான். நானும் அரவமில்லாம கண்டுக்கிடாம ஓசன பண்ணிக்கிட்டே போனேன். அப்பத்தான் ஞாபகம் வந்து மாலோடைக்குப்போய் பாத்தேன். கரைகுட்டி புதைச்ச இடம் தோண்டிக்கிடந்தது."

கூட்டம் அமைதியாயிருந்தது.

"ஏண்டா பயிட்டா வாஸ்தவந்தானா இந்தச் சோலி ஆகுமா?" பொதுக்கு மைனர் நாயுண்டு கேட்டார். பேசாமல் தலை கவிழ்ந்திருந்த பயிட்டன் சார்பாக "என்னம்மோ மொதலாளி வயித்தாத்திரம். எதோ வாய் செத்துப்போயி செய்துட்டான். நீங்கதான் பெரிய மனசு பண்ணணும்." அவன் வகையறா கும்பலில் இருந்து பதில். "என்னப்பா வாயி அப்படிக் கேக்கு. மாத்தப்பிறப்பு, தைப்பூசம், குறைமாசக்குட்டின்னு குழிப்பால் ஊத்துறதெல்லாம் ஆடு பலுகாம போயிறக் கூடாதுன்னுதானே"

"ஆமா மொதலாளி, நாங்க செத்தமாடும் செத்த ஆடும் இன்னக்கித்தான் புதூசா திங்கிறமாக்கும்."

"ஏய் கூட்டத்திலிருந்து எந்தப்பய முண்டெ பேசுறது. பேசுற நாயி எதுக்க வந்து பேசு. இன்னுமே மொதலாளி வீட்டுக்கு இவன் மாடு மேய்க்கெ வேண்டாம்."

"சரி மொதலாளி எங்யயாவது போய் ரெண்டு வீடு வாங்கி குடிச்சிக்கிடட்டும். கெழடனுக்கு இன்னயோட விடுதல கொடுத்திருங்க."

"அந்தா அந்த வாய் பேசுறவனப்பிடி. எவன்டா இப்ப பதிலுக்கு பதில் பேசுனது. அவன் பயிட்டன் வாங்குன கடன கட்டிட்டுப்போ. மன்னாரு பிடி அவனெ."

"மொதலாளி யாரையும் பிடிக்கவேண்டாம். எல்லாம் இங்கதான் நிக்கிறோம். என்ன? கடன் பத்திரத்தை கொண்டுவாங்க. நியாயமா பேசுவோம்."

“பத்திரங் கிடையாது ஒரு மயிரும் கிடையாது. எத்தன தலை முறையா அந்தக் கடன் இருக்குன்னு அவனயே கேளு.”

சம்சாரி கூட்டத்துலெ இருக்கிறவர்களுக்கும் சக்கிலிகுடியிலிருந்து வந்திருக்கிற ஆணும் பெண்ணும் முக்கால்வாசிக்கு மேலே இந்தக் கடனப் பத்தி தெரியாது. அப்பொ பயிட்டனுக்கு நாலு அஞ்சு வயசக்குள்ளதான் இருக்கும். அப்பனில்லாத பய. அவனுக்கெ இப்ப ரொம்ப அரிச்சலாத்தான் ஞாபகமிருக்கு. அப்பொ நாட்டுல சட்டக்காரங்க தாட்டீகம். அப்பொ ஆந்திரா பக்கமிருந்து காளகஸ்தி சாகிபுகள் துணி வியாபாரத்துக்கு வருவாங்க. சுட்ட செங்கல் நெறத்துலெ, புருவமெல்லாம் செம்பட்ட பாஞ்சி, பருத்த பட்டன் போட்ட கோட்டும் கைலியும் கட்டி தலையில கலர் துணி தொப்புயும், எலி வால் மீசையும் உயரமாவுமில்லாம குட்டையாவுமில்லாம இழுத்த தொந்தியோட தூரத்துல வரும்போதே செண்டுவாசனை தூக்கி அடிக்கும்.

உருதும் தெலுங்கும் கலந்து கொஞ்சம் கொஞ்சம் தமிழும் பேசுவான். பெரிய பெரிய ஜமீன்களையே நீ வான்னுதான் பேசுவான். அவுக வீட்ட பொம்பள பிள்ளைகளை அவா இவான்னுதான் பேசுவான். அவுகளும் இதைப்பெரிசா எடுத்துக் கிடறதில்லை. ‘எருமை மாடு வர்றாங்க’ ‘நாட்டாமை போகுது’ அப்படீங்கிறதுதான் அவன் படிச்ச தமிழ் பாஷை.

ஒரு தடவை வந்து துணிமணிகளை கடனாய்ப்போட்டு பழைய பக்கியெ தவசமாய், பயறு பச்சைகளாய் வசூல் பண்ணி, பொதிகளாய் குதிரையிலேத்தி கொண்டுபோவான். பழையபடி ஆறுமாசம் கழிச்சுத்தான் வருவான். கடனக் கட்டாத புள்ளிகளை தெருவுல நின்னு மானத்த வாங்குவான். அது என்னமோ அசிங்கமான வார்த்தைன்னு மட்டும் புரியும். எப்பேர்பட்ட ஆளுக்கும் தாட்சண்யம் கிடையாது.

வெள்ளாமை விளைச்சல்கள் இல்லாத வருஷத்தில், மேற்கே செங்காத்து கிளம்பி வானத்துக்கும் பூமிக்கும் மாம்பிலி கொளுத்துன மாதிரி தெம்மேலு மூலையிலே புழுதி அடச்சி வீச ஆரம்பிச்சவுடன் காளகஸ்தி சாகிபு வர்ற காலமாய்ப

போச்சுன்னு வீட்டை பூட்டிட்டு ஊரவிட்டே ஓடிருவாங்க. ஆந்திராவிலிருந்து வந்து வசூல் பண்ண முடியாத ஆத்திரத்துல பூட்டுன வீட்டை ஆங்காரமா போய் மிதிப்பான். பூணு வச்ச கம்பாலே சடேர் சடேர்னு அடிப்பான். ஊரெல்லாம் பாத்து மிச்ச மிருக்கிற ஆளுக லொங்கிப் போய் தவசத்தோடு வந்து மரக்காலால அளந்து கொடுத்துட்டு குதிரைக்கும் நாத்துகூளமும் கழிதண்ணியும் போட்டிபோட்டு கொண்டுவந்து குமிப்பாக.

காளகஸ்தி சாகிபுன்னா பச்சரத்தம் குடிக்கிறவன். கங்கு மாதிரி கணகணன்னு சிவந்த கண்ணாலெ உருட்டிப் பாத்தாலே வீடு விளங்காது. அவன் வாயில விழப்படா துன்னுல்லாம் சனங்க மத்தியிலெ பெரிய அரட்டி இருந்தது. அவன் பிரவேசமான நாள்லருந்து திரும்பி போற நாள் பூராவும் ஊரு மயானம் போல வெறிச்சோடி கிடக்கும். முக்காத் துட்டு கூட அவன் மொதுலெ திங்கெ விடமாட்டான். ஆறுமாசம் கழிச்சு வரும்போது அவன்கிட்ட கடன்பட்டவன் செத்துப்போயிட்டான்னா வாரீசா இருக்கிறவனோ தூரத்து சொந்தமோ வலியப்போய் அந்தக் கடன கட்டியாகணும். இல்லேன்னா ஊர் நாயெல்லாம் பின்னாடி விரட்ட சனமெல்லாம் வேடிக்கை பார்க்க சுடுகாட்டுலபோய் சாம்பல கூட்டிவச்சி ரத்து ரத்துன்னு பூணு வச்ச கம்பாலே சாம்பலை புரட்டி புரட்டி அடிப்பான்.

அப்படி சாம்பலான பிறகும் அடி வாங்குறவன் வளசலுக்கு அது எம்புட்டு கேவலம்? இதைப் பார்த்தவன் எவனும் சாகிபு துட்டெ திங்கெ நினைப்பானா?

ஆனானப்பட்ட சம்சாரிகளே அப் பாடுபடயிலெ பயிட்டனோட ஆத்தா குஞ்சரி என்ன மயித்துக்கு கடன் வாங்கணும்? ஒரு வாரத்துக்கு களத்துல ராப்பகலா நின்னு தூத்து பரசி பொடச்சி கொம்மை தூத்தி அம்பாரமா குமிச்சி வச்சான்னா சின்னப்படிக்கு ஆறுபடி பொலி ஓதுக்குவாங்க. ரெண்டு நாளக் கஞ்சியா காய்ச்சி குடிக்கலாம். இந்தப் பிழப்புல சாகிபுகிட்டெ பன்னிரண்டு ரூபாய் ஆறணாவுக்கு ரெண்டு சேலையெடுத்திட்டு நாலுமுறைகாலமா, வருசக்கணக்குக்கு

இலட்சுமணப்பெருமாள் 103

ரெண்டு வருசம், வரும்போதெல்லாம் பஞ்சங்கூறி சால்ஜாப்பு சொல்லி கும்புட்டு கூத்தாடுனா.

இந்த வட்டம் விடலை. குஞ்சரியப் பாத்ததும் காச்சுமூச்சுன்னு கத்திக்கிட்டெ ஓங்கின கை மாறாம வெண்கல பூணு வச்ச கம்பாலே அடிச்சான். நல்ல சீருக்கு அடி வாங்குனா. ரத்தம் சொளு சொளுன்னு தலையிலிருந்து ஒழுகுனாலும் அவன் விடுறதாயில்லை. அவளை முட்டிபோட்டு குனியவச்சி மேலே குதிரை ஏறி உட்கார்ந்து ஊரை வலம் வரச்சொல்லி அடிச்சான். அப்படியே வீட்டுவீட்டுக்கு தான்யத்தை வசூல்பண்ணி அதையும் அவள் பொடதியில் ஏத்துனான். முட்டியிலேயும் உள்ளங் கையிலேயும் ரத்தங்கொப்பளிக்க ஆத்தாள ரௌண்டு விடுறதப் பாத்த நாலுவயசு பயிட்டன் அம்மா அம்மான்னு பின்னாடியே அழுது ஓடி திரிஞ்சான். ஊருச்சனம் யாரும் பக்கத்துலெயே வரலெ.

அப்பொதான் தாத்தையா முதலாளியோட தகப்பனார் சாத்தூரப்பநாயக்கர் அந்த பன்னிரண்டு ரூபா ஆறணாவ கொடுத்து அதுக்கு ஈடா பயிட்டனை பண்ணைக்கு மாடு மேய்க்க வச்சிக்கிட்டார்.

''சரி, இப்ப அந்த பன்னென்டுரூபா ஆறணாவ வாங்கிக்கிடுறீகளா?''

"எவன்.......எவன்டா அவன்? ஙொப்பன ஒதைக்கிற பயலே! பன்னென்டு கொரவாய்க்கா கூட்டம் போட்டுருக்கோம். வருச மென்னாச்சி வட்டியென்னாச்சி"

"சரி மொதலாளி, அந்த மனுசனுக்கும் இப்ப வயசு எழுபத தாண்டுது. ஒரு கல்யாணம் காட்சியில்லாமெ ஒங்களயே தஞ்சமன்னு ஒழச்சிருக்கு. அந்த விசுவாசத்தை மெச்சாமெ வட்டி குட்டிங்கறீகளே. அப்படிப் பாத்தா இன்னக்கி தேதிக்கு ஒரு முழுத்த ஆம்பளக்கி சம்பளமென்ன?"

"அன்னக்கி சம்பளமுன்னு பேசி மாடு மேய்க்கெ வந்தானா?"

''பன்னென்டு ரூபா ஆறணாவுக்கு வட்டின்னு எழுதி வாங்குனீகளா?''

"அப்பொ அன்னக்கி சொளையா எண்ணிக் கொடுத்தவன் கிறுக்கனா?"

"பின்னே அறுபது வருசமா ஒரு பிரயோசனமுமில்லாம மாடு மேச்சவன் பேப்பயலா?"

சம்சாரிக்கூட்டம் ரோசமானது. "யோவ் ஓவுரெட்டி எந்திரிய்யா ஒருகை பாத்துருவோம். ஏ மன்னாரு அந்த வேல்கம்பை கொஞ்சம் கொடுத்து வாங்கு." ராமானுஜம் எந்திரிச்சார். சக்கிலியர் கூட்டமும் ஆணும் பெண்ணும் இருக்க இருக்க கூட ஆரம்பிச்சது. கையில கம்பை வாங்கின ராமானுஜம் ஓவுரெட்டியோட நாலஞ்சுபேர் சேர்ந்து, "ஏண்டா! சிரிக்கி முண்டேகளெ, பேசணும்னே திட்டம்போட்டு கூப்ட்டு வந்தீகளா? இப்படியே அடிச்சி கால ஒடிச்சி விட்டா யாருடா கேப்பா?" நெருநெருன்னு முன்னேறிப் போனாங்க.

"முதலாளி, சொன்னாக் கேளுங்க முதலாளி. இது நல்லாயில்லே நாலும் யோசன பண்ணி செய்யுங்க. பேச்சு பேச்சா இருக்கட்டும். இந்த அடிக்கிற வேலையெல்லாம் வேண்டாம்."

"என்னத்தடா புடுங்குவீக மயிர்களப் பூராம்.....ம். அடிச்சா என்ன புடுங்குவீக!"

"புடுங்கமாட்டோம் செய்யமாட்டோம். எதுத்து கம்பு கட்டுவோம்." பதட்டமில்லாம சொல்லீட்டு வேட்டியை மடிச்சு கட்டுனாங்க. இதை எதிர்பார்க்காத சம்சாரிக கூட்டம். "சரி சரி நம்ம ஆளுக இப்படி வாங்கப்பா. இப்படி வாங்க. அவுங்க எவங் கொடுத்த தைரியத்திலெயோ இப்படி பேசுறாங்க. டவுனு களுக்குப் போயி மீட்டிங்குகளெ கேட்டுட்டு தலைப்புரட்டு பிடிச்சி ஆடிட்டு திரியுறாங்க. விடிஞ்சி எந்திரிச்சி நம்ம நிலத்துலெதான் மிதிக்கணும்கிறதை மறந்துட்டாங்க....வந்திருங்கப்பா...."

"அடிக்க அடிக்க கையேந்துற சாதிப்பயபுள்ளெக எம்புட்டு தூரம் பேசுறான்." பெரிய மனுசங்க கூட்டம்பூராம் எதோ இடி விழுந்த வீட்டிலெ உட்கார்ந்திருந்த மாதிரி உட்கார்ந்திருந்தாங்க. ஒரு நடுவுள்ள சம்சாரி பரமுக்கோனு போய் சமாதானம்

இலட்சுமணப்பெருமாள் 105

பேசுனார். "ஏம்ப்பா நாளப்பின்னெ சம்சாரிக தயவு வேண்டாமா?"

"ஒண்ணும் வேண்டாம் அவங்க நெலத்துலெ மிதிக்க கூடாதுன்னாங்க, மிதிக்கலை. எந்த சோலிக்கும் எங்கள கூப்பிடாமயிருந்தா போதும். உலகம் ரொம்ப பெரிசு முதலாளி அந்த யான தலையில குருவி உக்கார எடமில்லாமலா போகும்? தயவு வேணுமாம் தயவு! என்ன சம்மந்தமா பண்ணப் போறோம்?"

"ஏய் பரமு அவங்ககிட்ட ஒண்ணும் வாக்கொடுக்காதெ. பேச்சு ரொம்ப ஓவரா போகுது" பரமுக்கோன பாத்து சத்தமா சொல்லிவிட்டு "யப்பா! பயிட்டா நீ கெட்டிக்காரனாயிட்டெ. மொதலாளி வீட்டுக்கு மாடு மேச்சது போதும். மேச்சக்கம்பை கூட்டத்துலெ ஒப்படைச்சிட்டு போப்பா..... போ.... மொதலாளிக்கு.... அதவும் இவ்ள நா ஆதரிச்ச மொதலாளிக்கு ரொம்ப மருவாதி கொடுத்தெ....நீயும் உன் கூட்டமும் அழிவை தேடிக்கிட்டீங்க. அவ்ளதான் சொல்லுவோம்."

மேச்சகம்பை கையிலெடுத்த பயிட்டன் பின்புஜங்களில் படுக்கை வசமாய்ப் போட்டு ரெண்டு கைகளையும் அதில் படரவிட்டான். கூட்டத்திலிருந்து வெளியேறினான். சம்சாரிக தரப்பிலிருந்து ஏதேதோ அதட்டல் கேட்டது.

அரைச்சண்டியர்

தியேட்டருக்கு முன்னாடி வேப்பமரத்துக்கு கீழ உட்கார்ந் திருந்தான் சாவண்ணா. கைலி கட்டி, முழங்கை வரைக்கும் வெள்ளை சட்டையை ஏத்தி மடிச்சி விட்டிருப்பான். கணுக்கால் முழங்கால் முழங்கையெல்லாம் மீன் செதிலை ஒட்டவச்ச மாதிரி புண் வந்து ஆறாமல் காய்ப்பேறிப் போயிருந்தது. குடிச்சிட்டு தினசரி எங்கயாவது வம்பிழுத்து அடிவாங்கி காயப்படலேன்னா அவனுக்கு அன்னைக்கு விடிஞ்ச மாதிரியே இருக்காது. சட்டை கைலியை கழட்டுனா பூராம் அந்த விழுப்புண்கள்தான்.

புண்ணுல ஒட்டுன ஈயை ஒண்ணுகூட தப்பீராம ரெண்டு கையாலயும் 'டப் டப்' புன்னு அடிச்சு உள்ளங்கையை பாத்து 'சோலி முடிஞ்சிருச்சி'ன்னு உறுதி பண்ணீட்டு கீழே உதுத்துக் கிட்டிருந்தான். ராத்திரி ஏத்துன ஏத்துல நிதானமில்லாம எங்கெங்கெ போயி அலஞ்சி இங்கவந்து விழுந்தானோ! தலையெல்லாம் மண்ணு. உடம்பெல்லாம் புழுதி, வெள்ளச் சட்டையா இது! லாண்டரி தெறக்கவும் சட்டைய மாத்தணும். என்ன துட்டா தரப் போறான்? துட்டுச் கேட்டுட்டு இங்க கடை வக்கெவா? நல்லா வெள்ள வெயில் அடிக்கிற வரைக்கும் கிடந்து இப்பத்தான் முழிப்பு தட்டுனது. எந்திரிச்சதும் 'டப் டப்'ன்னு வழக்கம் போல் காலை வணக்கம் ஆரம்பிச்சிட்டான்.

வகுறு பண்ற மொரண்டைப் பாத்தா ராத்திரியே ஒண்ணும் இரை எடுத்தமாதிரி தெரியல. எந்திரிச்சி நெளிச்சி விட்டான். சுத்துமுத்தும் பார்த்தான். 'ம்......எப்படியும் ஒரு அணையெ

போட்டு வக்கெணுமே' வயித்த தடவிக்கொடுத்த மட்டுல மெல்ல நடந்தான். பத்துமணி ஆட்டத்துக்கு ஒத்த ஆளு வரக்காணோம். வால்போஸ்டர பாத்தான். பழைய படம் போலுக்கு 'படம் போட்டுருக்காம் பாரு லட்சணமா' முன்னு மொணங்கிட்டே பொம்பளயாளுக கவுண்டர் பக்கம் வந்தான். ஒண்ணு ரெண்டு பொம்பளெக டிக்கட் எடுத்து உள்ள போறத கூர்மையா பாத்துக்கிட்டிருந்தான்.

அப்படி 'கழுதைகள்' அவன் கண்ணுக்கு தப்பவே முடியாது. தலை வாரியிருக்கிற சைசு, சேலை கட்டுமானம், கையில் வச்சிருக்கிற துண்டு, வாயில பான்பராக் ஒதுக்கி ஒரு சைஸான நடை அதுலெ கண்டுபிடிச்சிருவான். ம்ஹூம்.....ஒண்ணுங் காணோம். 'அதுகளும் நம்மள கணக்கா சாமக்கோடாங்கி நாம ரெண்டு தண்ணிக்கு திரிஞ்ச மாதிரி அதுகளும் ரெண்டு சம்பாரிக்க விடிய விடிய அலஞ்சிட்டு நம்மள கணக்கவே இன்னுந் தூங்கும், அவனா சமாதானம் பண்ணிக்கிட்டான். எப்படியும் பசியாத்தணுமே.

இப்படிக்கூடியிருக்கிற இட்லிக்கடையில பூராம் கூடுன மட்டும் கடன் சொல்லியாச்சி. அரட்டி உருட்டி சாப்டணும்னா சாப்புடலாம். இங்ஙனக்குள்ள அது வேண்டாம். ஏன்னா போலீஸ் கீலீஸ்னு ரைடு வரும்போது பொசுக்குன்னு இந்தக் கடைகள்லதான் நொழயணும்.

சே! இப்படி நேரத்துலதான் வீட்டோட அருமை தெரியுது. 'சும்மா வீட்டோட கிடைய்யா நா ஒழச்சி ஒனக்கு வேணும்கிறத செய்யுறேன்னு' தான் அவ சொல்றா. 'தினோமும் வம்பு வழக்கு வாய்தான்னு ரூபா ரூபான்னு அரியா அரிச்சா இங்க என்ன மரத்துல காய்க்கா' அப்பனும் ஆத்தாளும் தலையில அடிக்காத நாளில்லெ. காலையில எந்திரிச்சதும் புத்தி நல்லாயிருக்கு. வீட்டுக்குப் போகணும், அவ கையால சாப்புடணும். பயலோட ரெண்டு வாக்கொடுக்கணும். அப்படியே புஞ்சைப்பக்கம் போய் பெருசுக ரெண்ட பேருக்கும் ஒத்தாசையா இருக்கணும்னு ஆசைதான். நேரமாக ஆக புத்தி தடுமாறிருதே. சரி இன்னிக்கி எப்படியும் கிளம்பிரணும். பய அன்னைக்கே கேட்டான். 'யய்யா வரும்போது ஒரு வாய்ப்பாடு வாங்கியாருவியான்னு.' ஒரு மாசமாச்சி எவ்வளவு துட்டு பொழங்கிச்சி?.

அந்தா சுப்பையன் வந்துட்டான். புல்லுக்கட்ட சைக்கிள்ல வச்சி இழுக்கமுடியாம கட்டி இழுத்துட்டு வர்றான். சாவண்ணா ஓடிப்போய் கேரியரை தாங்கி லப்பவிடாமல் பிடிச்சிக்கிட்டே போனான். கரைக்கு கீழே இறங்குனதும் வேலி மரங்களுக்கு நடுவிலே இருந்த குட்டிச்சுவருக்குள்ளே புல்லுக்கட்டை எறக்கமுடியாம எறக்கி கட்டை வேகமாகப் பிரிச்சான் சாவண்ணா. சுப்பையன் கேரியரிலே கயித்தை சுத்திக்கிட்டே சொன்னான். "லே சாவண்ணா ஒன்னால எனக்கு ரொம்ப வியாபாரம் குறையுதப்பா." சாவண்ணா அதை காதுலெயே வாங்கிக்கிடலை. புல்லுக்கட்டுக்குள்ளயிருந்து பெரிய பன்னியை இழுப்பதைப் போல சாராயம் ரொப்பிய கார் டியூப்பை சிரமப்பட்டு இழுத்து பிரிச்சி அதை வரிசையாய் பிளாஸ்டிக் கேன்களில் மளமளன்னு அடைக்க ஆரம்பிச்சான்.

''பொத்தையம்பட்டி சரக்கா, ஆலம்பட்டி சரக்கா?'' சாராயநெடி மூக்கைப் பிளக்க, கேனில் பிடித்தவாறே முகத்தைத் திருப்பி கேட்டான்.

"அந்த மயிரெல்லாம் இருக்கட்டும். குடிக்க வர்றவன்ட்ட யெல்லாம் 'ஒங் கணக்குல எனக்கொரு அரைகிளாஸ் வாங்கிக்கொடு' 'ஒங் கணக்குல எனக்கொரு அரைகிளாஸ் வாங்கிக்கொடு' ன்னு வர்ற வாடிக்கைகாரன் கிட்டேயெல்லாம் கேட்கிறே. இப்ப அவன்லாம் இங்க வர யோசிக்கிறான். சுப்பையன்கிட்டெ போனா சாவண்ணாவுக்கு அரைகிளாஸ் வாங்கித்தரணும், கிழக்க போயிருவோம்னு ஆளுக வரத்து கம்மியாயி வாடிக்கை குறைஞ்சு போச்சு. இன்னும் உனக்கு தாட்சண்யம் கிடையாது. நீயி கிராக்கிளை பிடிச்சி கொண்டுவந்தது. போதும். ஒஞ்சோலி எதுவோ அதப் பாத்துட்டுப் போ."

"சுப்பையண்ணே சுப்பையண்ணே நா ஒங்க வியாபாரத்துக்கு எவ்வளவு ஒத்தாசை பண்றேன். 'ரெயில்வே கேட் சாராயம் புளிக்கும். ஒப்பாச்சி சரக்கு உள்ள எறங்கையிலேயே ஓங்கரிக்கும். பஸ்ஸ்டாண்டு சரக்கு முறுகி போதையே இருக்காது. சுப்பையன் சரக்குதான் சூப்பர்ன்'னு சொல்லி ஆளுகள கொண்டு வந்து விடுறேன். அவங்களா பிரியப்பட்டு

வாங்கித்தாரான். சரிண்ணே..... இனிமே அப்படி யாரும் பிராது சொன்னா செருப்புட்டு அடிண்ணே, பெத்துக்கிடுதேன்."

இவன் கொஞ்சமும் லொங்காத மூதேவி என்று முடிவு கட்டிய சுப்பையன் பேச்சை சுருக்கினான். "இந்தா இந்தா ரெண்டு கிளாஸப் போடு. வியாபாரத்துக்கு இடைஞ்சல் இல்லாமப் பாத்துக்கோ. வர்ற கிராக்கிகளெ மளமளன்னு தள்ளிவிடு."

குளிர்ந்து போயிருந்த சாராயம் வயிற்றுக்குள் பசியின் கடுமை யையும் 'முதல் நாள் சொக்கு' கிறக்கத்தையும் மீட்டியது. "ஆளுக வந்தா தள்ளிவிடுறேன். வர்றண்ணே" கையியால் வாயைத் தொடைத்தவாறு கரையேறினான்.

'வெண்ணே! சாராயம் சும்மா கொடுக்கிறவன் மாதிரிதான். இவ்வளவு வேலை பாத்துருக்கு. நா ஆளுகளெ கோளாறா அணச்சி பேசி கொண்டு வரலன்னா மாடிவீடும் லயன்வீடும் கட்டுவான்' மனசுக் குள்ளே வஞ்சிகிட்டே நடந்தான். 'புருசன் கலெக்டர் சம்பளம் வாங்குற மாதிரி இவம் பொண்டாட்டி மாடியில நின்னு குளிச்சிட்டு சிக்கெடுக்கிறா. ஊருக்குள்ள இவனுக்கு மூணு நாலு வங்கணம் வேற....... ஏன்னா பெரீய்ய ஊஞ்சம்பட்டி மைனரு பாரு! தெரியாதாக்கும் இவம் பொழச்ச பொழப்பு. இருக்கிறவன் குடல் அழுகி சாக இவுக மஞ்சக் குளிக்க. இரு இரு உனக்கு ஒரு நா ரைடு இருக்கு. உனக்கு இப்ப விடிஞ்சா போச்சி'ன்னு கறுவிக் கிட்டே வேம்படிக்கு வந்தான். திடீரென்று அடி வயிற்றில் தீயால் சுட்டமாதிரி 'சுரீர்' என்ற கதகதப்பு. உடம்பு சளசள வென்று வேர்த்தது. புதிய அவதாரம் எடுத்து கை காலுக்கு புதிய தெம்பு கொடுத்து ராசபோங்கு நிறைஞ்ச, பத்துஆள் தெம்புல ரொம்ப கித்தாப்பாய் நடந்தான். இப்போதுக்கு இரண்டு உளுந்தவடை கொஞ்சம் கட்டி சட்டினி வச்சி உள்ள தள்ளுனா இன்னொரு பத்து அடிக்கு மேல பறந்த மாதிரி இருக்கும். பீடியை பத்தவச்சி புகையை பொட்டு வெளியே விடாமல் நெஞ்சுக்குள்ளே நிறுத்தி, கொஞ்சமா மூக்கு வழியே கசிய விட்டான். அந்தா..... அந்தா போறாள்ல. இன்னக்கி வளச்சி இவகிட்டே மாமூல் வாங்கீர வேண்டியதான். "ஏ ஏ சடச்சி! இங்க வந்ததும் போ."

அவ நின்னு மொறச்சாள். மூஞ்சிய கடுகடுன்னு வச்சிக்கிட்டு ஏதோ வாய்க்குள்ளேயே இவன வஞ்சிட்டு மடமடன்னு போயிட்டா. இதான் இதான் இதான இவனுக்கு பிடிக்காதது. பெரிய ரோக்கியம் போல போறாள்ல. என்னமோ இந்த ஏரியாவில குடியிருக்காளேன்னு பேசாம இருக்கான். இல்லன்னா இவங்கிட்ட தப்ப முடியுமா....... அவளுக்கு என்ன நெனப்புன்னா எத்தன பொம்பளகெ வாராக போறாக அவுகளயெல்லாம் நிக்கச் சொல்லி பேசுறானா. என்னய மட்டும் கூ;ப்ட்டு பேசுற அளவுக்கு என்னத்த கண்டான்?

ம்ஹூம்.......ஒண்ணுந் தெரியாதுன்னு நெனச்சிட்டு திரியுறா. அது இல்லே. எல்லாந் தெரியுமின்னு அவளுக்கு தெரியும். இங்ஙனக் குள்ளேயே சுத்திக்கிட்டு திரியுறானே இவன் என்ன பண்ணீருவான்னு ஒரு அசால்ட்டு. மாமூல் தராம எவ்வள நாள் தப்பிச்சிருவா? இருப்பிடத்துலேயே போயி வந்தவனோட சேத்து ரெண்டு பேரையும் கையும் களவுமா பிடிச்சிட்டா? அவன் துட்டுப்பெருத்த ஆளு. லச்சைக்கி லொங்குறவன். அவங் கிட்டயும் துட்டு பிடுங்கலாம். நாளப்பின்னே இவ சவகாசம் கொறஞ்சி இவளுக்கும் வரும்படி அடிபட்டு போகும். அப்ப வசத்துக்கு வருவா.....ம்.....அணத்தம் பிடிச்சிட்டான் மகளேய்.........

வீட்டுக்குத் தெரியாம ரூட்டு மாறுற இந்த மாதிரி கேஸ்கள் இவனுக்கு அருவமில்லாம மாமூல் வெட்டீரணும். 'அப்படியில்லே நான் யோக்கியம்னு' சொல்லி தப்பிக்கிறவ என்னெக்காவது எசகு மசகுல சிக்கினான்னா போச்சு. பிடிச்சி, வர்றவன் போறவனெல்லாம் நிறுத்தி க்யூவில விட்டிருவான். அதே பெழப்பா ராத்திரியெல்லாம் லாரிகளை மறிக்கிறதுகள், வீட்ல அடங்காம கிளம்பி வந்ததெல்லாம் போலீசுக்கு பயப்படாட்டாலும் இவனுக்கு பயப்படணும். இவங்கிட்ட ஆசீர்வாதம் வாங்கியாச்சி, அப்பாடா நிம்மதி. இந்த தொழிலுக்குன்னு வந்துட்டு பெருமையா நா அப்படி குடும்பம் இப்படி குடும்பம்ன்னெல்லாம் சொன்னா இவங்கிட்டெ செல்லுபடியாகாது. சம்பாரிக்க வெளியேறி வந்தபிறகு என்ன வேண்டிக்கிடக்கு தற்பெருமை. வேணும்னே ஜாதியை ஏத்திச் சொல்றவளை புறங்கையோட அடிச்சி விழத்தாட்டிருவான். ஒவ்வொரு ஜாதிக்கும் ஒவ்வொரு வாசனை பிடிச்சி வச்சிருக்கிற

வங்கிட்டே ஏமாத்தமுடியுமா? ஒண்ணு 'கருமருந்து' வாடை அடிக்கும். ஒவ்வொண்ணு 'புளிச்சண்ணி' வாசனை. ஒவ்வொருத்திக்கி பிறவி வாசியோ என்னமோ சுண்ணாம்பு சட்டியெ மோந்து பாத்தமாதிரி. ஒன்னொன்ன நெருக்கிப் பிடிக்கும் போதே பாம்பு அடை கிடந்த இடம் மாதிரி நாசியைப் பிடிக்கும் கருப்பட்டிப் பாலை முறுகக் காய்ச்சின மாதிரி ஒரு சிலதுகள். ஒரு வடீயா நீச்சுவாடை அடிச்சுக் கிட்டு இருக்கிறதும் இருக்கு.

இப்படி டவுன்ல வந்து விதம்விதமா சால்னாவும் சாம்பாரும் நக்கி சொவை கண்டுகிட்டா வீட்ல சாப்பாட்டு மேல என்னத்த நோங்கும்?

கைகள் பரபரன்னது, பக்கத்துல எட்டமுட்டும் தெரிஞ்ச வரிசைப் பனைமரங்கள், சின்ன கொளிஞ்சி செடி மாதிரி இவம் பார்வைக்கு தெரிஞ்சது. இப்போ இருக்கிற போட்ஸுக்கு தியேட்டரையே நொறுநொறுன்னு மிதிச்சி குப்பைமேடு ஆக்கீரலாம் போல இருந்தது. எவனையாவது கூப்ட்டு 'எந்தூர்ரா'ன்னு கேட்டு அவன் என்ன பதில் சொன்னாலும் சும்மா பெரட்டி பெரட்டி அடிக்கணும். அதை இந்த டவுன் பூராம் பேசணும். சாவண்ணாணான்னா அருச்சுனம்பேர் பத்துன்னு ஆணும் பெண்ணும் ஒட்டம் கிண்ணணும்.

இப்படி நெனப்பில்தான் எங்கேயும் போய் சிலுகிலுத்து அடி உதை வாங்கி உடம்பெல்லாம் காயம் பெத்து இந்த வேம்படியில வந்து கிடப்பான்.

ஒருநா ஒரு பொழுதாவது சிப்பிப்பாறை கந்தசாமி நாயக்கர் மாதிரி பெரிய போக்கிரியா வரணும்னு இவனுக்கு ஆசை. மாமூல் கொடுக்காத பெரிய சம்சாரிகளை ஊருக்குள்ள நொழஞ்சி மடத்திலெ கூப்ட்டு வச்சி கருக்கு மட்டையாலே அடிப்பாராமே அந்த மாதிரி உருவெடுக்கணும். வெள்ளக்காரன் போலீஸ் அவரைப் பிடிக்க படாத பாடுபட்டதாம். கையிக்கும் காலுக்கும் விலங்கு போட்டு கோர்ட்டுக்கு பஜார் வழியே நடத்தி கூட்டி வரும்போது ஊர்ச்சனமே நின்று வேடிக்கை பார்த்ததாம். தன்னையும் அப்படி கற்பனை பண்ணி பார்த்தான். சண்டியர்னா சண்டியர் அந்த மனுஷன் மாதிரி இருந்தாவுள்ளே.

பொம்பள விசயத்துலயும் அவ்வளவு ரோக்கியமானவராம். நாம விருதா 'சொளப்பெறக்கி'ன்னு பேர் வாங்கிட்டமே.

இல்லேன்னா தோட்லாம்பட்டி வேல்த்தேவர் மாதிரியாவது பேரு வாங்கணும். எங்கே கொள்ளையடிச்சாலும் எவனும் போலீஸ்ஸ்டேசன் போறதில்லை. ஐயா சாமின்னு இவரு கால்லதாம் போயி விழுந்து நல்ல வார்த்தை சொல்லி ஒரு தொகை கொடுத்து, மீட்டிக்கிட்டு போவாகளாம். அவரு படுக்கையே சுடுகாட்டுலதான். அங்கெ எந்த போலீஸ் போகும்! ஒரு ரூபா துட்டை பெருவிரல வச்சி ரெண்டா ஒடிக்கிற பலவான்கிட்டெ தைரியமா ஒண்டிக்கொண்டி போலீஸ் நிக்கெ முடியுமா? ஒண்ணாந்தேதி சம்பளம் வாங்க வேண்டாமா?..... என்ன?

இப்படியெல்லாம் பேரு பெறணும்னு ஆசை. நாம என்னடான்னா ஆத்துக் காட்டுல காயப்போட்ட சேலய களவாங்கவும், குடி பைப்பு கிட்டெயருக்கிற பிளாஸ்டிக் பானையை தூக்கவுமா திரிஞ்சா, என்னக்கி அப்படி சண்டியர் ஆக முடியும்!

ஆகாரம் ஒண்ணும் பாக்காததனாலே போதை கலகலத்து இறங்கு முகமாயிருந்தது. இன்னொரு கிளாஸ் போட்டா தாவலை.

டீக்கடைக்காரர் ரெண்டு பேர்கிட்டே சாவண்ணாவை பார்த்து கைநீட்டி அடையாளங் காட்டிக்கிட்டிருந்தார். இருந்த கொஞ்ச நஞ்ச போதையும் இறங்கீரச்சி. நல்லா வாப்பான வாலிப பசங்க. புதுசா டிரெய்னிங்குக்கு ரெண்டு எஸ்.ஐ.வந்ததா சொன்னாங்க. அவங்களா? போலீஸ் மாதிரிதான் தெரியுது. இல்லை நேத்து போதையில எங்காவது வம்பு சண்டை போட்ட பஞ்சாயத்தா? ஏதோ ரெண்டுபேரும் கிட்ட வர்ற வரைக்கும் நிப்போம். நீதானே சாவண்ணான்னா மேற்காம ஓட்டம் பிச்சிர வேண்டியதுதான். ஓட்டத்தில நம்மள தொயர எவனாலும் முடியாது. முள்ளு முடையெல்லாம் விழுந்து எந்திரிச்சி சிட்டாப் பறியும்போது எந்தப்போலீஸ் பின்னால ஓடியாற முடியும்?

“வணக்கம்” “வணக்கம்” வந்த வாலிப பசங்க கொடுத்த மரியாதை. “ஆ...........ஆங்..... மணக்கம் மணக்கம்” இவ்வளவு மரியாதையை எதிர்பார்க்காத சாவண்ணாவுக்கு பெரிய திகைச்சல் அவனுக்கு யாரும் இப்படியொரு மரியாதையை பிறந்தாம் பிறப்பில் கொடுத்தது இல்லை. எப்பவாவது ஊருக்கு போனால் மகன்தான் 'குட்டுமானிங்' சொல்லுவான். அவன் மறந்தாலும் இவன் கேட்டு வாங்கிக் கொள்வான். 'ஐயாவுக்கு ஒரு குட்டுமாணிக்கம் போடுயா' 'குட்டுமானிங்' 'ஏய் குட்டுமாணிக்கம்னு முழுசாச்சொல்லு' அப்படடீன்னு திருத்துவான். அப்படியொரு சந்தோசமான மணக்கம் இன்னிக்கி.

“நீங்கதானே மிஸ்டர்.............. சாவண்ணா?”

“ஆமா” தயக்கத்தோடு சொன்னவன் கைலியை எறக்கிவிட்டான். “இல்லே ஒங்க கிட்ட கேட்டா பட்டை சாராயம் விக்கிற இடம் தெரியுமின்னாக” ரொம்ப மெதுவா காதோரமா கேட்ட பையன்களை சந்தேகத்தோடு பார்த்தான். ஒருவேளை போலீஸுதான் சாராய இருப்பிடத்தை கண்டுபிடிக்க மப்டியில வந்திருக்காகளோன்னு அபிப்ராயப் பட்டான். அப்படியொரு வேளை போலீஸக் கொண்டு போய் தெரியாத்தனமா விட்டு சுப்பையா பிடிபட்டானோ நம்ம ஒத்த காலையும் கையையும் மாறுகால் மாறுகை வாங்கி விட்டுருவான். டீக்கடைக்காரரை பார்த்தான். அவர் நம்ம பயகதான்கிற மாதிரி அங்கிருந்து வெள்ளை வீசினார்.

'பிடிபட்டது பாஞ்சாலங்குறிச்சிங்கிறது மாதிரி, “வாங்க வாங்க நான் கூப்புட்டு போறேன்”னு தடபுடலா கரையைப் பார்த்து நடக்க ஆரம்பிச்சான்.

“ப்ளீஸ்.... நீங்க கொஞ்சம் முன்னாடி போங்க. நாங்க பின்னாடியே வாரோம். நாங்க காலேஜ் ஸ்டூடன்ஸ். அதனால் ஒங்க கூடயே வர்றது நல்லால்லே.”

அடாடாடா காலேசு பையன்களா அப்படிச் சொல்லு. அதான் நம்ம கூட நடந்து வர ராஞ்சனை படுறாங்க. “அப்ப சரி அந்தா அந்த கரைமேலே ஏறி கீழே எறங்குற வேலிக்கும்பலுக்குள்ளே குட்டிச் சுவரிருக்கும்......”

மெதுவா பேசும்படி சைகை காட்டி சாவண்ணாவை முன்னாடி போகச் சொன்னாங்க.

திரும்ப வந்து சாவண்ணா ஒரு பீடியை பத்தவச்சி வேப்பமரத்துக்கு கீழ நின்னுக்கிட்டிருந்தான். பின்னாலே நடந்து வந்த பையன்கள் ரெண்டுபேரும் புன்னகையா சிரிச்சி "ரொம்ப தேங்க்ஸ் வர்றோம்"னு நடந்துகிட்டேயிருந்தாங்க. "இந்தா தம்பி இங்க வாங்க." சாவண்ணா கொஞ்சம் ஏறுன சவுண்ட்ல கூப்புட்டான். அவன் கண்ணுக ரெண்டும் கங்காய் சிவந்து போயிருந்தது. "சரக்கு எப்படி, ஒங்க விஸ்கி பிராந்தி யெல்லாம் கிட்ட நிக்கெமுடியாது. இத தொட்டவன் அத நோங்கவே மாட்டான்."

"எஸ்.சீப் அண்ட் பெஸ்ட். வர்றோம் ரொம்ப தாங்க்ஸ்." கிளம்பினார்கள்."ஏய் இருப்பா" ஒருத்தன் சட்டையை பிடிச்சி இழுத்து நிறுத்தினான் சாவண்ணா. "ஒன் தாங்சு எனக்கு சோறு போடுமா? ஒரு ஐநூறுரூபா இருந்தா கொடுத்துட்டுப் போ. வீட்ல பயலுக்கு வாய்ப்பாடு வாங்கிட்டு போகணும்.

"என்னது ஐநூறு ரூபாயா? என்னங்க சாதாரணமா கேக்கிறீங்க. ஐநூறுரூபா ஏன் கொடுக்கணும்." "வேங்..... சாவண்ணா கூட சாராயங்குடிக்க வர்றான்னா சும்மாவா. மரியாதையா கேட்டதக் கொடுக்கணும் இல்லண்ணா வா நேர ஒங்க பள்ளிக்கூடத்துக்கே போயி வாத்தியார்ட்ட சொல்லிப் பாப்பம்."

விவகாரம் ரொம்ப நடந்தது. ஒரு வாய்ப்பாடுன்னா வாங்கி கொடுத்துர்றோம்னாங்க. வேடிக்கை பார்க்க. கூட்டம் கூடுனது. பையங்க ரெண்டுபேரும் விளக்கெண்ணையில விழுந்த எலி மாதிரி முழிச்சிக் கிட்டிருந்தாங்க. அப்ப தியேட்டர்ல முறுக்கு போடுற சண்முகநாடார் சரக்கோட சைக்கிள்ல வந்து எறங்கினார். மாணவர்கள் ரெண்டுபேரும் சாவண்ணாவிடம் மாட்டிக் கொண்டதைப் பார்த்து ஐயய்யோ படிக்கிற பயக மாதிரி தெரியுது. இவங்கிட்டெ ெப்படி மாட்டுனாங்கன்னு நெனச்சி "சாவண்ணா என்னப்பா வெவரம்" என்று கேட்டார். அதற்குள் இவர்கள் ரெண்டு பேரும் விவரத்தை சொல்ல ஆரம்பித்தார்கள்.

“கொஞ்சங்கூட நாகரீகமில்லாம பிஹேவ் பண்றாருங்க. நாங்க ஆளுக்கு ஒண்ணரை கிளாஸ் குடிச்சோம். இவரு கூப்பிட்டு போனதுக்காக ரெண்டு கிளாஸ் வாங்கி கொடுத்தோம். இப்ப இங்க வந்தவுடன் ஐநூறுரூபா கேக்குறாரு. நாங்களும் இருபதுரூபா வரைக்கும் கொடுத்துப் பாத்தோம் மறுக்கிறாரு. மூணாவது ஆளுக்கு தெரியாம வந்து போகணும்னு நெனச்சோம்.” பையங்களை பாக்க ரொம்ப பாவமா இருந்தது.

“ஏய் சாவண்ணா, அதுக பாவம் காலேஜ் பிள்ளைக அருவ மில்லாம குடிக்க வந்தா நீ என்னப்பா இந்தப் பாடு படுத்துறே..... அதக் கொண்டாங்க. பையங்ககிட்டயிருந்து ரூபாயை வாங்குனார். இந்தா இதப் பிடி. இருபது ரூபாயோடு. முடி. பாவமில்லையா.” சாவண்ணா சண்முகநாடாரை சினந்து பார்த்தான். “யோவ் நாடாரே, நீர் பேசாம போகமாட்டீரு. ஒழுங்கு மருவாதியா எடத்தை காலி பண்ணும். எனக்கே பஞ்சாயத்து பண்ண வந்துட்டீரா. உமக்கு நேரங்காணாதுன்னு பாக்கேன்.” நாக்கை கீழ் உதட்டில் பல்லால் கடித்து மூக்கு வெடைக்க முறைச்சான்.

“நல்லதுக்கு காலமில்லப்பா. சரி எனக்கெதுக்கு சனியன். இந்தாங்க தம்பி ரூபாய பிடிங்க” பசங்ககிட்டெ ரூபாய நீட்டினார். “இங்க கொண்டாங்க” ரூபாய வாங்கிய ஒரு பையன் “இப்ப நீ என்ன செய்யணுங்கிறே” சாவண்ணாவை நெருங்கி தலையை ஆட்டுனான்.

“ஐநூறுக்கு ஒத்தச்சல்லி கொறஞ்சாலும் இந்த எடத்தவிட்டு ஒரு அடி எடுத்து வக்கெமுடியாது.” ரொம்ப செண்டிப்பா நின்னு ஒத்தக் காலை ஆட்டுன மட்டுல தீர்மானமா சொன்னான்.

“தரமுடியாது போடா. நீ வாடா மச்சி போகலாம்.” ரெண்டு பேரும் புறப்பட்டார்கள். “ஏய் என் சுயரூபத்தை காட்டணுமா?” கைலியை மடிச்சு கட்டினான் சாவண்ணா. ஒருவன் திரும்பி வேக மாய் வந்து “என்னடா செய்வே” முழங்கைக்கு மேலே சட்டையை ஏத்திவிட்டு விரலை மடக்கி சாவண்ணாவின் வாயைச் சேர்த்து ஒரு குத்துவிட்டான். இதை கொஞ்சமும் எதிரிபார்க்காத சாவண் ணா வலி தாங்க முடியாமல் பல்லில்

ரத்தங் கசியுதோ என்ற சந் தேகம் வந்தாலும் வெளிக்காட்டிக் கொள்ளாமல், "அழிஞ்சதுடா இன்னக்கி வெள்ளக்கரை ரோடு. டேய்.....!" சுத்துமுத்தும் எதோ தன் ஆட்களை திட்ட முயற்சி பண்ணுனமாதிரி வரிசைவிட்டான்.

"ம்...............உஹூம்........அவங்களுக்கும் ஏறிக்கிடிச்சி. இன்னும் இவம் பாச்சா அவங்கிட்டை பலிக்காது. போதை தலைக்கேறிட்டா படிச் சவன் என்ன படிக்காதவன் என்ன, மான மரியாதையை எவன் பாப்பான்?" பக்கத்திலிருந்த ஆள்கள்ட்டெ சொல்லிக்கிட்டிருந்தார் சண்முகநாடார்.

ரொம்பதூரம் நடந்து போய்விட்ட பசங்களை அடித்து நொறுக்குகிற மாதிரி ஓடிய சாவண்ணா அவர்கள் முன்னாடி போய் நின்று மறித்தான்.

"முதலாளி ஒரு நூறு ரூபா மட்டும் கொடுத்துட்டுப் போங்க" கெஞ்சுனான்.

"லே................ போடாங்கறேன்." சாவண்ணாவின் இடுப்போடு ஏறி மிதித்தான் ரெண்டு பேரில் ஒருத்தன். அடுத்தவனும் அடிக்க கையை ஓங்குனான். அடி விழாமலிருக்க கையால் தாங்கியாவாறு "சரி சரி.......மொதலாளி என்னமோ வாய விட்டுட்டேன். நல்லா இருப்பீக. ஒரு அம்பது ரூபாயாச்சும் தாங்க. ஒங்க புண்ணியத்துல ரெண்டு பலகாரம் சாப்டுகிடுறேன்." மாறி மாறி கெஞ்சுனான் சாவண்ணா. "இவன் சொன்னா கேட்க மாட்டான்." திபுதிபுவென்று ரெண்டுபேரின் அடி சரமாரியாய் விழ கீழே கிடந்த சாவண்ணா கித்தாப்பு விடாமல் எழுந்து சுத்துமுத்தும் பார்த்தான் கிறக்கத்துலெ கண்ணு ரெண்டும் தண்ணிக்குள்ளெ முழிச்சிவிட்ட மாதிரி கலங்கலா தெரிஞ்சி தெளிஞ்சது. ரொம்ப தூரம் நடந்து போய் விட்டவர்களை பரிதாபமாய்ப் பார்த்தான். "முதலாளி அந்த இருபது ரூபாயாவது கொடுத்துட்டுப் போகக்கூடாதா?" பரிதாபமா கையை நீட்டினான்.

அவர்கள் திரும்பியே பார்க்கவில்லை. காலு கை புழுதியை தட்டி விட்டவாறே திரும்ப நடந்து வந்த சாவண்ணாவிற்கு எதிரே சண்முகநாடார் சைக்கிளில் வந்து கொண்டிருந்தார். "யோவ் நாடாரே, பெரிய விவகாரதாரி மாதிரி பஞ்சாயத்து

இலட்சுமணப்பெருமாள் 117

பண்ணுனீரே, ஒழுங்கா அந்த இருபது ரூபாய வாங்கி கொடுமய்யா.' நாடாரைப் பார்த்ததும் காலைக் கிந்திகிந்தி அவரை நோக்கி எட்டு வேகமாய் எடுத்து வைத்தான்.

"யப்பா நான்தான் அப்பதையே ஒதுங்கிக்கிட்டேனே."

"யோவ் நா என்ன பேப்பயலா. அந்த இருபது ரூபாய நீர் வாங்கிக் கொடுக்காம ஒம்ம விடவே மாட்டேன்யா. வலிய வந்து பஞ்சாயத்து மயிரு பண்ணுனீரில்லே." அவரை விரட்ட ஆரம்பித் தான்.

பளிச்சின்னு வடக்காம வண்டியை திருப்புன நாடார், தெருவு நடுவுல சின்னப்பிள்ளைகள் ஓடியாடி விளையாடிக் கிட்டிருக்கிறதை பாத்து சைக்கிளைவிட்டு கீழே இறங்கி, உருட்டிக்கிட்டே ஓட சாவண்ணா விரட்ட, சைக்கிளை விட்டு கீழே இறங்கி உருட்டிக் கிட்டே ஓட, சாவண்ணா விரட்ட, சைக்கிளை தள்ளிக்கொண்டு தெருவுக்குள் நுழைந்து திரும்பி திரும்பி பார்த்துக்கிட்டே உசிரை வெறுத்து ஓடிக்கிட்டிருந்தார் நாடார்.

காலை வெய்யில் சுரீர் என்று தைத்தது. பசியில் கண்ணு பஞ்சு பூத்து தெரிஞ்சது. எழுந்து உட்கார்ந்தான். உடம்பெல்லாம் இழுத்துப் பிடித்துக் கொண்டு வலித்தது. காலு கையெல்லாம் புதுசா புதுசா சிராய்ப்புகள். இருக்கிற தினுசைப் பார்த்தால் ரெளண்டு விட்டு அடி வாங்கின மாதிரி தெரிஞ்சது. ஊர்ப்பட்ட ஈயெல்லாம் இவம் மேலதான் மொய்ச்சி இருந்தது.

சே! கேவலம். பேசாம இன்னக்கி ஊருக்கு கிளம்பிற வேண்டியது தான். பய ஒத்த வாய்ப்பாடு கேக்குறான் ஒரு மாசமா.

பத்துமணி ஷோவுக்கு டிக்கட் கொடுக்க ஆரம்பிச்சாங்க. எந்திரிச்சி கைலி சட்டையிலிருந்த புழுதியை தட்டிவிட்டான். வேம்படி நிழலை விட்டு ஊருக்குப்போற முடிவுலெ ரெண்டு எட்டு எடுத்து வச்சான்.

அந்தா............அந்தா............சுப்பையன் வந்துட்டான்.

உறுத்து...

"ஏ ஐயா சப்புக்குட்டி!.........சப்புக்குட்டி! எந்திரி சாமி மணி மூணு ஆகுது. தெக்காமபோற ரெயிலுபோயி ரொம்ப நேரம் ஆச்சு. எந்திரி சாமி!" அம்மாவின் சத்தம் கேட்டதும் சபாபதி முழிச்சான். பொடு பொடுன்னு எந்திரிச்சு போயி போகணியில தண்ணிய மோந்து மூஞ்சி கழுவினான்.

வேலத்தளத்திலேயே எல்லா அண்ணாச்சிமாரும், அங்கனக் கங்கனபடுத்துக் கிடப்பாக. போயி இவன்தான் எழுப்பி விடணும். ரெண்டு வருசத்துக்கு முந்தியெல்லாம், எழுப்பிவிட்டதும் நைட் கடையில இவன்தான் எல்லோருக்கும் டீ வாங்கியாருவான். இவனுக் கும் வாங்கித் தருவாக. இப்ப நிப்புக்கு ஆர்டர் இல்லாம அவங் களுக்கே சரியா வேலையில்ல. சம்பளமும் கட்டுப்படி ஆகல.

ஒரு தம்ளர் தண்ணிய குடிச்சான்.

"அம்மாவுக்கு இன்னக்கி துலுக்கப்பட்டியில வேல. நேத்தே கொத்தனாரு சொல்லியனுப்பிட்டாரு. கருக்கல்ல ஆறுமணிக்கெல் லாம் துவையல் அரைச்சு வெச்சிட்டு கோயிருதேன். தீந்தநேரம் வந்து கஞ்சிய குடிச்சிட்டுபோ. ராத்திரி சம்பளம் வாங்கியாந்து உனக்கு சுடச்சுட சோறு பொங்கி வக்கேனுய்யா....."

சட்டையை எடுத்துப்போட்டான். "போயிட்டு வர்றேம்மா"

ரெயில்வே லைனுக்கு பக்கமா வேலியும் கத்தாழையும் முளைச்சுப் போயிருந்த கட்டாந்தரையில் சின்ன ஓலைக்குடிசை யிலிருந்து 'முட்டைக்குள்ளிருந்து வர்ற கோழிக்குஞ்சு மாதிரி' பொடிக்கால்களை எடுத்துவச்சி குடுகுடுன்னு நடையப் போட்டான் சபாபதி.

தினமும் காலையில அம்மா இவன எழுப்பிவடும் போதெல் லாம் அவ சொல்ற ஜீவனுள்ள சொல் பிரயோகம்தான் இவனுக்கு ஊக்க மருந்தா இருக்குது. "இன்னும் மூணு வருசந்தான். ஒனக்கு பத்து வயசாயிரும் .நீ வேல பழகி கை நிறைய சம்பளம் வாங்குன யின்னா ஆத்தா தும்பமெல்லாம் போயிரும். எம் மவராசன் சம் பாத்யத்துல நாங்காலாட்டி கஞ்சி குடிப்பேன்..' சபாபதி புல்லரிச்சிப் போவான். எப்படினாச்சும் வேலை பழகி வாரச்சம்பளம் வாங்கி அம்மாவை உக்காரவச்சி சோறு போடணும். எவ்வளவு கஷ்டப் படுறா? ஐயாவா இருக்காரு சம்பாரிக்க?

ஒரு நா ராத்திரி சபாபதியோட ஐயா வேலைக்குப் போயிட்டு வந்தபோது நாலு பேரு வளைச்சிக்கிட்டு 'ஏலே நீ கெழக்க உள்ளவந்தானடா'ன்னு கேட்டிருக்காக. பாவம் இவர் ஊமை. கைச்சாடை காட்டியிருக்கார். 'ஏய் மூஞ்ச பாத்தா தெரியல சும்மா குறச்சாலம் போடாதடா' அப்படின்னு சொல்லி அங்கனய வெட்டிக் கொன்னு போட்டாக.

பொழப்பு நாயம் ஒன்னு இருக்கே. அதிலிருந்து ஒரு காய்ச்ச தலைவலின்னாலும் தூக்குசட்டியில கஞ்சிய ஊத்திக்கிட்டு வேலைக்கு ஓடிருவா. ஆளாவது நல்லாயிருக்காளா? காலுகையெல்லாம் சிமெண்டு திட்டு. கிழிஞ்ச சேலையும் உப்புப்பொரிஞ்சு போயிருக்கிற ஒரே ரவிக்கையும் மட்டும் தான். ஒரு நா சபாபதியோட முதலாளியம்மா கூட பேசிக்கிட்டிருந்தா. அம்மா முதலாளியம்மாவைவிட பதினொருவயசு இளமையாம். ஆனா இவள முதலாளியம்மாவுக்கு பாட்டின்னுதான் சொல்லணும். தலையெல்லாம் தீப்பிடிச்சமாதிரி செம்பட்டையா, ரெண்டு கடவாயிலயும் புண்ணு. ஒடம்பெல்லாம் தோலு உரிஞ்சுபோயி புதுக் கேப்பைக்கூழு மாதிரி. அம்மா ரொம்ப பாவம்தான்.

நிப்பு கம்பெனியில் 'கம்பெனி பையன்' வேல. தெனம் மூணுரூபா சம்பளம். வேலை செய்யற அண்ணன்க சொன்னபடி கேக்கணும். மொதலாளி வீட்டுக்கு வேண்டிய சாமான் சட்டுமுட்டு வாங்கிப் போடணும். கிடைச்ச நேரத்துல வேலய எப்படிச் செய்யறாங்கன்னு கூர்மையாப் பாப்பான். மெல்ல டைமெஷினை ஆட்டிப் பாத்துக்கிடுவான். எப்படியாச்சும் வேலை பழகி அவனும் வாராவாராம் சம்பளம் வாங்கிர ஆசையா இருந்தான்.

அன்னைக்கு மொதலாளிகூட ரெண்டுமூணுபேரு வந்து பேசிக் கிட்டுருந்தாங்க. 'என்ன, ஒண்ணும் சரியில்ல. பெரியபெரிய மோட்டா கம்பெனிக, தினுசு தினுசா பால்பாயிண்ட் பேனா கொண்டு வந்துட்டான். கவர்மெண்டு அபீஸ்லயும் பால்பாயிண்ட் உபயோகிக்கலாம்னு சொல்லிட்டான். ஏதோ இந்த பத்திரம் எழுதுறவன், பெரிய ஆபிசர்க கையெழுத்து போட மட்டுந்தான் நிப்புபேனா தேவையாயிருக்கு. மத்தபடி தொழில் மொடங்கிப்போச்சு'ன்னு சொல்லிக்கிட்டிருந்தார்.

இப்படி சாயங்காலம் நாலு மணிக்கெல்லாம் மொதலாளிமார் உட்கார்ந்து பேச ஆரம்பிச்சிட்டா சபாபதிக்கு ஒருவேலை வந்துரும். மொதலாளி கொடுத்த இருநூறு ரூபாயும் மஞ்சப்பையுமா பஜாருக்கு கிளம்பினான். 'ஊருக்கு அவுட்டர்ல இருக்கிற ஒயின்ஸ்லதான் சரக்கு ஒரிஜினலா இருக்கும். அங்க போடா'ன்னார் மொதலாளி.

வெள்ளக்கரை ரோட்டுவழியா நடந்து போயிட்டு இருக்கும் போது பிள்ளைமார் நந்தவனத்திலிருந்து இவன மாதிரியே ஒரு பையன் திரும்பி திரும்பி பாத்துக்கிட்டே சிரிப்பு தாங்காம பலம்மா இவன் மேல மோதுனான். மோதுன வேகத்துல இவன் முதுகுக்கு பின்னால ஒளிஞ்சுக்கிட்டு இவன சேத்து பிடிச்சுக்கிட்டான்.

''ஏய் அடுத்தாளு பின்னாலயெல்லாம் ஒளியாதன்னு'' சொல்லிக்கிட்டே இன்னொருத்தன் கையில பந்தோட எறியறதுக்காச்சிட்டி சபாபதிய சுத்திசுத்தி வந்தான். அவன் எறி விழாம கண்டமேனிக்கு சபாபதிய இப்படி அப்படி திருப்பித்

இலட்சுமணப்பெருமாள் 121

திருப்பி தாங்கிக்கிட்டிருந்தான். பந்து கீழே விழுந்தது. விழுந்த பந்தை இவன் தூக்கிட்டு அவனை விரட்டுனான்.

"பிள்ளையார் பந்தா?"

சந்தோசமா சிரிச்சுகிட்டே பின்னாலேயே ஓடிய சபாபதி கேட்டான். இவனுக்கு பதில் சொல்லாம ரெண்டுபேரும் சிரிச்சுக்கிட்டே பழையபடி நந்தவனத்துக்குள்ள ஓடுனாங்க.

சபாபதி கரைமேல இருந்தமட்டுல வேப்பமரத்துக்கு கீழ நின்னுட்டான். இன்னும் நெறைய பையங்க ஒரே அவயக்காடா ஓடிஓடி மல்லுக்கட்டி தள்ளிவிட்டு வெளையாடிக் கிட்டிருந்தாங்க.

கீழே உட்கார்ந்து கெக்கெக்கேன்னு கை தட்டி சிரிப்பா சிரிச்சான். திடீர்னு பந்து வச்சிருக்கிறவன் சபாபதிய பாத்து குறி வச்சான். இவனும் எந்திரிச்சி அவங்ககூட ஒன்னு ஆரவாரத்தோட ஓட ஆரம்பிச்சான்.

'திட்'டுன்னு பந்து இவன் முதுகில் விழுந்தது.

'ம்மா..... இப்படியும் வலிக்குமா?' வலிதாங்காம ரெண்டு கையாலயும் தடவுனான்.

"எந்திர்ரா நாயி!"

முதலாளி நின்னுக்கிட்டிருந்தார். இவன் கண்களை கசக்கி விட்டு சுத்தி பாத்தான். நல்லா இருட்டிப்போயிருந்தது.

"கொண்டாடா!"

பையையும் பணத்தையும் பிடுங்கிகிட்டு பைக்கை ஸ்டார்ட் பண்ணுனார்.

"ராஸ்கல் தூக்கமா தூங்கற தூக்கம். ஆபீஸ் பக்கம் வந்தே கொன்னே போடுவேன். இப்படியே ஓடிப்போயிரு."

மரத்துப்பக்கமாய் இருளோடு இருளாய் நின்று கொண்டிருந்தான். கொஞ்ச நேரம் அழுதான். பசி வயித்தை பிறாண்டுனது.

'சுடச்சுட சோறு பொங்கி வச்சிருக்கேன்யா' என்று அம்மா

கூப்பிடுவதுபோல் இருந்தது. கூடவே, "இன்னும் மூணுவருசந்தான். ஒனக்கு பத்துவயசாயிரும். நீ வேல பழகி கை நெறய சம்பளம் வாங்குனயின்னா ஆத்தா தும்பமெல்லாம் போயிரும். எம் மவராசன் சம்பாத்யத்துல நாங் காலாட்டி கஞ்சி குடிப்பேன்."

அம்மாவின் பாவமான முகம் கெஞ்சியது.

எப்படியாச்சும் வேல பழகிறணும். பசியை மறந்த சபாபதி மொதலாளி போன திக்கமாய் ஓடினான்.

சாகஸம்

அந்த ஊரெல்லாம் சுற்றியலைந்த அய்யங்கண்ணு. ஒரு தீர்மானத்தோடு நடுமதியம்போல் சாவடிக்கு வந்து நின்றவனுக்கு அங்கிருந்தவர்கள் அசோதைக்கு சொன்னதையே தான் இவனுக்கும் சொன்னார்கள். "ஊர் பெரிய சம்சாரிக வந்து உக்கார்ர எடம். இங்ஙன யெல்லாம் தங்கல் போடக்கூடாது. அந்தா அந்த மரத்து நெழலுக்குப் போயிரு."

தூங்கிக்கொண்டிருந்த கைப்பிள்ளையையும் தலைக்கு வைத்து படுத்திருந்த துணிப்பொட்டலத்தையும் வாரிச்சுருட்டிக் கொண்டு ரோட்டோரமாயிருந்த புளியமரத்துக்கு கீழே வந்து உட்கார்ந்து 'இந்த மனுசன் வந்து காணம்னு தேடப்படாதே' என்று நினைத்தவளாய் தெற்குபக்கமாக பார்த்தமட்டுல இருந்த அசோதையை தேடி வந்து சேர்ந்தான்.

போனமே வந்தமே அதைப்பத்தி எதையாவது பேசுவோம் என்றில்லாமல் உட்கார்ந்திருந்த மனுசனைப் பார்த்தாள். கொறாவிப் போயிருந்தான். கையில் புது சம்பாத்யமாக ஒரு இரும்பு வளையத்தை வைத்துக்கொண்டு கடுமையான சிந்தனையாயிருந்தான். அழுக்கேறிய உடம்பில் வியர்வை விளக்கெண்ணையாய் வழவழத்திருந்தது. அவள் பரிமாறி வயிறு நிறைய எப்ப சாப்பிட்டானென்று அவளுக்கு நினைவில்லை. தன்னைப் போலவே அவனுக்கும் பசியில் கண்கள் உள்வாங்கியிருந்தது. ஆம்பளை எவ்வளவுதான் பசி தாங்கமுடியும்? உள்ளுக்குள் பொருமி பாவப்பட்டுக் கொண்டாலும், வெளியில் எப்பொழுதும் போல்

வெளிக்காட்டிக் கொள்ளவில்லை. நல்ல அலைச்சல். ஊரிலும் இப்படி வேணா வெயிலில் வியாபாரமென்று போய் சாயங்காலம்வரையில் சுற்றியலைந்துவிட்ட வருகிற மனுசனிடத்தில் இங்கிதமாய்பேசி வெந்நீர் வெளாவி வைத்து வட்டிலில் சோற்றைப்போட்டு பக்கத்தில் உட்கார்ந்து மறு சோறு கேட்டு பசியாத்துனதெல்லாம் போயி வருசக்கணக்கிலிருக்கும்.

தினமும் கருக்கலில் கொண்டுபோன வியாபாரத்தை பொழுத டையும் வரையில் கால்நடையாகவே சுத்துமுத்து கிராமங்களில் தெருத்தெருவாக 'அடுப்பு' 'மண் அடுப்பு சூரங்குடி செம்மண் அடுப்பு' என்றுகூலி பேருக்காச்சுலும் யாராவது தலைச் சுமையை இறக்கி ஒத்தஅடுப்பாவது விலை பேசுனோம் என்றில்லாமல் காலுகளில் புழுதி படிந்து போய் பசிக்கிறக்கத்தில் அப்படியே வியாபாரம் கட்டலுங்காமல் திரும்பி வர்றதும் சல்லி வரும்படி யில்லாமல் ஒரு முழுத்த ஆம்பளை வீசுன கையி வெறுங்கையா நிதாசரியும் வெட்டி யலைச்ச அலைஞ்சால் அந்தக் குடும்பத்தில் எப்படி விளக்கெரியும்? வீடே மூதேவி அடைஞ்சி போய் வாசல் பக்கம் நாய் நடமாட்டம் கூட இல்லை.

புருசனும் பெண்ஜாதியும் எதிரெதிரே நின்று இப்போதைக்குள் சிலாகித்து பேசிக்கொள்ளவில்லை. தம்படி வருமானமில்லாமல் ஒருவாய் கஞ்சிக்கும்கூட கேடுவந்த பிறகு பேசுவதற்கு என்ன இருக்கிறது? முன் எப்போதையும் விட எல்லாவற்றிலும் ரொம்பவும் விருத்தியடைந்து நல்ல செழுமையாக காணப்படும் ஊர் இந்த ரெண்டு ஜீவன்களை மாத்திரம் முற்றிலும் மறந்துவிட்டமாதிரி துண்டு தரித்து விட்டு ஊமையாக்கியிருந்தது.

மழை பெஞ்சா என்ன பெய்யாட்டா என்ன விளைஞ்சா தாவலையா விளையாட்டி தாவலையா ஒன் வியாபாரத்துக்கு என்னைக்கும் பஞ்சம் கிடையாது என்று ஊர்க்காரர்கள் சொன்னது, நேத்து சொன்னது போலிருக்கிறது. ஒரு தேரம் காய்ச்சி கஞ்சியா குடிச்சாலும் ஒருஅடுப்பு வேணுமே. அப்படியாப்பட்ட தொழிலுக்கு இப்பொ இப்படிஒரு ஊனம்.

இலட்சுமணப்பெருமாள் 125

எங்கெயோ வெறித்துப் பார்த்தமட்டில் எந்த ஒரு பேச்சையும் ரெண்டுபேரும் அசரீரி மாதிரிதான் சொல்லிக்கொள்வார்கள். அய்யங்கண்ணுவின் பேச்சுக்கு பதில் பேசிக்கொண்டு இருக்காமல் செயலில் இறங்கிவிடுவது அவள் வாடிக்கையாயிருந்தது.

மரத்தின் நிழல் கிழக்கே படர்ந்துகொண்டிருந்தது. அய்யங்கண்ணு கொஞ்சநேரத்துக்கு முன்னே சொன்ன ரோசனை அவளுக்கு இன்னும் விளங்கவில்லை. அதுவெல்லாம் காரிய சாத்தியமா என்று அதிர்ச்சியில் உறைந்து போயிருந்தாள் அசோதை. ஒருவாய் சோத்துக்காக இப்படி யெல்லாம் எண்ணம் தலையெடுக்குமா என்று ரொம்பநேரமாய் யோசித்து அவன் தீர்மானத்துக்கு ஒத்துழைத்துதானே ஆக வேண்டும் என்று மௌனமாய் தவிப்பில் இருந்தாள். எப்பொழுதும்போல் அவள் பதிலுக்கு காத்திராமல் கையில் வைத்திருந்த வளையத்தை கண்ணால் அளந்து கொண்டிருந்தான்.

அவன் ஒண்ணாங்கிளாஸோ ரெண்டாங்கிளாஸோ படிக்கும்போது அப்படி ஒரு குடும்பம் பள்ளிக்கூடத்தில் வைத்து வித்தை காட்டும் போது இவன் சகபிள்ளைகளோடு முக்கால்துட்டு கொடுத்து வேடிக்கை பார்த்திருக்கிறான். அப்படி கிடைத்த வசூல்காசில் அரிசி வாங்கி ஊர் பொதுமடத்தில் வைத்து சமையல் செய்து தங்கள் நண்டுநசுக்கான பிள்ளைகளோடு அவர்கள் சாப்பிட்டது அவனுக்கு சரியானநேரத்திற்கு ஞாபகத்தில் வந்தது.

சொல்லிவைத்தமாதிரி வருகிறவரத்தில் டவுனில் நடுபஜாரில் ஒரு ஓரமாய் ரெண்டு கவைகம்புகளை ஊன்றி நடுவிலே கயிற்றைக் கட்டி ஒரு புருசனும் பெண்ஜாதியும் அந்தக் கயிற்றிலே நாலுவயசு அஞ்சுவயசு மகனையும் மகளையும் நடக்கச்சொல்லி வேடிக்கை காட்டிக் கொண்டிருந்தார்கள். காரும் லாரியும் சொடக்குப் போடுற நேரத்திற்கு இடைவெளி இல்லாமல் போய்க் கொண்டி ருக்கிறது. சைக்கிளும் பைக்கும் ஆயிரக்கணக்கில் போய்க்கொண்டி ருக்கிறது. நகரின் மூன்றுரோடு பிரியும் இடத்தில் அந்த அம்மாள் தன் கைக்குழந்தையை முதுகுப்பக்கமாய் தொட்டில் கட்டி

தூங்கவைத்துவிட்டு வாயில் வெத்தலை எச்சியை ரொப்பிக் கொண்டு 'டுவ்வாங் டுவ்வாங் டுவ்வாங்'கென்று உறுமியை விடாது முழக்கிக்கொண்டிருந்தாள்.

காலில்கட்டிய சலங்கையை ஒலி எழுப்பியவாறு சன்னமாக ஆடிக்கொண்டே பிள்ளைகளை கண்ணால் எச்சரித்தவாறு கூட்டம் நிற்கிறதா என்று பார்த்துக்கொண்டு அஷ்டாவித வித்தைகளை செய்து கொண்டிருந்தான் அந்த ஆம்பளை. யாரும் கண்டு கொள்ளாதபோது கவனஈர்ப்புக்காக தோளில் தொங்கும் சவுக்கை எடுத்து தன் வெற்றுடம்பில் 'சுளீர் சுளீர்' என்று அறைந்து கொண்டு போக்குவரத்துகளுக்கு அனாவசியமாய் வணக்கஞ் சொல்லிக்கொண்டிருந்தான். கூட்டம் நின்று பார்க்க வில்லையே என்று அவனுக்கு கொஞ்சமும் கவலையில்லை. சோத்து தட்டுகளை ஆளுக்கொன்றாய் எடுத்துக்கொண்டு ஒரு இடைவேளை விட்டு கடைகளிலும் போவோர் வருவோரிடமும் பிச்சை வாங்கியவாறு பழையபடியும் அவன் வித்தைகளைத் தொடர்ந்தான்.

ஒன்றும் புலப்படாமல் அசோதையையும் குழந்தையையும் ஒரு லெக்கில்லாமல் இழுத்துக்கொண்டு திரிவதற்கு; இப்படி ஏதாகிலும் நம்மளால் ஏண்ட திறமையைக் காட்டி வயித்துப்பாட்டை தீர்த்துக்கொள்ள வேண்டியதுதான் என்று முடிவுசெய்தான். நிச்சயமாய் இதைவிட்டால் வேறு மார்க்கமொன்றும் இருப்பதாக அவனுக்கு தெரியவில்லை. இதை நடைமுறைப்படுத்த வேண்டுமானால் பள்ளிக்கூடமும் பரோபகாரம் பார்க்கக்கூடிய வாத்திமாரும்தான் லாயக்கு. கூட்டங்கூடவும் கூடிப்பேசவும் நேரமில்லாமல் அரக்கபரக்கத் திரியும் ஜனங்களை நம்பி பயனில்லை என்ற முடிவுக்கு வந்தான். இதைகறாராக உறுதி செய்தான். லொங்கிக்கொண்டு இருந்தால் ஒன்றும் நடக்கப்போவது இல்லை. வெளியே தெரியாமல் பூதம்போல் வயிற்றுக்குள் வீறிட்டுக் கொண் டிருக்கும் பசி அரக்கனுக்கு இன்றைக்குள் ஏதாவது செலுத்தி யாகவேண்டும்.

மழை பெய்யாமல் நிலமெல்லாம் தரிசாகப்போயி மனுசர்கள் பிழைக்க வழியில்லாமல் தேசாந்திரிகளாக பஞ்சம் பிழைக்கப்

இலட்சுமணப்பெருமாள் 127

போன காலமெல்லாம் முன்னாடி இருந்தது. இப்பொழுது மழை முறையாய் பெய்தாலும் சம்சாரித்தனம் பண்ணுவதற்கு ஊரில் யாரும் தயாரில்லை. தரிசுநிலத்தில் வேலிமரங்களும் கருவேலந்தோப்புகளும் முள்கற்றாழைகளும் அப்பிப்போய் கிடக்கின்றன. சரளிக்குமிகளும் மோட்டார் பம்ப்செட் ரூம்களும், பரண்களும் நிறைந்திருந்த பூமியில் பயர்ஆபீஸ் ரூம்களும் தீப்பெட்டி தொழிற்சாலைகளும் நிறைந்து கிடக்கிறது. வண்டிப்பாதைகள் போன தடங்களில் லாரிகளும் பிளசர்கார்களும் போகும்படியான மெயின்ரோட்டிலிருந்து கரிசல்காட்டிற்குள் பிரிந்து போகும் செம்மண் ரஸ்தாக்கள்.

அச்சாபீஸ், தீப்பெட்டி ஆபீஸ், பட்டாசுக்கம்பெனி என்று ஆணும் பெண்ணும் மாதச்சம்பளக்காரர்கள் ஆகிவிட்டார்கள். விவசாயக் கூலிகளின் தெருக்களாக மூளியாய் அழுக்கடைந்து போயிருந்த பகுதிகள் பூராவும் இப்பொழுது டிஸ் ஆண்டெனா கம்பீரத்துடன் நிற்கிறது. முன்னரெல்லாம் இளவட்டங்களுக்கு கூடை மண்வெட்டி வேலை தவிர வேறுவேலை இருக்காது. இப்பொழுது எத்தனையோ பாக்டரிகள். நன்றாய் சம்பாதிக்கிறார்கள். கைகால்கள் வலுவாயிருந்தால் போதும் படிப்பறிவுகூட தேவையில்லை. அப்பைக்கப்போ சினிமாவில் காட்டுகிற நாகரீகமெல்லாம் வீட்டில் கொண்டுவருகிற சம்பாத்யம்.

செம்மண்ணில் நீர்விட்டு குழைத்து நேர்த்தியாய் செய்த அடுப்புகளை வெய்யிலில் காயவைத்து அதை ஒன்றுக்குமேல் ஒன்றாக அடுக்கி தட்டை கூளங்களை போட்டு அடர்த்தியாய் மூடி நெருப்பு மூட்டி சுட வைத்தபின் சாம்பலை கிளறினால் தவழும் பிள்ளை மாதிரி செவேலென்றஅடுப்பு. விரலால் சுண்டிவிட்டால் 'கணகண'வென்று வெண்கல உடுக்குமாதிரி ஓசை கிளம்பும். ஒரு சம்சாரி குடும்பத்திற்கு ஒரு அடுப்பு தலைமுறைக்கு கிடக்கும். இவற்றை ஒரு முப்பது எண்ணம் வரையிலும் கொச்சைகயிற்றால் கட்டி தலையில் சுமந்துபோய் பக்கத்துஊருகளில் பரம்பரை பரம்பரையாய் விற்று வியாபாரம் பண்ணிவந்த குடும்பம். கம்மம்புல், சோளம், கேழ்வரகு, ஆமணக்குமுத்து, குதிரைவாலி என தனித்தனியாய் ஐந்து கோணிப்பைகள் ரொம்ப விற்று முதலாகி அதிலே கிடைத்த

மிகுதியில்தான் உடன் பிறந்த பெண் பிள்ளைகளை கரையேற்றிய மாதிரியான குடும்ப நல்லது கெட் டதுகள் நடந்து வந்திருக்கிறது. இப்பொழுது நடக்கிற காலக் கிரகசாரத்தில் ஸ்டவ் அடுப்புகளும் கேஸ்அடுப்புகளும் பெருகிப் போனதாலே அடுப்புவியாபாரமே படுத்துப் போய் எங்காவது எழவு விழுந்தால் மாத்திரம் 'மந்தைக்கொள்ளிக்கு' சோறு பொங்க ஏகாதேசம் ஒரு அடுப்பு கேட்டு வருகிறார்கள்.

சம்சாரித்தனம் ஓய்ந்து தொழிற்சாலைகள் கூடியதற்குப் பின்னால் காட்டிற்குப் போய் விறகு பொறுக்கிவந்து கஞ்சி காய்ச்சுகிற குடும்பங்கள் துப்புரவாக இல்லை என்றாகிவிட்டது. அதற்கு அவர்களுக்கு நேரமும் வாய்க்கவில்லை. இப்பொழு தெல்லாம் கிராமங்களில் உலக்கைகொண்டு நவதான்யங்களை உரலில் இடிக்கிற சத்தமே கேட்க முடியறதில்லை. ஏன் உலக்கையே யார் வீட்லயும் கிடையாது. திருகை, ஆட்டுரல், வீடு தவறாம புளிச்சதண்ணி வச்சிக்கிடறது, வருசக்கணக்கா அடுக்குப் பானையில ஊறுகாபோட்டு வச்சிக்கிடறது எல்லாமே இப்பொ தான் பார்த்தமாதிரி இருந்தது. எல்லாம் மாயமா மறைந்துபோய் ரைஸ்மில்கள், வீட்டிலேயே கிரைண்டர், மிக்ஸி என்று வந்து மனிதர்களுக்குள் ஆசாபாசமில்லாமல் செய்து விட்டது. கைத்தொழிலாளிகளின் தொழில்களை ஊனமாக்கி விட்டு அன்றாட வாழ்க்கை முறைகள் மிஷின் மாதிரி சுத்தி வருகிறது.

வீட்டின் ஈசான மூலையின் போன கார்த்திகைக்காக ரெண்டு மாசம் வேலை மெனக்கிட்டு செய்த கிளியஞ்சட்டிகள் வெயிலிலும் மழையிலும் நனைந்து மண்ணோடு மண்ணாக மக்கிப்போய் கிடக்கிறது. கிளியஞ்சட்டிகளில் எண்ணெய் ஊற்றி சிறுசிறு திரிகளைப் போட்டு வாசல்படிகளில் மாடக்குழிகளில் வீட்டுக்குப் பின்னாலே தொழுவத்தில் ஏற்றி வைத்தால் எவ்வளவு லட்சுமி கடாட்சமாக இருக்கும்? அப்ப வெல்லாம் பெரியபெரிய கோவில்களில் ஆயிரம்விளக்கு பூஜை லட்சார்ச்சனைகளில் கிளியஞ் சட்டிகள் வரிசைவரிசையாய் பிரகாசித்து ஜொலிக்கும். இப்பொ கண் கூசுகிறமாதிரி எலக்ட்ரிக் சீரியல் பல்புகள் தான் சகல வைபவங்களுக்கும் ஆக்ரமித்து நிற்கிறது.

முந்தியெல்லாம் கார்த்திகைதிருவிழா வகையில் அய்யங்கண்ணு குடும்பத்திற்கு ஒரு தனி வரும்படியாயிருக்கும். இப்பொழுது நாலணாவுக்கு ரெண்டு மெழுகுவர்த்தி வாங்கி கொளுத்துகிறார்கள். அசோதையும் எண்ணை வாங்க வக்கில்லாமல் ரெண்டு மெழுகுதிரிதான் வாசப்படியில் பொருத்தினாள்.

அய்யங்கண்ணுவுக்கு கல்யாணம் ரொம்ப தாமசமாய் நடந்தது. ஊரு உலகத்தில் கம்பெனி வேலைக்குபோய் கைநிறைய சம்பளம் வாங்கும்போது இன்னும் இந்த மண்ணைக் கட்டிக்கொண்டு அழுகிற அக்காமகனுக்கு பெண் தர மாட்டேனுட்டார் தாய்மாமனார். அசோதையோட பிடிவாதத்தால்தான் அய்யங் கண்ணுவுக்கு ஒரு சம்சார வாழ்க்கை கிடைத்தது. ரொம்பகாலமா குழந்தை பாக்கியமுமில்லாமல் பதினைந்து வருசத்துக்கப்புறம் இந்தக் குழந்தை. கோழிச்சப்பைகள் மாதிரி காலும், பெரண்டை முளைத்து வருகிறமாதிரி கையும், சிதம்பரப்பண்டாரம் ஏந்தி வர்ற திருவோட்டை கவித்து வைத்தமாதிரி மண்டையும், பிடிகொழுக் கட்டை உடம்பையும் சேர்த்து ஒட்ட வைத்தமாதிரி அம்சம்.

காலம்போன காலத்தில் இந்த வயசுக்குமேல் இப்படி பாக்டரி களிலெல்லாம் அய்யங்கண்ணுவுக்கும் அசோதைக்கும் வேலை கிடைக்காது. இந்த வேலைக்கொல்லாம் பிஞ்சுக்கைகளோட லாவகம் தான் தேவையிருக்கிறது. நாற்பது வயிசிலெல்லாம் சர்வீஸ்முடிந்து உடம்பும் மனசும் கிழடு தட்டிப்போகும். ஆயுளும் அவ்வளவுக் குள்ளே நெருங்கிவிடும். இந்த கந்தகத்தில் இப்படி ஒரு சூட்சுமம் மிகுந்த நன்மையிருக்கிறது. ரொம்பநாள் இருந்து கிழட்டுப்பட்டம் கட்டி வாழத் தேவையிருக்காது. பாவம் அய்யங்கண்ணுவுக்கும் அசோதைக்கும் அந்த வாய்ப்பும் கைநழுவிப் போய்விட்டது.

ஒண்ணுலஇருந்து எட்டாம் வகுப்பு வரைக்கும் இருக்கிற நடுநிலைப்பள்ளி. "நாலணா கொடுத்த பிள்ளைக எல்லோரும் முன்னாடி வட்டமா உட்காருங்க. பத்துபைசா கொடுத்தவங்கள்லாம் பின்னாடி நின்னுக்கிட்டுப் பாரு''

எட்மாஸ்டர் உத்தரவு போட்டதும் பிள்ளைகள் 'ஹோ' வென்று ஆர்வமாய் சர்க்கஸ் பார்க்க குதியாளமாய் உட்கார்ந்தார்கள். எட்மாஸ்டரும் மூணுநாலு டீச்சர்களும் வராண்டாவில் சேர் போட்டு உட்கார்ந்திருந்தார்கள். அய்யங்கண்ணு வேட்டியை நல்லா தார்ப்பாச்சி கட்டியிருந்தான். மேல்துண்டை இடுப்பில் கட்டிக்கொண்டு கையில் வளையத்தோடு இருந்தான்.

அசோதை கூட்டத்துக்கு நடுவில் வந்து நின்றாள். வெட்கமும் அவமானமும் அவள் முகத்தில் அணி சேர்ந்திருந்தது. எல்லோரும் தன்னை காட்சிப்பொருளாய் வேடிக்கை பார்க்கிறார்கள் என்று நினைக்கும்போது ரோசத்தால் சுண்டி சுருங்கிப் போனாள். டீச்சரம்மாக்கள் பக்கம் அவள் திரும்பவேயில்லை. அவர்களும் பொம்பளை நாமளும் பொம்பள ஜாதியா என்று மனம்புழுங்கி பிழைப்பை எண்ணி நொந்துக்கொண்டாள்.

"ஐயா எட்டுமாஸ்டர் சாமியாவுகளெ டீச்சர் அம்மாக்க மார்களே படிச்சி பட்டம் ஆளப் போற சின்னத் தொரமார்களெ மகராசிங்களெ இந்த எளியோன் செய்ற சில வித்தைகளைப் பாத்து எதோ எங்க ஒருவேளை வயித்துப்பாட்டுக்கு நீங்க கொடுத்த ஆதரவுக்கு தல வணங்குறேன்.

எசமான்களே! இந்த வளையம் இந்தா நிக்கிற பொம்பள மட்டும் நொழய முடியும்." வளையத்தை அசோதையின் தலையில் துளைத்து காலுக்குகீழே விழ வைத்தான். "இப்பொ பாருங்க இதுலெ ரெண்டு பேர் நொழஞ்சி அதே மாதிரி தலை வழியே விட்டு கால் வழியே வளையத்தை எடுக்கப் போறேன்" அசோதை தலையில் நுழைத்து அவள் முதுகோடு முதுகாய் ஒட்டி தன் தலையிலும் நுழைத்துக்கொண்டு வளையத்தை கொஞ்சம் கொஞ்சமாய் கீழ்நோக்கி இறக்கினான். ரெண்டுபேரும் உடம்பை ஒடுக்கிக்கொண்டு வளையத்தை கீழே இறக்கப் படும்பாடு வெகு பரிதாபமாயிருந்தது. இரண்டுபேர் புஜங்களிலும் வளையம் கிண்ணென்று இறுகி இறங்க மறுத்தது. வியர்த்து விறுவிறுத்தது. இப்பொழுது அவனது தொங்கிய மீசை பயத்தால் நடுங்க ஆரம்பித்தது.

உடம்பை முன்னும் பின்னுமாகவும் மேலும் கீழுமாகவும் அசைத்து யாராவது ஒருவர் புஜப்பகுதியிலிருந்து இறக்கி வயிற்றுப்பகுதிக்கு கொண்டுவந்துவிட்டால் கொஞ்சம் லேசாக இருக்கும் என்று உடம்பை மேலும் கீழுமாக அசைப்பதுவும் கால்களை தரையில்போட்டு உதைப்பதுமாயிருந்தான். கூடவே அசோதை அலைக்கழிக்கப்பட்டு அல்லாடினாள். அவள் மூச்சுத்திணறி வலிதாங்காமல் தலையை குலுக்கியபோது கொண்டை அவிழ்ந்தது. அவள் மார்புகள் புடைத்து சிதறி விடுவதைப் போல விம்மி நின்றன. "சீ....பாவம்.....ரொம்ப கண்றாவி" பெண் வாத்திமார்கள் அவள் படும் அவஸ்தைகளை சகிக்க மாட்டாமல் எழுந்து பள்ளிக்கூடத்திற்குள் சென்றுவிட்டார்கள்.

எட்மாஸ்டர் மனசு தாங்காமல் என்னவோபோல் ஆகிப் போனார். அவர்கள் ரெண்டுபேரின் மூஞ்சி கோணுகிற போதெல்லாம் இவரும் சங்கடத்தில் முகத்தை கோணிக் கொண்டே யிருந்தார்.

"இந்தாப்பா! இதுமாதிரியெல்லாம் இதுக்கு முன்னாடி செய்து பழக்கமிருக்கா இல்லையாப்பா? ரொம்ப சங்கடத்தில் மாட்டிக்கிட்ட மாதிரி தெரியுதே!" அவன் பக்கமாய் நின்று கேட்ட எட்மாஸ்டரிடம் 'அதெல்லாம் ஒண்ணுமில்லை' என்கிற மாதிரி முகத்தில் சின்னத்தெளிவை காட்ட முயற்சித்து தோற்றுப் போனான் அய்யங்கண்ணு. இப்படி ஆகிப்போச்சே என்று அழமாட்டாமல் அணத்த ஆரம்பித்தாள் அசோதை. தரையில் கால்களை சில சமயம் இவனும் சில சமயம் அவளும் மாறிமாறி ஊன்றி ஒருவரையொருவர் சுமந்து நின்றார்கள். எதிரும்புதிருமாய் இருந்த அவர்களின் முகங்கள் ஆறுதலுக்குக் கூட பார்த்துக் கொள்ள முடியவில்லை.

இடுப்புப் பகுதிக்கு வந்த வளையத்தை ஒரு இஞ்ச் கூட நகற்றுவதற்கு சாத்தியமில்லாமலும் கால்கள் வலுவாக தரையில் நிலை கொள்ளாமல் ஊட்டிக் குப்புறவிழுகிற மாதிரி பயங்கொடுக்க ஆரம்பித்தது. கூடியிருந்த குழந்தைகள் அனுதாபமாக எழுந்து போகவும் கலையவும் ஆரம்பித்தார்கள். இவ்வளவு நேரம் இதுவரை தனித்திருந்து அறியாத

அசோதையின் குழந்தை அம்மைக்கும் அப்பனுக்கும் ஏதோ ஆபத்து என்பதை அறிந்து கொண்டதுபோல் தன் இயல்புக்கு மீறி அழுது கரைய ஆரம்பித்தது. தாயை பிரிந்து ரொம்ப நேரமாகி விட்டபடியால் அதுக்கு பசியும் திடமில்லாது இருக்க வேண்டும். வயிறு ஒட்டிப்போயிருந்தது. நிலைமை ரொம்ப மோசமாக இருந்தது. கூட்டத்தின் நடுவில் வேடிக்கையாய் நின்ற மாணவர்களிடம் உச்சஸ்தாயியில் அழுதுகொண்டிருந்த குழந்தை, ஒவ்வொரு முகமாய் பார்த்து தன்னை தூக்கி வைத்துக் கொள்ளுமாறு இரண்டு கைகளையும் அடிக்கடி நீட்டியது.

குழந்தைக்கு தன் கையை தட்டி "அழுகாதே......இந்தா... அழுகாதே அந்தா பாரு அம்மா...... அந்தா அந்தாஆ......... ஐயா.......... அம்மா......." போக்குகாட்டி அழுகையை நிறுத்த முயற்சித்தார் எட்மாஸ்டர். நேரமாக ஆக சர்க்கஸை மறந்த பிள்ளைகள் ஓடிப்பிடித்து விளையாட ஆரம்பித்தார்கள். இதுக்கு மேல் தாக்குப்பிடிக்காது என்ற முடிவு செய்த எட்மாஸ்டர் ஊருக்குள் போய் நாலுபேரை கூட்டிவந்தார்.

"சிக்கல் வர்றது உலகத்துல யாருக்கும் சகஜந்தான். அப்பயும் இப்படியா கோப்பு எடுக்கணும் அட கண்றாவியே"

"ஐயோ பாவம். அதுகளுக்கு என்ன வயித்து ஆத்திரமோ!"

பலவாறு பேசிக் கொண்டே வந்த ஆள்கள் வந்து பார்த்த போது அசோதை குப்புற விழுந்து கிடந்து மூச்சுப் பறியாமலும், அய்யங்கண்ணு மட்டமல்லாக்க அவள் மேல் கிடந்தவாறு கால்களை மேலுங்கீழுமாய் ஆய்ந்து புரள்வதற்கு முயன்று கொண்டிருந்தான். ஓடியாடிய பிள்ளைகள் இப்பொழுது சோகமாய் சுற்றி நின்று கொண்டிருந்தார்கள்.

இதற்கு நடுவில் அசோதையின் குழந்தை தவழ்ந்து போய், அவள் சேலையைப் பிடித்தவாறு தன் பசியை அம்மாவின் முகத்தைப் பார்த்து தெரிவிக்க, தன் மூச்சடக்கும் நீண்ட அழுகையில் தரையோடு தரையாய் படிந்து கிடக்கும் தாயின் முகத்தை தன் கையால் பிடித்து புரட்டித் திருப்ப பெரும்முயற்சி செய்து கொண்டிருந்தது.

கனவிதுதான் நிஜமிதுதான்

காலுகையெல்லாம் வெட்டிப்போட்ட மாதிரி வலி. கண்ணை முழிக்க முடியவில்லை. இன்னுஞ் சுதாரிச்சு எங்கேயிருக்கோமுன்னு அவளால் ஒரு முடிவுக்கு வரமுடியவில்லை. இவ்வளவும் நடந்துமுடிந்த பிறகு தூங்கிக் கொண்டிருக்கிறோமோ இல்லை முழிப்பு தட்டுவதற்கு முன்னால் வந்த கனவா என்று தீர்மானிக்க முடியவில்லை. கனவு நிஜம் மாதிரியும் நிஜம் கனவு மாதிரியும் ரொம்ப குழம்பித் தெரிகிறது. நிறைய சம்பவங்கள் கனவில் வந்தது போல்தான் தெரிகிறது. தூக்கச் சொக்கிலேயே குழந்தையை துழாவிப் பார்த்தாள். அது எந்த மூலையில் சுருண்டு கிடக்கிறதோ.

எங்கு படுத்திருந்தாலும் சுத்த இருட்டாய் இருக்க வேண்டும் பாண்டியம்மாளுக்கு. கதவு ஜன்னல் மூடி அறை இருண்டுகிடக்க வேண்டும். மேலே ஓட்டுக் கிடைவெளியில் இருந்து வருகிற சூரிய வெளிச்சம் கூரியகம்பிபோல இவள் மேலில் குத்தும். ஒரு பழைய துணியை எடுத்து மூஞ்சியில் போட்டுக் கொள்வாள். மேலு சொடக் கெடுத்த மாதிரியான தூக்கம் என்றைக்கும் தூங்கியதில்லை. றெப்பைகள் மூடிய சிறிது நேரத்திற்கெல்லாம் அவள் மனந்தாங்க முடியாத கனவுகள்.

அவளை இதற்குமுன் எங்கோ பார்த்திருக்கிறாள். கடூரமான பார்வை. அவளால் துன்பம் வருகிறமாதிரி தெரியவும் மெல்ல ஓட்டம் பிடிக்கிறாள். அவள் விடவில்லை. இவளை ஏன் எதற்கு என்று தெரியாமல் துரத்துகிறாள். உயிரைப் பிடித்துக்கொண்டு ஓட்டம்.

ஓடும்வழி பாதையா வனமா தெருவா வானவெளியா.... உயிர்பிழைக்க கால்கள் குதிரைவேகம் கொள்கின்றன. ஓவென்று அலறியபடி அந்த கொடூரியை திரும்பிப் பார்க்கிறாள். துரத்துகிறவள் கால்கள் தரையில்படாமல் ஏட்டிஏய்!.... ஏட்டிஏய்!....நில்லு இந்தா.. என்று பறந்துவருகிறாள். எட்டி இவள் தலை மயிரைப் பற்ற கிட்ட நெருங்குகிறாள். ஐயோ! அசுரத்தனமாய் பாய்ந்த கால்கள் இப்போது பின்னலாடுகின்றன. ஆ.....ஆ.....என்று தண்ணீரில் மூழ்குவதைப் போலவும் செங்குழம்பு பிரவாகத்தில் மூழ்கிய மாதிரியும் தத்தளிப்பு. இல்லை இன்னும் இன்னும் ஓடிக்கொண்டுதானிருக்கிறாள். ஓடும் வழியில் இரண்டு பக்கமும் இதுமாதிரி ஆபத்துக்குப்போய் ஒளிந்து கொள்கிற மாதிரி வரிசை வரிசையாய் பாறைக் குடைசல்கள் குகைகளாய் இருக்கத்தான் செய்கிறது.

உள்ளே நுழைந்து தப்பிப் பிழைக்கலாம் என்று நிதானிக்கும்போது உள்ளிருந்து இவளை சிரித்தமுகத்தோடு கூப்பிடுகிற பூனைமூஞ்சிக் கிழவி. முகத்தைப் பார்த்தாலே வஞ்சம் தெரிகிறது, இவள் பிடித்து கொடுக்கிறவளென்று. கொஞ்சத்தாமதம் இன்னும் பயத்தைக் கொடுக்க பழையபடி ஓட்டம் கிண்ணியபடியே திரும்பப் பார்த்தாள். இதென்ன... இதென்ன.. மழுங்க மொட்டையடித்து மீசைவைத்த சிவப்பு கடுக்கண்கள் மின்ன நாக்குத் துருத்திய ஒரு ஆள் ஓடிவந்து வேல்க்கம்பால் காலை இடறிவிட்டு விழத்தாட்டி பரபரவென இழுத்துப்போனான். கைகால்களை படபடவென உதறி ஐயோ....என்று அலற வாயைத் திறந்தாள். சப்தம் வெளியே வரவில்லை. நெஞ்சு திக்திக்கென்று இயந்திரத்தைப்போல் ஓடிக்கொண்டிருந்தது. எது திசை.... எந்தப் பக்கம்... இந்த அறைக்கு வாசல் எந்தத்...திக்கம் எங்காவது சிறு வெளிச்சம் தெரியாதா? நெஞ்சுப்படபடப்போடு உடம்பெல்லாம் மொத்தமாக கனங் கொண்டு வலித்தது. மூசுமூசுவென்று அழுதவாறு பாண்டியம்மாள் வேகமாக தீப்பெட்டி போட்டுக்கொண்டிருந்தாள். பக்கத்தில் கூட வேலைசெய்து கொண்டிருந்த பெண்களுக்கு ஒன்றும் புரியவில்லை.

"பாண்டியம்மா! பாண்டியம்மா! சொல்லீட்டுத்தான் அழேன்!"

இவளுக்கு இப்படி ஒரு கெட்டபழக்கம். தீப்பெட்டி போட்டுக்கிட்டே மெகால் பிடிச்சமாதிரி உட்கார்ந்திருப்பா. திடீர்னு என்ன நெனப்பாளோ உம்முன்னு இருந்தவ கேவிகேவி அழுக ஆரம்பிச் சுருவா. என்ன என்னன்னு யாரு கேட்டாலும் அவகிட்டயிருந்து பதில் வராது. சீக்காளி புருசனை நெனச்சி அழுறாளா... யாருக்குத் தெரியும்? இந்த சின்னவயசுலெ ஒத்தப்புள்ளெய வச்சிக்கிட்டு ஆம்பள சம்பாத்யம்ங்கிறது, இல்லாம சன்னப்பாடா படுறா. நல்லா அனுபவிக்கிற வயசு. என்னத்தக் கண்டா? ஆளாளுக்கு அவள் நிலைமையை அலசுவார்கள். அவளைப் பற்றிய அந்த சோக சம்பாஷணைகள் ஒருவித பயமாய் எல்லாப் பெண்களையும் இனம்புரியாமல் தொற்றிக்கொள்ள தீப்பெட்டி உற்பத்தி மளமளவெனக் குவியும். சரசரசட் சரசரசட் என்று பெட்டிகளின் உரசல் மட்டும் அந்த அமைதியில் கம்பெனி முழுவதும் அலைஅலையாய் பாயும்.

பிறந்தவீட்டிலிருந்து அவளுடைய கனவு நினைவுகள் முதலில் ஆரம்பமாகும். அது படிப்படியாய் விரிந்துபெருகி காவிரிப் படுகையில் கார்காலத்தில் நுங்கும் நுரையுமாய் வெள்ளம் வருகிறமாதிரி இக்கரைக்கும் அக்கரைக்குமாய் தத்தளிக்கும். பல கிளைகளாய் பள்ளம் பார்த்து ஓடுகிற தண்ணி மாதிரி ஒவ்வொரு கிளைப் பாய்ச்சலுக்கும் ஒரு காண்டத்திற்கான விஷயமிருக்கிறது. அன்றைய முறையாய் அவள் மனதில் அப்படியொரு சமாச்சாரம் முந்தி நின்றது.

அவளும் கல்யாணம் முடிஞ்ச நாள்லருந்து ஒத்தபாவாடைத் துணி எடுக்கணும்னுதான் பாக்குறா. நடப்பனாங்குதே. உள்ள கட்டிக்கிற துணிக்கு தரித்திரியம் தரித்திரியம் அப்படி தரித்திரியம். ஆட்டைத்தூக்கி குட்டியிலபோட்டு குட்டிய தூக்கி ஆட்டுல போட்டு என்னதான் மேலகீழ விழுந்து பார்த்தாலும் பிழைப்பு நூல் பிடிச்சமாதிரி போய்க்கிட்டிருக்கு. இதுலே பாவாடைதுணி எங்க எடுக்கமுடியும்? உடுமாத்துக்கு இல்லேன்னாலும் பரவாயில்லை. ஒத்தப்பாவடை...... ஒண்ணே ஒண்ணு எடுக்க முடியலியே.

முன்னம்மாதிரியா? அவளோட அம்மா, பாட்டி, காலத்துல உடுத்துனமாதிரி, கண்டாங்கி சேலையாயிருந்தா பரவாயில்லை. பாவாடையே தேவையில்லை. சும்மா தார்ப்பாய சுத்துனமாதிரி இடுப்புல இறுக்கமா கெடக்கும். அந்த இருபதுகஜம் டயமண் சேலையிலே அழுக்குபடுறது தெரியுமா, இடுப்பைவிட்டு இறங்குமா, சாயம் போகுமா, கறைபட்டால்தான் தெரியுமா?

அப்பல்லாம் உடுமாத்துக்கு இத்தனை சேலைகள் ஏது? ஒத்தச்சேலையோ ரெண்டு சேலையோதான் இருக்கும். தூரத்தில் வரும் போதே சேலைக்கலரை வச்சே வர்றது முத்தாளுபாட்டியா சீனியம்மா கிழவியா தாயம்மா பெரியாத்தாளான்னு துணீப்பா சொல்லீரலாம். அந்தமாதிரி நெசவுகள்லாம் இப்பொ காண்கலை. அப்படி நூல்சேலை நெசவுபோட்ட நடுச்சூரங்குடி ராமசாமியாபிள்ளை வகையறா குடும்ப மெல்லாம் அல்லரை சில்லரையாய் ஆகி அந்த தொழிலையேவிட்டு எங்கெட்டெங்கிட்டோ குடியேறி போயிட்டதா சொல்றாக. இப்பொ பூராம் நைலான் சேலைகள்தான். சுருட்டுனா கைக்குள்ள அடங்குற மாதிரி. இதை பாவாடை இல்லாம உடுத்த முடியுமா? எங்க......? கல்யாண மூச்சு வந்ததிலிருந்து கோடித்துணி எடுத்தோமுங்கிற பிறப்பே இல்லையே.

எல்லாப் பாவாடையையும் கிழியகிழிய கைத்தையல் போட்டு தச்சி உடுத்தி முடிச்சாச்சி. அந்த 'இரும்புத்திரை' பாவாடை ஒன்றுதான் இப்பவரைக்கும் தாக்கு பிடிச்சது. அதுவும் சினிமாவுல வர்ற டான்ஸ்காரி முழங்கால் பாவாடையை, நாலாதிக்கமும் இடுப்புவரைக்கி கிழிச்சிவிட்டுகிட்டமாதிரி கிழிஞ்சி போயிருந்தது. அதை ஊசிநூல் வச்சி தக்கெணும்னா ஒருநா வேலை மெனக்கெட்டுப்போகும். ஒரு நாள் சம்பளத்தையும் நூலுக்கு கொடுக்கவேண்டியதான். கிழிஞ்சதை ரெண்டுரெண்டா சேர்த்து நுனியில முடிச்சு போட்டுக்கிறது. ஒண்ணுக்கு ரெண்டுக்குன்னு ஆத்திர அவசரத்துக்கு போகும்போது யாரையும் கூட சேத்துக்கிடறதில்லை. நம்ம கேவலம் வெளியே தெரியணுமா? என்ன செய்ய, சேலை இடுப்புல நிக்கெணுமே. சிரிச்சித்தான் தீக்கணும் நம்ம பொழப்பை.

இந்த மனுசன் ரைஸ்மில்லுல நெல்லு அவிச்சு காயப்போட்டு எடுத்து வைக்கிற வேலையிலிருந்தார். இப்பொ போகலை. எந்தநேரமும் இருமிக்கிட்டே இருக்குறார். ஈழைநோய். நரிக்கறி சாப்புட்டா நல்லதுன்னாக. நரிக்குறவகூட்டம் எங்ஙன திரியறாகேன்னு விசாரிச்சு கைப்பிள்ளையை இடுக்கிக்கிட்டு இருக்கன்குடி திருவிழா நென்மேனி திருழான்னும் திருவண்ணா மலைக்கு அஞ்சு சனிக்கிழமையும் அலையோஅலைன்னு அலஞ்சி அவங்க உப்புகக்கண்டம் போட்டு வாறுவாறா வச்சிருக்கிற நரிக்கறியை வாங்கியாருவாள். நண்டுக்குழம்பு வச்சிக்கொடுத்தாலும் நல்லதுன்னாகன்னு கம்மா கம்மாயிக்கி ஆம்பளையாளுக வெளிக் கிருந்துட்டு காலு கழுவற இடமுன்னும் பாக்காம நண்டு பிடிச்சி வருவாள். 'மப்பு ஏறுனவா ராங்கி பிடிச்ச வான்னு' பேசுறதை கேட்டு லொங்கிப்போயி ஆள்நடமாட்டம் கொறஞ்ச செங்கல் மங்கல்ல பிள்ளையை கரையில உக்காரவச்சிட்டு சேலை பாவாடை நனையாம அவுத்து சுருட்டி பிள்ள பக்கத்துல போட்டுட்டு வெறுக்கு வெறுக்குன்னு தண்ணியிலே இறங்கி அந்த நண்டெ பிடிக்கிறதை அந்த பகவான்தான் அறிவார்.

இந்த தகைநோய்க்கு திருச்சுழியிலெ மோதிரம் போடுதாக அதைப் போட்டா நாலஞ்சுநாள்ல தாவலைன்னாக. கூடகூட்டிக் கிட்டு போயிட்டு வந்தாள். நாகர்கோவில் பக்கம் திங்கள் சந்தையிலெ கருப்பட்டி மந்திரிச்சி கொடுக்காக அப்படீங்கவும் அங்கெ கூட்டிக்கிட்டு ஓடுனாள். இப்படி ஊனுறக்கம் இல்லாமெ காலையிலெ மூணுமணிக்கு தீப்பெட்டி ஆபீஸ் பஸ் ஏறிப்போயி ரவை எட்டுமணிவரைக்கும் உங்காம திங்காம பிள்ளைக்குகூட கொடுத்தும் கொடுக்காம தன்னாலெ லோல்பட்டு லொம்பலப் பட்டு வாங்குன சம்பளமெல்லாம் இப்படி பஸ்ஸுகாரனுக்கும் மருந்துமாயத்துக்குந்தான் ஆகுது.

திடுதிப்பென்று தீப்பெட்டி ஆபீஸுக்கு ஊர்லருந்து ஆள் தேடி வந்துரும். ஒரு தடவை ரெண்டுதடவையா? வாரத்தில ஒருநா 'ஓம் புருசனுக்கு ரொம்ப அத்தாவுத்தியா கெடக்கு. கண்ணுமுழி நிலைக்குத்திப்போயி சளி நெஞ்சுள்ளே கரட்டுமுரட்டுன்னு மூச்சு முட்ட இழுத்துக்கிட்டு கிடக்கு'.

உடனே வாரிச்சுருட்டி குழந்தையோட ஓடுவா. 'இந்த நோயி இப்படித்தானம்மா! ஆளுகளை லேசில கொல்லாது. இழுத்துக்கோ பறிச்சுக்கோன்னுதான் கெடக்கும் நீ ஏன் ஓடியாந்தே வெட்டி அலப்பறயா' என்று கூட்டமே அனுதாபப்படும்.

தீப்பெட்டி ஆபீஸூக்கு பின்னாலே தனியா வந்து உட்கார்ந்து ஒண்ணுக்கிருந்துக்கிட்டிருக்கும் போது திடுதிப்புன்னு பின்னாலகூடி எவளோ வந்து அமுக்கிக்கிட்டு கண்ணப் பொத்துனா. "யாருடி அவா? ஏய் கையை எடு மானாங்கனியா வஸ்ஸூ போடுவேன் பாத்துக்கோ". கையை எடுக்கிறதாயில்லை. யாரா இருக்கும்? பொத்துன கையை பிடிச்சமட்டுல யோசிக்கும்போத ஜம்முன்னு மல்லிகைப்பூ வாசம் வந்தது. ''ஆங்...சங்கரி!'' அடியே சங்கரீன்னவும் ''கண்டுபிடிச் சிட்டீங்களேக்கா"ன்னு சிரிச்சிக்கிட்டே தள்ளி உட்கார்ந்தாள். "யக்கா இதென்ன பாவாடை இப்பொ இதான் புது டிசைனா?" கேலியா சிரிச்சாள். "இதுக்கு நீங்க உள்ள உடுத்தாமலே வந்திருக்கலாம்''னு முடிச்சி எந்திரிச்சிட்டாள். வாங்க போவோமுன்னு இடுப்புல கைவச்சமட்டுலெ நின்னுக்கிட்டு அவசரப்படுத்தினாள். ''இல்லெ நீ போ. எனக்கு சூடு பிடிச்சிக்கிடுச்சி. கொஞ்சம் இருந்து வாரேன்' சொன்னவள் அவள் போகவும் ரொம்ப வெட்கப்பட்டு உள்ளே வேலைத்தளத்திற்குப் போக ரொம்ப யோசனையாயிருந்தாள். போனவளுக்கு இதை அடுத்தவகிட்டெ சொல்லலைன்னா மண்டை வெடிச்சிருமே!.

அவளுக்கென்ன சொல்லுவா. இதையும் கட்டாமல் வந்திருந்தா இடுப்புல சேலை நிக்கெணுமெ. சரி, இனிமேக் கொண்டும் இதைக் கட்டிக்கிட்டிருக்கிறது நல்லாயில்லை. அவசரமாய் பாவாடையை அவிழ்த்து பக்கத்தில் வேலியோரமா சுருட்டி எறிந்தாள். "ஏத்தா நல்ல பொம்பள நீயி இந்நேரம் வரைக்குமா ஒண்ணுக்குப் போனே!" மாரியம்மக்கா இப்படி கேக்கும்போது வரிசையாய் உட்கார்ந்து தீப்பெட்டி போட்டுக்கிட்டிருந்த எல்லோரும் திரும்பிப் பார்த்தார்கள் சங்கரியைத் தவிர. ''ஒம் பிள்ளைக்கி மூக்கைத் தொடெ''

என்றவுடன் விளையாடிக்கொண்டிருந்த பிள்ளைக்குப் போய் அழுந்த மூக்கைத் தொடைத்து விட்டாள். "ஏ பாதகத்தி சேலையவச்சி தொடச்சா மூக்கு புண்ணா செவந்துபோகும். உள்பாவடையை வச்சித்தொடை" என்று சொல்லவும் எல்லோரும் குனிஞ்ச மட்டுல சிரிச்சாக.

எவளும் என்னேன்னும் பேசிட்டு போறாங்க. அது பத்தியெல்லாம் இவளுக்கு கவலை என்கிறது கிடையாது. இவள் பயம், மூணுநாலு வருசத்துக்கு முந்தி நடந்த பஸ் ஆக்ஸிடெண்ட் பத்தித்தான். அப்பொ கல்யாணம் ஆகலை. இவள் அம்மாகூட ஒரு நாள் ஆஸ்பத்திரி போயிட்டு வரும்போது ராத்திரி ஒன்பதுமணி இருக்கும். தூத்துக்குடியிலிருந்து உப்பு ஏத்திக்கிட்டு வந்த லாரியும் தீப்பெட்டி ஆபீஸிலிருந்து திரும்ப வீட்டுக்கு வந்துக்கிட்டிருந்த பஸ்ஸூம் நெத்திக்குநெத்தி மோதி பெரிய அலங்கோலம். இவள் போன பஸ் கொஞ்சநேரம் அங்கே நின்னது. எறங்கி அந்த கண்றாவிய கண்ணால பாத்தாள். தெய்வமே! அதைக் கண்கொண்டு மனுசர் சகிக்க முடியாது.

ஆணும் பெண்ணும் தலைவேற கைவேற மூக்கு ஒடஞ்சி முகம் நஞ்சி கைப்பிள்ளையோட செத்த பொம்பளெக குமிகுமியா கொத்து கொத்தா....அந்தா அடப்பாவமே இவளமாதிரி வயசுக்குமரிக. நிறை அம்மணமா கட்டியிருந்த ஒத்த துணி இடுப்பை விட்டு விலகி...... "யம்மா யம்மா...... அந்தப்பெண்ணு ஒத்தத்துணி... ஒத்தத்துணி "உடுத்தி வந்திருக்காம்மா. அந்த துணியெ எடுத்து மூடிப்போடும்மா" கைகால்களை உதறிக்கொண்டு அழுகிறாள். இந்தா ரெண்டு கொமருக. இவுக குடும்பமும் என்ன துன்பத்திலெ இருக்கோ பழைய வேட்டியை உள்ளே ஒரு சுத்து சுத்திக் கட்டி வெளியே ஒரு நைஞ்ச சேலை.... எப்படி மானரோசத்துக்கு லொங்குற பிள்ளைகளோ........ அம்மாவின் கண்களில் கண்ணீர்.

இப்படி அவுந்து கிடக்கிறதை அவள் ஒடம்பை விட்டு பிரிஞ்ச உசிரு தூர நின்னு பாத்துக்கிட்டு என்ன பாடுபடுதோ மானம் போகுதேன்னு எப்படி அலறுதோ, ஆத்தா அந்தப் பிள்ளைகளெ பாரு ஆத்தா..... உடன்பிறப்புகள் செத்த மாதிரி

அம்மாவைக் கட்டிக்கொண்டு ஒன்னு அழுதாள். ஆண்டவனே எனக்கு இப்படி நிலைமை வந்தா கடைசி உசிருபோகும்போது பாவாடை ஒதுங்கியிருந்தா அதைச் சரியா பொத்தி விட கொஞ்சம் தெளிச்சி கொடக்கணும் பகவானேன்னுவாள்.

“இவா என்னத்தையாவது கனாக் கண்டு இல்லாததைச் சொல்லி புலம்புவா. நாமலே செத்து பொணமாயிட்டோம். வெளியே அது தெரிஞ்சா என்ன இது தெரிஞ்சா என்னா?” சீ.... கொங்சங்கூட நெஞ்சுலெ ஈரந் தட்டுப்படாம சொல்றாள்களே இவங்கள்லாம் நல்ல சாதிப் பொம்பளைகதானான்னு பேச்சை சுருக்கிடுவாள். அந்த முடிச்சிப் போட்ட பாவாடை மானங் காப்பாத்த கொஞ்சமாவது உதவுமுன்னு நெனச்சாள். அதுவும் போச்சு?

கட்டுன கைலியோட நனஞ்ச கோழிக்குஞ்சா சுருண்டு கிடக்கிற ஆம்பளைக்கு இனிமேல் இந்த அண்ட்றாயர் தேவைப் படாதுன்னு நெனச்சவள், உள்ளே அந்த மனுசனோட அண்ட்றாயரை போட்டுக்கிட்டு மேலே சேலையைக் கட்டி அன்றைக்கு பாக்டரிக்கு வந்திருந்தாள். இன்னும் சேலை ஒழுங்கா இடுப்பில நிக்கிமில்லையா? ஆனா ஒண்ணு.... வேலைசெய்ற பொம்பளேக யாரோடையும் சரியா பேச்சு வச்சிக்கிடலை. பேச்சுக்கால் பழக்கம் இருந்தாத்தானே ஒண்ணுக்குப் போகையில் சோடிபோட்டு போகச்சொல்லும். மத்தியானம் வெயில் சுள்ளூன்னு அடிக்கும்போதுதான் எல்லோரும் அப்படி இப்படி அலையாம உட்கார்ந்து வேலைசெய்வாங்க. அதுதான் நல்ல சமயம் ஒண்ணுக்கு முட்டிக்கிட்டு வந்தது. நைஸா எந்திரிச்சு பின்பக்கம் போனாள். சுத்தும்முத்தும் பார்த்துட்டு...... ஐயையோ இது ஒரு பெரிய அவஸ்தை அண்ட்றாயரை முழுசா அவுத்து உட்காரணும். உருவாஞ்சுருக்கை உருவினாள். கையில் அண்ட்றாயரை வைத் திருக்கும்போது சங்கரி ரெண்டு மூணுபேரோட வந்திட்டிருந்தாள்.

அவளுக்கு இவளோட கிழிஞ்ச பாவாடையை எல்லோருக்கும் காட்டி சொல்லிச் சொல்லி சிரிக்கிறதுலே தனி ஆனந்தம். இப்பொ இந்த கோலத்தைப் பார்த்தால்? பெரிய

கேவலம். பொம்பளயாளுக மாத்தரம் இல்லே, உள்ளே இருக்கிற ஆம்பள போர்மேன்கள் கிட்டேயும் சொல்லிச் சொல்லி மானத்தை வாங்கீருவாளே. இப்பொ இந்த அண்ட்றாயரை என்ன பண்றது? நேத்து சுருட்டி எறிந்த பாவாடை பக்கமா இதையும் தூக்கி எறிஞ்சிட்டு கிழக்குப்பக்கமா அவுக கண்ணுல படாம ஆபீஸுக்குள்ள நொழஞ்சி வேகமா தீப்பெட்டி போட்டுக்கிட்டிருந்தா.

ஒரு அரைமணி நேரத்துல கணக்குப்பிள்ளை வேகமா வந்தார். "பாண்டியம்மா! நீ எந்திரி. வேலை பார்த்தது போதும். ஒங்கணக்கை முடிச்சி ஊருக்குப் போகலாம். இன்னுமே வேலைக்கு வேண்டாம்'' அதுந்து தன்னால விலுவிலுத்துப்போன பாண்டியம்மா "கணக்குப் பிள்ளைய்யா என்னையவா.... நா ஒரு குத்தமுஞ் செய்யலையே. சூசுவான்னுதானெ என் வேலைய பாத்துக்கிட்டிருக்கேன்.'' அதிர்ச்சியில் உட்கார்ந்த இடத்திலிருந்து அண்ணாக்க கெஞ்சினாள் பாண்டியம்மாள்.

'ஓடையிலெ கெடக்குதே அது யாரு பாவாடை? என்னோடது கிடையாதுன்னு சாதிக்கதே. ஆளு சாட்சியிருக்கு. ஒழுங்கு மரியாதையா சொல்லு. அந்த அண்ட்ராயர்க்காரன் யாரு, பின்னாலே ஒங் கூட பேசிக்கிட்டிருந்தவன் யாரு?"

பாக்டரி முழுவதும் மூச்சுபேச்சில்லாமல் பாண்டியம்மாள் முகத்தையே பார்த்துக்கொண்டிருந்தது. "கணக்குப்பிள்ளையா......! இப்படி வாய்க்கு வந்தபடி பேசாதீக. எனக்கும் ஒரு பிள்ளையிருக்கு. அது விளங்கணும்.''குரல் நடுங்க அழுகத் தொடங்கினாள்.

''இந்தா பாரும்மா, சும்மா அழுது அழிச்சாட்டியம் பண்ணாதே. வயசுப்பிள்ளைகளும் வயசுப்பையங்களும் இருக்கிற எடம். நீ ஜாஸ்தி பேசாதே. சிட்டைய கொண்டா. கணக்குமுடி மொதல்ல."

இருக்கையை விட்டு எழுந்த பாண்டியம்மாள் பிள்ளையையும் தூக்குவாளியையும் எடுத்துக்கொண்டு விறுவிறுவென்று அழுது கொண்டே பாக்டரியை விட்டு

வெளியேறினாள். எல்லோரும் அவளை மௌனமாக பார்த்துக்கொண்டிருந்தது அவளை ரொம்பவும் இம்சைப் படுத்தியது

ரொம்ப தூரம் நடந்து வந்துவிட்டாள். எதிரிலே குட்டைமுத்தையா சைக்கிளில் வந்து பக்கத்தில் வந்து நின்றார். 'ஏம்மா தாக்கல் தெரிஞ்சுதான் வர்றியா இல்லெ தற்செயலா வர்றியா'?

".."

"தம்பிக்கி சீவன் பிரியும்போது நாங்கள்லாம் பக்கத்திலெதான் இருந்தோம். பேச்சு சிரமப்பட்டு பேசுனான். கடைசியா 'ஏ பாண்டியம்மா! எம்குணவதி என் குணவிளக்கே ஒன்னத் தவிக்க விட்டுட்டனே'ன்னு கடைசியா ரெண்ட சொட்டு கண்ணீர் விட்டாம்மா அவ்ளதான்..........."

பாண்டியம்மாளுக்கு அழுகைங்கிறதே இப்ப வரவில்லை. ரொம்பநேரமாய் பேசாமல் நின்று கொண்டிருந்தாள். "அடக்கா தம்மா அழுதிரு காலமெல்லாம் அழுதுட்டே, சொச்சத்தையும் அழுதிரு."

அவள் அழவில்லை. சைக்கிளில் பின்னாடி ஏறினாள் 'சொந்தக்காரங்க யாருக்கு சொல்லப்போறோம்? அதான் ஒடனே அடக்கம் பண்ண ஏற்பாடு பண்ணியாச்சு. ஒன்னோட சின்னையா மகன் காத்தமுத்து இன்னைக்கே விசேஷத்தையும் முடிச்சிருவோம். கோடி நான் எடுத்திட்டு வர்றேன்னான். சேலை பாவாடை ஜம்பர் எடுத்திரவான்னான். சேலை ஜாக்கெட் மட்டும் போதும். பாவாடை என்னத்துக்குன்னு சொல்லிட்டாக."

"ஐயோ.. நான் பாதகத்தி... நான் பாவிமகா. நாஞ் சண்டாளி..."

குட்டைமுத்தையா செவிகிழிஞ்சு போகிறமாதிரி, பின்னாடி உட்கார்ந்திருந்த பாண்டியம்மா ஓன்னு அவயம்போட்டு ஒத்த கையாலே பிள்ளையைப் பிடிச்சுக்கிட்டும், இன்னொரு கையாலே தலையிலெ அடிச்சிக்கிட்டும் அழுதா, உலகமே இருண்டமாதிரி இருந்தது. தன்னை யாரோ சகதிப்புதரில்

அமுக்குவதுபோல் உணர்ந்தாள். கண்ணை முழிக்க முடியவில்லை. இன்னுஞ் சுதாரிச்சி எங்கேயிருக்கோமுன்னு அவளால். ஒரு முடிவுக்கு வர முடியவில்லை. அவளுக்கு நிஜம் கனவு மாதிரியும் கனவு நிஜம் மாதிரியும் குழம்பித் தெரிகிறது. நெஞ்சு படபடத்து மொத்தமாக கனங்கொண்டு வலிக்கிறது. மூசுமூசுவென்று அழுதவாறு பாண்டியம்மாள் வேகமாக தீப்பெட்டி போட்டுக் கொண்டிருந்தாள்.

ராப்பாடிகள்

ஆத்துல கண்ணுக்கு எட்டமுட்டும் சனங்க. துவைக்க பொதி பொதியா துணிக. காஞ்சி கெடுத்த மழை இப்படி பேஞ்சி கெடுத்திருந்தது. காணாத தண்ணிய கண்டவுடனே சின்னஞ்சிறிசுக கூட ஓடியாடி, ஒரே கும்மரிச்சம். சரசும் செல்லம்மாளும் இஷ்டத்துக்கு பேசமுடியாதுன்னுதான் கூட்டத்தைவிட்டு தனியே மாலோடை பக்கமா வந்து துவைத்து குளித்துக்கொண்டிருந்தார்கள். ஆம்பளை சகவாசம் இல்லாத அந்த இடம் சரசுக்கு ரொம்பப் பிடிச்சிருந்தது. சுதந்திரமா முங்குபோட்டு நீஞ்சி விளையாடி குளிச்சா.

துவைத்த ரவிக்கையை மஞ்சனத்தி செடிமேலே காயப் போட்டுவிட்டு ஆம்பளேக வர்ராகளா என்று கரைமேல் ஏறி சுற்றிப் பார்த்த செல்லம்மாள் சேலையை அவிழ்த்து நன்றாக கும்மினாள். நனைச்சு பிழிஞ்சதும் ஒரு நுனியை இடுப்பில் ஒரு சுற்று சுற்றி மறுநுனியை வேலிச்செடியின் ஒரு கொப்பில் கட்டி சேலையை உலர்த்தினாள்.

“என்ன செல்லம்மக்கா ஒண்ணும் பேச்சுமூச்சைக் காணோம்..... ம்......ராத்திரி நடந்ததை நெனச்சா? சரிதான் இதுக்கெல்லாம் இப்படி ரோசனை பண்ணுனீகன்னா இன்னும் எவ்வளவு கேவலப்பட்ட விசயமிருக்கு தெரியுமா? நீங்க தொழிலுக்கு நேத்து வந்துருக்கீக. நானெல்லாம் தொழிலுக்கு வந்த புதுசுல கேட்டீகன்னா, லாரிக் காரங்க நிதாசரியும் எவ்ளோ நாளோ ஆன சூட்டையெல்லாம் கொண்டாந்து தணிச்சிட்டு, துட்டுந்தராம, அரட்டி உருட்டி முந்தியிலெ இருக்கிறதையும்

பிடுங்கிட்டு போயிருவாங்க. நம்ம துட்டை திரும்ப பிடுங்க மல்லுக்கட்டுறதுலே அவங்களுக்கு அலாதி சந்தோசம். கேக்க யாருமில்லேன்னு கூசாம கை நீட்டுவாங்க வானம் பாத்த காசுக்கு மல்லாடுனம்முன்னா, 'கூடவா தர்றே'ன்னு மதுரைக்கு அந்தப்பக்கமா கொண்டு போயி துணிமணிகளை உருவிகிட்டு கெட இப்படியேன்னு போயிருவாங்க."

"என்ன சரசு அப்பயும் ஆடுமாடுகளை பாக்குற மாதிரியா பிடிச்சுப் பாக்கணும் மனுசத் தன்மையில்லாம?"

"பின்னே முன்னம் மாதிரியா? இப்பத்தான் நெடுக பொட்டச்சிகளுக்கு பஞ்சமேயில்லையே. கோவில்பட்டியில ஆரம்பிச்சா இலுப்பையூரணி முக்குல நிக்கிறாளுக. தோட்டிவேலன் பட்டி விலக்கு, நள்ளிச்சத்திரம், உப்பத்தூர் வளைவு, ஓடைப்பட்டி பிள்ளையார்கோவில் இதையெல்லாம் தாண்டிதான் நாமிருக்கிற புதுப்பாலத்துக்கு நமக்கு கிராக்கிக வரணும். அந்த இடத்துல நிக்கிறவளுகளயெல்லாம் பாத்த முன்னா நாமெல்லா எந்த மூலைக்கி? சம்சாரிவீட்டு பொம்பளப் புள்ளகளா! ஒவ்வொண்ணும் கிளி போல சும்மா என்னைப்பாரு ஒன்னப் பாருன்னு நிக்குமுங்க. அதையெல்லாம் கழிச்சிட்டு வர்றவனுக நம்மள மொதல்ல மனுஷிக லிஸ்டிலயாவது சேப்பாங்களா."

"அதானெ சரசு, ஒத்த ஆளு கூட என்னய சீந்தல பாத்துக்கோ. நா ஒருகொமுரு மாதிரியே அவங்களுக்குத் தெரியல." சுரம் குறைந்து ரொம்ப விசனப்பட்டு சொன்னாள் செல்லம்மாள்.

அதன்க்கா நா அன்னக்கே சொல்லலையா இனிம்மே இந்த தொழிலுக்கு மூக்குப்போன மூளிகதான் லாயக்கு. வர்றவனப்பத்தி ராஞ்சனப்படக்கூடாது. கொஞ்சங்கூட லொங்கப்படாது. அப்பத்தான் தொழில்ல கொஞ்சனாச்சும் செனாரிச்சி நிக்கெ முடியும்."

செல்லம்மாளுக்கு நாலு தங்கச்சிமார். மூத்தவ கோணி தவிர மூணும் வளர்ற புள்ளெக. இந்தா இம்புட்டு அம்புட்டுமா நண்டுஞ்சிண்டுகளா நல்லா திங்கிற வயசு. கோணி இப்பத்தான் சமஞ்சிருக்கா. இவ சமஞ்ச சேதிதான் இப்ப ஊருக்குள்ளே

ஒரே சிரிப்பாணி கூத்தா இருக்குது. சூதாடி பொன்னையா கெழவன் அறுபதுக்கு மேல கல்யாணம் முடிச்சி தெருவழியே பட்டணப் பிரவேசம் வந்த கூத்துக்குப்பிறகு கோணி வயசுக்கு வந்தத பெரூசா பேசிக்கிட்டிருக்காங்க.

கிழிஞ்ச ஒருதுண்டுச் சீலைய இடுப்புல மட்டும் கட்டியிருப்பா. மே ஒடும்புல ஒண்ணுமே கிடையாது. அவ்ளோ வளர்ச்சி! தலைமயிருகூட புறாக்குஞ்சுக்கு இருந்த மாதிரி அங்க ஒண்ணும் இங்க ஒண்ணுமா வளந்திருக்கும். ஊருக்குள்ளெ ஆளாளுக்கு கேலி எகடாசி பேசலாம். அதுக்காக இந்த நேரத்துல அவளுக்கு ஒரு தேரமாச்சும் உளுந்தங்களி கிண்டிக்கொடுக்க வேண்டாமா? முடியலை.

இப்பொ ஆறுமாசமா தீப்பெட்டி ஆபீஸ்ல வேலை இல்லெ. எல்லா வேலைக்கும் மிஷின் வந்துருச்சாம். ஆயிரம்பேர் செய்யுற வேலைக்கு ஆறுபேர் நின்னா போதுமாம். மொதலாளி வாங்கின அட்வான்ஸை கொடுத்துட்டு வீட்டையும் காலி பண்ணுங்கோன்னு நச்சரிக்கிறாரு.

வேற ஒரு வேலையும் இல்லை. சம்சாரித்தனம் நின்னுபோய் வருசக்கணக்காய் போச்சு. காடுகள்ல கருவேலமரம் நட்டிட்டாங்க. வெயிலு எந்த மாதிரி அடிச்சதோ அந்த மாதிரி இப்ப மழையும் அடைப்பிடிச்சிருச்சி. எப்ப பாத்தாலும் 'கர்ரேர்ன்னு' வானம் அந்து விழுகிற மாதிரி இருக்கு."

"ஐயாவும் சும்மாயிருக்குற ஆளில்லெ. இப்படி ஒரு மாசமா நச்சு நச்சுன்னு தூத்த பெஞ்சிக்கிட்டிருந்தா அவரு என்னம்பார்? கஞ்சி குடிக்காரோ குடிக்கலையோ தெனம் ஒரு கட்டுப்பீடிக்கு துட்டுக் கொடுக்கணும். உடம்பு சரியில்லாத அம்மாவுக்கு நேரா நேரம் சூடா கொடுக்கணும்னு டாக்டர் சொல்லியிருக்கார். எப்படி ஒழச்ச மனுஷி? அவளுக்கு வாய்க்கு ருசியா செஞ்சி போடலேன்னாலும் சுடுசோத்துக்கும் கேடா வரணும்? வடிச்சி நிமுக்கவும் பொடுசுக மூணும் ஆலாப் பறந்துகிட்டு வருது. ஊர்ல இருக்குற கடைகள்ல எல்லாம் கடன் வாங்கியாச்சி. பொன்னக்கா கடையில அந்த ஆம்பள இருந்தாருன்னா 'யம்மா ஒங் குடும்பத்தை யும் சேத்து வச்சிக்கிடெ சொல்லுறியா. எனக்கு ஏலாது. வேற எவங்கிட்டயாவது படுத்து கொண்டுவந்து கடன

கொடுக்கப் பாரு'ன்னு பத்துப்பேரு முன்னாலெ சிடுசிடுன்னு விழுகுறாரு. வார வட்டிக்காரர் வாய் வசவுனாலெயே துணிமணிகளை உருவி அம்மணமா நிக்கெ வச்சிர்றார். கைமாத்து கால்மாத்துன்னு வாங்குன இடத்துலயும் நல்லபேர் வாங்கமுடியல. அதான் செல்லம்மா ஒரு முடிவுக்கு வந்திருந்தா.

கீழக்கடைசியிலெ ரெட்டைப்பனைக்கு பக்கமா சரசோட ஓலைகுடிசை வீடு. கொஞ்சங்கூட பயமில்லாம அந்த ஒத்தபொம்பள தைரியமா இருக்கா, பொண்ண பாத்தா பொம்பளக்கி பொம்பளஆசைப்படணும் அப்படியிருப்பா. கருகருன்னு பின்னால முடி ஒரு பாகத்துக்கு தொங்கும். கண்ணுமுழிய திரச்சி முழிச்சா வலுக்கட்டாயமா கூப்புடுற மாதிரி இருக்கும். மெயின்ரோட்டுல போற இளவட்டங்க அந்த வீட்டுக்கு நேரா போனவுடனே சேக்கை சரி பண்ணிக்கிடுவாங்க. சட்டை பொத்தானெல்லாம் ஒரு பார்வை பாத்துக்கிட்டு நல்லா நடக்கிறவனும் ஸ்டைலா நடக்கிறதா நெனச்சு காக்கா மாதிரி தத்த ஆரம்பிச்சுருவான். சீட்டியிலேயே காதல் பாடல்கள் ஒலிக்கும். பொருள் காட்சிக்கு வந்த சந்தோசம்தான் பயகளுக்கு.

“வாங்கக்கா வாங்க. சும்மா வாங்க. நானும் பொம்பளதான். நா என்ன வீட்டுக்குள்ளெ வந்தா முழுங்கிர்றேனா”

ரோட்டு மார்க்கமா போறவங்க யாரும் பாத்துருவாங்களோங் கிற பயத்துலேயே உள்ளெ போனாள் செல்லம்மாள். ஊருக்குள்ளே ஒண்ணுக்கு முக்கால் அவங்கவங்க தேவையப் பொறுத்து இந்தச் சோலி தான் நடக்கு. அவங்க சங்கதி வெளியெ தெரியாம சரசு மாதிரி ஆளுகள சீச்சீன்னு ஒதுக்கி வச்சிக்கிடுறாங்க. சரசு கொடுத்த கடுங்காப்பி பசிக்கு ஒரு அணைபோட்டு நிறுத்தியது. தம்ளரை கீழே வைத்துவிட்டு ஒரு சின்னச் சிரிப்பு சிரிச்சாள்.

சரசு தன் கதையைச் சொன்னாள்.

“என்னம்மோக்கா எம்பொழப்பு இப்படி ஆகிப்போச்சு எங்க ஊர்லருந்து சிவகாசிக்கு பயராபீஸுக்கு வேலைக்குப் போன எடத்துல மொதலாளி பழக்கமானான். கட்டிக்கிடுதேமுன்னான். பிறகு வப்பாட்டியா வச்சிக்கிட்டான். இருக்க இருக்க வடக்கெ

யிருந்து பார்ட்டிக்காரன் வாரான். அவங்கூட குத்தாலம் போ கன்னியாகுமரி போன்னு அனுப்பிவச்சிட்டு இப்ப வருசத்துல ரெண்டுவாட்டி தேடி வாரான். சின்ன வயசுலெயே எங்க அம்மா பயராபீஸ் வெடிச்சதிலே போயிட்டாக்கா. எங்க அய்யா பொம்பள புள்ளய என்னேன்னு சொல்லி வளக்கமுடியும்? அம்மாயிருந்த மாதிரி ஆகுமா?

''வயசுக்கு வந்துட்டா வேலைக்குப்போன எடத்துல நல்லபழக்கம் எங்கே வருது. அதும் பொம்பள கொஞ்சம் 'பச்'ன்னு இருந்துட்டா அதவச்சி காரியஞ் சாதிக்கிற சிநேகிதந்தான் தொயந்தடியா வருது. எப்படியோ பொழப்பு நடக்குக்கா. எவனா வது வர்றான். ஒன்ன சேத்து வச்சிக்கிடுறேன். இனுமே நீதாங்கிறான். கொஞ்ச நாள்தான். பெறகு கண்ணால காங்கமுடியாது. சேர்றவனெல்லாம் இதத்தான் சொல்லுவான். எனக்கு 'ப்பூ'ன்னு ஆகிப்போச்சு. அதான் இப்படி தனியா சொந்தம் சுருத்தெல்லாம் விட்டுட்டு வந்துட்டேன். எனக்கு ஒருபயமும் கிடையாது. இங்க வந்து நம்மள என்ன பண்ணிறப் போறான் புதுசா?''

கிழக்குப்பக்கம் பழுக்க ஆரம்பிச்சது. வெளிச்சம் விழுகவிடாம இருட்டு முரண்டு பிடிச்சிக்கிட்டிருந்தது. மதுரைக்கு போற பெரிய ரோட்டுல லாரியும் பஸ்ஸும் எதுத்தெதுத்து 'சர்சர்'ருன்னு பறந்துக்கிட்டிருந்தது. பாலத்து சுவருல செல்லம்மா முந்தானய இழுத்து போத்திக்கிட்டு சேலைநுனியாலே வாயைப் பொத்திக்கிட்டு உக்காந்திருந்தா. சுத்தி கரிசக்காடுக வேலி,கள்ளி,கருவேலுமா ஒசத்தியா வளந்திருந்தது. பாலத்துக்கு இடதுபக்கம் ஓரமா லாரிக நாலஞ்சு நின்னுக்கிட்டிருக்க, டிரைவரும் கிளீனர்களும் எறங்கி பீடி குடிச்சிக்கிட்டு நின்னுக் கிட்டிருந்தாங்க. அவங்களுக்கு நடுவுல மாமாக் காரன் காளப்பாண்டி வாய்நெறய வெத்தல போட்டு துப்பிக்கிட்டு கடுமையா வாய்க்கு வராத வார்த்தையால திட்டிக்கிட்டிருந்தான். அடிக்கொரு தடவை செல்லம்மாவை நெருநெருன்னு மென்னு தின்னுர்ற மாதிரி பல்லக்கடிச்சான். ஓந்திமாதிரி தலையை ஆட்டி 'விடியட்டும் ஒவ்வொருத்திக்கும் பிறந்தநாள் கொண்டாடிர்றேன்'னு கறுவினான்.

ஃபுல் லோடோட தெக்கயிருந்து ஒரு லாரி தூக்கச் சடவோட மெல்ல வந்து எல்லா லாரிக்கும் முன்னால போய் நின்னது. வண்டியிலிருந்து எறங்குன கிளீனர் நாலா டயர்களையும் தட்டிப்பார்த்தான். சிகரெட்டைப் பத்தவச்ச டிரைவர் இவர்களப் பாத்து நடந்து வந்தான்.

"என்ன கிராக்கிக நிக்கிதா?"

"ஆமா ரெண்டு இருக்கு. ஒண்ணு உள்ளே போயிருக்கு. இன்னொன்னு இந்தா இருக்குல்ல." செல்லம்மாவைக் காட்டி கூட்டத்திலிருந்து பதில்வந்தது.

பாலத்துப் பக்கமா நடந்துபோன டிரைவர் செல்லம்மா மூஞ்சியில பேட்டரி லைட்டை அடிச்சுப் பார்த்தான். பழையபடி மூஞ்சியை ஒரு திருப்பு திருப்பி பாத்து ஆட்டை இடுப்புல பிடிச்சு எடைநிதானம் பாக்குறமாதிரி நெஞ்சைப் பிணைஞ்சு பாத்து திரும்பி வந்தான். அமைதியாயிருந்த கூட்டத்துக்குள்ள இவனும் போய் நின்னுக்கிட்டு, "வேற இல்லையா"ன்னான். "உள்ள போனதுதான் நல்ல உருப்படி போயி ரொம்ப நேரமாச்சு. இன்னுங் காணோம். நாங்களும் இப்ப ஒரு மணி நேரமா நிக்கோம்."

"சரி பின்னெ போகவேண்டியதுதான். விடிஞ்சி போச்சு. ....முந்துனஆள் வேற நிக்கிறீக. டேய், கிளி, கண்ணாடிய தொடச்சி விடுறா போவம்" புதுசா வந்த டிரைவர் கிளம்பினார். 'ஆமாமா விடிஞ்சு போச்சுல்ல இன்னும் எங்ஙன முடியும்? போக வேண்டியதான்'னு எல்லோரும் கிளம்புனாங்க. காளப்பாண்டிக்கு கோபம் அத்துமீறிப் போச்சு செல்லம்மாவைப் பாத்து ஆத்திரமா அவயம் போட்டான்.

"மானங்கெட்ட சிரிக்கி முண்டெக, எந் துட்டுக்கு வெனயா வந்து சேந்தீகளேடி. நாசமாப்போக. இப்ப வந்ததிலெருந்து நாலுநாளாப் பாக்கேன். ஒரு நாளாவது உருப்படியா வருமானம் இல்லெ. ஒங்க பிராடுதனத்த எங்க வந்து காட்டுறீக எனக்கு வெழம் வந்தது......... கொன்னு ஒவ்வொருத்தியையும் பாலத்துக்கடியிலே புதைச்சிடுவேன் ஆமா."

"எதுக்குய்யா விடியுறநேரத்துல இப்படி அவயம் போடுறீரு, கூட்டி வந்த பொம்பளகளை. மெல்ல கோளாறாப் பேசி அனுசரிச்சி போருமய்யா" அமைதியா சொன்னார் ஒரு டிரைவர்.

"மெல்லப் பேசவா! பெறகென்னய்யா; இப்ப ஒரு நாலு நாளா வர்றோமுய்யா. ஒரு ஆளு கூப்பிட்டுப்போனா பளிச்சின்னு வர்றதில்லெ. இப்ப நீங்க வந்து எவ்வளவு நேரமாச்சு பாத்தீகள்ல. ஒங்ககிட்டே பத்து ரூபா பீஸ் வாங்கிக்கிட்டு இவளுகளெ அனுப்பிவிட்டா போன எடத்துல இவங்க தொழில் தெறமை யெல்லாம் காட்டி மேக்கொண்டு அஞ்சு பத்துன்னு வாங்குறது. பின்னே என்ன விளங்கும். இப்படியே என்னைய ஆட்ட போட்டு, 'நானும் பாக்குறேன் தெனமும் ரெண்டு ஆள்த்தான் பாக்கமுடியுது. அதுக்குள்ளே இப்படி பளபளன்னு விடிஞ்சு போகுது. இந்த மயிரிகளுக்கு அட்வான்ஸ் வேற. போன தேவடியாளுக்கு ஆயிரம். இந்தா இந்த மூஞ்சிக்கி ஐநூறு' என்று சொல்லிக்கொண்டே செல்லம்மாளை ஏறி மிதிக்கப் போனான் காளப்பாண்டி. அந்தக் குளிரிலும் பயத்தால் வேர்த்து நடுங்கிப்போய் நின்னாள் செல்லம்மா.

"யோவ்......யோவ்.........கூட்டியாந்த எடத்துல கை நீட்டாதய்யா. பாவமில்லையா?"

"பாவமா...... இவளுகளா......... இது பொம்பளகளா....இதப் பாவமுன்னு பாத்தா அவ்வளவுதான். போச்சேயா எம்மொதலு பூராவும் இப்படி தெருவுல போட்டுட்டனே."

புளியமரத்துக்குப் பின்னாடி தொழில் பாதுகாப்புக்காக ஒரு மஞ்சப் பையில் வைத்திருந்த அரிவாளை எடுத்து கக்கத்தில் இடுக்கிக்கிட்டான்.

"கூட்டுக்களவாணி முண்டெக. இவ வந்தாத்தான் நான் வருவேனுட்டா அவ. இது கல்யாணம் முடிக்காத மூஞ்சியாய்யா. இதச் சொன்னா எவனாவது ஒப்புவானா? ஒருத்தஞ் சீந்துறானா இவளெ. சத்தியம் பண்றா சத்தியம். இரு இரு இன்னைக்கி ஒரு முடிவு பண்ணிர்றேன்."

சத்தம் பெரிசு பெரிசாய் இருக்கவும் ஓடைக்குள்ளிருந்து சரசு ஜோடியோடு வெளியே வந்தாள் கூட வந்தவன் வண்டிய கிளப்பினான். லாரிகள் அடுத்தடுத்து கிளம்பின. ஒருத்தர் முகம் ஒருத்தருக்குத் தெரியும் படியா வெளிச்சம் படர்ந்தது.

"ஏண்டி ஏய், ஒம் மனசுல என்ன நெனச்சிக்கிட்டிருக்கே. ம்............போயி எம்புட்டு நேரமாச்சு. இல்ல என்ன நெனச்சிட்டு திரியுற."

"என்ன மாமா இப்படி பேசுறீக. பார்ட்டிகிட்டெ நல்லா திருப்தியா இருக்கணும். இல்லென்னா தொடையில சூடு வச்சிருவேன்னு நீங்க தானெ சொல்றீங்க."

"ஏய் சிலுத்தியா பேசுற நீயி... ஏண்டி வந்தவங்கிட்டே நல்லா யிருந்து பிள்ளப் பெறச் சொன்னனாக்கும் ஒன்னய! இல்லெ பிள்ளை பெத்து தான்னு சொன்னனாடி....." சரசுவின் தலை முடியைப் பிடித்து அரிவா பெடங்கால் பிட்டத்திலேயே அடித்தான் காளப்பாண்டி.

ஆத்துலயிருந்து வந்த செல்லம்மாளை அக்கா அக்கான்னு புள்ளெக மூணும் சேந்து சுத்திக்கிட்டு சேலய பிடிச்சி தொங்குனதுக அதுகளுக்கு இப்ப ரெண்டு நாளா வயிறு நெறஞ்சிருக்கு. சுடச்சுட சாப்பிட்டுக் கிட்டிருந்த அம்மா, "ஏண்டி! கோணி வேலை யில்லாம சும்மாதானெ இருக்கா. நீ போற வேலைக்கி அவளெயும் கூட்டிட்டுப் போயேன். அவளுக்குத்தான் வீடு கூட்டி வச்சாச் சில்லெ."

"ஆமக்கா நானும் வாரேன். ரெண்டுபேரு வரும்படின்னா ஒத்தக் கடனெ அடைக்கலாமுள்ள" அக்காவின் நாடியைப் பிடித்துக் கெஞ்சினாள் கோணி. அவளைப் பார்த்ததும் பல நினைவுகளில் கண்ணீர் விட்டாள் செல்லம்மாள்.

இருக்க இருக்க வானம் ரொம்ப இருட்டிக்கிட்டு வந்தது. வெளியே காளப்பாண்டி அட்வான்ஸை வசூல் பண்ணுவதற்காக நின்று கொண்டிருந்தான்.

அர்ப்பணிப்பூ

மாடி மேலே நின்று முதலாளியம்மா கிளம்பிப் போவதையே ஆர்வமாய் பார்த்துக்கொண்டிருந்தாள் பூமாரி. சிவந்தகையிலே கட்டெறும்பு ஊறுகிறமாதிரி செம்மண் ரஸ்தாவிலே அந்த சின்னகார் குறுகுறு என்று ஊர்ந்தது. கேட்டை கடந்து கிழக்காய் திரும்பி திடீர் வேகங்கொண்டு மெயின்ரோட்டின் ஆரவாரத்தில் கலந்தது.

அந்த ஏரியாவிலேயே பெரிய பங்களாவுக்குள் தனிமையில் இருந்த பூமாரி நிம்மதிப் பெருமூச்சு விட்டாள். தலைமுடியை அவிழ்த்து உதறினாள். பத்து விரலாலும் தலையை அரைமணி நேரமாய் 'வங்கு வங்குவென்று' பலங்கொண்ட மட்டும் சொரிந்தாள்.

ரொம்ப சுகமாய் இருந்தது. விரிந்துகிடந்த தலைமயிருக்குள் பேன் திக்கத்துக்கு திக்கம் கலைந்து ஓடிஒளிவது புறுபுறுப்பில் தெரிந்தது. இந்த அரிப்பைச் சொரிந்துவிட இப்படி ஆள் அரவமில்லாத நல்ல நேரத்துக்காக தவமிருப்பாள். மாறிமாறிச் சொரிந்து முடித்து தலைமுடியை இறுக பிடித்துக் கொண்டை போட்டாள். அந்த இறுக்கத்தில் அரிப்பும் கலைச்சலாய்த் திரிந்த ஈறுபேன் போக்குவரத்துகளும் கொஞ்சம் கட்டுப்பட்டு நின்றன.

வீட்டின் குளிர்ச்சி பூமாரிக்கு கண்களைச் செருகவைத்தது. கொஞ்சம் காலை கையை விரித்து மல்லாக்கப் படுத்தாள். தரையின் குளிர்ச்சி ஜிலுஜிலுவென்று உடம்பெல்லாம் பாய்ந்தது. ஒரு நிமிசம்தான். வாரிச்சுருட்டி எழுந்தாள். போச்சு, அப்படியே அசந்தா அவ்ளதான்!

பங்களாவின் ரெண்டு மாடிகளையும் நீண்ட மூங்கில் கம்பில் துவலையைச்சுற்றி பினாயிலை நனைத்து துடைத்தெடுக்க வேண்டும்.

காலையில் நான்குமணிக்கு எழுந்திருக்கிறாள். வாசலிலிருந்து கேட்வரைக்கும் உள்ள ரோட்டையும் தோட்டக்காலையும் பெருக்கிச் சுத்தம் பண்ணவேண்டும். பால் மாடுகளுக்குத் தண்ணீர் வைத்து செடி கொடிகளுக்கும் பாய்ச்சவேண்டும் கறவைக்காரர் வருவார். ஒவ்வொரு கன்றுக்குட்டியாய் அவிழ்த்துவிட வேண்டும்.

அவை பசுவின் மடியில் முட்டிமுட்டி காதுகள் வெடைக்க பாலை காம்புகளில் இறக்கப் பட்டபாடு என்ன! கிர்ரென்று பால் காம்புகளில் நிறைந்து விடைத்தவுடன் கறவைக்காரர் முழங்காலால் கன்றின் கழுத்தில் மிதித்து சங்குகுழி தெறிக்கும்படியாக இழுத்துவந்து பூமாரியின் கையில் கொடுத்துவிடுவார். அதை மாட்டின் பார்வைக்கு முன்னால் பிடித்து நிற்கவேண்டும் அதை தாமரிப்பது பூமாரிக்கு பெரிய ரோதனையாய் இருக்கும். பால் கடைசி 'சொர்க்' இருக்கும்வரை கறவைக்காரர் பிழிபிழி என்று பிழிந்து விடுவார். 'ம்..விடு' என்ற வார்த்தை பூமாரியின் காதுகளில் விழும்முன் கன்றின் காதில் விழுந்து பூமாரியை இழுத்து கீழேதள்ளி பிடியிலிருந்து உயிர்போக திமிறிக் கொண்டு தாய்ப்பசுவை நோக்கி ஓடும்.

ஏதாவது சொல்லி முதலாளியம்மாவிடம் ரெண்டு வசை வாங்கி கொடுக்கும் கறவைக்காரர் அன்று அவரே கைநீட்டினார். "பால் பீச்சுற எடத்தெ எவ்வளவு லட்சணமயிரா வச்சிருக்கே" பிடரியோடு பிடித்து ஏவினார். சற்றைக்கு முன்தான் சாணியை அள்ளினாள். ஐந்து எருமை ஒருபசு. தொழுவத்தை இருட்டிலேயே சுத்தம் பண்ணி விடுவாள். அவளுக்கு ஒரே பாவாடை அது சாணியாகிப் போனால் வீட்டிற்குள் புழங்கமுடியாது. அதனாலே பாவாடையை அவிழ்த்து வைத்துவிட்டு இடுப்பிலே ஒரு கந்தல்துணியைக் கட்டிக்கொள்வாள். யாரும் பார்க்காத இருட்டிலேயே தொழுவம் சுத்தமாகிவிடும். ஒருநாள் திடீரென்று யாரோ இவளை மறைந்திருந்து பார்க்கிறமாதிரி இருந்தது. மனுசு

படபடக்க பயந்து பயந்து கிட்ட நெருங்கிப்போய் பார்த்தாள். அட! அது இவள் பாவாடை... துணியில ஒரு அங்குல கனத்திற்கு அழுக்கி ருந்தால்? கீழே படிந்துவிழாமல் ஒரு ஆள் மாதிரியே நிற்கிறது.

இன்றும் அப்படித்தான் வழக்கம்போல் சாணியை அள்ளி பெருக்குமாறால் சுத்தம் செய்துவிட்டாள். அதன் பின்னால் அந்தக் கறவைப்பசு சாணம் போட்டு விட்டது. அது பால்காரருக்குத் தெரியாதா என்ன? அவர்' அரிப்பைத் தீர்த்துக்கொண்டார். மாடிக்குப்போய் வாஸ்பேசனில் சுத்தமாகக் கையைக் கழுவிவிட்டு அய்யாவிற்கும் அம்மாவிற்கும் காபி, ஹார்லிக்ஸ் தனித்தனியாகக் கலந்து பெட்ரூமில் கொண்டுபோய் ஓசைப்படாமல் வைக்க அவர்கள் தூக்கம் கலையாமல் குடித்தபிறகு எச்சில்கப்புடன் மெல்ல கால்பொத்தி வெளியேறிவந்து அந்த புறநகர் பங்களாக்கள் பூராவுக்கும் ஆறு மணிக்குள் வீடுவீடாய் பால் அளந்து கொடுத்து வரவேண்டும்.

அவரவர்களுக்கு அன்றைக்கு வேண்டிய உடைகளை எடுத்து வைத்தபின்ஷூசெருப்புகளுக்கு பாலீஸ்போட ஆரம்பிப்பாள். மீனுவை காலைக்கடனெல்லாம் முடிக்கவைத்து குளிப்பாட்டி டிரஸ் மாற்றி பிரட்பால் ஊட்டிவிட்டு, ஒரு கி.மீ. தூரத்தில் இருக்கிற அன்னைதெரசா கான்வென்ட்டுக்கு இடுப்பில் தூக்கிக்கொண்டு போய் விட்டுவர மணி எட்டரையாகும். அதற்குள் சமையல்காரி வந்து விடுவாள். அவளுக்கு ஊடுமாடாய் இவள்தான் ஒத்தாசை.

எஜமானர்களின் பத்துமணி டூட்டி அவசரத்திற்கு ஆற்றமாட்டாமல் பூமாரியின் முகவாயில் ஏதாவது குறைசொல்லி இடிப்பாள். எல்லாமே அவளால்தான் தாமதாமாகிற மாதிரி. பத்துமணிக்குள் ஐந்தாறு வீடுகளில் சமையல் பண்ணும் சாமர்த்தியக்காரி. ஆங்காங்கே கிடைக்கும் மிச்சசொச்சங்களை தன் புருசனிடம் கொடுத்து அவன் பிளாட் பாரத்திலே 'கலவைசோறு' 'கப் ஐந்துரூபா' வியாபாரம் பண்ணுகிறான். இந்த வீட்டில் விழும் மிகுதியை பூமாரி தின்றுவிடுகிறாளே என்கிற ஆத்திரம். அதனாலே சிலசமயம்

இலட்சுமணப்பெருமாள் 155

நாக்கைத் துருத்திக்கொண்டு ரெண்டு செவியையும் பிடித்து சுவரில்கூட முட்டவைப்பாள்.

திடீரென்று கான்வென்ட்டிலிருந்து போன்வரும். ஐயா திட்டுவார். முதலாளி அம்மா பல்லைக் கடித்துக்கொண்டு கிடைத்ததைக் கொண்டு அடிப்பாள். "நல்லா இருக்கவச்சு கொண்டுபோய் விடுறதில்ல செத்தநாயி! வேற டிரஸ் எடுத்திட்டுப்போயி கழுவி குளிப்பாட்டி மாத்திவிட்டு வா." ஓடுவாள்.

இனி நாளைமறுநாள் பூமாரி ஊருக்குப் போய் விடுவாள். மனசுக்கு ரொம்ப சந்தோசமாய் இருந்தது. எத்தனை வருசமாச்சு ஊரை விட்டு வந்து!

அம்மா, அந்த கூரைவீடு, விளையாடின தெரு, பள்ளிக்கூடம், மந்தை கண்மாயி, முத்தாலம்மன் கோவில், தளுகச்சோறு கொடுக்கிற பூசாரி, அவர்களையெல்லாம் பார்க்கப் போகிறோம் என்ற நினைப்பு நெஞ்சுக்குள் பூவானமாய் விரிந்தது.

அப்பன் போன கவலையிலே இருந்த அம்மாவிடம் அப்பன் வாங்குனதா ஆயிரம் ரூபாய வட்டியும் முதலுமா தரச்சொல்லி வார வட்டிக்காரர் எப்படியெல்லாம் பேசி அம்மாவை அவமானப்படுத்தினார்.

" ரூபாய வாங்கி புருசனும் பொண்டாட்டியும் நல்லா பொங்கி பொரிச்சு தின்னுட்டு ராத்திரி பகலா சுகம்மா படுத்துபடுத்து எந்திரிக்கும்போது நல்லாயிருந்திச்சி! இப்பொ திருப்பி கேட்கும்போது வலிக்கி...ம்...."

"ஐயா அவர் வாங்கி வச்சதே எனக்குத் தெரியாது. எப்ப எதுக்கு வாங்குனாரோ அவரு உயிரோட இருக்கும்போதெல்லாம் நீங்கவந்து கேக்கல...அதனால இப்ப நான் இல்லேன்னும் சொல்லல. எப்பாடு பட்டாச்சும் ஒங்க கடன அடச்சிருதேன். பத்து நா தவண கொடுங்க."

"பத்து நா என்ன பத்து நா. ஒரு மாசம் தவணை தாரேன். எனக்கு வட்டிதான். மவளே தரலே சேலய உருவி அம்மணமா தெருவில விட்டுருவேன் ஆமா." அப்பவெல்லாம் பூமாரிக்கு

அம்மாவைக்காட்டிலும் ஐயாதான் செல்லம் கையிலே சிறு பொட்டலம் இல்லாம வீட்டிற்கு வரமாட்டார். வர தாமசமானாலும் ரோட்டு மேலே இருக்கிற பெட்டிக்கடைக்கு தேடிப்போய்விடுவாள்.

ஐயா அங்கே உட்கார்ந்து பீடி குடிச்சிக்கிட்டு இருப்பார். "எங்க ஆத்தா வந்துட்டா எங்க ஆத்தா வந்துட்டா, என்ன வேணுந்தாயி வேணுங்கிறத வாங்கிக்கெ" அப்படீன்னுவார். கடைக்கார தாத்தாவிலிருந்து எல்லோரும் 'என்னய கட்டிக்கோ' 'எனக்கு வாக்கப்படுவியா அப்பதான் முறுக்கு'. அப்படீன்னு கேலி பண்ணுவாங்க. முறுக்கோடு வெட்கத்தில் அந்த இடத்தில் நிற்கமுடியாமல் ஒரே ஓட்டம். இடையில் மறித்துக்கொண்டு எத்தனைபேர்! 'ஏய் மாமாவுக்கு......ஏ.......புள்ள மாமாவுக்கு.......'

ஒரு சமயம் ஐயா ரொம்பநாள் வீட்டுக்கே வரவில்லை. அத்தனைநாள் அவர் பூமாரியை பார்க்காமல் இருந்ததில்லை. பூமாரியும் ஐயா நினைப்பில் ரொம்ப மெலிந்து போனாள். அப்பதான் ஆடு மேய்க்கிற ஆளுகள் வந்து ரெயில்வே ரோட்டு பக்கமா ஓடைப்பட்டிக்குப்போற பாதையில் பத்துநாளாய் அழுகியபிணம் ஒன்று கிடப்பதாய்ச் சொன்னார்கள்.

அவருக்குத்தான் அந்தமாதிரி பாரிசவாய் உண்டு. ரெண்டு கால்களையும் அகட்டிஅகட்டி நடக்கிற அளவுக்கு வேகமாய் நடக்கவோ ஓடவோ முடியாதவர். நிர்வாணமாய் அழுக்கிடந்த பிணத்தில் அந்த ஓதம் பெரிதாக ஊதிவெடித்து ஏதேதோ இழுத்து குதறி இருந்தது. முத்துராம அம்பலக்காரர் வாழைத்தோட்டத்துக்கு ரப்பட்டு காவலுக்குப் போனபோது பேய் அடித்திருக்கலாம் என்று பேசிக் கொண்டார்கள். இப்பொ..........இப்பொ முதலாளியம்மா ரெண்டுவிதமாய் பேசி வருகிறாள். அதைக்கேட்டு இத்தனை அலப்பிலும் இரவெல்லாம் தூக்கமில்லாமல் கிடக்கிறாள் பூமாரி.

"முன்னமாதிரியெல்லாம் விமன்ஸ் கிளப்ஹால்மீட்டிங்குன்னு என்னால வந்துபோயி கலந்துக்க முடியறதுல்ல. ஆபீஸ், ஆபீஸ் விட்டாவீடு. ரெண்டு ஷிப்ட் வேலை. இப்பொ மூணு யூனிட் போட்டதனாலே டொண்டிபோர் ஹவர்ஸூம் எனக்கு சரியா இருக்கு. லேபர் யூனியன் ப்ராப்ளம் வேற."

இலட்சுமணப்பெருமாள் 157

வந்திருந்த பெண்களுக்கு பூமாரி காபி கொண்டுவந்து வைப்பாள்.

"இந்தா இப்படி தெண்டங்களெ வேறவச்சி மாரடிக்கிறேன். இப்படி அனாதைகளையும் பராமரிச்சுகிட்டுதான் வரேன். நிக்காதெ.... நிக்காதெ முண்டம்.. போயி வேலையப் பாரு. ஒடம்புல ஊர்ப்பட்ட ஈ மொக்கிது. ஆளுக நடுக்கொண்டு நின்னுகிட்டு வாயவாய பாத்துக்கிட்டு நிப்பா."

''பரவாயில்லையே! நீங்க சொல்றதுக்கு கொஞ்சங்கூட முகஞ்சுளிக்காம சிரிச்ச முகத்தோட வேலய பாக்குறாளே! சொந்தமா மேடம்?"

''சீச்சி அய்யய்யோ, நீங்கவேற.... கிராமத்துக்கு அம்மாவீட்டுக்கு போயிருந்தேன். இவளோட பேரண்ட்ஸ் எங்க பண்ணையில வேலை செய்யற கூலிங்க. அவங்க கதை ரொம்ப சுவாரஸ்மாயிருக்கும். இவளோட அம்மா ஒரு டி.பி.பேசண்ட். அப்பன்காரன் அவளோட ஒரே ஒரு குழந்தையைப் பெத்துக்கிட்டதும், இந்தா இவதான்......அவ உடம்பு ரொம்ப நஞ்சி போச்சு. பிறகு அவன் தாம்பத்ய உறவுல திருப்திப்படாம பக்கத்து ஊர்ல ஒரு பெண்ணோட ரொம்பநாளா தொடர்பு வச்சிருந்தான்.

"ஒரு நா அவ வீட்ல இவளோட அப்பன் படுத்திருந்ததை அவ புருசன் பார்த்துக்கிட்டான். அவ்ளோதான் அங்கே கிடந்த அரிவாமனையை எடுத்து ரெண்டு பேரையும் அந்த இடத்திலேயே வெட்டி கொன்னு போட்டான். இவ அப்பன் வாங்குன ஆயிரம்ரூபா கடன கட்ட இவள அனுப்பிவச்சி இன்னைய தேதி வரைக்கும் இவளோட அம்மா ஏன்னுகூட எட்டிப் பாக்கலை. நானும் ஒரு குறையும் வக்கலேன்னு வையுங்களேன்."

பூமாரிக்கு அழுகையாய் வந்தது. அம்மா சீக்காளி என்கிறது மட்டுந்தான் உண்மை. ஐயாவைப் பற்றி எப்படியெல்லாம் இட்டுக்கட்டிப் பேசுறாங்க, அன்றைக்கு முதலாளி ஐயாவிடம் தனியாய் வேறுவிதமாகச் சொன்னாங்களே.

ஒரு நில தாவாவிலே முதலாளி அம்மாவோட ஐயா முத்துராம அம்பலக்காரர், கீழ்கோர்ட் தீர்ப்பை எதிர்த்து ஐகோர்ட்ல அப்பீல் பண்ணுனார். பதினோரு வருசமா வில்லங்கம் பண்ணுற அம்பலக்காரரை மெட்ராஸ்ல இருந்து வரும்போது ரயிலடியில வச்சே கதையை முடிக்க பங்காளிகள் முடிவு பண்ணி காத்திருந்தார்கள். இதைக் கேள்விப்பட்ட பூமாரியின் ஐயா வேலைக்கார விசுவாசத்தில் ஒத்தையடி தடத்தில் ஸ்டேசனுக்கு நடந்துபோய் அம்பலகாரரைப் பார்த்து ரயிலில் அப்படியே திருநெல்வேலிக்கு போய்விடுமாறு செய்தியை சொன்னார். அம்பலக்காரர் தப்பினார்.

வெறி கொண்ட பங்காளிகள் 'இந்த காவக்காரனை காவு வாங்குகிறதுல அவன் கேஸை வாபஸ் வாங்கணும்' என்று ஓடைப்பட்டி திரும்பிக் கொண்டிருந்த ஐயாவை பத்துபேர் வழி மறித்தார்கள். அரிவாளோ கத்தியோ ஆயுதமேயில்லாமல் அந்த அர்த்த ராத்திரியில் முழு நிர்வாணமாக்கி ஒருவர் மாற்றி ஒருவர் வந்து, பந்துபோல் திரண்டிருந்த ஓதத்தில் உயிர் போகும் வரை மிதித்து 'சாமி...சாமி..' என்று கும்பிட கும்பிட ஈவிரக்கம் காட்டாமல் தடயமில்லாமல் துடிக்க துடிக்க கொன்று போட்டார்கள்.

அன்றைக்கு வேலையெல்லாம் முடித்துவிட்டு பூமாரி வராண்டாவில் படுக்கும் போது மணி பன்னிரெண்டு. அம்மா பொழுதனைக்கும் நினைப்பில் வந்தாள். மொதலாளியம்மா, அம்மாவை குறை சொன்னது இவளுக்கு பிடிக்கவில்லை. என்னைப் பார்க்க அம்மாவுக்கு நினைப்பு இல்லாமலா இருக்கும். மேலுக்கு முடியாமல் எப்படி இருக்கிறாளோ? இந்தக் கடன் மட்டும் இல்லேன்னா நான் அம்மா பக்கத்திலேயே இருந்திருப்பேன். நான் என்ன வேலை செஞ்சாவது அம்மாவைக் காப்பாத்த மாட்டேனா? அவள் நினைவுகளை முறித்து வீட்டின் உள்ளிருந்து பேச்சு சத்தம் கேட்டது.

"இதோ பாருங்க...இவள ஊருக்கு அனுப்ப ஏற்பாடு பண்ணுங்கோன்னா காதுல வாங்க மாட்டேங்கிறீங்களே. மெச்சூர் ஆகுற ஸ்டேஜ்ல இருக்கா. இனிமே இவளை வச்சிருக்க வேண்டாம். பின்னாடி இவளோட லைப்

சம்பந்தப்பட்ட எல்லாப் பிரச்சனையும் நம்ம தலையிலே விழுந்துரும். அவ அம்மாயிருக்கும்போதே கொண்டுபோய் விட்டுருங்க. எங்க அம்மாகிட்டெ சொல்லி இன்னொரு ஆயிரம்ரூபா அட்வான்ஸ் கொடுத்து எட்டு ஒன்பது வயசுல வேற ஒரு புள்ளைய பாத்து அனுப்பி வைக்க சொன்னாலும் சரி. இல்லெ நீங்களெ கையோடு இருந்து கூட்டிட்டு வந்தாலும் சரி....இன்னிக்கு ஆபீஸ்லருந்து வர்றபோது அவளுக்கு ஒரு புது டிரஸ் எடுத்துட்டு வாங்க. இத்தோட அனுப்பிடுவோம்.

ரெண்டு மாடியையும் துடைச்சு சுத்தம் பண்ண மணி பன்னி ரெண்டாகி விட்டிருந்தது. நேற்றைய பழையதைப் பிழிந்து வைத்து காலையில் செய்த டிபனில் மீதியைச் சுரண்டி மொத்தமாய்க் கொட்டி சாப்பிட்டு விட்டு பாத்திரங்களை கழுவினாள். ஊருக்கு.....ஊருக்கு இப்பவே கொண்டுபோய் விட்டால் தேவலாம் போல் இருந்தது. நிலை கொள்ளாமல் தவித்தாள்.

அம்மா இப்ப எப்படியிருப்பாள்? உடம்புக்கு எப்படி இருக்கும்? சின்னப்பிள்ளையில் இடுப்பில் வைத்து தூக்கிக்கொண்டே திரிவாளே. சம்சாரி வீடுகளில் கையில் ஒரு சின்ன கிண்ணத்தை வைத்துக்கொண்டு 'தாயி! பிள்ளை சோறு இல்லேங்காம போடுங்க இந்த பச்ச மண்ணுக்கு' என்று தினசரியும் ஒவ்வொரு வீடாய் ஏறி இறங்கி எனக்கு ஊட்டுவாளே. என்னைய விட்டுட்டு இத்தன வருசம் எப்படிம்மா இருந்தே? அம்மாகிட்டே போய் கேள்வியாய் கேக்கணும். சின்னப்பிள்ளையில ஓ..........டிப்போய் சேந்து கட்டிப்பிடிச்சி விளையாடின மாதிரி இப்பவும் கட்டி அணைச்சி 'ஓ'ன்னு அழுகணும். அம்மா... நீ எனக்கு வேணும். எனக்கு வேற ஒண்ணும் வேண்டாம். நான் உன் பக்கத்திலேயே இருக்கணும். நான் உனக்கு ஒரு பாரமா அம்மா?

என்னை மாதிரி பிள்ளங்கெல்லாம் பிறந்தஊரு எந்த திசையில இருக்குன்னு தெரியாமலா தொல தூரத்தில் இருக்காங்க. தினம் தினம் அம்மாவையும் ஊரையும் நெனச்சி நெனச்சி என்னைமாதிரி அழுகிறாங்க. அம்மா யோசனை பண்ணிப்பாரேன் எனக்கு உடம்புக்கு நோவு

வரும்போதெல்லாம் அதை யார்ட்டே சொல்லுவேன். அதை எப்படிப் பொறுப்பேன். நோவை பிள்ளை சொல்லாமல் கண்ணுல பார்த்ததும் கண்டுபிடிக்கிறவளாச்சே தாய். இந்த ஆழ சமுத்திரத்தில் அத்துவானக்காட்டில் என் அவயம் உன் காதுகளுக்கு கேட்க வழியில்லையே அம்மா!

சுவரைப் பார்த்து அம்மாவிடம் பேசுவதுபோல் பாவனை செய்து பேசிக் கொண்டிருந்தாள். வாயைத்திறந்து 'ஆ'ன்னு செம்பட்டை மயிர் சிலிர்க்க சிலிர்க்க தலையில் அடித்து அடித்து அழுதாள். திடீரென்று கெஞ்சினாள், கொஞ்சினாள், அடம் பிடித்தாள்.

அம்மா நான் ஒரு நா பிள்ளைங்களோட முத்தாலம்மன் கோயிலுக்குப்போய், 'அப்பா வீட்டுக்கு எப்ப வருவார்', 'அம்மாவுக்கு உடம்பு எப்ப சரியாகும்னு' அந்த வயசுலெயே பூ கட்டி பார்த்தேன். வெள்ளைப்பூ கொடு சாமின்னு கீழே விழுந்து எந்திரிச்ச என்னை கோயிலுக்கு முன்னாடி வந்து நின்ன காரிலே தூக்கிப்போட்டு இப்படி தூராந்திரத்துக்கு அனுப்பிட்டேயம்மா...... அந்த வயசுல திக்குத்தெரியாத இடத்துல என்னை மூணுமணிக்கு எழுப்பிவிட்டு அந்த வேலை செய் இந்த வேலை செய்யின்னா எனக்கு என்ன புரியம்? மருகி மருகி தூங்குவேன். காதைத்திருகி கன்னத்தைக்கிள்ளி 'என்னமோ மகாராணி வீட்டுப்புள்ள மாதிரி மெத்தையில படுத்துக்கிடக்கான்னா' என்று அவ்வப்போது வாங்கிய தழும்பேறிய சூடுகள். கன்றுக்குட்டிக்கு கீழே வளர்த்திகொண்ட எனக்கு மாடுகளை அவிழ்த்து மேய்க்கிற வேலை. செய்யமுடியாத வேலைக்கு பட்டினி. பட்டினி கிடந்தால் எல்லாம் சரியாகும் என்பது எஜமான் சூத்திரம். செய்து முடித்தால் சோறு. ஐயோ இம்சை...இம்சை...

அம்மா.....அம்மா....என் தலையில் பேனெடுத்துவிட்டு எண்ணெய் தேச்சி குளிப்பாட்டி சுத்தம் பண்ணி சிக்கெடுத்து உன் கையால எனக்கு சடைபின்னி தலை நிறைய பூ வச்சி. இன்னும்....ம் வட்டில்ல சோறுபோட்டு குழம்பு ஊத்தி இன்னுஞ் சாப்பிடு...இன்னுங் கொஞ்சம்...எம் புள்ளையில்ல....ராசாத்தியில்ல இன்னும் இம்புட்டு...கொஞ்சங்காணி அப்படி ஒருநாள் ஒங்

இலட்சுமணப்பெருமாள் 161

கூட இருந்தாலும் போதும்மா. அன்னையோட எனக்கு சாவுன்னாலும் அதை சந்தோசமா ஏத்துக்கிடுவேனும்மா.

காலையில் மீனுவை ஸ்கூலில் விட்டுவந்து ஐயாவும் அம்மாவும் ஆபீஸ் புறப்படுவதற்கு வேண்டிய வேலைகளையெல்லாம் பொடு பொடவென்று செய்து கொண்டிருந்தாள் பூமாரி. "பட்டிக்காடும் முன்னம்மாதிரியா இருக்கு. காடுகள்ல வேலை செஞ்சி அரைவயித்து கஞ்சி குடிச்ச நாய்கள்லாம் நாலுதொழில் முளைச்சவுடனே ஊருக்குள்ளே ஒரு மரியாதை இல்லை. வீட்டுவீட்டுக்கு டி.வி. முன்னாடி நம்ம காரு போனா ஊரு சனமே பின்னாடி வரும். இப்பொ டி.வி.எஸ் 50 இல்லாத வீடு இல்லெ. இந்த மெட்ராஸ்சிட்டி மாதிரியே அங்கேயும் எதிர்த்த வீட்டுக்காரன் தயவு தேவையில்லைங்கிற மாதிரிதான் இருக்காங்க". தன்னாலே புலம்பிக் கொண்டிருந்த முதலாளியம்மா கிட்டவந்தார் முதலாளியய்யா.

"இந்தா தபால்! ஊர்லருந்து. என்னன்னு கேளு"

"யாருகிட்டேயிருந்து?"

"படிக்கிறேன் கேளு. 'ஊர் மணியக்காரர் வணக்கத்துடன் எழுதிக்கொண்டது. உங்க பூமாரியின் தாயார் ரொம்பநாளாய் சரீர சௌபாக்கியமில்லாமல் இருந்ததை தாங்கள் அறிவீர்கள். சமீபகாலமாய் கவனிப்பாரற்று தேவையான ஔடதங்கள் கொடுக்க வழியில்லாமல் சரீரம் லகுவுக்கு வராமல் கடந்தவாரம் வைகுண்டபதவி அடைந்துவிட்டார்கள். ஊர் பெரியதனக்காரர்கள் சிலர் தயவில் அன்னாரின் ஈமக் கிரியைகளும் உடனடியாக செய்து முடிக்கப்பட்டன என்பதை அறியவும்."

கடிதம் கொண்டுவந்த செய்தியை பூமாரிக்கும் கேட்கம்படியாக உரக்கப் படித்தும்கூட பூமாரி காதில் போட்டக்கொள்ளாததுபோல் எப்பவும்போல் வேலையில் மும்முரமாக இருந்தாள்.

அவளை அன்று ஊருக்கு அனுப்ப இருந்த நாள்.

வேண்டாம்....வேண்டாம். அம்மா இல்லாத ஊரில் யார் ஆதரவு? அய்யோ....! தன்னை ஏதாவது ஒரு பூதம் வந்து விழுங்கி

ஏப்பம் விடாதா என்று கடலின் அடிவாரம் போல் வெளித்தெரியா குமுறலாயும் சாமிகளை மனசுக்குள் குறை கூறி கும்பிட்டும் குமைந்தாள். 'ஊருக்கு' என்ற ஆசையில் மண் விழுந்தது. எந்த நம்பிக்கையில் அங்கு போக முடியும். யாரிருக்கிறார்கள்?

"இந்தப் பிள்ளைதானா?"

"இங்கெ எதுக்கும்மா வந்தெ.....உங்க அம்மா காலமெல்லாம் இருந்த ஊரிலேயே அனாதியா செத்தா. உனக்கு ஒண்ட இடங்கூட இல்லை. ஒரு உடுமாத்துக்கு துணிமணிகூட இல்லாம வந்திருக்கியே, யாரிருக்கான்னு வந்தே!"

"அடப்பாவமே பச்சைகிளிபோல பிள்ளை. இது என்னான்னு இன்னும் கரை சேரப்போகுதோ. தாய் தகப்பன் இருந்தாலே பொட்டப்புள்ளகளை இழுத்துக்கோ பறிச்சுக்கோன்னு கரையேத்தணும். ஏத்தமோ இறக்கமோ கிடைக்கிற கஞ்சிய குடிச்சிட்டு இப்ப இருக்கிற இடத்துலயே இருந்து காலந்தள்ளு."

"உங்க ஆத்தா ஒருத்தி இருந்தா. அவ செத்த இடமும் புல்லு முளைச்சி போச்சி வெட்டியா இங்க என்ன சோலி? எல்லாம் இந்தக் காலத்துல ரெண்டு துட்டு துக்காணி இருந்தாத்தான். இல்லேன்னா கஞ்சி குடிச்சியான்னு கேக்க நாதியிருக்காது."

ஊரின் நிலைமைகளை காட்சியாய் அவதானித்து அசை போட்டாள். 'இந்தப் பிள்ளைதானா இந்தப் பிள்ளைதானா' என்ற விசாரிப்புகள் சில மணித்துளிகளில் முடிந்துபோகும். அப்புறம்? இங்கே மாதிரியே அந்த ஜனங்கள் மத்தியிலும் தனி மனுஷியாய்த்தான் திக்கு தெரியாமல்......

ஊருக்குப் புறப்படச் சொல்லும் உத்தரவு ஓநாய் போல் பாய்ந்து கடித்துக் குதற நிற்கிறது.

அம்மா செத்ததை எப்படி காதில் போட்டுக் கொள்ளவில்லையோ அதேபோல 'ஊருக்குப்புறப்படு' என்பதையும் காதில் போட்டுக் கொள்ளக்கூடாது.

பயத்தில் வேலையில் பம்பரமாய்ச் சுழன்றாள். நேரம் நெருங்க நெருங்க கை கால்கள் நடுங்க ஆரம்பித்தன.

இலட்சுமணப்பெருமாள் 163

முதலாளிமார்களின் நடவடிக்கையை கண்கள் சுழற்றிச் சுழற்றிக் கண்காணிக்க ஆரம்பித்தது. இனிமேல் தூங்காமலும் சாப்பிடமாலும் இருக்க கற்றுக்கொள்ள மனசில் உறுதியைக் கொண்டுவந்து விட்டாள்.

முதலாளியம்மா ஒரு மஞ்சள்பையை கொண்டுவந்து கூடத்தில் வைத்தாள் அதில் பூமாரிக்கு வாங்கிய கோடித்துணி இருந்தது.

"இந்தா பூமாரி............."

அடுத்து வருகிற வார்த்தைகளை காதில் பெறாமல் ஆவேசமாய் "என்னப் பெத்தவளே! சண்டாளி....பெத்த அன்னைக்கே கொஞ்சம் சாம்பலை மூக்கிலெ வெச்சு என்ன கொன்னிருக்கக்கூடாதா! பாதகத்தி....." என்று கத்தி ஆத்திரத்தைத் தணிக்க வாயெடுத்தவள், அடிவயிற்றில் கூர்மையான ஆயுதத்தால் யாரோ உள்ளிருந்து பிளந்துவிட்டதுபோல் 'அம்மா.......அம்மா' என்று துயரம்மிக்க குரலில் அலற ஒரு மூலையில் அதிர்ச்சியில் 'உட்கார்ந்தாள்'.

கிருஷ்ணப்பருந்து

தெக்குத் தெருவில் இருந்து வந்த சிறிசும் பெரிசும் கச்சை கட்டிக்கிட்டு திரிஞ்சாங்க. முளைச்சு மூணு இலைப் போடாததெல்லாம் வடக்குத்தெரு பெரியாளுகளையும் பொம்பளைகளையும் பாத்து 'நோத்தா நொம்மா'ன்னுகிட்டும் 'அப்படியே அல்லையில எத்தீருவேன். எப்படிக்கூடடா பொணத்த கொண்டு போனீக? ஒங்களுக்கு தெரியாம எப்படி மாயமாப் போகும்? தோட்டிவேலன்பட்டி சுடுகாட்டுக்கும் கொண்டுபோன மாதிரி தெரியலை. ஒவ்வொருத்தனும் விருதாவுல அடிபட்டுச் சாகாதீங்க'ன்னும் விரசிக்கிட்டு இருந்தாங்க.

''அவுக அப்பனையும் ஆத்தாளையும்போல இவனும் எங்குட்டாவது போய் சாகக்கூடாது. இங்க கிடந்து செத்து....நாறிப்போயி.......அதுவும் சவம் எப்படி எங்க போச்சுன்னு தெரியலையே. கேக்கிற சம்சாரிகளுக்கு பதில் சொல்லி முடிலியே கிரகசாரம்.''

விடிஞ்சதிலிருந்து சம்சாரிக தொல்லை தாங்க மாட்டாம வடக்குத் தெரு பொம்பளைகள் கும்பல்கும்பலா உக்காந்து முந்தானையாலே வாயைப் பொத்திக்கிட்டு அய்யோ சங்கட்டமேன்னு பேசிக்கிட்டிருந்தாங்க.

"லே! நல்லாருக்கிற ஊர ரெண்டாக்கிறாதீக" கடைசியா தலையாரி கூப்புட்டு அதட்டுனார்.

பிணவாடை ரோட்டு வரைக்கும் அடிக்கவுந்தான் நேத்து இன்னேரம் போல உள்ளபோய் பாத்தாங்க. சீவன் அடங்கி எத்தன நாளாச்சோ! உள்ள போய் யாரு பாக்கப்போனா? நாலஞ்சு நாளா ஒரு அரவமும் தெரியாம ஒரு வடீயா வாடை அடிக்கவும்தான் யாரோ தற்செயலா உள்ள எட்டிப்பாத்தாங்க. டொக்கு விழுந்த வாயும் கத்தி போல இருந்த மூக்கு கோணியும் நரைச்ச புருவங்கள்லருந்து தொடங்குன ஏறுநெத்தி வழுக்கையாய் பின்புறம் வரை இறங்கிய பொடதியில் செம்பட்டை முடி சிலுத்த விறைச்சுக் கிடந்தான் முத்துக்கூத்தன்.

இப்பொ என்ன செய்யப் போறீக? நின்றிருந்த ஒன்றிரண்டு ஆளுகளைக் கேட்டார் தலையாரி. ஆமா! அவரு கேக்குருதிலயும் ஞாயம் இருக்கு. இங்ஙனக்குள்ள கூடி இருக்கிற பள்ளக்குடியிலியோ இல்லே பறக்குடியிலியோ எந்த ஒரு உசிரும் இழுபறியா கிடக்கும் போதே உசிரு போகுமுன்னே தூக்கிக் கொண்டுபோயிரணும். தெக்கே சுமைதாங்கி கல்லுகளா இருக்கே அங்க இவங்களுக்கான சுடுகாட்டை ஒட்டியிருக்கிற அந்த ஆலமரத்துக்கு பக்கமா கொண்டுபோயிரணும். செத்த பிறகு பொணத்தை ரோட்டு மார்க்கமா சம்சாரிக குடியிருப்பு பக்கமா கொண்டு போக விடமாட்டாங்க.

அப்படி வம்படியா ஒரு உசிரு திடுதிப்புன்னு போச்சுன்னாக்கா இப்படியே வடக்காம ஏழுகல் தொலைவுல இருக்கிற தோட்டிவேலன் பட்டி சக்கிலியர் சுடுகாட்டுக்குத்தான் கொண்டுபோகணும். அது பெரிய நொம்பலம். அந்த அளவுக்குப் போக விடுறதில்லை.

'இப்பொ என்ன பண்றது? பெரிய தொரட்டாவில்ல போச்சு. இவன் இந்த ஊர்ல எந்த சாதி சனங்களோடும் சேர்த்தியில்லை. தீண்டான் ஜாதி. ஒத்த வீட்டுக்காரன் இவன் எதுருல வந்தாலே போன காரியம் வெளங்காது. நெறஞ்ச வீட்டுக்குள்ள அவனப்பத்தி பேசுனாலே தரித்திரியம். அதனால அவனுக்கு யாரும் வேல கொடுக்கிறதில்லை.

நடுசாமம் போல காலவீரன் வேசம்போட்டு உள்ளூர் மனுசர்களுக்கு பயந்து ரோட்டுப் பாதை வழியா போகாம ஊருக்கு வெளியில கூடி காட்டு வாயிலாவே நடந்து போவான்.

தன்னை அறியாத அசலூர்கள்ல வீடு வீடா கையில மணியாட்டிக்கிட்டே இன்னொரு கையில அரிக்கேன் லைட்டை வச்சுக்கிட்டு எதோ ஒர ராகத்துல தொலைவுட்டுல மேகங் குமுறுன மாதிரியா உறுமி உறுமி ராக்குறி சொல்லுவான். இவன் சுடு காட்டுல கிடந்து புரண்டு வர்றவன்னு ஜனங்கள் அந்த சாமத்துல இருட்டுல மறைவா தான்யத்தை வச்சிட்டு வீட்டுக்குள்ள போயிருவாங்க. இவன் வரிசைபிடிச்சு எடுத்து துணியில பொட்டணமா கட்டி காட்டு வாயிலா ராவோடு ராவா குடிசைக்கு வந்து சேருவான். அதுலதான் சீவங்கழிக்கிறதா பேசிக்கிடுவாங்க.

ஆளுகள் கூடுறதும் கலையுறதுமா இருந்தது. பொணத்தை தூக்குறது யாரு? அதை இப்பொ எங்க கொண்டு போறது? நாலு ஆளாவது வேண்டாமா?

பொழுதும் அடஞ்சி அந்த இடம் வெறிச்சோட ஆரம்பிச்சது. அந்த ஓலைக்குடிசையை சுத்தியிருந்த வேலிச்செடிகளை சைசுபண்ணி குகை மாதிரி செஞ்சி பகல்ல வெயிலுக்கு அவன் உட்கார்ந்திருக்கிற இடம், இப்பொ இருட்டு கவுந்து பூதம் ஒண்ணு வாய்திறந்து அந்த ஓலைக் குடிசையை விழுங்கப்போற மாதிரி தெரிஞ்சது. கீர்கீர் கிக்கிச்சின்னு பூச்சிகளோட சத்தம் அமைதியாயிருந்த அந்த இடத்தில் உரக்கக் கேட்டது.

திடீர்ன்னு சாமம்போல அந்த இருட்டுக் குடிசையைச் சுத்தி காச்சுமூச்சன்னு பெரிய்ய அவயம் கேட்டது. 'ஏசாமி!..... யா....சாமியோவ் அச்சோ.....அச்சோன்னு' வயித்தலயும் நெஞ்சுலயும் அடிச்சுக்கிட்டு அழுது புலம்பற நரிக்குறவக் கூட்டம்.

ஒரு நாதி நாத்தங்கால் இல்லாம கிடந்த சாவு வீட்டுலயிருந்து ஆச்சு பூச்சுக்கிற கலவரம் மாதிரியான அவய அழுகுரல் கேட்டதும் சுத்துப்பத்துல உள்ள ஆண்கள் ஒவ்வொண்ணா தூக்கக்சடவோட திருதிருன்னு முழிச்சிக்கிட்டே ஒருத்தக்கொருத்தர்' என்ன? என்ன சத்தம்னு' கேட்டுக் கிட்டே வந்தாங்க.

'ஓ...........இந்த கூட்டமா! இதுக இவனுக்கு ரொம்ப தோஸ்தில்லே!' கழுதைகளுக்கு எப்படியோ தாக்கல் தெரிஞ்சி

வந்து சேந்திருச்சிக பாரேன்.' வந்த எல்லோரும் அவங்கவங்க முதுகையும் மூஞ்சியையும் சொரிஞ்சுக்கிட்டே தூக்கச்சடவோட திரும்பி போயிட்டாங்க. வெள்ளக்காரன் பீரியடுல அந்தமான் சிறைச்சாலையில கிடந்த தியாகிகள் பக்கத்துப் பக்கத்து அறையில இருந்தும் பேசமுடியாம அடுத்த மனுச உருவத்தையே பாக்கமுடியாம துவம்சப்பட்ட மாதிரி ஒதுக்குப்புறமா இருந்த தீண்டான் முத்துக்கூத்தன் எப்பவாவது மனுசர்களைப் பாத்து பேசுறதுன்னா இந்த நரிக்குறவக் கூட்டந்தான். அவன மாதிரி பரிதாபமா இல்லாட்டாலும் அந்தக் கூட்டத்துக் குன்னு இருக்கிற வெளித்தெரியாத சோகம் இவனை ரொம்ப பாதிச்சிருந்தது. குடிசைக்குப் பின்னாடி இந்த மாதிரி விருந்தாடிக, தங்க சைசு பண்ணுன வேலிக்குள்ளே அவங்களோட உக்காந்து 'எங்க... எங்க... அந்த பாட்டெ இன்னொரு தரம் படிங்க'ன்னு அவங்க கைகள பிடிச்சிக்கிட்டு ஆவலா கேப்பான்.

> 'பாசிமலை.......ஏ.......ஏ.....பாசிமலை........
> ஆஹா பாசிமலை ஊசிமலை
> எங்கது சாமி இதுலே கோட்டையார்க்கு
> கொஞ்சங்கூட பங்கில்லை சாமி...........

காலி டால்டா டப்பாக்களை மத்தளம் போல வச்சிக்கிட்டு ஆணும் பொண்ணும் கூட்டமா ஆடும்போது உணர்ச்சி மிகுதியிலே இவனும் ஆடுவான். காடை பிடிக்கவும், கவுதாரி பிடிக்கவும், ராத்திரி வலைபோட்டு நரி பிடிக்கவும் இவனும் கூடப் போவான். இவன் குடிசையில அவங்க தங்குற நாலஞ்சு நாள் இவனுக்கு தீபாவளி மாதிரி. அவங்களோட பழைய சோத்தை பிழிஞ்சி வெயில்ல காயவச்சி திரும்பவும் அதை உலைவச்சி பொங்கி வடிச்ச சோத்தை இவனும் காடைக்கறியோ நரிக்கறியோ வச்சி சாப்பிடுவான்.

கூட்டமெல்லாம் போனபிறகு இவனா தன்னந்தனியா அந்தப் பாட்டை பாடி ஆடிப்பாப்பான். 'பாசிமலை ஊசிமலை எங்கது சாமி! அதுலே கோட்டையார்க்கு கொஞ்சங்கூட பங்கில்லை சாமி!'

அதுலெயிருக்கிற சோகந் தெரியாம பாட்டை சந்தோசமா பாடி ஆடுற அந்தக் கூட்டத்தை நெனச்சி பலநேரம் விசாரமா உக்காந்து நெஞ்சு பிணைய வலிக்கும்படி கண்ணீர் சிந்துவான்.

ஊருக்குள்ள எந்த ஏழைபாழையும் வீட்டைவிட்டு வெளியேறி அடியெடுத்து வச்சிரப்படாது. 'டே யார்ராது கோட்டையார் களத்துலே! எவன்டாவன் கோட்டையார் புஞ்சையிலெ! கோட்ட முதலாளி சாவடிப் பக்கம் உனக்கென்னடா வேலை!' எங்க நின்னாலும் கோட்டையார் நிலம் கோட்டையார் சாவடி. கோட்டையார் வயல் அப்பொ இந்தப் பூமியில எங்களுக்கு இடங்கிடையாதா? நாங்க காலு வச்சி நிக்கெ கூடாதா? நாங்க எங்கெ போய்த்தான் தங்கிக்கிட சாமிகளா? இப்படி விரக்தியிலெ மலையில போய் கூடாரம் போட்டு தங்கயில இந்த பூர்வீக குடிகள் இளக்காரமா வேதனையா பாடுன பாட்டுத்தான் அது.

எதுவும் விளையாத, விலையாகாத, கோட்டையார்க்கு தேவையில்லாத பகுதியில்லையா! இந்த மலையில் அவரும் அவரு ஆளுகளும் இங்க இப்ப வந்து இடைஞ்சல் பண்ணமுடியாதில்லே. அதனால 'இதுலெ கோட்டையார்க்கு கொஞ்சங்கூட பங்கில்லை சாமி!'

முத்துக்கூத்தன் ஒரு நா கேட்டான் "ஆமா இப்படி காடா மேடா சுத்தருகளேய்யா ஒரு வயசாளிக்கோ இல்லே ஏதும் ஒரு அஸ்த்மாத்தாவோ ஒரு உசிருக்கொண்ணு ஆயிருச்சுன்னா என்ன பண்ணுவீக" கேள்விய கேட்டதும் அந்த நரிக்குறவக் கூட்டம் எல்லாமே அப்படியே ஆரவாரத்தை நிறுத்தி அமைதியானது. ரொம்ப நேரம் யாரும் பேசவே இல்லை. கூத்தனுக்கு ரொம்ப வருத்தமாயிருச்சி. எதும் தப்பா கேட்டுட்டமோ?

கூத்தனோட ரொம்ப ஸ்நேகிதமா உசிராயிருக்கும் அந்தப் பெரிய மனுசர் மாத்திரம் சிவந்த கண்ணுலயிருந்து கண்ணீரை துடைச்சார். "சாமி நாங்களும் பல நாடு கண்டு பல மனுசர்களைப் பாத்திருக்கோம். ஒருத்தரும் இப்படி கேள்வி கேக்கல சாமி. எங்கமேல எவ்வளவு ருசுப்பு இருந்தா இந்தக்

கேள்விய கேப்பெ நீ" கீநாடி மேநாடி துடிக்க முத்துக் கூத்தன் பெரிசின் கையை ஆதரவா பிடிச்சான்.

"ஒங்கிட்டெ சொல்லாம எங்ஙன சொல்லி ஆத்திக்க சாமி!சாமி யோவ்!.... சாமியோவ்! நாங்க மரத்து நிழல்ல ஒதுங்குனாலே துரத்துறாங்க சாமி! மூணுகல்லு வச்சி மந்தையில சமைக்க சசிக்காதவங்களா சாமி சுடுகாடு தரப்போறாங்க?"

திடீர்னு முத்துக்கூத்தனை ஆவிப்பிடிச்சி உடம்போடு சேத்துக் கட்டிக்கிட்டு முன்னும்பின்னுமாய் ஆட்டிக்கிட்டே பாவம்மாய் ஒப்பாரி வச்சி கண்ண மூடிக்கிட்டு பாட ஆரம்பிச்சான்.

'நாங்க தேர்கட்டி எங்க சாதி சனத்தை தூக்கிட்டு போறதை இந்த உலகம் பார்த்திருக்கா.....?'

'ஏ சாமியோ.......! நாங்க பூ அலங்காரம் பண்ணி எங்க பெண்டு பிள்ளைகளை பாடைகட்டி கொண்டுபோக அந்த வானம் பாத்திருக்கா.....

'ஐயோ சாமி! நாங்க செத்த பொணத்து மேல விழுந்து வாய்விட்டு அழுகிறதை அந்த சாமி பாத்திருக்கா....'

கோடாரிக் கொண்டை அவுந்து விழ தலையில அடிச்சு அழுத பெரிசுவின் கையெ "ஐயா....ஐயா'ன்னு முத்துக்கூத்தன் அழுதுகிட்டே பிடிக்க அந்தக் கூட்டமெ இப்பொ அவனச் சுத்தி நின்னு அழுதது.

"அதாம்பா இப்படி போன இடத்துல எதுனாச்சும் ஆகிப்போச்சுன்னா நாங்க அடிச்சி தங்குற டேராவுக்குள்ளயே யாருக்கும் தெரியாம புதைச்சிப்பிட்டு...ஆமா! இது வெளியில தெரிஞ்சா நாங்க எங்கயாவது அடுத்து டேரா அடிக்க முடியுமா? புதைச்சிப்பிட்டு.... எங்க ஆசாபாசம் அவ்வளத்தையும் கூடவே புதைச்சிப்பிட்டு.... டேராவை சுருட்டிக்கிட்டு 'ஏ சாமி நரிக்கொம்பு வேணுமா ஏசாமி மயிலெண்ணை வேணுமா.... ஐயா சாமி மலைத்தேன் வேணுமான்னு' ஆடிப்பாடிகிட்டே அடுத்த ஊரு போவோம்."

பாடும் பாட்டின் சோகந் தெரியாம ஆடவும் பாடவுமா இருக்கிறது முத்துக்கூத்தனுக்கு இப்பொ ஆச்சரியமாப்படலை. பூமிக்கடியில ஓடுற நெருப்பாறு மாதிரி அந்த மனுசர்களின் மனசு மட்டில்லாம தகிச்ச கிட்டுத்தான் இருக்கு.

தன்னப் பெத்தவங்களை கூட அந்த சின்ன வயசுல ஊர்பேர் தெரியாத இடத்துல ஜோடியா புதைக்கிறதை முத்துக்கூத்தன் அனாதையா நின்னு பாத்திருக்கான்.

முத்துக்கூத்தனோட அப்பன் போலுக்கூத்தனும் ஆத்தா சக்கம்மாளும் ஒத்த மாட்டு வண்டிய பூட்டிக்கிட்டு ஊரு ஊருக்குப்போய் நாடகம் போடும்போது இவனுக்கு வயசு எட்டு இருக்கும். தீண்டான் ஜாதீன்னு ஊரைவிட்டு தள்ளிவச்சிருந்த ஒத்தவீடு. சாம்பாக்கமார்களுக்கு முடிவெட்டுறது குலத்தொழில். அவ்ளதான், பிறகு உடம்புல எவ்வளவு தெம்பு இருந்தாலும் வேற வேல வெட்டிக்கு போகமுடியாது. தரமாட்டாக.

அப்பொ பிணம் சுடுற தொழில் பாத்துக்கிட்டிருந்த சாம்பாக்கமார்க, இழவு வீடுகள்ல அவங்களுக்கு கிடைக்கிற ஆறுபலாப்பெட்டி சோத்துல ஒரு பலாப்பெட்டியும், மாடு கன்னு செத்தா ஆறு கூறுல ஒரு கூறும் முடிவெட்டுற கூலியா போலுக்கூத்தனுக்கு கொடுப்பாங்க. அது வாய்க்கும் வயித்துக்கும் எட்டாம ஏற்கனவே பாட்டுக்காரியாயிருந்த நாடக வாத்தியார் மகளான பெண்ஜாதி சக்கம்மா யோசனப்படி ஆறுமாசம் வெளியூர்ல நாடகம் போட கிளம்பிருவாங்க.

சொந்த ஊர்லதான் இவங்களுக்கு மருவாதியில்லையே ஒழிய வெளியூர்கள்ல போலுக்கூத்தன் நாடகம்னாத்தான் அந்த வருசம் வெள்ளாமை நல்லாருக்கும்னு பேரு. மேடையும் இல்லாம சோடனையும் இல்லாம நடக்கும் நாடகத்தைப் பக்கத்து ஊர்லருந்தெல்லாம் வண்டி கட்டி வந்து பாப்பாங்க.

நாடகம் எங்க நடந்தாலும் கடைசியில் 'பட்டி பெருக வேணும் பால்போல பொங்கவேணும்'ங்கிற மங்களம் பாடும்போது நாடகம் நடக்குற இடத்துக்கு எங்கிருந்தாவது ஒரு கிருஷ்ணப்பருந்து வந்து மேலே விர்ர் விர்ர்ருன்னு மரிச்சு மரிச்சு லாந்தும். அது ஒரு பெரிய அதிசயம். ஜனங்கள்லாம்

சந்தோசமா மேல பாத்து கும்புட்டு, 'நா....! சரிசரி பூமி குளிந்துரும். இந்த வருசம் நாடு செழிச்சிரும்'னு சந்தோசமா கிளம்பி போவாங்க.

மழை பெய்யாத தூரக் காடுகள்லருந்து ஆளுகள் போலுக் கூத்தனை நாடகம் நடக்கிற இடம் பாத்து வந்து விசாரிச்சு கூட்டிப்போவாங்க.

எட்டுவயசு முத்துக்கூத்தன் லோதிதாசனா கீழே பாம்பு கடிச்ச பிணமாய் படுத்துக் கிடப்பான். காசி நகரத்திலே சந்திரமதி பிச்சை கேட்கிறாள். சக்கம்மா மடியேந்தி நாடகம் பாக்குற கூட்டத்துக்குள்ள நொழஞ்சி கேட்கிறாள். "நீதிமுறை தப்பாம வாழ்ற மகாஜனங்களே! தாய் தந்தை யிருந்தும் செங்கோல் பிடித்து ஆள நாடிருந்தும் சத்தியத்தை காக்க அனாதையா இறந்துபோன என் பிள்ளைக்கு கால்ப்பணம், முழத்துண்டு, வாய்க்கரிசி வாங்க தருமம் பண்ணுங்க பிரபுகளே!"

ஊருக்குள்ள அனாதைப் பொணம் கிடக்கப்படாதுன்னு சவச் செலவுக்கு சில்லறைகளாவும் தான்ய தவசமாவும் சக்கம்மாவின் கோணிப்பைகள் ரொம்பும். அதுதான் வரும்படி.

சத்தியத்தைக் காப்பாத்த மகனை இழந்ததோடு, பெண்டாட்டியவே பலிகொடுக்கப் போகும்போது அரிச்சந்திரனான போலுக்கூத்தன் ஆத்தமாட்டாம அத்தனை சாமி பேரையும் அவயம் போட்டு கூப்புடுவான்.

'முப்பத்தி முக்கோடி தேவர்களே! நாற்பத்தொண்ணாயிரம் ரிஷிமார்களே! கின்னரர், கிம்புருடர், அஷ்டதிக்கு பாலர்களே! உலகத்தில் வேதமும் தர்மமும் சத்தியமும் வாய்மையும் இருப்பதும் உண்மை யானால்...'

எங்கிருந்தோ வந்த கிருஷ்ணப்பருந்து, எதுத்தும் மறித்தும் அப்படியும் இப்படியுமா விர்ருவிர்ருன்னு லாந்தும். உட்கார்ந்திருந்த கூட்டம் பூராவும் குலவை போட்டு அண்ணாக்கப் பாத்து ரெண்டு தவடையிலயும் கிருஷ்ணா கிருஷ்ணான்னு போட்டு நிக்கிமுங்க. ஏதோ தேவ கிருபைகள் அந்த இடத்தை சூழ்ந்த மாதிரி எங்கிருந்தோ திடீர்னு இடி

மின்னலோட பெருமழை, அரைச்சணத்தில் தெரு பூராவும் வெள்ளக்காடு.

நரிக்குறவக் கூட்டம் வந்திருக்குன்னதும் சாமத்திலிருந்து சம்சாரிக தெருவுல இளவட்டங்க முழிப்பு இருந்தாங்க. 'விருதா கிறுக்கு கழுதைக. 'காச்சாம் மூச்சாம்'னு பொணத்த தூக்கிக்கிட்டு தெக்கே வந்துருச்சுன்னா அதுகளை தாமரிக்க முடியாது. நடுத்தெருவுல இறக்கி வச்சிக்கிட்டு ஏ சாமே... ஏ சாமேன்னு நாடிய நாடிய பிடிச்சிக்கிட்டும் காலல விழுந்துக்கிட்டும் மல்லுக்கட்டுங்க' அப்படீன்னு உசாரா இருந்தாங்க.

நல்லா பளபளன்னு விடிஞ்சும் வடக்கேயிருந்து ஒரு சத்தமும் காணம். ஒரு வேளை வடக்கூரு சுடுகாட்டுக்கு கொண்டு போயிட்டாங்களோன்னு மோட்டார் சைக்கிள்ல பறந்துபோய் விசாரிச்சிட்டு ஆள்திரும்ப, அங்கேயும் பொணம் வந்த தடயமே இல்லைன்னு தாக்கல் வந்தது.

இந்த நரிக்குறவ கூட்டம்வாக்குல அம்போன்னு போட்டுட்டு போக சாமம்போல நாய் நரி ஏதாவது... ஒண்ணும் புலப்படலை. அப்பவும் தெக்குத்தெருக்காரங்க ஒருத்தன் கண்ணுல கூட படாம சவம் எப்படி மாயமாயிரும்?

கடைசியாதலையாரி கூப்பிட்டு அதட்டுனார். ''லே! நல்லாருக்கிற ஊர ரெண்டாக்கிறாதீக. உள்ளதச் சொல்லீருங்க. எப்படிக்கூடி கொண்டுபோனீக. சம்சாரி தெருவழியா அசந்த நேரம் கொண்டு போயிருந்தாலும் ஒரு தடவை மாப்புவிடச் சொல்லுவோம்.'' சம்பந்தமில்லாத அந்த சனங்க என்ன சொல்றதுன்னு தெரியாம தலைய தலைய சொறிஞ்சுகிட்டு நின்னாங்க.

"அப்பொ நாளப்பின்ன சம்சாரிக ஆதரவு வேண்டாமா?"

ஒண்ணுமறியா கூலிச்சனங்கள் எந்தக் காரணமும் இல்லாம காலமெல்லாம் குத்தவாளியாவே நிக்கிறாங்க. இதையெல்லாம் பாத்த மட்டுல கிருஷ்ணப் பருந்தொண்ணு அந்தக் குடிசையின் மேல் சோகமாய் உட்கார்ந்திருந்தது.

இலட்சுமணப்பெருமாள் 173

எருக்கலை

ஆழ்வாரம்மாளுக்கு கிறுக்குக்கிறுக்கு புடிச்சிருக்குமோன்னு தான் எல்லோருக்கும் சந்தேகம். நாலஞ்சு நாளா அப்படியொரு அலக்கழிவு. அந்த அம்மா தெருவுக்குள்ள லம்பலாடிக்கிட்டு திரியுறது பாவமாவும் இருக்கு; ரொம்ப வேடிக்கையாவும் இருக்கு. இப்ப வரைக்கும் வீட்டு வராண்டாவையொட்டுன மச்சுக்குள்ள அஞ்சாறு வருசமா நடமாட்டமில்லாம காலு கையெல்லாம் சுரைக்காய் தண்டி வீங்கிப்போயி வயிறு பாண்டு வந்து அம்பாரமா உப்பிப் போயிருந்தது. தலைமயிரு கொடிக்கா கொடிக்காயா சுருண்டு சடை விழுந்து கிடக்கு. கண்ணு ரெண்டும் முழிக தெரியாம றெப்பைகள் படுதா இறக்கிவிட்ட மாதிரி வீங்கி நாலு விரக்கிடை அகலத்திலெ புருவத்திலிருந்து முன்னால நீட்டி பயமுறுத்திக் கிட்டிருக்கும். வாய் விழுந்து போய் பேச்சு வார்த்தைங்கிறது நின்னு போச்சு.

இப்பவும் இந்த அம்சம் கொஞ்சங்கூட குறையாதபடிக்கு திடீர்னு இப்படி தினோமும் எதோ ஒரு வெறிவந்த மாதிரி பீச்சங்கையாலெ சேலையை தூக்கிப்ப ல்டிச்சிக்கிட்டு சோத்துக்கையை முன்னும் பின்னுமா பராக்க வீசி விசுக்கட்டி விசுக்கட்டின்னு நடையா நடக்கிறா. வீக்கத்துக்குள்ள அடைபட்டுக் கிடக்கிற கண்ணு முழியை சங்கடப்பட்டு திரட்டி முழிச்சி, ஈக்கி அளவு கிடைச்ச இடைவழியில் வர்ற பார்வையில அண்ணாக்க என்னமோ நேரந் தெரிஞ்சுக்கிட பொழுதைப் பாக்கிறவா மாதிரி பாத்துக்கிட்டும் காலை அப்படி கிந்தி கிந்தி நடக்கிறாளே... அது ஏதோ ஒரு

கட்டாயத்துக்காகத்தான் இருக்கணும். அப்படியில்லையா? அப்பொ புத்தி சுவாதீனமில்லாம போயிருந்தாத்தான் அத்தன கோடி வேதனை அறியாம வீட்டு வாசப்படி தாண்டி வெளியேறி வந்திருக்கணும். அந்த அம்மாவோட மகன் அருணகிரி வாத்தியாரு, மகளுக்கு மாப்பிள்ளை பாக்க வெளியூர் போயிருக்கார். மனுசன் பெண்டாட்டிய எதிர்பாக்காம அம்மா முடியாம சட்டடியா விழுந்த நாள்லருந்து நேரந்தவறாம சோறு தண்ணி கொடுக்க, வெந்நி வச்சி குளிப்பாட்டி சேலை துணிமணி மாத்திவிட, பொன்னம் போல படுக்கையில சாச்சிட்டு மச்சை சுத்தம் பண்ணி, சாம்பிராணி போடன்னு அன்னாடு செய்திருவார். தன்னோட ஒரே மக கூட பாட்டியை என்ன ஏதுன்னு ஏறிட்டுக் கிடறதில்லேன்னு அவருக்கு தெரியும்.

ஆழ்வாரம்மா சமாச்சாரமா வாத்தியார் பெண்டாட்டிகிட்ட சிலாகிக்க வந்த ரெங்கநாயலு வராண்டாவில் ஏறி “மதினி!மதினி மங்கத்தாய் மதினீன்னு’’ சத்தங்கொடுத்துக்கிட்டே மச்சு வீட்டை பாத்த மட்டுல நின்னுக்கிட்டிருந்தாள். அந்த அம்மா ‘இந்தா வந்தட்டேன்னு’ சத்தங் கொடுத்தும் கொடுக்குமுன்னே கீழ்புறத்திலிருந்த மச்சுக்கதவு படார்னு திறந்தது. ஆழ்வாரம்மா, தலையை வெளியே நீட்டி கண்ணுபட்டைகளை நெத்தி சுருங்க மேலே இழுத்து அந்த லேசு இடைவெளியே ரெங்கநாயலு உருவத்தைப் பார்த்ததும் தடபுடலா புரண்டு எந்திரிச்சி அவள் பாக்குபடியா தட்டழிஞ்சி தடுமாறி வராண்டாவுக்கு வந்தாள். படிக்கட்டில் சறுக்கி சறுக்கி உட்கார்ந்து தெரு நடைக்கு வந்து கைய வீசி நடக்க ஆரம்பிச்சாள். கொஞ்ச தூரம் போனதும் திரும்ப வந்தாள். இப்படியே வரவும் போகவும் ரெங்கநாயலுக்கு முன்னாடி தான் ரொம்ப திடகாத்திரீன்னு காட்டிக்கிட படாதபாடுபட்டாள்.

இந்த பொம்பளை இருக்காளே ரெங்கநாயலு, இவ இந்த ஊருக்கு வந்த இந்த ரெண்டு மாசமாத்தான் இப்படி ஆகாத தலப்புரட்டு சோலி தலையெடுத்திருக்கு. இதுக்கு முன்னாடி கிழடுகள் சம்மந்தமா அப்படியாப்பட்ட நெனப்பையாரும் ரோசிச்சுக்கூட பாத்தது கிடையாது. இல்லாத வீடுகள்ல கூட தள்ளாததுகளை அவங்க குடிக்கிற கூழோ கஞ்சியோ கொடுத்து கடைசி கட்டாப்பு வரைக்கும் ஆதரிச்சிருக்காங்க.

ரெங்கநாயலு சொல்லச்சொல்ல நாடியில கைவச்ச மட்டுல ரொம்ப ஆச்சரியமா தலைய மேலும் கீழுமா ஆட்டி கவனமா கேட்டுக் கிட்டிருந்தா மங்கத்தாயி. அவுக ஊர்ல இப்படி படுத்துக்கிட்டு ஆளுகளை இம்சான இம்சு பண்ற பெரிசுகளை என்ன செஞ்சிருவாங்கங்கிற ஏற்பாடுகளை சொன்னாள். கட்டில்ல கிடக்கிற ஆழ்வாரம்மாவைகூட பொருள் படுத்தாம அங்க சுத்தி இங்க சுத்தி சொந்த அனுபவத்தையே சொன்னா ரெங்கநாயலு.

சும்மா சொல்லக்கூடாது சிட்டுக்குருவித் தேவரை. ஒத்தப் பொம்பளப் பிள்ளேன்னு பெத்த தாய் இல்லாத குறையே தெரியாம ரெங்கநாயலுவை வளத்து ஒரு நல்ல இடத்துல கட்டிக்கொடுத்தாரு. மக வீட்டடியாவே இருந்துக்கிட்டாரு. வேலைக்குப் போன நேரந் தவிர வீட்டுல பேரம் பேத்திகளை தூக்கி வச்சிக்கிடுவாரு.

ஒரு நா தேவையிலெ வேலைக்குப் போன இடத்துல வெயில்ல கிறங்கி 'பொத்துன்னு' கீழ விழுந்தவர்தான், அப்படியே வாதம் வந்து படுத்துட்டார். காலங்கெடக்கிற கிடையில பாடுசோலியப் பாத் துட்டு வந்து கிழவனை எங்க பராமரிக்க முடியும்? புருசங்கிட்டெ சொன்னா. அவனோ "தூ!நீயெல்லாம் ஒரு மனுஷிதானா? ச்சை.... ஊருக்குள்ள இதே வழமையாப் போச்சு. அதச் செஞ்சு போட்டு அந்தப் பாவத்தை எங்க போய் தொலைக்க. எங்கிட்ட அந்தப் பேச்செல்லாம் வச்சுக்கிடாதே. நேத்து வரைக்கும் குடும்பத்துக்கு ஓடா ஒழச்சி தேஞ்ச மனுசன்" அப்படீன்னு தலைய குலுக்கீட்டான்.

இந்த இழவெடுத்த ஆள்கிட்ட ஒரு சமாச்சாரம் சொன்னா இப்படித் தான் தரித்திரம் பிடிச்சாப்புல ஏதாச்சும் 'தாட்டோட்டு' சொல்லிக் கிட்டிருக்குமுன்னு நெனச்சவள் "சரி சரி தெருவே கேக்கிற மாதிரி அலறாதிரும். இந்த ரெண்டு நாளா முட்டைக்கி வந்துக் கிட்டிருக்கே அந்த கோழியையாவது பிடிச்சி அடிச்சி அரைச்சு வச்சி கொதிக்க வையுங்க. இந்தா வாரேன்"னு சொல்லி கிளம்பினாள்.

மேற்கே பாண்டி கோயில தாண்டி மேலோடை திக்கம்போயி கையோடு கொண்டு வந்த சிரட்டையில கண்ணுக்கெட்டுன

மட்டும் வனமா அப்பிப் போயிருந்த எருக்கலை செடியில இலையை கிள்ளி கிள்ளிப் பத்து பன்னெண்டு சொட்டு பாலை வடிச்சிக்கொண்டு வந்தாள்.

வீட்டுக்குள்ள நொழஞ்சவளை அடுப்படியிலிருந்த புருசன் பாத்து "பாதகத்தி! பாதகத்தி உனக்கும் நாளைக்கி இந்தக் கதிதான்னு" சொல்லீட்டு வெளியேறிப் போயிட்டான். அவனுக்கு மாமன் மேல அப்படி யொருபிரியக்கால். "சும்மா ஒஞ்சோலிய பாத்துட்டு போ" புருசனை ஒரு வெரசு வெரசிட்டு சிரட்டையில கோழிச்சாறை ஊத்தி ரொப்பி "இந்தா குடி"ன்னு அப்பன்கிட்ட கொடுத்தாள்.

எந்த நல்லது பொல்லதுமில்லாம வீட்டுல கோழி குழம்பு வாசனையடிச்சவுடனேயே வழமைப்படியான அனுபவத்துல தேவரு நொந்து சுருண்டுபோய் கிடந்தவர் கண்ணுல தாரை தாரையா கண்ணீர் வடிய மெல்ல புரண்டு எந்திரிச்சி சிரட்டையை வாங்குனார். மகளோட மூஞ்சிய மூஞ்சிய பாத்தாரு. பல்லில்லாத அவரு வாயும் நாடியும் கிடுகிடுன்னு நடுங்கிச்சு. ஒண்ணும் பேச வாய் வராம பேரப்பிள்ளைகளை ஆவி ஆவிப் பாத்தாரு.

"ஏம்மா தாயி! இன்னும் எவ்வள நாளைக்கி இருந்திருவேன். எந்த நிமிசமும் இந்த சீவன் நாசி வழியா போயிரும். கடைசி கடைசியா உனக்கு ஒரு பாவத்தை சம்பாதிச்சு கொடுக்கணுமா நானு?"

"குடி குடி.. பாவம் பிடிச்சா பிடிக்கட்டும்!" ரெண்டு கையாலயும் தலையை சொறிஞ்சுக்கிட்டே அந்தப்பக்கமா திரும்பி கொண்டை போட்டுக்கிட்டாள்.

"அப்படியா!" சிரட்டையை கண்ணை மூடிக்கிட்டு உறிஞ்சிக் குடிச்சார். கொஞ்ச நேரந்தான். மண்தரையில மல்லாக்க காலு கையை பரத்துனதும் சீவனை சன்னஞ்சன்னம் ஒடுக்கிக்கிட்டார்.

இந்த ஊருக்கு பிழைக்க வந்த கொஞ்ச நாளைக்குள்ள அநேக வீடுகளுக்கு ரெங்கநாயலு ரொம்ப வேண்டியவளாப் போயிட்டா. ஊர்ல இருக்கிற கிழடுகள் வாரத்துக்கு ரெண்டு மூணுன்னு கிளம்புறதப் பாத்தா அதுகள தொலைக்க ரொம்ப

இலட்சுமணப்பெருமாள் 177

நாளா வழி தெரியாம இருந்திருக்காகன்னு தான் தோணுது. 'அட எங்கிருந்தோ பிழைக்க வந்த பொம்பளை அவ ஒரு கை வச்சிருக்காளே'ன்னு ரெங்கநாயலுக்கு பேராகிப் போச்சி. ஏதோ பேறுகாலம் பாத்துட்டு வந்தமாதிரி அப்பைக்கப்ப மங்கத்தாயிட்ட சொல்லி பெருமையடிச்சுக்கிட்டிருப்பா.

"நாளைக்கு மேலத்தெரு. நாளைநின்னு ரெட்டியபட்டி. சடையம் பட்டிக்கு கூப்புட்டாக. அம்புட்டுத் தொலவு வரமுடியா துன்னேட் டேன்". இப்படி எல்லைகடந்தும் ரெங்கநாயலு சாதனை பரவ ஆரம்பிச்சது.

பெரிய ஆச்சரியம் என்னன்னா வீட்டுகள்ல 'தாம்தூம்னு' அம்பலம் பண்ணுன கிழடுகள் பூராம் இப்ப இருக்கிற இடந் தெரியலை. 'எஞ் சுய சம்பாத்யம். சொத்தை கோயிலுக்கு எழுதி வப்பேன், தர்மத்துக்கு எழுதி வப்பேன், நா நெனச்சா ஒங்கள ஒத்த வரியல வீட்டைவிட்டு வெளியேத்திருவேன்'னு ஆட்டமா ஆடுன பெரிசுக பூராம் இப்பொ சர்வமும் ஒடுங்கிப்போய் சொன்ன வேலைகளைச் செஞ்சி ஊத்துனதை குடிச்சிட்டு மூச்சுக்காட்டாம மொடங்கத் தலப்பட்டிருச்சி.

ஊருக்குள்ள எங்கயாவது கோழிக்குழம்பு வாசனையடிச்சா பெரிசுக பூராம் கம்புகளை ஊணிக்கிட்டு வெளியேறிப்போய் காட்டு வாக்குல குறைப்பொழுதும் குலைபட்டினியா திரிஞ்சதுக. கோழி வளக்கிற வீடுகள்ல போயி கோழிக்கூடையப் பிச்சு எறியுற மாதிரி கடுகடுன்னு நின்னுகிட்டு 'கோழிகள வளக்காதே மருமகளேய்...... கண்ணாடிவிரிசு, கட்டுவிரிசு பழியா வீடு தேடி வரும். கோழிகன்னா இந்த பூச்சி பொட்டுகளுக்கு ரொம்ப பிரியம். வேண்டாந்தாயி, கோழி பெருசா நம்ம உசிரு பெருசா?' கூட்டிலிருந்து கோழிகளை உடனே திறந்து விரட்டுன்னாத்தான் ஆச்சுங்கிற மாதிரி ரொம்ப நேரம் உபதேசம் பண்ணிக்கிட்டு கிடக்கும் சில கிழடுகள்.

ஆழ்வாரம்மா உடம்புதான் கட்டில்ல அசையாம கிடந்ததே யொழிய மருமகளும் வந்தேறிப் பொம்பளையும் பேசுன பேச்சுனாலே நெஞ்சுக்கூடு ஆகாசத்துக்கும் பூமிக்குமா தாவித் தாவி விழுந்தது. கஞ்சி குடிச்சும் குடியாம அந்த மனுசனோட கரிசக்காட்டுல கிடந்து சீரழிஞ்சதும், கமலையிலே ஒத்த

மாட்டுக்கு சோடியா மேக்காப் புடிச்சி அந்த ஆழக்கிணத்துல கூனை இழுத்து வெள்ளாமை செஞ்சி அருணகிரியை வாத்தியார் வேலைக்கு படிக்கவைக்க மல்லாடுனதும் எப்பவாவது நெனச்சு 'வ்வா வ்வா'ன்னு ஒரு குழந்தையைப் போல ஒரு சத்தம் அவள் அடிவயிற்றிலிருந்து வரும். அந்த ஒலியிலிருக்கிற வலியும் சோகமும் யாருக்கும் தெரியாமல் காத்துல மறைஞ்சி போகும். கண்ணீர் சுரப்பு வெளித்தெரியாமல் இளங்கூட்டோடும் கண்ணுக்குள் பரந்து பின் உள்ளேயே ஈர்த்துக்கிடும்.

ஆனா இப்பொ அந்த சங்கதிகளை நெனச்சுப்பார்க்கவும் முடியலை. அனாவசிய சாவு நெருங்கிறத நெனச்சி 'ப்பாவ் ப்பாவ்'ன்னு பெரிய ஏப்பம் விடுறமாதிரி மகனை நெனச்சோ உசிரைப் பயந்தோ வாயை பலம்மா திறந்து அடிக்கடி மரணஒலி விடுகிறாள். மகன் ஊருல இல்லாத நாளுதான் தனக்கு கடைசி நாளா இருக்குமுன்னு அனுமானிச்சா ஆழ்வாரம்மா. ஏதோ ஒரு தைரியத்துல மனசு திமிறி ஆக்ரோசம் எல்லைமீறி அந்த சோளப் பெண்டு உடம்பை மொடுமொடுன்னு பெரியமலையை புரட்டுன மாதிரியான கடுமையில் ராவெல்லாம் உசிரு பிடுங்குற வேதனை யோட சதுரத்தை கொஞ்சங்கொஞ்சமா ஆச்சல் கொடுத்து காலுக ரெண்டையும் நாயக்கர் கால தூண்களை புரட்டுற மாதிரி யான கடுமையில அசைச்சி அசைச்சி ஒரு நடு சாமம்போல எந்திரிச்சி நின்னாள். ஆமா எந்திரிச்சி நின்னுட்டாள்.

நிக்கிறா நிக்கிறா நின்னுகிட்டே எவ்வளவு நேரந்தான் இருக்க முடியும். அவ்வளவு நேரம் நின்னவள் விடியுற பொழுதாகியும் காலை ஒரு எட்டு கூட எடுத்து வைக்க முடியலை. திரும்பபடுக்கையில உக்கார முடியாமலும் படுக்க முடியாமலுமான நெலமை. கால்களை மடக்க கொள்ள முடியாம உடம்புசடலம் மாதிரி மூட்டோடு கீழே சாயுற மாதிரி பயம். உடம்போட லேசான அசைவு எதோ மலை மேலிருந்து தலை குப்புற அண்டவெளிகள் சூழல 'ஓ'ன்னு அபயம்போட்டு அதல பாதாளத்தை நோக்கி விழுகிறது போல பிரேமை.

விடியவும் ரெங்கநாயலு எருக்கம்பாலோடு வந்து எமனா நிப்பாளே. மதினி மதினின்னு கூப்புடுற மாதிரி ஆழ்வாரம்மாளுக்கு அந்த நிலையிலும் ஒரு அரிச்சல். கோழிக்கூட்டுக்குள்ளே கோழிகள் குக்கூகுக் குக்கூகுக்ன்னு மொனங்குதுக. எதோ ஒரு கோழி பிடிபடுதோ? ஆ......ஒரு ஆவேசம்! ஒரு லக்கு தெரியாத வேகம். எட்டு எடுத்துவைக்க முடியும்கிற தெம்பு. சப்போட்டுக்கு கையில ஒரு கம்பு வச்சிக்கிடலாமா? தாவலைதான் ம்ஹூம்.... வேண்டாம் வேண்டாம். பிறகு அதே பழக்க மாயிரும் தன்னிச்சையா நடக்கணும். ம்..... நடக்கிறா நடக்குறா சவக்கு சவக்குன்னு புடலங் காயை மாத்தி மாத்தி ஊணி எடுப்பதுபோல கால்களின் வளசல் ஒன்னையொண்ணு பின்னலாடி பின்னலாடி விலகி முன்னோக்கி நகருது.

உடம்பெல்லாம் சாட்டை வச்சி விளாறு விளாறா பிய்க்கிற மாதிரி வலி. நடந்தாள் அந்த நகர்மானத்தை நடையோடுதான் சேர்த்தாகணும். இடங்கள் கடந்து போகுதே! சுத்தி சுத்தி நடந்துக்கிட்டேயிருக்கா. தான் சுமையில்லேன்னு மருமகளுக்கு காட்ட வீட்டு முத்தத்துலெ மருமக எந்திரிச்சி வந்து வாசத் தெளிக்கிற வரைக்கும் குறுக்கும் நெடுக்குமா அலையுறா. கொஞ்சம் நின்னு தகிப்பாறலாமா? ஐயோ அப்படியே உட்கார வச்சிருச்சின்னா? சொணங்கக்கூடாது. ஊரெல்லாம் தெருத் தெருவாசுத்தி வர்றா.

அந்தப் பொம்பளை ரெங்கநாயலு மருமகளைப் பாக்க வீட்டுக்கு வர்ற நேரமெல்லாம் மச்சுக்குள்ளிருந்து திடுதிடும்முன்னு அரண்டு பெரண்டு வெளியேறி கிணுக்கட்டி கிணுக்கட்டின்னு முன்னும் பின்னும் நடந்து காட்டுனா. சின்னப்புள்ளெங்க பாண்டி விளையாடுற இடத்துல போய் நின்னு ஊடுமாடா விழுந்து ஆட்டத்தை ரொம்ப ரசிச்ச மாதிரி சம்மந்தா சம்மந்தமில்லாம கைதட்டுனா. பஸ் ஸ்டாண்டுல போய் பள்ளிக்கூடத்து பிள்ளைகளோட பிள்ளைகளா நின்னா.

தனக்கு ஒண்ணும் படுக்கையில கிடக்கிற அளவுக்கு நொம்பல மில்லேன்னு காட்டிக்கிடவும் மகன் வர்ற வரைக்கும் சமாளிக்கணு மேன்னும் அளவுக்கு மீறுன சின்னப் பிள்ளத்தனத்திலே இறங்கீட்டா.

ஆழ்வாரம்மா என்னதான் கீழமேல விழுந்து பெரண்டாலும் மருமகளும் ரெங்கநாயலுவும் கூடிக்கூடி பேசுறது மட்டுங் கொறயல. இருந்தாலும் இவ மனந் தளரல. அடிச்சுக் கொன்னாலும் இப்பைக்குள்ள சாகாதுன்னு சொல்ற மாதிரி ஊருக்குள்ள ரொம்ப வெறப்பாதிரியணும்னு மனசுல பெரிய வெறி ஏற்பட்டுப்போச்சு. ஆனா அந்த மாதிரி போக்கு ரொம்ப அழிச்சாட்டியமுன்னும் கிறுக்குத்தனமுன்னும் நெனக்கிற அளவுக்கு போயிருச்சி.

இந்த மாதிரியே ரொம்ப பெரிசுகளும் ஊருக்குள்ள ஆகாத வேலைகளில் இறங்கி ஒரே சிரிப்பாணி கூத்தாயிருந்தது. அதுக பண்ற சில்லறை சேட்டைகளையும் லொள்ளுகளையும் பத்தி பேச மடத்துல சாயுந்தரம் சாயுந்தரம் ஆள்கள் கூட ஆரம்பிச்சது. "சீனியாபிள்ளைக்கு வெள்ளக் கோனு மூப்பா" வேணுமின்னே ஒருத்தர் சீண்டுவார். உடனே வெள்ளக்கோனு பதறிப்போய் "இல்லையே நா அவனவிட ஒம்பது வருசத்துக்கில்லெ இளமை" அப்படீன்னுவார். "யாரு! நீயா இளமை? நீ எந்தக் காலத்து மனுசனப்பா! எங்க அய்யா பட்டமில்லெ நீயி" சீனியாபிள்ளை கறாலா மடக்குவார்.

"அடாடா அடாடா உனக்கு இப்பத்தான் பதினெட்டு. போப்பா அங்குட்டு பேசுறாம் பேச்சு. ஒங்கய்யா பட்டமாக்கும் நான்? எங்கே ஒங்கைமண்ணை தட்டிட்டி போறேன், ஓடியாந்து பிடிச்சிரு பாப்போம்."

ஓட்டப்பந்தயம் தயாராகி ரெண்டு பேரும் வேட்டியை வரிஞ்சு கட்டி ஓடுவாங்க. ரெண்டு பேரும் சரிக்கெதியான போக்கிலெ ஓடுற மாதிரி ஒரு கடுமையை மொகத்துலெ காட்டுனாலும் ஓட்டமென்னமோ வயக்காட்டுல தொளி மிதிச்ச மாதிரி குதிச்ச இடத்திலெயேதான் குதிச்சுக்கிட்டிருப்பாங்க.

எது என்ன நடந்தாலும் ரெங்கநாயலு வேலை இதிலே ஒண்ணும் தடைபட்டுப் போகலே வதங்குன முத்தல்களை ஒண்ணொண்ணா குறிவச்சி விழுத்தாட்டிக்கிட்டுத்தான் இருந்தா. இதுலெ வரும்படியுங் கூட. வாய்திறந்து எதுவொண்ணும் சொல்லமுடியாத கிழடுகள் பயத்திலே வயசை குறைச்சிக் காட்டணும்னு சொல்லி, ஒண்ணைவிட ஒண்ணு

மிஞ்சிப் போய் எதையாவது பண்ணிக்கிட்டு தெருவுக்குள்ள அலை பாஞ்சி திரிஞ்சது. அப்படி மடத்துப்பக்கம் வரும் பெரிசுகளை இளவட்டங் கள் எதையாவது சொல்லி குரங்காட்டம் பண்ணிக்கிட்டிருந்தாங்க.

தூரத்துல வரும்போதே. இந்த சிரிப்பும் கும்மாளமும் ஆழ்வாரம்மாளுக்கு ஒருவிதமான குதியாளத்தைக் கொடுத்தது. தலையை அண்ணாக்க வைத்து ஆளுகளை அடையாளம் பாத்துக்கிட்டே வந்தா "இந்தா....இந்தா ஒண்ணு! எல்லாம் வெளியேறிருச்சி, இந்த ஒண்ண காணமேன்னு பாத்தேன். பாரு பாரு தெருவெல்லாம் போட்டு அலசிக்கிட்டு வர்றதை." ஒரு இளவட்டம் இப்படிச் சொன்னதும் எல்லாரும் பழையபடிக்கு சிரிச்சாங்க. அடுத்த நிமிசத்திலெ ஒருத்தன் "ஏ.....ஏய்...... அது வாத்தியாரோட தாயாரில்லே. சும்மா பல்ல பல்லப்போட்டு இளிக்காதீங்க"ன்னான். கப்சிப்புன்னு அமைதியான கூட்டம் பெரிய அனுதாபத்தைக் காட்டியது.

அந்த நிமிச நேர அமைதி ஆழ்வாரம்மாவுக்குள் எந்த பாதிப்பையும் ஏற்படுத்தலை. கொஞ்ச நேரத்துக்கு முந்தியான மடத்து ஆரவாரமே தனக்கு ரொம்ப ஆசுவாசத்தை கொடுக்கிறதுன்னு நம்புனாள். தனது பழைய 'கட்டில் வாழ்க்கை' யெல்லாம் எங்கோ காதவழிக்கும் அந்தப் பக்கம் தொலஞ்சி போன மாதிரி தெரிஞ்சது. கூட்டத்தையும் ஆளுகளையும் அரைகுறை பார்வையில பாத்ததும் என்னமோ மனசுல பொங்கலுக்கு மஞ்சநீராட்டு நாள் மாதிரியான குதூகலம் பிறந்தது. கூடியிருந்த ஆளுகளுக்கு முன்னும் பின்னும் ரெண்டு சுத்து வந்ததும் எதோ ஒரு நெனப்புல மடத்துல வரிசையா உட்கார்ந்திருந்த ஆள்கள்ல தனக்கு கொழுந்தன் முறை வேண்டியவரான பொம்மையாவை நெருங்கி கொஞ்ச நேரம் நின்னு அடையாளம் பாத்து படக்குன்னு மேல்துண்டை பிடுங்கி வேகமா நடக்க ஆரம்பிச்சாள்.

எல்லோரும் "அப்படிப்போடு அடி சக்கைன்னானாம்"ன்னு கெகேன்னு ஒண்ணுபோல சிரிச்சாங்க. "ஏ.....மதினி..... ஏமதினி"ன்னு பொம்மையா கூப்பாடு போட்டுக்கிட்டே கம்பை ஊணிக்கிட்டு பின்னாடியே தொவ்வலா நடந்து தொயந்து போனது

எல்லாருக்கும் போல ஆழ்வாரம்மாளுக்கும் உற்சாகத்தை தந்திருக்கணும். ஏதோ அம்பது வயசு கொறஞ்சி துள்ளித் துள்ளிக் குதிச்சு ஓடுற மாதிரி இருந்தது. அவளுக்கு எல்லாமே இப்ப புதுசா நடக்கிற மாதிரி இருக்கிறது. கோழிக் சாறு கலந்த எருக்கம்பால் இன்னுமே கிட்ட அண்டுறதுக்கு எந்த நீதமுங்கிடையாது.

ஊர்ச்சனம் பூராவும் கெக்கொலி கொட்டி ஆராவாரிக்கிறதை மருமகளும் அந்த வந்தட்டி பொம்பளையும் பாக்கணும்னு மூச்சிழைக்க நாக்கு வெளியே தள்ளுன மட்டுல கண்ணை சாய்ச்சி சாய்ச்சி தெரு வழியே ரெண்டு பக்கமும் வீடுகளை பாத்தமட்டுல வந்துக்கிட்டிருந்தா. அப்பொ தூரத்துலருந்து ஒரு பொம்பளை பெலமா பெலமா சத்தம் போட்டு எதுத்து வர்றது கேட்டது. கிட்ட நெருங்க நெருங்கத்தான் அது மருமக சத்தமா காதில விழுந்தது. "கிழட்டு சிரிக்கி. வங்கிழட்டு முண்டைக்கி திமிரை பாத்தியா. புல்லரியாத கிழடிக்கு கொஞ்சம் ரத்தம் ஊறி எந்திரிச்சு நடக்கவும் அவ நெனப்பு இவ்வளவு வயசுக்குப்பிறகு எப்படி போகுது பாத்தியா......"

மருமகள் தலைமயிரை இழுத்து முடிஞ்சிக்கிட்டே வாய் மூடாமல் வைதுக்கிட்டே எதிர்த்து நடந்து வந்துக்கிட்டிருந்தாள். "அந்த மனுசன் ஒரு நா தவறாம விக்கிரகத்தை குளிப்பாட்டுன மாதிரி குளிப்பாட்டி உங்கச் சொல்லி ஊட்டிவிட்டு உனக்கு பழமென்ன பாலென்ன... வரட்டும் வரட்டும். இப்படியா? ஊரு பூராம் வந்து சொல்லி உம் மூஞ்சியிலயே காறித் துப்பீட்டாக. வீட்டுத்திக்கம் நடை ஏறீராதே."

ஆழ்வாரம்மாளுக்கு நொடிக்கு நொடி கோடாலியெ வச்சி காலு கைகளை முண்டம் முண்டாம தரிக்கிற மாதிரியிருந்தது. கொஞ்சம்போல தெரியுற பார்வை இருட்டு சூழ்ந்து பூமியோட எதிர்திசையில தன்னோட பஞ்சுப் பொதிதலை கரகரன்னு சுத்துற மாதிரி இருந்தது. தெரு வீடுகள்ல பூராம் மருமகள்களா நின்னு மூஞ்சியிலெ மூஞ்சியிலெ இடிச்சி வையிற மாதிரியும் எல்லாரும் இதே பேச்சாத்தான் பேசுறாப்புலயும் உணந்தாள். கல்யாணம் காட்சி வருது. வீட்டு வேலைக்கு ஒத்தாசையா,

இலட்சுமணப்பெருமாள் 183

நல்ல வேளைக்கு அத்தைக்கி வாசியாயிட்டது அப்படீன்னு மருமக சந்தோசப் படுவா, நாம பிழைச்சிக்கிட்டோமினி யின்னு நெனச்சதுல மண்ணு விழுந்திருச்சே. கட்டில்ல படுத்து வருசமெல்லாம் பட்ட உலகவேதனை செத்த நாழியிலே மொத்தமா சூழ்ந்த மாதிரி.... ஐயோ தாங்க முடியலியே! கையிரண்டையும் ரெண்டு தொடைகள்ல ஊணிக்கிட்டு எங்கேயோ நடந்து போறா.

மூக்கு வழியாவும் வாய் வழியாவும் மாறி மாறி ஹ்ஹே.... ஏஹ்ஹே என்ற ஊமைக்குரல் ஒழுகிக்கொண்டே போனது. அது அழுகையான அழுகையென்று யாரும் தெரிந்து கொள்ள வாய்ப்பில்லை.

'எம்புள்ளைக்கு என்னப்பெத்த ஐயாவுக்கு ஊருக்குள்ள இருக்கிற மருவாதியில நாம அவச்சொல்லெ கொண்டு சேத்துட்டமோ. அவன் உத்யோக வவுசுக்கு அதுக்குள்ள பெருமைக்கு ஊர்ச்சனமும் சுத்துப்பட்டி சனமும் எம்புட்டு மதிப்பு கொடுக்குறாங்க. இந்த வகுறு அவன பெத்ததுக்காக எனக்குத்தான் எவ்வளவு சேவிக்கை. ''ஐயா, அம்மாவுக்கு எப்படியிருக்கு ஓங்கள ஆனானப்பட்ட பாடுபட்டு லோல்பட்டு படிக்கவச்சி மனுசனாக்குனாக. அம்மாவ பாத்துக்குங்க உங்களுக்கு ஒரு கொறவும் வராது'' சொல்லி பழங்களும் பிஸ்கட்டும் கூடை கூடையா கொடுத்துட்டு போனாங்களே அவங்கள்லாம் என்னப்பத்தி என்ன நெனப்பாங்க. ஐயோ எப்படி இந்த உசிரை அன்னைக்கெல்லாம் இல்லாமே இப்பொ பெருசா ஏன் நெனச்சேன்னு எனக்கே தெரியலையே ஐயா... எம்புள்ளே என்னாலெ அவமானப்பட்டு நிக்கிமே. ஐயா அருணகிரி... இப்பச் சொல்லுதஞ் சாமி, எனக்கு என் உசிரு பெரிசாயில்லே சாமி. எம்பேத்தியா நீ பெத்த அந்த செப்புச்சிலை அவுக பாட்டி ஆழ்வாரம்மா எங்கேன்னு அச்சா இருக்கான்னு ஊருக்காரு சொல்ல, எங் காதில விழுந்து நா அகமகிந்து போயி அதுக்கு ஒரு கண்ணாலம் காட்சி முடிஞ்சி, அவவயித்துல ஒரு சீவன் பிறந்து அதக்கண்டு கொஞ்சி இந்த உசிரு போகணுமின்னு எண்ணிட்டேனுய்யா.. என்ன நம்புய்யா. நீ நம்பாங்காட்டியும் அந்தா அந்த சூரிய பகவான் பாத்துக்கிட்டுதான் இருக்காரு. ஐயோ, இப்படி நெனச்சித்தானே எம்புத்தி பேதலிப்பும்

ஆயிருச்சி. இந்த வாயில்லா பூச்சி உனக்கு எப்படி சொல்லி விளங்க வக்கெப் போறேன். எய்யா எய்யா....' பேச முடியாத வாயிக்காக மனசு கிடந்து உழன்றது. ஹேஹ்... ஹேஹ் என்ற அழுகை ஒலியின் ஊடே கண்ணீர் சுரந்து வெளியேற வழியில்லாமல் கண்கள் புடைத்து கொஞ்சம் கொஞ்சமாய் உப்புகரிசலை உமிழ்ந்தது.

ஒரு வாரமா அம்மா ஒரு நாதியில்லாம கிடப்பாளேன்னு வாத்தியார் வந்தும் வராம அம்மாவைத் தேடுனார். அம்மா மேல அவர் வச்சிருக்கிற பக்தியை நெனச்சாலுமே அவர் முகத்துக்கு நேரா நின்னு அம்மா பத்தி ஒண்ணும் சொல்லமுடியாது. 'அஞ்சு வருசமா உடம்புக்கு முடியாம கட்டில்ல கிடையா கிடந்த ஒரு பெரிய மனுஷியை நாலு நாள் பொழுது உனக்கு பாத்துக்கிட முடியலையா?'. மங்கத்தாயை நிக்கெவிடாம விரட்டினார். தொண்டைகட்டிப் போகுமளவுக்கு பெண்டாட்டியை வைது கிட்டிருந்தார்.

மூலமூலைக்கு ஆளுகளவிட்டு தேடச் சொன்னார். சொந்தக்கார ஊருகளுக்கெல்லாம் தகவல் சொன்னார். நாலு நாளா புத்தி சுவாதீனமில்லாத மாதிரி ஊருக்குள் அங்கிட்டும் இங்கிட்டுமா தள்ளாடிகிட்டு திரிஞ்சதை சொல்லும்போது சொன்ன ஆளுகள்மேல் கோபப்பட்டார்.

பஸ்ஸுல வந்திட்டிருக்கும்போது மதுரை ரோட்டுல சூலக்கரைக்கு வடக்கே நடந்து போனதை பாத்ததா ஒருத்தர் சொன்னார்.

ஓடைப்பட்டி வன்னி விநாயகர் கோயில்ல வரிசையில நின்னு தர்மச்சோறு வாங்கும்போது கண்ணாரப் பாத்ததா அந்த ஊர்லருந்து வந்து நெய் வியாபாரம் செய்ற பொம்பள சொன்னாள்.

சாத்தூர்ல கல்யாண மண்டபத்துல நுழையப்போகும்போது வாட்ச்மேன் அடிச்சு விரட்டுனார்ன்னும், போயி 'அத்தே மேலுக்கு சௌகரியமில்லா யிருந்தீகளே இங்க எதுக்கு வந்தீக'ன்னு பேச்சுக் கொடுக்கும்போது ஆள் தெரியாத மாதிரி மொண்டிமொண்டி பஜார் வழியே புலம்பிக்கிட்டே போனதா புளுகாண்டித்தேவர் சொன்னார்.

வாத்தியார் எல்லாத்தையும் நம்புனார். ஆழ்வாரம்மா எங்கேயும் இல்லையாம்.

ஆனால் ஊருக்கு மேற்கே அய்யனார் கோயில் தாண்டி முடுக்காத்துப் பக்கமா எருக்கஞ் செடி புதருக்குள்ள ஒரு வயசான பொம்பளையோட சடலம் கிடக்கிறதா தூரக்காட்டிலிருந்து ஆடு மேய்க்க வந்த வரத்தாட்டுக் காரங்க சொன்னாங்க.

பிறிதின் நோய்

நேத்து பொழுதிருக்க ரொம்ப வெள்ளென கொண்டுவந்து ஆடுகளை தொழுவில அடச்சிட்டான் சுருளி. போய் பாக்கும்போது ஆடுக வயிறு இரையில்லாம 'கொடே'ர்னு கிடந்தது. சுருளிய பாத்ததும் ஆடுகள்லாம் மளமளன்னு எந்திரிச்சி மேச்சலுக்கு தயாரா 'பேபே'ன்னு ஒண்ணுபோல சத்தங்கொடுத்து படலைத் தள்ளிவிட்டு வெளியேற முண்டியடிச்சி சுருளியின் மூஞ்சை மூஞ்சைப் பாத்து நின்னதுக. ஆடுக வயிறெடுக்கலன்னா சுருளிக்கு கண்ணடையாது. நடுச்சாமம்வரை ஆனாலுஞ் சரி, எவ்வளவு தொலைவுட்டுனாலுஞ்சரி, நல்ல மேய்ச்சதரை இருக்குதுன்னு கேள்விப்பட்டா அவன் பசியைப் பத்திகூட நினைக்கவே மாட்டான். ஆளுகளே வெளியேற முடியாத அடைமழைன்னா கூட தொரட்டிகம்பு கொண்டுபோய் மரம் மட்டைகளில் ஏறி ரெண்டு குலை கொம்புகள் கொண்டுவந்து ஆடுகள் வயிறை ரொப்புனாத்தான் இவன் கும்பாவுக்கு முன்னாடி கஞ்சித் தண்ணிக்குன்னு உட்காருவான்.

மொதலாளி மகளுக்கு கல்யாணம். அங்கேதான் வாரத்துக்கு ஆடு மேய்க்கிறான். நேத்து பூ முடிப்புக்கு மாப்ளெ வீட்டிலிருந்து ஒரு பஸ்நெறய ஆளுக வர்றதனாலே தண்ணி எடுக்க, சமையல் பாத்திரம் எடுத்துவர, மத்த வேலைகளுக்கு தோதா சுருளிய சாயந்தரம் சீக்கிரமாவே ஆட்டைக் கொண்டுவந்து அடைக்க உத்தரவு போட்டிருந்தார் முதலாளி. ஆடு மொத்தமும் 'பேபே'ன்னு கத்தவும் 'அடாடாடா' என்ற

இலட்சுமணப்பெருமாள் 187

பரிதாபமாய் தடவிக்கொடுத்தான். ஒத்த ஆடு மேயாம நின்னாலும் அதைப் பொடதியில் போட்டுக்கொண்டு போய் கீதாரித்தேவரிடம் மருந்து மாயம் உள்ளே செலுத்தி அதை வயிறு மேவ இரைமேய வைத்தால்தான் இவனுக்கு நிம்மதி. 'ம்' என்று பெருசாய் மூச்சை இழுத்து பலத்த யோசனையில் எல்லா ஆடுகளையும் பாத்தமட்டுல இருந்தவன், 'பொறுங்க பொறுங்க ரெண்டே எட்டுலபோய் ஒருவா அள்ளிப் போட்டுட்டு பத்துமணி வாக்குல எழுப்பிடுறேன்' மனுசன் வருசத்துக்கொரு வாட்டியாவது கொஞ்சம் ருசிமசியா சாப்டவேண்டாமா? அதுவும் எலச்சாப்பாடு, குச்சிக்கதவை இழுத்துச் சாத்துனதும் ரோடேறி மளமளன்னு நடக்க ஆரம்பிச்சான். நல்லது பொல்லதுக்குன்னு உடுத்துற வேட்டியையும் சட்டையையும் ஒரு பார்வை முன்னும் பின்னும் வளைஞ்சி பாத்துக்கிட்டான். தோள்ல கெடந்த குடல்துண்டை ஒரு தடவை சரி பண்ணிக்கிட்டான். போயி வந்ததும் அப்படியே அழுக்குப்படாம டிரங்குப் பெட்டியிலே, அவுத்து மடிச்சு வச்சிரணும்னு முடிவு. பக்கத்து டவுன்ல கல்யாணமண்டபத்துல முகூர்த்தம்.

"ஏலே ரொம்ப போடுசா தெரியுது. ஓம் மொதலாளி வீட்டுக்கு கல்யாணமா?"

"ஆமா சாமியோவ்."

பைக்குல போனவர் இவனப் பாத்து குஷி ஏத்திவிட்டுப் போனார். ஊரே திரண்டு சைக்கிள்லயும் மோட்டார் பைக்குலயும் விர்ரு விர்ருன்னு கல்யாணத்துக்கு பறந்துக்கிட்டிருந்தது. அடேயப்பா. இந்த எலச்சாப்பாடு சாப்புட எவ்வளவு நாள் காத்துக்கிட்டிருந்தான்.

கல்யாண நாள் கணக்கை ரொம்ப கரெக்டா போட்டுக்கிட்டுருந்தான். ''இன்னும் எட்டுநாள் இருக்கா'' அப்படீன்னு யாராவது கேட்டா "எட்டுநாள் எங்கயிருக்கு எட்டு நா. இன்னக்கி வெள்ளி. அடுத்த வெள்ளியில கல்யாணம். நடுவில ஆறுநாத்தான். நாள் ஓடிப்போகும்" என்று அவசரமா கணக்கு சொல்வான். மொதநா ராத்திரியோட காச்சுன கஞ்சி தீந்துபோற மாதிரி அனந்தம்மா சட்டிய கழுவி கவுத்து

வச்சிட்டா. காலையிலதாம் அவரு கல்யாணத்துக்கு போயிருவாருல்ல என்னமோ நமக்கு தக்கன ஈடு செஞ்சிட்டு அவரு வகுத்துக்கு அவரு பாத்துக்கிட்டாருன்னா நாம வேலைக்கு போன எடுத்துல ரெண்டு கருது காய பிடுங்கித் தின்னுட்டு ராத்திரி வந்து ஒலய வக்கெலாமுன்னு அவ நெனப்பு. தேவர் அப்பச்சி வீட்டுக்கு வேற போகணும். பிள்ளை உசிருபோக தொரத்துறான். சின்னப்பிள்ளைக குன்னிருமலுக்கு அவருதான் கைராசிக்காரர்.

சுருளி மண்டபத்துக்குள்ளெ நொழஞ்சான். ரெண்டு மைல் தூரம் ஏறுவெயில்ல நடந்தது. கொஞ்சநேரம் கண்ணு இருண்டு தெளிஞ்சது. பந்தி கனஜோரா நடந்துக்கிட்டிருந்தது. எல்லோரும் ஒண்ணுபோல குனிஞ்சு நிமுந்து பொடுபொடுன்னு சாப்பிட்டுக்கிட்டிருந்தாங்க. ஆடுகள் அமந்து இரை மேஞ்ச மாதிரி தெரிஞ்சது சுருளிக்கு. ஆடுகள் வன்கொலயா பட்டினி கிடக்கிறது ஞாபகத்துக்கு வந்தது. மண்டபத்துக்குள் கல்யாண சாப்பாட்டோட ஒருவித வாசனை கபகபன்னு இவன் பசியைக் கிளப்பியது. அடுத்த பந்தியிலெ உட்கார்ந்துரணும். முடிச்சிட்டு போய் ஆடு எழுப்பணும். சோறு சாம்பாரு கிடையாதோ என்ற யோசிச்சவாறு மண்டபத்துக்கு வெளியே வந்து ஒரு பீடியைப் பத்தவச்சான்.

இப்பல்லாம் நாலுவகை வெஞ்சனம் அப்பளம் பாயாசத்தோட சாப்பாடு போடுற விருந்தெல்லாம் இல்லாம போச்சி காலையில ஒரு நேரத்தோட கேசரி இட்லின்னு முடிச்சிட்டு கோளாற மொய்ய வாங்கீர்றாங்க. அந்தக் காலமெல்லாம் மலையேறிப் போச்சி. முன்னாடி ஈடு செய்றதெல்லாம் சொந்தக்காரங்க மட்டும்தான். ஆனா ஊருபூராம் கூப்பிட்டு பந்தி நடக்கும். இப்பொ கிரஹப்பிரவேசம், சடங்கு, கல்யாணம், காடெயேத்துன்னா அடைக்க ஊருபூராம் பத்திரிகை கொடுக்கிறான். போய் பாத்தோமுன்னா கல்லாப் பெட்டியுங் கையுமா கிளப்புக்கடை நடத்துறான்.

கல்யாணத் தடபுடலெல்லாம் ஒண்ணும் இல்லே. சாப்பாட்டுப் பாய்ச்சல்தான் கடுமையா இருந்தது. ஒருத்தருக்

கொருத்தர் என்ன எவடன்னு பேசிக்கிடலை. பந்தியிலேயும் மொய் செய்யிற இடத்துலயும் தான் கூட்டம் அலை மோதுனது. சுருளி வெளியே ஒரு பக்கமா ஒடுங்கிப்போய் உட்கார்ந்திருந்தான். இன்னக்கி ஆடு எழுப்ப முடியாம போனது போச்சி. சிறுகுடலை பெருங்குடல் கவ்வுற கவ்வுக்கு உக்காந்து மூணு தேறத்துக்கும் தாங்கும்படியா ஒரு அணப்பு அணச்சிர வேண்டி நான். அதுக்கு தோதான ஆளு பாத்து பக்கத்துல உக்காரணும். பெருமைக்கு சாப்புடறவன் பக்கத்துல உக்காந்தா கோயில்ல தளுகச் சோறுவாங்கி வாயில போட்டுட்டு தூண்ல தொடச்சிட்டு வந்த கதையாகிப் போகும்.

வீட்டுல நல்லா மூணு மம்பட்டி சோறு திம்பானுக. பந்தியிலெ வந்து உக்காந்துகிட்டு என்னமோ பெரிய லார்டு லப்ரதாஸ். பேரன் மாதிரி முணுக்கி முணுக்கி தின்னுக்கிட்டிருப்பான். எலையில போட்ட சோத்தை சாம்பார் வாங்கிச் சாப்பிட்டுட்டு பக்கத்து எலக்காரனைப் பாத்தா அவன் அப்பத்தான் சாம்பார்ல இருக்கிற முருங்கைக்கா அவரைக்காய ஒரு ஓரமா ஒதுக்கிக்கிட்டிருப்பான். அடுத்த வரிசையிலெ எதுக்கு உக்காந்திருக்கிறவன்கிட்ட ஊர்பட்ட சவடால் பேசிக்கிட்டிருப்பான் பெரிய ஜில்லாகலெக்டர் மாதிரி.

வகுத்தோடை வெள்ளைச்சாமி வந்திருந்தான்னா ரொம்ப தோதாயிருக்கும். பக்கத்துல இருக்கிற ஆளுக்கு நெனச்சதெல்லாம் வந்து விழுகும். சப்ளையரை அப்படி வரவழைப்பான். பந்தியில உக்காந்து இலையில தண்ணிய தெளிப்பான். மொதல்ல கேசரி வரும். கரண்டியிலிருந்து இலையில் விழுந்தும் விழுகும்முன்னே ரெண்டு விரல்ல எடுத்து 'லபக்' குன்னு இரைப்பொட்டிக்கே போயி விழுகிற மாதிரி ஒரு சூறை, ரெண்டு இலை தள்ளிப்போன கேசரிக்காரன் ஒரு இலையை தாண்டி வந்துட்டனேன்னு பிறகொருதரம் வச்சிட்டுப் போவான். அவ்ளதான், ஒரு வீச்சுல மாயமாயிரும். அடுத்த வரிசையிலெ பரிமாறிக்கிட்டிருந்தவன் தற்செயலாய் பாத்து 'பந்தி வக்கிறான் பாரு மொகற கணக்கா.... ஒரு இலையில வெக்காம போறான்'னு மொனங்கிக்கிட்டே வரிசையைத் தாண்டிவந்து வச்சிட்டப்போவான். தடந்தெரியாம பழையபடி எலய தெளீவா கண்ணாடி போல வச்சிருப்பான்

வெள்ளச்சாமி. பந்தியெ மேல் பாக்குவறவர் அப்படியே சுத்தி வருவார். வெள்ளச்சாமி எலயப் பாத்ததும் 'ஏய் ஏய் கூறுகெட்ட பயகா ஒழுங்கா எலவிடாம பாத்து பருமாருங்கடா' அப்படின்னு அவரு உத்தரவுல ஒரு தடவை சமையக்கட்டிலிருந்தே துரூவா கேசரி வந்து சேரும். பிறகு வர்ற இட்லி வடை பொங்கலை யெல்லாம் கீழ் குதிங்கால்லருந்து கிட்டிச்சி வர்றமாதிரிதான்... ஒரே மல்யுத்தம். கொத்தனார் கரண்டியிலெ சாந்தை அள்ளி சந்துபொந்தெல்லாம் எறிஞ்ச மாதிரி.

பந்தி எந்திரிச்சிரிச்சி. அடுத்த பந்திக்கு ஆளுக மளமளன்னு உள்ள நொழஞ்சது. சுருளியும் இடிச்சி தள்ளி அவசரமா உள்ள போனான். ஆளுக அங்கொண்ணும் இங்கொண்ணுமா இன்னுஞ் சாப்டுக்கிட்டிருந்தது. பின்னாடிபோய் இடம்பிடிக்க ஆளுக வரிசையா நின்னுக்கிட்டிருந்தாங்க. பாவம் சாப்பிடறவங்க.... அபக்கு அபக்குன்னு ஒண்ணுரெண்டா சாப்ட்டாங்க. சரி அடுத்த பந்திதான்னு சுருளி வெளியே வந்துட்டான். பசி அகோரமா இருந்தது. அடுத்த குரூப்புல எப்படியும் உக்காந்துரணும். மொய் ரூபா இருபத்தஞ்சு தவிர பீடி வாங்க எட்டணா மட்டும் இருந்தது. ஒரு பஞ்சந்தாங்கிக்கூட (டூ) வழி இல்லை. பழையபடியும் ஒரு பீடிய பத்தவச்சி தற்செயலா பாக்கும்போது அவனுக்கு ஒரு ஆனந்த அதிர்ச்சி காத்திருந்தது.

மண்டபத்தை ஒட்டுன வெத்தலபாக்கு கடையிலெ அகத்தாபட்டியான் திருதிருன்னு முழிச்சிக்கிட்டு மண்டபத்துல நுழைய சமயம் பாத்து நின்னுக்கிட்டிருந்தான். இவனும் லேசுப்பட்ட ஆளில்லே. எத்தனபோர் எப்பேர்பட்ட கொம்பங்க வந்தாலுஞ் சரி. இடிச்சி தள்ளிவிட்டுட்டு பந்தியிலெ போய் உக்காந்திருவான். அவன யாரும் பந்தியிலிருந்து எழுப்பமுடியாது. அப்படி ஒரு ரெக்கார்டு பண்ணீட்டான். சிறு வயசிலிருந்தே அவனுக்கு சமையல் பாத்திரக்கடைதான் கதி. வாடகைப் பாத்திரம் வண்டியில ஏறும்போதே தேக்சாவோட தேக்சாவா இவனும் ஏறி உக்காந்துருவான். விசேச வீடுகள்ல பந்தலைப் பிரிக்கிற வரைக்கும் அங்கதான் இருப்பு. சிலசமயம் சீசன்ல ரெண்டு மூணு வண்டியில பாத்திரம் ஏறுனா பாத்திரக் கடைக்காரர்கிட்ட தீர விசாரிப்பான். அவரும் இவனைப்போல

ஏழைபாழைகன்னா கொஞ்சம் இரக்கம் காட்டுறவரு. "ஏலே அகத்தாபட்டியான், அந்தா அந்த ஒத்தமாட்டு வண்டிக்குப் பின்னாலெ போயிறாதடா, பாவம் நம்மளக்கணக்கா ரொம்ப நொஞ்ச புள்ளிக கல்யாணமுடா, பின்னால நிக்கிது பாரு அந்த வண்டி மாத்திரம் வெங்கடாசலபுரம் மே வீட்டு முதலாளி எழவுக்கு போகுது. அதுலெ தொத்திக்கோ. தாங்கும்டா! ரெண்டு மூணு நா பொழுது போகும்.' இவனுக்கும் கல்யாணம் எழவுன்னு பேதமெல்லாம் கிடையாது. தேக்சா, அண்டாக்கள் எண்ணிக்கைதான் கணக்கு.

சுருளி, அகத்தாபட்டியானுக்கு பக்கத்துல உக்காந்திருந்தான். 'இவன் எங்ஙன இருந்து வந்தான்... ரேடியோ சத்தம் கேட்டுறக்கூடாது இவனுக்கு. 'கூட்டத்துல கசமுசன்னு பேசுனாங்க. சுருளி மட்டும் அவனப்பாத்து லேசா சிரிச்சான். அவன் யாரையும் கண்டுக்கிடலை. அவனுக்குத்தான் எவன் தயவும் தேவையில்லையே. தூரத்திலிருந்து பரிமாறி வர்ற கேசரியைப் பாக்கபாக்க பசிக்குமதுக்கும், சுருளியின் உள்நாக்குலெ எச்சி ஊத்துப் பறிஞ்சது. செர்ரிப்பழமும் முந்திரிப்பருப்பும் ஒரு சிலருக்கு தெய்வாதீனமா முழுசாய் விழுந்திருந்தது. அவங்க ஆனந்தக்கண்ணீர் வடிக்காததுதான் குறை. அதுக்கெல்லாம் ஒருயோகம் வேணும். நம்மகிட்ட வரும்போது பாரு கேசரி கரண்டியோட ஒட்டிக்கிட என்ன ஒதறுனாலும் இலையில விழுவனாங்கும்.

மொதாளி வேகமா உள்ள நொழஞ்சார். சுத்தி முத்திப் பார்த்ததும் அகத்தாபட்டியானை பாத்து நாக்கை துருத்திக்கிட்டு "ஏலெ எந்திர்றா! பிறகு கூட்டங் கொறஞ்சப்பிறகு வந்து உக்காரு. எந்திரி." அவன் கொஞ்சங்கூட கிணுக்குன்னு அசையலெ. அவம்பாட்டுல சொல்லுதாமுன்னு தலைய கவுந்தமட்டுல உக்காந்திருந்தான். இவங்கிட்ட பாச்சா பலியாதுன்னு முடிவு பண்ணுனவர் "யப்பா... சுருளி, நீ கொஞ்சம் எந்திரி. இந்தா இந்த முதலாளி சாப்டுட்டு கோவில்பட்டியில ஒரு கல்யாணத்துக்கு போகணும். நீயி அடுத்த பந்தியிலெ உக்காரு."

சுருளி எந்திரிச்சி வெளியே வந்தான். பொழுது உச்சியைத் தாண்டி மேற்கே சாய ஆரம்பிச்சிருந்தது. கருக்கல்ல விடிஞ்சும் விடியாம கஞ்சியக்குடிச்சிட்டு ஆட்டப் பாத்துறவனுக்கு இப்ப பசி பொறுக்கல. மொய் செய்ற இடம் செலாத்தலா தெரிஞ்சது. 'உள்ளூர் ஆட்டுக்கார சுருளி இருபத்தஞ்சு'ன்னு எழுதச் சொல்லி ரூபாயக் கொடுத்தான். சாப்பிட்டு வெத்தல போட்டு பேசிக்கிட்டிருந்த ஆளுக பக்கமா வந்து உக்காந்தான். "இந்தாப்பா குருசாமி, இந்தப் பந்தியோட டிபன் அயிட்டம் தீந்து போச்சி. ஒரு பத்துபடி அரிசி உலையிலெ போடச் சொல்லியிருக்கேன். சாப்புடாத ஆளுகளை தாக்காட்டி வை. "முதலாளி வந்து சொன்னது பசி இரைச்சலில் அடைப்பேறிய சுருளியின் காதில் லேசாக் கேட்டது.

''பேசுனா பேசுனபடிதான். காலையில டிபனுக்கு மாத்திரந்தான் எல எடுக்கிறதாப் போச்சு. அதுக்குத்தான் சாப்பாடு போக சம்பளம் பேசுனது. நீங்க சாயந்தரம் வரைக்கும் சமையல் பண்ணி பந்தி வக்கிற எலயெல்லாம் எடுத்துக்கிட்டிருக்க மாட்டோம்...க்காம்...'' இலை எடுக்க பேசிவந்த பொம்பளக ரெண்டு பேரும் கறாரா மூக்கு வெடெக்க பேசிக்கிட்டே இடுப்பில் சொருகியிருந்த முந்தானையை ஒதறியவாறு கல்யாண வீட்டுக்காரரை எளப்பமா பாத்தாங்க. "இந்தாம்மா, ஒன்முனிசிபாலிட்டி வேலய எங்கிட்ட காட்டாதே. தூர நின்னு நாய் மாதிரி போசுன காச வாங்கிட்டுப் போ. ஒண்ணும் நின்னுபோகாது."

ஆத்திரமா சொல்லீட்டு விறுவிறுன்னு வெளியே வந்தவர் "இந்தாடா சுருளி, அந்த தேக்சா மூடிய அவளுககிட்டெயிருந்து வாங்கிகிட்டு உள்ளபோ, மளமளன்னு அந்த எலய எடுறா. இவளுக என்னமோ பெரிய்ய மயிருக மாதிரி பேசுறாளுக. போ... சீக்கிரம் போ..." சுருளிக்கு மூஞ்சி இம்புட்டா சுருங்கிப்போச்சி. வெள்ளை வேட்டியையும் சட்டையையும் ஒரு தடவை பார்த்துக்கொண்டான். ஹூம்...ன்னு நொந்து தோளில் அலங்காரமாய்ப் போட்ட குடல்துண்டை தலைப்பாகையா கட்டினான்.

''ஏய்! எலய மளமளன்னு எடப்பா. என்னமோ பிராமணப்புள்ள நண்டுபிடிச்ச மாதிரி எடுப்பமா வேண்டாமான்னு அசையுறான்.'' இப்படியொருத்தர் சொல்லவும் ''அவங்களுக்கு திங்கறதிலயும் துட்டு வாங்குறதிலயுந்தான் குறி. பேசிப்பாருங்க அடேயப்பா! இப்படியொருத்தர்.

“குருசாமி! மாப்ளகூட வேலை செய்ற ஆளுக ஷிப்டு முடிஞ்சு ரெண்டு வேன்ல இப்பத்தான் வந்துக்கிட்டிருக்காக. வேற அனாவசிய ஆளுகள உக்கார விட்டுறாதே. கூட்டம் இல்லாம இருக்கும்போதே மொய் எழுதுற ரெண்டு பேரையும் சாப்பிடச் சொல்லி சட்டுன்னு எழுத உக்காரச் சொல்லிரு. மொய்கணக்கு ஒரு ஆள் கையிலேயே இருக்கட்டும்.”

சுருளி குனிஞ்சு எலயெடுத்து நிமிரும்போது கண்ணுல பஞ்சு பஞ்சா எதோ பறக்குற மாதிரி இருந்தது. மொத்த ஆடுகளும் பசியால இவன் வயித்துக்குள்ளிருந்து பே... பேன்னு தொயந்து கதறுன மாதிரி வயிறு கூச்சல் போட்டது.

பொண்ணு மாப்பிள்ளையை அனுப்பி வச்சிட்டு மொதலாளி சாவகாசமாய் நாலஞ்சு பேரோடு உக்காந்து பிள்ளைகளுக்கெல்லாம் கல்யாணம் முடிச்ச சாதுர்யத்தையும் இவரு கல்யாணத்துக்கு பொண்ணு பாக்க போனதிலிருந்து நடந்த அனுபவங்களையும் வெட்டியும் ஒட்டியும் வெத்தலைய மடிச்சு போட்டுக்கிட்டே சொல்லிக்கிட்டிருந்தார்.

“லே சுருளி, பந்தியெல்லம் முடிஞ்சதா? இங்க வா!”

சுருளி தேக்சாவை கழுவி சமையப்பறையில் கொடுத்துவிட்டு குடல் துண்டை தலையிலிருந்து கழற்றி கக்கத்தில் வைத்துக்கொண்டு வந்து நின்றான்.

''இந்த சேர்களையெல்லாம் அடுக்கி அந்தா அந்த ரூமுக்குள்ள வையி. இருந்த பயக ஒருத்தனக்கூட காணம். எல்லாம் போயிட்டாம் போலுக்க... ம்... நீ இல்லேன்னாலும் சங்கடந்தான். அடுக்கி வச்சிப்போட்டு, கீழே அடிகுழாய் இருக்கு தெருக்குழாய், ஒரு நாலுவாளி போல அடிச்சி கொண்டுவந்து

பந்தி உக்காந்த எடத்துல பரவலா ஊத்தி அந்த விளக்குமாறு எடுத்து ஒரு அடி அடிச்சிவிடு."

பொழுது கரகரவென்று மேற்கே மயங்கிக்கொண்டிருந்தது. சுருளியை 'சாப்பிட்டாயா' என்று கேட்க நாதியில்லை.

ஊரிலிருந்து கொண்டுவந்த ரெண்டு தார்ப்பாய்களை அவன் தலையில் ஏற்றி ஊடுபாதை வழியா நடக்கச் சொன்னார்.

''ஏண்டா, ஆடு ஓம் பொண்டாட்டி பத்தீட்டு போயிருக்காள்ல."

"இல்ல முதலாளி, பிள்ளைக்கி எளப்பு மாதிரி இருக்குன்னு தேவர்கிட்டெ ஓடுகட்ட போகணும்னா. போயிட்டு நமக்குத்தான் நெத்து பெறக்க போகணும்னா."

"பிள்ளக்கி கொள்ள வந்துருச்சா. சரி சரி, போ. வாயில்லா ஜீவன பட்டினி போட்டு அந்த பாவத்த சொமக்காதே."

கல்வெட்டாங்கிடங்கில் இறங்கி மேலே ஏறும்போது அந்தி சாயுற நேரம். கண்கள் இருட்டி வந்தது. கண்ணுக்கு எட்ட மட்டும் இடுப்புயர நாற்றுகளின் மேலே வெள்ளி அலைகள் நொய்யென்று மிதந்ததுபோல தெரிஞ்சது.

கொஞ்ச தூரத்துல வடக்கப் பக்கமா தார்ரோட்டுல அனந்தம்மா சில்லான்போல இருந்த அவ பிள்ளையை கக்கத்துல இடுக்கிகிட்டு வேகுது பிடுங்குன்னு ஓடியாந்துக் கிட்டிருந்தா. இவன் ரொம்ப சத்தமாய் அவளைப் பாத்து கத்தினான். "ஒய்யப்ப தேவர் வீட்டுக்கு ஓடுகட்ட போகலையா?"

இந்த அவயம் அவளுக்குக் கேட்டும் கேட்குமுன்னே அவளை விடவும் தூரத்திலிருந்த ஆடுகள் கேட்டு எஜமானனின் வருகையை அறிந்து 'பே... பே...' என்று ஒட்டுமொத்தமாய் கத்தத் தொடங்கின. அதில் அனந்தம்மாள் சொன்ன பதில் என்ன என்று சுருளிக்குக் கேட்கவில்லை. ஆடுகளின் கதறலில் அவன் மனசு கரைந்து கனக்கத் தொடங்கியது.

மாலை பூத்த வேளை

ஒரு தாயும் மகளும்போல வெள்ளத்தாயும் பச்சையும் நடந்துக் கிடறதில்லே. வாயத் திறந்தா சிலுத்துன பேச்சுத்தான் ரெண்டு பேருக்கும். எதுக்கெதுக்க வந்துட்டா சண்டைதான். மதினியும் நாத்தனாளும் போலத்தான் கீரியும் பாம்புமா. 'இந்தா பாரு! ஒரு கொஞ்சவயசுப்பிள்ளை வீட்டுக் கதவால இப்படி பளாச்சுன்னு தெறந்து போட்டு, போறாளுக வாராளுக பாக்குற மாதிரி, குப்புறப்படுத்துக்கிட்டு உடம்புல சரஞ்சரமா வேர்க்கிறது கூட தெரியாம படுத்திருந்தா அத என்னான்னு கேக்கப்படாதா? அப்படி என்ன ராத்திரியெல்லம் முழிச்சி நெட்டி முறியுற வேலை?'

அவள் ஐயா பரமு இல்லாத நேரத்தான் பச்சைகிட்டே எதுவும் கூட்டி குறைச்சி பேசலாம். சண்டை போட்டு சரிமல்லுக்கு நிக்கெலாம். ஒத்த பொம்பளப்புள்ளெ. அத ஒண்ணு சொல்ல சகிக்க மாட்டார் பரமு. "அந்தப்புள்ளெ அங்ஙன என்ன உபத்ரவப்பட்டு இங்கு வந்திருக்காளோ அவள அனுசரிச்சி ஆதரிக்காம பொழுதனைக்கும் தொதொணன்னு நச்சரிச்சா என்ன அர்த்தம்? இன்னொரு தடவை அந்தப் புள்ளெய எடுத்ததுக்கெல்லாம் கறுவ கண்டனோ...ம் கொன்னு மூலை சேத்துருவேன் பாத்துக்கோ"

பச்சை என்னமா பேசுவா பேச்சு. வயசுக்கு மீறுன அறிவு. வீட்டுலயே அவ பேச்சுத்தான் மேல்சொல்லாயிருக்கும். மாடுகன்னு வாங்கணுமா விக்கணுமா, இந்த வருசம் என்ன விதைக்கணும், எந்த நாள்ல அறுக்கணும், நல்லது பொல்லது

செய்யுறது, எல்லாமே அவ பேச்சுப்படிதான். பொழுது போனதுதான் தாம்சம் வீட்டுக்கு முன்னாடி தெரு லைட்டுக்கு கீழே ஊர்ல போர்பாதி ஜனங்க கூடிக்கிடக்கும். மானாவாரி வேலைகளுக்கு கூலிச்சனங்களை ஒவ்வொரு முதலாளிக புஞ்சைக்கும் அவதான் அனுப்பிச்சு வெப்பா. அவ சொல்படி அவளுக்கு புறத்தாழ போனாத்தான் கொத்து கூலிய கையோட வீட்டுக்கு வரும்போது வாங்கிட்டே வந்துறலாம். எந்த முதலாளிகிட்டயும் கூலி விஷயத்துல தாட்சண்யம் காட்டமாட்டா. காண்ட்ராக்டுனாலும் சரிய்யா பகிர்ந்து கொடுத்திருவா. அத்தக் கொத்துன்னாலும் பேசுன கூலியை கறாலா கேட்டு வாங்கீருவா.

இந்த வயசுலயே தன்னச் சேந்து வேலை செய்யுற ஆளகளோட வம்பு தும்பு வழக்கு விவகாரம் கொடுக்கல் வாங்கல் எல்லாமே பேசித் தீத்துப்புடுவா. அங்கங்கே வீடுகள்ல வயசுப்பிள்ளைகளெ பேசும்போது 'ஆமாமா நீயி அந்த பச்சை காணாது பாரு' அப்படீன்னு சொல்ற அளவுக்கு உதாரணமாயிருந்தா. பிள்ளை பள்ளிக்கூடந்தான் போகலை. போயி நாலெழுத்து படிச்சிருந்தா சங்கதி வேற. இப்பையே பாரு பேச்சு சட்டம் படிச்சவ மாதிரி பேசுறதை.

அந்தப் பச்சைதானா இது? இப்படி வாழாக்குடியா வந்து பகலெல்லாம் படுத்து முடங்கிக் கிடந்கிறாளே. வெள்ளத்தாயிக்கு சண்டை சண்டைதான்னாலும் பச்சைக்கு தெரியாமல் கண்ணீர்விட்டு அழுகிறாள். ஏன் அப்படி சிடுசிடுன்னு பேசணும் அழுகணும். அப்படியாச்சும் புருசன் வீட்டுக்கு ரோசப்பட்டு போயிற மாட்டாளான்னுதான். பொம்பளப்புள்ளெ போன இடத்துலெ நல்லமுறையா இருந்து பிழைச்சாத்தான் எல்லோருக்கும் மதிப்பு. இப்படி வருசக்கணக்குல என்ன எவடம்னு தெரியாம சொல்லாம வந்து கிடந்தா ஊரு வாயெ எத்தன நாளக்கி மூடமுடியும்? எப்படியாவது அவளை புருசன் வீட்டுக்கு அனுப்பிவச்சி போயி இருந்து பிழைக்கட்டுமுன்னுதர்ன காளிருத்ரம் வேஷங்கட்டி நிக்கிறாள் வெள்ளத்தாயி. 'இப்ப என்ன வயசாயிடுச்சா', இன்னும் காலங்கெடக்கலையா', 'இப்படியே இருந்துற முடியுமா?' 'ஒன் மதிப்பென்ன மரியாதையென்ன? ஒன் தலைய

பாத்ததும் வயசுப்பயக எவ்வளவு மரியாதையா பேசுவான்? இப்ப மதிப்பானா?" ஆனா பச்சை தீர்மானமா வந்திருந்தா. வருசக்கணக்கானாலும் இப்பொ வரைக்கும் வீட்டுலயோ தெருவிலயோ யார்கிட்டயும் வெள்ளை பேசுனது கிடையாது.

பச்சையை யாரும் பல்லுல நாக்குப் போட்டு பேசீற முடியாதுன்னு இப்பவும் பேரு இருக்கத்தான் செய்யுது. ஆனா வெள்ளத்தாய்க்கு என்னமோ இப்பைக்கிப்பொ கத்திமேல நடக்கிற மாதிரி அடஞ்சதிலிருந்து விடியுற வரைக்கும் மனசு திகுதிகுன்னு அடிச்சிக்கிட்டிருக்குது. இப்பொ ஒரு ரெண்டு மாசமா வெள்ளத்தாயி பச்சைகூட சண்டையான சண்டை போடுறதுக்கு காரணமிருக்கு. முன்னம் மாதிரியில்லே, சாமம் போல திடீர்னு பச்சைகாணாம போயிர்றா. காலையிலெ கோழி கூப்புட பாத்தா விரிப்புலெ படுத்துக்கிடக்கா, இந்த மனுசன்கிட்டெ இதெ சொன்னம்னா எம்புள்ளெயெ எப்படி நீயி களவு சொல்லப் போச்சின்னு கைநீட்டுவாரு. அவகிட்டயும் நேரடியா கேட்கிற திராணி இவளுக்கு இல்லெ. எதுக்கு? எப்படியும் இவளெ கொண்டுபோய் புகுந்த வீட்டுலெ சேத்துரணும். அதுபோதும்.

அதுக்காக ஏகப்பட்ட நேத்திக்கடன் போட்டிருக்கா, ஒவ்வொரு நாளும் மகளைப் பாக்கும் போதெல்லாம் அவ மனசுல ஒரு பயம் வந்து கூடும். அதை தொயந்து ஒரு தெய்வத்தோட ஞாபகமும் வரும் நேமுகத்துக்கு.

நாலு நாளைக்கு முன்னாடி பாத்ததைவிட இன்னக்கிபாக்குறதுக்கு பச்சையோட முகம் குளிச்சியா பளபளன்னு ஈனாத குருத்து வாழைபோல பசந்து தெரியும். கனகனன்னு கங்கு வச்சி இவ வயித்துல கட்ட மாதிரி இருக்கும். அடுத்த ரெண்டு நாளையில புள்ளெ ஏதுமில்லாம மெலிஞ்சிகிறங்கிப் போனமாதிரி தெரியுவா... ஐயோ எம்மக கவலையில எதுவும் பண்ணிக்கிடு வாளோன்னு பதறுவா. நாம எதுவும் ஒண்ணச் சொல்ல அதுதான் காரணமாயிருமோன்னு பேச்சை சுருக்கிருவா. ரெண்டுநாள்தான். அதுக்கு அடுத்த நாளையிலெ பச்சைக்கு உடம்பு பிடிச்சி மெழு மெழுன்னு பூசனாப்புல தெரியும். வெள்ளத்தாயிக்கு பதட்டமான

பதட்டமாயிருக்கும். சண்டை பிடிக்கணும், உடனே வைது திட்டி தீக்கணும், இல்லேன்னா ஒரு பயமில்லாம போகுமே. அட, ஒரு ஏத்தடி இறக்கடியே ஆகிப்போச்சு? அப்படி போகிறவளா பச்சை? ஊர்ல பூராம் ராசாத்தின்னு பேரு வாங்கிட்டு, இப்புடி சில்லறை புத்தியிலெ மனசெ அலைய விடுறவளா? மாட்டா... மாட்டா... நம்ம புள்ளெ அப்படி இல்லெ. வாஸ்தவம்தான்! நமக்கத் தெரியுது. ஊருக்கு?

கல்யாணத்துக்கு முந்தி சேக்காளிக கேலி கிண்டலாக்கூட அப்படி பேச்சு பேசமுடியாது. மொறமக்கார வீட்டுப் பிள்ளைககூட வேலைத் தளத்திலேயோ தண்ணியெடுக்கப் போன இடத்திலயோ கெட்ட வார்த்தையா இம்மி பேசுனாலும் 'பட்டுன்னு' பேச்செ சுருக்கீருவா. ஜென்மத்துக்கும் அவுகளோட பேச்சு வச்சுக்க மாட்டா. ஆனா இப்பொ அப்படியில்லையே - ஆம்பளைன்னா என்னான்னு ருசி கண்டிருக்காளே; பிடிச்சசோ பிடிக்காமலோ கேட்டோ கேக்கா மலோ இஷ்டமாகவோ இஷ்டமில்லாமலோ கடிகண்டு எச்சி ஊறி யிருக்காளே. எங்கெயோ கடை கோடியிலெ கண்காணாம இருக்கிற இந்த நெனப்பு திடீர்னு விசுவரூபம் எடுக்குமே! சாமம் ஏமம்னு அறியாதே! சொந்தஞ் சுருத்துன்னு காங்காதே!

சரியாத்தான் கணக்குப் போட்டாள் வெள்ளை. வருசம் அஞ்சரை ஆறு வரையிலும் பச்சை உம்முன்னு அடஞ்சி போயித் தான் இருந்தாள். இப்பொ ரெண்டு மாசமா சாமத்துலெ எங்கே பொறா? எந்த நெனப்பு அவளத் தூங்க விடாம உசுப்பி விடுது?

•

கல்யாணமே வேண்டாமுன்னுதானே சொன்னா. இது எல்லா கொமுருகளும் சொல்றதுதானேன்னு வெள்ளத்தாய் மேம்போக்கா நெனச்சி முடிவு பண்ணீட்டா. அது என்னமோ அவளுக்கு மொதல்லேயே ஆம்பள சகவாசம்னா எரிச்சல். இதை பாத்துதான் அந்த மனுசன் இப்பையே அந்தப் பிள்ளைக்கு என்ன விவரம் தெரியும், இன்னும் நாலஞ்சு வருசம் போகட்டுமுன்னார். ஆனா வெள்ளதான் ஒரேயடியா மருமகன் அயோத்தி நல்ல பையன். அவன் மூக்கும் முழியும் பச்சைக்கு

ஜோடி பொருத்தமாக அமைஞ்சிருக்குன்னு பிடிசாதனை பண்ணுனா. பச்சையோ எனக்கு மாப்பிள்ளை பிடிக்கலைன்னா பிடிக்கலைங்கிறா. பொலபொலன்னு கண்ணீர்விட்டு அடம்பிடிக்கா.

இதுதான் சாக்குன்னு அக்கம்பக்கத்துலெ வயசுப் பொண்ணுகளை வருசக்கணக்குல வீட்டுலயே வச்சிருக்கிறவங்கள்லாம் மாப்பிள்ளையெ தேடி வந்துவிட்டாங்க. 'சரி, அப்ப நம்ம வீட்டுலெ ஒரு பொண்ணு இருக்குஅத வேணுண்ணா ஒரு பார்வை வந்து பாருங்க. 'ஒருத்தர் மாத்தி ஒருத்தர் கத்தி கத்தி வந்தாங்க. ஐயோ மாப்பிள்ளை எங்க நம்ம வீட்டை விட்டு போயிரு வாரோன்னு வெள்ளைக்குப் பயம். மொதொ தடவையா பச்சை யோட பேச்சைமீறி வீட்டுலே நடந்த காரியம் அவளோட கல்யாணந்தான்.

மாசக்கணக்கு ரெண்டரை மாசமோ மூணு மாசமோதான் இருந்திருப்பா. பிறந்த வீட்டுக்கே வந்துட்டா. பரமுக்கு திட்டங் கெட்ட கோபம். 'அங்கங்கெ வீடுகள்லே சடங்காகி பத்து வருசஞ்செண்டும் கரையேத்தாமாகிடக்குக. இந்த சிறுக்கி கறுவேப்பிலை கொத்து கணக்கா ஒத்தப்புள்ளெயெ... கொள்ளே போகுதுன்னு சடங்கான ஆறு மாத்தயிலெ ஒண்ணுமறியா பதிமூணு பதினாலு வயசுலெல்லாம் கட்டிக் கொடுத்து... இப்பொ அந்தப் புள்ளெய பாக்குற நேரமெல்லம் கண்ணுல காண்கவிடாம பேசவும் ஏசவுமாயிருக்கா'ன்னு பல்ல நறநறன்னு கடிக்கிறதோட ஆத்தாமையா ஆவேசப்பட்டு வெள்ளையெ கைநீட்டுறதும் உண்டு.

அந்தப் பையனையும் சொல்லி குத்தமில்லெ. பச்சை இங்க வந்த நேரத்துலெ ஆறுமாச காலமா விவசாய வேலையெ போட்டுட்டு அலையோ அலைன்னு அலைஞ்சி திரிஞ்சு ஊருக்கு கூப்பிட்டு பாத்தும் ஒண்ணும் ஆகலை. 'ஏன் இருக்க மாட்டேங்கிறே?' பதில் இல்லை, என்ன காரணமுன்னு இன்னக்கி வரைக்கும் சொல்லலை.

அந்தப் பையன் சொல்லுது, 'எம்மேலே எதுவும் தப்புத் தண்டா இருக்கா... சொல்லச் சொல்லுங்க-நானா சுயமா எடுக்காத எடுப்பு எடுத்து வீட்டுலெ பிரச்னை எதுவும்

பண்ணியிருக்கேனா? அவ வாய்விட்டு சொன்னா நீங்க சொல்றதை கேட்டுக்கிடுதேன். எனக்கு ஆயிரம் வசதி இருக்கு. இருந்தாலும் ஒங்க பொண்ணுக்கு ஏன் கம்மல் மூக்குத்தி கூட நான் போட்டு கூட்டிட்டு போனேன். உங்க வீடு மாதிரிதான் அங்கயும் அவ பேச்சுக்கு மறுசொல் சொல்ல ஆளில்லை. ஆயிரம் வழக்கு பேசியிரக்காங்கிறீக ஒங்க ஊர்ல! எனக்கென்ன சொல்லப் போறா. இல்லே என் வசதிக்கு தகுந்த மாதிரி அது இதுன்னு கேட்டு இம்சு பண்ணுணனா?'

யாராலயும் மருமகனுக்கு பதில் சொல்ல முடியலே. அவளா எப்ப வேணும்னாலும் வரட்டும், சேத்துக்கிடுதேன். இந்த ஊருக்கு இன்னமே நா வரமாட்டேன். நீங்களும் நாளப்பின்னே வழக்கு விவகாரம்னு வரப்படாது. நாலு பெரியாளுகளை கூப்பிட்டு வச்சு கறாலா பேசிட்டுப் போயிட்டான் அயோத்தி.

இப்பொ ஒரு அஞ்சாறு வருசமா மருமகன் ஊர்லருந்து எந்தத் தாக்கலும் வரலை. என்ன ஊரு கிட்டயா இருக்கு? ஈசான மூலையிலெ ஒரு ராத்திரி பூராம் ரயில்ல போகணும். கல்யாணம் முடிஞ்ச வேளையிலயும் அதுக்கு அடுத்த மாசமும்தான் அந்த ஊர் பெரிய பொங்கலுக்கு பரமுவும் வெள்ளத்தாயும் போனது. இப்பொநெனச்சா அதெல்லாம் ஒரு கனாக்கணக்கா தெரியும் இரண்டு பேருக்கும், செம்மறியாடுக மேய்ச்சும், காட்டு வேலைக்கு போயும் அன்னாடப் பாடு நடந்துக்கிட்டிருக்கும் போது அந்த தொலைவுட்டு ஊரை எங்க நெனச்சுப் பாக்க?

பச்சைக்கு கல்யாணம் முடிஞ்சு புருசன் வீட்டுக்கு போனாள். அங்க இவுக புருசன் பெண்ஜாதி ரெண்டு பேர் தவிர அடிங்கிற ராசாவும் இல்லெ புடிங்கிற மந்திரியுமில்லே. அயோத்திக்கு வெவரம் தெரிஞ்ச நாள்லருந்து அக்காத்தியாத்தான் வளந்திருக்கான். வீட்டுலெ நாலாயோசனைக்கும் ஒரு பெரியாளு இல்லாதது பெரிய குறை. அதுவே பச்சைக்கு என்னமோ கண்ணக்கட்டி அத்துவான காட்டில் விட்டமாதிரி தான் இருந்தது. ஒருத்தர் கூட பழகுன மூஞ்சி கிடையாது. தாம்தூம்னு இவள் சட்டாம்பிள்ளைத்தனம் பண்ணுன அந்த ஊர் மாதிரி இல்லே. என்னதான் காரைவீடும் குடிதண்ணி பைப் போட்ட எல்லா வசதியுமிருந்தாலும் அன்யோன்யமான ஆளுக

இல்லாததும் அவ்வளவு பெரிய வீட்டுலெ ஒத்தையில இருக்கிறதும் பச்சைக்கு வெறுக்வெறுக்கினு இருந்தது.

இந்தமாதிரி பயமெல்லாம் பொண்ணுக்கு இருக்கக் கூடாதுன்னு தான் பொண்ணு வீட்டிலே அந்தக் காலத்திலிருந்து மூணுமாசம் விருந்து வைக்கிறது வாடிக்கையாயிருக்கு. மாப்பிள்ளை அயோத்திக்கு அது தோதுப்படலை. பெருத்த விவசாயம். ஒத்தப்பரி ஆள். அரக்கப்பரக்க திரியணும். அதனாலெ விருந்து கொண் டாட்டமெல்லாம் வேண்டாம்னுட்டான். சொந்த ஊர்ல, பிறந்த வீட்டுலெ விருந்து, சிரிப்பு பேச்சுன்னு, ஆதரவா நிதானமா வாக்கப் பட்டவன்கூட பழகுற வாய்ப்பும் பச்சைக்கி கிடைக்காம போச்சி. இருந்தாலும் அயோத்தி ரொம்ப இங்கிதம் தெரிஞ்சவன். என்ன இருந்தாலும் பச்சையை விட பத்து பதினஞ்சு வயசு மூப்பில்லையா? தினசரியும் சினிமாவுக்கு கூட்டிட்டுப்போவான். சொந்தக்காரர் வீடுகளுக்கு பூராம் கூட்டிட்டு போய் காட்டுனான். பக்கத்து வீடுகள்ல எல்லார்கிட்டயும் அக்கா மதினீன்னு பழக்கம் பண்ண கூடவே வீடுவீடா ஜோடியா போயி வந்தான். இப்பொ பச்சையும் தெருவுல முக்கால்வாசி பேர்கிட்டே ரொம்ப சகஜமாயிப் போனாள். பிறந்த வீட்டு ஞாபகமெல்லாம் முன்னாடி மாதிரி இல்லாம புகுந்த வீடடுல, புருசனுக்கு ஒத்தாசையா இருந்தா. நாலு வீடு தள்ளியிருக்கிற காளீஸ்வரி 'பாவம் சின்னப்பொண்ணு'ன்னு இவளுக்கு எல்லா உதவியும் செய்யுற தோஸ்தாயிட்டா. இவளைவிட நாலு அஞ்சு வயசு கூட இருக்கும். ஆம்பள துணை இல்லாததினாலே எந்நேரமும் பச்சைக்கு கூடமாட இருந்து ரொம்ப சிநேகிதியாயிப் போனா.

கோயிலுக்கும் சினிமாவுக்கும் கடை கண்ணிக்குப் போகவும் அவுங்க ரெண்டுபேரு கூடவே பை தூக்கிட்டு காளீஸ்வரியும் போகவர இருந்தாள். பச்சைக்கு ரொம்ப சுளுவாயிருந்தது. தெக் காட்டுலயிருந்து இவ்வளதூரம் வாக்கப்பட்டு வந்த பொண்ணுக்கு ஆத்தா அப்பன் சொந்தஞ் சுருத்துன்னு நெனச்சு மனசு எப்படி கஷ்டப்படும்னு அவளுக்குத் தான் தெரியும்.

ஒரு நா காலையில அயோத்தி தோட்டத்துக்கு போன நேரம் காளீஸ்வரியை அவசரமா வரச் சொல்லியிருந்தாள் பச்சை, அவளும் வந்தாள். என்னத்தையோ பறிகொடுத்த மாதிரி, நீச்சு தெரியாதவள் தண்ணிக்குள்ள விழுந்து 'தத்தக்கா புத்தக்கா'ன்னு காலகையெ ஒதச்சி மேமூச்சு கீமூச்சு முட்ட தண்ணியெ குடிச்சு கேஸ்பூஸுன்னு எளைச்சி கரைசேந்து தண்ணியெ பாக்கவே பயந்து உயிரை இறுக்க பிடிச்ச மாதிரி தட்டழிஞ்ச நெலமையிலெ பச்சை பரிதாபமா இருந்தா. ரெண்டு புஜத்தையும் பிடிச்சிக் குலுக்குன காளீஸ்வரி விசயத்த கேட்டதும் மெல்லமா சிரிச்சா. அவ மூஞ்சி அரளிப்பூவா செவந்து குலுங்குனது. பச்சையும் சிரிக்கணும்னு நெனச்சா. சிரிப்பு வரலை. மூஞ்சியிலே சிரிப்பாணியை அமுக்குன கடுமையான அரட்டிதான் முன்னுக்கு நின்னது.

''இதுக்கு நா என்ன செய்ய முடியும், இதெல்லாம் மெனக்கிட்டு எங்கிட்டெ சொல்லிக்கிட்டு''ன்னு சொன்ன காளீஸ்வரி திரும்பவும் சமாச்சாரத்தை கேக்க தாகமா நின்னாள். வேதனையான அனுபவத்தை பச்சை, சஞ்சலமா சொல்லச் சொல்ல நெஞ்சுப் படபடப்புல காளீஸ்வரிக்கு ஒரு மயக்கமான பயம் வந்து வந்து போனது. நெஞ்சுப்பயம் கூடக்கூட ஏதோ ஒரு ஆர்வம் கூடிக்கிட்டே போனது அதிலே ஒரு சுகமான குறுகுறுப்பு கால் கையெல்லாம் ஊறுன மாதிரி. உச்சந்தலையிலிருந்து உள்ளங்கால்வரைக்கும் வென்னீ ஊற்று புறப்பட்ட மாதிரியான அனுபவம். பச்சை விக்கலும் விரசலுமாய் சொல்ற அந்த கொஞ்ச நேர சம்பவம் பத்தினது காளீஸ்வரியை அங்ஙனமே மத்தியானம்வரை கட்டிப்போட்டது.

அவளோட துணை பச்சைக்கு பூரண நிம்மதியா இருந்தது. எந்த நிமிசமும் எதோ ஒரு மிருகம் மேல பாய்ஞ்சி கடிச்சு குதறப்போற பயத்துலதான் அங்கிட்டும இங்கிட்டுமாய் வீட்டுக்குள்ளே நடந்துக்கிட்டிருந்தாள். காளீஸ்வரி அவளைப் பாத்துக்கிட்டே மெத்தையிலெ குப்புற படுத்துக்கிடந்தாள். கல்யாணத்துக்காக வீடு விட்டத்துலெ அடிச்ச பெயிண்ட் வாசம், பச்சை தலையில வச்சிருந்த மல்லிகைப்பூ மெத்தையிலெ

கசங்குன ஒருவித வாடை, படுக்கைக்கு மேலே ஸ்டாண்டுல இருக்கிற வாசனைபவுடர் இத்தனையும் சேர்ந்த அந்த மச்சு வீட்டின் நிறைய இருந்த வாசத்தில் ஏதோ கிறக்க நிலையிலும் பச்சைக்கு ஆறுதல் வார்த்தை சொல்லணுமேங்கிறதுக்காக இப்படி சொன்னாள். ''அவர்தான் இங்கே இப்பொ இல்லையில்லே, பின்ன ஏன் பயப்படுறே" சொல்லீட்டு வாய் திறக்காம சிரிச்சாள். "அவரு சாப்பிட வர்ற நேரமாச்சு" ஒருவித நடுக்கத்தோட சொன்னாள் பச்சை.

நேரமாக ஆக இரண்டு பேருக்குமே பயமும் படபடப்பும் கூடிக்கிட்டே வந்தது. வியர்த்து தண்ணியா ஊத்துனது. "சரி பச்சை, ஒன் வீட்டுக்காரர் வர்ற நேரமாச்சு. நா போறேன் தாயி" மெத்தையவிட்டு என்னமோ போல எழுந்து நின்னாள். வீட்டுக்கு கிளம்புறதுக்கான போக்க காட்டுனாலும், அயோத்தியின் ஆவலான பாய்ச்சலை பச்சை சொல்ல, இன்னொரு தடவை கேட்கலாம் போல இருந்தது. கட்டை அவுத்துக்கிட்டு மூஸுமுஸுன்ன வர்ற பொலிகாளை மாதிரி பாய்ஞ்சு மூக்கு வெட்டைக்க ரவ்வாளி போட்டு வர்ற நேரம், கட்டுலெ தேமேன்னு பலிகடா மாதிரி நிறுத்தி வச்சிருக்கிற பச்சையை மறைச்சு அந்த ஆவேசத்தை தான் ஏத்துக்கணும்போல திமிரியாய் உடம்பு கனத்து நின்னது. "யக்கா இங்கயே இருங்கக்கா. பயம்மாயிருக்கு'' பச்சை வழி மறித்துக்கொண்டு கெஞ்சுனாள்ங்கிறதுக்காக மனம்போன போக்குலே நின்னு சாதிக்க முடியுமா? "அதுசரி! இதுக்குத்தான் ஒம் புருசன் ஆயிரமாயிரமா செலவழிச்சு ஒன்னய கொண்டு வந்தானா? அப்படித்தான் இருக்கும். போகப்போக சரியாப்போகும். எப்படியிருந்தாலும் பொம்பளேன்னா சமாளிச்சுதான் ஆகணும். இதுக்கெல்லாம் எப்படி அடுத்தாளு உதவ முடியும்" சொல்லிக்கொண்டே படியைவிட்டு இறங்கி வீட்டுக்கு போயே போயிட்டாள்.

வீட்டுக்கு வந்த காளீஸ்வரிக்கு மதியம் சாப்பாடு இறங்கலை. மனசு பல மாதிரி சுத்தி யோசிச்சு பச்சையோட படுக்கையிலெ மல்லாக்க விழுந்து தவிக்குது. நெஞ்சுல ஏதோ வச்சி கிட்டிச்ச மாதிரி கனம். மேலேயும் கீழேயும் நிலையில்லாம குதியாளம்

போட்டு என்னென்னமோ நெனச்சி இப்படி கிறுக்குப் பிடிச்ச மாதிரியான நெலமை எப்பவும் வந்ததில்லை. அவளோட இருப்பு அவளுக்கே ரொம்ப வினோதமாயிருந்தது. தூரத்துல நின்னு அவளை அவளா பாத்து உதட்டை கடிச்சு மேம்போக்காவில வர்ற சிரிப்பு. பச்சையோட ரோதனையான பேச்சு தன்னோட நெஞ்சுக்குழி, சோகத்துக்குப் பதிலா ஒரு குறுகுறுப்பை கொஞ்ச நேரத்துலெ ஏற்படுத்திருச்சே! அந்த பெயிண்ட் வாசம், மல்லிகைப்பூ கசங்குன வாடை, அந்தப் பவுடர் மணம்!

இவெ சமஞ்ச நாள்லருந்து கல்யாண காலத்தையும் தாண்டி இவ்வள நாளாயிருச்சு. ஜோடியா தெருவழியா ஒரு புருசம் பெண்ஜாதி நடந்து போனா எப்பவும் மனம் விகற்பமா நெனைக்க தோணுனதேயல்ல. இப்பொ என்ன மந்திரமோ இந்த மதியத்துக்கு மேல யாரைப் பாத்தாலும் அந்த சுகத்துக்கே எல்லாரும் வீட்டுக்கு வேகுது பிடுங்குதுன்னு ஓடுற மாதிரி நெனச்சு மாயிறா. எதுத்த வீட்டுல இருக்கிற ராக்கு மாமாவுக்கு பதினொரு பிள்ளைக. வீட்டை பாக்கும் போதெல்லாம் அவுங்கமேல ஒரு பரிதாபம்தான் வரும். இப்பொ அந்த மாமாவும் அத்தையும் வேற பாடுசோலி பெருசுல்லேன்னு வீட்டுலெ இதே வேலையா இருந்திருப்பாங்களோ... யய்யா... சீசீ எப்படியெல்லாம் நெனப்பு தோணுது? குப்புறப்படுத்து கால்கள் ரெண்டையும் தரையில் மாறி மாறி தட்டிக்கிட்டும் படுத்திருந்த பாயின் ஈக்கிகளெ ஒண்ணொன்னா உருவி பல்லுல வச்சி உரிச்சி த்ப்பு த்ப்புன்னு துப்பிக்கிட்டிருக்கா.

சாமம் போல ரொம்ப நேரம் தூக்கமில்லாம அப்பொதான் கண்ணெமூடுனாள். அரைத் தூக்கத்தை கெடுக்கிற மாதிரி கதவை தட்டுற சத்தம். அம்மா போய் திறக்க பச்சைதான் வந்திருந்தாள். கண்டிப்பா எதிர்பார்த்து காத்திருந்துதான் கண்ணசந்தா. “என்ன இந்நேரம்?” காளீஸ்வரி கேள்விக்கு பச்சை பதில் சொல்லலை. பக்கத்துல வந்து அவளோட பாயில சேர்ந்து படுத்துக்கிட்டா. “ஏந்தாயி! இந்நேரம் இங்க வந்து படுத்தா என்ன அர்த்தம்? வீட்டுலெ அந்தப் பையன் இல்லே?” ஆத்தா கேட்டதுக்கும் பதிலில்லாமே காளீஸ்வரி காதோடு

கிசுகிசுத்தா, "நா ராத்திரி பூராம் இங்கெயேதான் இருப்பேன்". கைகள் படபடன்னு நடுங்கிக்கிட்டிருந்தது. "இந்தா அதெல்லாம் பாவமில்லையா. வீட்டுக்குப் போ பச்சை!" மெல்லமா கடிந்தாள். ''சும்மா கெடக்கா! யம்ம்மா... ம்ஹூம் நா மாட்டேன். கொன்னாலும் இப்பொ போக மாட்டேன்" பயத்தால் அனலா மூச்சுவிட்டு கண்ண மூடுனாள். தூக்கம் வரலை. காளீஸ்வரிக்கும்தான்.

'சின்னக் கழுதைதானே கொஞ்சநா செண்டா சரியாவரும்'. 'விவரந் தெரியாதுல்லே கொஞ்சம் விட்டுப் பிடிச்சா வசத்துக்கு வரும்'. 'என்னக்கியிருந்தாலும் அது உனக்குத்தானே. வீட்டுக்குள்ளயிருக்கிறது ஓடியா போகும். கொஞ்சம் அனுசரிச்சி போ'. 'சரி சரி கொஞ்சம் முன்னப்பின்ன ஆகட்டும். ஓம் முரட்டுத்தனத்தை காட்டி ரொம்பவும் பிள்ள அரண்டு போகாமே.' இப்படியாப்பட்ட யோசனைகளா பெரிசுக கிட்டே கேட்டுக் கேட்டு அயோத்திக்கு சப்புன்னு போச்சு. முழுசா பிரச்னை யில்லாமெ ஒரு பொழுதெ கழிச்சோமுன்ன இல்லே. இப்பொ எடுத்ததுக்கெல்லாம் பச்சையை சினந்து பேசுனான். குத்தம் சொல்ல ஆரம்பிச்சான். துப்புரவா பேச்சை சுருக்கிட்டான். சாப்பாடு விஷயத்துலெ ஆர்வமில்லாம நடந்துக்கிட்டான்.

அவனை சந்தோசமாவே வச்சிக்கிட என்னென்னமோ செய்து பாத்தாள். முன்ன முன்னப்போயி விழுந்து உபசாரஞ்செஞ்சா. ம்ஹூம்... அவன் சந்தோசமுங்கிறது அவளோட ரோதனையிலதான் இருக்குங்கிறான்! இவளுக்கு தர்மசங்கடத்துனாலேயும் அவனுக்கபெ பரிய ஏமாத்தத்துலெயும் நாள்கள் ரொம்ப லாத்தாலாவும் எரிச்சலாவும் நாளொன்னு வருசங்கழிஞ்ச மாதிரி பதறாம நகண்டது.

கொஞ்சநாள்ல ஊர்ப்பொங்கல் வந்தது. இதுதான் தாய்க்கிராமம் ஆனபடியாலே ஊரு பூராம் ரொம்ப விமரிசையா இருந்தது. சுத்து வட்டாரத்திலிருக்கிற எட்டூர் வட்டமும் இங்கெ வந்துதான் பொங்கல் வைக்கணும். பதினெட்டாம்படி கருப்பசாமி கோயில்னா பன்னிரெண்டு வருசத்துக்கொரு தடவை வைக்கிறது. ஏழை எம்பதுகள் கூட

சொந்த பந்தம் அவ்வள பேரையும் வரவழைச்சி அடைக்க ஜவுளியுடுத்தி பண்டம் பலகாரம் ஆட்டம் பாட்டுன்னு ஒம்பது நாளும் திருவிழாத்தான். எங்க பாத்தாலும் வீட்டு வீட்டுக்கு புதுசா கல்யாணம் முடிச்ச புருசம் பெண்ஜாதி இல்லாத வீடில்லே. காலையிலயும் சாயுங்காலமும் ஆணும் பெண்ணும் குளிக்க சிங்காரிக்க பூ வைக்க பொட்டு வைக்க, புதுசு புதுசா டிசைன் டிசைனா துணிமணி உடுத்த... ஒரே சிரிப்பும் சந்தோசமுந்தான்.

ஊர்லருந்து வெள்ளயும் பரமுவும் வந்திருந்தாங்க. வீட்டுலெ மாமியா நாத்துனா பிடுங்கல் இல்லாம மகள் நல்ல பிழைப்பு பிழைக்கிறதுலே ரொம்ப சந்தோசம் அவங்களுக்கு. பெத்தவங்களைப் பாக்க பச்சைக்கும் ஒரு பெருமூச்சும் ஒரு ஆதரவுமா இருந்தது. கண் கலங்குனாள். அம்மையையும் அப்பனையும் மாறி மாறி சேந்து பிடிச்சு ரொம்ப நேரம் பேச்சு வராம நின்னு புலம்புனாள். "அட கோட்டிக்கழுதெ. அய்யா எங்கே போயிட்டேன் மொத நா ஒரு காயிதம் போட்டா மறுநாள் கருக்கல்ல வந்து நிக்கெமாட்டனா'' ஆறுதலாக ஆத்தாமை யிலிருக்கிற மகளுக்கு திடஞ் சொன்னார் பரமு.

ரேடியோ சத்தம் திரும்புன பக்கமெல்லாம் சீரியல் பல்பு. ஊருக்குப் புதுசுன்னாலும் உற்சாகமான ஆண் பெண் ஜோடிக. மிதக்கிற காத்து புராம். பூ வாசந்தான். ஊரே கமகமத்து மணக்குது. ரொம்ப நாளக்கிப்பிறகு மகளுக்கு எண்ணெய் தேச்சி முழுக்காட்டி சாம்பிராணி காட்டி தலையை மடியில கவுத்தி சிக்கெடுத்து விட்டு தன்கையால தலை பின்னிவிட்டு பூ வச்சாள் வெள்ளத்தாயி. வீட்டுவேலையையும் தானா இழுத்துப்போட்டு செஞ்சாள். மகள் ஒரு துரும்பு எடுத்துப் போட சகிக்கலை. காளீஸ்வரி பொழு தனைக்கும் சிங்காரிச்ச பண்டமாய்த் திரிஞ்சா. நேரத்துக்கொரு சேலையை கட்டி தலைநிறைய பூவும் கண்ணுமையுமா தன் சேக்காளி பச்சையை சும்மாவந்து வந்து பாத்துட்ட ஓடுனா. மேச்மேச்சா ஸ்டிக்கர் பொட்டும் சடை மாட்டியும் ரிப்பன்களும் பின்னல்ல வைக்க பிறகு உலைக்க ஒரே ஆனந்தந்தான்.

ரெண்டு பேரும் எங்கெ போனாலும் ஜோடி போட்டே போனாங்க. இன்னைக்கும் மந்தையிலெ திருவிழா வேடிக்கை பாக்க ரெண்டுபேரும் போக முடிவு பண்ணுனாங்க. ராத்திரி வேலை யெல்லாம் முடிச்சிட்டு பரமுவும் வெள்ளையும் ரொம்ப வெள்ளென சாப்டுட்டு மந்தைக்கி நாடகம் பாக்க கிளம்பிப் போயிட்டாங்க. பச்சையும் தடபுடலா புறப்பட்டு அச்சு அசல் தேவதாம்சமா வீட்டுக்குள்ளே பறந்தோடிக்கிட்டிருந்தா. வீட்டுக்கு வெளியே என்னமோ ரேசன் கடையில காத்துக்கிடந்த மாதிரி அயோத்தி பராக்க பராக்க உட்கார்ந்திருந்தான். தெருவுல நடக்கிற சிரிப்பு கும்மாளமெல்லாம் பாத்து தான் ஒரு விருதா பேப்பயல்ன்னு நினைச்சுக்கிட்டான். பச்சையை கண்டும் காணாம நடந்துக் கிட்டான். நம்ம வங்கத்துக்கு வருவான்னு நெனச்சி பேசாம யிருந்ததை ஊர்லருந்து மாமாவும் அத்தையும் வந்து கெடுத்திட்டா களேன்னு நினைச்சான். ராத்திரி மணி பத்துக்கு மேல ஆகிப்போச்சு. காளீஸ்வரி பச்சைக்காக காத்து காத்துக் கிடந்து கண்ணு பூத்துப் போனா. உள்ளே போய் கண்ணாடிய பாக்க, வெளியே வந்து வாசலில் இருந்து எட்டிப் பாக்க, பிறகு சேலையை சரி பண்ணிக் கிட்டே உள்ளே போகன்னு பரபரப்பா இருந்தாள். கழுத்தை முன்னாலெ சாச்சி கண்ணை இறக்கி ரெண்டு நெஞ்சையும் பாத்து சேலையை இழுத்து சரி பண்ணிக்கிடுவா. மந்தையிலெ கூட்டமா இருக்கிற பக்கம் போகும்பொழுதெல்லாம் இளவட்டங்க கச முசான்னு 'ஏ...ஏ... இங்க பார்றா ஏ... காளீஸ்வரியை பாருங்கடா'ன்னு கிசுகிசுக்கும்போது இவளுக்கு கிர்வானம் சுத்துற மாதிரியிருக்கும். எப்பையுமில்லாமெ பொழுதனைக்கும் அவ கால்கள் கூட்டமா கொட்டமடிக்கிற பையங்க இருக்கிற பக்கமாவ போக அதுலே ரொம்ப ஸ்வராஸ்யமாகிப் போனாள்.

பச்சை புறப்பட்டு வர்றதுக்கு முன்னாடி இதுக்குள்ளெ அஞ்சாறு தடவை மந்தைக்கும் வீட்டுக்குமாதிரிஞ்சா. மகள் இப்படி துருதுருன்னு சந்தோசமா அலையுறது அயோத்தி பெண்டாட்டி பச்சை வந்ததுக்குப் பிறகுதான், அந்தப் புண்ணியவாட்டியோட சகவாசத்துக்குக்க பின்னாலதான் அவ முகமே ஒரு செழிம்பு கொடுத்திருக்கின்னு காளீஸ்வரியோட ஆத்தாளுக்கு பச்சை மேல நல்ல அபிப்பிராயம்.

திருவிழா வேடிக்கை பாக்க கிளம்பி வராமல், கொஞ்சமும் எதிர்பார்க்காத உருக்குலைஞ்ச தோரணையில் வந்த பச்சையை "ஏ பிள்ளே இதென்ன கோலம் மந்தைக்கு நீ எப்ப புறப்பட்டு வர?" பச்சை ரொம்ப சடவா தலையை உலுக்கி வரலைங்கிற மாதிரி காட்டி நிலையிலே சாஞ்சி அப்படியே சரிஞ்சி உட்கார்ந்தாள். "ஏன் உடம்புக்கு முடியலையா?" பச்சையின் நாடியைப் பிடித்து குலுக்கினாள். வாயிலிருந்து பதில் ஒண்ணும் வராமல் போக, "அப்பொ நானும் போகலை"ன்னு அவளோட கையைப் பிடிச்ச மட்டுல பக்கத்துல உக்காந்துக்கிட்டாள். கொஞ்சம் தன்னை ஆசுவாசப்படுத்திக்கிட்டு பேச ஆரம்பிச்ச பச்சை, காளீஸ்வரியின் புஜங்கள் ரெண்டையும் பிடிச்சு, "யக்கா எனக்கொரு உதவி செய்வியா?"ன்னு தழுதழுத்து கேட்டாள். கேட்டவளின் கன்னத்தை ரெண்டு கையாலும் பொத்தி பிடிச்சி, "உதவியா? நானா? அப்படியொன்னு ஒனக்கு செய்யாம யாருக்கு செய்யப்போறேன்." "சத்தியமா?" காளீஸ்வரியின் கைகளை எடுத்து தன் கைகளுக்குள் பொத்திக்கொண்டு கேட்டாள். "எனக்கிருக்கிற ஒரு ஆத்தா சத்தியமா?" "நாங் கேட்டபிறகு மறுத்து பேசக்கூடாது" ரொம்ப அழுத்தமா மாறி மாறி கேட்டுக்கிட்டாள். ரொம்ப தயங்கி தயங்கி எச்சியை க்ளுக் க்ளுக்குன்னு முழுங்குனாள். அதைக் கேக்கப் போறோமேன்னு அவள் குழந்தை முகத்திலே ஒரு கருமைபூசுன மாதிரியிருந்தது.

பச்சை விசயத்தை காதோடு சொல்லும்போது "போ அங்குட்டு" என்று கோபித்த மாதிரி எந்திரிச்சி நின்னுகிட்டாள். ஆனால் அப்படி ஒரு ஆவல் பூர்த்தியாகுறது எப்போன்னு அலஞ்ச மனசு ஜிவ்வின்னு உயர அடர்ந்து பறந்தது. கால்கள் பறபறன்னு பிராண்ட "நான் என்னம்மோல்ல நீ கேக்கப் போறேன்னு நெனச்சேன்"னு கொஞ்சம் கோபங்காட்டி வெட்கம் வெளியே தெரிய சுவரோரமா நின்னு நகத்தாலே கோடுபோட்டுக்கிட்டு நின்னா காளீஸ்வரி. இப்படியொரு துன்மார்க்கமான நிலையிலே கையேந்தி தாங்கிட்டெ வருவாள்ன்னு ரொம்பவும் எதிர்பார்த்திருந்தாள்.

அவள் கிட்டேயிருந்து இந்த ரெண்டு மாசமா அவர் படுற இம்சையை இவள் தினமும் கேட்டுக்கிட்டுதானே இருக்கா. எவ்வளவு அறியாத வயசு. கொஞ்சமாவது இந்த விஷயத்துலெ

உலக அறிவு இருந்ததுன்னா இப்படி பிச்சை கேட்டு அடுத்த பொம்பளைகிட்ட நிப்பாளா? கொஞ்ச நேரத்துக்கு முன்னாடி அவள் பட்ட அவஸ்தையை நொந்து சொல்லுற பச்சையின் உருவத்துக்கு முன்னாடி அயோத்தியின் முரட்டு தோற்றம் முழுசா விசுவரூபமா தெரிய, அவன் காலடியிலெ கதியா கிடந்து இந்த ஜென்மத்தை முடிக்க தயாரானாள்.

பச்சை விடறதாயில்லே அவள் மறுத்து பழக்கத்தை முறிச்சுடுவாளோங்கிற பயத்துலெ ''இப்பொ கொஞ்ச நேரத்துக்கு முன்னாடி ஆத்தாமேல சத்தியம் பண்ணுனயேக்கா புண்ணியத்துக்கு கேக்கிறேன். இந்த ஒரு உதவிய செய்யிக்கா. ஏன்னா எங்க அப்பனும் அம்மாவும் பாக்கும்போது அவரு மூஞ்சியெ தூக்கி வச்சிக்கிட்டு இருக்கப்படாது. அவுங்களுக்கு முன்னாடி அவரு என்னெ சினந்து பேசிருவாரோன்னு பயம்மா இருக்கு. காளீ... இந்த உதவியெ நா சாகிற வரைக்கும் மறக்க மாட்டேன்.''

''ம்... போ பச்செ. உதவி கேக்கறதிலயும் ஒரு நியாயம் வேண்டாம்.'' பழையபடியும் பொய்யா ஒரு சிணுங்கல் சிணுங்கி முகத்தே உம்முன்னு வச்சிக்கிட்டா. ''யக்கா, என்னாலெ முடியலக்கா... ஐயோ அத நா எப்படி சொல்றதுன்னு தெரியல. என்னையெ... யக்கா... நம்ம ஊரு இந்த துடியான கருப்பசாமி தெய்வம் சத்தியமா சொல்றேன். அதெ... இப்ப நெனச்சாலும் என்னெ... என்னெ உசிரோட கொல்ற மாதிரி, ஒரு கழுமரத்துல குத்தி சொருகிற மாதிரி இருக்குதுக்கா!''

பச்சையின் மௌன அலறலையும் கெஞ்சலையும் அரைக்காதில் வாங்கிய காளீஸ்வரி தான் கேட்க போகும் கேள்வியை அவள் காதில் போட, வாயையும் ஒப்பாரியையும் எப்பொ நிறுத்துவாள் என்று அனிச்சையாய் எதிர்பார்த்திருந்தாள். மனசு முழுதான வடிவத்தில் தயாராகிக்கொண்டிருந்தது. ''நீ சொல்ற பச்சை! ஒன் ஆத்திரத்துக்கு! அந்த மாமா சம்மதிக்க வேண்டாமா? அவரு எனக்கு விவரம் தெரிய ஒத்தப் பொண்ணெ ஏறெடுத்து பாத்ததில்லையே. நானல்லாம் ஆம்பளையில்லாதவதானே. என்னெ திரும்பி கூட பாத்ததில்லையே அவரு! மொதல்ல

அவரு அப்படி ஆள் இல்லே." ஒரு விபரம் தெரிஞ்சுக்கிடற தொனி இருந்தது அவள் கேட்டதிலே.

பச்சை அவசரமா "யக்கா, அதுக்கும் நா சம்மதம் வாங்கிட்டேனுக்கா. கெஞ்சி கூத்தாடி சம்மதிக்க வச்சேன். மொதல்ல அது இதுன்னு சொல்லி கோபப்பட்டாரு. கன்னத்துலெ நாலு அடி கூட அடிச்சாரு. இப்படியெல்லாம் நா இருக்கிறதுக்கு ஒன்ன தென் காட்டிலருந்து ஏன் அழைச்சிட்டு வரணும்னு வெரசுனாரு" பச்சையோட கெஞ்சல் ரொம்ப பரிதாபமாயிருந்தது.

இப்பொ பச்சை ரொம்ப நிம்மதியாயிருந்தா. அதப்பாத்து வெள்ளத்தாயும் பரமுவும் சந்தோசமா ஊர் போய் சேந்தாங்க. அவ புருசனோட சந்தோசமா இருக்கணும்னே கூத்துப் பாக்கப்போன அன்னக்கி சின்னஞ்சிறிசுகளுக்கு இடைஞ்சலா இல்லாம விடிய விடிய மந்தையிலெயெ கிடந்து எந்திரிச்சி வந்தாங்க பாவம்.

பச்சைக்கு இப்பொ வீட்டு வேலைகூட காளீஸ்வரி ஜாஸ்தியா வக்கிறதில்லே. மகாராணி மாதிரி நிம்மதியா தூங்கி எந்திரிச்சா போதும். அயோத்தியும் இப்பொ ரொம்ப சமாதானமாயிட்டான். முன்னாடி மாதிரி பொம்முன்னு அடச்சிப்போய் இருக்கிற தெல்லாமில்லே. வீட்டுக்குள்ளே நுழைஞ்சும் நுழையுமின்னே முன்ன மாதிரி பச்சையை எங்கேன்னு தேடுறதில்ல. ஆனாலும் அவமேலே கோபமும் இல்லே. "பாவம் நேத்துப் பிள்ளே. அதுக்கு என்ன வெவரம் தெரியும். சங்கடப்பட்ட குடும்பமாங்காட்டி நாம கொஞ்சம் வசதீங்கவும் சின்னப் புள்ளெய அவசரப்பட்டு கட்டி கொடுத்துட்டாக." அவனா சமாதானமாகிட்டான்.

பச்சையோட பெருந்தன்மை அவனுக்கு ரொம்ப பிடிச்சிருந்தது. பொம்பளப் பிள்ளைகள்லே இப்படி குணம் அமையுறது அபூர்வம்னு காளீஸ்வரிகிட்டெ மட்டுமில்லெ வேலையாளுக எல்லார்கிட்டயும் சொல்லுவான். "அவ ஊர்ல இருக்கிற விவகாரங்கள்ல இந்த வயசுலயே பேர்பாதி இவ தீத்து வைப்பான்னா பின்னே சும்மாவா? பரவாயில்லே நாலுந் தெரிஞ்சு வச்சிருக்கா. அதுக்கு தக்கயும் நடந்துக்கிடுறா. ரொம்ப

பரம்மா இருக்கா. வெள்ளந்தியாவுல மனசு. உள்ள ஒண்ணு வெளியே ஒண்ணு வச்சு பேசாதவ."

வேலையாளுகளோட ஆளுகளா மிளகா செடியிலே களை பிடுங்கிக்கிட்டிருந்த பச்சையை தூரத்துல இருந்த அயோத்தி கூப்புட்டான். கிட்ட வந்த நின்னவகிட்டே சொல்லவா வேண்டாமான்னு கொஞ்சநேரம் யோசிச்சவன் அவளா பாத்து ஏற்பாடு பண்ணுனது தானேன்னு பச்சைகிட்டெ அப்படி சொன்னான் "ஏம்மா பச்சை, காளீஸ் வரிக்கு........ நம்ம காளீஸ்வரிக்கு நாள் தள்ளிப் போயிருச்சி. சோறு தண்ணி செல்லலயாம். கூட டவுனுக்கு ஆஸ்பத்திரி வரையிலயும் போயிட்டு வர்றியா?" ரெண்டு காலையும் வாரி கிணத்துக்குள்ள தள்ளிவிட்டமாதிரி இருந்தது பச்சைக்கி! காலு கையை உதறி ஒன்னு கதறி அழகணும் போல இருந்தது. வேணான வெய்யில்ல கிளம்புன சுழல் சூறாவளி மாதிரி தலை கிறுகிறுக்க செத்த உடம்பு எந்திரிச்சி நடந்த தோரணையில் தொவ்வலா வீடு வந்து சேர்ந்தாள்.

உள்ளே கட்டில்ல படுத்திருந்த காளீஸ்வரிக்கு அவளோட ஆத்தா பனை ஓலை விசிறியால விசிறிக்கிட்டிருந்தாள். உள்ளுக்குள் மூட்டமாய் புகைந்து நின்றுகொண்டிருந்த பச்சையை தாயும் மகளும் ஒண்ணுபோல திரும்பிப் பார்த்தார்கள். கட்டிலில் இருந்து சோர்ந்து எழுந்த காளி ஒண்ணும் பேசாமல் பச்சையின் முன்னால் வந்து நின்னாள். திடீர்னு அவள் கால்ல விழுந்து ரெண்டு கையாலயும் சேத்துப் பிடிச்சு அம்மா'ன்னு வாய்விட்டு அழுதாள் அண்ணாக்க ஏறிட்டு, "என்ன பாத்து எதுவொண்ணும் வாய் தெறந்து சொல்லீறாதே பச்சை! நீ எது சொன்னாலும் அத நான் தாங்க முடியாது. ஒன்னய மொத மொத பாக்கும்போது என்னயவிட்டு ரொம்ப தூரமாத்தான் ஒன்னய ஒசத்தியா வச்சிருந்தேன். நீ தெய்வப் பிறவி! என்னய உடம்பிறப்பா கொண்டாடி ஒம் மனசுல உள்ளதெல்லாம் கழுவி கவுத்தின மாதிரி எல்லா விபரமும் சொன்னே. தாயி! பத்து வருசமா இந்த ஊர்ல நா எப்படியிருந்தேன்னு நாலு தெருவுல கேட்டா சொல்லுவாங்க. அந்த அடக்கம் அந்த அமைதி உன்னோட சேந்த நாள்லருந்து

சிதறுகாயா போச்சு தாயி. ஒன்னய குத்தஞ்சொல்லலம்மா.... ஒன்னய குத்தஞ்சொல்லல. எனக்கும் கல்யாணம் ஆகையிலெ உன்னப் போல பதினாலு பதினஞ்சு வயசுதான் இருக்கும். இப்ப நீ பட்ட துன்பமெல்லாம் நானும் பட்டுத்தான் ஆம்பளையாள விபரந்தெரியாம தெருவுல வச்சி திட்டித் தீத்தேன். அவமானப்பட்ட மனுசன் என்ன வெறுத்து இந்த ஊரையும் வெறுத்து போயிட்டான். நா கவலை யில்லாமத்தான் இருந்தேன். உள்ளதைச் சொல்றேன் ஒன்னப் பாக்குற பேசுற வரையிலும் எனக்கு அந்த நெனப்பு இல்லவே இல்லே. பச்சே! இந்த வயசுலெ நீ ஊருக்கெல்லாம் விவகாரம் பேசுனவ. நீ சொல்லு. என்னப் பெத்தவ நீதான். உனக்கு நான் ரெண்டகம் பண்ணுனேன்னு நீ நெனச்சா நா இருக்கணுமா இல்லே சாகணுமான்னு ஒன் வாயாலேயே சொல்லீரு பச்சே! நீ சொன்னா என் ஆத்தாளறிய கேப்பேன்."

கண்களிலிருந்து கண்ணீர் முத்து முத்தாய் சொட்ட நின்றுகொண்டிருக்கும் பச்சையின் கால்களை விடாமல் இருக்கப்பற்றி முட்டியழுத காளியின் கண்ணீர் முழங்கால் சேலையெல்லாம் நனைத்து விட்டிருந்தது.

ரொம்ப நேரமாய் கண்ணை மூடி எங்கோ புதைஞ்சு போய்க் கொண்டிருந்த மாதிரி உணர்ந்த பச்சை முழிச்சி பாத்தபோது இன்னும் பகீரித்துப் போனாள். காளியின் ஆத்தா தன் மடக்க முடியாத கால்களை நீட்டி உட்கார்ந்து கொண்டு பச்சையின் கால்களை தொட்டுத் தொட்டு கண்களில் ஒத்திக்கொண்டிருந்தாள் மகளுக்கு மாப்பு கேட்டு.

•

பச்சை வாழக்குடியா வந்து வருசம் ஆறு ஆனாலும் இவ்வளவு நாளா வராத ஆத்திரம் இப்ப ஒரு ரெண்டு மூணு மாசமா வந்திருக்குது வெள்ளத்தாயிக்கு. தெனம் தெனம் சண்டை. கேட்டா பச்சை இல்லைன்னு சாதிக்கிறாள். "ஒம்மூஞ்சி சொல்லலயா?" "யாருடி அவன்?" தலையைப் பிடித்துக் குலுக்கினாள் வெள்ளை. கை நீட்டினாள். தலைமயிரை புடித்து இழுத்துப்போட்டு முதுகில குத்தி "சொல்றி..... சொல்றி.... சொல்லு," என்றாள்.

ஊர் அடங்கியிருந்தது. கிடையிலெ போய் பரமுக்கு ரப்பட்டு சோறு கொடுத்து சாப்பிட்ட பிறகு கொஞ்ச நேரம் தூங்கச் சொல்லி வெள்ளை முழிச்சி காவலிருந்தாள். பின் சாமத்துலெ புருசனை எழுப்பிவிட்டு ஆடுகள் வெள்ளாமையில் விழுந்திராமெ முழிப்பிருக்கச் சொல்லி எச்சரிச்சிட்டு, வீட்டுக்கு கிளம்பி வந்தாள். வத்தல் மருகை ஏற்றி டவுனுக்கு போன மாட்டு வண்டிகள் ரோட்டு மார்க்கமா திரும்ப வந்து கொண்டிருந்தன. அந்த கடக் கடக்கென்ற வண்டி சத்தத்திலும் ஊருக்குள் வரும் மனுச அரவத்தை அறிந்துகொண்ட ஒரு சுதாரிப்பான நாய் ஒரு முறை நீட்டிக் குலைத்து விட்டு மீண்டும் ஊரை அடங்க வைத்தது.

வீட்டை நெருங்கிப் போய்விட்ட வெள்ளை, தெருவிளக்கின் குண்டு பல்பு வெளிச்சத்தில் ஒரு உருவம் முன்னே நடந்து இருளில் கலந்தது தெரிய, நீண்ட நாள் சந்தேகத்தில் தெற்குத் தெரு திரும்பி மாரியாபிள்ளை வீட்டு கடவு வழியே திரும்பி விரசலாய் நடந்தாள். தோளில் போர்த்தியிருந்த துணி........ அது பரமுவின் கைலி.... ஆமாம் எட்டி நடந்த வெள்ளை பின்னாடியே போய் துணிச்சலாய் கைலியை பிடிச்சு இழுத்தாள். பச்சை!

“எங்கடி போற இந்த சாமத்துலெ?”

‘.................’

‘எங்க போறே?” தலமயிரை இறுகப் பிடிச்சாள். “சொல்லுடி எங்க போறே?”

‘.........................’

பச்சையின் கண்களில் தாரை தாரையாய் கண்ணீர்! ரெண்டு கைகளாலும் கண்ணை கசக்கிக்கொண்டு இன்னும் பலமாக ஹெக் ஹெக் என்ற விக்கி விக்கி அழுக ஆரம்பித்தாள்.

தலைமுடியை விட்டதும் மகளை அப்படியே நெஞ்சோடு சேர்த்து கட்டிய வெள்ளை அவளை அழுகவிடாமல் தோளில் புதைத்து..... “யாத்தே..... எந் தெய்வமே ஒனக்கு கண்ணில்லையா” என்று ஈன சுரத்தில் வாயுக்குள்ளேயே குமுறி “உன் தலையெழுத்து இப்படியா ஆகணும்”னு கதறினாள். கொஞ்ச

நேரத்துக்குப் பிறகு மகளை விடுவிச்சு கண்ணீரை தொடச்சி விட்டாள். மெல்ல, 'சாமநேரம் காத்து கருப்பு அண்டீராமடி கண்ணு" அம்மாவின் அன்பான கவலையிலும் ஆறுதலிலும் பச்சை தலைகவிழ்ந்து பேசாமல் நின்னாள். மகளை ஆதரவாய் பக்கத்தில் இழுத்துவைத்து தலைமுடியை கோதிவிட்டாள். நாலாபக்கமும் சுத்தி பாத்தாள். இருட்டு கும்முன்னு இருந்தது. மெல்ல சொன்னாள். "நாளு தள்ளிப் போனா ஆத்தாகிட்டே சொல்லீரும்மா. பயந்துகிட்டு பேசாம இருந்திராதே. அவசரப்பட்டு எது ஒண்ணும் முடிவு பண்ணிராத" குரலில் பயமும் நடுக்கமும் இருந்தது. ஊர்க்காரர்களுக்கு முன்னால் மகளின் மரியாதையையும் நல்லபெயரையும் தக்கவைக்க நினைத்தாள் அம்மா. அந்த அம்மாவின் நெஞ்சிலே தஞ்சமாய் பச்சை படர்ந்து கிடந்தாள்.

"ஒம்மேலே ஒரு தப்பும் இல்லே. எம் புள்ளமேல எந்த குத்தமுமில்ல. எல்லாத்தையும் அந்த ஆயிரங்கண்ணுடையா பாத்துக்கிட்டுத்தான் இருக்கா" மகளை நிமிர்த்தினாள். "இருட்டுக் கஜமாயிருக்கு. பாதை தடமே தெரியலே. குளுந்த நேரம். பூச்சி பொட்டு கிடக்கும் தாயி. பாத்துப்போ."

அலகிலா

இன்றையோடு ஒரு வாரமாகிவிட்டது. என்றாலும் மனசு படுத்திக்கொண்டுதான் இருந்தது. நினைத்து நினைத்து வியந்து கொண்டு கிடக்கிறேன். எல்லாரும் ஒரு சமயத்தில். ஏதாவது ஒரு விலங்கு. ஒரு பறவை என்று ப்ரியமாய் வளர்க்கத்தான் செய்கிறார்கள். பின்னொரு சமயம் அதைப்பிரிய நேர்ந்து விட்டால் நம்மைப்போல் தான் தவிக்கிறார்களா? போகட்டும் விட்டுத் தள்ளு என்று வாளாவிருந்து விடுகிறார்களா? அப்படி எப்படித்தான் இருக்க முடிகிறது?

மேஜையின் கீழே குறுக்கு இணைப்பாக இருக்கும் கம்பியில் என் கிளி உட்கார்ந்திருக்கும். மேஜை நாற்காலி மீதோ ஜன்னல் சுவற்றின் மீதோ அதை நிறுத்தினால் படபடவென்று பறந்து கீழே குதித்து நடந்துபோய் அந்த விரல் பருமனிலான கம்பியில்தான் போய் நின்று கொள்ளும்.

அதனுடைய பூர்வீகள் மரக்கிளையில் உட்கார்ந்திருக்கும் பாங்கினை நமக்கு உணர்த்தும் விதமாக நம் புத்திக்கு பட வைக்கிறது.

ருஷ்ய நாட்டிலிருந்து வரும் பறவைகள் வேடந்தாங்கலில் பருவத்தில் முட்டையிட்டு குஞ்சுபொறித்து அந்தக் குஞ்சுகள் கொஞ்சம் வளர்ந்து பெரியவைகள் ஆகி அதன் வாழ்மைக்கான சூழல் இங்கே முடிவுற்றதும் அந்த இளம் பறவைகள் தங்கள் தாய்ப்பறவைகட்கு முன்னமே தங்கள் தொல்புவியான ருஷ்யாவை நோக்கி பறக்க ஆரம்பித்துவிடுமாம் அதுபோல இந்தக் கிளியின் இருக்கையும் எனக்கு ஆச்சர்யமானதாயிருக்கும்.

காலையில் தூக்கம் கலைந்ததும் விளக்கைப் போட்டு இப்போதும் மேஜையின் கீழே ஆவலாய்ப் பார்க்கிறேன். பறந்து போன கிளி திரும்பியிருக்குமாயென்று. எழுந்து எங்கிருந்து அது பறந்து ஓடிப்போனதோ அந்த ஓட்டுச் சாய்ப்பில் போய் பார்க்கிறேன். காணோம். திரும்ப வந்து மேஜையின் கீழே பார்த்தவாறு சற்று தூரமாய் உட்கார்ந்தேன்.

கிளி அமர்ந்திருந்த கம்பிக்கு கீழே ஒரு தினசரி விரிந்து கிடக்க அதிலே நெல்மணிகள். கொய்யாப்பழம், மிளகாய்ப் பழங்கள். உரித்த வாழைப்பழம் போன்றவை கிளியின் அலகுகளால் கொத்தப்பட்டு சிதறிக்கிடக்கின்றன. திடீரென்று கிளி அங்கு தோன்றி விடாதா எனும் மன ஆவல்.

"என்னப்பா கண்ணம்மா வரவேயில்லையா?" தூங்கு மூஞ்சியை கசக்கியவாறு விடிந்தெழுந்ததும் நான் அந்த நினைப்பில் தான் இருப்பேன் என்று தெரிந்து வைத்திருந்த என் மகள் உசாவினாள்.

ஆமாம் அதற்கு நான்தான் கண்ணம்மா என்று பெயர் வைத்தேன். கண்ணம்மா என்று குரல் கொடுத்தால் சட்டென்று நின்று தலையை சாய்த்து கண்களை உருட்டிக் கூப்பிட்ட நபரைப் பார்த்து கொஞ்சம் தலையை உயர்த்தும்.

கிளைகளைப் பற்றிக் கொள்வதற்கு தோதான நீண்ட விரல்களையுடைய அதன் கால்களை மாறி மாறி வைத்து நடக்கிறபோது உடம்பு லேசாக அசையும் அழகை பார்த்துக் கொண்டே இருக்கலாம்.

தன்னை விளித்தவர்கள் அகன்ற பின்னால் மேஜைக் கம்பியின் மேல் உட்கார்ந்தவாறே கண்களைச் செருகி செருகி மூடியும் விழித்தவண்ணமும் குறுகிக் கொண்டு கிடக்கும்.

இப்போது என் கவலையெல்லாம் அந்தக்கிளி தன் இரைக்கு என்ன செய்யும் என்பதுதான். எங்கள் கிராமத்தைச் சுற்றியுள்ள எல்லா ஊர்களின் காடுகளிலும் விவசாயமே கிடையாது. ஒரேகருவேல முள் மரங்களும் வேனாவெயிலும்தான். நான் சிறுபிள்ளையாய் இருந்த காலம் மாதிரி இப்போது இல்லை.

இலட்சுமணப்பெருமாள் 217

வீடு தவறாமல் கோழி வளர்க்கும் அந்தக் காலத்தில் காக்கைகளுக்கும் பருந்துகளுக்கும் பஞ்சமே கிடையாது. சிட்டுக் குருவிகளின் சத்தம் உயர்ந்த காரை வீடுகளின் சிறு பொந்துகளில் கேட்டுக் கொண்டே இருக்கும். தோட்டக் கால்களில் உள்ள கிணறுகளில் மனிதர்களின் கைகளுக்கெட்டாத பொடவில் புறாக்குஞ்சுகள் தாய்ப்புறா கொண்டு வரும் இரைக்காக இரைந்து கொண்டு கிடக்கும். சுவரிடுக்குகளில் வளர்ந்திருக்கும் ஆலஞ்செடிகளின் மறைவில் அணில் கூடுகள். முற்றிய கதிர்களைக் கொத்தித் தின்ன அணி அணியாய் வரும் மயில் கூட்டங்கள்.

விவசாயத் தொழில்கள் மறைந்த பிறகு நவதானிய விளைச்சல் அற்றுப்போனதினால் ஒன்றையொன்று சார்ந்து வாழ்ந்த மேற்சொன்ன பறவையினங்களை சிறு ஜீவராசிகளை பார்ப்பது அரிதாகிவிட்டது.

அந்திமச் சடங்கு நடக்கிற ஆற்றின் கரைகளில் பித்ருக்களுக்கு வைக்கும் சோற்றின் கவளங்களை உண்ணக்கூட காக்கைகளைக் காணோம். நாய்கள்தான் ஓடிவருகின்றன. காக்கையினங்கள் பெருகியிருந்த அந்த வேளையில் பித்ருக்களின் சோற்றுருண்டை களை எடுக்கக் காகம் வராமல் நாய்கள் தின்றால் முன்னோர்கள் அந்த உணவை ஏற்க மறுத்து விட்டதாக ஐதீகம் கூறி வருந்து வார்கள்.

காலமான காலங்களில் அலங்கோலமான இந்த பஞ்சப் பிரதேசத்தில் பறந்து போன கிளி இப்போது எங்கு போய் என்ன சாப்பிடும் என்றுதான் உதைந்து கொண்டு கிடக்கிறேன்.

கிளியை குஞ்சு பருவத்தில் என்னிடம் கொண்டு வந்து கொடுத்த ஆட்டுக்காரச் சுருளியை தேடிப்போனேன். அவன் அப்போதுதான் ஆடுகளை மேய்ச்சலுக்கு கிளப்பிக் கொண்டிருந்தான்.

“என்ன மாமா கிளி வரலையில்லே” என்றான் அவன் பாடுகளுக்கூடேயும் என்னைத் திரும்பிப் பார்க்காமல்.

“வரலையேப்பா!”

“அதுக்குத்தான் றெக்கையை வெட்டிருவோம். றெக்கையை வெட்டிருவோம்னு மையம் பறந்தேன் கேட்டீகளா இப்போ ஓடிப்போச்சில்லெ” என்று இளக்காரமாய்ச் சிரித்தான்.

“ஆமடா மாப்ளே அது இரைபாடுகளுக்கு என்னடா செய்யும் காட்டுல என்ன இருக்கு”? என்றேன் கவலையோடு.

ஆடுகள் பூராவும் வெளியேறி பிறகு படலைத்தள்ளி மூடியவன் தோளில் கிடந்த துண்டையெடுத்த தலைப்பாகையாய் இறுகக்கட்டியவாறே என்னை நோக்கித் திரும்பினான்.

“ஆமா காட்டுல இருக்கிற பட்சிபறவைகளுக்கெல்லாம் தினோமும் இவரு தூக்குச் சட்டியில் கொண்டுபோய் சோறு வெக்கிறமாதிரி தான்” என்று மேய்ச்சக் கம்பையெடுத்துக் கொண்டு கிளம்பினான். “இல்லை மாப்ளே தெரியாமத்தான் கேக்கேன்”

“நீங்க சம்சாரிக. சம்சாரிக சம்சாரித்தனம் பண்ணாம தீப்பெட்டி, பட்டாசுக் கம்பெனின்னு வச்சிட்டீங்க சாப்பிடாமயா இருக்கீக? இல்ல, இங்க வெள்ளாம வெளைச்சல் எதுவும் கிடையாதுன்னு பாடு சோலி இல்லாம நாங்களெல்லாம் சாப்புடாம செத்துப்போனமா? ஏதோ ஒரு திக்கங் கூடி பிழைப்பு சுத்தி வரலே? அது மாதிரித்தான். எங்கேயாவது வேலியில படர்ந்து கிடக்கிற ரெண்டு கோவம்பழம் மஞ்சனத்தி பழம் அது இதுன்னு எப்படியாவது ரெண்டு இரையை பெறக்காமலா விடும். றெக்கையை வெட்டுவோம்ன்னா கூடவே கூடாதுன்னுட்டு கிளி என்ன திங்கிமுன்னு ஆராய்ச்சி பண்ண கிளம்பிட்டாரு” என்று போய்விட்டான்.

கொஞ்சம் யோசித்தால் இது ஒரு பைத்தியக்காரத்தனம் போல்தான் தெரிகிறது. எனக்குப் போய் இப்படியொரு ஆசை ஏன் வந்தது என்று தெரியவில்லை.

இது கிளிகளின் காலம் போலிருக்கிறது. எங்கு பாத்தாலும் கிளிக்குஞ்சுகளின் புழக்கம் ஜாஸ்தியாய் தெரிந்தது. ஆட்டுக்காரர்கள் காட்டிலிருந்து கிளிக்குஞ்சுகளை கொண்டு

வர ஊருக்குள் ஆளாளுக்கு கிளி வளர்ப்பதாக கேள்விப்பட்டேன்.

கிளி ஜோசியக்காரர்கள்கூட பக்கத்திலுள்ள டவுனிலிருந்து வந்து. சுருளி மாதிரி ஆட்டுக்காரர்களிடம் கிளிக்குஞ்சுக்காக காத்துக் கிடந்தார்கள்.

கிளியைக் கூண்டில் வைத்து 'பட்சி சாஸ்திரம்' பார்க்க வருகிற ஆட்களை இயல்பிலேயே எனக்குப் பிடிக்காது. கிளிக் கூண்டை இடதுகையில் பிடித்துக் கொண்டு வலது கையில் பிய்ந்த பாயை சுருட்டியவாறு 'கிளி ஜோசியங்கபட்சி ஜோசியங்க' என்று வீடுகளின் வாசல்களை பார்த்து அவர்கள் கூவும் போது உள்ளிருக்கும் கிளி தலையை சாய்த்து சாய்த்து வானத்தை வளைந்து நிமிர்ந்து பார்க்கும்.

பாயை விரித்து சீட்டு கட்டுகளைப் பரத்தி 'ராசாத்திங்கிற பேருக்கு ஒரு ராசியான சீட்டு எடுத்துப் போடுமா சரோஜா தேவி' என்று அவர் வயசுக்கு கிளிக்கு ஒரு பெயர் வைத்து கூப்பிடுவார்.

இரண்டு மூன்று சிறு இறகுகளுடன் கூடிய தன் பின்புறத்தை ஆட்டியவாறு வெளிவந்து சீட்டு ஒன்றை வாயில் கவ்வியபடி அந்தக்கிளி சுற்றியிருக்கிற வெளிகளை வான்பரப்பை மிரண்டு மிரண்டு பார்ப்பது எனக்கு சகிக்காது.

''சீக்கிரம் எடுத்துக் கொடுறா ஒரு ராசியான சீட்டு ராசாத்திக்கி'' என்று அவன் அதட்டிய பிறகு அந்தச் சீட்டை பக்கவாட்டில் எறிந்து விட்டு இன்னொரு சீட்டைக் கவ்வியபடி மீண்டும் அதனால் முடிந்த மட்டும் வானவெளிகளை மற்றைய பறவைகள் சுதந்திரமாய்ப் பறக்கும் அதிசயத்தை பார்த்து வாயில் கவ்விய சீட்டுடன் தலையை இருபுறமும் திரும்பி மருள மருள விழிக்கும். ''இதுதானா அந்தப் பேருக் குண்டான ராசியான சீட்டு'' என்றதும் அதையும் பக்கமாய் எறிந்து விட்டு இன்னொரு சீட்டை கவ்விப்பற்றித் தூக்கும்.

சீட்டு சீக்கிரம் கிளி எடுத்துக்கொடுக்காத ராசாத்தியின் ராசியைச் சொல்லி எல்லாரும் அவளைப் பரிகசித்து சிரித்தார்கள்.

அவர்களுக்கென்ன தெரியும்? சீட்டை உடனே எடுத்து கொடுத்துவிட்டால் கம்பிச் சிறைகளுக்குள்ளே உடனே போய் அடைபட வேண்டுமென்பது.

ஒரு ஆயுள் கைதியை அவன் சொந்த ஊர் வழியே பல ஆண்டுகள் கழித்து போலீஸ் வேனில் அழைத்துப் போகிறமாதிரி. அவன் சொந்த பந்தங்கள் இருக்கிற ஊர். இந்தா, இந்த வீட்டைத் தாண்டியதும் அவன் வீடு அதில் பெற்றோர். மனைவி பிள்ளைகள். அவன் குரல் கேட்டால் ஓடி வருகிற உறவினர்கள் எதிர் தெரிகிற வீடுகளில். யாரிடம் தன் இருப்பை தெரிவிக்க முடியாது நொந்துபோய் துடித்துக் கிடப்பவனைப்போல கிளியின் சிறிய இதயம் வானளாவிய வெளிகளை எண்ணி எண்ணி ஏங்கி இந்தப் பிரபஞ்சம் கொள்ளாத அளவிற்கு கவலை கொள்வதாக எனக்குப் படபடக்கிறது.

எனக்கு சிறுவயது முதலே வந்த கவலையாக இத அவதானிக்கிறேன். ஒரு முறை என் தந்தையிடம் ஒரு கிளிச் சோதிடன் கெஞ்சிக் கொண்டிருந்தான். அவரோஒரு கஞ்சப் பிசினாறி.

"சுப்பையாங்கிற பேருக்குயோகமான சீட்டு ஒன்று எடும்மா அஞ்சலிதேவி. அவருக்கு யோகபலன்கள் நல்ல வேளைகள் எப்படியிருக்கு எடுத்துக் கொடு".

கூண்டை விட்டு வெளியே வந்த கிளி வழக்கம் போல சீட்டைக் கவ்வும் முன்னம் க்ஷணத்திற்குள் இந்த உலகையே அதன் கண்களுக்குள் ஏக்கமாய் படம்பிடித்தது. பிறகு அவன் கொடுக்கவிருக்கும் ஒரு நெல் மணிக்காக சீட்டுகளை கலைக்க ஆரம்பித்தது.

"எடு எடு ஐயாவுக்கு நேரம் எப்படி இருக்குன்னு பார்ப்போம்."

அவ்வளவுதான். யாருமே எதிர் பார்க்கவில்லை. வீட்டிற்குள்ளிருந்து வந்த பூனை கிளியை லபக்கென்று கவ்வி வாசலைத் தாண்டி எதிர்வீட்டின் மொட்டைச் சுவற்றில் தாவி ஏறி ஓடியே போய்விட்டது.

‘‘ஐயையோ ஐயா எங்கிளி எங்கிளி’’ ஜோசியக்காரர் உள்ளேயும் வெளியேயும் மாறி மாறி ஓடித் தவித்து என் தந்தையிடம் அழாத குறையாய் வந்து நின்றார்.

‘‘என்னமோ என் நேரம் எப்படியிருக்குன்னு பார்ப் போம்ண்ணே. இப்போ உனக்கே நேரஞ்சரியில்லையா போச்சு போ. அதான் வேண்டா வேண்டாம்னு தலையில அடிச்சுக்கிட்டேன் கேக்கிறியா’’ என்று கிளம்பினார்.

‘‘ஐயா ஒரு அரையணா கொடுங்க காலையிலிருந்து பச்சைத்தண்ணி பல்லுல படல ஒரு தேத்தண்ணி போட்டுக்கிடுதேன் என்று பரிதாபமாய்க் கேட்டான்.

ஏது. என்ன வச்சி ஒங் கிரகசாரத்தை தெரிஞ்சுக்கிட்டே நீதான் எனக்கு அரையணாத்தரணும் போவியா’’ என்று எனக்கென்ன ஆச்சு என்பது போல் நடந்தார்.

‘‘அப்பா கிளி பாவம்ப்பா’’ என்று பின்னாடி ஓடினேன். ‘‘அடபோடா கிறுக்குப் பயலே பூனை அதோட உசிர விட்டாலும் விடுமேயொழிய கிடைச்ச கிளியைவிடாது. எலி அதுக்கு சோறுன்னா கிளி அதுக்கு பிரியாணி மாதிரி’’

பக்கத்து வீட்டிலிருக்கிற, வாலகுரு தாத்தா இந்தப் பச்சைப் கிளி தவிர எல்லா பறவையையும் வளர்ப்பார். அதை ரொம்ப பாதுகாப்பா வச்சிருப்பார். அதோட குணநலன்கள் பூராம் தெரிஞ்சு வச்சிருப்பார்.

பச்சைக்கிளிமாத்திரம் ஆகவே ஆகாது அவருக்கு. கிளி பறந்து வெளியே போய்விட்டால் நம்ம வீட்டுல இருக்கிற லட்சுமியும் போய் விடும் என்பார்கள். ‘‘பச்சை’’ வீட்டுக்குள்ளிருந்து பறந்து போகக்கூடாதுன்னுவார். இப்போ கதிவேலி பறவை வளர்க்கிறார். காலையில் விறகு வெட்ட போவதற்கு முன்னால் ‘‘வெளிக்கி’’ போகும் போது கதிவேலியை கூண்டோடு கொண்டுபோவார். நாங்களும் கூடப் போவோம்.

அந்தக் கூண்டு சிறு கம்பிகளால் அவராக முடைந்தது. கரிசல் மண்ணில் சாண உரம் வைத்த புஞ்சையில் சாணம் மக்கி அதை மண் மூடி இருக்கும் அதை உடைத்தால் உள்ளே கரையான்கள் மொளோர் என்று திரியும். அதுக்கு மேல கூண்டை வைப்பார்.

அந்தக் கம்பிகளின் இடுக்கு வழியாக கூண்டுப் பறவை அதுகளை கொத்திப் பெறக்கும்.

இதுக்கு ஏன் கதிவேலின்னு தெரியுமா? வேலிச் செடிகளுக்கு கீழேதான் குழிபறிச்சி ரெண்டுகாய்ந்த சருகுகளைப் போட்டு அதில முட்டையிட்டு குஞ்சு பொறிச்சி குடியிருக்கும். இப்படி வேலியே கதியா இருக்கிறதாலே அதுக்கு ''கதிவேலி'' அப்படீன்னு பேரு.

இதை "வானந்தாங்கி குருவி" ன்னும் சொல்லுவாங்க. ஏன்னா இது ரப்பட்டுல படுத்து தூங்கும் போது தன் ரெண்டு காலையும் மேலே தூக்குன மட்டுலதான் படுத்திருக்குமாம். அது அசந்து தூங்கும்போது வானம் இடிஞ்சு அது மேல விழுந்து அமுக்கீட்டா? அதுக்குத்தான் அந்த எச்சரிக்கை. அதோட கால்மேல அதுக்கு எம்புட்டு நம்பிக்கை பாரு. என்பார் ஆச்சரியமும் சிரிப்புமாய்.

நாளது தேதியில் பறந்து போன கிளியையும் பற்றி சுருளி சொன்னதில் எனக்கு திருப்தி இல்லை. வீட்டில் நான் கொடுத்த பழக்கவழக்கங்கள் மாதிரி காட்டில் அது எங்கு போய்த் தேடும். கண்டிப்பாய் அது திரும்ப வரும் என்ற நம்பிக்கை எனக்குள் இருந்தது. இது சம்பந்தமாக அவனிடம் திரும்பப் போய் பார்க்க கொஞ்சம் யோசனையாயிருந்தது.

ஏற்கனவே கிளியை வளர்க்கும்போது, தினமும் காலையில் அவனிடம் போய் யோசனை கேட்கப் போகும்போது. "இதென்னடா இது இந்த ஆளோட பெரிய ரோதனையாய்ப் போச்சி. கிளியை கொடுத்தாலும் கொடுத்தேன் நாளும் பொழுதும் வந்து சீவனை வாங்குறாரு" என்று சடைத்தான். அவனுடைய முணு முணுப்பை நான் பெரிதாக எடுத்துக் கொள்ளவில்லை. என்னதான் அவன் மொணங்கினாலும் அவனைவிட்டால் யோசனை சொல்ல வேறு ஆளில்லை.

"ஏப்பா கிளி இனியும் பேசக்காணோமே"

"பேசும் பேசும் ஆலமரத்துகிளிதான் சீக்கிரம் பேசும். இது பனையில எடுத்து வந்தது. கொஞ்ச நாள்ச்சென்று தான் பேசும்பழகும்".

பழக்கத்துக்கு வந்து விட்டது. காலையில் அதன் இருப்பிடமான மேஜைக்கு கீழ உள்ள கம்பியிலிருந்து இறங்கி வந்து கொஞ்சம் தள்ளி பேப்பர் படித்துக் கொண்டிருக்கும் என் மீது படபடவென்றுறெக்கைகளை தட்டி பறந்து புஜத்துக்கும் கழுத்துக்குமான இடையில் கால் வைத்து நின்று கொள்ளும். முன்னால் யார் கையை நீட்டினாலும் லபக்கென்று கவ்வியது. கிளிமேல் பிரியங் கொண்ட என்மகள் கூட தூர நின்று நின்று அதனுடன் பேசுவாளேயொழிய கிட்டப்போனால் கொத்திவிடுகிறது என்று பயந்திருந்தாள். அதை தன் தங்கை போலப் பாவித்து பேசுவாள்.

“இந்தா அடியே கண்ணம்மா இங்கே பாருடி அறிவு வேண்டாம் கடிக்கிறியே நீ கொத்துறேன்னு அம்மா உன்னை திட்டுறாள் பாரு ரோசமில்லே” என்பாள். என் மனைவியும் மேஜைக்கு அடியில் குனிந்து கொண்டு” ஏ இவளெ என்ன? இல்லெ என்னாங்கிறேன். பொட்டச்சிக்கு இவ்வளவு ராங்கித்தனம் கூடாது. இங்கெ என்ன குறையா நடக்கு உனக்கு வெழமெடுத்து போயி திரியுறே”.

குடும்ப உறுப்பினர்கள் வெளியே போய்விட்டு வீட்டிற்குள் வரும் பொழுதெல்லாம் ‘கண்ணம்மா’ வை விளித்த வண்ணம்தான் உள்ளே நுழைவார்கள்.

கிளி அடிக்கொரு தடவை பறந்து வந்து என் புஜத்தில் உட்கார்ந்து கொள்வதால் என்மேல் தான் அதற்கு ரொம்பப் பிரியம் என்று எல்லோருக்கும் பட்டது.

கிளி நம் கையை கடிப்பது. ஒரு பிடிமானத்தை ஏற்படுத்திக் கொண்டு. உள்ளங்கையல் அதன் காலை அடி எடுத்து வைத்து நிற்கத்தான். உலரும் துணியை கொடியோடு கவ்வும் க்ளிப் பற்றுவது மாதிரிதான் கிளி கடிப்பது இருக்கும். இந்த உண்மையை என் மனைவிக்கும் என் மகளுக்கும் நான் சொல்லாமல் அவர்களை கிளி கொத்துகிறதென்றும் என்னை அவ்வாறு கொத்தவில்லை என்கிற மாதிரியும் நடந்து கொண்டேன்.

என்மேல் மட்டும் கிளிக்கு ஆசை என்று எல்லோரும் சொல்வதில் எனக்கு பெருமையாயிருந்தது. அன்று தற்செயலாய் மாலை நேரம் நான் சுருளியை பார்க்க நேர்ந்த போது காலையில் வீட்டிற்கு வந்து இந்த மனுஷன் வாணாளை வாங்குவரென்று முன்கூட்டியே ஒரு தகவல் சொன்னான்.

“கிளி பேசலைன்னா மிளகாப்பழம் கொடுங்க மாமா” என்றான். மிளகாய்ப்பழமா? அதுவுஞ் சரிதான் அதைத் தின்றால் பேசுமோ இல்லை காரம் தாங்காமல் கத்துமோ எப்படியோ பேசிவிட்டது என்று முடிவு செய்து கொள்ளவேண்டியதுதான். கிளி பாஷை நமக்கென்ன தெரியும்.

ஆளுகளோட நல்லா பழகிவிட்டால் கிளி வீட்டை விட்டுப் போகாது என்று சுருளி சொல்லியிருந்தான். நல்லா பழகுவது என்பது எதுவரைக்கும் என்று தெரியவில்லை. அன்று காலையில் கிளி சந்தோசமாய் இங்குமங்கும் பறந்து திரிந்தது.

என் மகளும் மனைவியும் அதோட விளையாட்டு விளையாட்டுதான். ஆனால், அது கொத்திவிடுமோ என்று பயத்தில் வேறு ஓடித் திரிந்தார்கள். மிளகாய்ப் பழத்தை அது தின்னுகிற தீனைப் பார்த்தால் கிளி கூடிய சீக்கிரம் பேசிவிடும் என்று எனக்குள் நம்பிக்கை வந்தது.

நானும் அவர்களுடனே உற்சாகக் களிப்பில் ‘‘கிளி கொத்தவுஞ்செய்யாது கடிக்கவுஞ் செய்யாது. நம்ம கையைக் கவ்வி காலை மேலே வச்சு உள்ளங்கையில் ஏறி நிற்கும்” என்று சொல்லி அதுபோல கிளியைக் கொண்டு செய்முறை விளக்கமளித்தேன்.

முதலில் பயந்த மகளும் என் மனைவியும் இப்போது சந்தோசமாகிப் போனார்கள். என் புஜத்திலும் கையின் ஆட்காட்டி விரலிலும் நிற்கிற மாதிரி அவர்களிடமும் சகஜமாகிப் போனது.

என் மனைவிக்கு மகிழ்ச்சி தாளாமல், கீழே அதற்கான பழங்கள் வாடி வதங்கி, தின்றும் திங்காமலும் கிடப்பதைப் பார்த்து ‘ஒரே பழமா கொடுத்துக்கிட்டு இன்னைக்குச் சோறு வெப்போம்'. என்று உள்ளே போய் குழைந்த வெண்ணெய் மாதிரி சோறு கொட்டைப்பாக்கு அளவு கொண்டுவந்தாள்.

அதை பழச்சதைகளைச் சாப்பிடுவது மாதிரியே புணுபுணுவென்று எறும்பளவு பற்றி தின்றது. சாப்பிட்டதும் வழக்கம்போல் சிறு மண்புழு அளவு எச்சமிட்டது. எல்லா வேலையையும் போட்டுவிட்டு என் மகளும் மனைவியும் கிளியோடு மெனக்கெட்டு கிடந்தார்கள். அவர்களை விட நான் ஒருபடி மேலே சென்று கிளியுடனான உறவை மேம்படுத்த 'சரி சரி வேலையைப் பாருங்க' என்று அதை என் விரலால் தாங்கி பிடித்தவாறு வெளியே வந்தேன்.

வெயில் தைக்க ஆரம்பித்திருந்தாலும் வீட்டின் முன்னாலிருந்த ஓட்டு தாழ்வாரத்தில் பனி படர்ந்திருந்தது. ஓடுகள் நனைத்திருந்தன. பக்கத்திலிருந்த மின்சாரக்கம்பத்தில் சிட்டுக் குருவிகள் குளிரில் நனைந்து நடுங்கி கிறீச்சிட முடியாமல் ஒடுங்கி வயர்களில் நின்றிருந்தது.

இந்த ரம்மியத்தை கிளியும் அனுபவிக்கட்டும் என்று ஓட்டின்மீது ஏற்றி நிற்க வைத்தேன். கண் இமைக்கும் நேரம் தெற்குப் பக்கமாய் விரிவாய் அகன்றிருந்த தெருவழியே படபடவென்று சிறகை விரித்து ஒரு பர்லாங் தூரம் வேகமாய்ப் பறந்து வேகங்குறையாமல் மேற்கு நோக்கி திரும்பி மறைந்தது. திகைப்புடனும். ஏமாற்றத்துடனும் நான் பின்னாலேயே ஓடினேன்.

கொஞ்ச தூரத்தில் ஒரு வேப்பமரம் இருந்தது. ஓடிப்போய் அந்த மரத்தின் கிளைகளெல்லாம் தேடினேன். காணோம், அதற்கு அந்தப்பக்கம் ஒரே வெளிதான் எட்டமுட்ட மரங்கள் கிடையாது.

தொவ்வலாய் திரும்பி வந்தேன் மனுஷர்கள் காலை பரபரப்பில் அவரவர்கள் திரிந்து கொண்டிருந்தாலும் என்னமோ எல்லோரும் என்னைப்பார்த்து ஏளனமாய் சிரிக்கிறமாதிரி தெரிந்து.

என் மகளுக்கும் மனைவிக்கும் என்ன சொல்வதென்றே தெரியவில்லை. நேற்று நேற்றுக்கு முந்தின நாள் போயிருக்க கூடாதா இன்றைக்குத்தான் அவர்களுக்கு பிரியமான கிளியாகி இருந்தது.

மெல்ல என் மகளிடம் சொன்னேன். அவள் நம்பவில்லை. கண்ணம்மா... கண்ணம்மா... என்று மாடிக்கு தேடி ஓடினாள். என் மனைவி என் மேல் விழுந்து பிடுங்குவதற்கு முன்னால் "அதுக்குச் சோத்தை என்ன மயித்துக்குக் கொடுத்தே. அதான் மனுசப்பயபுத்தி வந்து ஓடிப்போச்சு'' என்று முந்திக் கொண்டேன். இருந்தாலும் என் இளிச்ச வாய்யத்தனம் எனக்குள் குடைந்து கொண்டுதானிருந்தது.

அன்றைக்கும் எழுந்து மேஜையின் கீழே பார்த்துவிட்டு அப்படியே பனி படர்ந்த ஒட்டுச் சாய்ப்பையும் பார்த்தேன் குருவிகள் கிறீச்சிட ஆரம்பித்திருந்தன. சுருளி வீட்டுக்குப் போனேன்.

"இந்தா பாருங்க அந்த அண்ணே வந்திருக்கு" என்று அவன் மனைவி தூங்கிக் கொண்டிருந்தவனை எழுப்பினாள்.

"நாசமாப்போச்சுபோ'' என்று மொணகியவாறு எழுந்து "வாங்க மாமா" என்றான் பலமாக.

''அது கழுதை அவ்வளதான் மாமா அதோட கதை முடிஞ்சிருக்கும்'' என்றான் முடிவாக. முதலில் என்னோட அலப்பறைக்கு ஆற்றாமல் தான் சொல்லுகிறான் என்று நினைத்தேன். பிறகு போகப் போக அவன் சொன்ன தகவல்கள் எனக்கு அதிர்ச்சியாக இருந்தது.

"போனகிளி அதோட இனத்தைத்தேடி போயிருக்கும் அந்த கூட்டத்தோட போய்ச் சேர்ந்தாலும் அது மனுஷ மக்களோட பழகினது பாருங்க. இந்த மனுச வாடை மத்த கிளிகளுக்கு ஆகாது. மற்றதெல்லாம் ஒண்ணாச் சேர்ந்து இதை தங்களோட சேர்த்துக்கிடாம விரட்டி விரட்டி அதோட தலையிலேயே கொத்தி கொத்தி துரத்தும். கொஞ்ச நாள் தனியாகவே ஒரு பக்கமாய் சுற்றி அலையும். மற்ற கிளிகள் மாதிரி இதுக்கு கொடிகள்ல இருக்கிற பழங்களை கொத்திக் திங்கத் தெரியாது. பழையபடி நம்மை வீட்டை தேடி வரும். இவ்வளவு பெரிய ஊர்ல அது வளந்த வீடு அதுக்கு எங்கே தெரியும் வீட்டுக்குள்ளேயே உலகங் காணாம கிடந்ததில்லையா? ராப் பகலா ஒவ்வொரு வீடா தான் தினமும் கேட்ட பாஷை

எங்கேயாவது கேட்குதான்னு தேடி, திரிஞ்சி அலுத்து திரும்ப காட்டுக்குப் போகும். பழைய கதை தான். மற்றதுகள் இதை தலையிலேயே கொத்தி கொத்தி... இப்படியே அது லோள் பட்டு கடைசியிலே செத்தேபோகும்".

இத்தோட விட்டது சனியன் என்று திரும்ப முடக்கி படுத்துக்கொண்டான். கலங்கிய மனதோடு திரும்பி நடந்தேன். தெருவின் ரெண்டு பக்கமுள்ள வீடுகளின் கூறைமீது என் கண்கள் நோட்டமிட்டவாறே வந்தது.

"என்ன எதுக்கால வர்ற மனுஷர் கூட தெரியாம மேலமேல என்னமோ மாலைக் கண்ணு வந்த ஆள்மாதிரி போறாரு" என்று யாரோ பேசிப்போனது காதில் விழுந்தது. "மாமா என்ன வீட்டுக் கூரையையே வளைச்சி வளைச்சி பாத்த மட்டுல போறாரு கூரையை பிரிச்சி மேயப் போறாரா இல்லே ஓட்டைப் பிரிச்சி இறங்க எந்த வீடு எசவுன்னு பாக்காரா" என்று கேலிக்காரப் பெண்கள் பேசிச் சிரிப்பதும் கேட்டது.

தெரு ஊரு கடந்து காட்டிற்குள் ரொம்ப தூரம் வந்து விட்டேன். எங்காவது ஒன்றிரண்டு வாடிப்போய் நிற்கும் வேம்பு கருவேல்மரங்களுக்கு கீழே நின்று மேலே அண்ணாந்து பார்த்தேன். சுற்றியாரும் இருக்கிறார்களா என்று நோட்டமிட்டுவிட்டு "கண்ணம்மா, கண்ணம்மா" என்று கத்தினேன்.

பழையபடியும் எட்டமுட்டும் மனித நடமாட்டம் இருக்கிறதா என்று பார்த்துக் கொண்டேன். யாராவது "லூசு" என்று நினைத்து விட்டால்? திரும்பவும் நடந்தேன். அந்தக் காலை வேளையிலும் என் உடம்பு வியர்த்து கொட்டியது. எனக்குள் இருந்த நம்பிக்கையால் வீடு திரும்ப மனசில்லை. அழகாபுரி பெரிய கண்மாய் கரை மீது ஏறினேன். புளிய மரங்கள் கரையைச் சுற்றி வளர்ந்திருந்தன. புளிய மரங்களின் குளிர்ந்த நிழலில் நடந்து கொண்டே மர உச்சிகளைப் பார்த்தேன்.

பறவைகள் பலவிதமாய் கூட்டங் கூட்டமாய் அமர்ந்திருந்தன. மரங்களுக்கு மரம் கிளை அடர்மானத்திற்கு தகுந்த மாதிரி

காற்றின் ஓசை விதமாய் ஒலித்தது. காற்றில் அசைந்த கிளைகளின் மேல் அமர்ந்திருந்த பறவைகள் ஊஞ்சலாடின.

மூன்று முறை கண்மாய்க் கரையை வலம் வந்தேன். கண்ணம்மா இருப்பதற்கான அறிகுறியே இல்லை. மறுகரை இறங்கி கரிசல் காட்டின் வழியே மேலும் நடந்தேன் சுற்றிலும் பார்த்தால் ஊர்கள் மறைந்து, பெரும் வெளிகளின் நடுவில் நின்றிருந்தேன். அந்த நடுப்பொட்டலில் மொட்டையான ஒற்றைப் பனைமரம் நின்றிருந்தது. சற்று நடந்து போய் பனைமரத்தை அணைந்து உட்கார்ந்தேன்.

எனக்கு முன்னால் நீண்டு அகன்று கறுத்துக்கிடந்த கரிசல் மண்ணில் புல் தளிர்த்த மாதிரி பச்சை நிறத்திலான றெக்கைகள் சிதறிக்கிடந்தன. உட்கார்ந்து மண்டியிட்டவாறே தவழ்ந்து அவற்றின் அருகே சென்றேன்.

அதற்கும் கொஞ்சம் தள்ளிரெண்டு ரோஜா இதழ்களைப்போல கிளியின் அலகுகள் பெரிதும் சிறிதுமாக லேசாய் மண்ணிற்குள் பதிந்து மேல்நோக்கி மலர்ந்து கிடந்தது. என் மேல் கீழ்நாடிகள் கிடுகிடுத்தன. “கண்ணம்மா” என்று சத்தமிட்டு கூவினேன்.

மொட்டைப்பனை மரத்தின் உச்சியிலிருந்து சில கிளிகள் படபடத்து நாலா திசைகளிலும் பறந்து ஓடின. எழுந்து நின்று கிளிகள் பறந்த திசையெல்லாம் பார்த்து கண்களைத் துடைத்துக் கொண்டேன்.

“அந்தக் கிளிகளின் ஏதாவது ஒன்று நிச்சயமாய் என் கண்ணம்மா வாய்த்தான் இருக்கும்”.

பாடறியா நாளையிலே...

முன்னாள் மாவட்டக் கல்வி அதிகாரி வீரா சாமியின் பங்களா, நகரத்தின் நடு மையத்தில் இருக்கிறது. அந்த பென்னம் பெரிய பங்களாவில் அவரும் அவர் மனைவி மட்டும்தான் இருக்கிறார்கள். பணியில் இருக்கும்போது கார்கள் சாரை சாரையாய் வந்து போயி ரொம்ப சுறுசுறுப்பாக இருந்த தெருதான் அது.

பணி ஓய்வுக்குப் பிறகு எல்லா அதிகாரிகளுக்கும் ஏற்படுகிற கதிதான் இவருக்கும். யாரும் தேடுவாரில்லை. அடிபிடியாய் வேலையாட்கள் இருந்த காலம்போய் இப்போது எல்லா வேலைகளையும் அவராகவே செய்து கொள்கிறார். அக்கம்பக்கத்து ஆட்களை கூப்பிட்டுக் கூப்பிட்டு பேச வேண்டியிருக்கிறது.

அவரால் பதவி உயர்வு பெற்ற வாத்திமார்கள் அலுவலர்கள் எதிரே பார்த்தாலும் பார்க்காத மாதிரி திரும்பிக் கொள்கிறார்கள். நேற்று வரைக்கும் காலுக்குள்ளும் கையுக்குள்ளும் கிடந்த பியூன்கூட ஒரு வேலை சொன்னால் 'போங்க சார் பின்னாடியே வாரேன்' என்று சொல்லி போகிறவன் திசைக்கிடைக்கே வருவதில்லை.

பள்ளிக்கூடங்களுக்கு விசிட் அடிக்கவும் விழாக்களில் விருந்துகளில் கலந்து கொள்வதுமாக பெருந்திண்டியில் ஓடிய காரணம் பற்றி எல்லா வியாதிகளும் பாரபட்சமில்லாமல் உடம்பில் செட்டில் ஆகியிருக்கிறது.

குனிந்து நிமிர்ந்து கடுமையாக வேலை செய்ய டாக்டர்கள் சொன்ன ஆலோசனையின் பேரில் அவராக பகலெல்லாம் கொத்தி குதறி பல நாட்களாக பாடுபட்டு தயார் செய்த தோட்டம் நகர அரவத்தை தாண்டி கீழ்க்கோடியில் இருக்கிறது.

நெஞ்சுமட்ட சுற்றுச்சுவர் எழுப்பி அரை ஏக்கர் பரப்பில் அடிகுழாய் தண்ணீர் வசதியோடு வேம்பு. அகத்தி, முருங்கை மரங்கள் ஓங்கி வளர்ந்து நிற்க மீதி இடங்களில் பாத்திகட்டி, கீரை, வெண்டை தக்காளி செடிகள் பசேலென்று பரந்து கிடக்கும்.

தன் ஒரே மகளுக்கு கல்யாணம் செய்து வைத்த பிறகும் தான் ரிடையர்டு ஆகிற வரைக்கும் எட்டி நின்றே பேசி மௌனியாய்க் கிடந்த தம் பாரியாள் இப்பொவெல்லாம் எதற்கெடுத்தாலும் 'சும்மா தொண தொணங்காதீங்க இச்சலாத்தியா' என்று வெடுக்கென்று பேசி முகத்தை நாரசமாய் சுருக்குகிறாள்.

இப்பொவெல்லாம் இரவில் அவருக்கு தோட்டத்தில்தான் படுக்கை. திண்ணை வைத்த சிறிய அறை. மின் வசதிகள் இல்லா விட்டாலும் இயற்கை காற்று அங்கிருந்துதான் கிளம்புகிறதோ என்கிறமாதிரி சிலீர் என்ற மெல்லிய விளாசல்.

முன்னம் மாதிரியெல்லாம் தூக்கம் வருவதில்லை. ரத்தம் குறையக் குறைய மனுசர்களைப் பற்றியதான பயம் அதிகரித்துக்கொண்டே வருகிறது. தன்னால் பழிவாங்கப் பட்டவர்கள். பாதிக்கப்பட்டவர்கள் இத்தகைய நிர்க்கதி யான நேரத்தில் தன்னை சூழ்ந்து கொண்ட மாதிரியான கனவுகளில் முழிப்பு தட்டி விடுகிறது.

செத்த பிணத்தைக் குளிப்பாட்டக்கூட நகர மக்களின் அசுரவாழ்க்கை தன்மையற்றுப் போனதை இப்போதுதான் அனுபவத்தில் உணர்கிறார். 'மனுசம்' மருந்துக்குக் கூட தென்படாமல் போனதில் ரொம்ப உறுத்தலாயிருந்தது.

அன்று இரவு பன்னிரெண்டு மணி இருக்கும். வெளியே சூறாவளி சுழன்ற மாதிரி மரங்கள் இரைந்தன. செடிகள்

சாய்ந்து சாய்ந்து எழும் சலசலப்பும் கேட்டு, இருந்த அரைகுறை தூக்கமும் கலைந்த வராய் எழுந்து வெளியே வந்தார்.

அவரை வெளியே எதிர் பார்த்த மாதிரி காற்று அவ்வளவுக்குள் அடங்கிவிட்டது. மேகத்துக்குள் மறைந்தும் மறையாத கலங்கலான உச்சி நிலவு சிறிதாய் வெளிச்சம் சிந்தியதில் அவரைச் சுற்றிலும் இருள் வளைந்து கிடந்தது. எங்கிருந்தோ ஓடிவருகிற ஒரு நாயின் குரைப்புச்சத்தம். அசைவொடுங்கிய மரத்தின் உச்சியிலிருந்து சட சடக்கும் பறவையின் றெக்கை ஒலி.

திரும்பி அறைக்குள் நுழையப்போகையில் யாரோ இவரை கடந்துபோன மாதிரியான பிரேமை தட்டியது. லேசு நிலவொளியில் படும் தன் நிழலாக இருக்கும் என்று எண்ணிய பட்சத்தில், ஒரு பெண்ணின் விசும்பல் சத்தம் கேட்டது.

சுற்றும் முற்றும் பார்த்தார். ஈனஸ்வரத்தில் நெளிந்த அந்த குரல் ஒரு முதிலிப் பெண்ணின் குரல் வளையிலிருந்து விக்கி விதிர்த்து சிதறுவதைக் கேட்டார்.

இருளணைந்த செடிகளின் லேசான தலையசைப்பில் பெண்கள் கூட்டமாய் கேதத்தில் இவரைச் சூழ அமர்ந்த மாதிரி அமங்கல நினைவில் அதிர்ந்தார்.

வீராசாமியின் மனசு படபடத்தது. இதுவரையிலும் கொள்ளாத பயம். அழு குரல் தொடர்ந்தது.

பலகாலமாய் அடக்கி வைத்தமனக்கிலேசம் சிறிது சிறிதாக கசிகிற மாதிரி 'ஊ' என்ற ஊளை, பின் சங்கு சத்தம்போல சன்னஞ்சன்னமாய் உயர்ந்து வந்தது.

குரல் வந்த திண்ணையின் மூலையில் முக்காடிட்டு கால்களை நீட்டி உட்கார்ந்து கைகளை ஏந்தி முன்னும் பின்னும் அசைந்த வண்ணம் அந்த உருவம் புலப்பட்டது. பயத்தில் ஓவென்று அலறிமன ஆகவாசம் செய்து கொள்ளும் முயற்சிக்கிணையாக திரேகம் ஏகமாய் நடுங்க "ஏ யாரும்மா நீயி?" என்று கேட்டு இரண்டடி பின்னால் நகன்றார்.

“தம்பி! உடம்பிறவியே! என் சீமைத்துரையே எஞ்சாமி!”

அறிந்த குரலுணர்ந்த வீராசாமி மனம் பதற சந்தேகத் துடனான தீர்க்கத்தில் ‘பாப்பாக்கா! பாப்பாக்காளா?

தன் உடன் பிறந்தாளை பல ஆண்டுகளுக்குப்பிறகு ஒருமையிருட்டில் பார்க்க நேர்ந்தபோதுங்கூட உடனே அடையாளங்கண்டுவிட்டார். அந்த ஓவியம் அப்படி மறக்கமுடியாமல் மனசிற்குள் தீட்டப்பட்டிருந்தது.

“இப்படி சன இனம் வேண்டாம்ன்னு நீ ஒதுங்கி போறதுக்கா இந்த சட்டக்காரங்க படிப்பு படிக்க வச்சோம். இப்படியாகும்முன்னு தெரிஞ்சிருந்தா இந்த கோணமான படிப்புக்கு நாங்க அப்படி அரும்பாடு பட்டிருப்பமா? வாழ்ந்த வாழ்வையென்ன வளந்த வளப்பமென்ன கூப்பிடுற தூரத்துல இருந்தும் நாம ஒண்ணடி மண்ணடியா கூடி ஒரு நல்லது பொல்லதுன்னு ஒண்ணுக்கொண்ணு தாங்க தடுக்க முடியாம எந்தச்சாமி மறிச்சதோ, ஒருத்தரையொருத்தர் பாக்கலாகாதுன்னு எவரு வச்சே செய்வினையோ எந்தக் கொள்ளிக் கண்ணுபட்டு இந்த நந்தவனம் அழிஞ்சதோ.”

“அம்மாவுக்குப் பிறகு உன்னை கீழே தரை பரசாம கண்ணுக்குள்ள வச்சு வளத்து ஆளாக்குனாளே மூத்த அக்கா மகலாட்சுமி அவ செத்ததுக்கு வந்தியா. நடுவுளவா சரசு செத்து கிடந்தப்போ உனக்கு வரத் தோணலையே. சின்னவா ராசம் செத்தப்பவும் வரலையே. அவங்க ஒவ்வொருத்தரும் சாகுந்தருவாயில் கடைசியா தம்பியை ஒரு தரம் பாக்கணும். என் தம்பியை ஒருதரம் பாக்கணும்னு தொண்டை வரள சொல்லிச் சொல்லி மாஞ்சாங்களே அந்த நெஞ்சு வெந்திருக்குமா?”

ஒரு சூன்யத்துக்குள் போய்க்கொண்டிருப்பதைப்போல உணர்ந்த வீராசாமி, படிப்பும் சம்பாத்யமும் சொந்த பந்த சம்பத்துகளுக்கு முன்னால் நிர்மூலப்பட்டுப் போனதை நொடிகளில் உணர்த்திய சகோதரியின் முகம் பார்க்க திராணி அற்றுமேல் துண்டையெடுத்து முகம் புதைத்துக் கொண்டார்.

இலட்சுமணப்பெருமாள் 233

சிறு பிரச்சனையில்தான் முறிக்கக்கூடாத பந்தத்தை முறித்துக் கொண்டார். பாப்பாக்காள் மகனுக்கு இவர் மகளை தர மாட்டேனுட்டார்.

டீக்கடை வைத்து சொந்தங்களில் எல்லாரைக் காட்டிலும் வீடு வாசல் காடு கரை ரொக்கமென்று சூதானமான இளைஞனாக இருந்தான்.

"எப்படியிருந்தாலும் ஓட்டலில் எச்சில்கிளாஸ் கழுவுறவனுக்கு என் பொண்ணைக் கொடுத்து அங்கே வடைக்கும் இட்லிக்கும் என் பிள்ளை ஆட்டிக்கொடுத்துக் கொண்டிருக்கவா" என்று சாக்குச் சொல்லி ஏர் ஸ்போர்ட்ஸ் மாப்பிள்ளைக்கு கல்யாணம் முடிவு பண்ணிவிட்டார்.

சொந்தம் விட்டுப்போகாமலிருக்க இளையவள் பாப்பக்காளின் மகன்தான் ஒரே வாய்ப்பு என்று ஏகமாய் எல்லா அக்கா மார்களும் கெஞ்சிப் பேசியுங்கூட அதை நிராகரித்துவிட்டார்.

அழைப்பிதழ் கொடுக்க ஊருக்கு போனபோது இவர்வருகிற தகவலறிந்து எல்லாரும் வயிற்றெரிச்சலில் கதவைச் சாத்திக் கொண்டார்கள்.

அன்று முறிந்த முறிவுதான்.

மூத்தவள் மகாலட்சுமி இறந்தபோது இவருக்கு எந்த தகவலும் கொடுக்கவில்லை. வந்தாலும் உள்ளே நுழையவிடக்கூடாது. முகத்தை பார்க்கவிடக்கூடாது என்று எல்லா பயல்களும் பிடி சாதனையாக இருக்கிறார்கள் என்று கேள்விப்பட்டு இருந்துவிட்டார்.

"மாமா வந்தால் வரட்டுமேடா கடைசியா பெரியம்மாவை பார்த்துட்டு போகட்டும்டா" என்று இளையவள்கள் பெற்ற பிள்ளைகளிடம் கெஞ்சியும் அவ்வளவு வைராக்கியம் காட்டிவிட்டார்கள்.

அக்கா தங்கை நான்குபேர்களுக்கும் தம்பியாக கடைக்குட்டி வீராசாமி. இவர் பிறந்த கொஞ்சநாளில் அப்பா இறந்துபோக, வீட்டிலே ஆம்பளை என்று சொல்லிக் கொள்ள இவர்தான்.

எல்லாரும் சமஞ்சு வீட்டில் கொமருகளாக இருக்கும்போது ஆளாளுக்கு தம்பிமேல் பிரியமாய் கிடப்பார்கள். தம்பி பள்ளிக்கூடம் விட்டு வருவதற்கும் இவர்கள் காட்டுவேலை முடித்து வருவதற்கும் நேரம் சரியாக இருக்கும். வந்தும் வராததுமாக ஆளாளுக்கு தூக்கி வைத்துக் கொள்வார்கள்.

“அவனை கீழே விட்டுட்டு வேலையைப் பாருங்கடி! குடிக்க ஒரு பொட்டுத் தண்ணியில்லெ. காட்டில இருந்து வந்து இன்னும் சோத்துக்கு உலை வெக்கெலெ. வீட்டை தூத்து பெருக்கணும். ஏனங்கள் கழுவாம கிடக்கு. நாலு பேரும் வந்ததிலிருந்து அவனை மாத்தி மாத்தி தூக்கி வெச்சுக்கிட்டு பாடா படுத்துறீகளே”

அம்மா விரசுவாள்.

வீராசாமி ஒவ்வொரு பருவமாய்ப் படிப்பதைப் பார்த்து பார்த்து மகிழ்ந்தார்கள். ஒவ்வொருவராய்க் கல்யாணம் பண்ணிப் போகப்போக மாமா என்ற புது சொந்தமும் மைத்துனர் என்ற பட்டத்தோடு மரியாதையும் வந்தது. பிறகு தாய் மாமன் என்ற பரிமாணத்தோடு சடங்கு சம்பிரதாயங்களில் கலந்து கொண்டு சபை மெச்ச வாழ்ந்த காலங்கள்.

நல்ல வேலைக்கார பொண்ணுகளுக்கு மாப்பிள்ளையை வெளியேயெல்லாம் தேடவேண்டியதில்லை. எல்லாருக்கும் உள்ளூரிலேயே சம்மந்தங்கள் கிடைத்து பக்கத்து பக்கத்து தெருவில்தான் இருந்தார்கள். ஆயினும் தம்பியை ரொம்ப ரொம்ப பிரிந்து வந்துவிட்ட மாதிரியான நெனைப்பில் தினசரி பார்த்தாலும் எத்தனையோ வருசமான மாதிரி பார்த்து ‘நல்ல சாப்புடமாட்டீயாய்யா! மெலியுறே! அக்கா வீட்டுக்கு வந்து ஒருவாய் சாப்புட்டுவிட்டு போ’ கைப்பிடியாய் இழுத்துப்போவார்கள்.

ஒன்பது மணிக்குள்ளாக டவுன் கப்சிப் என்று ஆகிப்போகும். அத்தனை போக்கு வரத்துகளும் நின்று போன பிறகு இந்த நடுசாமத்தில் எப்படி இவ்வளவு தூரம் வந்து சேந்தே? என்று கேட்கவேண்டும் போலிருந்தது. ஆனால் கேட்கவில்லை. அழுகைதான் முந்திக் கொள்கிறது.

எட்டு ஏக்கரில் நான்குபேருமாய் சேர்ந்து மிளகாய்மாறை மதியத்திற்குள் பிடுங்கி பொழுது அடையுமுன்னால் படப்பு போட்டுவிடுவார்கள். மதிப்புக்கு பிடித்து களையெடுக்க போனால் பம்மலில் கிளம்பி போகிறவர்கள் ராத்திரி விளக்கு வைத்து ரொம்ப நேரஞ்செண்டுதான் திரும்புவார்கள். அப்பேர்பட்ட கட்டைகளுக்கு இருட்டும் தூர நடையும் ஒரு பொருட்டா? இப்போது வீட்டிற்கு கூப்பிட்டாலும் வரமாட்டாள்.

அந்நியத்திலிருந்து வந்த இவருடைய பெண்ஜாதிதான் புருசன் சம்பாத்யத்தை அக்காமார்கள் கூடி குலாவி கும்மரிச்சம் போட்டு தின்று தீர்த்துவிடுவார்கள் என்று, ஒண்ணுக்குள் ஒண்ணு ஆக விடாமல் செய்து சொந்தம் விட்டு சம்மந்தம் செய்ய அவள் தான் ரொம்ப முனைப்பு என்றும் தம்பி எப்பவும் பாசமாய்த்தான் கிடப்பான். இவெ கெடுத்த கெடுதல்தான் என்றும் அவர்களாகவே யூகித்துக் கொண்டு வெறுப்பான வெறுப்பில் இப்பொ வரைக்கும் கறாராக நிற்கிறார்கள் என்று தெரிந்து வைத்திருந்தார்.

தான் பணியிலிருந்தபோது மனைவி வகை உறவினர்களுக்கு செய்த உதவிகள். செல்வாக்கை பயன்படுத்தி வாங்கிக் கொடுத்த வேலைகள். பெரிய படிப்புகளுக்கு பணமில்லாது செய்த சிபாரிசுகள். இதனால் பயன்பெற்றவர்கள் தன்னை சீந்தாமல் முகத்தை திருப்பிக் கொள்கிறபோது தனக்கு ஏற்படுகிற மனக்கிலேசம். தன் சகோதரிகள் இறக்கும் தருவாய் வரையில் இவர்மீது கொண்டிருந்த மனச்சடவுகள் இரண்டிற்கும்தான் எத்தனை யெத்தனை வித்தியாசம் என்று இப்போது சும்மா உட்கார்ந்திருக்கிற நேரத்திலெல்லாம் கணக்கு போட்டுக் கொள்கிறார்.

இறந்துபோன அக்காமார்கள் கொண்டிருந்த வருத்தங்கள் பூராவும் ஒன்றுசேர்ந்து இளையவள் பாப்பாக்கா மனத்தில் கிட்டித்துப்போய் கிடக்கிறது. இருதயத்திலிருந்து மேல்நோக்கிச் செல்லும் நான்கு வால்வுகள் ஒவ்வொன்றாய் வெடித்துச் சிதற சிதற மற்ற வால்வுகள் அதனின் ரத்த பீச்சல்களின் நெருக்கடி

தாளாமல் திணறும் நிலையில் கடைசி வால்வாக பாப்பாக்காள் ஆற்றாமையின் எல்லைக்கே சென்றுவிட்டாள்.

மூன்று அக்காமார்கள் ஒவ்வொருவராக வாழ்க்கைப் பட்டுபோன பிறகு பாப்பாக்காளும் வீராசாமியும்தான் மிச்சம். மூத்த மூன்று பேரிடமும் மரியாதையும் அன்பும் இருந்தது. பாப்பாக்களிடத்தில் நட்பும் அன்பும் இருந்தது.

வீட்டில் வேறு யாரும் துணைக்கு இல்லாததினால் தம்பியை காட்டிற்கு கூடவே கூட்டிப்போய் தட்டாங்காய் பயித்தாங்காய் பிடுங்கி கொடுத்து நிழலில் உட்கார்த்தி திங்கக்கொடுப்பாள். பசுங்கதிர்களை நசுக்கி தெள்ளிக் கொடுப்பாள்.

பள்ளிக்கூட நாளில் தான் காட்டிலிருந்து வரும்போது மடிநிறைய எலந்தப்பழமும் கொவ்வைப் பழமும் பிடுங்கி வருவாள். அவனுக்குப் பிரியமான காட்டுக் காளான் குழம்பு மணக்க மணக்க வைத்து குதிரை வாலி சோறு பொங்கி வைப்பாள்.

பருத்திக்குப் போய் கூறுப்பருத்தி வாங்கி வந்து மற்ற பையன் களைவிட நிறைய்ய இருக்க வேண்டுமென்று ஓலைக் கொட்டான் நிறைய்ய கோலிக்குண்டுகள் வாங்கி கொடுத்திருக்கிறாள். வேலை மத்துவமான காலங்களில் கொழஞாணூரணி ஆலமரத்தில் ஊஞ்சல்கட்டி சிரிக்கச்சிரிக்க சந்தோசமாய் ஆட்டிவிடுவாள். ஊரு ஊருக்கு நடந்துபோய் நாட்டுக் கோழி முட்டை வாங்கி வந்து நாள் தவறாமல் அவித்துக் கொடுப்பாள்.

"ஏன்யா தம்பி! இப்படியே டவுனுக்குள்ளற ஒன் வீடுபோறதுக்குள்ளயும் குறுக்கால நாலெட்டு எடுத்து வச்சியியன்னா ஒம் பொறந்த ஊரு. ஒரு பொழுதுக்குள்ள வந்து திரும்பிரலாம். அப்படி ஒருநாள் ஒரு பொழுதாவது வந்து என்னைத் தேடி 'பாப்பாக்கா'ன்னு கூப்பிட்டிற மாட்டியான்னு நான் எத்தனை வருசம் காத்திருந்திருப்பேன்?"

திண்ணையை அடைத்திருந்த மூங்கில் தட்டியில் தலையை சாய்த்து நகத்தால் அதைக் கீறிக்கொண்டே வத்தி வதங்கி ஒரு குழந்தை மாதிரி ஆகிப்போன அக்காளை நிமிர்ந்து பார்க்க

முடியாமல் அழுகை தொண்டையை இறுக்க பதிலேதுமில்லாமல் ஏங்கி கேவினார்.

"நீங்க யார்ரா பொடிப்பயலுகளா! எங்கூடப் பிறந்தபிறவியை பார்க்க விடமாட்டேங்கிறதுக்கு மொதல்ல எனக்கு அக்கா, பிறகுதான் உங்களுக்கெல்லாம் அம்மா, சின்னம்மா, பெரியம்மாங்கிறதெல்லாம்' அப்படீன்னு நீ ஒரு வார்த்தை சொன்னா எவன் என்ன பதில் சொல்ல முடியும்.

நீ அப்படிச் சொல்லுவியோ? அப்படியென்ன அந்தப் பயலுகளை கெஞ்சியோ சட்டஞாயம் பேசியோ போய் பார்க்கிறது! செத்த கழுதைகளை போய் பாக்கலைன்னா கெடக்குன்னு நெனச்சிட்டே. அவங்க மாடு மேய்க்கிறவன். எச்சிக்கிளாஸ் கழுவுறவன், கூலி வேலை செய்றவன்னுக. நீயோ படிச்சு நாலுபேரு மெக்கெ நல்ல சோறு சாப்புடுறவன். நாலு எழுத்து படிச்சுப் போட்டவன்"

வீராசாமிக்கு அதுக்குமேல் நிலைகொள்ளவில்லை. ஊரையே தூக்கிக் கொண்டு போய்விடுகிற மாதிரி பலங்கொண்ட மட்டும் அழுதார். சாட்டையடிக்கு துவழும் குழந்தை மாதிரி இக்கடைசிக்கும் அக்கடைசிக்கும் புரண்டார். தலையால் பலம்மாக மோதி ஏங்கி ஏங்கிக் கேவினார்.

தடதடவென்று வெகுநேரமாய் தட்டும் சத்தம் கேட்டு முழித்துப் பார்க்கும்போது கிழக்கு ஜன்னல் வழியே சூரிய வெளிச்சம் அறைக்குள் பாய்ந்திருந்தது. கதவு இன்னும் பலம்மாய் தட்டப் படவே படுக்கையிலிருந்து எழுந்து வந்து கதவின் தாழ்ப்பாளைத் திறந்தார். கொஞ்ச நேரம் குழப்பமாய் உணர்ந்தார். உள் மண்டையில் ரயில் பூச்சிகள் ஊர்ந்த மாதிரி நறநறத்தது.

மனைவி நின்று கொண்டிருந்தாள். தூரத்தில் தோட்டத்தின் செடிகளினூடே ஊரிலிருந்து எப்பவாவது வரும் தலையாரி நின்று கொண்டிருந்தார். மனைவியை தவிர்த்து தலையாரியை ஏறிட்டவாறு வெளிவந்த வீராசாமியை பார்த்து தலைப்பாகையை கையிலெடுத்து வணங்கிக் கொண்டே தலையாரி இப்படிச் சொல்ல ஆரம்பித்தார்:

“மேலுக்கு முடியாம இப்பொபத்து நாளா ஸ்டார் ஆஸ்பத்திரியிலதான் இருந்தாக. கடைசியா எந்தம்பியை ஒரு தரம் பாக்கணும், இங்கெதானெ பக்கத்திலெ அவன் வீடு இருக்கு. எட்டிக் கூப்பிடுங்க அப்படீன்னு கை யெடுத்து கும்பிட்டு கெஞ்சியிருக்கு. மக்கமாரு, பெரியம்மாவுகள் பிள்ளைக எல்லாரும் சேந்து வைதிருக்காக. ‘நாங்க இவ்வளவு பேரு ஒன் பக்கத்துல இருக்கோம். அந்த மனுசன்தான் உனக்கு பெரிசாப் போனாரோ’ அப்படி அவுக சொன்னதுதான். சோறு தண்ணி வல்லிசாதள்ளிருச்சி. குளூகோஸ் தண்ணி கூட உடம்புல இறங்கலைன்னா பாருங்களேன். ஒரு வேளை ஆஸ்பத்திரியில இருக்கிற தாக்கல் தெரிஞ்சு நீங்க வந்தாலும் வந்திருவீகன்னு ராப்பகலா முறை வச்சி காவலுக்கு வேற இருந்தாங்க.”

குழம்பிய செய்தியில் கனத்த தலையை இருகைகளாலும் பிடித்தவாறு மனைவியையம் தலையாரியையும் மாறி மாறி சுரத்தில்லாமல் பார்த்தவரை சற்று உரக்கக் குரலெடுத்துச் சொன்னார் தலையாரி:

“உங்க கடைக்குட்டி அக்கா பாப்பக்காதான். ராத்திரி ஆஸ்பத்திரியில் சீவன் பிரிஞ்சி ஊருக்கு தூக்கிட்டுப் போகையிலெ சாமம் போல மணிபன்னிரெண்டு இருக்கும்”

ஸ்திரீதரன்

எதிர்வரும் காலங்களனைத்திற்குமாக, இணை சொல்ல முடியாத படிப்பினையாக, மாபாரதப்போர் தன் முடிவை குறிக்கக் காத்திருந்தது. தர்மம் வென்றதா அதர்மம் வென்றதா என்ற சொற்சிலம்பங்கள் எஞ்சியிருந்த மனிதர்களிடத்தில் ஆக்ரோஷ சம்பாஷணைகளாகும் தருணம், அதர்மம் எது, தர்மம் எது என்பது குறித்தும் வியாக்கியானங்கள் முற்றிலும் புரிந்து கொள்ளப்படவில்லை. யாவரும் குழம்பிக்கிடந்தனர்.

குருக்ஷேத்திரத்தினின்று தொலைதூரத்துக்கப்பால் அடர்ந்த வனங்களினூடே ஒரு ஆழ்ந்த மடுவின் கீழ் அகன்ற நீர்நிலையின் நடுவே இருந்த சிறுதிட்டில் முதிர்ந்தும் உயர்ந்துமிருந்த ஓர் தடித்த மரத்தின் கிளையொன்றிலே துரியோதனன் ஒளிந்திருந்தான். அவன் தாயின் வேண்டுகோளுக்கிணங்கி அரண்மனை சென்று அவளின் விரதத்தை முடித்து வைத்து சற்றைக்கு முன்புதான் திரும்பியிருந்தான். தனது பதினொரு அக்ரோணி சேனையின் மன்னர்கள், தேர், யானை, குதிரை, காலாட்படைகளனைத்தும் இழந்துவிட்ட பின்னும், தான் தனியொருவனே மீதமுள்ள பாண்டவ அணியை முற்றிலும் நிர்மூலமாக்கி புகழ்மிக்க அஸ்தினாபுரத்தின் மேன்மையைக் காப்பாற்ற உறுதியோடு இருந்தான்.

பெரும்போர் தொடங்கும் சமயத்திலேயே, எதிர்த்து நிற்கும் பாண்டவரின் ஏழு அக்ரோணி சேனைகளையும் இரண்டு பொழுதுக்குள் சாம்பலாக்கிட நினைத்திருந்தான். அந்த நம்பிக்கை மாயவனாலும் பஞ்சப் பாண்டைகளின் யுத்த தரும

மீறல்களிலும் பின்னமாகி பதினெட்டு நாள் போராய் வளர்ந்தது. எனினும் தன் தனியான வீரச்சமரில் வெற்றி கௌரவர்க்கே எனத் தீர்க்கங்கொண்டான். உலகில் தரும வாழ்வு என்றுமே அழிவெய்தாது என நம்பிக்கையோடு பொழுதுகளை எதிர் கொண்டான்.

எல்லாம் வல்ல பீஷ்மர், துரோணர், கர்ணன், சல்லியன் மற்றும் ஜெயத்ரதன், சகுனி போன்ற வீரர்களையெல்லாம் பலிகொடுத்த பின்னரும் அவர்களை, தான் இன்னும் இழக்கவில்லையென்றும் சத்தியத்தின் சொரூபிகளாய் அரூபநிலையில் தனக்குப் பின்னால் அணிவகுத்து நின்று கோஷமிட்டு தன் வெற்றிக்கு உக்கிரம் ஊட்டுவதாய் தன் காது மடல்களின் ரோமங்கள் சிலிர்க்க உடல் புல்லரிக்கிறான்.

ஒருவேளை போல அவனாக கேள்வியும் பதிலுமாக ஆகிக் கொண்டான். ''இப்போதும் உனக்குப்பின்னால் கிருபர். கிருதவர்மன், அஸ்வத்தாமா போன்றோர் இருக்கிறதைரியத்தில் வெற்றிக்கனவில் இருக்கிறாயா?''

''இல்லை கௌரவ நெறிகள் நீதி பிறழாது என்ற உண்மையின் பேரால்''

"பங்காரப்படி பாண்டுவின் மக்களுக்கு நாடளிக்காதது எந்த கௌரவ நீதி?

"யார் பாண்டுவின் மக்கள்? உடல் ரோகத்தால் சிற்றப்பா உடலம் சிதைந்து போய்க்கிடந்த போது தங்கள் இஷ்ட வாக்கில் குந்தியும் மாத்ரியும் இமயமலைவாசிகளோடு கலந்துபெற்ற பேர்கள் எப்படி பாண்டுவின் ரத்தமாம்? குருகுலத்திற்கும் அவைகளுக்கும் என்ன சம்பந்தம்? குந்தி பெற்ற பிள்ளைகள் குந்திபோஜனுக்கும் மாத்ரி பெற்ற பிள்ளைகள் சல்லியனுக்கும் வேண்டுமானால் பெருமை சேர்க்கலாம். இடையில் அஸ்தினாபுரவழிப் பெருமைகள் செய்த பாவமென்ன?

பங்களிக்கத் தயங்கியா இந்தப்படை நடத்தினேன்? சூதனென்று புறக்கணிக்கப்பட்டதால் கர்ணனை அங்க நாட்டுக்கு அதிபதியாக்கி மகிழ்ந்தவன் இந்த துரியோதனன். ஆனால் இனமானத்திற்கு ஊறு செய்யும் பேர்களுக்கு நாடும்

பொன்னும் மணியும் தந்து அவர்களைப்போற்றி சீராட்ட குரு நாடொன்றும் அஞ்ஞைகளின் புலம் அல்ல.

"கௌரவ கோமான் கோழையென ஒளிந்திருக்கிறான்"!

என்றோ பழகிய குரலொன்று துரியனின் செவியில் விழுந்தது. அடுத்த வினாடி நெருநெருவென மரத்தின் கிளை கீழிறங்கி மேலெழும்பும் சலசலப்பு சப்தித்தது. தொடர்ந்து கையில் கதாயுதத்துடன் கர்ஜித்தவாறு துரியோதனன் வெளி வந்தான்.

"கோழை என்பவன் யுத்தத்தில் சரணடைபவன் அல்லது யுத்ததை முடிவுக்குக் கொணர்ந்து கொண்டவன். ஆனால் உயர்ந்த நோக்கத்திற்கான ஒரு சுத்த வீரனின் போர் எதிரி முன்னேறுகையில் பின்னடைவதும், அவன் பின்னடைந்தால் முன்னேறித் தாக்குவதும்தான் யுத்தத்தில் இயல்பாய்க் கொண்டவனாவான்."

பாண்டவர் ஐவரும் கிருஷ்ணனுடன் நின்றிருக்க உடன் பலராமரும் சாத்தகியும் நின்றிருந்தனர்.

கிருஷ்ணர் துரியோதனனை இகழ்வாகப்பார்த்து "துரியா, நூற்றுவரில் நீ ஒருவன் மீதியாகிவிட்டாய். உன்னால் என்ன செய்து விட முடியும் என நினைத்துக் கொண்டிருக்கிறாய்?. இப்போதும் கூட நீ ஐவருக்கான பங்கை ஒப்பினாலே போதுமானது. மறுத்து நீ அல்லது நான். இவருவரின் ஒருவரே என்று பிடிவாதம் செய்தால் முடிவாக சமந்த பஞ்சகத்தில் நீ பீமனுடன் கதையால் பொருத வேண்டும். அதில் ஒருவேளை நீ வென்றால் மட்டும் இழந்த தனைத்தையும் பெற முடியும். தேவையா இந்த பரீட்சை?"

"கௌரவ நூற்றுவர்கள் செத்து மூடிய மண்ணின் மேல் முளைக்கும் புல்லை மேய்ந்த பசு கூட குந்தி-மாத்ரியின் பிள்ளை களுக்கு பால் கறக்காது! என்ன இது வீண்பேச்சு. நான் ஒற்றை யாளனேயானாலும் அன்றும் இன்றும் என்றும் குருதேசத்தின் சக்கரவர்த்தி நானே!"

துரியோதனன் ஏளனமாய்ச் சிரித்து இன்னுஞ் சொல்கிறான். "ஏ மாயா, இப்போதும் என்ன ஆயிற்று? நீ என்ன உன்போல்

ஆயிரமாயிரவர் இந்த பஞ்சைகளுக்குத் துணையிருந்தாலும் அவர்கள் வனத்துடனான வாழ்வை தடுத்திட முடியாது. இமய மலைச் சாரலில் ஒரு ஸ்திரியை குழுமமாய் புணரும் கூட்டத் தார்களில் இன்னாரென தெளியப்புரிந்திராத பேர்களுடன் குந்தியும் மாத்ரியும் கூடிப்புணர்ந்து நியோகமாய்ப் பிறந்த பேர்களுக்கு மலைச்சாரலின் நாடோடி வனப்பிழைப்புதான் உகந்தது. பிறப்பின் வினை அப்படி அலட்டிக் கொள்ளாதே! அன்று ஒரு வேளை சபா மண்டபத்தில் சூதில் நான் தோற்று நாங்கள் வனம் ஏக நேர்ந்திருந்தால் எங்கள் உடம்பில் ஓடும் முன்தோன்றல்களின் குருதி அதற்கு சம்மதித்திருக்குமா? உங்களை சங்காரம் செய்து நாட்டை ஆண்டிருப்பேனே அல்லாது வனமேகுவோம் என்று நினைவா? அன்றி அவ்வவையிலேயே நூற்றுவர்களும் போரிட்டு அன்றே மடிந்திருப்போம். நீவீரோ வனச்சுகத்தை இயல்பாய்க் கொண்டவர்களன்றோ - இழிவினரே!"

"அப்படியா, சமந்த பஞ்சகத்திற்கு வந்துசேர்" என்று கூறிய கிருஷ்ணன் பாண்டவர்க்கும் மற்றையோர்க்கும் ஜாடைகாட்டி ஏகினான். ரதகஜதுரக பாதாதிகளோடு சகோதரர்கள் புடை சூழ தருமனும் ஏனையோரும் ரதங்களில் சென்றனர்.

உலகின் நிகரற்ற சக்கரவர்த்தியாய் விளங்கிய துரியோதனன், கையில் கதாயுதத்துடன் தனியாளாய் நின்றிருந்து அந்த ஊர்வலத்தைப் பார்த்தான். பிறப்பினிலிருந்து வனத்தில் திரிந்த ஈனப் பஞ்சைகள் நால்வகைப் படைகள் சூழ ரதத்தில் செல்ல, அளவிடாத பெரும்படையும், திக்கெட்டும் கொணர்ந்து குவித்த செல்வமும் பெற்றிருந்த தான் தன் தம்பிமார்கள் துணையிழந்து, குரு குலத்தின் பெருமையையும் மேன்மையையும் கட்டிக்காத்த கௌரவகோமான் ஒரு கதையை தோளில் சுமந்தவாறு ஒற்றையாளாய் பிராணிக்கும் காலம் வந்ததே என எண்ணி எண்ணி ஆத்திரம் பொங்க சமந்த பஞ்சக போர்க்களம் வந்து சேர்ந்தவனை எதிர்கொள்ள பீமன் தன் கதாயுதத்துடன் முன்வந்து நின்றிருந்தான்.

"துரியோதனா! உன் கௌரவ மாட்சிமைகள் இன்றுடன் முடியப்போகிறது. நீ வீற்றிருந்து அரசோட்சிய இந்த அகண்ட

பூமியை ஒரு முறை உன் கண்களில் ஆழ்ந்து பார்த்துக்கொள். உயர்குல மேன்மை பேசும் கடைசி ஊற்று சற்று நேரத்தில் அடைபடப் போகிறது."

"ஹஹ்ஹா... புதிதாய் பிறந்தவன் போல் இன்று தான் துவங்குகிறேன் யுத்தத்தை. இந்த துரியோதனாதியர் புகழ் இந்தப் புவி உள்ள மட்டும் நிலைக்கக்கூடியது. இனம் மானம் காக்கும் வீரர்கள் ஜெகத்தில் போர் செய்யும் போதெல்லாம் கௌரவரின் கரங்கள் அவர்களை சூழ்ந்து காக்கும். இப் புவி மக்கள் ஒருக்கால் பின் ஒரு வேளையில் குந்தி, மாத்ரியின் பிள்ளைகள் தருமவான்கள் யென எமை இகழ்ந்து உங்களைப் போற்ற வழி எற்படுமாயின் அந்த மண்ணில் விபச்சாரம் மலிந்து கிடக்கும். பொய், வஞ்சனை, குதிரைபேரம் நிறைந்த அரசியல் மக்களை பீடித்து வதைக்கும், தந்தையறியாத தற்குறிகள் பெருகியிருப்பர். சதியும் மாயமும் செய்யும் கிருஷ்ணனை போன்றவர் அரசு சதுரங்கத்தை பின்னிருந்து ஆட்டிவைப்பர். எங்கும் எதிலும் உண்மைகாணாது நெறியுளோர் களெல்லாம் குழம்பிக்கிடப்பர் என்பது மாத்திரம் திண்ணம்."

ஆத்திரமுற்ற கிருஷ்ணன் "பீமா! கதையைப் பிரயோகி" என்று சப்தமிட்டான்.

தன் மகன்களின் சாவுச்செய்திகள் ஒவ்வொன்றாக தெரியத் தெரிய அவளின் தேகம் பையப்பைய செயலிழந்து கொண்டே வந்தது.

களபலியாகிப்போன அந்தத் தொண்ணூற்றொன்பதர்கள் பிறக்கும் போது அன்றழுத குரல்களின் ஏகமும் சூழ்ந்து காந்தாரியின் காதுகளைப் பிளந்தன. குழந்தைகளின் கதறல்களில் அவள் உடலின் ஊன்கள் கரைந்தொழுகுவதை உணர்ந்தாள். குந்தி மக்களின் வெற்றியை முற்றிலும் ஒவ்வி ஏற்க முடியாமல் தவித்தாள். எவ்விதத்திலும் கௌரவர்களின் தராதரத்திற்கு இணைசொல்ல முடியாத முரட்டுப் பிறவிகள். அரசநீதி பரிபாலனத்திற்காகாத பிச்சாடினிகள். எங்கோ மலைக்காடுகளின் மிராண்டிகளுக்கு நியோகமாய்ப் பிறந்த நீசர்கள். பாரம்பரிய குலக்கொழுந்துகளை அழித்துவிட்ட வேய்கள்.

காந்தாரத்திலிருந்து மணப்பெண்ணாக அஸ்தினாபுரத்திற்கு இரு கண்களைக் கட்டியபடியே தான் வந்தேன் அகன்ற ஒளி பொருந்திய என்கண்கள். அந்தகனான என் கணவன் காண முடியாத இவ்வுலகச் சித்திரங்கள் எவற்றையும் காண்ப தில்லையெனச் சிறை கொண்டன. கண்ணிருந்தும் குருடராய் உலவும் விரதம் ஒவ்வொரு விநாடியும் எத்துணைத் துயரம்மிக்கது என உலகினோர் இயல்பின் பெற்றி பற்றி தெரிந்த ஞானியரே அறிவர்.

எத்தனை முறைகள் பெருந்துர்ப்பாக்கிய நிலையில் என் கண்களின் கட்டவிழ்த்து என் விரதத்தை முடித்துவிடத் துடித்திருக்கிறேன். பெண்களுக்கேயான மிகு பாக்கியம் தலைப்பிரசவம். தலைச்சன் துரியோதனனை பிரசவித்ததுமே அவனைக்கண்டு மகிழ இந்தக்கண்கள் தவித்ததே அதைச் சொல்ல வார்த்தைகளேது. குழந்தைகள் நூற்றுவரையும் ஒரு சேரக்கண்டு குதூகலிக்க கட்டவிழ்த்து விடத் துடித்திருக்கிறேன். ஆனால் இறுதிவரை அனைவரையும் ஸ்பரிசித்தேதானே உணர்ந்து அறிந்தேன்.

என் அந்தக வாழ்க்கையில் பிறிதொரு வசந்தமாய் வந்த என் ஒரே மகள் துச்சலையின் பிறப்பினில் இந்த இதயம் கிடந்து துள்ளிய துள்ளல்களை வர்ணித்துவிடலாமோ? காந்தார - அஸ்தினாபுரத்துப் பெண்டிர்களின் பேரழகையெல்லாம் சலித்து எடுத்தாற்போல் ஒரு மலராய் நெகுநெகுவென என் கைகளின் தொடுகையில் மலர்ந்திருந்தாள். என்னையே உரித்துக்கிடப்பதாகச் சேடிகள் கூறினார்கள். எனக்கு எங்கும் இன்பம் பெருக்கெடுத்தது. என் நினைவலைகள் பின்னோக்கி விரைந்தன.

நான் எப்படி இருந்தேன் பருவத்தில். என்னை பிம்பத்தில் பார்த்து நானே வியந்து கொண்டிருப்பேன். அதற்கும் பின்னால் மனம் கடந்தேகியது. ஒரு சிறுமியாய் இன்னும் பின்னால் இன்னும் பின்னால் நான் குழந்தையாய் என்னைக் காண நினைவுகள் சுழன்றபடியே இருந்தன. குழந்தையில் நான் எப்படி இருந்திருப்பேன்! ஏன் கவலை? இதோ என் தவசிரேஷ்டை துச்சலையைப் பார்த்தால் போகிறது. என் கண்கள்

இருளிலிருந்து வெளிவரத் தவித்தன. அந்த சிசுவின் வருடலும் அழுகை ஒலியும் என் அந்தகக் காராக்கிரகத்தில் பேரொளியைப் பாய்ச்சி பேருவுவகை செய்தது.

அவள் பிஞ்சுக்கால்கள் என் அடி வயிற்றை உதைக்கையில் என் பெண் குறி 'தண்' என்றது. அந்தத் தளிரின் அரையை என்நுதலும் நாசியும் தேயும் வரை முத்தமிட்டிருக்கிறேன். இதற்கு மேலென்ன வாழ்வும், இலக்கும்? பரபரத்துக் கண்களை அவிழ்த்துக் கொஞ்சத் துடித்திருக்கிறேன்.

யுத்தத்தில் தோல்வி முகம் தெரியும்போது எண்ணினேன். யார் இந்த மாயக்கிருஷ்ணன் அவனிடம் கேட்கவேண்டும் 'யாராடா நீ! என் வமிசத்தை அழிக்கத் துடிக்கிறாயே சத்தியம் அழி வெய்த ஏன் இத்துணை மாயம்? கிஞ்சிற்றும் தொடர்பின்றி கௌரவரிடம் ஏன் இத்தனை வன்மம்? குலத்தை அழித்தவனே என் சூரியக் கண்களின் அக்னியில் பொசுங்கிப்போ' என்று என் கண்களை அவிழ்த்துவிடத் துடித்தேன்.

என் மகன் துரியோதனன் உயிரோடிருக்கிறான் எனத் தெரிந்தபிறகு என் விரதைச் சக்தியனைத்தையும் அவனுள் பாய்ச்சி இந்தத் துரோகிகளின் ஒட்டுமொத்த வாழ்வும் முடியட்டும் என வாளாவிருந்தேன்.

காந்தாரியின் புகுந்தமனையான அத்தினாபுர அரண்மனையின் சிறப்பிலேயே மனதோடு பதிந்த மறக்க வொண்ணாச்செய்தி ப்ரதாவான குந்தியின் பேரழகுதான். வாய்த்த ஆணின் பற்களால் பற்ற முடியாத சிவந்த தடித்த வாயிதழ்கள். மதர்த்துத் திமிறிய கொங்கைகளும் மானின் மருட்பார்வையோடு பார்ப்பவர் எவரையும் அடிமைகொள்ளும் வனப்பு எனத்தாதிகள் சொல்ல கேட்டிருக்கிறாள்.

இன்றைய வரைக்கும் குந்தியின் யௌவனகால சோகங் களுக்காகக் கலங்கியிருக்கிறாள் அவளின் வளம் மிகுந்த உடலில் நிர்வாகம் செய்ய மாட்டாத நோயாளிக் கணவனோடு எவ்வாறெல்லாம் இரவுத்துயர்களைக் கடந்திருப்பாள். என பல நாள்கவலை கொண்டிருக்கிறாள்.

ஆனால் மன்னர் திருதராட்டிரனுக்கும் தனக்கும் திருமணம் ஆயிற்று எனவும், தன் கணவன் பாண்டுவினால் திக்விஜயம் செய்து விஸ்தரிக்கப்பட்ட குருதேசத்தை கைப்பற்ற வேண்டி வாரிசுப் பேற்றுக்காக மேரு பர்வதச் சரிவுகளில் உலவும் நாடோடிகளுக்கு தன் மடி காட்டி நியோகமாய் அவசரகதியில் குழந்தைகளை பிரசவித்த அவளின் ஆதிக்க வெறியாடல்களை அவளால் ஒத்துக்கொள்ள முடியவில்லை. அத்துடன் அவளின் தனையன்மார் ஒவ்வொருவரும் ஒரே நேரத்தில் ஐந்து ஸ்திரிகளைத் திருப்திப்படுத்தும் திறன் கொண்டவர்களாயிருந்தும் பாஞ்சால புத்திரியை ஐவருக்கும் பங்கிட்ட கொள்கை முதலானவைகளில் காந்தாரிக்கு உடன்பாடாகவில்லை.

இவ்வகை வழித்தோன்றல்களா கீர்த்திமிக்க இந்தத் தேசத்தினை ஆள அவா கொள்வது? குருகுலத்தின் மேலாண்மைகள், சான்றான்மைகள் பற்றி அறியாதவர் இந்த அரியணைக்கு உரிமை கோருவதுகூட நடந்துவிடலாகாது.

இன்று என் பிள்ளைகளின் யுத்தத்தில் வன்கொலை யானதாலும் போரின் பின்னடைவாலும் என் உடல் தளர்ந்து விட்டதாயினும் என் கண்களில் பொதிந்துள்ள காலாக்னியின் குளிப்பாட்டலில் என் தலைமகன் துரியனின் உயிருக்கும் உடலுக்கும் அழிவெய்தா வரம் நல்கியிருக்கிறேன். ஆமாம்! இந்த குருகுல வம்சத்தை மீண்டும் அரியணை ஏற்ற என்னிடம் உள்ள அளப்பரிய சக்தியினை பிரயோகித்து வெற்றிகொள்ள என் தலைமகன் ஒருவனே போதுமானவனாயிருந்தான். உலகின் அனைத்து தேசத்திலுமுள்ள மைல் எல்லை கற்களை களைந்து அஸ்தினாபுரத்தின் குடை உலகமெல்லாம் விரிந்து எங்கு நோக்கினாலும் அரவக் கொடிகள் பறக்கச் செய்வான்.

ஜன சஞ்சாரமற்ற வனத்திலிருந்து இடையாமம் போல் துரியோதனன் வந்திருந்தான். அவன் வருகையை அறிவிக்க முரசுகள் இல்லை. தலைவணங்க சேவகர்கள் இல்லை. புடைசூழ தம்பிமார் இல்லை. ஏன் உள்ளும் புறமுமாக இருளில் கிடக்கும் அவனின் பெற்றோர்களுக்கு ஒரு நெய்விளக்கேற்ற பணிப்பெண்ணொருத்திகூட அங்கு இல்லை. ஆனால்

எப்போதும்போல் காந்தாரியின் பாம்புக்காதுகள் மட்டும் அவன் வருகையைக் கூறி மகிழ்வித்தன.

"மகனே"! என்று போய் ஆரத் தழுவினாள். அவனின் உடல் தீயாக்கினியாய்த் தகித்தது. திருதராஷ்டிரனும் தடுமாறி வந்து தனயனின் தோள் மீது சாய்ந்து கண்ணீர் சிந்தினான். கால அவகாச குறைச்சலால் மகனுடனான அளாவுதலைக் குறைத்த காந்தாரியின் முகம் சட்டென சூரியப் பிளம்பாய்ச் சிவந்தது.

"மகனே! குசலங்கூறவும் ஆசுவாசம் பேணவும் இது தருணமல்ல. நீ இந்தப் பூவுலகில் என்னுள்ளிருந்து விழுந்தபொழுது அன்று காணாத காட்சியை நான் இப்போது காண வேண்டும். அது என்பாக்கியம். அதுவே உன் பராக்கிரமும்கூட. ஆம் இளவரசே, உன் உடல் முழுமையும் என் கட்டவிழ்ந்த கண்கள் காணும் முகமாக பிறந்த மேனியாய் நிற்பாயாக. காலம் காலமாக நான் சத்தியவிரதினியாய்த் தவமியற்றி ஆற்றல் பெருக்கி நிறைத்திருக்கும் கண்களின் ஒளித்தாரைகள் உன் உடல் முழுக்க படரும். துளிக் கணத்தில் உன் உடல் எவராலும் அழிக்கவல்லாத வல்லமை பெறும். குருகுலம் நிலைத்திட, கண்ணே நிர்வாணமாய் நிற்கிறாயா? கருத்த மேகங்கள் பெரு மழை பொழிய வானத்தில் பிளந்து ஆர்ப்பரிப்பது போல் என் இமைகள் அகலும்போது எங்கும் ஒளி ஜுவாலை நிறைந்து சூழும். அதில் உன் தேகம் முழுமையும் நனையட்டும்."

சமந்த பஞ்சத்தில் கிரகங்களின் மோதலைப்போல துரியோதனனும் பீமனும் கடுஞ்சமர் புரிந்தனர். வலசாரி-இடசாரியாய் கதைகள் பாய்ந்து பாய்ந்து மோதின. பதிமூன்று ஆண்டுக்கால வனவாசத் துன்பத்தை மனதில் குரோதமாய் வரித்து பீமனும், குருகுல வீழ்ச்சியைத் தனது வெற்றியின் மூலம் தடுத்து நிறுத்தும் ஆக்ரோஷத்துடன் துரியோதனனும் வெறி கொண்டுதாக்கினர்.

தனது அரச மாண்புகள் அனைத்தும் இழந்த பின்னுங்கூட குருகுலத்துடனான பாண்டவர்கள் ஒட்டுறவை ஒப்புக்கொள்ளாத துரியோதனனின் ஆணவம் பற்றி கிருஷ்ணன் பீமனுக்கு எடுத் துரைத்து வெறியேற்றிருந்தான். பிறகு

இலட்சுமணப்பெருமாள் கதைகள் 248

அவனின்தாய் காந்தாரியிடம் வாங்கிவந்த அழியா வரம் பற்றி கண்ணன் எச்சரிக்கையைப் பெரிதுபடுத்தாத பீமன் துரியோதனன் செய்யும் மட்டில்லாப் போரின் போக்கில் இப்போது அறிந்தான் வரத்தின் வலிமையை.

பீமனின் கதை துரியோதனின் மேல் விழுந்து பாறையில் மோதித் தெறித்துச் சிதறுவதைப்போல் மேலெவ்வி கதை கை விட்டு பலமுறை நழுவி விழ எத்தனித்தது. துரியோதனின் தாக்குதல்களால் இரும்புத் தூண்கள் போன்ற பீமனின் தொடைகள் அதிர்ந்தன. தோள்கள் பிய்ந்து விழுவதைப்போல இடம் பெயர்ந்து ஒருக்களித்தன.

துரியோதனின் வரம் பற்றிய கண்ணனின் எச்சரிக்கை காட்சிகளாய்க் காணுமிடமெல்லாம் துலங்கின. பீமன் தயங்க தலைப்பட்டான். தாக்குதலைப் பொறாமல் மூர்ச்சைத் தடுமாறித் தற்காப்புக்கு அல்லாடிய பீமனின் கைகள் எதிர்த்தாக்குதலுக்கு பலவீனமுற்றது. கண்கள் இருளை வரவழைத்தது. தன்னால் பாண்டவர் ஈட்டிய வெற்றி பிரம்மாண்டத்தில் மண் விழப் போகிறது என மனசுக்குள் பயம் எழ எழ உடல் இன்னும் தளர்ந்து சோர்வுற்றது. அவன் பாதங்கள் தரையைப் பற்றாமல் ஒரு குன்றிமணி அளவு உயர்ந்து தரையைப் பரசியது.

உலகத்தின் சக்தி முழுமையையும் துரியோதனனின் மொத்த எடையில் சமைத்து, எவராலும் வெல்ல முடியாமல் தேவமேரு போன்று உருவேற்றி அனுப்பியிருப்பாளோ காந்தாரி?

மரணத்தருவாய்க்குரிய மண்டைப் புலப்பத்தினை பீமனின் மனம் பற்றிக் கொண்டது. ஒழுக்க மேன்மையில் கௌரவ பாரம்பரியமே குருவம்சா வழியை காக்கவல்லது என பாண்டவர்களை விளிக்கும் தோறும் துரியோதனன் சொன்ன ஆயிரம் காரணங்கள் அவன் கண் முன்னே வந்து கூத்தாடியது. பீமனின் அயற்சி கண்டு அதிர்ந்து, கண்ணன் போர்க்களத்தைச் சுற்றி சுற்றி வந்தான். பாண்டவர்களின் கண்கள் மிரள விழித்தன.

பீமனின் அடிமன ஆழத்தில் புதைந்திருந்த உணர்வுகள் அவன் மனச்சாட்சிக்குள் ஒத்துக் கொண்டிருந்த உண்மை அவன் உடம்பிலிருந்து வெளியேறும் உதிரத்தோடு மௌனமாய்க் கசிந்தது.

அரச சுகபோகங்களை அறியாத நன்னெறியாளன் கண்ணில்லாத திருதராஷ்டிரனோ தந்தை. பதியின் வழிபற்றி அவன் இன்ப துன்ப மற்றும் புகழுமைக்கு பேறு சேர்த்து உயர்வடைந்த தாய் காந்தாரி. உடன் பிறந்த சோதரர்களோ ஏக பத்தினித்தன்மை கொண்ட சாதுக்கள். தொய்ந்த கண்களை மெல்லமாய் விழித்து துரியோதன கம்பீரத்தைக் கண்டு நடுங்கினான்.

துச்சாதனன் அரசவையில் பாஞ்சாலியைத் துகிலுரிந்ததும் துரியோதனன் தன் தொடையைக் காட்டி 'இரு' என்றதுவும் கௌரவர்களின் சிருங்காரபோக ருசியையா காட்டியது? இல்லை இல்லை. பிறப்பு நேர்நீதியில்லாத பாண்டவர்கட்கு மானரோசமேது எனச் சுட்ட, ஐவரையும் கலந்த பாஞ்சாலியைக் கருவியாக்கி, கூடியிருந்தோர்க்குப் புலப்படுத்தவேயன்றி வேறில்லை.

அமரும் ஒளி பிரகாசித்து சிறுப்பதைப்போலத் தடுமாறும் பீமனிலிருந்து, சீரிய சிந்தனைகள் விளைந்தவண்ணமிருந்தன.

கர்ணனுடன் சொக்கட்டான் விளையாடிய பானுமதி, கணவன் துரியோதனனின் வருகை கண்டு மரியாதை நிமித்தம் எழுந்தபோது 'எங்கே தோல்விக்கு அஞ்சி ஓடுகிறாய்' என்று அவளின் முந்தானையைப் பற்றி கர்ணன் இழுத்தபோது! அவள் ஆடையிலிருந்து சிந்திய முத்துக்களை எடுக்கவோ கோக்கவோ என்றானே. என்னே பெண்மையின் பேரிலும், நட்பின்பாலும் துரியோதனின் நம்பிக்கை!

அவன் ஆண்மைக்கு வணங்கி மரியாதை செய்தால்தான் என்ன என்று பீமன் தோல்வியில் தலைகவிழ்ந்து நிற்கையில் சகோதரர்கள் கண்ணனைச் சூழ்ந்து அவன் தோள்களில் சாய்ந்து விசும்பினார்கள். பீமனை சுட்டி இனி ஆவது என்ன எல்லாம் முடிந்து போனது என வாயார அரற்றினார்கள்.

“துரியோதனனை, சகல திக்குகளிலும் ஒளிரதம் ஓட்டும் ஆதித்யனின் வலிமையில் இறவா வரம் தந்து பூமிப் பந்தை புரட்டிப்போடும் பராக்கிரமத்தோடு அல்லவா அனுப்பியிருக்கிறாள் காந்தாரி. அழிவுற்றது பாஞ்சாலி சபதமும் பாண்டவரின் வெற்றிப் பெருமிதமும்” என்று பீமன் காதுபடக் கூறிய கண்ணன் ‘வனவாசப் பெருந்துயரைவிட இந்தத் தாக்குதலில் விளைந்த தளர்வு ஒரு பொருட்டோ. நிறுத்துங்கள உங்கள் ஓலத்தை’ என்று சகோதரர்களை இகழ்வாய் கூறிய காட்சி பீமனின் பிடறி பற்றி உலுக்கியது.

அவனின் எடை பருத்த மூளையில் அக்னிக்கீற்று தெறித்த ஒரு வினாடியில் ஒடுங்கி உடலின் ஆயாசமும் அயற்சியும் சன்னமாய் விலகி முறிந்து எழுந்தான்.

நைந்த உடம்பின் தசைகளை ஒன்றுகூட்டி ஓங்காரமாய்க் கூச்சலிட்டவாறு கதாயுதத்தை உயர்த்தி ‘ஹோ’வென ஆக்ரோஷமாய்ப் பாய்ந்து முன்னேறி வஜ்ஜிர மலைபோல் நின்றிருந்த துரியோதனனை யாரும் எதிர்பாராத வண்ணம் குருகுல கௌரவ மேன்மையின் மூலத்தை சிதைத்து அழிப்பதைப்போல அவன் உயிர்க்குறியில் பலங்கொண்ட மட்டும் தாக்கினான். வானம் இற்று விழுந்ததைப்போல ‘அம்மா’வென கடைசியாய் அலறிச் சரிந்தான் துரியோதனன்.

காந்தாரி இனியும் நம்பிக்கையோடுதான் இருக்கிறாள். அவளின் கீர்த்திமிகுந்த அந்தப் புரத்தின் வலிமை அத்தனை மகத்தானது. அது வெற்றிக்கு மட்டுமே வாசல். வீழ்ந்த துரியோதனன் மீண்டும் வந்து போரிடுவான் எனத் தீர்க்கமாய் நம்பி வாளாவிருந்தாள்.

சமந்த பஞ்சகத்தில் நடந்த போரின் நேரடி நிகழ்வுகளைச் சொல்லிக்கொண்டுவந்த சஞ்சயன் காட்சிகளை பின்னும் காந்தாரிக்கும் திருதராஷ்டிரனுக்கும் விவரிக்கத் தலைப்பட்டான்.

ஏற்கெனவே உருக்குலைந்துபோய், நடமாட சக்தியற்றுப்போன பீமன் கடைசி முயற்சியால் துரியனை வீழ்த்தியதன் மூலம் பெற்ற வெற்றியையும் தாங்கமாட்டாமல் தள்ளாடி வந்து சகோதரர்களின் கரங்களில் வந்து சோர்ந்து விழுந்தான்.

“நம்ப முடியவில்லை!”

கண்ணன் மெலிதாகச் சிரித்தவாறு பீமனைச் சொன்னான். மூச்சிறைப்பினூடே பீமன் சொன்னான் “ஆமாம் நிச்சயமாக! நிச்சயமாகத்தான் நம்பமுடியவில்லை இறுதியில் அவனின் குண இயல்பே அவன் முடிவைக் குறிக்க எனக்குக் கட்டியங்கூறியது.

காந்தாரியின் தவோபலத்தைப் பெறும் நிர்வாண வேள்வியில் துரியோதனன். தன் எதிர் நிற்பது பெற்ற தாயே என்றாலும் நிச்சயமாகத்தாயின் சொல்படி அரைஞாணில் மறைப்பேதுமின்றி இருந்திருக்கமாட்டான் என உறுதியாய் நம்பினேன். அந்த எண்ணம் வீண்போகவில்லை. சரியாக அவன் உயிர்நிலைக்குக் குறிவைத்தேன்.”

மொகவாயில் ஆட்காட்டி விரலைத் தட்டியவாறு கண்களை நிஷ்டையுள் ஆழ்த்தி கண்ணன் சொன்னான். “ஆம். அன்னையின் முன்புகூட நிர்வாணத்திற்கு நாணி ஒப்பற்ற அந்த யாகத்தின் பெருமை தெரிந்தும்கூட ஒரு வாழை இலையால் தன் இடையை மறைத்துக் கொண்டான். உருக்குப்போன்ற வலிமையை அவன் உடலெங்கும் பொருத்திய ஒளி காந்தாரியின் கண்களில்படாத இடையில் வலு சேர்க்காதுவிட்டது. அரைஞாண் பலவீனப்பட்டிருந்தது. உன் யூகம் உனக்குக் கை கொடுத்தது.”

சஞ்சயன் சொல்லி முடித்தான்.

“ஐயோ! உலகத்தில் யாருக்குமே கிட்டாத வரத்தினை உனக்குத் தந்ததாய் புளகாங்கிதத்தில் இருந்தேனே! பெற்ற தாயின்முன் இருட்கசமாய் உள்ள அறையில்கூட நிர்வாணத்திற்கு நாணினாயா நற்குணா!”

காந்தாரி ஒரு குவியலாய்த் திருதராஷ்டிரனின் மடியில் விழுந்தாள்.

வீச்சு

டிரைவரின் வசவுகள் திட்டமில்லாமல் போய்க் கொண்டிருக்க, லாரி படு நிதானமாக போய்க் கொண்டிருந்தது. கிளீனர்ராமசாமி இன்றையோடு சாப்பிட்டு மூணு நாள் ஆச்சு. காதில் பசி இரைச்சலையும் லாரி என்ஜின் இரைச்சலையும் மீறிய டிரைவரின் வசை மொழிகள். அவனின் அம்மாவையும் அக்காவையுங் கூட இழுத்து கெட்ட கெட்ட வார்த்தையில் நனைத்து பிழிந்து கொண்டிருந்தார். இப்படியே குதித்து ஓடிவிடலாமா என்று நினைத்தான். பசியில் தலையும் கண்களும் வலித்தன.

எந்த மாநிலம் இது என்று அவனுக்கு அறிய முடியவில்லை. ஓடுகிற லாரிக்கு முன்னால் ரோட்டில் யாதொரு காட்சியும் அவனுக்கு தென்படவில்லை. கண்ணின் பார்வையிலிருந்து உடம்பே ஆகாயமார்க்கமாக அலாக்காய் மிதந்ததுபோல உணர்ந்தான். பாஷை தெரியாத பூமி, அறிமுகம் இல்லாத மனிதக் கூட்டம், ஆதரவு காட்டாத சக மனுசன் அவன் வயதிற்கு இது வரை கண்டிராத நாட்கணக்கிலான பசி இந்தச் சித்ரவதைக்கு இப்படியே உயர உயர தன் உயிர் பறந்துபோய்விடாதா என யோசித்தவனை,

“எட்டாம் வகுப்புவரைக்கும் படிச்சிருக்கானாம் எட்டாம் வகுப்பு வரைக்கும் வெண்ணெ! எங்கேயாவது ஒரு சீட்டுக் கம்பெனி இல்லை ஒரு ஜவுளிக் கடைன்னுபோயி கணக்கு வழக்கு எழுதப்போவானா... இங்கெ வந்து கிளீனர் சீட்டுல குரங்கு மாதிரி வந்து தொத்திக்கிட்டு ஏ உசிரை வாங்குறான்.”

எப்பவும் கடூர முகத்துடன் டிரைவர் உர்ரென்று ராமசாமியையும் சிலநேரம் ரோட்டையும் மாறிமாறிப் பார்த்து வாய்க்கு வந்தபடியெல்லாம் வைதார். இனிமேல் அவர் வாழ்நாளில் யாரையாவது திட்ட வேண்டுமானால் ராமசாமிக்கு உபயோகப்படுத்திய சொற்களுக்குள்ளாகத்தான் உபயோகப்படுத்த வேண்டி வருமேயொழிய இதைத் தாண்டி புது கண்டுபிடிப்பு வசவுகள் இருக்காது.

“ஓரமா ஒதுங்கிப் போடா மயிரு. நீ சாக ஏ வண்டிதானெ கிடைச்சது. போயி ரயில்ல கியில்ல விழுந்து சாகுங்கடா “என்று எதிரே சைக்கிளில் வந்தவனையும் ராமசாமியையும் “சாகுங்கடா” எனும் போது ஒரே கல்லில் ரெண்டு மாங்காய் அடித்தார்.

நிமிசத்துக்கு நிமிசம் விதிர்விதிர்த்து லாரியின் இடது பக்கம் மூலையில் ஒடுங்கிக் கிடந்த ராமசாமியை ரொம்ப தூரமாய் இருப்பவனை கூவி அதட்டுவது போல் “ஏய்...லேய்...ஓய்! இங்கெ பாரு... டேய் என்ன மூஞ்சியை ஓந்தி கணக்கா வச்சிக்கிட்டு வர்றே. மோட்டாருக்கு வேலைக்கு வந்துட்டா கரெக்ட் டயத்துக்கு சாப்புட மடியாது. சங்கடப்படணும். நானெல்லாம் கிளீனரா ஓடும்போது டிரைவர்க என்னெ ஒரு உசுப்பிரியாணியாவே மதிக்க மாட்டான். தெரிஞ்சுக்கோ. லோடெல்லாம் இறக்குன பிறகுதான் சோத்தைப் பத்தியே நெனெக்கணும். டிரைவரோட எசைப் போட்டுக்கிட்டு நாமளும் ஆளுக்கு முன்னாடி போயி திங்கணும்னு நெனைக்கப்படாது... ம்... ஏய் என்ன? தலைய தலைய ஆட்டுறெ சரின்னு பதில் பேசுடா வெண்ட்ரு!”

நேரா நேரத்திற்கு எதாவது ஒரு ஊரில் லாரியை வெளிப்புறத்தில் நிறுத்தி ராமசாமியை காவலுக்கு இருக்கச் சொல்லி விட்டு நடந்து போய் சாப்பிட்டு வருகிற விசயம் ராமசாமிக்கு தெரியுமோ என்ற சந்தேகத்திலும் திடீரென்று அவன் தனக்கு பசிக்கிறது என்று தைரியமாக கேட்டு விடக்கூடும் என்ற நெனெப்பிலும் அவனை வாயெடுக்க விடாமல் திட்டிவைத்திருந்தார் டிரைவர்.

“சரி சரி சும்மா உம்முன்னு உட்கார்ந்திருக்காதே ஏதாவது ஒரு நல்ல பாட்டுப்படி தூக்கம் அசத்துது”

மொதலாளியிடம் கிளீனர் வேலைக்கு கேட்டு நின்றபோது “ஏம்ப்பா சின்னப்பையனா இருக்கே தார்ப்பாயை அவுத்து சரக்கு டெலிவரி கொடுத்திருவியா” என்றார்.

“ஒரு தடவை பாத்துட்டா செய்திடுவேன் மொதலாளி” என்றான். உடனே டிரைவரை வரச் சொல்லி ஆளனுப்பினார்.

ரொம்ப நேரத்துக்குப் பிறகு வந்த டிரைவர் உள்ளே நுழையும்போதே ராமசாமியை மொறைச்சமட்டுல வந்தார்.

வாங்க சக்தியண்ணே! குஜராத்துல கொஞ்சம் பிரச்சனை குறைஞ்சிருக்குங்கிறாங்க. ஒரு லைன் போயிட்டு வந்துறலாமா? லோடு போயி ஒரு மாசத்துக்கு மேலே ஆச்சி. செவன் ஹில்ஸ் பார்ட்டிக்காரன் ஸ்டேட்டுக்குள்ளே எங்க வேணுன்னாலும் அந்தப் பேரைச் சொன்னால் கலவரிபண்ணுறவன் தன்னப்போல ஒதுங்கீருவான் எதுவொரு பிரச்சனையும் வராதுங்கிறான்.”

டிரைவர் எங்கோ பார்த்தபடி ஒண்ணும் பேசாமலிருந்தார்.

“நீங்களாச் சொல்லுங்க லாரி இப்படி அடக்கொடுத்த மட்டுலெ நின்னுக்கிட்டிருந்தா நமக்கும் கட்டுபடியாகணும் இல்லெ” என்றார் மொதலாளி. பார்வையை விலக்கி ராமசாமி மீது பதித்த டிரைவர் உள்ளங்கையில் மடங்கி புகைந்தவாறு கரைந்திருந்த சிகரட்டின் கடைசி இழுவையை உதட்டில் வைத்து மூக்கைச் சுருக்கி இழுத்து நின்ற இடத்திலேயே தெருவை நோக்கி ஜன்னல் வழியே சுண்டிவிட்டு மொதலாளிக்கு மரியாதையாக நெஞ்சுக் கழிக்குள்ளிருந்து புகையை பக்கவாட்டில் வாயைக் கோணித்துக் கொண்டு ஊதிவிட்டார். பிறகு சொன்னார்:

“கிளீனர் எவென் வர்றேங்கிறான்? பாஷை தெரியாத ஊர்ல கலவரத்துல போய் மாட்டிகிட்டு எவஞ்சாகன்னு ஒரு பயலும் வர மாட்டேங்கிறான் என்ன செய்ய முடியும்?

இந்தப் பதிலை ஏற்கனவே எதிர்பார்த்த மொதலாளி, "இந்தா... இந்தா நிக்கிறான் பாருங்க. கிளீனரா வண்டியில ஓடுறேங்கிறான்." ராமசாமியின் ரெண்டு புஜத்திலும் கை வைத்து அவனை முன்னால் நகர்த்தி காட்டினார்.

கிளீனர்கள் இல்லை என்கிற சாக்கில் கலவரத்திற்கு பயந்து திரிந்து கொண்டிருந்த டிரைவர். திரும்பி ராமசாமியை உற்று பழையபடியும் மொறைத்தார்.

"இவனா? என்ன மொதலாளி டயர் உயரங்கூட இருக்க மாட்டான். ரன்னிங்ல லெப்ட் கேபின் டோர பிடிச்சி கிளீனர் சீட்டுல ஏறி உக்காந்திருவானா?"

"என்ன வேல சொன்னாலும் செய்வேணாச்சி!" கட்டிய கையுடன் டிரைவர் பக்கம் திரும்பிச் சொன்னான். டிரைவர் அவனை இகழ்ச்சியாய் கையைக் காட்டி "இவெங்யார்ராயிவன். இங்கென்ன பள்ளிக்கூடமா நடத்துறோம். கையைக் கட்டிக்கிட்டு வாய்ப்பாடு சொல்றதுக்கு. மோட்டாருப்பா மோட்டாரு!. கிளீனரா வர்றவன் அவசரத்துக்கு டயரு கழட்டி மாட்டதெரிஞ்சிருக்கணும். என்ன விளையாட்டு யாவாரமா?"

"ஒரு தடவை பாத்தா செய்திருவேண்ணாச்சி. பட்டாசு கம்பெனியிலெல்லாம் மத்தியானத்துக்குள்ள வேல பழகிட்டேன்."

"பட்டாசுல நொட்டுன பட்டாசுல. மொதல்ல ஸ்டெப்பினி வீல கழட்டிருவியா? வண்டி லாங்குல போச்சுன்னா ஆறு டயரையும் கங்கு பெரட்டி போடணும். மொதல்ல லாரியில் நிப்புள்கள்ல பாத்து கிரீஸ் அடிச்சிருவியா நீயி: என்ன லேசுன்னு பாத்தியா பாத்ததும் உடனே செய்றதுக்கு! என்று கடுமையாகப் பேசிய டிரைவர் முதலாளியைப் பார்த்து இதெல்லாம் தேறாதண்ணாச்சி" என்று உதட்டைப் பிதுக்கி தலையை ஆட்டிவிட்டு மூக்கு துவாரங்களில் விரலைவிட்டு மாறி மாறி குடைய ஆரம்பித்தார்.

"நீங்களே இப்படி பயந்தீங்கன்னா எப்படி சக்தியண்ணே. நாலா பாஷைக பேசுற ஆளு. பயல சும்மா தோதுக்கு வச்சுக்கோங்க. டயரு ஆறும் ரீப்ளே போட்டு புதுசாத்தான்

இருக்கு. ஒருலைன் போயிட்டு வாங்க. மொதல்ல இந்த மாசம் கரண்ட் பில்கட்டியாகணும் சேட்டுக்கு மூணு ட்யூ வேற கட்டாம கிடக்கு "ராமசாமி வேலக்காக இவர்ட்ட கெஞ்சுன மாதிரியே மொதலாளி டிரைவரிடம் கெஞ்ச ஆரம்பித்தார்.

"எந்த லாரியாவது லோடு ஏத்தி வடக்கெ போகுதா? நெலவரம் இன்னும் மோசமாத்தான் இருக்குன்னா உங்களுக்கு புரியமாட்டிக்கி, இம்புட்டு பயலை வச்சுக்கிட்டு கலவரம் நடக்குற பூமிக்கு எப்படியண்ணாச்சி போக முடியும்? திடீர்ன்னு சுத்தி வளைச்சிர்றான். சூலாயுதத்தை கொண்டு முழுமூச்சா குத்த வர்றான். எவஞ்சாகிறது? எம்புள்ளெ குட்டியில்லெ தெருவுல நிக்கும்.

"ஒண்ணும் யோசிக்காதீங்க சத்தியண்ணே, இம்புட்டு பையன் லருந்து இப்பவரைக்கும் அந்த ஸ்டேட்டுக்கு போயிட்டு வந்துங் கிட்டிருக்கீங்க. பார்ட்டி மாறி மாறி போன்ல திடஞ் சொல்றான். இல்லேன்னா நா இவ்வளவு மன்றாட மாட்டேன். லோடு உடனே வேணுங்கிறான். எம் மொதுலு பாழாக நா விடுவனா. போயி சாப்ட்டு துணிமணி யெடுத்திட்டு வாங்க" மொதலாளி தீர்மானமாய் சொன்னார்.

விசுக்கென்று வெளியேறிய டிரைவர். ராமசாமியைப் பார்த்து "ஒங்களுக்கெல்லாம் ஒரு சாவுவர மாட்டேங்குதேடா, வா ... ஒண்ணே... இடைவழியில வச்சி பட்டினியா போட்டு கொல்றேன்." என்கிற மாதிரி மொறைத்தான்.

பள்ளிக்கூடத்தில் போன வருசம் எட்டாவது முடிக்கிற வரைக்கும் அந்த ஊரை விட்டு எங்கும் போனதில்லை. லாரியில் வெளி மாநிலத்துக்கு போறதே பெரிய பயத்தை கொடுக்கிற நிலையில் டிரைவரின் அச்சுறுத்தும் பார்வை ரொம்பவும் கவலையை கொடுத்தது. ரொம்பவும் கலங்கிப் போனான் ராமசாமி.

வீடு இதைவிட பெரிய நரகமாயிருந்தது.

அப்பா உள்ளே நுழையும் போதெல்லாம் வீடு களேபரப்படும். அம்மா, அக்கா, ராமசாமி. தங்கச்சி அவ்வளவு பேருக்கும் வசவுகளை இடியாய் முழக்கிய வண்ணம் தான்

வருவார். மூலைக்கு ஒருவராய் ஒடுங்கிப்போய் நிற்பார்கள்.

"ஒரு வருசமா தறிதான் ஓடலை. வேறு ஏதாச்சும் ஒரு வரும்படி தேடுவோம்னு யாருக்காவது நெனப்பு இருக்கா. நானும் பத்துவட்டிக்கு எவ்வளவுதான் வாங்கி வாங்கிப் போடுவேன். இந்தா தொரை கலெக்டருக்கு படிச்சிட்டானாம். எட்டு மயிரு பிடுங்கி யிருக்கான். நாலு எருமைவயசாச்சி. ஆம்பளைப்புள்ளெ எப்பொ எப்பொபெரியவனாவான். நாம எப்பெப்பொ நல்லாசோறு திம்போம்ன்னு இருந்ததுக்கு நமக்குத்தான் எமனா வந்து வாச்சிருக்கான். இவ்வள பெரிய மாடு தின்னுபோட்டு கவலையில்லாம திரியுறானே. குழம்புத் தண்ணிக்கு ஒரு பத்து ரூபா காசு கொண்டு வரப்படாது?"

நைந்து கிழிந்திருந்த ரவிக்கயை சேலைத்தலைப்பால் மறைக்க முயன்று கொண்டிருந்த அக்காவின் பின்னால் நடுங்கியபடி நின்றிருந்தான் ராமசாமி.

என்ன செய்ய. பட்டாசுத் தொழிற்சாலையில் வேலையில்லை. சத்தமாய் வெடிக்கிற வெடிகள் தயார் பண்ணக்கூடாதென்று சர்க்கார் உத்தரவு. அரசு நிர்ணயம் செய்திருக்கிற அளவில் வெடி செய்தால் பொட்டுவெடி மட்டுந்தான் பண்ண முடியும். மேலே போய் கலர்கலரா பூவாணம்விட்டு டமால்ன்னு எவ்வளவு சத்தங்கொடுத்தும் வெடிக்கலாமாம். அந்த மாதிரி கோடிக்கணக்கில் மொதல் போட்டு செய்யுற கம்பெனிகள் இருபது ரூபாய் பஸ்சார்ஜில் தூரமாய் இருக்க. வெளியூர் ஆட்கள் டயத்துக்கு வரமுடியாது என்று ராமசாமியை நிறுத்திவிட்டார்கள். தீப்பெட்டி ஆபிஸில் கணக்கப்பிள்ளை வேலைக்குப் போனான். விவசாய வேலைகள் இல்லாததினாலும் பட்டாசு தொழிலில் கைவிடப் பட்டவர்களும் வேறு போக்கிடமில்லாமல் தீப்பெட்டி ஆலைகளில் தான் வந்து விழுந்தார்கள். ஏகப்பட்ட உற்பத்தியில் பட்டாசுகள் ஸ்டாக் ஆகி அதுவும் வடநாட்டில் கலவரங்கள் நடக்கிறதனால் லாரிகள் போக முடியாமல் அந்தக் கம்பெனிகளும் பூட்டியாச்சு.

"அக்கா வயசுப் பொண்ணு. தங்கச்சி சின்னப்பிள்ளை ஒரு நல்ல துணிமணி கிடையாது. வெளியே வேலை வெட்டின்னு

தேடிப்போய் அலைய முடியாது. உனக்கென்ன கொள்ளை நீயெல்லா இருந்து எதுக்கு பூமிக்கு பாரமா? எத்தென லாரி வருது ஒண்ணாவது ஒன்ன அடிக்கமாட்டேங்குதே."

அப்பாவின் சுடுசொற்கள் தாங்காமல் அழுதான். வீட்டிலே ஒரு நல்ல பேச்சு. நல்லசோறு கேட்டு கண்டு எவ்வளவு நாளாச்சு. அவனுக்கு இந்த உலகத்துல இருக்கவே பிடிக்கலை. எந்த ஆளுகளும் தன்கிட்டெ அன்பா பேசுறதில்லெ. பின்னே எதுக்கு இந்த உயிரை வச்சுகிட்டிருக்கணும்.

ஓட்டல்ல கூட சப்ளைக்கு இல்லெ, பெஞ்சு துடைக்கன்னு கேட்டுப் பார்த்தான்.

"ஆம்மா இங்கெ யாவாரம் பிளந்துக்கிட்டிருக்கு. காலை யிலிருந்து நாலு டீ வித்திருக்கு. அவிச்ச இட்லி அந்த மட்டுல கிடக்கு. சட்னிகூட ஒரு மாதிரி ஊசல் வாடை அடிக்க ஆரம்பிச் சிருச்சி. இதுலெசம்பள ஆள் இல்லாமத்தான் ஆகலை. அங்குட்டுப் போப்பா வயித்தெரிச்ச! ஊருக்குள்ள தொழில்கள் நடந்தாவுள்லெ ரெண்டு யாவாரம் நடக்கும்."

குஜராத் மாநிலத்துக்குள்ளே ஏழாம் நாள் லாரி நுழையவும் மற்ற இடங்களை விட இங்கு ராமசாமியின் பயம் ஜாஸ்தியாகிவிட்டது. பூமியின் கடைகோடிக்கே வந்துவிட்ட மாதிரி திகைத்தான். போகிற லாரி கடைசி அத்தமான சருக்கலில் உருண்டு முடியப் போகிறதோ என்கிற மாதிரி மிரட்சி கொண்ட பீடிகை பூமியாய் தெரிந்தது.

ஜனங்களெல்லாம் திடுதிடுவென ஓடினமயமாய்த் தெரிந்தார்கள். ரெண்டு பேர் நின்று பேசுவதைக் காண முடிய வில்லை. தீ நாக்குகள் சுழன்றாடிய கடை வீதிகள். நேரம் இருட்டி விட்டபிறகுங்கூட உயர்ந்த வீடுகளும் நிறுவனங்களும் தலையும் மேனிவனப்பமும் பொசுக்கிப் போய் கரேல் கரேலென்று பூதமாய்விழுந்து கிடந்தது தெரிந்தது.

சின்னச் சின்ன வீடுகள் முச்சூடும் குட்டிச் சுவர்களாய்ப் பரந்து கிடந்தது. அதில் இவன் வீட்டிலிருந்த மாதிரியான தறிகள் தீயில் எரிந்து கட்டைகள் குறுக்கும் மறுக்குமாய் விழுந்து கிடந்தது. அந்த நகரத்தையே டினோசர் மிருகங்கள்

புகுந்து மிதித்து அழிச்சாட்டியம் பண்ணிய மாதிரி நசுங்கிக் கிடந்தது. அங்கங்கே சின்ன சின்ன குண்டு பல்புகளில் மாத்திரம் தெரு விளக்குகள். போலீஸாரின் விசில்கள் கேட்டுக் கொண்டேயிருந்தன.

ஒரு போலீஸ்காரன் கூச்சல் போட்டுக்கொண்டே வண்டியின் இடது புறமிருந்து ஓடிவந்து நிறுத்தினான். வாட்சை காட்டி இந்த வழியில் இந்நேரம் ஏன்வந்தாய் என்கிற மாதிரி கத்தினான். டிரைவரும் போலீஸிடம் இந்தியில் கடுமையாய் பதிலுக்கு பதில் பேசினார். போலீஸ்காரர் தடியைக் காட்டி எச்சரித்தபோது எதோ கடுமையாக அவரைப் பார்த்து ஹிந்தியில் கத்தியவாறு லாரியைக் கிளப்பினார் டிரைவர். போலீஸ்சும் அதே வார்த்தையை உரக்க கூவியவாறு தடியை விசிறி எறிந்தான்.

சுழன்று வந்த தடி தோதாய் உட்கார்ந்திருந்த ராமசாமியின் நெற்றிப் புருவத்திலும் கண்ணிலுமாக அதன் நுனி விழுந்து தெறித்தது.

“ஐயோ அம்மா.... யம்மா... எங்கண்ணு போச்சே” என்று ரெண்டு கையையும் உதறி எழுந்த ராமசாமியின் அலறலோடு லாரி இன்னும் வேகங்கொண்டது. “அம்மா...வலி தாங்க முடியலையே...” என்ற கூப்பாட்டை சட்டை பண்ணாமல் சைடு கண்ணாடி வழியாய் போலீஸ்காரன்பின் தொடருகிறானா என்பதை கவனித்து இல்லையென்று ஊகித்த பின்னால் “இப்பொத் தெரியுதா” என்று நிமிர்ந்தார் டிரைவர்.

வேதனையில் காயத்தை கையால் இறுகப் பொத்தி அழுது கொண்டிருந்தவனை ‘அப்படித்தான் வேணும்’ என்கிற திருப்தியில் “ஏ வெண்ணே! இப்பொ இழுகி என்ன செய்ய நான்தான் படிச்சி படிச்சி கிளிப்பிள்ளைக்கு சொன்ன மாதிரி சொன்னனே. இப்பொ போட்டு ஊளு ஊளுங்கியே என்ன மயித்துக்கு. துண்டை வாயில ஊதி ஒத்தனங் கொடு. போயி லோடு டெலிவரி இறக்கிட்டு ரிட்டர்ன் லோடு பாத்து ஏத்தணும். கனைக்கான் சும்மா எருமை கனைச்ச மாதிரி.”

ராமசாமி ரொம்ப நேரம் வலிபொறுக்க மாட்டாமல் தன்மேல் சட்டையை கழற்றி கண்ணைச் சேர்த்து பொத்தி உட்கார்ந்திருந்தான். எதோ ஓரிடத்தில் லாரி நிற்கிற மாதிரி தெரிந்தது. கண்ணை திறக்க முடியவில்லை.

“ஏய்... ஏலேய்... தூங்குனது போதும். கீழே இறங்கு... டயர்களை தட்டிப்பாரு. இதெல்லா சும்மா சொல்லிகிட்டு இருக்க மாட்டேன். நின்ன நின்ன இடத்துல டயர்களைச் சரி பாக்கணும். பாத்துட்டு பின்னாடி வா”

டிரைவர் கீழே இறங்கினார். ராமசாமியின் நெற்றி, புருவம். கண் கன்னமெல்லாம் பெரிதாய் வீங்கி ரத்தம் சொட்டிக் கொண்டிருந்தது. ஒரு நடுக்காட்டில் லாரி நின்று கொண்டிருந்தது. ஒரே இருட்டு கசமாயிருந்தது. கீழே இறங்கிய ராமசாமிக்கு இன்னும் நிதானம் புடிபடவில்லை. ரோட்டின் இருபுறமும் சிறு சிறு குன்றுகளும் ஓடைகளுமாய்த் தெரிந்தன.

டிரைவர் நின்று கொண்டிருந்த இடத்திற்கு கொஞ்சம் தள்ளி தற்காலிகமாய் அமைத்த டென்டுகளில் சிறு சிறு சிம்னி விளக்குகள் குறைவாய் எரிந்து கொண்டிருந்தன. அவரைச் சுற்றி நின்ற சில பெண்களும் ஆண்களும் எதேதோ பேசி கெஞ்சிக் கொண்டி ருந்தது மாதிரி தெரிந்தது. கிட்டெபோய் நின்றான்.

கைக் குழந்தையுடன் ஒரு இளம் பெண்ணைத்தவிர மற்ற பெண்கள் பின்னால் வருகிற லாரியை நோக்கி ஓடினார்கள். அது நிற்காமல் போகவே ஏதோ பலமாக சபித்தவாறு மேற்கொண்டு வாகனங்களை எதிர்பார்த்து சற்று தள்ளி நடந்தார்கள்.

இன்னம் இவரை விட்டு அகலாமல் நின்று கொண்டிருந்த ஆண்களை போ போ என்கிற மாதிரி விரட்டினார் டிரைவர். அவர்கள் கோரசாக ஒன்றே ஒன்று ஒன்றே ஒன்று என்று உதட்டில் இருவிரல்களை பதித்துக் காட்டினார்கள். இந்தியில் பதில் சொல்லி அலுத்துப்போன டிரைவர் “பீடியெல்லாம் நான் குடிக்கறதில்லை போங்கடா” என்று எரிந்து விழுந்தார்.

அந்தப் பெண்ணைப் பார்த்து ‘இப்படிவா’ என்கிற மாதிரி கையைப் பிடித்து திரும்பவும் அவர்கள் அழைத்துப் போக

எத்தனிப்பதைப் பார்த்து "போய் தொலைங்கடா" என்று கையிலிருந்த சிகரெட் பாக்கெட்டை அவர்களை நோக்கி எறிந்தார். அதை எடுத்தவாறு அந்தப் பெண்ணை விட்டு விட்டு அவர்களுக்குள் சிரித்துக்கொண்டு ஏதோ சொல்லிப்போய் விட்டார்கள்.

அந்தப் பெண் சாப்பிட எதாவது கேட்டாள். பிறகு குழந்தையைக் காட்டி இதற்காவது எதாவது கொடுங்கள் என்று பாவமாய்ப் கேட்டாள். இதையெல்லாம் சட்டை பண்ணாத டிரைவர் இவனைப் பார்த்து "கூப்புட்டா ஒரு வார்த்தையில வர முடியலையா உனக்கு" என்று அவன் முன்னமே வந்தது தெரிந்ததும் இரைந்தார்.

"அந்தக் குழந்தையை வாங்கி கொஞ்ச நேரம் வச்சிரு"

தாயின் இடுப்பில் சிணுங்கிக்கொண்டிருந்த குழந்தை ராமசாமி கையை நீட்டியதும் ங்ஹே... ங்ஹே... என்று பாய்ந்து அவனோடு ஒட்டிக்கொண்டது. டிரைவரும் அந்தப் பெண்ணும் அந்த இருளையே சுவராக்கி சரிந்தார்கள்.

கொஞ்சம் அப்புறமாய் ராமசாமி நகன்றவுடன் அம்மாவை கைநீட்டி அழுத குழந்தையை "ச்சொ... ச்சொ..." என்று லேசாக குலுக்கியவாறு நடந்தான். அந்த இருட்டிலும் அவனது வீங்கிய புருவத்தை நோக்கி எதுவோ என நினைத்து குழந்தை கையை நீட்டியது. இவன் முகத்தை திருப்ப குழந்தை அதனை வளைந்து பார்ப்பதில் அழுகையை நிறுத்தியது.

குழந்தை அவன் கண்ணை நோக்கி கையை நீட்டுவதும் இவன் முகத்தை திருப்புவதும் குழந்தை ஏமாற்றத்தில் சிரிப்பதுமாய் நேரங்கடந்தது. ராமசாமிக்கு வலி குறைந்தபாடில்லை. டிரைவரும் அந்தப் பெண்ணும் இருளை விலக்கி வெளிவந்தார்கள். தன் குழந்தையின் மலர்ந்த முகத்தைப் பார்த்து "அண்ணனோடு இருந்தாயா" என்று வாங்கி அவள் பாஷையில் கொஞ்சி இடுப்பில் வைத்துக் கொண்டாள்.

"சரி நீயும் போயிட்டு வா" என்றார் டிரைவர் ராமசாமியைப் பார்த்து.

" எங்கேண்ணாச்சி?"

"இப்பொ நா எங்கெ போனேன் பாத்தியில்லே"

ராமசாமிக்க யாரோ கழுத்தை இறுக்கிய மாதிரி நாக்கு வறண்டது. கண் புருவ வலியை விட அவன் நெஞ்சு எதோ கனத்தைச் சுமந்த மாதிரி உள்ளுக்குள் அவயங்கள் அனைத்தும் அலறின. அவன் கண்ணுக்கு முன்னால் அம்மாவும் அக்காவும் தங்கச்சியும் வந்து வந்து போனார்கள். எதற்கோ அவனைப் பார்த்து அழுதார்கள். இவன் அவர்கள் அருகில் போகாமல் அசிங்கப்பட்டு தூரமாய் நின்று கதறினான்.

"இல்லண்ணாச்சி வேண்டாம்" என்று முக்கலாய் முணகி தலையை ஆட்டினான்.

''அதெல்லாம் வச்சுக்கிடாத. குழந்தையை கேபின்ல படுக்கப்போட்டுட்டு ரெண்டு பேரும் போயிட்டு வாங்க"

தலையை டிரைவர் பாக்கும்போதெல்லாம் முடியாதுங்கிற மாதிரி ஆட்டி 'பழக்கமில்லே வேண்டாம்' என்று தலையை கவிழ்ந்து கொண்டு நின்றான்.

''மயித்தப் பிடுங்கவாடா இந்த வேலைக்கு வர்றே. வந்தாச்சுன்னா லாப நட்டம் ரெண்டையும் பாக்கணும். இந்த லாரியைப் பத்தி உனக்குத் தெரியாது. பொம்பளைக் கவிச்சு அடிச்சுக்கிட்டே இருக்கணும். இல்லேன்னா கொண்டு போய் லோடோட கவித்துப்போடும். இப்பொ கொஞ்சநேரத்துக்க முன்னாடி அணப்பு விழுந்ததில்லெ உனக்கு? கிடந்து சீரழியணும் பாத்துக்கோ. போ. உனக்கும் சேத்து துட்டு கொடுத்தாச்சி."

ராமசாமி கண்வலிக்காகவும், ஊர் நினைப்பு வந்ததும், டிரைவரின் இம்சைக்காகவும் அழுதான். விடாமல் அழுது கொண்டேயிருந்தான்.

அந்தப் பெண், டிரைவரைப் பார்த்து அவள் பாஷையில் ஏதோ சொன்னாள். டிரைவர் உன் வேலையைப்பார் என்கிற மாதிரி அதட்டினார். அவள் ராமசாமியை அருகில் வரச்சொல்லி தன்னோடு அணைத்துக் கொண்டாள்.

அவன் அப்பா திட்டும்போது எப்படி அக்காவின் பின்னால் மறைந்து நின்றிருப்பானோ அப்படி நின்று கொண்டிருந்தான். அவன் தலையைத் தடவிக் கொடுத்தவாறு அவள் முகத்தை கடுமையாகக் காட்டி, டிரைவரிடம் இப்படித்தான் சொல்லியிருக்க வேண்டும்.

"யோவ் போயா அந்தமட்டுல. சின்னப் பையனைப் போயி வதைக்கிறயே! என் தம்பி போல இருக்கான்."

தன் ரவிக்கைக்குள் விரல்களை விட்டு டிரைவர் கொடுத்த இரண்டு நோட்டுகளில் ஒன்றை திரும்ப விசிறி எறிந்தாள். மறுபடியும் ராமசாமியை "அழாதேப்பா அழாதே" என்பது போல தன் குழந்தையோடு இறுகப்பிடித்து அணைத்துக் கொண்டாள்.

நேரமாக ஆக வலி விண்விண்ணென்று தெறித்தது. "அம்மா ரொம்ப வலிக்குதும்மா" என்று எப்பேர்ப்பட்ட வலியையும் அம்மாவிடம் சொன்னால் அவளின் விரல் ஸ்பரிசத்தில் பாதிபறந்தோடிப் போகும். இப்பொ யாரிடம் சொல்வான்?

"ஏல மயிரு எழவெடுத்த மாதிரி வண்டியில உட்கார்ந்து அழுதே! இப்படியே மிதிச்சி கீழே தள்ளீருவேன் பாத்துக்கோ. விழுந்த ஜோர்ல பின் வீல்ல ஏத்தி கொன்னுபோட்டு போய்க்கிட்டே இருப்பேன். ஓவ் வீட்டிலயும் தேட நாதிகிடையாது. இங்கெ செத்தாலும் கணக்குல வராது பொத்திக்கிட்டு வாடா"

வேதனையோடு வேதனையாய் சரக்குகளை இறக்கி தனியாளாய் டெலிவரி செய்தான் ராமசாமி. அவன் பிஞ்சுவிரல்கள் தடித்து ரத்தம் கசிந்து விட்டிருந்தது.

ரிட்டன் லோடு திருநெல்வேலிக்கு பீடி இலை ஏறியது. பெரும் விபத்தானவனுக்கு உயிர் கொஞ்சம் கொஞ்சமாய் நாளுக்கு நாள் திரும்புகிற மாதிரி ஒவ்வொரு தினமாய்க் கடந்து லாரி தமிழ்நாட்டு எல்லையை தாண்டி வந்து கொண்டிருந்தது.

ராமசாமியின் மனசு பூராவும் அவன் வீட்டையும் ஊரையும் சுத்தி சுத்திக் கிடந்தது. அப்பாவின் வசவுகள் அவனுக்கு ஒன்றுமே இல்லாமல் தெரிந்தது. இனி ஊரைவிட்டு செத்தாலும்

வெளியேறக்கூடாது என முடிவு பண்ணிவிட்டான். லாரியிலிருந்து இறங்கியதும் எல்லாரையும் போய் பார்க்க வேண்டுமென்று சேக்காளிகளையெல்லாம் வரிசையில் வைத்து நினைத்துப் பார்த்தான். ஊரிலிருந்து வந்து வருசக்கணக்கான மாதிரி உணர்ந்தான். சென்னையை தாண்டியதுமே அவனுக்கு ஊருக்கே வந்த பூரிப்பு. நெற்றிப் புருவத்தின் வீக்கமும் வலியும் இப்போதைய குதூகலிப்பில் சுகமான வலியாக புருபுருவென ஊறியது.

டிரைவர் தினமும் கொடுத்த ஐம்பது ரூபா படி சம்பளத்தை கால் சட்டைப் பையிலிருந்து எடுத்து கசகசப்பை விரித்து ரூபா நோட்டுகளை தலைப்பக்கமாய் வைத்துச் சேர்த்து அடுக்கி வைத்துக் கொண்டான்.

ராமசாமி வீட்டிற்குள் தலைச்சுமையுடன் நுழையும் போது எல்லோரும் சுருண்டு போய்த்தான் படுத்துக்கிடந்தார்கள்.

தற்செயலாய் புரண்டு வாசற்பக்கமாய் பார்த்த அக்கா. "யம்மா இந்தா பாரு தம்பி வந்துட்டான்!"

என்று சந்தோசமாய் எழுந்து வந்து பையை இறக்கினாள்.

''அண்ணே எங்கண்ணே போயிருந்தே அம்மா அழுதுகிட்டெயிருந்துச்சி''

என்றாள் டவுசரைப் பிடித்து அண்ணாந்து பார்த்த தங்கச்சி.

"ஏ அய்யா என்னய்யா இது நெத்தியிலெ. எங்கிரகசாரமே". என்று அம்மா ஓடிவந்து ராமசாமியின் முகத்தை நெஞ்சுக்கு நேராய் சாய்த்து கண்ணீர் விட்டாள்.

"லாரிக்கு போனேம்மா... வேலை பழக்கமில்லாததா அதான் அந்தக் கதவுல முட்டிட்டேன்"

கன்னாம் பட்டை மேல அடிச்சிருக்கே. கொஞ்சம் தப்புனா கண்ணையில்லெ கேட்டிருக்கும். எல்லா அந்த மாரித்தாயி புண்ணியந்தான். வயிறு கொடேர்னு கெடக்கு சாப்புட்டயா இல்லையா? இரு, தண்ணி ஊத்துனது இருக்கு கொஞ்சம் பிழிஞ்சி எடுத்திட்டு வர்றேன்.

உள் வீட்டுக்குள்ளிலிருந்து அக்கா சந்தோசமாய் அம்மாவைப் பார்த்துக் கூவினாள்.

''அம்மா இங்கெபாரு தம்பி என்னவெல்லா வாங்கி வந்திருக்கான்னு சட்டைத்துணிக கலருக்கு ஒண்ணா எடுத் தாந்திருக்கான் ஒரு டசன் இருக்கும் உனக்கும் எனக்கும் சாகுந் தண்டிக்கம் கவலையில்லை. அய்! இந்தாபாரு தங்கச்சிக்கு பள்ளிக் கூட யூனி பாரம் சட்டை, நமக்கு அஞ்சாறு உள்பாவாடைக.''

அவளுக்கு சந்தோசம் பிடிபடவில்லை.

தங்கச்சி போய் அப்பாவை கூட்டிவந்தாள். அரிசிப்பையும் கோடித் துணிகளும் வந்ததை அவள் மூலம் தெரிந்து கொண்ட அப்பா, "எங்கேய்யா முட்டிட்டே.... எங்க காட்டு காயத்தைப் பாப்பம்" என்று கேட்டுக் கொண்டே உள்ளே வந்தார்.

ராமசாமிக்கு இப்பவும் அழுகை நெஞ்சை வருடிக்கொண்டு பீறிட்டது. ஒரு நிமிசத்தில் வீடே நந்தவனமாய் செழித்துப் போனது. பீடை சூழ்ந்திருந்த வீடு எப்போதுங்காணாத சந்தோசத்திலும் அன்பிலும் நிறைந்து கிடந்தது.

"வண்டி லோடு ஏத்தி ரெடியா இருக்கு. டிரைவரும் வந்தாச்சு. இந்த கிளீனருக்கு என்ன செய்யன்னு தெரியலை'' என்று கவலையோடு திரும்பிய மொதலாளிக்கு முன்னால் '' நான் போறேன் மொதாளி'' என்று கும்பிட்டு கைகட்டி நின்ற ராமசாமியைப் பார்த்து புதிதாய் வந்த டிரைவர் மொறைத்தவாறு, சிகரெட்டின் கடைசி இழுவையை இழுத்து ஜன்னல் வழியே அதை தெருநோக்கிச் சுண்டிவிட்டு நெஞ்சுக்குள் இழுத்த புகையை வாயை கோணித்துக் கொண்டு பக்கவாட்டில் ஊதி விட்டார்.

பீதி...?

மேல்காற்று சுழன்றடித்தது. முன்நிலா கீழ்வானத்தில் பால்போல் தெளிந்து தெரிந்தது. அந்திக்கருக்கலின் மங்கு வெளிச்சமா நிலா வெளிச்சமா என்று தெரியாத இளஇருள் பொழுது.

இந்த மனுசனை இன்னுங்காணோம். சும்மாவே அங்கே கொலை இங்கே கொலை என்று சனங்கள் ஆடிப்போய்க் கிடக்கிறார்கள். நம்ம சாதிக்காரர்கள் அவங்களில் குறிப்பான ஆள்களாய் பார்த்து பார்த்து கொல்வதாகவும் பதிலுக்கு அவர்கள் எண்ணிக்கை கணக்குக்கு அப்புராணி சப்புராணிகளைக் கொன்று கணக்கை நேர்செய்வதாகவும் ஊரு பூராவும் பேச்சாய்க் கிடந்தது.

இந்த மனுசன் ஒரு வாயில்லா சீவன். கண்ணைத் திறன்னா வாயைத் திறப்பார். வேலை முடிஞ்சு பொக்குன்னு வீடுவரத் தெரியாது.

துக்கை உள்ளுக்கும் வாசலுக்குமாக நிலை கொள்ளாமல் தவித்தாள். இப்பவே பாதி அரவம் ஒடுங்கி ஊர் அடங்கிக் கொண்டிருந்தது.

நேரபேதமறியாத நாயொன்று, ஊரமைதிக்குப் பிறகு குரைக்கும் குரைப்பை இப்போது குரைக்க, எதிர் திசைகளிலிருந்து பதில்நாய்கள் எச்சரிக்கை ஊளையிட்டன.

பக்கத்து டவுனுக்கு நானாவித வேலைக்குப்போன ஆட்கள்

சைக்கிள்களில் வந்திறங்கி குளித்தும் உடுத்தியும் உண்டும் நாளை வேலைக்காக ஆசுவாசப்படுத்திக் கொள்கிறார்கள். சின்னஞ்சிறு பெட்டிக்கடைகளில் தொங்கும் அரிக்கேன் விளக்கினைச் சுற்றி பெண்கள் தினஜீவிதத்திற்கான கொள்முதலுக்கு காத்திருக்கிறார்கள்.

வீட்டில் நல்லதண்ணி ஒரு பொட்டுக்கூட இல்லை. தீப்பெட்டி ஆபீஸிலிருந்து வர இவ்வளவு நேரமாகிவிட்டது ஆத்துல இந்நேரம் ஒரு சனம் இருக்காது. இந்த மனுசன் வந்தா காலா காலத்தில் போயி வரச்சொல்லலாம்.

"பொம்பளை போனோம் வந்தோமுன்னு ஒரு நடை பொசுக்குன்னு போயி ஒருபானை கொண்டு வர்றதை விட்டுப்போட்டு புருசனை தொண்ணாந்து பாத்துக்கிட்டு நிக்கா, புருசனை" உவர்மண் போட்டு துவைத்த சேலையை கதகதப்பாய் போர்த்தி படுத்திருந்த மாமியா சேலையை விலக்கி கண்ணைத் திறக்காமலே பொரிந்து விட்டு திரும்பவும் போர்த்திக் கொண்டாள்.

ஆற்றில் உள்ள கொஞ்சநஞ்ச மணலையும் விற்றுத் திரும்புகிற கட்டை வண்டிகள் நகரிலிருந்து ஊருக்குள் கடகடவென்ற சப்தத்துடன் வரிசையாய் வந்து சேர்ந்து கொண்டிருந்தன.

"பேயா அடிச்சீருது. அப்படியே அடிச்சி செத்தாலும் இந்த பூமியெல்லாம் எலும்பாயிருதா?"

"நிக்கிறானாக்கும் அங்கே சிறையெடுக்க... ரதியை... போக்கத்த கழுதை"

துக்கை பானையுடன் கிளம்பினாள். அவளின் படபடப்பும் பயமும், நடை வேகத்திலும் முகக்கலவரத்திலும் தெரிந்தது. ஊரைத் தாண்டியதும் இன்னும் வேகங்கொண்டாள். தலை கவிழ்ந்த நடையின் பார்வையில் பானைத்தடம் காலடியில் வெளிறியும் சுற்றி இருட்டுக்கசமுமாய் அவள் கண்கள் புலப்படுத்தின.

சின்னோடையில் இறங்கினாள். வெளிக்கிருந்து கொண்டு இருந்த ஆம்பளையாள் இவளைப் பார்த்து எழுந்து நிற்கிற

மாதிரி ஒரு அரிச்சல். கிட்டெ நெருங்க நெருங்க அது கருங்கல்தூண். தினமும் பார்க்கிற தூண்தான். அன்றைக்கென்னவோ அவளுக்கு திடீரென ஒரு ஆள் எதிர்நிற்கிற மாதிரி தெரிய கொஞ்சம் புல்லரித்தாள்.

அது ஊர்ச்சம்சாரிகள் சாதிச்சாவுக்கு பதினாறாம் நாள் ராத்திரி ஊர் அடங்கனதுக்கு அப்புறம் சாமம்போல வந்து இழவு செய்கிற இடம். கொஞ்சம் பயந்தாள்.

மரங்களை வளைத்தும் செடிகொடிகளை முன்னும் பின்னும் சாய்த்து சாய்த்து எழுப்புகிற காற்று வீசினாலும், அந்தத் தூணுக்குப் பக்கமுள்ள இடமும் செடிகளும் ரொம்ப மௌனமாய் இருக்கிறமாதிரி தெரிந்தது. துக்கைக்கு கால்கள் பூமியில் படாதமாதிரி, அடிகள் அழுந்தி படாமல், உடம்பு பறக்கிற மாதிரி உணர்ந்து அவளையறியாமல் நெஞ்சிலிருந்து 'ஹீல்' எனும் ஓசை அனிச்சையாய் அவள் வாய் வழியே வந்தது.

"கொலைகாரப் பயமவளை ஒண்ணுக்குமத்த வெறுஞ் சிரிக்கிய கொண்டு வந்ததிலிருந்து வீடு பேயடைஞ்சி போச்சுல்ல பேயடைஞ்சு" மாமியாள் பின்னாளிலிருந்து துரத்தி துரத்தி வந்து நினைவில் கூட பிடுங்கும் பிச்சல்கள்.

'கருத்தப்பாண்டி' மேற்கே ஒத்த வீட்டுக்கு பக்கமாய் உள்ள கருப்பசாமி கோயிலை நினைத்து திரும்பிப் பார்த்தாள். பரந்த மணல் வெளியில் நிலாவொளி படர்ந்து தெரிந்த வெளிச்சம் கருப்பண்ணனின் அருளாய் நம்பி தெய்வமே என்று ஓட்டங்கொண்டாள்.

ஆற்றுக்கு அக்கரைக்கே வந்துவிட்டாள். இதற்குள்தான் கொஞ்சம் மணலும் தோண்டினால் ஊற்றிலிருந்து ஒரு குடம் தண்ணியும் கிடைக்கும் ஆற்றிற்குள் வளர்ந்திருந்த வேலிமுள் மரங்களுக்கிடையில் மலைப்பாம்புபோல் நீண்டும் வளைந்தும் போன பாதை வழியே ஓடி ஒரு ஊற்றுக்குப் போய்ச் சேர்ந்தாள்.

அக்கரைப் பனைக்கூட்டங்களிலிருந்து காய்ந்து உலர்ந்த பனை ஓலைகள் சொத்தென்று விழுவதும் பச்சை ஓலைகள் கரமுராவென்று உராயும் சத்தமும் விடாது கேட்டுக் கொண்டிருந்தன.

மனம் படபடக்க அரக்கபரக்க பார்த்தபடி ஆளுயர ஊற்றுக்குள் இறங்கினாள். இருட்டில் ரசம் போன கண்ணாடிபோல் கிடந்த காலடி தண்ணீர் கலங்கியது. சேலையை வலப்புறமாய் தூக்கிச் செருகி கால்களை அகல ஊன்றி கிண்ணத்தால் கலங்கி கிடந்த தண்ணீரை லபக் லபக்கென்று கோதி வெளியே வீசினாள்.

உள்ளிருந்து வெதுவெதுப்பான புதுத்தண்ணீர் ஊறியது. கிண்ணங்கொண்டு ஊறிவரும் நீரின் நடுவே அழுந்தப் பதித்து பொடி மணலை கோதி பக்கவாட்டில் ஒதுக்கிவிடவும் கிண்ணி மூழ்கும் அளவு தண்ணீர் மிகுந்து வந்தது.

இளநீர் போன்ற நீரை கிண்ணம் நிறைய கோதி ஊற்றுக்கு மேலே வைத்திருந்த சருவப்பானையை நோக்கி நிமிர்ந்தபோது 'த்தூ... யாரு... யாரு... நே...?'

நெஞ்சு கொஞ்ச நேரம் நின்று இயங்கியது. அகல விரித்திருந்த இரு கனத்த கால்களினூடே கீழுரின் விளக்குகள் தூரத்தில் மின்னவும் வலதுபுறம் கருமை பூசிய பனைக்கூட்டமும் இடதுபுறம் மணல்மேடும் தெரிய கொஞ்சம் மெலெழும்பிய நிலாவை தோளில் சுமந்தவன் மாதிரி வானம் வரைக்கும் வளர்ந்திருந்தவனை அண்ணாக்க பார்த்தாள்.

இடது கையை இடுப்பில் ஊன்றி அகலத்திறந்த வாயை வலதுகையால் தடவித் தேய்த்து தன் இரண்டு பக்க மீசைகளிலும் பசை போடுவதுபோல் நீவிவிட்டான்.

"தவையா இருக்கு கொஞ்சம் தண்ணி குடும்மா."

இருட்டில் அடையாளந் தெரியாது கறுத்து தெரிந்த அவன் முகத்தின் கீழ்நாடிக்கு மேல் கன்னக்கதுப்புகளுக்கு இடையில் நீண்டிருக்கும் மீசைக்கு கீழே சங்கு பிளந்தமாதிரி மேலும் கீழும் வெளேரென்று தெரிந்த பற்கள் அவன் இளிக்கிறானென்று தெரிந்தது.

சில நிமிசங்கள் உலகமே நின்று நின்று சுழல்கிறமாதிரி விதிர்விதிர்த்துப் போனவளை பழையபடிக்கும் "என்ன... ஓய்... இந்தா..." என்று உசுப்பினான்.

ஊற்றுக் கிண்ணியில் கோதி வைத்திருந்த தண்ணீர், நடுக்கத்தில் நாலாபுறமும் சிந்த அப்படியே அவன் கையில் கொடுத்தாள். அதை வாங்கி வாயால் கடித்துக் குடித்தவன் கடைவாயில் சன்னமாய் நீரை ஒழுக விட்டபடி ஓரக்கண்ணால் தன்னைப் பார்ப்பதாய் உணர்ந்தாள்.

உருவம் தெரியாத இருட்டிலும் தன் மாராப்பை இழுத்து இழுத்து போர்த்திக் கொண்டேயிருந்தாள்.

அவன் குடித்து முடிக்கவும் இவள் கிண்ணத்தை வாங்க அண்ணாரவும் அவன் கிண்ணத்திலிருந்து வாயை எடுத்து ஒரு செருமல் செருமி மீண்டும் கிண்ணத்தில் வாய் புதைக்கவும் இவள் தலை கவிழவுமாய் நேரங் கடந்து கொண்டிருந்தது.

உதறலெடுக்கும் உடம்போடு ஆற்றை சுற்றும் முற்றும் பார்த்தாள். ஊற்றின் ஓரமா இருந்த திட்டில் வளர்ந்திருந்த ஆதாளைச் செடிகளும் கொக்கரவள்ளிச் செடிகளும் காற்றின் வேகந்தாளாமல் தரையோடு முட்டி முட்டி எழுந்தது அவளை 'ஐயோ சீக்கிரம் சீக்கிரம் கிளம்பிப் போயிரு' என்று அவசரப்படுத்தியது போலிருந்தது.

அவள் மூத்திரப்பை புடைத்து பெண்குறியின் வெளிவரை கூசியது. ஊற்றில் மளமளவென ஊறும் வெதுவெதுப்பான புதுநீர் அவள் பாதங்கள் மூடி கணுக்கால் மேலேறி வருகையில்தான் மூத்திரம் பெய்துவிட்டோமோ என்று பயந்தாள்.

அவன் வாயிலிருந்து கிண்ணத்தை எடுத்தபாடில்லை. அவள் திடீரென வடக்குப் பக்கமாய் திரும்பி "மாமோவ் விறகை கட்டி வச்சிட்டீகன்னா இப்படி வாங்க பானையை தூக்கிவிடுங்க" "நானும் எம் மாமனுந்தான் வந்தோம் விறகு பொறுக்குனோம். நான் முடிக்கட்டி விறகை கட்டா கட்டிவச்சிட்டு வர்றேன். அதுக்குள்ள நீ தண்ணி இறைச்சு வைய் அப்படீன்னுச்சி" என்று அவன் கேட்டால் சொல்ல நினைத்தாள். அவன் மசியாமலிருந்தான். அதற்கப்புறமும் கொஞ்சநேரங்கழிச்சுத்தான் அவன் வாயிலிருந்து கிண்ணத்தை விலக்கினான். 'கொபுகொபுவென்று கொப்பளித்து ஓரமாய் பீச்சித்துப்பினான்.

இலட்சுமணப்பெருமாள் 271

எந்த பரபரப்பும் காட்டாமல் கிண்ணத்தை வாங்கி தண்ணீரை இறைக்க குனிந்தாள். நீர் நிறைய ஊறியதில் ஊற்றின் உள் சுற்றில் மணற் பிடிமானம் நனைந்து மணல் 'பொதுப் 'பொதுப்பென ஊற்றுக்குள் விழுந்து தண்ணீர் மண்டியாய் கலங்கியது. திரும்பவும் மணலை ஒதுக்கி புதுநீர் சுரக்கும்வரை தாம்சம் செய்ய விரும்பாமல் மண்டி நீரை அவக்கு துவக்காய் மொண்டு ஊற்றி சருவத்தை நிறைத்து ஊற்றின் மேல் விளிம்பில் தூக்கி வைத்து மேலே ஏறி வந்தாள்.

அவள் காலடிகளின் மிதிகளில் மணல், ஊற்றுக்குள் சொருசொருவென்று சரிந்து கொண்டேயிருந்தது.

கொஞ்சம் தள்ளி ஒருச்சாய்ந்து உட்கார்ந்திருந்தவன் எழுந்து தன் இருபுஜங்களாலும் இரண்டு பக்கமீசையை இப்படியும் அப்படியுமாய் கழுத்தை திருப்பி நீவியவன் மெல்ல நடந்து நெருங்கி வந்தான்.

பயத்தை வெளிக்காட்டிக் கொள்ளாமல் சருவப் பானையை ஊற்றுக் கிண்ணத்தால் மூடி பானையை தூக்கி கால்களின் இடையில் முன்னும் பின்னும் அசைத்து இடுப்புக்கு ஏற்றியவள், அவனை 'கிட்டத்தில் பார்க்கவும். 'ச்சி...ஏய்...என்ன' ...த்தூ...' என்றாள். பானையை கீழே தடாலென்று தள்ளி பின்னேகினாள். அவன் அவள் எதிரில் முழு நிர்வாணியாய் நின்றிருந்தான்.

தன் புருசன் அந்தோ நிற்கிறானென்று நாடகம் அவனிடம் செல்லுபடியாகா விட்டாலும் தன்னைத்தேடி வந்துவிட மாட்டானா என்று வடக்கே திரும்பிப் திரும்பிப் பார்த்தாள். இப்படியே தலைதெறித்து ஓடினால் பின்னாடியே ஓடிவந்து குதிகாலில் மிதித்து தலைமுடியை பிடித்து இழுத்து விழுத்தாட்டுவானென்று உணர்ந்தாள்.

"ஐயையோ ஐயையோ ஓடியாங்க ஓடியாங்க கள்ளங் கள்ளங்" என்ற கத்தி சாதிக்கலாம் என்றால் சுற்றி ஒரு சீவன் இருக்கா ஏன்னு கேட்க? இல்லே முடிஞ்ச மட்டும் மல்லுச் சேந்து போராடி வேண்டியதுதான். அது பொம்பளையால எவ்வளவு தூரம் முடியும்?

'டேய்!' நா யாருன்னு நெனைச்சே எங்கப்பனைபத்தி உனக்குத் தெரியாது. ஒன்னுக்கு ரெண்டு கொலை செய்திட்டு பாளையங்கோட்டை ஜெயில்ல ஜென்மத்துல இருக்காரு' என்று அதட்டிப் பார்க்கலாமா? இல்லே கால்ல விழுந்துறாலாமா?

"சாமி சாமி என்னெ விட்டுருசாமி! எம் பொழப்பெ அந்தரத்துல இருக்கு. உங்கால்ல விழுந்து கும்பிடுறேன். எம்புருசனுக்குத் தெரிஞ்சா வச்சுப்பிழையாது சாமி எம்மாமியா என்னை மருந்த வச்சிகொன்னுபோடுவா" என்று கடைசியா கதறலாமா என்று அவள் புத்தி தசாவதானம் செய்து குழம்பிக்கிடந்த ஷணநேரத்தில் காற்றின் வீச்சு கரைந்து மெல்ல அடங்கியது. பனைக் கூட்டங்களின் ஓசையும் மரக்கிளைகளின் நெருநெருத்த அதிர்வுகளும் நின்றன. உரத்துக் கத்திய இருள் பூச்சிகளின் ஒளியும் ஒலியும் காற்றில் மெலிதாய் மிதந்து வந்தன. 'வன் பிணையலுக்கு' ஆட்பட்ட, ஆட்கொண்ட இருஜோடி கண்களுடன் இரவின் ஆயிரம் கண்களும் மயங்கக் கிடந்தன.

மொறைத்த வயோதிக உடலின் கருத்து வெளுத்த தீய்ந்த ரோமங்களைப் போல காற்றாலைகளும் வேலிகாத்தான் மரங்களும் எருக்கஞ் செடிகளும் இடையறாது முளைத்துக்கிடந்த ஆற்றின் அக்கரையில் இருந்த ஒரு ஊற்றினைக் கடந்து தெற்கு பார்த்து அதிகாலையில் ஆணும் பெண்ணுமாய் கூட்டம் கூட்டமாய் ஓடிக் கொண்டிருந்தார்கள்.

"முக்கூட்டு மலைப் பக்கம் பெரியோடை ஒத்தைப் புளியமரத்தில் ஒரு பொண்ணு கவுத்துல தொங்குறாளாம். நம்ம ஆளுக பிள்ளைமாதிரிதான் தெரியுதுன்னு சொல்றாங்க. எப்படியோ ஒத்தை சத்தையிலெ அகப்பட்ட பிள்ளையை வல்ரூட்டியம் பண்ணி, பாழாக்கி உசிரோட விட்டா வெளியெ தெரிஞ்சு போகுமின்னு கொன்னு தூக்காட்டிட்டுப் போயிட்டான்னு சொல்றாங்க." ஊருச்சனம் முழுக்க செய்தியை தங்களுக்குத் தக்கவாறு நடந்த விதத்தை கற்பிதம் செய்து மூளைத்திரையில் படம்பிடித்தவாறு ஓடிக்கொண்டிருந்தனர்.

கூட்டத்திற்குள்ளே வந்து கொண்டிருந்த மக்காளிக்கிழவி பெரிசாக ஒப்பாரி வைத்தாள்.

“ஏ நாசமத்துப் போன பயகா உங்க வீட்டுல பெரிய இழவு விழுக. ஏ பாவி மக்கா... நாங்க தருமர்களை இழந்தது போதாதா எங்க பீமர்களை இழந்தது போதாதா அந்த அர்ச்சுனர்களை கொன்னீகளே உங்க சாதி வெறி தீரலையா.. அட பாவி மட்டைகளா எங்க பொன்னுக பசப்பா இருக்குறது உங்க கண்ணுகளுக்கு பொறுக்கலையா. எங்க சீதைகளையும் இப்பொ சித்ரவதை செய்ய ஆரம்பிச்சிட்டீகளே அரக்க மக்கா... இந்த ஒண்ணோட போகுமா... தெய்வமே... உனக்கு கண்ணில்லையா?

தலையில் அடித்து நடக்கமாட்டாமல் அழுது அரற்றி வந்த மக்காளி கிழவியை பெண்கள் கூட்டமாய் நின்று நடத்தி கூட்டி ஓட்டமும் நடையுமாய் முக்கூட்டு மலையை நோக்கிப் போனார்கள். அந்தக் கூட்டத்தில் துக்கையும் சேர்ந்து ஓடினாள்.

துடி

ஒருநாள் ஒரு பொழுதாவது தானும் அந்த பூசாரிநாயக்கர் மாதிரியே பெரிய்ய சாமி கொண்டாடியா வரணும்னு உள்ளியனுக்கு ஆசை.

சும்மா சொல்லக் கூடாது டேயப்பா! ஆளைப் பார்த்தாலே அந்த மனுசன்ட்ட ஒரு அரற்றி இருந்தது. செவத்த உடம்பு கிடாமீசை. புருவத்துக்கு உள்ளடிச்சி முழிச்ச பளிங்குமாதிரி பூனைக்கண்ணுக. காவியில வேட்டி துண்டு, நால்வழிச்சாலை மாதிரி திருநீற்றுப்பட்டை, ருத்திராட்ச கொட்டை.

சாப்பாட்டுக்கென்ன கொறச்ச. சம்சாரி வீடுகள்ல பலகாரம்னு செய்திட்டா தலைவாழையில வச்சு இவருக்கு பரிமாறிட்டுத்தான் மத்தவேல. உடம்புல எங்கெயாவது எலும்பு தெரியட்டுமே ம்ஹூம். வெண்ணெ உருண்ட மாதிரி அலைவார்.

சக்திமாரியம்மன் பெரிய கோவில்ல பூசாரி நாயக்கர் காலடி வைக்கிற நேரந்தான் சாமியே வந்தமாதிரி சனங்க பரவசப்படுவாங்க. திருநீறு வாங்க நீயி நானுன்னு முந்துவாங்க. சாமியெல்லாம் பிறகுதான். இவரு பார்வைபட்டா போதும். அதோட கொஞ்சம் சித்து வேலைகளும் மை வச்சுவசியம் பண்ணுற தொழில் ரகசியமும் மலையாளத்திக்கம் போய் படிச்சு வந்ததாக சனங்கள் பயந்து பேசிக் கொள்கிறார்கள்.

கார்த்திகை பிறந்தால் சபரிமலைக்கு மாலை போடுகிற ஆளுகள் வந்து குமியுங்க. கன்னிபூசையில் இவர்தான்

அர்ச்சிக்கிறவர். கடைசியல் கருப்பன் வந்து ஆடுவதைப் பார்க்க கூட்டம் 'ஹொரகே கொள்ளே'ன்னு கூடிப்போகும்.

அடுத்த வாரம் திருவிழா. பங்குனிப் பொங்கலுக்கு காப்பு கட்டியாச்சு. அடடா பொங்கலுக்கு முதல்நாள் பார்க்கணுமே. சக்தி மாரியம்மன் சன்னதியிலிருந்து ஊர் முன்னோடி சாமி கருப்பன் அருளாகி ஊர்க்காவல் தெய்வம் அய்யனாரை அழைக்க அந்த வல்லயக்கம்பை எடுத்து மணிகள் கலகலங்க கூரான வேல் யார் மேலயாவது பாய்ஞ்சிருமோன்னு ஜனம் பதற நாலாபுறமும் வீசி விளையாடுவார்....யப்பா!

இருபத்தோரு பச்சை முட்டைகளை நறநறன்னு மென்னு தின்னு கருப்பன் களைகட்டி நிற்கும் போது சம்சாரிகள் அருள் வாக்கு கேட்பார்கள்.

"இந்த வருசம் மழை தண்ணிக்க குறைவில்லாம பயிர் பச்சைகள், ஆடு மாடுகள்கு எந்தக்குறைவும் இருக்கக் கூடாது. முன்னோடிதான் துணை".

"ஹஹ்ஹா... ஹஹ்ஹா... ஹஹ்ஹா....

வானத்தைப் பார்த்து பலம்மா சிரிப்பார் பூசாரிநாயக்கர். அந்த வருசம் விளைஞ்சாலும் அந்த சிரிப்புக்கு ஒரு அர்த்தம் சொல்லிக் கொள்வார்கள். விளையாவிட்டாலும் வேறொரு அர்த்தம் சொல்லிக் கொள்வார்கள். சக்திக்கு என்று ராத்திரி ஒரு மணிக்கு காவுகொடுத்த வெள்ளைச் சேவல் குழம்பும் ஒண்ணேகால் சின்னப்பக்கா பச்சரிசிச் சோறும் ஒரு பருக்கை விடாமச் சாப்புட்டு மதியம் ஒரு மணிக்கு மேல நாக்கைத் துருத்தி ஒரு ஆட்டம் போட்டு மேளச்சத்தம் முழங்க ஓடுவாரு பார் ஓட்டம்.

பின்னாடி யாரும் தொயர முடியாது. அது சமயம் யாரும் குறுக்காகப்பட்டால் அவ்வளதான் சாமி உசிர்க் காவு வாங்கிரும்ன்னு சொல்வாங்க.

ஓடுன ஓட்டம் கிழக்கே தம்புரான் ஆலமரந்தாண்டி செந்நாக்குளம் போறவரைக்கும்தான் நாயக்கர் உருவம் தெரியும். சடச்சியூரணிக்குள்ள என்ன நடக்கும்ன்னு யாருக்கும் தெரியாது. அந்த எல்கையிலிருந்துதான் கருப்பன் இறங்கிக்கிட்டு

அய்யனார் அருளாகி அந்த தெய்வத்தை சுமந்துக்கிட்டு திரும்ப வரும்போது இங்கே ஊர்ச்சனம் பூராவும் வேப்பங்குலையோட மாரியாத்தா ஐயனாரை வரவேற்கிற ஐதீகமா குலவைபோட்டு நிப்பாங்க. சனமே காலில் கையில விழுந்து எழுந்திருக்கும்.

உள்ளியனும் ஒரு சாமி கொண்டாடிதான். இவன் அந்த ஊர் தெற்குப் பக்கம் காலனியிலிருக்கிற பகடை மாரியம்மன் கோவில் பூசாரி, கோயில்பேரிலேயே தெரிஞ்சுக்கிடலாம் அந்தக் கோயிலுக்கான மரியாதையை. பகடை சாதிக்கு பாத்தியப்பட்ட அருள்மிகு பகடை மாரியம்மன் கோயிலை சுற்றித்தான் ஊர் சம்சாரிகள் 'வெளிக்கு' இருக்கிறது.

தெய்வத்தை சுமந்துட்டு திரிகிற பூசாரி நாயக்கர் கூட ஒருநாளைக்கு அஞ்சு ஆறு தடவை இந்தக் கோயிலுக்கு பின்புறம்தான் 'உக்காந்துட்டு' கோவணத்தை பெரிய மகாராஜா மாதிரி இடது கையில போட்ட மட்டுல வந்து கோயில் முன்புறமா இருக்கிற அடி குழாயில அங்கிருக்கிறவங்களை அதிகாரம் பண்ணி தண்ணி அடிக்கச் சொல்லி கால் கழுவிவிட்டு பிறகு கோவணத்தை இறுக்கி கட்டுனமட்டுல போவார்.

உள்ளியன் சாதிக் காலனி பொம்பளைகளை பொம்பளை களாகவே நெனக்கிறதில்லே. கோயில்ல எத்தனை பொம்பளைகள் கூடி நின்னுக்கிட்டிருந்தாலும் சரி. ஆளுகள் வரிசை வரிசையா அடி குழாயை மாத்தி மாத்தி அடிச்சி கால் கழுவிக்கிட்டேதான் இருப்பார்கள்.

ஒரு சிலபேர், மேலே திரச்சி விட்ட வேட்டியை இறக்கி விடாமல் கோவிலை விட்டு தார்ரோடு போகிறவரைக்கும் பகடை மாரிக்கு 'பின்னாடி' காட்டிக் கொண்டே தான் போகிறார்கள். பகடைப்பயக சாமிக்கெல்லாம் என்ன பெருசா துடி இருக்கப்போகுதுன்னு இளக்காரந்தான்.

பூசாரி நாயக்கர் வீட்டுக்குள் யாரும் இதுவரை போன தில்லை. உள்ளே என்ன மந்திரம் வச்சிருக்காரோ என்ன மை மாய் மாலம் இருக்குமோ என்ற பயந்தான். உள்ளியன் அவரோட வீடு கூட கோயில் மாதிரிதான் இருக்கும் என்ற

உத்திப்பாட்டில் இவனு டைய எட்டுக்கெட்டு அளவுள்ள கூரைவீட்டில் அவனுக்கு தெரிஞ்ச அளவு பக்திப் பரவசப்படுத்தி வைத்திருந்தான்.

சிவாஜிகணேசன், சாவித்திரி சிவன்-பார்வதி வேஷம் போட்ட திருவிளையாடல் படமும் தனிப்பிறவி படத்தில் எம்.ஜி.ஆர். முருகன் வேஷம்போட்டு அவர் காலடியில் வள்ளி ஜெயலலிதா அமர்ந்து கையுயர்த்தி நிற்கும் படமும் ஒட்டப்பட்டு ரெண்டாவது மூணாவது தலைமுறையாய் அடுப்படி புகைபட்டு மங்கலாய்க் கிடந்தது.

எப்பவோ இருக்கன்குடி போய் வரும்போது வாங்கி வந்த கண்ணாடி பிரேமுக்கள் மாரித்தாயி பூச்சி அரித்துப்போய் கிடந்தாள். அவைகளுக்கு காவலிருந்ததுபோல் இப்பொ இருக்கிற சினிமா ஸ்டார்களின் படங்களை அவன் ஐந்து வயது மகன் ரசினி வளைத்து வளைத்து ஒட்டி வைத்திருந்தான்.

இவனும் பூசாரி என்கிற முறையில் பூசாரிநாயக்கரைப் பார்த்து பலமுறை கும்பிடுபோட்டுப் பார்த்தான். அவரை வச்சுத்தானே அவங்கசாமிக்கு மரியாதை. எதோ நாமளும் ஒண்ணுக்கு பேர்பாதியா அவர்கிட்டெ தொழில் ரகசியம் கத்துக்கிட்டா நம்மளை வச்சி பகடை மாரியம்மாளுக்கு ஒரு விமோசனம் வராதான்னுதான்.

அவரென்னடான்னா இவனை ஏறெடுத்தே பார்க்கிறதில்லெ. நாமளும் பூசாரி, இவனும் பூசாரியான்னு பூசாரி சாதிக்குள் அவனை சேர்க்கவே கிடையாது. அப்படியொரு நெனப்பு அவனுக்க வந்திராதபடி இலைமறைகாயா இடைஞ்சல் வேற பண்ணுவார்.

சக்தி மாரியம்மன் கோயில் பொங்கல் முடிஞ்சா அடுத்த வாரம் பகடை மாரியம்மன் கோவில் பொங்கல் நடக்கும்.

பூசாரி நாயக்கர் மாதிரியே இவனும் கருப்பனா அருளாகி வல்லயக்கம்பு எடுத்து வீசி அய்யனார் அழைச்சி வர ஆசை.

சம்சாரிகள்ன்னா, கோயிலிலிருந்து செந்நாக்குளம் சடைச்சி யூரணி வரைக்கும் சாமிபோய் வர்றதுக்காக அவங்க நிலங்கள்ல வண்டிப்பாதை விட்டுருக்காங்க. காலனி ஆளுகளுக்கு ஏது பாதை?

அந்த வருசம் உள்ளியன் வல்லயக் கம்புக்கு பதிலா அவங்களுக்கு தக்கன ஆட்டுக்குலை ஒடிக்கிற தொறட்டிய வச்சு சக்கிலிய சனங்க சூழ நின்னு குலவைபோட பூசாரி நாயக்கர் மாதிரியே சுழட்டுனான். வெள்ளைச் சேவல்க்கறிக்கும், பக்காச் சோத்துக்கும், பதிலா சூடக்கருவாட்டு உப்புச்சாறும் கேப்பைக் களியும் பெண்ஜாதி மணக்க மணக்க செய்து கொடுக்க, அந்தக் கவிச்சை சாப்பிட்டு ஆத்தாளுக்கு ஆசாராமமானான்.

ஆத்தா எல்லாத்தையும் ஏற்றுக்கிட்ட மாதிரி எல்லாம் சரியாத்தான் நடந்துக்கிட்டிருந்தது. பூசாரிநாயக்கர் மாதிரியே 'ஆன்னு" அலறிக்கிட்டே கிழக்காம ஓட காலை எடுத்து வச்சான்.

''ஏலேய் உள்ளியா! ஆடுறது சரி! மந்தைப் புஞ்சை மக்காச்சோளத்துல விழுந்து ஒலப்பி ஒரு தட்டை ஒடிஞ்சாலும் காலனியில ஒரு ஆடு கோழி இருக்காது. பாத்துக்கோ''

கீழவீட்டு கிருஷ்ணசாமி நாயக்கர் மொதலாளி வரப்புல நின்னுக்கிட்டு சொன்னார். அப்படியே ஆடிக்கிட்டெ திரும்பிட்டான்.

பழையபடிக்கும் அருந்ததிய சனங்க குலவை போட ஏய்...ம்... ஆய்ன்னு கையில கம்பை சுழட்டுன மானிக்கி அய்யனார்தான் அழைக்க முடியாமப் போச்சி. கொடுத்த துட்டுக்கு வந்த மேளகாரங்களுக்கு வேலை கொடுக்கணுமேன்னு தார்ரோடு வரைக்கும் சாமியை ஆடவிட்டு ஆணுபொண்ணு சின்னஞ்சிறிசு சந்தோசமா கூடி ஆடிக்கிட்டுப் போனாங்க.

தார்ரோடுதான் ஏறியிருப்பாங்க. கரெக்டா அந்நேரம் சப் இன்ஸ்பெக்டர் ஒரு போலீஸோட பைக்குல வந்தார்.

''டேய் என்ன கூட்டம்? எங்கே மொத்தமா திரண்டு போறீங்க?''

"பொங்கலு சாமி!"

''அதெல்லாம் உங்க தெருவுக்குள்ளயே வச்சுக்கிடணும். ரோட்டுப்பக்கம் வர்ற வேலை வச்சுக்கிட்டீங்க மொத்தமா கொண்டு போய் உள்ளே தள்ளிருவேன். அந்தா! அங்கெ ஆடுறவனைக் கூப்பிடு''

உள்ளியன் பொசுக்குன்னு ஆக்ரோசத்தை கொறச்சி ஆடுன உடம்பு நடுக்கங்கொடுக்க கும்பிட்ட மட்டுல வந்தான்.

“தண்ணி போட்டுருக்கயாடா?”

உள்ளியன் இல்லைன்னு தலைய ஆட்டுனான்.

‘‘ஏன் வாயைத் திறந்து சொல்ல மாட்டயோ மயிரு. உதைபடுவே படுவா”

லத்தியை உருவி ஓங்கினார்.

“போங்கடா திரும்பி...ம்...”

உள்ளியன் உக்கிப்போனான். கூட்டம் மௌனமாய்த் திரும்பியது. ரொம்ப தூரம் போய்த் திரும்பிப் பார்த்தான். எல்லாரும் ஒழுங்கா திரும்பிப் போறாங்களா என்று பைக்கில் நின்றவாறு கவனித்துக் கொண்டிருந்தது போலீஸ். தள்ளி பூசாரிநாயக்கரும் சில சம்சாரிகளும் நின்று வேடிக்கை மாதிரி பார்த்துக் கொண்டிருந்தார்கள்.

பகடை மாரியம்மாளுக்கு சக்தி அவ்வளவுதான். அதுக் கென்ன செய்ய முடியும் நம்மள மாதிரித்தான் இருக்கும் நம்ம சாமியும்.

இந்த வருசம் சடச்சியூரணியில பூசாரி நாயக்கர் என்னதான் பண்ணுறார்ங்கிறதை பார்த்தே ஆகணும். அந்த வித்தைய மட்டும் தெரிஞ்சுககிட்டா நம்ம கோயிலுக்கு நம்ம மூலியமா ஒரு மருவாதி வந்துதான் தீரும். உள்ளியன் ஒரு வாரமா கடுமையா விரதமிருந்தான்.

இன்றைக்கு மதியம் ஒரு மணிக்குத்தான் பூசாரி நாயக்கர் அய்யனார் அழைக்கிற நாள். சடச்சியூரணியில் போய் பார்க்கும் போது சாமி குத்தம் வந்திரக் கூடாதில்லையா. கோபத்துல அய்யனாரோ கருப்பனோ காவு வாங்கீட்டா?

அதுக்குத்தான் ஆத்தாளை நெனச்சு விரதமிருந்த உள்ளியன் சாப்பிட்டும் சாப்பிடாம கிடந்தான். ஆளுகூட கொஞ்சம் மெலிவுதான்.

சக்திமாரியம்மன் கோயில்ல நகரா அடிக்கிற சத்தங்கேட்டது. கொட்டு மேளம் கட்டி முழங்குனது. பெண்களெல்லாம் குளிச்சு மொழுகி குலவை போட கிளம்பி வந்துட்டாங்க.

காலை மணி ஒன்பது. சின்ன பக்காவுக்கு ஒரு பக்கா பச்சை அரிசிச்சோறும் ஒரு சேவலும் ஒத்தையாளா தின்னு முடிச்சார் பூசாரி நாயக்கர். இப்பொவிருந்தே ஒவ்வொரு சாஸ்திரமா நடத்தி பன்னிரெண்டு மணி வாக்குல வல்லயக்கம்பெடுத்து கிளம்புனா ஆலமரம் செந்நாக்குளம்ன்னு சடச்சியூரணி வர மணிசரியா ஒண்ணாகும்.

உள்ளியன் பகடை மாரியம்மன் கோயில் மண்ணெடுத்து பூசிக்கிட்டு குறுக்குப்பாதையா யாரும் பார்க்காம வெயிலான வெயிலில் நடந்து சடைச்சியூரணி தெற்குத் கரையில கள்ளிச்செடிகளூக்கு ஊடே உக்காந்துக்கிட்டான். இருக்க இருக்க வெயில் உக்கிரமா அடிச்சது. தண்ணீர் தாகம் நா வறண்டது. சுத்து முத்து ஒரு பொட்டுத் தண்ணியில்லை. ஆத்தாளை நெனச்சுக்கிட்டான்.

"தாயி இந்த ஒரு வித்தைய கத்துக்கிடற வரைக்கும் நீ என்ன சோதித்தாலும் தாங்குவேன் ஆத்தா மாரி"

"ஆத்தாமேல பழிபோட்டு பசியுந் தாகமுமா உசிரைப்பிடிச்சி உட்கார்ந்திருந்தான். திடீர்ன்னு ஊருக்குள்ளிருந்து ஆதாளி மேளம் கேட்டது. குலவையும் கேட்டது. நகரா அதிர அதிர முழங்குனது.

இப்படி ஒண்ணு சேர்ந்து முழங்குனால் கருப்பசாமி கிளம்பிட்டார்ன்னு அர்த்தம். உள்ளியன் எழுந்திருச்சி மேற்கே பாத்தான். தூரத்துல பூசாரி நாயக்கர் வல்லயக் கம்போடு ஓடி வர்றது தெரிஞ்சது.

பொழுது உச்சிக்கு வந்தது. திடீர்ன்னு ஒரு சூறாவளி போல காற்று காற்றாடி சுற்றுனது. அந்த வெயிலுக்கும் காற்றுக்கும் உள்ளியனுக்கு சளார் சளார்ன்னு புல்லரிச்சது. அம்மா அம்மா என்று மொணங்கி என்னம்மோ நடக்கப்போகுதுன்னு கண்ணீரை கண்ணுக்குள் முட்டச் சேர்த்து பரவசமானான்.

ரொம்பத்தூரம் கிழக்கே வந்துவிட்ட பூசாரிநாயக்கர் ஊரை திரும்பித் திரும்பிப் பார்த்தார்.

பார்வை ஆளை மறைக்கிற அளவு வந்துவிட்ட தெளிவில் சாவகாசமாய் நடந்து வந்தார்.

ஊரணிக்கு நடுவிலே காட்டாமணக்கும் அரளிச் செடியும் மரம்போல் வளர்ந்து நல்ல நிழலோட்டமாயிருந்தது. வல்லயக் கம்பை பொத்துன்னு போட்டதும் இடுப்புல கட்டியிருந்த துண்டையெடுத்து உடம்பெல்லாம் வியர்வையை துவட்டினார். பிறகு மடியிலிருந்து ஒரு சுருட்டை எடுத்து பத்த வச்சதும் புகையை சப்பி சப்பி சாவகாசமா வெளியே விட்டார்.

உள்ளியன் கூர்மையானான். சுருட்டும் சாராயமும் கருப்பனுக்கும் அய்யனார்க்கும் உகந்ததுதானே.

பிறகு காவி வேட்டியை இடுப்புக்கு உயர்த்தி கோவணத்தை பின்புறம் உருவி விட்டதும் வல்லயக்கம்பை எடுத்து வலது கை தாங்கலா ஊன்றிய மட்டுல நிழலோட்டத்தில் உட்கார்ந்து வழக்கம்போல் பகடை மாரியம்மன் கோயிலைச் சுற்றி இந்நேரம் ஐந்தாறு முறை செய்வதை ஒரே தடவையா இங்கே உட்கார்ந்து செய்ய ஆரம்பித்தார்.

உள்ளியனுக்கு கண்ணைக் கட்டுனது. அடடா இதுக்குத்தான் அந்த ஓட்டம் ஓடி வந்தாரா? பின்னே அவருந்தான் காலை யிலிருந்து எவ்வளவு நேரந்தான் தாக்காட்டுவார்.

இருந்தாலும் உள்ளியனுக்கு இன்னும் அவர்மேல் நம்பிக்கை போகவில்லை. அவ்வளவு ஜனங்க இவரை நம்புறாங்கன்னா எதோ வித்தை இவருகிட்ட இல்லாமலா?

அப்படியே எழுந்திருச்சி கோவணத்தை இறுக்கி பின்புறம் செருகினதும் வல்லயக் கம்பை ஊன்றி ஊன்றி ஊரைப் பார்த்து மெல்ல மெல்ல நடந்தார். கொஞ்ச தூரம் நடந்த பிறகு ஊரிலிருந்து குறிப்பாய் பார்த்தால் ஆள் உருவம் தெரியும் என்று நிதானித்தவுடன் மெதுவாக ஓட ஆரம்பித்தார்.

ஊர் நெருங்க நெருங்க ஆரவாரமாய் ஆட்டத்தோடு ஓடத் தொடங்கினார். 'இதுதான் கருப்பசாமியை இறக்கிட்டு

அய்யனாரை ஏற்றிக்கிட்டு போகிற வித்தை லட்சணமாக்கும் அட நாதாரி நாக்கெரே! நீ நாசமாப்போக. இதை பாக்கவா விரதம் விரதம்னு ஒருவாரம் குலை பட்டினியா கிடந்தேன். இந்த மத்தியான வெய்யிலிலே பசியும் நா வறச்சையுமா கத்தாளைக்குள்ள கிடந்து தவிச்சேன் ஐயையே! சே!'

சக்தி மாரியம்மன் கோயில் பொங்கல் முடிஞ்சு அடுத்த வாரம் பகடை மாரியம்மன் கோயில் பொங்கல் ஆரம்பமானது. உள்ளியன் மேற்கண்ட விசயத்தை யார்கிட்டயும் சொல்லிக்கிடலை. நல்ல கனாக்கண்டா சொல்லலாம்.

அன்றைக்கு நல்லா விடிஞ்சும் விடியாம சாம்பல் பூத்திருந்த நேரம் அருந்ததிய பெண்கள் பகடை மாரியம்மன் கோயிலுக்கு முன்னாடி பொங்கல் வச்சுக்கிட்டிருந்தாங்க.

பூசாரி உள்ளியன் கோயில் படிக்கட்டுல அமைதியா உட்கார்ந்திருந்தான். பொம்பளைகளே பெண்டுகளேன்னு கொஞ்சங்க கூட தாட்சண்ய மில்லாம பூசாரி நாயக்கரும் நாலு மக்கிய பெரிய மனுசங்களும் வழக்கம்போல் கோயிலைச் சுற்றி அவங்க வேலைய முடிச்சிட்டு அடி குழாய்க்கு வந்தாங்க.

"டேய்... ஏய்... அடிராமேளம்"

உட்கார்ந்திருந்த உள்ளியன் திடீர்னு கூச்சல் போட்டான். அவன் கையில சக்தி மாரியம்மன் கோயிலில் உள்ள மாதிரியே மணிகள் பொருத்தி வேல்தாங்கிய கரும் வல்லயக் கம்பு சுழன்று கொண்டிருந்தது.

அரைத் தூக்கத்தில் உட்கார்ந்திருந்த கொட்டுக்காரர்கள் அடியும் பிடியுமாய் எழுந்து கொட்டு உறைகளை உருவிவிட்டு ஜின்னன் டிகுண்டா... ஜின்னன்டிகுண்டா... என்று முழக்கினார்கள்.

அதை சட்டை பண்ணாமல் அடி குழாய்ப் பக்கம் இடது குடங்கையில் கோவணத்தை போட்டு மகாராஜா மாதிரி நின்று கொண்டிருந்த பூசாரிநாயக்கர் முன் நின்ற உள்ளியன் "ஏய்... ச்சீ நீசப்பயலே" என்று புரட்டிப் புரட்டி அடிக்க ஆரம்பிச்சான்.

"டேய் உள்ளியா... உள்ளியா..."

சம்சாரிகள் பதட்டமாய் கத்தி கூச்சல்போட்டு அங்குட்டும் இங்குட்டுமாக ஓடி தள்ளிப் போய் நின்று கொண்டார்கள்.

கொட்டுக்காரர்கள் பதட்டத்தில் மேளம் அடிப்பதை நிறுத்தினார்கள். உள்ளியன் அவர்களைப் பார்த்து கண்கள் தெறிக்கிற மாதிரி முழிச்சி "அடிரா மேளம்... ஏய்... ம்... நிறுத்தாதே அடி.... ஏய்"

ஜின்னன்டிகுண்டா... ஜின்னன்டிகுண்டா...

'நிறுத்துடா மேளத்தை' என்ற பாவனையில் கையை மேல் நோக்கி உயர்த்திய உள்ளியன் அடி விழுந்து கீழே கிடக்கும் பூசாரி நாயக்கரை வல்லயக் கம்பின் வேல் கொண்டு குத்துவது போல பாவனையில் நின்று கொண்டு பாட ஆரம்பித்தான். "எம் முன்னோடியான் வாழுற திருமண்ணுல செந்நாக்குளம் மண்ணுல'' இப்போது கையை மலர்த்தி ஆட்டுனான் அடிராமேளம் என்கிற மாதிரி.

ஜின்னன்டிகுண்டா... ஜின்னன்டிகுண்டா...

கையை ஆகாசம் நோக்கி உயர்த்தி ஆட்டி கண்களை சிவப் பாக்கி பூசாரிநாயக்கரை வெறித்தவாறு ''கருப்பனை இறக்கிவிட்டு ஊர்க்காவலனை அழைக்கச் சொன்னேன் ஆத்தா ஊரைப் பெத்த ஆத்தா'' கைகளை உயர்த்தி பொலபொலவென ஆட்டினான்.

ஜின்னன்டிகுடிகு ஜின்னன்டிகா ஜின்னன்டிகுடிகு ஜின்னன்டிகா....

"தரணி பிறந்தபோது பிறந்த தம்புரான் ஆலம்கலங்க மரம் குலுங்க மனம் கலங்க"

ஜின்னன்டிகுண்டா... ஜின்னன்டிகுண்டா....

"சுந்தரமான சோலையாம். மதிய வேளையாம் தாயின் பேரை சொல்லி ஒரு நீசன் துர்ர்ர்வாசன்.....!

பூசாரி நாயக்கர் அதுக்கு மேல் தாமரிக்காமல்,

"ஆத்தா ஒம் புள்ளெய நீதான் மன்னிக்கணும். நாந்தப்பு பண்ணிட்டேன் ஆத்தா" பேயைப் பார்த்து அரண்டு போன

முகத்தோடு கை கால்கள் நடுங்க உள்ளியனைப் பார்த்துக் கும்பிட்டு ஆடிப்போய் நின்னார்.

"ஆத்தாளுக்கு காலமெல்லாம் பண்ணுன அசிங்கத்தை உணர்றியா...ம்...ஏய்!"

"ஆமாதாயி ஆமாதாயி!"

"அப்படீன்னா நான் அமைதியாகி... உன்னை மன்னிச்சு மலையேர்றேன். என் ஆலயத்தை ஒரு அஞ்சலல்ல சுத்தம் பண்ணுவியா..."

"ஆகட்டும் தாயி"

"இல்லேன்னா இன்னையிலிருந்து எண்ணிக்கோ வர்ற எட்டாம் நாள் பொங்கல்ள..."

"வேண்டாந்தாயி... ஏய் வாங்கப்பா..."

பூசாரிநாயக்கரின் சிநேகிதர்கள் ஓடி வந்து விபரம் கேட்குமுன்னே அவர்களை கூட்டிக் கொண்டு போய் கோயிலைச் சுற்றி சுத்தம் பண்ண ஆரம்பிச்சார்.

பூசாரிநாயக்கர் பதறுவதை பார்த்தால் ஏதோ ஆகிப்போச்சுன்னு அவங்களுக்கு தெரிஞ்சு போச்சு.

ஒருத்தர், பெண்டுகள் பொங்கலுக்கு வைத்திருந்த பருத்தி மாரை எடுத்துக் கொண்டு ஓடினார்.

இன்னொருத்தர் செடி செத்தைகளை பிடுங்கி ஒதுங்க வச்சார். இன்னொருத்தர் ரெண்டு கையிலயும் மண்ணள்ளிக் கொண்டு ஓடினார்.

"ஆமா நீ மூணுமாத்தப் பிள்ளை நீ இருந்த இடத்துல இம்புட்டு மண்ணைப் போட்டு மூட. அட எங்கேயாவது மண் வெட்டி இருந்தா எடுத்தாப்பா"

யாராவது ஒருத்தர் சுத்தத்தில குறை வச்சாலும் அத எல்லாரையும் பாதிக்குமேன்னு ஒரே தள்ளுமுள்ளில் கோயில் சுத்தமானது.

உள்ளியன் தூங்கி எழுந்திருச்ச மாதிரி "என்ன... என்ன நடந்தது" அப்படீன்னு தலையை சொறிந்த மட்டுல நின்னான்.

எல்லாருக்கும் இந்த வேடிக்கையைப் பார்க்க அதிசயமாய் இருந்தது. உள்ளியனுக்கு விளக்கம் சொல்ல நேரமில்லை.

ஒதுங்க வைத்தவர்கள் அடி குழாயில் கை கழுவ வந்தார்கள்.

''அட போங்கப்பா நேரங்காலந்தெரியாம'' என்று பூசாரிநாயக்கர் அவர்களைத் தள்ளிக் கொண்டு போனார்.

யாரும் ஒருத்தருக்கொருததர் பேசிக்கிடலை. அருந்ததியர் தெரு கூட என்னம்மோ நடந்து போச்சு என்று அன்றைக்கு ராத்திரி கம்முன்னு அடங்கிப்போச்சு. சாமம் போல இருக்கும்.

பூசாரி நாயக்கருக்கு தூக்கம் புடிக்கல. கோயில் திசையை நோக்கி அடிக்கடி கும்பிட்டார். "என்னமோ நான் ஆத்தாளை குளிப்பாட்டுற நேரமெல்லாம் வெறுங்கல்லை குளிப்பாட்டுறேன் னுதான் நெனச்சேன். கும்பிடுற சனங்க 'பே' கொண்ட கழுதைகள்னு நெனச்சேன். ஆத்தா! தாயி நீ இருக்கே நீ இருக்கே!. இந்த கிராமத்துல நீ துடியா இருக்கே. எனக்கு நல்ல புத்தி கொடுத்தே. ஒரு எளிய சாதிக்காரன் வாயால ஒரு அத்துவான காட்டுல நடந்த சமாச்சாரத்தை சொல்ல வச்சயே நீ தெய்வம் நீ தெய்வம்."

உள்ளியனுக்கு இப்போதுதான் எல்லாமே புடிபட்டிருக்கு.

"யய்யா.... யய்யா..." ரசினி திடீர்ன்னு எழுந்திருச்சி உட்கார்ந்து கத்துனான்.

"என்னடா ரசினி நீ இன்னும் தூங்கலையா"

"யய்யா உனக்கு ஒரு ஆளுக்கு துடி வந்தே நம்ம கோயிலு அஞ்சு நிமிசத்துல சுத்தமாயிருச்சே, நம்ம காலனி ஆளுக எல்லார்க்கும் துடி வந்தா?

கறவை

கஸ்தூரிபாய் விலாஸ் சாப்பாடு கிளப், உரிமை வந்தே மாதரம் நல்லையநாயக்கர் என்ற போர்டைப் பார்த்து இவர் விடுதலைப் போராட்ட தியாகி போலிருக்கு என்று எல்லோரையும் போல நீங்களும் நினைத்துவிடக் கூடாது. இந்த ஊரில் இப்பொழுது இருக்கிற மாதிரியான அநேக கட்சிகளெல்லாம் இல்லாத அந்த நேரத்தில் ஏகக்கட்சியாக காங்கிரஸ் இருந்தபோது பொதுக்கூட்டம் ஆரம்பிக்கும் முன்னாடியும் முடிஞ்ச பிறகும் வந்தேமாதரம் சொல்கிறவர் இவர்தான். வேறு யாருக்கும் அந்த வாய்ப்பை இவர் தர விடறதில்லை. மற்ற ஆள்கள் பின் கோரஸ்தான் சொல்லணும்.

அப்படியாக வந்தே மாதரம் முழக்கத்தின் ஏக நாயகனாய் இருந்ததால் அந்த அடைமொழி அவருக்கு வாய்த்துப் போனதேயன்றி வேறில்லை.

அதுபோக, வந்தே மாதரம் சொல்லில் அவருக்கு பெரிய மயக்கம் ஒன்றும் கிடையாது. அது சொல்லும் போது மொத்தக் கூட்டமும் திரும்பச் சொல்றதனாலே ஏதோ அவர் பின்னாடி பெரும் படையே இருக்கிறதாய் நெனைப்பு.

இதே இடத்தில் முன்னாடி ஒரு ஆச்சியம்மாள் இட்லிக்கடை வைத்திருந்ததாகவும் அப்போது மாட்டு வண்டி வைத்து கடைகடைக்கு தண்ணி ஊத்திக் கொண்டிருந்த இளந்தாரி நல்லையா, வயித்துப் பாட்டுக்காக விதவை ஆச்சியம்மாளை வைத்திருந்ததாகவும் இவரு வயசுப்

பெரியவர்கள் இன்னும் சொல்லுவார்கள். பின்னாளில் ஆச்சியம்மாள் தான் ரொம்பவும் தவங்கிய காலத்தில் நல்லையாவின் சேவையை மெச்சி தானே ஒரு பெண் பார்த்து அவருக்கு கல்யாணம் பண்ணி வைத்ததாக அவரைப் பற்றியதான சித்திரங்கள் கொஞ்சம் கொஞ்சமாக மறைந்து வருகிற வேளையில் சமீபகாலமாக அவர் மனசிலிருந்த ஒரு ஆசை விஸ்வரூபம் எடுக்க ஆரம்பித்துவிட்டது.

பல தடங்கல்களுக்குப் பின் அப்பொழுது நிகழ்ந்த சம்பவத்தாலே அவரது ஆசைக்கு முதல் வெற்றி கிட்டி கிட்டத்தட்ட அவரும் மகாத்மா, மனிதருள் மாணிக்கம், இரும்பு மனிதர் மாதிரியான அளவிற்கு உயர்ந்து போனதாய் ஓட்டலின் கல்லாப் பெட்டியின் முன்னே கால்களை ஆட்டிக்கொண்டு ரொம்ப பதவிசாய் வீற்றிருந்தார்.

சாப்பிட்ட பில்லுக்கு பணங்கொடுப்பவர்கள் ஒரு ரூபாய் ஐம்பது பைசா சில்லறை இல்லை என்று கைவிரிக்கும்போது வழக்கம்போல 'வள்'ளூன்னு விழுகாமல் 'பரவால்லே பரவால்லே நாளப்பின்னே வந்து ஞாபகமா கொடுங்க' என்று தாராளமாய் அன்றைக்கு நடந்து கொண்டார்.

பொக்கை வாய்க்கு மேலிருந்த நரைத்த மீசையை அடிக்கடி நீவி விட்டுக்கொண்டும், அணிந்திருந்த கதர் வேட்டி சட்டையில் தூசியை புறங்கையால் தட்டி விடுவதுமாக சந்தோச சாகரத்தில் மூழ்கித் திளைத்திருந்தார். ஓட்டல் வியாபாரம் விறுவிறுப்பாக நடந்த நேரம் போக கொஞ்சம் காத்தாடுகிற நேரம் அதாவது காலை டிபன் முடிந்து மதிய சாப்பாட்டிற்கு தயாராகிற இடைப்பட்ட நேரத்தில் "காந்தி அரும்பாடுபட்டு வாங்கிக் கொடுத்த சுதந்திரம் இப்படி சீரழிஞ்சி சிந்தை குலைஞ்சி போச்சே" என்ற விசாரம் வந்து இவரைத் தொத்திக்கிடும். கல்லாவை விட்டு எழுந்து உடம்பை முறுக்கி 'வந்தே மாதரம்' என்ற முழக்கத்தோடு ஒரு கொட்டாவி விட்டு அலுப்போடு அலுப்பாய் இன்னைக்கிருக்கிற இளைய சமுதாயம் கெட்டுக்குட்டிச்சுவராப் போச்சு, தேசம் நாசமாப்போச்சு. இதைத் தூக்கி நிறுத்தணும்னா நாம ஒவ்வொருத்தரும் எதோ ஒரு சீர்த்திருத்தம் நம்மாள முடிஞ்சதை பண்ணி ஆகணும்'

என்று பிரசங்கிக்க ஆரம்பிச்சிருவார். கல்யாண பந்தியிலேயே பிள்ளையை வளர்க்க நெனைச்ச மாதிரி கல்லாப் பெட்டியைவிட்டு அசையாமலேயே சீர்திருத்தம் பண்ணுறதுதான் அவருள் எழுந்த விஸ்வரூப ஆசை.

அவரையொத்த வயசாளிகள் வசம் பேச்சு வார்த்தை வச்சுக்கிடமாட்டார். வயசுதான் ஆகுதேயொழிய ஒரு பயலும் பெரிய மனுசன் மாதிரி பேசமாட்டேன்கிறான் என்பது அவருடைய குற்றச்சாட்டு. பின்னென்ன மெனக்கிட்டு பழசை கிளறினா?

"பேசுவாம் பேசுவாம் ஏன் சீர்திருத்தம் பேச மாட்டான். ஆச்சியம்மாளை ஆத்தின ஆத்து அவனை அப்படி பேச வக்கி. அந்த இளிச்ச வாச்சியும் போறேன் போறேன்னு இருப்புத் துட்டையும் கொடுத்து இப்படி மெயின்ல சரியான கடையையும் கொடுத்துட்டுப் போயிட்டா பின்னே பேச மாட்டாம் சீர்திருத்தம்?"

"கடைக்கு எதுத்தாப்புல சப்ரிஜிஸ்டர் ஆபீஸ். பின்னாடி டாஸ்மாக்கடை. எவரும் சுயபுத்தியோட சாப்புட வர்றதில்லே. இவன் வச்சதுதான் சாப்பாடு. சொன்னதுதான் பில்லு. பின்னே மகாத்மாவைப் பத்தி ஏன் பேசமாட்டான்? குடிச்சவன் எவனும் எங்கடைக்கு புரோட்டா சாப்புட வராதேன்னு சொல்லுமே பாப்பம். அதிலே தெரிஞ்சுபோகுமே ஒஞ்சீர்திருத்தம்."

இந்த எழவு பேச்சுகளுக்கு பயந்துதான் பேசாமல் கிடந்தார். என்ன! வாயெடுக்க விடாமல் திண்டுக்கு முண்டு பேசினால்? அப்படி பேசும் பெரிசுகள் பெரும் பாலும் போய்ச் சேந்து போனாங்க. ஒவ்வொண்ணு அங்கொருத்தன் இங்ககொருத்தன் நடமாட்டம் இல்லாம கிடக்கான். ஆனால், ஊருக்குள்ள நூத்துக்கு தொண்ணூறு இவருடைய வந்தே மாதரம் அடை மொழி வச்சி இவரை தேசிய பாரம்பரியம் கொண்டவராய்த்தான் நினைக்கிறார்கள்.

நேரு காலத்திலிருந்தே ரெண்டு குடும்பத்திற்கும் தபால் போக்குவரத்து உண்டும் என்ற வதந்தியும் உண்டு.

அப்படியான சேதி பரப்ப எப்படிக் கூடியாவது ஒரு அப்புராணியை பிடித்துப் பக்கத்தில் உட்காரவைத்துக் கொள்வார். அவரு கொடுக்கற ஒரு கப் காபிக்காக அவர்களும் "ஒங்கள மாதிரி ரோசனையான மனுசர் மேலாவுள வரணும். தாயோளி அதிகாரத்தைக் கையிலயெடுத்து ஒவ்வொரு பயலையும் ஏன் எவடம்ன்னு சாரிக்காம தூக்கில போடணும். அதுக்கு நீங்கதான் பொருத்தமான ஆளு'' என்று சொல்லும்போது அவருக்குப் பெருமைக்காலு தாங்க முடியாது. எது எப்படியிருந்தாலும் பேச்சு பேச்சாத் தான் இருக்கணுமேயொழிய கல்லாப் பெட்டியை விட்டு ஒரு இஞ்ச் நகரமாட்டார். அது கட்டுன பெண்டாட்டியா இருந் தாலுஞ்சரி; பெத்த பிள்ளைகளாயிருந்தாலுஞ்சரி கிட்டெ வரப் படாது; காசைத் தொடப்படாது. காந்தி மாதிரி நேரு மாதிரி பொதுச் சேவகம் பண்ணனும்னு பேச்சுத்தானே யொழிய கிளப்புக் கடை பொழப்பில் கறாராயிருப்பார்.

''இது கழுதை வெறும் வாய்தான் பேசுமேயொழிய சல்லிக்காசு பெறாது" என்ற நெனைப்போடு ஒரு கப் காபியை சாப்பிட்டு விட்டு ஆகா ஓகோ வென்று அவரைப் பேசிப்போன எண்ணற்றபேர்களில் இன்றைக்கு சிக்கியவர் பெருமாள் கோனார். காபியை சாப்பிட்ட உதட்டை நக்கியபடி அழுக்கு வேட்டியோடு மேல் துண்டு கூட இல்லாமல் கல்லாவிற்கு கீழே அண்ணாக்க பார்த்தபடி உட்கார்ந்திருந்தார். பிரசங்கம் நின்னபாடு இல்லை.

"எல்லை காந்தி கான் அப்துல் கபார்கான் ஒரு தடவை சுதந்திரப் போராட்டம் சம்பந்தமா விவாதிக்க காந்தியைப் பார்க்க வந்தார். எங்கே?...?" இடையில், சாப்பிட்டு வந்தவரிடம் பில்லுக்கு பணம் வாங்கி மீதிச் சில்லறையை கொடுத்துவிட்டு தொடர்ந்தார்:

"எங்கே... எங்கேன்னா.... இது ....பிர்லா மாளிகைக்கு."

-பேச்சு பேச்சானாலும் உட்கார்ந்து சாப்பிடும் ஆள்களையும் சர்வர்களையும் உள்ளே வேலையாட்களின் நடவடிக்கைகளைக் கவனித்துக் கொண்டும் பேச்சை இழுத்து இழுத்து தொடர்ந்தார்.

“யாரு வந்தாகன்னு சொன்னேன்?”

“நா என்னத்தக் கண்டேன் எனக்கு இதான் சோலி மயிரா! பேரு வாயில நுழையிற மாதிரியா சொன்னீரு” என்று நினைத்த பெருமாள் கோனார் காபியை ஏண்டா சாப்பிட்டோம்னு மூஞ்சியை அழாத குறையா வச்சிருந்தார்.

நல்லைய நாயக்கர் இவரிடம் தலையை ஆட்டி ஆட்டி 'யாரு யாரு' என்று கேட்டபடி இருந்தார். பேரைச் சொல்லாம மனுசர் விடமாட்டார் போலுக்கே என்று அப்படியொரு பேரையே அதுவரை கேட்டறியாத பெருமாள்கோனார். மூக்கிலே விரலை வைத்தபடி யோசிக்கிறமாதிரி' ஞாம்... ஞாபகம் வர மாட்டேங்குதே... ம்... இவரு...” என்று தெரிந்த மாதிரி ஆரம்பிக்க நல்லையநாயக்கர் 'கான் அப்துல் கபார் கான்' என்றதும் “ஆங்” என்று ஞாபகம் வந்த மாதிரி தலையை ஆட்டி இசை சேர்ந்தார்.

பெருமாள்க் கோனார் பால்மாடுகள் வைத்திருக்கும் பெரிய பெரிய வீடுகளில் போய் இரண்டு வேளையும் பால் கறந்து கொடுத்துவிட்டு அதிலே கிடைக்கிற வரும்படியைக் கொண்டு குடும்பம் நடத்தி வருகிறார். எப்பவும் போல அன்றைக்கும் காலையில் மூன்று மணிக்குப் போனவர் ஆறு மணிக்கெல்லாம் கறவையை முடித்துவிட்டு ரோட்டுவழியாய் 'சிவனே' என்றுதான் போய்க் கொண்டிருந்தார். சனியன் கணக்கா 'வந்தே மாதரம்' என்கிற சத்தங்கேட்டு திரும்பிப் பார்த்ததுதான் தப்பு, மணி பத்து சொச்சமாச்சு விடுற பாட்டைக் காணோம்.

பெருமாள்க் கோனாரின் முகக்குறியிலே அவரது விடுதலை வேட்கையை அவதானித்த நல்லைய நாயக்கர் அவர் தப்பிவிடாதபடிக்கு “சரி சரி பொதுவா இன்னைக்கிருக்கிற நிலைமையைப் பத்தி ஒம்ம அடிப்ராயம் என்ன?” என்றுபேச்சின் தரத்தை கொஞ்சம் இறக்கினார்.

வெட்டியா அது சூத்தை இது சூத்தை என்று ஏன் பேச்சை வளப்பானேன் என்று நினைத்த கோனாரும் எழுந்திருச்சு வேட்டியை இழுத்து கட்டுன மட்டுல மொதலாளிக்கு தெரியாததா எங்கூட்டாளிக்கு தெரியப்போகுது' என்று அந்த சாக்கில் கிளம்பாலானார்.

“சொல்றதைக் கேளுமய்யா அதாவது...” என்று பேச்சால் கிட்டி போட்ட முதலாளி “வருங்கால சமுதாயம் தற்சார்புல பலமான பொருளாதார பலத்தோட இருக்கணும்னு காந்தி விடுதலை வாங்கிக் கொடுத்தார்” என்று வளைத்து பிடித்துக் கொண்டிருக்கும்போதுதான் சர்வர் ஒரு ஆறு வயசுப் பையனை இழுத்துக் கொண்டு வந்தான்.

“முதலாளி இந்தப் பய மூணு இட்லி சாப்புட்டான். பில் கொடுத்தா துட்டு இல்லே வீட்டை விட்டு கோவிச்சிட்டு வந்தேட்டேன்கிறான்” என்று விட்டு விட்டுப்போனான்.

‘‘ஏண்டா எவ்வளவு தைரியமிருந்தா இந்த வயசுல துணிச்சலா துட்டு இல்லாம சாப்பிட உக்காருவே” என்று பையனின் ரெண்டு கைகளையும், பின்புறமாய் கட்டிய முதலாளி “யோவ் கோனாரே பார்த்தீரா இளைய சந்ததிகள் எப்படி கெட்டுப்போச்சுன்னு. விடப்படாதுயா இவனை இப்படியே விட்டுட்டோமுன்னா இவன்தான் தீவிரவாதியாகிறான். பிற்காலத்துல சமூக விரோதியாகி குண்டும் வைப்பானுக ராஸ்கோல்ஸ்.”

கோனாருக்கு பயலைப் பார்க்க ரொம்ப பரிதாபமாய் இருந்தது. “ஆமாமா ஆஸ்பத்திரிவில்லை போல இளைச்சி போயிருக்கிற இந்த மூணு இட்லியை சாப்புட்டவன் ஒடோடி குண்டு வெப்பான்” என்று மனசுல நெனைத்த கோனாரை “என்னய்யா யோசனை? வாருமய்யா இவனை போலீஸ்ல ஒப்படைச்சிருவோம் பாவம் பாக்கக் கூடாது” என்று கல்லாவை விட்டு எழுந்து அஞ்சிலே வளையாதது அம்பதிலே வளையாது என்று பையனை இழுத்துக் கொண்டு போனார்.

ரோட்டை தாண்டியதும் சப் ரிஜிஸ்டர் ஆபீஸையொட்டி போலீஸ்ஸ்டேசன். ‘வந்தே மாதரம்’ என்ற சத்தத்தைக் கேட்டு எழுதிக் கொண்டிருந்த இன்ஸ்பெக்டர் ஏறிட்டுப் பார்த்தார்.

“ஐயா நமஸ்காரம், அடியேன் எதுத்தாப்புல தான் ஓட்டல் வச்சிருக்கேன். நான் கடந்த நாற்பது வருசமா காந்தி சேவா தள தொண்டனாயிருக்கேன். (அப்படியொரு அமைப்பை மனசுக்குள்ளே வச்சிருக்கார்) இந்தப் பையன் பாருங்க வயசு எவ்வளவு காணும்? சாப்பிட்டுட்டு நெஞ்சை நிமித்தி துட்டு

இல்லேங்கிறான். இப்பவே இப்படி பண்றவன் வருங்காலத்துல சட்டவிரோத சமூக விரோத...”

“ஸ்ஸ்ஸ்ஸ்....”

அந்த மட்டுல நிறுத்தமய்யா பேச்சை! என்பது மாதிரி எழுதிக் கொண்டிருந்த பேனாக் கையை அவர் முகத்துக்கு நேரே நீட்டி ஆட்டிய இன்ஸ்பெக்டர் சிறுவனைப் பார்த்து “அங்கே போய் உட்காருடா” என்று உள்ளே கைகாட்டிய அடுத்த ஜோரில் இந்த ரெண்டு பேரையும் பார்த்து ‘நல்லது’ என்று சொல்லியாவாறு வெளியேறச் சொல்லி கையை வாசல் பக்கமாய் நீட்டினார்.

வாயை ரெண்டு முறை மென்று விழுங்கிய நல்லைய நாயக்கர் அடுத்தாற்போல் எதுவும் பேச வழியில்லாமல் இந்த வந்தேமாதரம் சவுண்டுக்கு எவ்வளவு நாள் சர்வீஸு. கொஞ்சங்கூட தாட்சண்யம் காட்டலையே இந்த மனுசன்! என்று நினைத்தவாறு பெருமாள்க் கோனாரை முன்னால தள்ளி அதிகாரியைப் பார்த்து இறங்கு சுதியில் வ...ந்...தே...மா...த...ர...ம் என்று தொண்டை பிசிறடிக்க அரைக்கும்பிடு போட்டுக்கொண்டே போனார்.

“நல்லா வேணும் கிழவனுக்கு என்னைக் கேட்டா லத்தியாலெ ரெண்டு குடுப்பு குடுத்திருக்கணும்” என்ற பெருமாள் கோனாரின் எண்ணத்தை புரிந்து கொண்ட மாதிரி நல்லைய நாயக்கர், “அட அவங்க அப்படித் தானய்யா இருப்பாங்க. மகாத்மாவே அந்தக் காலத்து போலீஸ்காரங்களை வாங்குற சம்பளத்துக்கு, வஞ்சனையில்லாம வெள்ளைக் காரனுக்கு விசுவாசமா இருக்கச் சொல்லி சொந்த தாய்பிள்ளையா இருந்தாலும் சரி தொளிச்சி யெடுக்கணும்னு கறாராச் சொல்லிருக்காரு” என்று பெருமாள் கோனாரிடம் தன் கித்தாப்புவிடாமல் பேசினார்.

ஸ்டேசனிலிருந்து வந்து கல்லாவில் உட்கார்ந்ததும் அவர் கம்பீரம் கூடிப்போச்சு. “இப்படித்தான்யா மொதல்ல தனிமனிதனை திருத்தணும். பிறகு சமூகத்தை திருத்தணும். அடுத்து நாட்டைத் திருத்தணும். பிறகு உலகத்தை திருத்தணும்”

என்று பேச்சு பேச்சாய் பேசி பெருமாள்க்கோனாரை பிடித்த முதலைப் பிடி இன்னும் இறுகியது.

கடைச் சிப்பந்திகள் எல்லாரையும் வேணுங்கிற பலகாரம் சாப்பிடுங்கப்பா என்றார். ஏற்கெனவே அவர் இன்றைக்கு கிளுகிளுப்பாய் இருப்பதைப் பார்த்து சந்தேகத்தோடு இருந்த வேலையாட்கள் இந்த வார்த்தையைக் கேட்டு முடிவு செய்து விட்டார்கள். ஓனருக்கு ஏதோ லூசு மாதிரி ஆகிப்போச்சு!

முதல் நாள் மீந்து போன சோற்றை தண்ணி ஊற்றி வைத்த பழசுதான் மறுநாள் காலையில் சுடவச்ச சாம்பாரோடு வேலையாள் எல்லாருக்கும் சாப்பாடு. சோறு மிச்சமாகவில்லையென்றால் இட்லி சாம்பார் கிடைக்கும். எண்ணெயில் பட்டவடை, பூரி, தோசை, புரோட்டா ஆகிய பலகாரங்கள் யாரும் சாப்பிடக் கூடாது என்பது கம்பெனியின் கறாரான சட்டம்.

மதியம் சாதம், ரசம், மோர், ஊறுகாய், அவ்வளவு தான். பொரியல், அப்பளம், மட்டன், ஆம்லேட் எல்லாம், தீபாவளி அன்று லீவுபோடாமல் இருந்தால் சாப்பிடலாம். இந்த உத்தரவை இதுவரைக்கும் யாரும் மீறினது இல்லை.

ஒவ்வொரு நாள் மீதம் விழுந்து விட்டால் வேலையாட்களை சாப்பிடச் சொல்லி வந்தே மாதரம் கெஞ்சத்தான் செய்வார். நம்பி அந்த அயிட்டங்களை சாப்பிட்டானோ சம்பளம் வாங்கின மாதிரிதான். ஆகவே அவர் போட்ட உத்தரவு அமுலாவதில் பெரிய தேக்கங்கண்டிருந்தது.

நல்லைய நாயக்கர் அன்றைக்கு எத்தனை பேர்கிட்டெதான் தான் செய்த அந்த அசகாய சூரத்தன சீர்திருத்தத்தை சொல்லி பெருமை கொழிப்பாரோ. ஒரு வழியாய் அவரது வந்தே மாதரம் ஆந்த நேரம்பார்த்து பெருமாள்கோனார் பராக்கு பார்க்கிற சாடையில் சுவரோரமாகவே பல்லி மாதிரி ஒட்டிக்கொண்டு கொஞ்சங்கொஞ்சமாய் வெளியேறி ரோட்டுக்கு வந்து விட்டார்.

அவ்வளவுதான் நாலுகால் பாய்ச்சலில் எட்டுக்களை எடுத்துப்போட்டார். இனிம்மேல் பிறந்தாம் பிறப்புக்கு இந்த

திசைக் கிடைக்கே வரப்படாது. தொலைஞ்சது சனியன் என்று தப்பித்த வேளையில் எதிர்த்தாற்போல அவரை கைதட்டி கூப்பிடும் சத்தங்கேட்டு திரும்பிப் பார்த்தார். ஸ்டேசனுக்கு வெளியே ரெண்டு போலீசாரோடு இன்ஸ்பெக்டர் நின்று கொண்டிருந்தார்.

“வாருமய்யா'' என்று போலீஸ்காரர்கள் கையை ஆட்டி கூப்பிட இன்ஸ்பெக்டர் விறைத்த மட்டில் புறங்கையை கட்டியவாறு இவரைப் பார்த்தபடி நின்றிருந்தார். “இதென்ன கூத்து'' என்று மொணகிய பெருமாள்க்கோனார் ரெண்டு பக்கமும் போக்கு வரத்தை பார்த்தபடி ரோட்டை கிராஸ் பண்ணிப்போய் இன்ஸ்பெக்டரிடம் கைகட்டி நின்றார்.

“எங்கேய்யா உன் முதலாளி?''

“யாரு கடைக்காரரா கடையில இருக்காரு ஐயா''

“அவம்பாட்டுல பையனை விட்டுட்டு மயிர்போச்சுன்னு போயிட்டான். அவனுக்கு மதியச்சாப்பாடு அவன் அப்பனா வந்து கொடுப்பான்?... ம்... போயி சாப்பாடு கொண்டு வரச்சொல்லி நான் சொன்னேன்னு உடனே வரச் சொல்லும். நாட்டை சீர்திருத்தம் பண்றதுன்னா என்ன சும்மான்னு நெனைச்சிட்டு திரியுறானா கிழவன்?

பெருமாள்க் கோனாருக்கு பெரிய சங்கட்டமாப்போச்சு. இதென்னடா துன்பம்! இந்த இழவு பஞ்சாயத்துல கடைசியா நாம வீட்டுக்குப் போக முடியலையே. அந்த மண்ணெளிப் பாம்புக்கு தப்பிடி மலைப்பாம்பு வாயில சிக்கிக்கிட்டமே சே! பெரிய சீரழிவா இருக்கே என்று நினைத்து.

“இந்தா போய் தாக்கல் சொல்லி உடனே கொண்டு வரச்சொல்லிர்றேன்துரை'' என்று கும்பிடு போட்டுவிட்டு ஓட்டலுக்கு திரும்பவும் நடையைக் கட்டினார்.

“சோறு கொஞ்சம் கணிசமாவே வேணுமின்னு சொல்லும். கூட இன்னும் ரெண்டு மூணு கைதியிருக்கான்'' என்றார் பக்கத்திலிருந்த போலீஸு.

மதியச் சாப்பாடு வியாபாரத்தில் மும்முரமாயிருந்தார் நல்லைய நாயக்கர். வியாபாரத்தோடு வியாபாரமாய் பக்கத்திலிருந்த ஒரு பெரியவரிடம் "பையனை சீர்திருத்தப் பள்ளிக்கு அனுப்பி வைப்பாங்க. என் மூலமா பின்னாலே அவன் வாழ்க்கையில் ஒரு திருப்புமுனை ஏற்படும் என்று சொல்லிக் கொண்டிருந்தார்.

"முதலாளி ஸ்டேசன்ல கொண்டு போய் விட்டமே அந்தப் பையனுக்கு மத்தியான சாப்பாடு கொண்டு வரணுமாம் இன்ஸ்பெக்டர் சத்தம் போடுறாரு".

"எது... எது... சாப்பாடா?"

கொஞ்ச நேரம் பில் வாங்குவதை நிறுத்தி பெருமாள்க்கோனாரை முறைத்துப் பார்த்து "என்னய்யா சொல்றீரு" என்று எரிச்சலோடு மீண்டும் தொழில் மும்முரமானார்.

"கூட ரெண்டு மூணு டிக்கட்டுக்கு சேத்து கணிசமா கொண்டு வர சொல்லியிருக்காரு"

"அது சரி நேஹோ... இதுலே அதுவேறயா... ஒருத்தன்துட்டு இல்லாம சாப்புட்டான்னு கொண்டுபோய் ஸ்டேசன்ல விட்டா இன்னும் அவனுக்கு மதிய விருந்து வேறயா, நாடு மயிர்களை புடுங்குனமாதிரி உருப்பட்டுரும். ஒரு போலீஸ் அதிகாரி இப்படியிருந்தா பிறகு எவன்யா பொதுச்சோலி சீர்திருத்தம்னு இறங்குவான்?"

"அதெல்லாம் நான் சொல்லத்தான் செய்தேன். அவரு ஒரேயடியா ஓம் முதலாளி சீர்திருத்தத்துலெ கழுதையை விட்டுக் கிடாவு. சொன்னதைச் செய்யுடா சிரிக்கிபிள்ளே" அப்படீன்னு ஆளுயர கம்பைத் தூக்கிட்டு அடிக்க ஓடியாராரு" என்று எரிச்சலில் கோனார் கொழுவினார்.

"அதான்யா மகாத்மா காந்தி சுதந்திரம் வாங்கும்போது..."

"அப்பொ முடியாதுன்னுட்டார்ன்னு சொல்லிர்றேன்." பெருமாள்கோனார் வேகமாய் கிளம்பினார். அப்படிச் சொல்லிவிட்டு அந்த வாக்கில் வீட்டுக்கு ஓடிப்போய் விடலாம் என்று அவரின் அவசரம். நல்லைய நாயக்கர் பதறி ஓடிவந்து

அவரை மறித்தார். ''நில்லுமய்யா ஓய்! நீரு போற போக்கைப்பாத்தா என்னைக் கொண்டுபோய் ஸ்டேசன்ல உட்கார வச்சிருவீரு போலுக்கோ. சரியய்யா ஓம்ம இஷ்டம் போல நீரே வேணுங்கிறதை எடுத்துக்கொண்டு போய்க் கொடுத்துட்டு வாரும் புண்ணியத்துக்கு.''

''சேச்சே... சே... ஒரு மடக்கு காபித்தண்ணிய வாயில ஊத்தப்போயி எவ்வளவு இக்கல்ல தலையக் கொடுத்துட்டோமே...''

தலைச்சுமையாய்க் கொண்டு போய் சாப்பாட்டைக் கொடுத்துவிட்டு வந்து ஓட்டலின் முன் வேப்ப மரத்தடியில் நின்றார். இவ்வளவு நேரத்திற்குப் பிறகு வீடு போயி திரும்பவும் எப்படி சாயுந்தேறக் கறவைக்குப் திரும்பறது என்ற யோசனையிலிருந்தார்.

தேவையில்லாத கை நட்டம் ஆனதினாலே நல்லைய நாயக்கர், கோனாரைத் திரும்பியே பார்க்கவில்லை. இவ்வளவுக்கும் என்னமோ அவருதான் காரணம் என்கிற மாதிரி அவரைப் பார்க்கவே எரிச்சல் பட்டுப் போயிருந்தார்.

அவரோ வந்தே மாதரம் தன்னைத் திரும்பிப் பார்க்க மாட்டாரா என்று வெளியிலிருந்து மாறிமாறிப் பார்த்தமட்டில் இருந்தார். ஏன் பார்க்கிறார் என்று அவருக்குத் தெரியாமலா இருக்கும். இன்னும் இவன் குறை வேறயா என்று முகத்தை உள்பக்கமாகவே வைத்துக் கொண்டார். பெருமாள் கோனாருக்கு இந்தப்பசியெல்லாம் ஒண்ணும் பெரிசு கிடையாது. அவருக்குச் சிறிசிலிருந்தே பழகிப் போனதுதான். நேரமாய்க் கொண்டிருந்தது. நிழலோட்டமாய் உட்கார்ந்திருந்த இடத்திலும் வெயில் பரவியது. சரி! பொழுது மேற்கே சாய்ஞ்சிருச்சி போயி சாயுந்தறக் கறவையை முடிச்சிட்டு வீட்டுக்குப் போக வேண்டிய தான் என்று நினைத்தவாறு மேற்குப் பக்கம் பொழுதைப் பார்த்ததுதான் தாம்சம்.

இன்ஸ்பெக்டர் ஸ்டேசனிலிருந்து வெள்ளை டவலால் வீசி வருமாறு கூப்பிட்டார். ஐயையே இதுவும் தொறட்டுதான். இன்னும் விட்டபாடில்லையோ! சே... சே! பெருமாள்கோனார்

ரோட்டை கிராஸ் செய்யும்போது அப்பொ மாதிரி அவ்வளவா போக்குவரத்து இல்லை. மணி மூணுக்கு மேலே இருக்கும். எல்லாம் சாப்பிட்டு அப்பாடியப்பாடி அசர்ற நேரம். யாரு அசந்து என்ன செய்ய, இன்ஸ்பெக்டர் அசரலையே.

"என்னங்குறான் ஒம் முதலாளி!"

நாலு விரலுக்குள் பெருவிரலை மடக்கிக் காட்டி "இம்புட்டு சோறு போட்டா ஆகிப் போச்சா! பயலை ஊருக்கு அனுப்ப வேண்டாமா... யோவ்... காதுல விழுகுதா?" பெருமாள் கோனார் தலையைச் சொறிந்து கொண்டு நின்றார்.

அந்நேரம் பார்த்து கடைக்கு முன்னால் கோனார் இல்லாததால்அவர் போய் விட்டாராக்கும். இத்தோடு முடிந்தது தொல்லை என்று வெளியே லாந்திய நல்லைய நாயக்கர் அப்பாடா இத்தோட பிரச்சனை முடிஞ்சது என்ற நெனைப்பில் உள்ளே திரும்பிய பொழுது தற்செயலாய் ஸ்டேசனை கவனித்தார்.

"யோவ் அந்தா நிக்கிறான்யா கடைக்காரன். கூப்பிடுய்யா கூப்பிடுய்யா" இன்ஸ்பெக்டர் அவசரப் படுத்த கோனாருக்கு வெள்ளை வீசிக் கூப்பிட துண்டு இல்லாததால் வெறுங்கையை வீசி "முதலாளியோவ் முதலாளியோவ்" என்று கூப்பிட்டவாறு ஓடினார்.

நல்லைய நாயக்கர் சத்தத்தைக் கேட்டு நெஞ்சு படபடக்க காது கேளாத மாதிரி எங்கோ பார்த்த மட்டில் கடைக்குள் ஓடினார். கோனாரும் விடவில்லை. 'முனியாண்டி வங்கணம் வைக்க முனிசிபாலிட்டி தெண்டம் கட்டுன மாதிரி' சம்மந்தா சம்மந்தமில்லாம நம்மளை போட்டு சீவனை வாங்குறாங்களே என்று ஆத்திரத்தில் நல்லைய நாயக்கரிடம் போய் இவர் இன்ஸ்பெக்டர் மாதிரி பேச ஆரம்பித்தார்.

"நாலு சோத்து பருக்கைய போட்டா சரியாப்போச்சா. அந்தப் பையனை ஊருக்கு அனுப்பி வைக்கணும் செய்யணுமின்னு நெனைப்பில்லையா" நல்லைய நாயக்கர் அப்படியே விருள்தட்டிப்போய் நின்றார். ஒண்ணும் சொல்ல தோணாமல் 'நே' என்றார்.

"என்ன ஓ..." என்று கோனார் வலிப்பம் காட்டினார்.

''யோவ் கோனாரே! ஓகோ அப்படியா சரி சரி; இன்ஸ்பெக்டர் சொன்னாரா இல்லே பூராம் ஒம்ம வேலையா... அதான்யா காந்தி அன்னக்கி சொன்னது இப்பொ சரியா நடக்குது...''

''அப்பொ சரி உங்க சௌகரியம். எனக்கு மாடுகன்னு சோலின்னு அப்படியப்படி கிடக்கு. உங்கபாடு அவங்கபாடு எனக்குத் தேவை?" விறுவிறுவென வெளியேறிய கோனாரை தொடர்ந்து விரட்டிப் போய், நில்லுமுய்யா நில்லுமுய்யா என்று ஸ்டேசனுக்கு அவருக்கு முன்னாடி ஓடி அவரை இன்ஸ்பெக்டரிடத்தில் பேச விடாமல் நின்று கொண்டார்.

இன்ஸ்பெக்டருக்கு வெறும் நமஸ்காரம் மட்டும் தான் பண்ணினார். எதுக்கு வம்பு? வந்தேமாதரம் என்று சவுண்டு கொடுக்க, இவனுக்கு இன்னும் அகம்பாவம் குறையலேன்னு இருக்கிற ஆளை எண்ணி தலைக்கு அஞ்சு அஞ்சு புரோட்டா பார்சல் கொண்டு வாணுட்டா! வந்தே மாதரத்தைப் பார்த்து "என்ன"! என்று இன்ஸ்பெக்டர் தலையை ஓணான் மாதிரி ஆட்டுனார்.

''ஐயா சொன்னா சரிதான்.'' பொலுவாயைத் திறந்து பொய்யாய்ச் சிரித்தார். இன்ஸ்பெக்டர் உள்ளே திரும்பி "அந்தப் பையனை வரச்சொல்லுங்க ஏட்டையா" என்றதும் பையன் கைகளைக் கட்டியவாறு வந்து நின்றான்.

"எந்த ஊர்ரா உனக்கு?

"சிறுக்குளம்"

இன்ஸ்பெக்டர் நல்லையநாயக்கரைப் பார்த்து, "கேட்டுக்கிட்டிரா, கூட ஒரு ஆளை அனுப்பி பஸ்சார்ஜ் கொடுத்து பத்திரமா அவன் வீட்டுல கொண்டு போய் சேக்கணும்...ம்..."

"ஐயா பஸ் சார்ஜ் கொடுத்து பஸ்ஸுல பத்திரமா ஏத்தி விட்டுறச் சொல்லிர்றேன். ஊர்லருந்து வந்த பயலுக்கு திரும்பி போகவா தெரியாது."

“அந்த வேலை மயிரே வேண்டாம் அவன் பாட்டுல பழையபடி எங்கேயாவது இடைவழியில் இறங்கிடுவான். ஏதாவது ஒண்ணுன்னா எவன் பதில் சொல்றது. உம்மைக்கேட்டா ஸ்டேசன்ல விட்டேன்னு வாக்குமூலம் கொடுப்பீரு. இப்பொமூலை மூலைக்கி பெரிய பெரிய பாலங்கள் கட்டுறான். எவனுங் கொண்டு போயி பயலை நரபலி கொடுத்துட்டான்னா? நானில்ல ஜவாப்தாரி ஆகணும். அதனால ஒம்ம கடையில உள்ள ஒரு ஆளை அனுப்பி, இல்லேன்னா நீரே கூட போயி விட்டுட்டு வீட்டு நபர் கிட்டே எழுதி வாங்கி வந்து எங்கிட்டே காட்டணும்” நல்லைய நாயக்கர் இன்ஸ்பெக்டர் தலைக்கு மேலிருந்த காந்திபடத்தை பார்த்த மட்டுல இருந்தார்.

“என்னய்யா சொல்றது விளங்குதா?”

“ஹ்ர்ம்ம்...” என்று செருமிய வந்தே மாதரம் நல்லைய நாயக்கர்! “அதாவது இளவயதிலேயே ஒழுக்கம், வாய்மை, பெரியாரைக் கீழ்படிதல் இது பத்தியெல்லாம் மோகன்தாஸ் கரம்சந்த் காந்தி...”

“அப்பொ சரி ஒண்ணு செய்யும்வே. லாட்ஜுல ஒரு ரூம் போட்டு பையனுக்கு இந்த உபதேசம் பண்ணிக்கிட்டிரும். நான் ஒரு வாரம் லீவுல போறேன். வந்து பேசிக்கிடலாம்.”

“இல்லேய்யா இல்லே இல்லே இந்தா போயி ஆளை அனுப்புறேன். பையனை இப்பொ அனுப்பி வச்சிரலாம்.”

வந்தே மாதரம் இன்ஸ்பெக்டரை நமஸ்காரம் பண்ணிக் கொண்டு வேகமாய் கிளம்பினார். அவர் போவதை பெருமாள்க்கோனாரிடம் நாடியால் வெட்டிக்காட்டிய இன்ஸ்பெக்டர், “அன்னைக்கொரு நா இவங்கடையில சுக்காவறுவல் வாங்கிட்டு வரச் சொன்னேன். இம்புட்டுக்கானு சால்னா ஊத்திக் கொடுத்துப்புட்டு இருபத்தஞ்சு ரூபா வாங்கிப் புட்டான். எப்படா வந்து வாய்ப்பான்னு இருந்தேன். மகனே இப்பொ வந்து சிக்கீட்டியில்லே விடிஞ்சு போச்சா உனக்கு இப்பொதானே ஆரம்பிச்சிருக்கேன் இன்னும் பாரு வேடிக்கையை” என்று நாக்கை துருத்தினார். கோனாருக்கு கறவை ஞாபகமாகவே இருந்தது.

ரசமானி

தூக்கம் முழுசாக கலைந்து நினைவுகள் தீர்க்கமாய் தலையில் சப்பணக்கால் போட்டு அமர்ந்த பிறகுதான் விடுமுறையில் ஊருக்கு வந்து வீட்டில்தான் படுத்து தூங்கிக் கொண்டிருக்கிறோம் என்ற லயிப்பில் உள்ளூர மகிழ்ச்சி கிளம்பியது. விடிகாலையின் சிறிய குளிருக்கு போர்வையை இழுத்து போர்த்துகிறபோது சிலுசிலுத்த சுகம் ஏகமாய் உடம்பெல்லாம் பரவிப்படர்ந்தது.

மரத்தை வேரோடு பற்றியிருக்கிற புற்று மாதிரி மூளையில் தேங்கிக்கிடக்கும் பழைய ஞாபகங்கள் புகை கசிந்த மாதிரி எங்கெங்கோ சுற்றி சுழலவிடுகிறது மனசை. ராணுவத்தில் நான் வேலை செய்கிற இடம் இந்திய வரைபடத்தின் மிக உச்சியிலிருக்கக்கூடிய 'லே' பனிமலைப் பகுதி. நிலாவில் இறங்கப்போகும் ஆம்ஸ்ராங்கைப்போல உடை அணிந்து கொண்டு உலவ வேண்டிய அளவுக்கு குளிர்.

கண் றெப்பைகளின் ரோமத்தில் கூட வைரத்துகள்கள் மாதிரி பனி நின்றிருக்கும். கால் கைகளில் குண்டூசி கொண்டு குத்தினாலும் உணர்வறியாத மரப்பு. இங்கு சொல்லாத இடம் கூட குளிர்கின்றது என்ற பாட்டுக்கு அங்கிருந்தால்தான் அர்த்தம் புரியும். சுற்றிலும் வெள்ளைப் பனிபூசிய உயர்ந்த மலைகளுக்கு நடுவில் எல்லாமொழி நண்பர்களோடும் இனஞ் சொல்ல முடியாத ஆத்மார்த்தமான நட்பு.

சக வீரர்களோடு அளவளாவிய பொழுதுகள், அந்த மலைகள், கொட்டும் பனியினூடே பஞ்சு போல் பறக்கின்ற பனிநுரைகள், இரவும் பகலும் பார்த்தறியாத சூரியனை கண்டிராத இளம் இருள். இதுவே சுகமென்று எண்ணிவிட்டால்போதும் அதுவே சுகமாய்விடும் என்று எல்லைப்பாதுகாப்பில் உஷாரான பணியில் ஒரு திருப்தி.

''அம்மா! அம்மோவ்! சின்ன மொதலாளி வந்திருக்காராக்கும்?''

வயற்காட்டிற்கு நடுகைக்கு வந்த பெண்கள் ஆர்வமாய் கேட்கிறார்கள்

"ஆமாண்டி ஆமா வாங்கவாங்க மடையடியிலெ நடுகையா? ஓடைப்பாதை நஞ்சையில நடுகையான்னு கேக்காதீங்க சின்ன மொதலாளியைப் பத்தி மொதல்ல விசாரிங்க. எப்படித்தான் தாக்கல் வருமோ ராவோடு ராவா சின்னக் கழுதைகளா"

மிருதுவான க்ளுக்குகள்.

இப்படி கும்பலான பெண்களையும் கோரஸான சிரிப்பையும் பேச்சையும் கேட்டு எவ்வளவு நாளாச்சு. அங்கே எப்பவாவது அலுவல்பொருட்டு மலையில் இருந்து இறங்கி சண்டிகார் நகருக்கு வந்தால் மட்டுமே பெண்டு பிள்ளைகளை கண்கொண்டு பார்க்க முடியும்.

எழுந்து வெளியே வந்தேன். மரியாதைக்கு எல்லோரும் ஒருவர்பின் ஒருவராக பதுங்கினார்கள்.

இரவு பதினோரு மணிக்கு வீட்டுக்குள் நுழைந்தவனை அம்மாவும் அப்பாவுமாய் சேர்ந்து கொண்டு அங்கயிங்கெ சுத்தப்படாது இன்னின்னாரிட்டெ பேச்சு வச்சுக்க கூடாது. அந்தத் தெரு மோசமானதெரு, மேலத்தெரு வளசல் லேசுப்பட்டதில்லை. நீ வெள்ளந்தித்தனமாத்தான் பழகுவெ. பழியைப்போட்டுருவாளுக. உலகங்கெட்டுக்கிடக்கு என்று சொல் மாறி பொழிந்து தூங்க வைத்தார்கள்.

இரவில் ரெண்டுபேரும் மாறி மாறி பல தடவை என் அறைக்கு வந்து போய்க்கொண்டி-ருந்தது அரிச்சையாய் தூக்க

கலக்கத்தில் தெரிந்தது. அவர்களுக்கு தெரியாமல் நான் எங்கேயும் போய்விடக் கூடாதில்லையா?

ஊருக்குள்ள கொமருகள் வதவதவென்று வதக்கழிந்து கிடக்கிறார்களாம். வீட்டிற்கு ரெண்டு மூணுன்னு சமைஞ்சு கிடந்து, நான்வாறேன் வாக்கப்பட எங்க அக்காள் வர்றா பிள்ளை தூக்க என்று தெருவைத்தெருவை பார்த்துக்கொண்டு அலைகிறார்களாம் கரைசேர வழியில்லாமல்! இப்பொ ஆம்பளைப் பிள்ளையை பெத்தவங்கதான் அடிவயிற்றில் நெருப்பை கட்டிக்கொண்டு இருக்கிறார்களாம்.

இப்படி அம்மாவும் அப்பாவும் ஆளுக்கொரு பக்கமாய் உட்கார்ந்து படுத்துகிறபாடு எதற்கு? நான் ராணுவத்திலிருந்து ஐந்தாறு வருசங்கழித்து வந்திருக்கிறேனா கொண்டுவந்த காசையும் என்னையும் காப்பாற்ற அந்தப்பாடுகள். பருவக் கோளாறுக்கு பக்குவம் பார்க்கிறார்கள்.

நான் தந்த சுத்தி முதலான கடன்களை முடித்து வரும்போது அம்மா அந்த பெண்களுக்கு நடுவில் நின்று கொண்டு ஏவல் செய்து கொண்டிருந்தாள். ராசமணியைப் பற்றி கேட்டுவிட வேண்டியதான் வந்தவுடனேயே கேட்கலாமென்றுதான் இருந்தேன் ''ஆமா எங்குட்டாகப்பட்ட கழுதையைப் பத்தியெல்லாம் வந்தும் வராததுமா விசாரி நாங்கள்லாம் மனுசமக்களாத் தெரியலெ' என்பாள்.

''அம்மா எங்கூட படிச்சானே ராசமணி அவனுக்கு கல்யாணம் முடிஞ்சிருச்சா எங்கிருக்கான்!''

யாரு? என்று கேட்டு என் பக்கம் திரும்பியவளை நான் அவனைப்பற்றி விவரிக்கும் முன்னே எதிரிலிருந்த இளம்பெண் அம்மாவை 'உஸ்' ஸென்று தன்பக்கம் உசாவி நாடியை வெட்டி கண்களை மேலாக சுழல விட்டு அழகு பொதிய ஒரு சைகை காட்டினாள். எல்லார் முகத்திலும் சிரிப்பு ததும்பியது.

அவதானித்துக்கொண்ட அம்மா, ''நா... நா... மூஞ்சிருச்சி மூஞ்சிருச்சி பம்பாய்க்கு போன இடத்துல மூச்சுக்கிட்டதாக சொன்னாக. இங்கெதான் இருக்கானாம். கூத்துக்குபிள்ளைப் பெத்து கோமாளின்னு பேரு வச்செ கதையில....''

"நான் போய் பாத்திட்டு வரணும்" என்று கிளம்பினேன்.

"இவ்ளோ மனுசர்கள்ல எப்படியாப்பட்ட சிநேகிதம் பிடிச்சிருக்காம் பாரு"

இப்பொ எல்லோருமாகச் சேர்ந்து பலத்த சிரிப்பு.

எல்லாவற்றையும் சாதாரணமாக எடுத்துக்கொள்கிற மாதிரியே என்னைக் கொண்டுபோய் லக்னோவில் ராணுவத்தில் சேர்த்ததையும் அவன் லேசாகத்தான் செய்து முடித்தான்.

நல்ல வசதி இருந்தும்கூட படித்துவிட்டு சும்மா திரிவதை வீட்டிலுள்ளோர் பொறுத்துக் கொள்வதில்லை. வயதிற்கு வந்த இளைஞர்கள் எல்லா வீட்டிலும் எதிரிகளாக தெரிவதுமாதிரியே நானும் வீட்டில் தறுதலையாகிவிட்டேன்.

அவன் வீட்டிலிருந்து என்ன பொருளை கொண்டுபோய் விற்றானோ என்னை ஆளாகவரச்சொல்லி கூப்பிட்டுப்போய் சர்வசாதாரணமாக செலவு செய்து இன்றைக்கு இந்தியாவை தென்கோடியிலிருந்து வடதிசை கோடிவரை நான் போய் வர காரணமானவன்.

ஹைஸ்கூல் வரைக்கும் ரெண்டு பேரும் ஒன்றாகவே படித்தோம். அந்த வயசிலேயே அவன் ரொம்ப ஷோக்கு பேர்வழியா இருப்பான். அவன்கூட சேர்ந்து சுத்தறது வீட்டில் பிடிக்கா விட்டாலும் அவன் தெரு பெண்கள்தான் எங்க வீட்டுக்கு நிரந்தர பண்ணை வேலையாள்கள், அந்தத் தெருவில் முக்கால்வாசி இவனைச்சேர்ந்த கூட்டந்தான்.

தங்கள் வளசலை சேர்ந்தவன் மொதலாளி வீட்டு பையனோட சேக்காளியா இருக்கிறான் என்ற பெருமையில் அணிதிரண்டு வேலைக்கு வருவார்கள். கூலியாள்கள் கிராக்கியான நேரத்தில் இது ஒரு லாபந்தானே.

ராசமணி செய்கிற மைனர் அழிச்சாட்டியங்களுக்கு அவனிடமிருந்த அசாத்தியமான துணிச்சல்தான் என்னை அவனுக்குப் பின்னால் பூனை மாதிரி சுற்றச் செய்தது. ஊர்லதான் நான் பெரியவீட்டுப்பிள்ளை. அவன்

வடக்குத்தெருக்காரப்பய. பள்ளிக்கூடத்தில் அவன் உத்தரவுப்படிதான் நடப்பேன்.

ஊரும் ஸ்கூலும் ரொம்ப தொலைவாயிருந்ததால் நானும் அவனோடு ஆஸ்டலில் தான் இருந்தேன் என்னைத்தவிர யாரையும் சேக்காளியாய் சேர்க்கமாட்டான்.

"எல்லாம் பயந்தாங்கொள்ளிப் பசங்க. ஒரு அதட்டு போட்டாப்போதும் வார்டன்ட்டே நடந்ததை அப்படியே வாந்தி எடுத்திருவானுக. ஸ்கூலுக்குப்போயி கிளாஸ் வாத்தியார்கிட்டையும் போட்டுக் கொடுத்திருவானுக" என்று நாக்கை துருத்தி கறுவுவான்.

விடுதியின் பின்புற இருட்டில் வழக்கமாய் உட்கார்ந்தோம். பூமார்க் பீடியின் வாய்ப்பக்கமுள்ள லேபிளை உருவி பீடியை வாய் எச்சிலில் நனைத்து பதப்படுத்தி இலை நொறுங்கி விடாமல் பிரிப்பான்.

உள்ளே இருக்கும் புகையிலையை சரிபாதி உதிர்த்து கஞ்சாப் பொட்டலத்தில் சடையாகப் பின்னியுள்ள கெட்டியான கஞ்சா இலை இணுக்குகளைச் சேர்த்து இடது உள்ளங்கையில் வைத்து வலது கை பெருவிரலால் நமுட்டி, பிரித்த பீடி இலையில் சுற்றி மடித்து, பீடியின் வாய்ப் பக்கம் மீண்டும் பூமார்க் லேபிளை செருகி உள்ளங்கையை மூச்சு முட்டமுகர்ந்துவாறு 'இந்தா பத்தவை' என்று கொடுப்பான்.

இரண்டு பேரும் மாறி மாறி உறிஞ்சுவோம். புகைக்க புகைக்க ஏதோவென்று வெதுவெதுவென மேலே போர்த்தி உடம்பை பருக்கச்செய்கிற மாதிரியும் சில சமயம் நாடியை ஒரு குச்சியில் தொங்கவிட்டு மேனி முழுக்க காற்றில் பறவையாடுகிற மாதிரியும் இருக்கும்.

"இன்னும் ரெண்டுபேரு சேர்ந்தாங்கன்னு வச்சிக்கோ 'வெறிச்சி' இன்னும் தூக்கலாயிருக்கும் பாத்துக்கோ"

ஆட்களோட வளையம் விரிய விரிய போதையின் தாக்கம் விரிந்து விரிந்து அளவு பரவலாகிக்கொண்டே போகும் என்பது அவன் கண்டுபிடிப்பு.

“அப்படியே கண்ணை மூடி என்ன நெனைக்கிறியோ அது அப்படியே நடந்த மாதிரிஇருக்கும். நானெல்லாம் ஏகப்பட்ட பிகர்களோடட குடும்பம் நடத்தியிருக்கேன்னா பாரேன்.” சிவந்த கண்கள் வழியா சிரிப்பான்.

“பின்னே சாமியார்கள்லாம் இதை ஏன் குடிக்கானாம்? அந்த சிவனை நெனைச்சான்னா சிமிழியை பிடிச்சி கப்புன்னு ஒரு இழுவைதான். அப்படியே கைலேங்கிரிக்கே போய் சிவனுக்கு பக்கத்திலேயே இவனும் நிஷ்டையிலெ உட்கார்ந்திருவான்.

எனக்கு ஆகாசத்திலிருந்து தொங்கும் தொட்டிலில் ஆடிய மாதிரி இருந்தது. நாக்கு வறண்டு எச்சில் முருங்கைப் பிசின் சுரந்த மாதிரி மெல்லப் பிதுங்கியது. ராசமணி எப்பவும் போல் என்னென்னமோ பேசினான். அது என் காதை அடைத்து லேசாய் முணுமுணுத்துக் கேட்டது. பேச்சைக் குறைத்து கிளம்ப வழியில்லையோ?

“இப்பொ நான் எதிலேவிட்டேன்” என்று எங்கே அவன் இடைமறித்து கேட்டுவிடுவானோ என்று பயம் கொண்டேன். மண்டைக்குள் பெரிய குழப்பமும் இழுபறியும் நடந்துகொண்டிருந்தது. ஒவ்வொரு முறையும் இந்த மாதிரி தடுமாறுகிற நேரத்தில் இனிமேல் இதை தொடவேகூடாது இவனோடட சேரவே கூடாது என்றுதான் நெனைக்கிறது. ஆனால் மறுநாள் இந்த நேரத்துக்கு இவனை எங்கிருந்தாலும் தேடச்சொல்கிறது.

ராசமணி என்னவோ சொல்லியவாறு என்தோளை தொட்டு உசுப்பினான்.

“என்ன கேட்டதுக்கு பதிலையே காணோம் பயமா. சும்மா சொல்லு பயப்படாதே நான் யார்கிட்டெயும் சொல்லமாட்டேன்.” என்றான் நான் ஙே என்று விழித்தேன். என்ன கேட்டான்?

என் காதோடு ‘மசை’ ‘மசை’ என்றான்.

“என்ன முழிக்கிறே மசைன்னா தெரியாது? ‘பொம்பளை’ எப்பவாச்சும் போயிருக்கியா என்று கேட்டு பல்லை இளித்தான்.

போதை பதட்டத்தில் நான் இன்னும் பதறிப்போய் கண்கள் செருக அவனை ஏறிட்டு அழுக ஆரம்பித்ததை அவன் கவனிக்கவில்லை.

பெரிய சொந்தபந்தங்கள் சூழ அநேக பெண்களுடன் வளைய வளைய மூச்சுக்கொண்ணும் பேச்சுக் கொண்ணுமாக வாழ்வது இந்த வயதிலேயே ராசமணிக்கு எவ்வளவு அனுபவத்தை தொடவைத்திருக்கிறது. எனக்கு பயம்மா இருந்தது.

ரொம்ப சின்ன வயசில் பக்கத்து வீட்டு பொம்பளைப் பிள்ளையோடு ஓடிப்பிடித்து விளையாடிய சமயம் தவறுதலாக பேச்சோடு பேச்சாக ஒருவார்த்தை வந்துவிட்டது.

“அத்தே இங்கே பாருங்க உங்க மகன் கெட்ட வார்த்தை பேசுது'' என்று சொல்ல அம்மாவின் அடிக்கு பயந்து அன்றைக்கு சாயுங்காலம் வரையில் கண்மாய்க்கரையிலேயே உட்கார்ந்திருந்தேன். நெஞ்சுகனக்க ஊமையாய் அழுதேன். பிள்ளையாரை சுற்றி சுற்றி மன்னிப்பு கேட்டேன்.

அதிலிருந்து அப்படி பேசுகிறவர்களை ஆச்சர்யமாய் பார்த்துக்கொண்டிருப்பேனே தவிர இன்ன வரைக்கும் பேசினது கிடையாது. இந்தப் பழக்கத்திற்கு வேறு கேட்டு விட்டாலோ... “அத்தே இங்க பாருங்க உங்க மகன் கெட்ட பழக்கத்துக்கெல்லாம் என்னை...”

''பயமத்துப்போச்சு'' என்றவாறு என் தோளை இறுகப்பிடிக்க.....

அதிர்ந்து செய்வதறியாத என் திகைப்பை எதிர்பார்த்தவன் போல் சிரித்தான் ராசமணி “இதிலெல்லாம் எனக்கு ரொம்ப பயமத்து போச்சுன்னேன்.”

பீடியை இறுதியாக உறிந்து புகையை கெஞ்சுக்குள்ளே அப்படியே அடக்கி நிறுத்தி, ‘இதென்ன ஜுஜுபி அதையெல்லாம் எப்பவோ பார்த்துட்டேன்’ புகையையும் பேச்சையும் லேசு இருமலோடு கொஞ்சம் இடைவெளி விட்டு விட்டு மாறி மாறி வெளிவிட்டான்.

இந்த வெறிப்பிலேயே அந்த பலான பலான விசயங்களை ஒரு பேராசிரியர் மாதிரி விளக்கிக் கொண்டேயிருப்பான். ஒரு அசரீரீ அலறுகிற மாதிரி ஒன்று புரிந்தும் ஒன்று புரியாமலும் காதில் விழுந்து கொண்டேயிருக்கும்.

நான் கட்டாயத்தில் அவன் பேச்சைக் கேட்டுக்கொண்டு ஒரு பிணம்போல கண்களைத் திறந்த வண்ணம் கிறங்கி கிடப்பேன். அவனோ போதை தாக்கமே இல்லாதவன் மாதிரி சுதாரிப்பாய் பேசிக்கொண்டிருப்பான். அவனுக்கு மூளையிலுள்ள முகுளம் இரும்பினால் செய்ததோ என்னவோ பதட்டமே இல்லாமல் நடந்து வருவான். நான் தட்டுத்தடுமாறி நடந்து ஆஸ்டலுக்கு வந்துசேர, பையன்கள் எங்களுக்கான சாப்பாட்டை வாங்கி வைத்திருந்ததை சாப்பிட ஆரம்பிப்போம்.

சோற்றுக்கவளம் மிடறு தாண்டும்போது தொண்டைக் குள்ளாக சுகம்மான ஒரு துளையிட்டு போனமாதிரி காதுகள் ஙொய்யென்று இரைய எங்கோ போய் கரைந்து போகும். தலையே இல்லாத மாதிரி வானமே தலையாய் நிற்கிறது போலவும் கண்பட்டைகளை மூடித்திறக்கிறபோது ராசக்ஷ றெக்கைகள் இறங்கி உயர்வதைப்போலவும் கனத்துக்கிடக்கும் உடம்பு என்னவோ தூசாகத்தான் மிதந்தது.

சாப்பிட்டவுடன் என்னை தூங்கவிடாமல் கண்ணடித்து ரகஸ்யமாய் கூப்பிட்டான். நான் சொணங்கினேன்.

"ம்... வாடான்னா" என்று என்னை பலவந்தமாய் இழுத்துப் போனான். வெளியே வாட்ச்மேன் நின்று கொண்டிருந்தார்.

"என்ன தாத்தா இன்னைக்கி ஒரு பீடியை மாட்டிருவோமா?"

"அதெல்லாம் ஒரு மயிரும் வேண்டாஞ்சாமி. அன்னைக்கி ஒம் பேச்சைக்கேட்டு அந்த பீடிய குடிச்சுப்போட்டு வெகுபாடுபட்டுப்போனேன். நின்னா நிக்கெ முடியலெ படுத்தா படுக்க முடியலெ. அத்தாவுத்தியா வருது கண்ணை மூடுனா குரங்குகளா விரட்டி வருது. முழிச்சா பூச்சி பூச்சியா பறக்கு. தன்மதிங்கிறதே வல்லிசா இல்லெ. திடீர்ன்னு வார்டன் வந்துட்டாரு. கூப்பிட்டா ஏன்னு கேட்க துப்பில்லெ.

பேசுறதுக்கு நாக்கு எந்திக்கலை தன்னால நாய் வால்ல வண்டி ஏறுனமாதிரி நான் பட்டபாடு.

"நானும் இவனும் செகண்ட் ஷோ போறோம்"

"வார்டன் வந்தா சொல்றவிதமா சொல்லிர்றேன் சரிதானா?" பெரிய்ய கும்பிடாய் போட்டார். அவரோட பதட்டத்தை என்னிடம் கண்ணடித்து காண்பித்துவிட்டு என்னை இழுத்துக் கொண்டு போனான். வாட்ச்மேன் பேச்சினால் நான் மலைத்து போகக்கூடாதென்று வழக்கம் போல் ஒரு தத்துவம் வேற பேசிக்கிட்டான்.

"படிக்கிறது எப்ப வேணாலும் படிக்கலாம். பழகுறதுதான் கஷ்டம். வயசாயிட்டா பழக முடியாது. ஆனா படிக்கலாம். முதியோர் கல்வின்னு அரசாங்கம் வச்சிருக்கான். முதியோர் பழக்கம்ன்னு வச்சிருக்கானா?

செலவுபற்றி கவலைப்படமாட்டான். யாரிடமும் காசு கேட்கவும் மாட்டான். தான் அனுபவிக்கிறதை யாரிடமாவது பகிர்ந்து;கிடணும். ஒத்தையில சுகிக்கிறது அவனுக்க பிடிக்காத சமாச்சாரம்.

ஞாயிற்றுக்கிழமை லீவில் ஊருக்கு போய் வந்தால் மறுநாள் பின்னாடியே அவனைத் தேடி கண்டிப்பாய் ஆள் வரும்.

வீட்டிலிருந்த தவலப்பானையைக் காணோம். பெரிய தாம்பளத்தைக்காணோம். அம்மா கழற்றி வச்சிருந்த மூக்குத்தியை காணோம். ஒன்னத்தவிர அது எங்கேயும் போயிருக்காது.

"வாங்க முதலாளியோவ்" வடக்குத்தெருவில் முதல் குரல் இப்படித்தான் வரவேற்கும். சத்தம் வந்த பக்கம் திரும்பினேன் 'எப்பொ வந்தீக' வயதான தோற்றமுள்ள வாலிபன் பக்தியோடு வரவேற்றான்.

"அடையாளந் தெரியலையா முதலாளி?.........'குருசாமி'

"அட இங்கபாருடா குருசாமியா? ஆச்சர்யமாய் இருந்தது. "என்னப்பா அடையாளமே தெரியலை கிழவனாயிட்டே!

“ஆமா மொதலாளி பிள்ளைகுட்டி ஆகிப்போச்சுல்ல”

“என் வயதுதானப்பா”

“உங்க வயசுதான். காட்டுவேல! பாடுகள்”

குடும்பச்சுமை, வேலைப்பளு, வறுமை மனிதர்களை எப்படி முதுமையை நோக்கி விரட்டுகிறது.

“எனக்கே இப்படி ஆச்சர்யப்பட்டீகன்னா உங்க பின்னாடி ஒருத்தன் வர்றான் பாருங்க சாகப் போறவன் கணக்கா”

அவனை விடவும் வயதான தோற்றத்திலே இடுப்பை பிடித்தவாறு பிரேதக்களை தாங்கிய முகத்தில் ஆச்சர்யம் பொங்க காலை கிந்தி கிந்தி நடந்து வந்தான்.

“கோட்டியப்பன்தானே”

“ம்! அவனேதான். அதுபள்ளிகூடபேரு முதலாளி. இப்பொ குடலாடன்ணாத்தான் எல்லோருக்கும் தெரியும்.

“கும்பிடுதேம் முதலாளி”

சாதியமும் பெருளாதார தராதரமும் தலையிடாத வயதில் பாகுபாடு அறியாமல் வாடா போடாயென்று பேசிக் கொண்டவர்கள், குறிப்பிட்ட பருவத்தில் உலகத்தேடொட்டி தெருவின் சகமனுசர்களோடு சேர்ந்து குடும்பம் என்று ஆன பெறகு உடனொத்த நண்பன் என்று தெரிந்தும் முதலாளி, பெரிய வீட்டுக்காரர் என்று மரியாதை கொடுக்க தன்னாலேயே பழகிவிடுகிறார்கள். சமூக தாக்கமில்லாத ஒருவரையொருவர் சார்ந்திராத சுயேச்சையான சிறுவயதுக்காலம் திரும்பி வராத இனிமையான காலந்தான்.

என் நெற்றியின் உள்ள ஒரு தழும்பைக்காட்டி கோட்டியப்பனிடம் இ'இது ஞாபகமிருக்கா' என்று கேட்டேன். கோட்டியப்பனை பார்த்து சிரித்த குருசாமி,

“மூக்கம்மாவும் நீங்களும் சவாரி ஏறி விளையாடும்போது குடலாடன் கல்லெடுத்து எறிஞ்சது”.

குடலாடன் ஆகிப்போன கோட்டியப்பன் தலையை கவிழ்ந்து எதோ மாதிரி சிரித்தான்.

“அந்தப் பிள்ளையைத்தான் இவன் கட்டியிடிருக்கான் முதலாளி. நாலு பிள்ளை தகப்பனாயிட்டான். அவள் கூட உங்களுக்குத்தான் இன்னக்கி நடுகைக்கு வந்திருக்கா”

“அப்படியா!” காலையில் வீட்டிற்கு வந்துபோன பெண்கள் கூட்டத்தில் இப்போது அவளைத் தேடினேன்.

குழந்தையிலிருந்து அறிந்த அழகு முகங்கள் கடின உழைப்பில் எப்படி தடந்தெரியாமல் மாறி விடுகின்றன. பால்யத்தில் பழகியபோது பார்த்த முகந்தான் மனதில் பதிந்து கிடக்கிறது. அதே முகத்தையே காலங்கள் கடந்தும் தேடுகிறோம். ஆனால்அதிர்ச்சிகளும் ஆச்சர்யங்களும் முந்திக்கொண்டு விடுகின்றன.

கோட்டியப்பன் தலையை சொரிந்தான்.

“மொதலாளி மிலிட்டிரி பாட்டில் கொண்டுவந்திருந்தா இம்புட்டுக் கொடுங்களேன். நானும் குருவனும் கொஞ்சம் தொண்டையை நனைச்சுக்கிடுதோம்”.

“வீட்டுக்குப் போயி எடுத்திட்டு வர்றேன் உங்களுக்கு இல்லாததா”

“ஐயையே இன்னும் சின்னப்பிள்ளையாவே இருக்கீகளே. நீங்க இங்க வரணுமாக்கும். அப்பொ இருந்த மாதிரியே இன்னைக்கும் மாறாத மனுசர் நீங்கதான்.”

“ஆமா. குருசாமி குருவனாயிட்டே கோட்டியப்பன் குடலாடனாயிட்டே பேர் சொல்லி உரிமையா கூப்பிட்ட என்னை முதலாளியா மாத்தீட்டீங்க சரி. இப்பொ வந்த வேலையை சொல்றேன். நம்ம ராசமணியை பார்க்க வந்தேன்.”

“ஆமா ஆமா பழைய சேக்காளியில்லே! பாக்கணும் பார்க்கணும். நாங்களும் வர்றோம்.” இரண்டு பேரும் என்னை பின்தொடர்ந்தார்கள்.

மூக்கம்மாளும் நானும் சவாரி ஏறி கோட்டியப்பனிடம் கல்லெறி வாங்கியதற்கு மூலகாரணம் ராசமணிதான்.

பொம்பளைப் பிள்ளைகளோட பச்சைக்குதிரை சவாரி விளையாடும்போது அவங்கமேல ஏறு உட்காரும்போது ஒரு

கிலுகிலுப்பு இருக்குள்ல. அதே மாதிரி அவங்களை சுமந்து பாரு. ஒரு கிக் இருக்கும். அதாவது முத்தம் கொடுக்கும்போது இருக்கிறதைவிட உங்கிட்டே வாங்கி ருசிச்சா அது கூடுதலான 'ஜில்'. அதுவும் நீ பொண்ணா பாவிச்சு ஏத்துப்பாரு! யா!

என்னமோ பிஎச்டிக்கு ஆராய்ர மாதிரி எந்த நேரமும் இதே சிந்தனையில்தான் இருப்பான்.

''நாம தொடும்போது அவளுக்கு எப்படி உணர்ச்சி இருக்கும்னு கண்டுபிடிக்கணும் அதுக்கு நாம அவ ஸ்டேஜ்ல இருந்து பாக்கனும் புரியுதா?''

என்னிடம் ஒரு வாத்தியார் மாதிரி விரலை ஆட்டி சொல்லிவிட்டு நான் தலையாட்டியதும் அவன் கடுமையான சிந்தனையில் ஆழ்ந்து விடுவான். திடீரென்று யோசனை பிடிபட்டவனாய் சுதாரிப்பான்.

''அதாவது கண்ணாமூச்சி விளையாடும்போது ஒரு இருட்டு சந்துல ஒளிஞ்சிருக்கே. தேடி வர்றவன் அந்த இருட்டுல நீ இருக்கியான்னு உத்தேசமா அவன் கைகளால துலாவும்போது எப்பவும் சிரிக்காத மூச்சு முட்டுற மாதிரியான கிச்சு முச்சு சிரிப்பு. ஆஹா! புல்லரிக்கிற சுக ஸ்பரிசம்! அதோட சேர்ந்ததுதான் நான் சொல்றது. இதை அப்படியே நெனைப்பாக்கி யோசிச்சு அனுபவி..... .....ம்......அனுபவிச்சு பாரு!.

ஆஸ்டலிருந்து அந்த மயக்கத்தில் என்னை இழுத்துக் கொண்டுபோனது சினிமாக் கொட்டகை வேலம்மாள் வீட்டுக்கு. சினிமாக்கொட்டகை ஒரு அடையாள குறியீடுதான் அந்த ஏரியாவில் தொழில் செய்றதனாலே அந்தப்பேரு. அதுமாதிரி வெள்ளைக்கரை ரோடு சின்னத்தாயி மேலப்புதுத்தெரு மாரியம்மா இப்படி.

அவள் வயசு என்ன எங்க வயசு என்ன இப்பொ நெனைத்தாலும் சிரிப்புதான். முதன் முதலில் ராசமணி துணிச்சலாய் வீட்டுக்குள் போய் அவளிடம் கேட்டுவிட்டான்.

''போறீகளா இல்லையா முளைச்சி மூணுஇலை விடலை பொம்பளை சுகம் கேக்குதா'' என்று பருப்பு கடையும் மத்தை

தூக்கிக் கொண்டு வந்தாள். நான் பதறி பயத்தில் வெளியே ஓடி வந்து விட்டேன்.

ராசமணி துணிச்சலாய் "ருபா வச்சிருக்கேன் என்று ஐம்பது ரூபாய் தாளை எடுத்து நீட்டினான். ரூபாயை கையில் வாங்கியவள் "எந்த ஊரு... உள்ளவா.. கூட வந்தவனை காணோம்" என்று உள்ளே கூப்பிட்டுப் போனாள்.

அவள் ஒரு துருப்பிடித்து மக்கிப்போன பழைய மிஷின் போல இருந்தாள். எங்களை மாதிரி அரையும் குறையும் அறிந்து அறியாமல் தப்பில் கொஞ்சம் தவுலில் கொஞ்சமாக தத்தத்தக்கா புத்தக்கா என்று பள்ளம் மேடு தெரியாமல் முட்டிக்கொண்டு நிற்பது அவளுக்கு ரொம்ப பிடித்திருந்தது. சிரிக்க சிரிக்க கிடப்பாள்.

மறுநாள் காலையில் ஆஸ்டலுக்கு வெளியே வழக்கம்போல் வேலம்மாள் நின்று வைது கொண்டிருப்பாள்.

"அவன எங்கே அந்த கருவாப்பய. கூட ஒரு செவ்வாளை பயலும் வருவானே இதோட நாலஞ்சிவாட்டி ஆகிப்போச்சு."

'இப்படி சோலியெல்லாம் இந்தப்பயதான்' என்று வாட்ச்மேன் சரியாக ராசமணியை கூட்டிவர 'என்ன' 'எதுக்கு' என்று கேட்டுக் கொண்டே வந்தவன் நானெல்லாங் கிடையாது ஆமா' என்பான்.

"கிடையாதா இனிம்மே வா அங்கெ அறுத்துவிடுகிறேன். காலையிலிருந்து அல்லுந் சில்லுமா சேத்து முந்தியில முடிஞ்சி வச்சிருந்ததை நொட்டிக்கிட்டே அவுத்துட்டு வந்திட்டியே அந்தப்பக்கம் வந்துக்கிட மாட்டே வா ஒன்னயை" என்று சொல்லி போவாள்.

அவள் போன திசையை நோக்கி பின்புறத்தை இப்படி அப்படி ஆட்டி வலிப்பம் காட்டுவான் பயந்து போய் நிற்கும் என்னைப்பார்த்து சிரிப்பாய் சிரிப்பான். என்தோள்மீது கை போட்டுக்கொண்டு என்னை ஆசுவாசப்படுத்தி,

"சும்மா அதெல்லாம் மேப்பேச்சுக்கு பேசுறா. இதோட அஞ்சுதடவை ஆச்சுங்கிறாள்ல அங்கெ போனா எதுவும்

இலட்சுமணப்பெருமாள் 313

சொல்றாளா. சொல்லமாட்டா. பொம்பளைகளுக்கு நம்மளை விட நூறுமடங்கு ஆசை ஜாஸ்தி."

நான் நம்ப மாட்டேனென்று "நெசம்மா நீ யார்கிட்டே வேணுன்னாலும் பெரியவங்ககிட்டெ கேட்டுப்பாரு. இப்பொ உன் வயித்துல நான் பலம்மா குத்துவிடுறேன்னு வச்சுக்கோ. என் கை லேசா வலிக்கத்தான் செய்யும். ஆனா உனக்கு வலி எவ்வளவு தாங்க முடியாமல் இருக்கும், அது... அது... இப்பொ தெரியுதா? அது மாதிரிதான் பொம்பளைகளுக்கு நூறுமடங்கு இன்பம் கிடைக்கும். நமக்கு லேசானதே அப்படியிருந்தா அப்பொ பலமானது? அது பொம்பளையா நாமஇருந்து அதை அனுபவிக்கனும்ப்பா"

"இந்த முக்கு திரும்புனதும் ராசமணி வீடுதான்"

சொல்லிக்கொண்டே முன்னாடி வேகமாய் நடந்த குருசாமி திருப்பத்தில் இருந்த சிறிய பெட்டிக்கடையில் நின்று கொண்டு

"மொதலாளி எங்க கடைகள்ல டீ காபி சாப்பிடகூடாது. சிகரெட் என்னசிகரட் குடிப்பீக சொல்லுங்க என்று மடியை துலாவினான்

"எதுவும் வேண்டாம் சிகரெட்டெல்லாம் குடிக்கிறதில்லே. ஒயின்ஸ் கூட தொடுறதில்லை. நா இருக்கிற பனி பனிபிரதேசத்துல கண்டிப்பா நேராநேரம் நாலுபெக் குடிக்கனும் அப்பொ கூட நா தொடுறதில்லே.

"நெசந்தானா மொதலாளி!" கோட்டியப்பன் மூஞ்சிக்கு நேராய் விழுகிற இளம் வெயிலை மறைக்க சல்யூட் அடிக்கிறவன் மாதிரி கையை வைத்துக்கொண்டு ஆச்சர்யமாய்க் கேட்டான்.

"உண்மைதான். எல்லாம் ராசமணி கூடஇருந்தப்பவே போதும் போதும்ங்கிற அளவுக்கு அப்பவே அனுபவச்சாச்சி அதெல்லாம் ஒரு நேரம்."

'ரொம்ப சந்தோசம் மொதலாளி வீட்டுல கோவிச்சிட்டுப் போயி அஞ்சாறு வருசமா லீவுக்கே வராம இப்பொ வந்தும்

வராம பழைய பழக்கத்தை மதிச்சு எங்க தெருதேடி வந்திருக்கீக பெரிய மனசு பண்ணி"

நாங்க பேசிக்கொண்டிருந்தபோது ராசமணி வீட்டுக்கு முன்னால் ஆறெழு இளம்பெண்கள் சூழ ஒரு நபர் ஆட்டுரலில் உட்கார்ந்து கொண்டு கொஞ்சம் இந்தியிலும் கொஞ்சம் தமிழிலும் பேசிக்கொண்டிருந்தான். அவன் பேசிய ஹிந்தித்தமிழைக் கேட்டு பெண்கள் கிண்டல் செய்து சிரித்துக்கொண்டிருந்தனர்.

"அதான் மொதலாளி ராசமணி புருசன்!" குருசாமி அந்த நபருக்கு நேராய் கை நீட்டினான்.

"ராசமணி புருசனா? யேய்..என்னப்பா எந்த ராசமணியை சொல்றீங்க"!

"உங்க சேக்காளிதானே. அந்த ராசமணியைத்தான் சொல்றோம்."

நான் குழம்பினேன். என்ன பேசுறீங்க என்பது மாதிரி ரெண்டு பேரையும் பார்த்தேன்.

"சரியாப் போச்சி அவன் பம்பாய்ல இருந்தது, வச்சது, கல்யாணம் முடிஞ்சு வந்தது எதுவும் தெரியாதா மொதலாளி."
"பம்பாய் போனது வந்தது தெரியும் ஆனா"

"அப்பொ அவன் பொட்டச்சி ஆனது இப்பொ வரைக்கும் விசாரிக்காமலா வந்தீக. எனக்கு கஞ்சா குடிச்சமாதிரி கண்கள் வழியே தலை கொய்ய்யென்றது". நான் ராசமணி வீட்டு பக்கமாய் போய் நின்றேன்.

"துஸ்ரா அவ்ரத்சே கே பாத்கே ஆப்கா".

என்று அதட்டலாக பெண்ணும் ஆணுமற்ற குரலுக்குப் பிறகு கதவு திறந்தது. கூடியிருந்த பெண்கள் என்னைப்பார்த்தோ அந்தக் குரலுக்காகவோ எழுந்து ஆளுக்கொரு பக்கமாய் கலைந்தார்கள்.

மஞ்சள் பூசின மினுமினுப்பான முகம். வாடா மல்லி கலரில் கையை இறுக்கிப்பிடித்த ரவிக்கை. கத்திரிப்பூக்கள் சிதறிக்

கிடக்கிற மாதிரி சேலை. தலைக்கு குளித்த கேசத்தை இறுகப் பற்றியிருந்த பேண்டா நிற டவல். ராசமணிதானா?

நான் குருவனையும் குடலாடனையும் திரும்பிப்பார்த்தேன். 'நாங்க சொன்னது சரியாப் போச்சா' என்கிற மாதிரி தலையை உருட்டிக் காட்டினார்கள்.

"அந்தர் ஆஜா"

இந்திக்கார புருசனை உள்ளே அனுப்பியதும் கதவைச் சாய்த்து இடுக்கு வழியாக என்னைப் பார்த்து உதட்டை ஒரு புறமாய் வளித்து மெலிதாக சிரிக்கவும் கதவு பட்டென்று சாத்தி தாழிட்டுக் கொண்டது.

வயனம்

பஸ் ஸ்டாண்டை சுத்திச் சுத்தி வந்து ஓடி ஓடித் தேடினான் அயினு. அவன் கையிலிருந்த குழந்தை இப்போ பசியால் அழ ஆரம்பித்தது. அவனுக்கிருந்த மனச்சங்கட்டம் ரெட்டிப்பாகி பெரிய்ய அவஸ்தையாய் அலைச்சலிலும் பசியிலும் கிறங்கிப் போனான்.

எல்லா இமை தட்டுற நேரத்துல நடந்து முடிஞ்சு போச்சு.

எல்லா ஊருக்கும் திக்கத்துக்கு திக்கம் பஸ்ஸ'கள் வந்து நிக்கிறதும் போகிறதும் ஜனங்கள் இடம் ஊர் பார்த்து பஸ்ஸிலிருந்து இறங்குறதும் ஊர் பேர் பார்த்து பஸ்ஸில ஏறுறதும் ஒரே தடபுடலாய் அந்த பஸ் ஸ்டாண்ட் முழுக்க பரபரப்பாயிருந்தது. நடுக்கடல் ஆரவாரங்களுக்கு நடுவே திகைஞ்சி நின்று கரையை நாலா புறமும் தேடுகிற மாதிரி அயினு அழாத குறையா பேமுழி முழிச்சி நின்னான்.

இருக்கன்குடி மாரியம்மன் கோயில்ல அம்மை வார்த்திருக்கிற தாம் பிள்ளைகளுக்கு, சொஸ்தமாகணும்னும் குடும்ப கஷ்டத்தை நெனச்சும் சாமி கும்பிட்டு ஒரு தூக்கு வாளியில் தீர்த்தமும் எடுத்துக்கிட்டு வர்றபோது தான் அந்தக் கண்றாவி சம்பவம் கண்ணுலபட்டது. அதிலிருந்து தான் வினைபிடிச்சது என்பது அவன் முடிவு.

அது சம்பந்தமா யோசனையா வந்தான். அருவருப்பா இருந்தது. சே! கோயில் குளம்னு மனுசர்களுக்கு ஒரு சுத்த பத்தம் இல்லாம போச்சே. பிறகு மழையில்லை

மழையில்லைன்னா எங்குட்டுக்கூடி மழை பெய்யும். வெள்ளை வெயில் அடிச்சு ஆள்களை வறுத்து எடுக்கத்தான் செய்யும்.

கட்டை வண்டிகளில் வந்த ஏராளமான ஆணும் பெண்ணும் சாமியப் பார்த்து நா நெனச்சது நடந்துட்டா அடுத்த வருசம் ஒனக்கு சர்க்கரைப் பொங்கல் வெக்கேன்னும் மாவிளக்கு எடுக்கேன்னும் பல மாதிரியா நேந்து முடிஞ்சப்பிறகு வண்டிகளுக்கடியில் நிழலில் குடும்பமாய் உட்கார்ந்து நார்ப்பெட்டிகளில் அடுக்கி வைத்திருந்த சோளத் தோசைகளை எடுத்து இடது கையில் நான்கைந்தை தாமரைப்பூ மாதிரி விரிச்சி சிவந்த மிளகாய் வத்தல் சட்னியை நடுவில் வைத்து விரல் பருமனுள்ள தோசையை கை நிறைய பிய்ச்சி அதில் தோய்ச்சி சாப்பிட்டுக்கிட்டிருந்தாங்க.

இன்னொரு பக்கம் கார்களும் பைக்குகளும் ஆற்றுக்கு குறுக்காய் போடப்பட்டிருந்த சிமெண்ட்ரோட்டில் போய்க்கொண்டும் வந்து கொண்டுமிருந்தது. செவியை திருப்புன பக்கமெல்லாம் நரம்புகளை முறுக்கேற்றும் கொட்டு மேளச் சத்தங்கள். குலவைகள், குழல் வாசிப்புகள், ரேடியோ பாட்டு இரைச்சல், மஞ்சள் துணியுடுத்தி துள்ளி ஆடி வரும் சாமியாடிகள்.

அக்னிசட்டி, ஆயிரங்கண் பானை, உருண்டு கொடுக்கிறதுயென்று நேமுகங்கள் நூற்றுக் கணக்கில் ஆற்றிலிருந்து சாமி வருத்தி கோயிலை நோக்கி ஆரவாரமாய் சென்று கொண்டிருந்தன. வன இரைச்சல் மாதிரி நானா வித சப்தங்கள் ஆற்றிலும், ஆற்றுமேட்டில் கோயிலைச் சுற்றியுள்ள பனைக் கூட்டங்களிலும் 'ஹோ' வென்றிருந்தது.

ஆட்டுக்கிடாய்களின் மாமிசம் சமையும் வாசம், கோவிலிலிருந்து தேங்காய் அழுகலின் வாசம், பூக்களின் வாசம், சூடம் கொளுத்திய வாசம். இப்படிப்பட்ட கலவை மணம் மனுசர்களின் நாசியில் புகுந்து புது உலகத்தில் சஞ்சரிக்கிற மாதிரி ஒவ்வொருவரும் உருகலாய்ப் பேசிக் கொண்டார்கள். அறுபட்ட கோழிகளை உரிக்கும் பாம்படம் போட்ட கிழவிகள் தங்கள் வரிமுகத்தில் பூசிய மஞ்சள், வியர்வையில் வழிய வழிய படையல் கருமத்தில் கண்ணாயிருந்தார்கள்.

இந்த வேடிக்கைகளின் லயிப்பில் ஆழ்ந்தவாறு நடந்து கொண்டிருந்த அயினு, ஆத்தா மகிமையிலெ தன் குடும்ப துன்பமெல்லாம் அந்தக் கணமே போய்விட்ட மனதிருப்தியில் மீண்டும் ஒரு முறை கோயிலைப் பார்த்துத் திரும்பி, வியர்வையில் படிந்த உடல் ரோமங்கள் சிலிர்க்க 'மாரித்தாயி' என்று கும்பிடுபோட்டுத் திரும்பினான். மேற்கே பனைக்கூட்டம் தாண்டி தண்ணீர் வண்டிகள் லாரிகள் கோகிறதடம் வழியே மெயின்ரோடு போய் அப்படியே பஸ் ஸ்டாண்டு போக எண்ணி தீர்த்த தூக்குவாளியோடு விரசலாய் நடந்தான்.

வேலி முள் மரங்கள் இடதுபுறம் சவுக்குபோல் வளர்ந்திருந்தன. ஆளரவமோ மனுச சஞ்சாரமோகிடையாது. ஒரு முள்மரக்கொப்பில் தீர்த்த தூக்கு வாளியை சாமியை நினைத்து கும்பிட்டு தொங்கவிட்டு, மரங்களுக்கிடையில் நுழைந்து ஒண்ணுக்கிருக்க வேட்டியை திறைக்கும் போதுதான் அந்த காட்சியையும் பேச்சுச் சத்தத்தையும் ஏகமாய் உணர்ந்து அதிர்ந்தான். உச்சி வெயிலில் வேலி மரங்களால் படிந்த நிழலில் அந்த ஆண் பெண் உருவங்கள் நிர்வாண நிலையில் இயங்கிக் கொண்டிருந்தன.

அந்த நிலையிலும் பெண்ணின் பேச்சொலி மூக்கின் வழி பாதியும் வாயின் வழி பாதியும் தேங்கித் திணறி கொஞ்சம் கெஞ்சலிலும் பின் கண்டிப்பிலும் விட்டு விட்டுப் பேசியது அனல் காற்றோடு கரைந்து கொண்டிந்தது. பாவம்! பல முறை நிர்ணயித்த தொகை கிடைக்காமல் பலபேரிடம் அவள் ஏமாந்திருப்பாள் போல் தெரிகிறது. அவள் முறையீட்டின் பரிதவிப்பு அப்படித்தான் இருந்தது.

கொப்பிலிருந்த தூக்குவாளியை எடுக்கும்போதே அயினுவுக்கு கைகள் கிடுகிடுவென ஆட்டம் கண்டது. அவன் மனது சில்லுச் சில்லாய்ச் சிதறியது. நெஞ்சுக்குழி உப்பிப் புடைத்து கனமான வெப்பம் உடலெங்கும் பரவி வெளியில் வியர்வையால் ஊற்றிக் கொண்டேயிருந்தது.

"நாய்களா நாய்களா இப்படிச் சின்னப்புத்திக்கார தறுதலைகள் கோயிலுக்கு வரணுமா? எத்தனை ஓடை உடைப்புயில்லே...த்தூ..."

இலட்சுமணப்பெருமாள் 319

கொஞ்ச நேரத்துக்கு முந்தி அவனுள் பக்தி விஷப்பேற்றிய மற்ற காட்சிகளெல்லாம் தற்போது மறைந்து போயின. இப்போது அவனுக்கு யாரையும் எதையும் பார்க்கச் சகிக்கலை. கிழக்கே ஒரு வகைதொகையில்லாமல் ஜனங்கள் ரொம்ப போலியாய் வருவதும் போவதுமாய் தெரிந்தார்கள். பல்லைத் இறுகக் கடிச்ச மட்டுல நடந்தான்.

இந்தக் கோயிலை நம்பி மூணு பிராந்திக்கடை சர்க்கார் நடந்துறானாமே பின்னேஉருப்படுமா...? கோயில்ல இருக்கிற ஜனங்களுக்கு நிகரா பிராந்திக் கடைகளுக்கு முன்னால் கூட்டம் ஆச்சா போச்சா என்று அணி திரட்டி நின்று கொண்டிருந்தது. அயினுவுக்கு வீட்டிலிருந்து புறப்படும்போது இருந்த பக்தி பயம் இப்போது "ச்சீக்கழுதைன்னு"ஆகிப்போச்சு.

அவன் பெஞ்சாதி அய்யம்மாள் என்னதான் மூஞ்சியில் முழியாமல் திட்டினாலும் பேசினாலும் அவளை மாதிரி விரதமிருக்கவோ தாயை நினைச்சு வயனங் காக்கவோ முடியாது. விரதம் பிடிச்சிட்டான்னா மாரித்தாயி மாதிரியே வெக்கை பறக்க அலையுவா. தாயை தியானிக்கிறதுலே அவகூட தொயர முடியாட்டியும் ஆடி கடைசி வெள்ளிக்கும் தை கடைசி வெள்ளிக்குமாவது கட்டாயமா குடும்பத்தோட விரதமிருக்கணும்.

விடிய வெள்ளி கிளம்பவும் பம்மல்லயே நடுவீட்டார் தொளுவுல போயி பசுஞ்சாணி எடுத்து வந்து வீடு பூராம் மொழுகுவாள். எல்லோருக்கும் அடுப்புச் சாம்பலை எடுத்துக் கொடுத்து பல்லு விளக்கச் சொல்லுவாள். பெரிய சருவப்பானை ஒண்ணை கக்கத்தில் இடுக்கிக்கிட்டு முதல்நாள் துவைத்து வைத்திருந்த துணிகளை ஒரு பொட்டலமாய்க் கட்டி பிள்ளைகளோட அயினையும் கூட்டிக்கிட்டு 'வாங்க ஆத்துக்கு' என்று கூட்டிப் போய் குளிச்சு மொழுகி துவைச்ச துணிகளை உடுத்தி விரதச் சமையல் பண்ண ஊற்றுத் தோண்டி வெதுவெதுன்னு ஊறிவர்ற புதுத்தண்ணியை சருவம் நிறைச்சி வீட்டுக்கு வருவார்கள்.

மதியம் ஒரு வேளைதான் விரதச் சாப்பாடு. மற்ற ரெண்டு வேளையும் பச்சைத் தண்ணி தவிரவேற எதுவும் கிடையாது.

பசிச்சா கொஞ்சம் திரு நீருயெடுத்து ஒரு இணுக்கு வாயில போட்டு விடுவா. தீப்பெட்டி ஆபிஸில் வேலை. ஆறுபிள்ளைகளின் உழைப்பிலும் அய்யம்மாவின் கழிவு குச்சி புடைக்கிற கம்பெனி வேலையும் அன்றாட ஜீவனம்.

அயினுவுக்கு பஞ்சுமிட்டாய் வியாபாரம், போகவர பன்னிரெண்டு ரூபாய் பஸ்சார்ஜில் சாத்தூரிலிருந்து கோவில்பட்டி போய் வியாபாரம் வாங்கிவந்து கண்ணாடிபதித்த தகர டின்னில் இருநூறுரூபாய்க்கு சரக்கு வாங்கி வந்தால் இரண்டு நாளைக்கு விற்கலாம். ஐம்பது ரூபாய் கிடைக்கும். கிடைக்கிறதை அய்யம்மாகிட்டை கொடுத்துப்போட்டு போட்டதைச் சாப்பிட்டு அருவமில்லாமல் அடிக்கேட்காமல் வெளியே ஓடிறணும். கொஞ்சம் நின்னு தாமதிச்சா ஒரே வாழ்த்து மானந்தான்.

“ஆறு பெட்டைகளை வச்சிக்கிட்டு அதைவளத்து ஆளாக்கி அதுகளை ஒருத்தனுக்கு பிடிச்சு கொடுக்குந்தண்டிக்கும் என்னான்னு தான் பாடுகள் படணுமோ எப்படித்தான் பிழைக்கிறதோ எதாவது ஆம்பளைக்கி சுருக்குன்னு தட்டுப்படுதா மனசுல எதாச்சும் உறுத்துதா பிள்ளைகள் ஒண்ணொண்ணும் இப்போ உக்காருமோ பிறகு உக்காருமோ”

அவ முகம்பாத்து பேசி எவ்வளவு நாளாச்சி. ஒரு வார்த்தை நயந்து பேசுறாளா. எப்பப்பார்த்தாலும் சிடுசிடுன்னு கடுகு வறுத்த மாதிரி சினந்துக்கிட்டுதான் நிப்பா. வெயில்ல சுத்தி அலைஞ்சி வீட்டுக்குள்ள அலுத்துப் போய் நுழையும்போதே ஏதாச்சும் சொல்லி வைதுகிட்டுதான் இருப்பா. எப்பதான் பேச்சை நிறுத்துவாளோ? பேசிக்கிட்டேயிருப்பா. இவனுக்கு வெளியேறி போறவரைக்கிம் மனசுபட படத்துக்கிட்டே இருக்கும்.

“அடுத்த புள்ளை ஆம்பளைப் புள்ளை அடுத்தபுள்ளை ஆம்பளைப் புள்ளைன்னே பொண்ணா பிதுக்கி எடுத்துட்டானே. ஆம்பளப்புள்ளே இல்லேன்னா என்னயிப்போ? அந்த ராச்சியத்தை கட்டி ஆள வாரிசில்லையாக்கும். புல்லரியாத ஆம்பளை” கண்ணுல காண்கவிடாம பொடுபொடு பொடுபொடுன்னு பாட்டா பாடுவாள்.

“எவன் இந்தக்காலத்துல சும்மா கட்டிக்கிட்டு போறேங்குறான். அஞ்சு பவுனு அஞ்சு ஆயிரம் இல்லாம ஒரு பொண்ணை தள்ளிவிடமுடியுமா? அப்படிக்கொட்டி கொடுத்தாலும் ஒரு நல்ல குணவானா கிடைப்பானா?”

பிள்ளைகளையும் அப்படியேதான் விரட்டுவா. எல்லாம் வாயைப்பொத்தி நடுங்கிப்போய் நிக்கிமுங்க.

“பெரியவளே இன்னக்கி எத்தனை ரூபாய்க்கு தீப்பெட்டி போட்டெ? நடுவுளவா எவ்வளவுக்கு போட்டா. சின்னவா எம்புட்டுக்கு போட்டா. அந்தச் சிமிட்டி முண்டெ. இந்தப்பொடிக் கண்டோரவோலி. இந்தக்கடைசி சிரிக்கி?” கம்பெடுத்து அடிக்காத குறைதான். யாரும் ஒரு விபரமும் கேட்கமுடியாது. நாஞ்சொல்றதை மட்டும் கேளு... போ... ம்... நட அப்படீன்னுருவாள்.

ஆத்துலவச்சி ஒரு விரதத்தன்னக்கி பிள்ளைகளை குளிப்பாட்டும் போதுதான் கவனிச்சுப் பார்த்தாள். பிள்ளைகள் எல்லார்க்கும் ஒன்றுபோல உடம்புல தட்டாம்பயரை சிதறி விட்டமாதிரி அம்மை கொப்புளங்கள். பார்த்து கைகால் நடுநடுங்கிப்போய் “அம்மா தாயி எந்தத் தப்பையும் நீதான் பொறுக்கணும்னு வாய்தழு தழுக்க கூவி குளிப்பாட்டுறதை நிறுத்தினாள். “எல்லாரும் வீட்டுக்கு நடங்க அந்தத்தாயை நெனச்சுக் கும்பிட்டுக்கோங்க ஏழைபாழைகளை சோதிக்கிறேயே ஆத்தா ஒம்பிள்ளைகளுக்கு நீதானே தஞ்சம்.”

ஒரு மாசமா அந்தப்பிள்ளைகள் தீப்பெட்டி போட போகலை. அம்மை ரொம்ப உக்கிரமா இருந்தது. குடும்பம் வருமானமில்லாமல் சோத்துக்கு பெரிய திண்டாட்டமாகி விட்டது. எல்லாப் பிள்ளைகளுக்கும் வரிசை பிடிச்சா வைசூரி விளையாடனும்? ஒரு தலைக்கு தண்ணி ஊத்துற வரையிலும் பக்கத்து வீடுகள்ல ஒண்ணு கொடுக்கவோ வாங்கவோ கூடாது. கடைகள்ல கடங்கப்படி சொல்ல முடியல்லெ.

எல்லாரும் வேலை செய்தாலே உருண்டு புரண்டு குடும்பம் நடத்துன அய்யம்மாவுக்கு இப்போ பிள்ளைகளுக்கு அரைவயிறு குறைவயிறு அதுவும் ஒரு நேறத்துக்கு மட்டும்

கஞ்சியா காய்ச்சி கொடுக்கிறதை நெனச்சி என்னத்தையாவது தின்னு உசிரை மாய்ச்சுக்கிடலாமான்னு நெனப்பு ஓடும். அடுத்த நிமிசம் தன்னைப் பெத்த அம்மாவை அப்படியே உரிச்சு வச்சமாதிரி அவ பாட்டி சாடையாவே இருக்கிற மூத்தவள், இந்த நிலையிலும் எப்படிப் பசியையும் வெளிக்காட்டிக்கிடாம பூ மலர்ந்த மாதிரி உதடுகளை விரிச்சி தங்கச்சி மார்களோட சிரிச்சி சிரிச்சி பேசுறதைப் பார்த்து மனசார மகிழ்ந்து போயி "எங்களை எப்படியெல்லாஞ் சோதிப்பயோ சோதி! ஒம் முடிவுப்படி நடக்கட்டும்" என்று மாரியாத்தா எதுக்கெ நிக்கிறமாதிரி தலையை ஆட்டிபேசி விட்டு அடுத்தவேளை கஞ்சிக்கு ஓட்டமா நடையா திரியக்கூடிருவா.

கால்கிலோ குருணை வாங்கக்கூட முடியாம மனசு வெறுத்துப்போயி வீட்டுக்கு வந்த போதுதான் அன்னக்கி வருமானம் இருபது ரூபாயோட அயினு நின்னுக்கிட்டிருந்தான். எத்தனை பாரம் மாரித்தாய் மேலே போட்டாலும் அவளுக்கு அயினுவைப் பார்த்ததும் அண்ட கடாரமும் முட்டிக்கொண்டுவரும். அவளின் கோபம் ஆங்காரம் பூராவும் விஸ்வரூபம் எடுத்து நின்னது. எல்லாத்துக்கும் கடைக்குட்டிக்காரிக்கு அம்மை விளையாட்டுத் தாங்காம சோறுதண்ணி செல்லலை. பிள்ளைக்கி நாடி ஒடுங்குற நிலைமை ஆகிப்போச்சு. விக்கலும் பொருமலுமா அழுதவாறு ஆத்திரமாய் அயினு மேல பாய்ஞ்சி "பாவி மனுசா... பாவி மனுசா... இந்தப் பெட்டைச் சிரிக்கிகளை என் கையில கொடுத்துட்டு இப்படி நிம்மதி யில்லாம பண்ணிட்டியேடா. இதுகள் பரிதவிக்கிற பாவத்தை நான் எங்கு கொண்டுபோய் தொலைப்பேன். அதுக சோத்துக்கு பாப்பனா துணிமணிகளுக்கு பாப்பனா நோய்நொடின்னு பாப்பனா?"

அயினுவை கை ஓயுற மட்டும் அடிச்சி தன் தலையிலும் அடிச்சி 'கோன்னு' அழுதாள். பிள்ளைகளெல்லாம் அம்மா அம்மான்னு வந்து அய்யம்மாளை சுத்திப்பிடிச்சி அழுததுக. "இந்தப் பாவங்களை உங்கூடச் சேந்து பெத்தேன் பாரு என் பெண் தலத்திலெ சூடு போட்டு சூடுபோட்டே என் உயிரை மாய்ச்சிக்கிடணும்."

பிள்ளைகள் அழுதுகிட்டேக் கலங்கிப் போய் நின்ன அயினுவை யும் "அய்யா அய்யா" என்று கொஞ்ச நேரம் சேந்து பிடிச்சி நின்னதுகள். ரொம்பநேரம் அமைதியாய் கழிஞ்சது. அய்யம்மாதான் சொன்னாள். "போய்யா போயி அந்த இருபது ரூபாய கொண்டுக்கிட்டு இருக்கன்குடி போயி சாமிகும்பிட்டுட்டு பிள்ளைகளுக்கு தீர்த்தம் கொண்டுவா. இன்னக்கி பட்டினி கிடந்தாலும் பரவாயில்லை."

பஸ்ஸின் பின்வரிசையில் கையில் தீர்த்தத்தூக்குவாளியோடு மனசுடைஞ்சி உட்கார்ந்திருந்தான். பஸ்ஸ'ல முண்டி ஏறும்போதும் ஆட்கள் இவனைப் பிடிச்சி நெரிச்சி தள்ளினபோதும் தன்னு சாரில்லாமல் எப்படியோ ஏறி உட்கார்ந்துட்டான். அவ்வளோ நீள வரிசையில் நின்று தீபாராதனை பார்த்து நேருக்குநேராய் சாமியைக் கும்பிட்டு அப்படியே மூலஸ்தானத்திற்கு பின்னாடிபோய் தீர்த்தக் கால்வாயில் கவிழ்ந்து விழுகிற அம்மன் பாலாபிஷேக தீர்த்தத்தைதள்ளி முள்ளி தூக்குவாளியில் பிடித்து நிம்மதியா வேடிக்கை பார்த்து சந்தோசமா திரும்பும்போது அப்படியொரு நீசத்தனமான காட்சியை பார்க்கும்படி ஆகிப்போச்சே!

"அண்ணாச்சி! அண்ணாச்சி!"

சுயபுத்திக்கு வர அயினுக்கு கொஞ்சநேரமானது. தனக்குமுன் பஸ்ஸின் படிக்கட்டில் ஆட்கள் ஏறவும் இறங்கவும் ஒரே சலசலப்பாயிருந்தது. மனசையம் முகத்தையும் சத்தம் வந்த திக்கம்பார்த்து திருப்பினால் கையில் ஆறுமாதக் குழந்தையுடன் ஒரு பொண்ணு.

"இந்தப்பிள்ளையை கொஞ்சம் பிடிங்கண்ணாச்சி. நா மேலே ஏறி வந்து வாங்கிக்கிடுறேன்"

கூட்டம் ரொம்ப நெரிசலிலிருந்தது. திர்த்த தூக்குவாளியை கீழே வைக்கப்படாதே என்று சுற்றும் முற்றும் பார்த்தான். பிறகு அதை முழங்கை வரை தள்ளி. "கொண்டா தாயி... கொண்டா தாயி" என்று எழுந்து குழந்தையை இருகைகளால் எட்டி ஏந்தி வாங்கி மடியில் வைத்துக் கொண்டான்.

ஏங்கப்பா! திட்டங்கெட்ட கூட்டமாயிருந்தது. அக்னிகுண்டத்துக்குள்ள உட்கார்ந்த மாதிரி பஸ்ஸ்'ல அனல் தகிப்பு. வியர்வை நசநசப்பு. மனுசர் உடம்புகளில் தீ கசிகிற மாதிரி வெப்ப நாற்றம். சிறு குழந்தைகளின் கதறல்.

"புளி அடைஞ்ச மாதிரி அடைஞ்சாச்சு ஜனங்க. அப்பவும் வண்டியை எடுக்கிறானாபாரு." தூரத்தில் பெட்டிக்கடை முன் சிகரெட் குடித்துக்கொண்டிருந்த டிரைவர் - கண்டக்டரைக்காட்டி ஒருவர் எல்லாருக்குமாக புகார் பேசிக்கொண்டார்.

"டிக்கட் நீ எடுத்துறாதெ நா எடுத்துர்றேன்" "வேண்டாம் நா எடுத்துர்றேன்" யாரு டிக்கட் எடுப்பது என்று தீர்மானமாகாமல் முன்னும் பின்னும் சில அவயக்குரல்கள். "அவங்க இந்த வண்டியில ஏறலையா அப்பொ நாமளும் இறங்குவோம். அடுத்த வண்டிக்கு சேந்துபோவோம்." ஒரு கூட்டம் மளமளவென்ற இறங்கியது. அடுத்த கும்பல் சோற்றுப் பானைகள், வழிபாட்டுச் சாமான்களோடு "இடஞ் சிலாத்தலாயிருச்சி" என்று ஏறியது.

"அவங்க இதுக்கு முந்துன வண்டியிலேயே போயிட்டாங்களாம்."

"அப்பொ நாம இதுலெ போயி சாத்தூர் பஸ்ஸ்டாண்டுல வச்சி பாத்துக்கிடுவோம் ஏறுங்க." ஒரு கூட்டம் பஸ்ஸில் ஏறி "பொம்பளை யாளுக" உக்காருவதற்கு பெரிய தாவா செய்து கொண்டிருக்க பஸ் திணறிக் கிளம்பியது.

அயினு நாலா பக்கமும் திரும்பி திரும்பி பார்த்தான். பஸ் கிளம்பவும் "யோவ் யோவ் வண்டி நிக்கெட்டுமய்யா இந்தக் குழந் தையை கொடுத்த தாயாரு ஏறிட்டாளான்னு தெரியலை." பத்தடி நகன்ற பஸ் பழையபடி நின்றது.

"யாரும்மா அது?" டிரைவர் திரும்பி எரிச்சலுடன் அவசரப்படுத்தினார்.

"ஆளு வந்தாச்சாய்யா?" கண்டக்டர் டிக்கெட் கொடுத்துக் கொண்டே குரல் கொடுக்க, டிரைவர் திரும்பிப் பார்த்து என்ன

ஆச்சு என்று கத்த, எந்தப் பெண்ணும் அயினுவை நோக்கி பிள்ளையை கேட்டு வரவில்லை. பஸ்கொஞ்சம் அமைதியானது. அயினுவின் கெளுத்தி மீசை பட படவென்று நடுங்கியது.

பஸ் நின்றதில் குழந்தைகள் மீண்டும் பாவமாய் கரையத்தொடங்கின. "அது எவா... பொம்பளைக்கு உஷாரில்லையா...? பிள்ளையை அடுத் தாள்கிட்டெ கொடுத்தது கூடவா அயத்துப்போயிட்டா? பஸ் முழுவதும் விசாரிப்புகளில் இறங்கியது.

"அது என்ன குழந்தை?"

"பொம்பளைக் குழந்தை" அயினுவின் குரல் கம்மியது. தொண்டையை செருமினான்.

"அந்தப் பொம்பளையை உனக்கு முன்னப்பின்னெ தெரியுமா" கண்டக்டர் அதட்டிக் கேட்டார்.

"தெரியாதுய்யா"

"அப்போ கீழே இறங்கு. இறங்கிப் போய்த் தேடு" விசில் பறந்தது.

"கொஞ்சம் பொறுங்கய்யா. வண்டியிலெ ஏறுதே முன்னுதான் சொன்னா."

டிரைவர் வண்டியை கிளப்பி திரும்பவும் கோபமாய் பிரேக் அடித்தார். அயினுவெ இறங்கச் சொல்லி ஆண்களும் பெண்களுமாய் ஏகப்பட்ட உத்தரவு. கீழே இறங்கும் முன் பழைய படி பஸ் முழுக்க கண்களை அலையவிட்டான். ம். ஹ'ம் கீழே இறங்கி விட்டான்.

ச்சொ... ச்சொ... ச்சொ வென்று அழும் குழந்தையை கையில் வைத்து ஆட்டிக் கொண்டே எல்லாரிடமும் காண்பித்து குழந்தையின் தாயை விசாரித்துக் கொண்டே வந்தான். ஆற்றையும். கோயிலையும் சுற்றிச் சுற்றி வந்தான். நடந்து நடந்து காலும் குழந்தையை சுமந்ததில் கையும் உலைச்சலெடுத்தது. என்ன செய்ய!

குழந்தைக்கு பசி அழுகை. ஓட்டலில் வட்டக்கப்பில் ஒரு பால் வாங்கி நன்றாய் ஆற்றி வாயால் ஊதி ஊதி குழந்தைக்கு கொடுத்தான். குழந்தை அழுவாய் மூடி மெதுவாயில் பாலை

இலட்சுமணப்பெருமாள் கதைகள் 326

ஆவலாய் சுவைத்துக் குடித்தது. சொட்டுச் சொட்டாய் உள்வாங்கி வயிறு ரொம்ப ரொம்ப அவன் முகம் பார்த்துச் சிரித்தது.

"அதிலெஒண்ணும் குறைச்சலில்லத்தா"

மொணங்கிக் கொண்டே குழந்தையின் வாயைத் துண்டால் தொடைத்து மீண்டும் கோயிலுக்கு நடந்தான். இரவு நெருங்க நெருங்க கூட்டம் குறைந்து கொண்டிருந்தது. அயினுக்கு கூட்டம் குறையிற தனால் குழந்தையின் தாயைக் கண்டு பிடிச்சிறலாம் என்று நம்பிக்கை. ஆற்றின் வழி நெடுக வரும் பெண்களையெல்லாம் பார்த்தான். யாரைப் பார்த்தாலும் அந்தப் பொம்பளை மாதிரியே தெரிஞ்சது. எதிர்த்துவர்ற பெண்களையெல்லாம் சிரிச்ச படியே நெருங்கினான். யாராவது 'இந்தா எங்குழந்தென்னு' வாங்கிக்கிட மாட்டாகளா. அடுத்து அடுத்து வர்ற பெண்களையெல்லாம் பார்த்துச் சிரிச்சி நெருங்குனான் ஒண்ணும் ஆகலை.

லாரிகளிலும் வேன்களிலும் ஊருக்கு கிளம்பும் பெண்களுக்கு முன்னாடி போய் நின்று பார்த்தான். அவதான் பஸ்ஸுலெக்குன்னு வந்தாளே என்று முடிவு செய்து திரும்பினான். இவன் கதையைக் கேட்டு எங்கு போனாலும் சுற்றி ஒரு கூட்டந்தான் கூடியதே தவிர குழந்தையின் தாயைக் கண்டுபிடிக்க முடியவில்லை. இனி பிரயோஜனமில்லை என்று கோயிலை விட்டுக் கிளம்பினான். இருட்டி விட்டது.

வேலி முள் மரங்கள் சவுக்கு மாதிரி வளர்ந்த இருண்ட பகுதிக்கு போனான். தீர்த்த தூக்குவாளியை ஒரு வேலியின் கொம்பில் கோர்த்ததும் வேலிப்புதருக்குள் நுழைந்து தன் மேல் துண்டால் கீழே விரித்து குழந்தையைப் படுக்க வைத்தான். திரும்பினான். சுற்றி முற்றிப் பார்த்துவிட்டுத் தூக்குவாளியை எடுத்துக் கொண்டு அவனுக்குள் ஏதோ சமாதானம் பேசிக் கொண்டு விறவிறுவென்று நடக்க ஆரம்பித்தான். வெக்கு வெக்குவென்று அவசரமாய் நடந்தான். வெள்ளை நிறத்தில் வண்டித்தடம் அகலமாய்த் தெரிந்தது தவிர சுற்றி எங்கும் இருட்டு. எங்கோ ஒரு அழுகைச் சத்தம். ஒரு பொம்பளை அழுது கொண்டே அவனுக்குப் பின்னால் ஓடி வருகிற மாதிரி

இலட்சுமணப்பெருமாள் 327

அவன் மேனியெங்கும் புல்லரித்துக் கொண்டே வந்தது. காதுகள் கூசியது. சிறு குழந்தையின் பிஞ்சு விரல்கள் அவன் முழங்கால்களை கட்டிப்பிடித்துக் கொண்டு தொங்குகிற மாதிரியான ஸ்பரிசம் தெரிந்ததும். ம்ஹ'ம் என்று தலையை உலுக்கியவாறு அவன் நடை இப்போது பெரும் ஓட்டமாய் மாறியது.

கோயிலிருக்கும் திசையிலிருந்து எச்சில் எலும்புகளுக்கு சண்டையிடும் நாய்களின் பயங்கர குரைப்பு தொடர்ந்து கேட்டது. கிர்கிர்கிர்ரென்று காட்டுக்குள் இரையும் வண்டுகளின் இரைச்சல் சத்தம். பெண்ணின் அழுகைச் சத்தம். கால்களைப் பிடித்து இழுக்கும் குழந்தையின் பிஞ்சுக் கைகள். பயத்திலும் பதட்டத்திலும் அவன் கால்கள் பூமியில் அதிர்ந்து படிந்து இன்னும் வீறுகொண்டு ஓட்டம் பிடித்தது. தலைக்கு மேலே தடித்த ஒரு பறவையின் சடசடத்த றெக்கைகளின் அசைவில் மற்ற பறவைகள் பயத்தில் ஓலமாய் ஒலி கிளப்பி சிறிது சிறிதாய் அடங்குகின்றன. குழந்தையை ஏதோ கவ்வி இழுத்துக் கொண்டு போவதுபோலத் தூரத்தில் அந்தக் குழந்தை துவம்சப்படுவது மாதிரி ஒரு அரிச்சல். 'ஐயோ என்னப்பிடிச்ச கிரகசாரமா நான் யாருக்கும் ஒரு கெடுதலும் பண்ணலெயே. ஆயிரங்கண்ணுடையா,! இருக்கிற தொல்லைகள் போதாதா தாயி!' குழந்தையை கிடத்திய இடம் நோக்கித் திரும்பி ஓடினான். இடத்தை வெகுநேரம் வரை அடையாளம் காணச் சிரமப்பட்டு இருள், குகைபோல சுருண்டிருந்த அந்த இடத்தில் வேலியை விலக்கி உள்ளே புகுந்தான். முட்கள் அவன் கைகால் முகமெல்லாம் காற்றசைவில் கீச்சிவிட்டது. மல்லாக்கக் கிடத்தப்பட்ட குழந்தை மேலே செடி அசைவுகளைப் பார்த்து உங்உங்கென்று தேவபாஷையில் பேசி நாற்றுச்சோகைகள் போன்ற தன் கால்கைகளை அசைத்துக் கொண்டிருந்தது.

குழந்தையை வாரியெடுத்த அயினு ஒரு முத்தமிட்டு தீர்த்த தூக்குவாளி முழங்கையோரம் தொங்கி அசைய பிள்ளையைத் தோளில் கிடத்தி ஊர் நோக்கி சாவகாசமாய் நடக்க ஆரம்பித்தான். அய்யம்மாளை நினைக்க அயினுவுக்கு உடம்பெல்லாம் உதற ஆரம்பித்தது. "ஏலே முட்டாப்பயலக்கு பிறந்த முட்டாப்பயலே இருக்குற அரை டசன் பெட்டெக

காணாதுன்னு எங்கெயோ கிடந்து ஒரு பொட்டச்சியெ கொண்டு வந்திருக்கியேடா சிரிக்கி மகனே. எவளோ ஒரு தேவடியா கொடுத்தாள்னு வந்து நிக்கியே... ஒன்னயவச்சி எம்புள்ளெகளுக்கு எந்த நல்லது பொல்லதும் நடக்காது. இந்தப் பிள்ளைகளை ஞாயமா கரையேத்த முடியாது. ஏவ்வுயிரை நா மாச்சிக்கிடுதேன். நீ மகராசனா ஊர்ச்சோலி செய்யி. எம்புள்ளெக அனாதையா தெருவுல திரியட்டும்."

ஊருக்குள் நுழைந்து தெக்குத்தெரு நோக்கி நடந்தான். குழந்தை அவன் புஜத்தில் புரண்டு அமைதியாய்த் தூங்கிக் கிடந்தது. நாய்கள் திடீரென விழித்துக் குரைத்தன. இருட்டின் பிடியில் ஊர் சிக்கிக் கிடந்தது. சந்து திரும்பியதும் அவனின் சிறிய ஒரு பத்தி ஓட்டு வீடு மட்டும் அரிக்கேன் விளக்கில் விழித்திருந்தது. வீட்டை நெருங்க நெருங்க அயினுவின் அமைதி மிரண்டது. அய்யம்மாளை எதிர் கொள்ள முடியாமல் தலையைக் கவிழ்ந்தவாறு வாயை ஓ வென்று திறந்து அமைதியாய் அழுது கொண்டே வந்தான். அவன் கால்கள் முன்னேறாமல் பின்னின. காலடிச் சத்தம் கேட்ட வீட்டினுள்ளே விளக்கின் பிரகாசம் கூடியது.

வாசலுக்கு வந்து விளக்கைத் தூக்கிப்பிடித்த அய்யம்மாள். "என்னய்யா இது... இது யாரு குழந்தை? அயினு பேசாமல் நின்னான். கேக்குறன்லே என்னய்யா.. பேசாம நிக்கிறே... இது யாரு குழந்தை...?"

அமைதியாயிருந்தவனிடமிருந்து குழந்தையை வாங்கினாள். அவன் மெல்ல வாய்திறந்து "யாரோ ஒரு பொம்பளை பஸ்ஸ'ல வச்சி கொஞ்சம் பிள்ளையை பிடிங்க நான் உள்ள வந்து குழந்தையை வாங்கிக்கிடுறேன்னா சரி கூட்டமாயிருக்கேன்னு நானும் வாங்கி வச்சேன் திரும்பி வரலை அய்யம்மா..." நடுங்கிய குரலில் சொன்னான்.

அரிக்கேன் விளக்கை அவன் கையில் கொடுத்து ரெண்டு கையாலும் குழந்தையை உயரத் தூக்கிப் பார்த்தாள்.

"பொம்பளெப் பிள்ளையா... நெனச்சேன்"

“ஏன்யா இதோட ஆத்தாளை காணோம்னு ராவெல்லாம் தேடுனியாக்கும் கோட்டிக்கார மனுசா... அவ கிடைப்பாளா? அது யாருன்னு நெனச்சே...”

அயினு ஒரு கையில தூக்குவாளியும் மறுகையில் அரிக்கேன் விளக்குமா தன் நிலைமையை நம்ப முடியாம கண்ணு முழி நிலை முழியா நிறுத்தி மெய் மறந்து நின்னான்.

அய்யம்மா அவனைப் பார்த்து மெல்லம்மா சிரிச்சி சொன்னா “அது நம்ம தாயேதான் மாரித் தாயேதான் ஆயிரங் கண்ணுடையாதான்யா வந்துருக்கா. பஸ்ஸ'ல கொண்டு வந்து பிள்ளையை கொடுத்தவ மாயமா மறைஞ்சிட்டான்னா அப்போ யாரு? நம்மளச் சோதிக்கிறாய்யா. ஆறோட ஏழாக் கொடுத்தா வச்சிக்கிடறாளா... இல்லே பொட்டைச் சிரிக்கின்னு தூக்கிப் போட்டிர்றாளான்னு சோதிச்சுப் பாக்கா.”

தூக்கச்சடவிலிருந்த அந்தக் குழந்தையை தூக்கி மாறி மாறி முத்தங்கொடுத்தாள். குழந்தையைத் தூக்கித் தலைக்கு மேலே வச்சிக்கிட்டு “ஏ பொட்டெக் கழுதை! இந்த அம்மாவைப் பாரு இங்கெ பாரு. ஒன்னய அனுப்பி இந்த வெறுவாக்கெட்ட ஒண்ணுக்குமத்த பொட்டச்சிரிக்கியெ சோதிக்கிறா அந்தப் பொட்டச்சி வேப்பிலைக்காரி!” குழந்தையை மார்பில் அணைத்தவாறு மாரி மூலையை நோக்கி திரும்பிக் கொண்டு “ஏ எங்களைப் பெத்த ஆத்தா! ஆத்தங்கரை வேப்பிலைத்தாயி! இருக்கன்குடி மாரித்தாயி! இந்த ஏழைகளுக்கு கால்கை சுகத்தை மட்டும் கொடு அம்மா. நாங்க பாடுபட்டு பங்கப்பட்டு இத மாதிரி நீ எத்தனை கொடுத்தாலும் கடைசி வரைக்கும் ஓடி யாடி எப்படியும் கூளங்கடிச்சிக்கிடுவோம்.”

வெயிலாள்

குப்புற படுத்துக்கிடந்தாள் ஊமச்சி. பனிக்கு மண்தரை சுவரெல்லாம் சில்லிட்டுக் கிடந்தது. மேலே ஓடுகளின் இடைவெளிகூடி விடியும் பொழுதின் குளிர் சிலுசிலுப்பாய் இறங்கி, ஊமச்சி இழுத்துப் போர்த்தியிருந்த சேலை நூல்களில் தொப்பென தோய்ந்து அவள் தேகத்தில் தண்ணென அப்பியது.

குளித்து மொழுகிய குமரிகள் அணி அணியாய் ஊரில் உள்ள கோயில்கள் பூராவுக்கும் மார்கழி வழிபாட்டுக்கு கும்மரிச்சமாய் தெருக்களில் இங்கும் அங்குமாய் ஓடித்திரிந்தார்கள். கலீர் சிரிப்பும் சந்தோஷ பேச்சுகளுமாய் புலர்காலை வளப்பமாய் விரிந்தது.

அப்பத்தா கிழவி ஊமச்சியின் பின்பக்கத்தில் பழைய படிக்கும் ரெண்டு தட்டு தட்டினாள் "ஏ எந்திரி இவளெ. பொழுது விடிஞ்சி பொட்டைக்கோழி கூவிருச்சி, ஆம்பளெ கணக்கா இழுத்து இழுத்து பொத்தி படுத்திருக்கா..."

ஊமச்சி புரண்டு படுத்தாள்.

"பாரு உடனொத்த வயசுப்பிள்ளைக தலைக்கு குளிச்சி சீவி சிங்காரிச்சி கோயில் குளம்னு போறாக. அவங்க கூடமாட போய் நிக்கிறது கிடையாது. எந்நேரமும் ஆம்பளையாள்கள் இருக்கிற திக்கந்தான் போயி நெஞ்சை நிமித்திக்கிட்டு பெரிய்ய சண்டியர் மாதிரி நிப்பா."

ஊமச்சி தலையைத் தூக்கி மூஞ்சியை சுண்ட வைத்து 'ஆ...

போவ்" என்று தலையை பக்கவாட்டில் ஒரு வெட்டு வெட்டி பழையபடி படுத்துக்கொண்டாள்.

"மொகரையிலெ போடு... என்ன குமரிக்கு ராங்கித்தனம்!? என்று திட்டிய கிழவி, ஊமச்சியின் பக்கத்தில் போய் கால் பாதம் வெளியே தெரியாமல் சேலையை இழுத்து மூடிவிட்டாள். அப்படியே கிட்ட உட்கார்ந்து அவள் தலையை வருடி விட்டாள்.

கொஞ்சநாளா அவளுக்கு மனசுல ஏதோ ஒரு குறை தெரிகிறது.அதை அவளால் வெளியே சொல்ல முடியவில்லை. ஒரு வேளை அப்பன் ஆத்தாள் நினைப்பு வந்திருக்குமோ என்று கிழவி யோசித்தாள். 'நாம என்னத்தக் கண்டோம் அது மனசிலிருக்கிறதை' என்று கன்னத்தில் கைவைத்து கண் கலங்கினாள்.

ஒருநாள் சாயங்காலம் இந்த ஊருக்கு வந்தாள் ஊமச்சி. வருச நாட்டுப் பக்கம் வரத்து ஆடுகள் மேய்க்கிற கூட்டத்தைச் சேர்ந்தவள். நிலையான ஊரு, வீடு என்றில்லாமல் கால் போன திக்கம் ஆடுகளைக் கொண்டுபோய் மேய்த்து, எதிர்ப்படுகிற ஊர்களில் பெரிய சம்சாரிகளின் தோட்டங்கள், மானாவாரி புஞ்சைகளில் கிடையமர்த்தி தவசதான்யம் வாங்கி, அங்கங்கே குடில்போட்டு காய்ச்சி குடித்து, பரதேசமாய் திரிகிறது இவங்க பழக்கம். எப்படியோ தப்பி வந்துவிட்டாள்.

தலையில் எண்ணெய்ப் பிசுக்கு இல்லாம நல்ல துணிமணி இல்லாம நாள்கணக்கிலே நடந்து சாப்பிடாமல் குறாவிப்போய் வந்த வாயில்லா சீவனை 'ஐயோபாவமே' என்று பரிதாபப்பட்டு அப்பத்தாக் கிழவியின் மகன் கோவிந்தன் வழியில் கண்டு வீட்டிற்கு கூட்டிவந்தார். சும்மாவே யாரும் பசியென்று சொல்ல அவர் பொறுக்க மாட்டார். ஊருக்குள் யாரும் பசியென்று வந்தால் கோவிந்தன் வீட்டைத்தான் கைகாட்டி விடுவார்கள்.

அவரோட மகன் மாரீஸ்வரனோட, ஊமச்சியும் ஆடு மேய்க்கப் போனாள்.

இப்பொ ஊர் மொத்தமும் அவளோடு அப்படிப் பழகிவிட்டது. சிறிசிலிருந்தே காடுகரை ஆடு மேய்ப்புன்னு

ஆம்பளைகளோடேயே அலைஞ்சதனாலே அவள் வளத்திக்கும், கருப்பு நிறத்துக்கும் ஒரு வாலிபப் பையன் மாதிரியே உடம்பு வைத்திருந்தாள்.

கண் கருவளையத்தை சுத்தின வெள்ளையும் பல் முப்பத்திரண்டும் தவிர, கண்டங் கரேலென கட்டுமஸ்தான உடம்பு. 'எந்த ஆம்பளையாவது என் கை மண்ணை தட்டிவிட்டு ஓடுங்களேன்டா பாப்போம்' என்று ஊமைச் சாடையில் சவால் விடுவாள். எப்பேர்ப்பட்ட மரத்திலயும் ஏறி இறங்கிவிடுவாள்.

பெண்களுக்குண்டான உடம்புக்குழைவு இல்லாமல் கிண்ணென திரண்டிருக்கும் கால் கை சதைப் பகுதிகள். சிக்குப்பிடித்த தலைமயிரைச் சேர்த்து கட்டிய தலைப்பாகை. அவளில்லாத நேரந்தான் 'ஊமச்சி' என்று பேசிக் கொள்ளலாம். அவளுக்கெதிரில் 'வெயிலா' என்று அவள் பெயர் சொல்லித்தான் கூப்பிட வேண்டும். என்னதான் பழகியிருந்தாலும் 'உன்னையை எவன் கட்டிக்கிடுவான்' என்று கேட்டுவிட்டால் கோபம் சண்டாளமாய் வரும். அடிபெத்துத்தான் போகவேண்டும்.

தான் ஒரு அநாதியென்று அவள் மனசில் பட்டுவிடாமல் இருக்க, கோவிந்தன் ஊமச்சியை 'மருமகளே... மருமகளே' என்றுதான் அன்யோன்யமாய் கூப்புடுவார். கல்யாணங்காட்சி, மாப்பிள்ளை என்றெல்லாம் பேச்செடுத்தால் கோவிந்தனேகூட சில சமயம் மேய்ச்சக் கம்பாலே ஊமச்சியிடம் அடிவாங்கிருக்கிறார். பலதடவை அப்பத்தாக் கிழவி சமரசம் பண்ணியிருக்கிறாள் 'சரி சரி மாமாதானே கேலி பண்ணியிருப்பான்' என்று சமாதானம் பண்ணுவாள்.

இப்பொ ஒரு நாலு நாளாய் மாப்பிள்ளை பேச்சை எடுத்துவிட்டு, ஊமச்சிக்கு பயந்து பயந்து அவள் இல்லாத நேரமாய் வீட்டுக்குப் போய் சாப்பிட வேண்டியதாகிப் போச்சி. எங்காவது கூட்டத்துக்கு நடுவில் உட்கார்ந்திருந்தாலும் தூரத்தில் இருந்து கை ஜாடை காட்டி, 'வா.. உன்னை கொல்லாமல் விடமாட்டேன்' என்கிற மாதிரி எச்சரிக்கை பண்ணிப் போவாள். அவள் எந்தக் தெருவில் நிற்கிறாளோன்னு தெரு மாற்றி தெரு போய்க்கொண்டிருந்தார். கோவிந்தனுக்கு

இலட்சுமணப்பெருமாள் 333

பத்து நாளைக் கொருதடவை இது வாடிக்கையாகிப் போச்சு. ஊர்க்காரர்களுக்கு வேடிக்கையாகிப் போச்சு.

அபக்கு தொபக்குன்னு சுற்றிசுற்றி பார்த்தபடி சாப்பிடுகிற மகனைப் பார்த்து, 'நீ ஏண்டா அவளை அடிக்கொருதரம் வம்புக்கு இழுக்குறே' என்று சிரிப்பாள் அப்பத்தாக் கிழவி.

படுக்கையிலிருந்து எழுந்த ஊமச்சி, அப்பத்தா பக்கமாய் குத்துக்காலிட்டு உட்கார்ந்தாள். என்னவோ போல் இருந்தாள். அவள் முகம் வாடிக்கிடந்தது.

"யாத்தா... தாயி... என்னம்மா?.. ஏன் ஒரு வடீயா இருக்கே" என்று கெஞ்சிய அப்பத்தாளிடம் ஒன்றும் பேசவில்லை. கொஞ்சநாளாய் அவள் போக்கு சரியில்லை. சரியா சாப்பிடறதில்லை என்பதிலும், தனியாய் உட்கார்ந்து எதையோ யோசிப்பதையும் வைத்துத்தான் அப்பத்தாள் அனுமானித்திருந்தாள்.

ஆடுகளை மேய்ச்சலுக்கு பத்திப்போகும்போது, ரோட்டில் பஸ்ஸிற்கு நிற்கும் காலேஜ் பெண்களைக் கொஞ்சநேரம் வெறித்து பார்த்தமட்டில் நிற்பாள். தீப்பெட்டி ஆபீஸ்களுக்கு பூவும் பொட்டுமாய் கூட்டங் கூட்டமாய்ப் போகும் வயசுப்பிள்ளைகளைத் தெருதாண்டி ஓடிப்போய் நின்று பார்த்து வருவாள். ஏழுமணிக்கு ஆடு எழுப்பி இரவு பத்து மணிக்கு வீடு திரும்புகிற நேரந்தப்பி, இப்போது பன்னிரெண்டு ஒருமணிவரை காட்டில் புல் வரப்புகளில் மல்லாக்க படுத்து நிலவையும் நட்சத்திரக் கூட்டங்களையும் பார்த்தமட்டில் கிடக்கிறாள். வாலிபப் பயல் மாரீஸ்வரன் பசி பொறுக்க மாட்டான். மாரீஸ்வரன் எவ்வளவு நச்சரித்தாலும் அவள் நினைக்கிற நேரந்தான் வீட்டுக்கு ஆடுகளைத் திருப்புவாள்.

கோடையும் தண்காலமும் அவள் எத்தனையோமுறை சந்தித்திருக்கிறாள். ஆனால், இந்த வருடம் அவற்றை எண்ணி அனுபவிக்கும் காலமாயிருக்கிறது.

காலையில் கிளம்பி அலை அலையாய் வரும் வெயிலின் கோரமும், வியர்வை நசநசப்பும், தவிக்கு உடனடியாய தண்ணீர் கிடைக்காமல், வேளைக்குச் சாப்பிடாமல், மேய்ச்சலில்லாத

தரிசு நிலத்தில் நிலை கொள்ளாமல் ஓடும் ஆடுகளுக்குப் பின்னால் 'றெக் றெக்' கென்று ஒலி கொடுத்து ஓடி அலுத்து, இதுதான் வாழ்க்கையென்று ஒரு விலங்கு மாதிரி இரவில் வந்து அடைந்திருக்கிறாள்.

இந்த வறண்ட காலங்களோ... மழைபெய்த வசந்தகாலங்களோ அவளை எதுவும் செய்துவிடாமல்தான் இருந்தது. மங்கும் காலமும் இயற்கைபொங்கும் காலமும் இவள் கருத்தில் எந்த ஆட்சியும் செலுத்தவில்லை.

ஆனால், இந்தத் தண்காலம் மட்டும், அடைத்துக் கொட்டிய மழையும் சரி, பச்சையாய் வளர்ந்த செடி கொடிகளுக்கிடையே வரும் இதமான காற்றும் சரி, இருட்டிய பிறகு உடம்பை மலைப்பாம்பாய் கவ்வும் பனிப்பொழிவும் சரி, அவளை கிச்சுகிச்சு மூட்டிக் கொண்டே இருக்கிறது.

மார்கழிப் பனியில் முழுக்க நனைந்த சோளப்பயிரின் சோகைகளை வருடிவிட மனதில் வரும் ஆவல். மழையில் நனைந்து அழகு தெரிய நிற்கிற குமரிப் பெண்ணைப்போல, வண்டிப்பாதையின் இரண்டு புறமும் ஒன்று சொன்னதுபோல் ஈரப்பனி போர்த்தி வளர்ந்துள்ள நாற்றுக்காடுகள். நிரம்பிய கண்மாய்களில் அடுக்கடுக்காய் வெள்ளி மிதந்த மாதிரி, அக்கரைக்கும் இக்கரைக்குமாக தவழும் சிறு சிறு அலைகள். இவைகளெல்லாம் சிறுவயதிலிருந்தே பார்த்தவைகள் ஆனாலும், இப்பொ ஊன்றி ரசிக்கச் சொல்லுகிறது மனசு.

தனக்கு இதுவரையில் தட்டுப்படாத புது அனுபவங்களை யாரிடமாவது சொன்னால் அதுவும் ஒரு சுகம். இயற்கையின் கவிதானுபவங்களை வியந்து சொல்ல ஊமைகளுக்கு தனி ஜாடைகளா இருக்கிறது? ஏதோ கனமாய் நெஞ்சில் சுமந்த மாதிரி ஒரு சுக அவஸ்தை.

"விடிஞ்சால் தைப்பொங்கல் "காப்புக்கட்டுறதுக்கு கணிப்பிள்ளைச் செடி, தும்பை பிடுங்கியாந்துட்டேன். வேப்பங்குலைதான் வேணும். மந்தை யிலிருக்கிற பெரிய மரத்துல நீதான் ஏறணும் வா" என்று ஊமச்சியை கூப்பிட்டான் மாரீஸ்வரன்.

'நீயெல்லாம் ஒரு ஆம்பளையா?' என்று வலிப்பம் காட்டிவிட்டு அவனுடன் போய் மரத்துமேல கிளைக்கு கிளை தாவி உச்சிக்கொம்புக்கு போனாள்.

குலை எட்டாமல் உச்சிக்கொம்பின் பாதியில் காலை வைத்தபோது மாரீஸ்வரன் கை தட்டி கூப்பிட்டான்.

'என்ன?' என்று தலையை ஆட்டினாள்

அவன் பெரிதாய் மீசையை முறுக்கியது மாதிரி காட்டி, 'பெரிசு எங்க போயிருக்காரு தெரியுமா?' என்று கேட்டான்.

'எங்கே?' என்று நாடியை மேலே தூக்கி உதட்டை பிதுக்கினாள்.

'எனக்கு பெண் பார்க்க' என்று ஜாடையில் சொல்லி உடம்பை அப்படியும் இப்படியும் ஆட்டி, நாளைக்கு பொங்கலுக்குத்தான் வருவார் என்று ஆடிக்கொண்டே சொன்னான் மாரீஸ்வரன்.

அவளின் திரண்ட கால்கைகளிலும் வியர்வைப் பொட்டுக்கள் மின்னிய மேல் உதட்டிலும் துளிர்த்திருந்த பூனை மயிர்கள் ஒரு வினாடி சிலிர்த்து அடங்கியது.

மரத்திலிருந்து சரசரவென சறுக்கி கீழே வந்தவள் அவனை விட்டு விட்டு வேகமாக வீட்டுக்கு ஓடினாள்.

"என்னாடி அவனை எங்கே" என்ற அப்பத்தாவின் கேள்விக்கு பதில் சொல்லாமல் மச்சு வீட்டில் போய் தாழ் போட்டுக் கொண்டாள்.

மாரீஸ்வரன் பின்னாலயே மூச்சிறைக்க ஓடிவந்தான். "அப்பத்தா... அப்பத்தா! ஐயா எனக்கு பொண்ணு பாக்க போயிருக்காருண்ணேன். அந்த மட்டுல மரத்திலிருந்து சாரைப்பாம்பு கணக்கா சரசரன்னு இறங்கி ஒரே ஓட்டமா ஓடியாந்துட்டா.' என்றான்.

"ஏங்... அப்படிச் செய்தான்னு தெரியலயே. நாங்கூட சொன்னனே, உன் கல்யாணத்தைப் பத்தி. 'எனக்கு வயசாகிப்போச்சி. கண்ணுமண்ணு தெரியலெ. மாரீஸ்வரனுக்கு கல்யாண ஏற்பாடு பண்ணனும்'னு சொன்னேனே. 'முடிச்சு

வையுங்க. அவனுக்கு பத்துபிள்ளை பிறந்தாலும் நான் ஆடு மேய்ச்சி அவங்களைப் பூராம் படிக்க வைப்பேன்னாளே... யம்மா... தாயி... அடியேய்... என்னடி நெனச்சுக்கிட்டிருக்கே...'

ரொம்ப நேரம் கதவு திறக்கப்படவே இல்லை. எல்லாமும் பதறிக்கிடந்தார்கள்.

காலை பம்மலில் கோவிந்தன் தை பண்டியலுக்கு வீட்டுக்கு காப்புக்கட்ட வந்துட்டார். வீட்டுப் பெரியாள் தான் மொகட்டுல கணிப்பிள்ளை காப்புக் கட்டணும்.

"யய்யா கோவிந்தா! எங்கெ காணோமேன்னு பாத்தேன். ஒம் மருமகளை வந்து பாரு. உன்னைய அடிக்க ஓடிஓடி வருவாளே இப்பொ வரச்சொல்லு பாப்பம்."

அப்பத்தாக் கிழவி பொலுவாய் பெரிதாக்கிச் சிரித்தாள்.

"என்னம்மா என்ன விவரம்?"

"அவ பெரிய மனுஷியாயிட்டாடா!"

"அம்மா...! கோவிந்தன் செய்தியைக் கேட்டு உடல் புல்லரிக்க, கண்களின் கடைப் பகுதியில் கண்ணீர் சொரிய நின்றார்.

"நல்ல சேதிதானடா."

மகனை வாஞ்சையோடு பார்த்தாள்

"நல்லாயிருக்கட்டும்மா... நல்லாயிருக்கட்டும். இந்த வீட்டுக்கு அவ வந்ததிலிருந்து மாடா உழைச்சதை தவிர என்னத்தக் கண்டா. அவ அநாதின்னு நெனப்பு வரக்கூடாதுன்னுதான் அவளை மருமகளேன்னு கூப்புட்டேன். மகள்ன்னாக்கூட அதுல ஒரு சுயநலம் இருக்கும்மா" - கோவிந்தன் கண்களைத் துடைத்துக் கொண்டார்.

"எனக்கு நாளாக ஆக மனசிலே ஒரு பயம், சந்தேகம். காடு வெயிலுன்னு ராப்பகலா ஆம்பளை மாதிரி திரியுறவ, எங்கெ பெரிய மனுஷியாகாம இருஷி ஆகிறவாளோன்னு. அதனாலதான் அவ இந்த வீட்டுக்கு மேலாளா இருக்கணும்னு அவளுக்குப் பயந்து ஓடுன மாதிரி இருந்தேன். வீட்டுல அவ வச்சது சட்டம்னேன். அவளுக்கு எந்தவொரு காரணத்தைக்

கொண்டும் மனக்கஷ்டம் வரக்கூடாதுன்னு நெனச்சேன். அவ எனக்கு கிடைச்ச புதையலும்மா... தங்கக் கட்டிம்மா...

"யாரு பெத்த பிள்ளையோ..."

"இன்னும் அந்த வார்த்தை பேசாதே. அவ இன்னு தொட்டு நாம் பெத்த செல்லம். எம் மகள். எங்குலந் தழைக்க வந்த சீதேவி."

"சரி, சரி! அவளுக்கு முன்னாடி போயி அழுதுகிட்டு நிக்காதே போ... போயி அவளைப் பாரேன். முதல்லெ மச்சுக்குள்ள போயிப்பாருடா... அவளை!"

"வெயிலா. என்னப் பெத்தவளே... தைப்பிறப்புக்கு வீட்டுல நிறை மகசூல் கொடுத்த என் லட்சுமித்தாயே"

தங்க நிறத்தில் சேலையும் சட்டையும் அணிந்து நெற்றியில் குங்குமமிட்டு, தலை மொழுகிய கூந்தல் முதுகிலே படர மூலையில் ஒடுங்கி உட்கார்ந்திருந்தவள் எழுந்து நின்றாள்.

"அடுத்த தைக்கு மாப்பிள்ளைகூட தலைப் பண்டியல் கொண்டாட வெயிலாவுக்கு இப்பவே நா மாப்பிள்ளை பாக்க போறனே" என்று டான்ஸ் ஆடி நின்ற கோவிந்தனைப் பார்த்து முத முதலில் அழகுக்கு அழகா உடம்பெல்லாம் வெட்கத்தில் கொட்டி ஒடுங்கி, கவிழ்ந்திருந்த வெயிலாளை மூன்று பேரும் பார்த்துக் கொண்டேயிருந்தனர்.

கறிநாள்

பஞ்சவர்ணத்திற்கு சொல்லி முடியாத கவலை. தன் கூட படிக்கிற ஒண்ணாம் வகுப்பு பிள்ளைகள் கூட விளையாட வர்றதில்லை. முன்னாலெல்லாம் ரெண்டாப்பு மூணாப்பு பிள்ளைகளெல்லாம் நல்ல சோட்டாளிகளாக இருந்தார்கள். அவளோட கூட்டுக்கு பிள்ளைகளுக்குள் போட்டியாயிருக்கும்.

அதுக்காகவே 'அத்திலி புத்திலி மக்கா சுக்கா பால் பறங்கி ராட்டுனம் கூட்டுனம் அடுமா துடுமா அடைக்கலஞ் சங்கிலி மாவூர் மலைஏறி' என்று வரிசை நிறுத்தி பாடி தன்னோட ஆள் சேர்ப்பாள். கள்ளன் போலீஸ் விளையாட்டுன்னா அவ போலீஸாயிருந்தா நான் போலீஸ் நானும் போலீஸ் நான் பஞ்சவர்ணங்கூட' என்று வந்து ஒட்டிக்கொள்வார்கள். அவள் 'நான் கள்ளன்' என்று சொல்லிவிட்டால் எல்லோரும் கள்ளன் கள்ளன் என்று வந்து தொற்றிக் கொள்வார்கள்.

அவள் கூட்டுதான் ஜெயிக்கும். போய் ஒளிந்து கொண்டால் மாயமாய் மறைந்து போவாள். யாராலும் கண்டுபிடிக்க முடியாது. தேடிப் போனாலும் ஏழுமலை தாண்டியிருந்தாலும் கண்டுபிடித்து விடுவாள். இதில் மட்டுமில்லை. கண்ணா மூச்சி, கிளியா கிளியா, குலை குலையா முந்திரிக்கா, திரிதிரி பொம்மக்கா எல்லா விளையாட்டிலும் அவள்தான் கெட்டி. பஞ்சவர்ணம் வராத நாள் பிள்ளைகளுக்கெல்லாம் 'சிய்யின்னு' இருக்கும். அப்படியே விளையாடினாலும் ஆட்டம் காமா சோமாவாகத்தானிருக்கும்.

இந்த சிங்கப்பூர்க்காரர் பேரனும் பேத்தியாளும் வெளியூரிலிருந்து வந்து இந்த ஊரில் பிரவேசித்ததிலிருந்து பிள்ளைகளுக்கு விளையாட்டின் பேரில் இருந்த பிரியமே போய்விட்டது. நல்லா விளையாடிக் கொண்டிருக்கும்போது அவர்கள் ரெண்டு பேரும் வந்து பிள்ளைகளுக்கு மத்தியில் நின்று கொண்டு "இன்னக்கி எங்க வீட்ல காளாங் குழம்பு கையெ மோந்து பாரு" என்று உள்ளங்கையை கூப்பி எல்லார் மூக்கிலேயும் வைப்பார்கள். அப்படியொரு ரம்மியமான வாசனையறியாத பிள்ளைகள் 'எங்கே இன்னொரு தரம்' எனறு கையை பிடித்து மூச்சை உச்சம் வரை தம்பிடித்து அந்த க்ஷண நேரம் எங்கோ கற்பக வனத்திலிருந்து வந்த தேவதைகளாய் அந்த ரெண்டு பேரையும் சுற்றி சுற்றி வர ஆரம்பித்து விடுவார்கள்.

டி.வி.யில் வர்ற எல்லா டப்பாவும் அவர்கள் வீட்டில் இருக்கிறதாம். மிக்ஸி, ஃபேன், கிரைண்டர், மனோரமா சொல்ற மசால் பொடி முதற்கொண்டு.

அதிலிருந்து பிள்ளைகள் ஓடியாடி விளையாடுவதில் பெரிசாய் ஆர்வங்காட்டுறதில்லை. எல்லோரும் அவரவர்கள் வீட்டில் என்ன குழம்பு யார் கையில் வாசனை அதிகமாய் இருக்கிறது என்று ஒவ்வொருவரும் வாசனை பிடிப்பதில் மும்முரமாயிருந்தார்கள். சிக்கப்பூரார் வீட்டுப் பிள்ளைகள் குழம்பு வாசனைக்கு சர்டிபிகேட் கொடுத்தார்கள் அவர்கள் வீட்டு டி.வி.யில் சொன்ன மசால் பொடி குழம்பையே ரொம்பவும் பீத்திக் கொண்டார்கள்.

சில குழந்தைகள் தொடுகறியை கைவாசம் மூலம் வெளிப்படுத்த முடியவில்லையே என்று ரொம்ப ஏக்கமாயிருந்தன. இப்படி அதிகமாக ஒன்றை சாப்பாட்டில் சேர்த்துக் கொண்டதால் கூடுதல் வாசனைக்கு சமமாகி விடலாம் என்ற நினைப்புகள் அந்த கூட்டத்தில் எடுபடாமல் அடிபட்டுப் போயின.

இந்த ஆட்டையில் முற்றிலும் ஒதுங்கிப் போன பஞ்சவர்ணம் அன்றைக்கு எல்லோர்க்கும் முந்தி வந்து உட்கார்ந்திருந்தாள். இந்த பிரச்சனையில் அவளை யாருமே கண்டு கொள்ளாமல்

அவர்களுக்குள் பகுத்து கொழிக்க ஆரம்பித்தார்கள். தனியாகவே வந்து போய்க்கொண்டிருந்த பஞ்சவர்ணம் இந்த வட்டத்தில் இன்றைக்கு விட்டால் இனி வாய்ப்பு கிடைக்காது என்று சிநேகம் பிடிப்பதற்கு நின்று கொண்டிருந்தாள். பிள்ளைகள் வரிசை வரிசையாய் நின்று கைகளை நீட்டினார்கள்.

சிங்கப்பூர் வீட்டு பிள்ளைகள் டி.வி.யில் வருகிற குலோப் ஜாமூன், நெல்லுச்சோறு, பருப்பு, நெய் வாசம் எல்லார் முகத்தையும் விரித்து விரித்து காண்பித்தது. அடுத்து கம்மஞ்சோறு, கத்திரிக்கா புளிக்குழம்பு, கேப்பைக் களி, தட்டாம் பருப்பு, சோளச் சோறு, மகிழி கீரை, குதிரைவாலி சோறு ரசம் வரீசையாய் பெரிய வீட்டுப் பிள்ளைகளிடம் அங்கீகாரம் ஆகிக் கொண்டிருந்தன. தன் சேக்காளிகள் அவர்களிடம் ஒட்டிக்கொண்டது நியாயம்தான் என்று அவளுக்குப் பட்டது. தனக்கு இன்று அங்கீகாரம் உறுதி என நம்பினாள். பஞ்ச வர்ணம் ரொம்ப வெட்கத்தோட அந்தப் பிள்ளைகளைப் பார்த்து நின்று கொண்டிருந்தாள்.

இன்று அவர்கள் எல்லோரையும் விட தான் ரொம்ப ஒசத்தி என்று அவளுக்கு நம்பிக்கை. அந்த புதுப்பிள்ளைகள் போடும் சட்டைகளும், பேச்சும், அவர்கள் நிறமும் அவளுக்கு பக்கத்தில் போக சங்கோஜமாகவும் பயமாகவும் இருந்தது. 'எங்க வீட்டுல நான் முட்டை பொரிச்சு சாப்புட்டு வந்தேன்.' உடம்பை நெளித்து கையை முதுகுக்கு பின்னாடி மறைத்தாள். 'கொண்டா பாப்பம்' சிங்கப்பூரார் பேரன் வலிய கையை பிடித்து முகர்ந்து பார்த்து 'த்தூ... புளிச்ச கஞ்சி வாடை அடிக்கி' என்று மூக்கைச் சுருக்கவும் பிள்ளைகளெல்லாம் சிரிச்சதுகள்.

பஞ்சவர்ணத்துக்கு ரொம்ப கேவலமாயிருந்தது. கஞ்சி வாடைதான் அடிக்குதா பொரிச்ச முட்டை வாடை ஏன் அடிக்கலை. 'எங்க அம்மா அறிய சத்தியம் எங்க வீட்டுல வேணுனா வந்து பாருங்க இன்னும் மிச்சமிருக்கு.' தன் கூட்டாளிகளையெல்லாம் மீண்டும் தன் பக்கம் இந்த முட்டை பொரியல் மூலம் கொண்டு வந்து விடவேண்டும் என்று பிள்ளைகளை வீட்டிற்கு வேகமாய் கூட்டிக் கொண்டு வந்தாள்

தூரத்தில் வரும்போதே அக்காவிடம் அம்மா தன்னைத் திட்டுவது வந்திருந்த எல்லோர்காதிலும் விழுந்தது.

"இந்த சின்னவா எங்கடி போனா? வரட்டும் இன்னக்கி, ஒங்க அய்யா காட்டுலருந்து ரெண்டு கெளதாரி முட்டைய கொண்டு வந்தாருன்னு அந்த மனுசனுக்கு வெஞ்சனத்துக்கு பொரிச்சி வச்சா இவெ தின்னுட்டு போயிட்டா! வெறுங்கஞ்சி எறங்கலையோ சின்ன முண்டெக்கி, வரட்டும் வரட்டும் அந்த வாய கிழிக்கேன்." அம்மாவுக்கும் அய்யாவுக்கும் சின்ன சின்ன விசயத்துக்கெல்லாம் சண்டை. ரெண்டு நாளைக்கொருதரம் கஞ்சிப் பானையை நாய் உருட்டிட்டுப் போறதில் அய்யாவுக்கு அம்மா மேல ரொம்ப வெழம். இதுலே இந்த வெஞ்சன விவகாரம் வேறயா. அதுதான் பஞ்சவர்ணத்திற்கு சொல்லி முடியாத கவலை.

அன்றைக்கு மழை 'சொருசொரு' வென்று ஊத்திக் கொண்டிருந்தது. அய்யாவு, நல்லம்மா ரெண்டு பேருக்கும் வேலையில்லை. பெரிய வீட்டார் வீட்டில் போய் அய்யாவு தாங்கி தடுக்கி மூணுபடி தவசம் வாங்கி வர நல்லம்மா அதை குத்தி உலை வைத்து கஞ்சி காய்ச்சினாள்.

"ஏட்டி பஞ்சவர்ணம் சூடா கஞ்சிய குடி அடை மழைக்கி நல்லாருக்கும், குழம்புத் தண்ணி வக்கெ ஒண்ணும் வகையில்லை."

"எனக்கு கஞ்சி வேண்டாம். பசிக்கெல." முகட்டைப் பார்த்து மூஞ்சியை திருப்பிப் படுத்துக் கிடந்தாள்.

"இப்போ ஒரு பத்து நாளா சரியா ஆகாரம் பாக்காம கெடக்கயாமே அக்கா சொல்றா. மூஞ்சிய உம்முன்னு தொங்கப் போட்டுக்கிட்டு..ம் சேட்டமில்லையாதாயி". புறங்கையால் தலையிலும் கழுத்துப் பக்கமாவும் மாறி மாறி தடவிப் பார்த்தாள். அம்மாவை அப்படியே கழுத்தை சேர்த்து பிடித்த பஞ்சவர்ணம், "அம்மா அம்மா மந்தையிலெ பஞ்சாயத்து போர்டுக்கு எதுத்தாப்புல கார வீடு இருக்குள்ல. அந்த வீட்டு பிள்ளெக சொல்றாக அவுக வீட்டுல என்னக்கி பாத்தாலும் ஆட்டுக்கறி கோழிக்கறி பொரிச்ச மீன் அவிச்ச முட்டை டி.வி.யில திங்கிற மாதிரி...

“ஹ’க்கும் போதும் போதும். அப்படி சம்பாத்யமில்லெ நம்ம வீட்டுல கொட்டுது. டி.வி.யில திங்கிற மாதிரி ரெண்டு கையிலெயும் கோழி சப்பையை எடுத்துத் திங்கெ. இங்கே தன்னால வருசத்துக்கு ஒரு நா கவுச்சு எடுக்க முடியலெ. என்ன கிரகந்தான் நடக்கோ எப்போ விடியுமோ தெரியலெ. பய புள்ளெ நீயி அத நெனச்சிகிட்டுதான் சாப்பிடாம கெடக்கியா? சரி சரி! ஒங்க அய்யாவே வாய் செத்துப் போயி எங்கிருந்தோ ஒத்த சிட்டுக் குருவியைப் கொண்டாந்து அத பக்குவம் பார்த்து ஒத்த வத்த வச்சி அரச்சி தாளிக்கிற கரண்டியில வேகவச்சு கொடுன்னாரு. கொடுத்தேன். அத வச்சி கஞ்சிய ஊத்தி குடிச்சிட்டு மழையோட போறாரு.”

பஞ்சவர்ணத்திற்கு பளிச்சென்று யோசனை ஓடியது. கண்களை விரித்து சுழற்றி பார்த்தாள். தாளிப்பு கரண்டி சலதாரை ஓட்டை பக்கமாய் குப்புற கிடந்தது. குடுகுடுவென்று ஓடிப்போய் கரண்டியை எடுத்து முகர்ந்து பார்த்தாள். குழம்பு மணத்தில் அவள் சந்தோசம் திக்குமுக்காடியது. கைகள் ரெண்டையும் கரண்டியில் துழாவி தோய்த்தாள். வெளியில் மழை விட்டு கொஞ்சமாய் சிணுங்கிக் கொண்டிருந்தது.

ஓட்டமாய் மந்தைக்குப் போய் பஞ்சாயத்து போர்டு திண்ணையில் நின்று கொண்டாள். அங்கிருந்து பார்த்தால் சிங்கப்பூரார் வீடு நன்றாகத் தெரியும். ஜன்னல் வழியே அந்தப் பிள்ளைகள் வீதியைப் பார்த்தவாறு சூடாக வடையை தின்று கொண்டும் மேலும் கீழுமாய் போட்டும் விளையாடிக் கொண்டிருந்தன.

பஞ்சவர்ணம் அவர்களைப் பார்த்து கையை கையை ஆட்டினாள். ரெண்டு கையையும் முகர்ந்து காட்டி வாங்க வாங்க என்று கையசைத்து வரச் சொல்லி மேலும் கீழும் குதித்தாள். ரொம்ப நேரமாய் அவர்களை வரவழைக்க முயற்சி செய்தும் அவர்கள் வந்தபாடில்லை. பதிலுக்கு ஆட்காட்டி விரலை மடக்கி வடையை தின்று கொண்டே ‘ஞும் ஞும் ஞும்’ மென்று வக்கலம் வேறு காட்டினார்கள். பஞ்சவர்ணத்திற்கு கை வாசம் பூராவும் போன மாதிரி தெரிஞ்சது. பழையபடி மழை வலுக்கத் தொடங்கியது. ஒரு பிள்ளைகளையும்

காணோம். சாட்சிக்கு கூட யாருக்கும் முகர காட்ட முடியாமல் மழையில் நனைந்து கொண்டே வீட்டுக்குப் போனாள். பாவம் அவளுக்கு வருத்தமானவருத்தம்.

அன்றைக்கு கடைசி ஆடி. குழந்தைகள் விளையாடுகிற மந்தை முழுவதும் திடீரென்று கடைகள் முளைத்திருந்தன. ஆட்டை உரித்து தலைகீழாய் தொங்க விட்டு சுற்றியிருக்கிற ஆட்கள் கேட்க கேட்க ஈரல், குடல், கரி, ரத்தம் எலும்புக் கறியென்று முண்டத்தில் வைத்து பொடிதாய் நறுக்கி வாழை இலையில் பூக்கடையில் பூவை சுற்றி கொடுத்த மாதிரி கொடுத்துக் கொண்டிருந்தார்கள்.

எதிர்தரப்பில் கறிக்கோழியை வெந்நீரில் போட்டு சுத்தம் செய்து வில்லைகளாய் நறுக்கி கிலோவுக்கு நாலு முட்டை ஓசி என்று பாலிதீன் பைகளில் போட்டி போட்டு கொடுத்து கொண்டிருந்தார்கள். சாயங்காலம் மூணுமணி வரையில் பஞ்சவர்ணத்திற்கு அங்கேயே பொழுது போனது.

அவள் வீட்டிற்கு வருவதை அய்யாவிடம் நல்லம்மா காண்பித்து சொன்னாள். 'பாருங்க பிள்ளெ இந்நேரம் வரைக்கும் அங்கணயே கெடந்து வாரா. இப்பொ ஒரு பத்து பன்னண்டு நாளா இதே நெனப்புத்தான்... நான் சொல்ற மாதிரி செஞ்சிருவோம் இதுலெ என்ன ரோசனை வேண்டிக்கிடக்கு.'

நல்லம்மாள் 'வெளிக்கிருக்க' வேலிப் பக்கமா போனபோது எதுத்த வீட்டு பலகாரக்கார அம்மா கொக்குநோய் வந்து செத்துப் போன கோழியை வேலியிலே எறிந்து விட்டு வநதாள். நல்ல வெடை கோழி ரெண்டு முட்டையோ மூணு முட்டையோ தான் இட்டது. அதைத்தான் புருசனிடம் சொல்லிக் கொண்டிருந்தாள். இப்பத்தான் அஞ்சு நிமிசமிருக்கும். ரொம்ப நேரமெல்லாம் ஒண்ணும் ஆகீறல. செத்த நேரஞ்செண்டு ஆள் நடமாட்டம் குறையவும் நான் எடுத்திட்டு வந்திர்றேன். அரைசெலவு சாமான் மட்டும் எந்தக் கடையிலாவது கெஞ்சி பெறக்கி வாங்கியாந்துருங்க. பிள்ளைகளும் நீங்களும் இன்னைக்காவது எலும்பு கடிச்சிகிடுவீகள்ல.'

நல்லம்மா நடுசாமம் வரையில் வேலிக்கும் வீட்டுக்குமாய் அலைந்து கொண்டிருந்தாள். ஆள் அரவம் ஒடுங்கணுமே. அதற்குள் நாய் ஏதாவது போய் வாய் வைத்து விட்டால்?

பஞ்சவர்ணம் முழித்துக் கொண்டேயிருந்தாள்.

அம்மா வீட்டிற்குள்ளயே அரக்க பரக்க ஓடிக் கொண்டிருந்தாள். சிம்னி விளக்கில் திரியை பொட்டுப் போல சுருக்கி வைத்துக் கொண்டு பக்கத்து வீட்டுக்காரர்களுக்கு தெரிந்து விடாமல் சுற்றி சுழன்று கொண்டிருந்தாள்.

அம்மியில் அவள் அரைக்க ஆரம்பித்தவுடன் அந்த ரம்மியமான வாசனையில் பஞ்சவர்ணம் அந்தரத்தில் பறப்பதுபோல் குதூகலமாய் சிரித்து கிடந்தாள். இந்த ஊரு பூராவும் அந்த வாசனை நிறைந்து இருப்பதாக சந்தோசத்தில் புரண்டு புரண்டு படுத்தாள். அய்யா அரிவாள் மனையில் கோழிக்கடைகாரனை விட நேர்த்தியாய் கறியை நறுக்கி சட்டியில் நிரப்பிக் கொண்டிருந்தார்.

இன்னும் கொஞ்ச நேரத்தில் கார வீட்டுப் பிள்ளைக சொன்ன மாதிரி டி.வி.யில ரெண்டு மூணு கிண்ணத்திலெ போட்டு மாறி மாறி ரெண்டு கையாலும் எடுத்து கடிக்கிற மாதிரி... வாயில் ஊறிய எச்சியை 'கடக் கடக் கென்று விழுங்கியவாறு பல மாதிரி யோசனையில் இருந்த பஞ்சவர்ணம் சந்தோசத்தில் பக்கத்தில் படுத்திருந்த அக்காவை கட்டிப் பிடித்து தூங்கிப் போய் விட்டாள்.

கயிற்றுக் கட்டிலில் படுத்துக் கிடந்த புருசனை தூக்க கலக்கத்தில் எழுந்து வந்த நல்லம்மாள் அவசரமாய் எழுப்பி காதோடு குசுகுசுவென்று சொன்னாள். "ஐயையோ இப்பாடுபட்டு நாசமா போயிடும் போலிருக்கே. உள்ள எந்த நாயோ உருட்டுது. நொழஞ்சி எவ்வளவு நேரமாச்சோ சத்தங்கேட்டு நா இப்பதான் முழிச்சேன். இந்த ஊரு நாய்களுக்கு ஒரு பேதி வரமாட்டேங்குதே."

தடபுடலாய் எழுந்த அய்யாவு, இருட்டில் நல்லம்மாள் நிற்பதையும் அவள் சொன்ன செய்தியை நிதானிக்கவும் கொஞ்சம் நேரமாகியது.

“சரி சரி சத்தம் போடாதெ. உள்ளதான் இருக்கா பாத்தியா நல்லா?”

துண்டை எடுத்து தலைப்பாகையை கட்டி வேட்டியை எடுத்து கட்டியவர் தேடி துழாவி மூலையில் சாய்த்திருந்த தடியை எடுத்தார்.

நல்லம்மாளுக்கு கைகளால் சைகை காட்டிவிட்டு மெல்ல அடுக்களையில் தலையை மட்டும் நீட்டி இருட்டில் கண்ணை இடுக்கி கூர்ந்து பார்த்தார்.

‘ஆமா அந்தா அந்தா சுவத்தோரம் சட்டி பானைகளுக்கு பக்கமா கர்ரேர்ன்னு ஆ! மெல்ல நகருது நகருது... திடுதிடுவென்று உள்ளே பாய்ந்து நிமிர ஓங்கிய தடியை பலங் கொண் மட்டும் ‘சாகு தாயோழி இன்னையோட’ இடிபோல் தாக்கிய மறுவிநாடி.

‘அம்மா’ என்ற பஞ்சவர்ணத்தின் நெடிய அலறல், இருளை கிழித்துக் கொண்டு ஊரின் அமைதியை உடைத்துக் கொண்டு, அவள் சுற்றித் திரிந்த பக்கமெல்லாம் பட்டு எதிரொலித்தது.

எச்சம்

செதில்கள் சிலிர்த்த கிழட்டுப் பாம்பைப் போல, அரண்மனை போன்ற அந்த வீட்டின் முகவாய் சிதிலம்படிந்து கிடக்கிறது. பதனீரும் சுண்ணாம்பும் குழைந்த பழமையான கட்டிடம் தற்போது பார்வையற்று கிழப்பருவத்தின் தொங்கு சதையைப் போல கற்களின் வரிசை ஆங்காங்கே பெயர்ந்து அழன்று போயிருந்தது. அன்று அந்த வீட்டில் உள்ளேயும், வெளியேயும் இருந்த வேலையாட்கள் எதுவும் செய்யமுடியாது போய் அலைமோதி திரிந்து கொண்டிருந்தனர். ஒவ்வொருவரும் எதிரெதிரே பார்த்த மாத்திரத்தில் வாயை மேல் துண்டினாலும் முந்திச் சேலையாலும் பொத்தி அழுகையாய் அழுதும். மீறிய பொழுது ரெண்டு கைகளால் தலையிலும் அடித்துப் புலம்பினார்கள்.

ஊரின் நாலா திசையிலிருந்தும் பந்து ஜனங்களுடன் பிற மனுஷாளும் அங்கு வந்து குவிந்தமுகமாக உள்ளனர். அப்படியோரு சோகம் அவ்வளவு சீககிரத்தில் நடந்திருக்கக் கூடாது என்பது வந்து கூடியோர்களின் ஒருமித்த கருத்தாக இருந்தது.

துண்டித்த ஆட்டின் குரல்வளையைச் சுற்றிக்கசிந்த கருத்த ரத்த உறைவுகளினூடே, இறுதியாகச் சொட்டிய துளிரத்தம் கருஞ்சிவப்பில் இறுகி முடிவதைப்போல கோட்டையாளு வமிசத்தின் கடைசி வாரிசு மைனர் சென்றாயனின் பிணம், பொம்மைய நாயக்கனூரிலிருந்து வந்து கொண்டிருந்தது. உடன்

ஒரு பட்டாளமே அணிதிரண்டு மிகு வருத்தத்தை உச்சத்தில் கொண்டு கட்டை வண்டியில் முன்னும் பின்னும் அணி வகுத்து வந்தது.

முதல்நாள் பச்சை நெல்லுச்சோறும் கோழிக்குழம்பும் செய்து தம்பிக்கு விருந்து வைத்ததை நடுவுள அக்காள் அழகுசுந்தரி பொம்மைய நாயக்கனூரின் ஜமீன்தாரினி மெட்டோடு ஒப்பாரி வைத்து வண்டியின் பின்னே பாங்கிகளோடு புலம்பிக்கொண்டே நடந்து வந்தாள். அவன் சாப்பிட்ட அழகும் பின் தாம்பூலம் தரித்துத் தன் பிள்ளைகளோடு விளையாடியது, மருமக்கமார்களுகத் நகைகளும் துணிமணி வகைகளும் நடப்பு வெள்ளாமையில் செய்து போடுவதாகச் சொன்ன சேதியும், இரவில் பால்சாப்பிட்டுத் தூங்கச் சென்றவன், காலையில் மாப்பிள்ளை மாதிரி சிரித்த முகத்தோடு கட்டிலில் ஜீவன் பிரிந்து கிடந்ததை ஜமீன்தாரினி சொல்ல, அந்தத் தகவல்கள் எல்லாம் நல்லவநாயக்க ஜமீன் மக்களின் காதுகளுக்குக் குறுக்கு ஒத்தையடிப்பாதை வழியாய் வந்த ஆட்களால் முன்கூட்டியே வந்து சாம்பாஷிக்கப்பட்டுக் கொண்டிருந்தது.

எலுமிச்சை செருகிய கூரிய கொம்புகள் தாழ, வாயிலிருந்து நுரைகள் தள்ள மாடுகள் கண்பிதுங்கி, திணறுகிறபோது பிணத்திற்கு உடைமை கொண்டு காட்டில் அலையும் பேய்களும் பிணந்தின்னி ராக்காச்சிகளும் வண்டியில் தொற்றிக்கொண்டு ஆரவாரம் செய்வதாக வாடிக்கையாய் கதை பேசும் ஜனங்கள், அன்று மட்டும் கோட்டையாளு வமிசத்தில் ஆண்வாரிசு அறவே பூண்டற்றுப்போக ஒரு முனிவன் விடுத்த சாபத்தையும் அன்றைய நாளில் நடந்த களேபரத்தில் இந்த உலகமே கண்டிராத பெருங்காற்று மழையினூடே முனிவன் செய்த அழிச்சாட்டியங்கள், கண்கள் அழல் சொரிந்தவாறு ஊரே தூக்கியெறியப்படுவது போன்ற அவனின் அலறலையும் அன்றைய அந்நாளின் பொழுதுகளை இவர்களின் தாத்தாவிற்குத் தாத்தாவோ இல்லை அதற்கு முந்தியவரோ பார்த்துச் சொன்னதோ, இல்லை அவரும் கேள்விப் பட்டுதான் சொன்னாரோ அன்று அந்தச் சேதிகளை மனனமாய்

ஒருவருக்கொருவர் ஒப்புவித்து உறுதி செய்து கொண்டனர்.

தாகமும் தண்ணீருமாய் இருந்த உறவு ஷணநேரத்தில் அந்நியமாய்ப் போய் துறவியின் வாக்கால் கோட்டையாளு ஆண்வாரிசுகள் வமிசத்திற்கு ஒரு ஆணுக்கு மேல் பலுகாமல், வாழ வேண்டிய வயதில் அமைதியாகவோ துள்ளத்துடிக்கவோ செத்திருக்கிறார்கள். அதனால்தான் சென்றாயன், துறவியின் சாபத்திற்கு முற்றுப்புள்ளி வைக்கும் முகமாகப் பிரம்மச்சாரி யாகியிருந்தான். வம்ச வாரீசுக்கு முடிவு கட்டியிருந்தான்.

“கொண்டபள்ள கோட்டையாளு திருமலாச்சாரி ஒரு கிரஹபிரஹஸ்தர்” என்று வம்ச வரலாறைச் சொல்ல ஆரம்பிப்பவர்கள் கதையைத் தொடர்ந்து இப்படிச் சொல்லி முடிக்காமல் விடமாட்டார்கள்.

தேவ இந்திரஜாலம் மிகுந்த அரண்மனையாக மக்களால் கற்பனை செய்யப்பட்ட அவரது பூர்வீக இருப்பிடத்தில் அந்தக்காலங்களில் அவரை அவ்வளவு லேசாக யாரும் பார்த்துவிடமுடியாது. அவரை நேரிடையாகப் பார்ப்பவருக்கு ஒன்று விதி முடியவேண்டும் அல்லது நல்லகாலம் தொடங்கவேண்டும் என்பார்கள். ரெண்டு விரற்கிடையில் இடுங்கிக் கிடக்கும் கண்கள். காட்டுமிருகமொன்றின் பளிங்கு ஒளி வீசுகிற இரவுப் பார்வையைப் பகற்பொழுதிலுங்கூடப் பெற்றிருந்தவரை நேரில் கண்டவர்கள் அநேகம்போர் அரற்றியில் கிடப்பில் விழுந்து மரணித்துப் போயிருக்கிறார்கள் என்றால் நம்பத்தான் முடியாது. ஊரில் இன்றைக்கு முன்னோடிகளாயிருக்கும் காவல் தெய்வங்களான ரெட்டைப்பனை முனியும் உடைமர வீரகருப்ப சாமியும் அந்தக் கால கட்டத்தில் அன்றாடம் அரண்மனைக்கு வெளியில் நின்று கைகட்டி வாய்பொத்தி அவருடன் சம்பாஷித்து மறு உத்தரவு பெற்று பின் தத்தம் நித்யகருமங்களைச் செய்யத் துவங்குவார்களாம்.

துறவுக்கு விரோதமான லௌகீக சம்சார வாழ்க்கையிலுங்கூட மகோன்னத சக்தி பெற்று சிறந்த முனிபுங்கவராய்த் துலங்கியிருந்தார் திருமலாச்சாரி.

கைலேங்கிரியின் அடிவாரத்தில் தொடங்கி பரதேசமும் திரிந்து ஆய்ந்து முடிவில் தன் எண்ணமும் செயலும் முக்திபெற திருமலாச்சாரியே துணையிருப்பார் என்று நல்லவநாயக்கனூர் ஜமீனுக்கு வந்து அடைக்கலமானார் ரௌத்ரானந்தர். வடபுலத்திலிருந்து வந்திருந்த துறவியைப் பலப்பல நாளில் வழக்கிலும் வாழ்க்கையிலும் சோதித்தறிந்து அக்ரஹாரத்துக்கப்பால் மண்டபமொன்று கட்டுவித்துத் தங்கவைத்தார் திருமலாச்சாரி.

உண்ணவும் உடுக்கவும் அருந்தவும் அற்றுப்போன சில இருண்ட வருடங்கள் வந்தன. கனவிலும் ஒரு தலைமுறையும் மழை கண்டறியாத கடும்பஞ்சத்தில் பெற்றவைகளும் உடன்பிறந்தவைகளும் யாரோ எவரோவென அந்நியமாய்க் கழிந்தன காலம். ஆயினும் துறவிக்கு மட்டும் அட்டியின்றி ஜமீன் வீட்டிலிருந்து நிவேதனத்துக்கு வேண்டிய அத்தனையும் சென்று கொண்டிருந்தன.

பிழைப்பு வேண்டி தேசாந்திரிகளாய்த் திரிந்த ஜனங்களுக்கு ஒன்று மட்டும் புலனாகியது. துறவியின் வருகையிலிருந்துதான் மழை பொசிந்து போனது. ஆனாலும் துறவி அதனை மகிழ்ச்சியாகவே கிரஹித்தான். சந்தோசம் மேலிட பிரார்த்தித்தான். ஆனந்தத்தோடு அழிக்கும் தேவனின் ஊழி நர்த்தனத்தை வேண்டி மண்டபத்தின் உச்சியிலமர்ந்து காலநித்யங்கள் மறந்து ஓதினான். வியர்வையில் குளித்தான். வேதத்தில் பல் துலக்கினான். அன்ன ஆகாரங்களை நிந்தித்தான். இருட்சிறை போன்ற மனக்குகைக்குள்ளே அஷ்டதிக்குகளும் அலறும்படியாக 'இறைவா' நீ ஆக்கிய கிரகங்களையும் உலகினையும் மற்றுமுள்ள பூதங்களையும் சிரஞ்சீவ வேதத்தையும் மாசுப்படுத்தும் மானுடமிலேச்சர்களை வதைத்திட விரைந்து வா! பூவனைய உன் படைப்புகளை பழுதற உன் பாதார விந்தங்களுக்குத் திரும்பச்சேர். நபும்சக நாரியர்களை உன் ருத்ரபூமிலே புதைத்துப் போட்டு மனித ஈசல் பெருக்கத்தைத் தடுத்து நிறுத்து. இறை மேன்மையை உலகிற்குத் தெரியச்செய்' இதற்குத்தான் தவமியற்றினான்.

நாளுக்கு நாளாய் நிர்மூலமாகும் மக்களின் வாழ்வு நித்தம் நித்தம் ரௌத்ரானந்தருக்கு புஷ்பாபிஷேகமாயிருந்தது.

மண்டலம் பல கழிந்த ஒருநாள் கீழ் குதிகால் வரை விழுதுகளைப் போன்ற சடை முடியும் பனம் பூக்களைப்போல் மூஞ்சியில் திரைவிரித்த ரோமப்பிரிகளுடன் தவங்கழிந்து இறங்கும்போது கழுத்தில் மாலையாய்த்தொங்கும் காய்ந்த எருக்கம் பூக்கள் சள சளவென ருத்ராட்ச கொட்டைகளாய் கீழே சிதற நங் நங்கென்று நடந்துவரும் துறவியை, உயிர் தப்பிக்கிடக்கும் நாய்கள் மட்டும் ஊளையிட்டு வரவேற்கும். வெறிச்சோடி கிடக்கும் ஊர் இன்னும் ஒடுங்கி அடங்கும். இந்த அரவங்கண்டே திருமலாச்சாரியின் கிரஹாஸ்தினி, துறவிக்கு வேண்டிய கடப்பாடுகளுக்குப் பயபக்தியோடு ஆயத்தமாவாள்.

வாடிப்பட்டியிலிருந்து வந்த கொட்டுமேளமும் உறுமியும் முகாரி வாசிப்போடு கூடிய சத்தக்குழலின் ஓசையில் துட்டிக்கி வந்த எல்லோரையும் சோகத்தின் உச்சிக்கே கொண்டு போனது. ஆறரை அடிக்கும் உயர்ந்த ஆஜானுபாகுவான சென்றாயனின் பூத உடம்பு ரோமம் பறித்த கோழியைத் தீயில் வாட்டி மஞ்சள்பூசி வைப்பதைப் போலத் திரைச்சேலைக்குள் குளிப்பாட்டி நாவிதன் புதிய கச்சைத்துணியால் இறுக உடம்போடு வரிந்துக்கட்டி முடிந்து கொண்டிருந்தான்.

"எங்கசாமி!... மொதலாளி... ஐயையோ எங்களுக்கு யாரிண்ணி கஞ்சி ஊத்துவா... அட கடவுளே! இந்தக் கீழ்ச்சாதி நாயெ தொட்டு தொட்டு பேசுவீகளே! ராஞ்சனப்படாம எங்க ஆத்தாவ கால் பிடிச்சி விடச் சொல்லுவீகளெ! என்னெ வாய் நெறய அய்யலுச்சாமி அய்யலுச்சாமின்னு ஒரு நாளாக்கி நூறுதரம் கூப்பிடுவீங்களே! ஆத்தா! ஆத்தா! நம்ம மொதலாளிய பாரு ஆத்தா... வா... அவருக்கு வெரல்லெ சொடக்குப் போடு ஆத்தா..."

சேதி கேட்டதும் மூலக்காட்டில் மேய்ச்சலில் இருந்த பண்ணை ஆடுகளை மடக்கிக் கொண்டு வந்து தொளுவத்தில் அடைத்த அய்யலுசாமி தெருவழி ஓடிவந்தபடியே அவன்போட்ட அவயமும் அலறுன அலறலும் "சே சே இது பெரிய கண்றாவியப்பா" என்று எல்லோரையும் கண்துடைக்க

வைத்தது. டிரவுசை இழுத்து இழுத்து இடுப்பில் செருகிக்கொண்டே திறந்த வாய்மூடாமல் எச்சிலும் மூக்கும் வடிய வடிய அங்கும் இங்குமாக அந்தப் பத்துவயதுச் சிறுவன் தன் உயிர் பறவையாடகூக்காடு போட்டுக் கொண்டிருந்தான்.

“ரத்தமில்லையா பின்னே! என்னதான் இருந்தாலும் அந்த உறுத்து இல்லாமலா போகும்? இத்தன சனத்துல தஞ்சீவன மீறி போடுற அவயத்தெ பாரேன்” கூட்டத்தில் கசமுசவாகச் செய்திகள் பரவின.

“இந்தா பாக்கியம் ஒம் மகனெ நீதான் சொல்லி ஆத்தணும். வேறு யாரு சொன்னாலும் அவன் அழுகையை நிறுத்துற மாதிரி தெரியல.”

பாக்கியத்தை பாக்கிறவர்களெல்லாம் மாறி மாறி முறையிட்டுக் கொண்டிருந்தார்கள். அவளோ பூமியை விட்டு மேலே தன்கால்கள் ஈர்ப்புகளுக்கு ஆட்படாமல் அத்துவானத்தில் ஆய்ந்து கொண்டிருக்க இருளான இருளில் தான் மொத்தமாய் கரைந்து கொண்டிருப்பதாகவும் மீள முடியாத மூர்ச்சையடக்குகிற திக்கு முக்காடுந் தவிப்பில் முடிவு தெரியாத சூன்யத்தில் கிடப்பதாகவும் தன் நிலை குத்திய கண்களில் உச்சியைப் பார்த்தமட்டில் பிரம்மஹத்தி அடித்துப் போயிருந்தாள்...

“இவா அதுக்கு மேல இருக்கா! சொல்றதெல்லாம் ஆளாத் தெரியல” என்ற சினப்புகள் சுற்றிலும் அவளைத் துளைக்க. அவள்தன் சிந்தனைக்கு வந்தும் கொஞ்சநேரத்திற்கெல்லாம் கேதவீட்டின் ஆரவார சோகங்களுக்கிடையில் மெகால்பிடித்தவள் போல் மீண்டும் சென்றாயனுடனான சிரிப்பும் விளையாட்டுங் கலந்த காலத்திலிருந்து வலம்வர ஆரம்பித்தாள்.

ரெங்க நாச்சியார், எழுமலை சீனிவாசனின் பாதங்களை நெற்றியில் தாங்கி, தட்டு நிறைய சோறு கொண்டுவந்து காக்கைகளுக்கு மதில்மேல் சூரைவிட்டு திருமலாச்சாரிக்கு வேண்டிய பணிவிடைகள் செய்து கொண்டிருந்தபொழுது, தொலைவிலே கேட்ட நாய்களின் ஊளைச்சத்தம் தற்போது

வீட்டைச்சுற்றிக் கேட்டது. வரிவரியாய் உடம்பெலும்புகளும் நீண்ட பல்லும் சொரித்தோல் போர்த்திய எஞ்சிய ஊர்நாய்கள் அத்தயையும் முன் வாசலில் மூச்சைப்பிடித்து ஊளைவிட்டுக் கொண்டிருந்தன. துறவிகண்கள் கனலாய்ச் சிவந்த பார்வையுடன் வீட்டின் வெளித்தாழ்வாரத்தின முன் முற்றத்தில் வந்து நின்றான்.

அவன் இயற்றிய தவத்தினால் தன் கண்ணலைந்த தூரமெங்கும் மனித சஞ்சாரங்கள் குறைந்து மனித உறவுகளே முறிந்து இனப்பலுகல்கள் ஒழிந்து எங்கும் வெறிச்சோடியதில் தவ வெற்றியாய்க் கொண்டாலும் கோட்டையாளு வீடு ஒன்றில் மட்டும் விளக்கு எரிவதை அவனால் அங்கீகரீக்க முடியவில்லை.

"அபச்சாரம் அபச்சாரம்! நாழி ஆயிட்டுதே! சாமி வீட்டுக்குத் தேடிவர்றவரைக்கும் தாம்சம் ஆயிட்டதே"

முன் புழக்கடையில் துளசிச்செடிக்கு நீருற்றிக் கொண்டிருந்த ரெங்கநாச்சியார், துறவியின் இமைகொட்டாத பார்வையையும் பற்களின் நெறுநெறுப்பையும் ஏதோ இழிவாய் திட்டுகிற உதடுகளின் முணுமுணுப்புகளையும் பார்த்துப் பதறி அதைப்பொறுக்க வொண்ணாமல் அடுக்களை நோக்கித் தள்ளாடிய வண்ணம் விரசலாய் ஓடினாள்.

ஊஞ்சலில் உட்கார்ந்து திருஅணிப்பெட்டியிலிருந்த நாமக்கட்டியை எடுத்து ஒரு மந்திர உச்சாடனத்துடன் நுனிமூக்கில் ஸ்லோகம் சிந்த தண்ணீர் விட்டு இழைத்துத் தன் அகன்ற நெற்றியில் நெட்டுருவில் மூன்று படிமங்களாகத் தடித்த துளசிக் குச்சியால் அப்பிக்கொண்ட திருமலாச்சாரி, பக்கத்திலிருந்த பித்தளைக் கும்பத்தில் இடதுகையில் மிகுந்திருந்த நாமக்குழவையை தீர்த்தத்தில் வடித்து வழித்தும்விட்டு, ஆதிசேஷனா! அனந்த நாராயணா! என்று அண்ணாந்து இருகண்களை இறுக்க மூடியவாறு கூவி கும்ப தீர்த்தத்தை மூன்று முறை தொண்டைக்குள்ளிறக்கியதும் பாரியாளிருந்த அடுக்களையை நோக்கி இவ்வாறு சொன்னார்.

“ஒண்ணும் அவசரமில்லே. நல்லகாரியம் எதுவும் நின்னுடப் போறதில்லை. பதட்டம் பதறுதல் இல்லாம செய்யலாம்.” என்று ஒருகண்டு கணிப்பில்லாமல் சொல்லி விட்டு, அடுத்தவேலையாக ரொம்ப சாவகாசமாய். பக்கத்திலிருந்த புதுசுவடிகளுக்கு எழுத்தாணி கொண்டு உயிர்கொடுக்க ஆரம்பித்தார்.

துறவிக்கு கோபமும் ஆத்திரமும் எல்லை கடந்துசென்றது. தன்னை ஒரு பொருட்டாக மதிக்காததோடு நிவேதனத்தையும் தாமதப்படுத்தும் படியான திருமலாச்சாரியின் உத்தரவு எதிர் பாராததாயிருந்தது. மிகவும் அவமானத்தோடு கையில் வைத்திருந்த பிரம்புடன் பின்பக்கமாய் கைகளைக் கட்டிக் கொண்டு வராண்டாவில் முன்னும் பின்னம் உலாத்தினான். தன்னைப் பார்த்து ஆத்திரம் தலைக்கேற அங்குமிங்குமாய்த் தட்டழியும் துறவியின் குமுறலையும் எரிச்சலையும் அதிகரிக்கும் வண்ணம் எழுதிக் கொண்டே ஊஞ்சலில் முன்னும்பின்னும் பலமாய் ஆடிக் கொண்டே தான் சுயமாய்ப் பாடும் பெருமாள் துதிப்பாடல்களைப் பலம்மாய்ப் பாடினார்.

“ஆங்...ம் மொத்த ஆட்டமும் நிற்கப் போகுதடா...ஏய் பாட்டா பாடுறே... அது உனக்கு சாவுத் தெளிச்சி... அணஞ்ச நெருப்புல மிச்சமிருக்கிற பொட்டு கங்கு நீ.

“சர்வமும் நீர்த்துப் போகும் மனுச அரவமே ஒடுங்கிப் போகும்.” பலமாக அலறி இடுப்புக்கருகில் இருந்த திருநீற்றைக் குத்தாக அள்ளி திருமலாச்சாரியின் மூஞ்சியில் விசிறி அடித்துச் சபித்தமாதிரி மனக் கிரஹத்தில் எண்ணியும் கண்டும் திருப்தி செய்து கொண்டான்.

“ரெங்கநாதா! வெங்கட்ரமணா! அம்சராஜா! இதென்ன சோதனை?...” ரெங்கநாச்சியார் நான்கு பக்கமும் நாமமிட்ட வெண்கலச் சோத்துப்பானையத் தூக்கிக் கொண்டு வயதிற்கேற்ற விரசலுடன் அடுக்களையிலிருந்து ஓடிவந்து கணவனிடம் காட்டி என்ன சோதனை சாமி...சாமி... இதென்ன சோதனை இத்னோ காலமும் இல்லாத புதுசு... என்னை கிரகசாரம் பாவா? பானையைக் கீழே வைத்துத் தன் நெஞ்சில் மாறி மாறி அறைந்தாள்.

பாலாடை போன்று குழைய ஆக்கிய பச்சரிசி சாதம் கண்பார்வை கண்ணிலிருக்க மாயமாய் ஒவ்வொர பருக்கையும் தனித்தனியாய்ப் புழுவாகி நெளிந்து கொண்டிருந்தது. "அப்படியா சேதி!" என்று மட்டியைக் கடித்துக் கொண்டு தலையை பூஜ்யம் மாதிரியும் இடம்வலமாகவும் மேலும் கீழுமாகவும் ரொம்ப நேரம் ஆட்டி கடூர யோசனைக்குப் பின்னால் துறவியின் பக்கமாய்ப் போனார். ஒன்றுமே அறியாதவன் போல் தன்னைச் சுற்றி சுற்றி சரமாரியாய்க் குரைத்துக் கொண்டிருந்த நாய்களைப் பிரம்பாலும் கையில் கிடைத்த கற்களாலும் யார் மேலோ எறிந்து வீழ்த்த வேண்டிய கோபத்தை ஆற்ற முடியாமல் மேல்மூச்சு கீழ்மூச்சு வாங்க, விடாது நாய்களை விரட்டி உடல் அலுக்க ஓடித் துரத்திக் கொண்டு திருமலாச்சாரி வந்து நின்றதை பழிக்குப் பழி வாங்குமுகமாக பாராநிலையில் அங்குமிங்குமாகத் திரிந்து கொண்டிருந்தான் ரௌத்ரானந்தர்.

"அதுகளெல்லாம் நமக்கு ஒரு எதிரியா?" ஆச்சாரி பேச்சை ஆரம்பித்தார். ஆட்டலோட்டத்தைச் சிறிது சிறிதாக நிறுத்திய துறவி கொஞ்சநேரத்திற்கப் பிறகு கையிலிருந்த கற்களையும் பிரம்பையும் கீழே போட்டான். ஆனாலும் திரும்பவில்லை. குரைப்புகள் சன்னஞ்சன்னமாய் குறைந்தது. கொஞ்சநேரம் மௌனத்திற்குப் பிறகு திருமலாச்சாரி "நாங்களும் மனுஷ ஜென்மந்தானே! நிசாதரியும் செய்யற காலத்திலெல்லாம் செய்யலையா. அட்டியில்லாம நடக்கலியா. சமீப காலமா வயனங்காக்கறேன் பேர் வழியா ரெண்டு மண்டலம் குண்டிலியானத்திலிருக்கிறதா கேள்விப் பட்டோம். அப்படி மனசையும் உடம்பையும் நேர்த்தி செய்யுற தியானம் கழிஞ்சு வர்றப்போ பழைய நித்ய கருமங்களுக்கான தடபுடல் வேண்டாமேன்னு நினைக்கிறது தப்பில்லையே"

துறவி இன்னும் ஒண்ணும் போசாமிலிருந்தான். திருமலாச்சாரி ஒரு பக்கமாய்த் திரும்பிக் கொண்டு பேசினாலும் ரொம்பவும் இங்கிதமாய்ப் பேசினார். இடையில் ஏற்பட்ட நீண்ட மௌனத்தை உடைக்கும்படிக்குத் துறவி செருமினான். சமாதானத்திற்கான அறிகுறிகள் தெரிந்தன.

அவனை விட இன்னும் பலம்மாகச் செருமிய திருமலாச்சாரி இன்னுஞ் கூடுதலாய் 'நீ என்ன மனுச மக்க மாதிரி சாப்புட்டு மலங்கழிக்கிறவனா? அடுத்த வேளைக்கு இருப்பு வக்கிறவனா? இல்லை வயித்துக்குத்தான் பயப்படுகிறவனா? சாதாரண மனுஷஜென்மம் மாதிரி ஏன் இவ்வளவு ரௌத்ரம் பூக்கணும்?. சாப்பிட்ட அடிசில் ரோமக்கால் வழியா ஆவியாக்கிறவன் இல்லையா நீ! மனுசபாவ ஜென்மங்களுக்கும் உனக்கும் வித்தியாசம் வேண்டாம்?"

என்றுமில்லாத திருவிழாவாய்த் திருமலாச்சாரியே குருத்துவாழையிலையைக் கொல்லையிலிருந்து கொய்து வந்தார். துறவியை அமர வைத்து லாடஞ்செம்பினில் நிறை தண்ணீருடன் வந்து தன்கையால் இலையில் தெளித்தார். ஈசானுமூலையில் ஒடுங்கிப் போய் கண்ணீர் சொரிய நின்று கொண்டிருந்த ரெங்கநாச்சியாரைப் பார்த்து "இப்ப எடுத்துவை சாதத்தை" என்று உத்தரவிட்டார். மூக்கின் வழியே வெகு சோகமாக பெருமாள் நாமவாளியை முனகிக்கொண்டே வந்த அம்மையார் கைகள் நடுங்க வெண்கலப்பானையைத் தூக்கிச் சாய்த்து பார்த்தவள் சந்தோஷத்தால் முகம் மலர்ந்தாள். சாதம் வெண்பளிங்காய் கரண்டியில் கோதி எடுக்கையில் வெண்ணெய் போலும் இருந்தது. பரிமாறினாள். முனிவனின் விரதம் ஷீணிக்க ஆரம்பித்தது. திருமலாச்சாரியின் ஊஞ்சல் மீண்டும் ஆடத் துவங்கியது.

இடுகாட்டு சாஸ்திரம் முடிந்து உடைந்த மண் ஓடுகளை மிதித்துக் கொண்டு 'ஹோ' வென்று அழுகையிலும் இரைச்சலிலும் பாடை சுடுகாடு நோக்கி விரைந்தது. வடக்குப் பக்கமாய் எட்டத்தில் ஐந்தாறு சக்கிலிச்சிகள் நின்று கொண்டு ஊர் கட்டுப்பபடி 'லொ லொ லொ' வென்று குலவையிட்டார்கள். அங்கெ பாக்கியத்தின்தாய் கண்தெரியாத கிட்டிணியும் கூன்வளைந்து உதிரும் தோல் உடம்போடு நின்று கொண்டிருந்தாள். சமீபகாலமாய் நடமாட்டமே இல்லாமல் முடங்கிக் கிடந்தாலும் அன்று காலையிலேயே தவழ்ந்து தவழ்ந்து வந்து வேலி மரத்தின் நிழலாய்ப் பார்த்து மயான பாதைமேல் ஒதுங்கியிருந்தாள். 'எம் மகராசனா போயிட்டாரு.

எம் மகராசனா போயிட்டாரு...' என்று மட்டும் சொல்லிக் கொண்டிருந்தாள்.

உச்சி கோர வெய்யிலில் சென்றாயனின் இறுதி நீண்ட ஊர்வலம் மயானம் போனபிறகும் வீட்டிற்குத் திரும்ப மனமில்லாமல் ரொம்ப நேரம் அங்கேயே உட்கார்ந்திருந்தாள். இடுகாட்டு சூன்ய அமைதியில் எல்லாம் நேற்று நடந்ததுபோல் இருக்க. அந்தக் கிழமனதில் ஈரநினைவுகள் கசியத் தொடங்கியன. அவளின் குறுகிய உடம்பு கந்தல் பொட்டலாமாய்ச் சுருண்டு கொண்டது.

அந்த ஜமீன் பண்ணைக்குள் பாக்கியம் காலடி எடுத்து வைக்கும்போது அவளுக்கு வயது பதினான்கு. அந்தப் பண்ணையை ஒட்டிய களத்துமேட்டில் தான்யத்தில் கொம்மை புடைத்துக் கொண்டிருந்த அம்மாவைப் பார்க்கத் தன்னைச்சிறுவயதிலிருந்தே வளர்த்த அப்பத்தாளுடன் தோட்டிவேலன்பட்டியிலிருந்து முதன்முதலாக அங்கு வந்திருந்தாள்.

"கிட்டிணி ஒனக்கு இவ்ளோ பெரிய மகா இருக்காளா?" என்று ஆச்சரியமாய் விளித்த சென்றாயன் பாக்கியத்தைக் கீழிலிருந்து மேல்வரைக்கும் பார்த்தான். அவன் கால்கள் கீழே நெடுக பரத்திக்கிடந்த தன்யங்களைக் கிண்டிவிட்டுக் கொண்டிருந்தன. முதலாளியே களத்தில் இறங்கி கிளறிவிடப் பார்த்த பண்ணக்காரர்கள் ஓடிவந்து வேகமாகத் தான்யத்தைக் கிண்டிவிட ஆரம்பித்தார்கள். அதைப்பார்க்க ஏதோ முழங்கால் அளவு தண்ணீரில் நாலைந்துபேர் கைகளை வீசிக்கொண்டு எதிரெட்டு போட்டு நடப்பதுபோல் தெரிந்தது. பாக்கியத்துக்குச் சிரிப்பை அடக்கமுடியவில்லை.

ஏய்...ஸ்... என்ன வந்ததும் வராததுமா இளிப்பு வேண்டிக்கிடக்கு பொட்டக் கழுதக்கி, மொதலாளி இருக்கிறது தெரியலே? பல்லக்காட்டுறா... கிட்டிணி மெல்லக் கடிந்தாள்.

முதலாளியின் கறுத்தமேனியில் வியர்வைத்துளிகள் மின்னாட்டாம் பூச்சிகள் போல மின்னின. சிறிசு சிறிசாய்ச் சுருண்ட தலைமுடி. வட்டமுகத்தில் எடுப்பம்சமான மூக்கு,

இலட்சுமணப்பெருமாள் 357

யானைக்கு அமைந்தமாதிரி கூர்மையான பொடிக்கண்கள். சப்போட்டாப்பழம் பிளந்தமாதிரி உதடுகள். பார்த்துக்கொண்டே இருக்கவேண்டும் போலிருந்தது. பேசும் போதும் நடக்கும்போதும் சிரிக்கும்போதும் அழகு பிரகாசமாகவும் மனசைக்கவரும் ஒருவித நளினமாயும் தெரிந்தது.

அப்பத்தாளுடன் திரும்ப ஊருக்கு வரமறுத்து, இப்பொவெல்லாம் அம்மாவுக்கு முன்னால் கிளம்பிச் சீக்கிரமாய்ப் பண்ணைக்கு வர ஆவலாகிப் போனாள்.

வாசலின் இரும்புக் கதவுகளைத் திறந்து உள்ளே செல்கையில் அங்குள்ள தென்னை வேம்பு மரங்கள் அவளை வரவேற்க இரவெல்லாம் காத்திருந்த மாதிரி அவையின் வரிசைகள் கலகலக்கும். அதனை அடுத்து தொளுவம். பின் சென்றாயனின் நீண்ட பெரிய வீடு. பார்க்கப் பார்க்க அவள் மனதிற்குள் பூப்பூவாய் பொரிந்து தள்ளும். இந்த சந்தோசத்துக்குள்ளும் மனசுஏனோ ஒரு குறையில் குறுகுறுத்துக்கொண்டேயிருக்கும். அது சென்றாயனைப் பார்க்கத்தான். எப்பவும் அவன் கண்கள் படும்படியாய் உலாத்திக்கொண்டே இருக்கத்தோணும், கால்கள் இவனைக் காணும்வரை சக்கரம் முளைத்த மாதிரி அங்கும் இங்கும் உருண்டு கொண்டு தானிருக்கும். நெஞ்செல்லாம் சுகமான கனத்தைச் சுமந்த மாதிரி பொழுதெல்லாம் குதூகலிக்கும். அங்கேயிருக்கிற வரையில் ஒரு விதமான சுகந்தம் தன்னைச்சுற்றி நிலவுவதாக நம்பினாள். பொழுதுசாய காலனிவீட்டுக்குத் திரும்பியதும் பண்ணையில் எதையோ தொலைத்து விட்டு வந்த மாதிரி உட்கார்ந்திருப்பாள்.

"மொதலாளி ஒன்னய மாதிரி ரொம்ப வெள்ளந்தி" என்று அம்மா அடிக்கடிச் சொல்லும்போது அவளைச் கட்டிப்பிடித்துக் கொஞ்ச வேண்டும் போலிருந்தது. சென்றாயனுக்கு எடைக்கு எடையாய்த் தன்னைப் பாவித்து சந்தோசப்பட்டாள்.

சென்றாயன் அன்றைக்கு அப்படிக் கேட்டுவிட்டான். அவளிடம் கேட்க அவனுக்கு ஒரு தயக்கமும் இல்லை. எதோ

பலகாரம் கேட்டமாதிரி. அவனைப் பொறுத்தமட்டில் அவனைவிட யாரும் பெரிது இல்லை. எவர் பொருட்டும் பயப்பட வேண்டிய அவசியமில்லை. வீட்டில் உத்தரவு பெறவோ இது சம்பந்தமாக பிரச்சனையச் சந்திக்க வேண்டிய பின்விளைவுகளோ அவனுக்குக் கிடையாது. முன்பின் யோசிக்காமலேயே அவன் பேசுவதெல்லாம் அங்கு வேதமாக இருந்தது ஒரு காரணமாயிருக்கலாம். எல்லோருக்கும் போல் அப்படித் தைரியமாக ஒரு பெண்ணிடம் இது சம்பந்தமாகக் கேட்கத் தனி அரவமற்ற இடமொன்று வேண்டுமென்று கூடப்படவில்லை.

பாக்கியத்திற்கு அழுகையாய் வந்தது. அவன் அப்படிக் கேட்கவும் அவன் மேலிருந்த மதிப்பு, அவன் நினைவுகளினாலான மன இனிப்பு குறைந்ததா இன்னுங்கூடியதா என்று விளங்கவில்லை. இப்போதெல்லாம் சிரித்த அவன் முகம் பார்க்கப் பயமாகவும் அதே சமயம் பார்த்துக்கொண்டே இருக்கும்படியான வெறியாகவும் மனசில் மாறி மாறிப் படிந்துக் கொண்டேயிருக்கிறது. அப்படிக் கேட்காமல் இருந்திருந்தால் நாளுக்கு நாளாய் நெஞ்சில் கனன்று வரும் அந்த ஜீவாலை இன்று இப்படி கங்கு பூத்து அமைதியாயிருக்காது.

அவள்அரிச்சலாய் கேள்விபட்டும் பட்டிராத விஷயம் அது. நினைத்தால் வாந்தி வருகிற மாதிரி குமட்டல், திடீரென்று தனக்குக் கிரீடம் சூட்டிப் பல்லக்கில் அமர வைத்து தர்பாருக்கு அழைத்துப்போகிற மாதிரி உணர்வு. சொல்லத் தெரியாத மன ஆர்ப்பாட்டத்தோடு கையும் காலும் வலுவிழந்து மூன்று நாட்களாய் பசியும் தூக்கமும் சரீரத்தை விட்டு விலகிப் பண்ணையைச் சுற்றி தன் காரிய பலிதத்திற்காக உலாவிக் கொண்டிருந்தது.

இறுதியாக, கட்டியான பசுந்தயிரை விட்டுப் பிணைந்து நிறைவாய் சாப்பிட்ட முனிவன் பெருத்த ஏப்பம் விட்டதினால் விழுந்த இடைவெளியை நிரப்பும் பொருட்டு லாடஞ்செம்பிலிருந்த தண்ணீரைக் 'கடக்கடக்' கென்று தொண்டைக்குழி ஏறி இறங்கக் குடித்து முடித்து விட்டு

எழுந்திருக்க முயற்சித்தான். சம்மணமிட்ட கால்களை அசைக்க முடியவில்லை. கைகளை ஊன்றியும் அப்படி இப்படி உடம்பை நெளித்தும் எழுந்திருக்க முயற்சி செய்தான். சந்தேகத்தோடு திருமலாச்சாரியைத் திரும்பிப் பார்த்தான். ஊஞ்சல் முன்னிலும் வேகமாக 'கிரீச் கிரீச்' என்று அதியோசையைக் கிளம்பிக் கொண்டிருந்தது.

வெற்றிலையின் நரம்புகளை உரித்துக் கொண்டே முனிவன் பக்கம் முகத்தைத் திருப்பாமலே கேட்டார்: 'அதென்ன அதென்ன? சோற்றுப் பருக்கையைப் புழுவாக்கிற சித்துவேலை! படவா... சலதாரைக் கிடங்கிலிருக்கிற புழுவை சாதமாக்கித் தின்னுருக்கலாமே, ஏன் ஒன்ன மாதிரி ஆளுகளால் அப்படியெல்லாம் செய்ய முடியறதில்லே.

முனிவன் அடைபட்ட மந்தி போல ஒன்றும் பேசாமல் திமிறினான். ஆத்திரம் ஆத்திரமாய் 'ஆஹ்ம்...ஊஹ்ம்...' என்று சடைமுடியையும் தாடியையும் பிராண்டினான். "சிதறிக் கிடந்ததைச் சேக்கணும்: உடைஞ்சு போனதை ஒண்டிக்கணும். அதான் துறவுக்கு லட்சணம். பஞ்சபூமியில் மழை விழுக வைக்க முடியுமா உன்னால்? அப்புறம் என்ன நீ பெரிய மயிரு. அப்படி காட்டுமே உன் சாமர்த்தியத்தை!"

ஊரைக் குட்டைப்புழுதியாக்குவானாம்; ஊரணியைச் சாக்கடையாக்குவானாம் இவரு பண்ணுற வேள்வியிலே குடிக்க நல்ல தண்ணியில்லாம நாடு நாதியத்துப் போயிருமாம்; ஆஹாஹ! எப்பேர்ப்பட்ட ஆரியவித்தை. இம்புட்டு பய, குளத்துல விஷங்கலக்கிறதுக்கும் உனக்கும் என்னடா பெரிய வித்தியாசம். இவ்ளோ காலமும் இமய வாரத்திலிருந்து இங்க வரைக்கும் இந்தப் படிப்புதான் படிச்சயாக்கும்; அதை எங்கிட்டெ காட்டுறே!

அடிபட்ட கண்ணாடி விரியனைப் போல ஸ்...ஸ்...என்று நாசித் துவாரத்தின் வழியே அனல்காற்றை உமிழ்ந்த முனிவன் ஆற்றாமையாலும் ஆங்காரத்தாலும் முக்கியும் முனகியும் நாய்வாலில் வண்டி ஏறியமாதிரி இடுப்பிற்குக் கீழே அசையாத பட்சத்தில் எதுவும் செய்யமுடியாது, வெறி கொண்டு

நாலாதிசைகளிலும் திமிறித் திணறிக் கொண்டிருந்தான்.

விபரீதத்தை அறிந்து பயந்து, கணவன் பக்கம் வந்துநின்ற ரெங்கநாச்சியார், "இங்கே பாருங்கோ பாவா! கொஞ்சம் என்னயப் பாருங்கோ. திரும்பிப் பாருங்களேன். சொன்னா கேளுங்கோ வேண்டாம் நாலாவேதமும் படிச்ச நீங்கோ இந்தக்காலம் வரைக்கும் நல்லதுக்கே இதைப்பயன்படுத்திட்டு இன்னக்கின்னு அண்டி வந்தவர்க்கிட்டே அவர் தெரிஞ்சும் தெரியாம செய்திருந்தாலும் நீங்க இப்படிச் செய்து காட்டியிருக்க வேணாம் பாவா. நாஞ்சொன்னா கேக்கிறீகளா இல்லையா. நாளைக்கு ஜனங்கள்லாம் சாமியாரைப்போயி ஒரு ஒண்ணுமறியா பண்டாரத்தைப் போயி சோத்தைப்போட்டு துவம்சித்தான்னுதான் ஒங்கள சொல்லுவாகளெ ஒழிய வேற எதுவும் பேசமாட்டாங்க."

பாரியாளின் வேண்டுகோளை ஒரு பொருட்டாக எண்ணாத திருமலாச்சாரி தூள் செய்த பாக்குத்துளைச் சுண்ணாம்பு தடவிய வெற்றிலையில் மடித்து உள்ளங்கையில் வைத்துக்கொண்டு திரும்பி ஒரு முறைப்பு முறைத்தார். அந்தத் தகிப்பைத் தாங்கமுடியாத ரெங்கநாச்சியார் ரெண்டு கைகளையும் ரெண்டு தொடையில் ஊன்றியவாறு தள்ளாடி உள்பக்கம் நடக்க ஆரம்பித்தாள். உள்ளே போவதை மட்டியைக் கடித்துக் கொண்டு பார்த்துக் கொண்டேயிருந்த திருமலாச்சாரி தலையை இப்பக்கமாகத் திரும்பிய வேகத்தில் ஆட்காட்டி விரலை முனிவனை நோக்கிக் காட்டிய வாறு சொன்னார். "இப்பொ எழுப்பிவிடறேன் இதோ பார்! சூர்யோஸ் தமனத்துக்குள்ளே இந்த ஊர் எல்லையைத் தாண்டிரணும்... ம்..." வெத்திலையைக் குதப்பிக் கொண்டார். முனிவன் தலை கவிழ்ந்து இருந்தான்.

"லோகம் நல்லாயிருக்கணும்னு எண்ணுறவனும் காலன்கிட்டகூடக் கருணையை எதிர்ப்பார்க்கிறவன்தான் துறவி. ஜனங்க செழிப்புல இருந்தாத் தான், மழைதண்ணி பாத்து நாடு செழிச்சாத்தான் மண்டல கணக்குல உன்னால வயனங்கள் காக்கமுடியும். லோகம் சாம்பலாகணும்னு நீ வரம் கேட்கவே இந்தப் பூலோகம் உயிர்த்திருக்கணும். அது என்ன துறவு?

பிரபஞ்ச மெல்லாம் நிர்மூலமாகிறதைப் பாத்து சந்தோசப்படுகிறது?ம்... தூக்கு உன் சங்காத்தத்தை."

உள்ளே நுழைந்து ரெங்கநாச்சியார் கெஞ்சகெஞ்சக் கொஞ்சமும் சட்டை செய்யாமல் முனிவனின் பூர்வீக உடைமையான மரவையைத் தூக்கி அவனை நோக்கி எறிந்தார். சந்தனக் குச்சிகளும் கிழிந்த காவிப்பைகளில் முடிந்து வைக்கப்பட்டிருந்த நவபாஷாண சேர்க்கைகளும் லிங்க உருக்கள். வெண்கலம் பித்தளை ஐம்பொன்னாலான குன்றிமணிகள் மான்தோல் பைகளில் சில துறவறப் பொருட்களுமாய் தெருவில் சிதறித் தெறித்தன.

ரொம்பநேரமாய் அந்தப்பகுதி பெரும் அமைதியாயிருந்தது. முனிவனின் கரிய இதயத்தைப் போல வானம் கொஞ்ச கொஞ்சமாய் இருண்டு சூழ்ந்தது. மெல்லக் கிளம்பியெழுந்த காற்று பின் சூரைக்காற்றாய் ஓங்காரித்தது. மனித எலும்புக்கூடுகள் மாதிரி இலைகளே இல்லாத மரங்கள் காய்ந்த கிளைகளை நெருநெருவென அசைத்து விட்டன. சிறிது நேரத்திற்கெல்லாம், விழுந்தால் சிரசு சிதறிவிடுகிற மாதிரியான பெரிய பெரிய ஆலங்கட்டி மழை விழத்தொடங்கியது. தம் பொருள்களைப் பரிதாபமாகவும் ஆத்திரத்துடனும் பார்த்த முனிவனுக்குத் தன் குரல்வளைக் குள்ளிருந்து உருக்குக்கையொன்று முளைத்துக் கிளம்பி தன்குடலை உருவி எறிந்தமாதிரி உடம்பு கிடுகிடுத்துத் துள்ளித்துள்ளி விழுந்து ஊ... என்று நரிபோல் ஊளையிட்டான்.

தொலஞ்சிபோ!

திருமலாச்சாரியின் இரண்டுகைகளும் பெருங்கதவைத் 'தப்பென்று' சாத்தித் தாழிட்டுக் கொண்டது. இருப்பிடத்திலிருந்து பூட்டாய் அசைத்துப் பிடுங்கப்பட்டவன்போல் எழுந்த முனிவன் மழைக்காற்றின் இரைச்சலோடு ஆக்ரோச அவயமிட்டபடிப் பொருள்களை ஓடோடி பொறுக்கிக் கொண்டே வீடு நோக்கி இரைந்து கொண்டிருந்தான். இரவு முழுவதும் மழையோடு மழையாய் வீட்டைச் சுற்றி சுற்றி ஏதேதோ சபித்த வண்ணம் திரிந்ததை ஜன்னல்வழியே அவ்வப்போது தோன்றிய மின்னல்வெட்டில் பெருங்கவலையுடன் ரெங்கநாச்சியார்

பார்த்துக் கொண்டிருந்தாள். வேறுபுகல் இல்லாத நாய்களோ அவனை முன்னும் பின்னும் துரத்தித் துரத்திக் குரைத்துக் கொண்டிருந்தன.

கிட்டிணி, பாக்கியத்தை வெந்நீர் வைத்து நன்றாய்த் தலைக்குத் குளிப்பாட்டினாள். உவர்மண் மணக்க சக்கிலியூரணி கண்மாயில் துவைத்த சூரங்குடி கண்டாங்கிச் சேலையை உடுத்திவிட்டாள். வீட்டு வாசற்படியில் அமர்ந்து கொண்டு மகளின் தலையை மடியில் கிடத்தி ஈறு ஒழியால் தலைமயிரை உருவி விட்டுக்கொண்டே மகளிடம் பேசினாள்.

"கோட்டி கழுதெ! கோட்டி கழுதே! இதுக்கா மூணுநாளா சாப்புடாம குளிக்காமெ தூங்காமெ கெடந்தெ, நல்ல பொம்பள போ, பாவம் அந்தச் சாமியாவுக!"

தலையைப்புரண்டு அம்மாவைப் பார்த்தாள்.

"அவ்ளொ பெரிய சீமான் நம்மளப்பாத்து 'தா'ன்னு கேக்குறதே பெரிய புண்ணியமில்லையா? புளிச்சதண்ணியில் இருந்து உடுத்துற துணிவரைக்கும் நாமதான் கையேந்தி நிக்கெணும். பேரும்புகழும் பெத்த வம்சம் நம்மகிட்ட இருக்கிறத பாத்து ஏமாந்துநிக்கிறதா? அவுக கேட்டு நாம இல்லேன்னு சொன்னா அது எப்பேர்க்கொத்த பாவம் தெரியுமா? கொடுக்கிறதுக்கு நம்மகிட்ட அது ஒண்ணாவது இருக்கே! அந்த ஆண்டவனெக் கையெடுத்துக் கும்பிடணும். செத்த நொடிசோலி, எல்லாம் பெத்த மகராசா அந்த ஒரு சுகத்துக்குக் கையேந்துறதா? ம்... எப்படி புண்ணியவான் வாய தொறந்து கேட்டுபுட்டாரா சீமான்!..."

பாக்கியம் திரும்பத் தலையைக் கவிழ்த்து கொண்டாள்.

நீயென்ன பொம்பள... இப்பொ சொல்லட்டும் அந்த மகராசனுக்கு எத்தனெ ஜமீன்லெருந்து பொண்ணுக என்னெக்கட்டிக்கோ ஒன்னக் கட்டிக்கோன்னு, ஒவ்வொண்ணும் ரதிமாதிரி! என்னமோ ஏதோ முன்னால குடும்பத்துக்கு ஒரு அவச்சொல்லிருக்கு ன்னு கல்யாணமும் வேண்டாம் வாரிசும் வேண்டாமுன்னு ஒத்தக்கால்ல நிக்கிறாரு. பாக்கியம் பழையபடிப் புரண்டு அம்மாவைப் பார்த்தாள்.

“அந்த ஒரு சொல் போதாதா ஊருக்குள்ள நமக்கு? இன்னார்ட்ட உண்டுமாம்னு ஊரு பேசுனா போதாதா. அட அப்படியே வயித்துல தச்சாத்தான் என்ன? தங்கமா வளத்துக்கிடலாம். ஆணோ பெண்ணோ இந்தத் தெருவே நெறஞ்சி தெரியாது? காசா கேட்டாரா பணமா கேட்டாரா? இல்லாததக் கேட்டுட்டீகளேன்னு செல்லீற.”

தங்கள் கணவன்மார்களின் பல்வேறு வேலையையொட்டி மூன்றாம் நாள் தீயாத்து நிகழ்ச்சியன்றே பதினாராம்நாள் செய்ய வேண்டிய இறுதிச் சடங்கையும் செய்து முடித்தார்கள் சென்றாயனின் அக்காமார்கள். துலுக்கப்பட்டி அந்தோணி சாம்பானின் கலெக்டர் மகனோட ஓடிப்போன மூத்தவள் ருக்குமணி நாச்சியாரும், பொம்மையநாயக்கனூர் ஜமீன்தாரினி அழகுசுந்தரியும் புரொபசர் பெண்சாதி மூன்றாவது அக்காள் பாப்பம்மாளும் வீடு நஞ்சை புஞ்சை தோட்டந்துறவுகளைப் பிரித்து தங்களுக்குள் பாகஞ்செய்து புறப்பட்டனர். அந்த ஊரின் ஆகப் பெரிய அதிசயமாய்ப் பேசப்பட்ட ஜமீன் இரும்புப்பெட்டியை நன்றாகத் துடைத்துப் பாதாள துர்க்கையம்மன் கோயிலுக்கு ஊரார் வேண்டுகோளுக்கிணங்க மூன்று குடும்பத்தாராலும் தானமாகத் தரப்பட்டது.

சொல்ல முடியாத நெஞ்சுக் குதூகலிப்பில் இலக்குப் புரியாத ஆனந்தத்தின் மனகனபரிமாணத்தில் உள்ளே அடியெடுத்து நுழைந்த பாக்கியம் தாங்கமுடியாத இருதய கனத்தோடும் இலக்கில்லாத சோகத்தோடும் இன்று தொளுவத்திலிருந்து மூட்டை முடிச்சுகளுடன் அய்யலுசாமியைக் கூட்டிக் கொண்டு தன் காலனியை நோக்கிப் புறப்பட்டாள். கம்பிக் கதவை திறந்து கொண்டு வெளியே அடியெடுத்து வைக்கவும் விஷ்ணுத்தேவர் எதிரில் வந்தார்.

“பாக்கியம்! இந்த எடத்தைக் கோயிலா நெனச்சி இருந்தேம்...எழுத்த அழிச்சி எழுத முடியுமா? சாபம் ஒண்ணு இருக்கே! கொண்டபள்ள கோட்டையாளு திருமலாச்சாரி ஒரு கிரஹபிரஹஸ்தர் தான்” இப்படிக் கதையை ஆரம்பித்தால் செவிவழிப்புராணம் முடியாமல் போகாதே.

சென்றாயம் மொதலாளியோட கணக்குத் தீந்ததுன்னு இந்தக் கதை தெரிஞ்சவங்க பேசிக்கிடறாங்க. ஒருத்தரை ஒருத்தர் சொல்லத்தான் கேள்வி. பின்ன இதைப் போயி யாரு பார்த்தா! அவங்க சொல்றதுக்கும் இந்த மனுசன் கல்யாணம் காட்சியில்லாம போய் சேந்ததுக்கும்...

"அயிலு! ஒங்க மொதலாளி எங்கடா...ம்..ஒன்னயவெயில்ல அலைய சகிக்க மாட்டாரே! ஒன்னய மெல்லவும் முடியாமே மிழுங்கவும் முடியாமே ஒன்னய வச்சிக்கிட்டு அவரு பட்டபாடு...ம்..தொளுவுல இருக்காரா பாத்துட்டு வா..."

அய்யலுசாமி அம்மாவை அண்ணாந்து பார்த்து கண் கலங்கினான். "சரி, அவரு ரூபத்தில இவனைப் பாத்துக்கோ. அப்படியொரு கொடுப்பினையாவது உனக்குத் கெடச்சதே. துட்டு துக்காணியெ விடு கழுதை அது இன்னிக்கு எங்கிட்ட. நாளைக்கு ஒங்கிட்டெ. இந்தா இவ்வளவு சொத்தும் அம்போன்னு பொட்டப் பிள்ளைகளுக்குப் போயி சேர்ந்திருச்சி வாரிசுயில்லாமே"

பாக்கியம் அய்யலுசாமியை அணைத்துத் தலையை விரலால் கோதியபடி விஷ்ணுத்தேவரைப் பார்த்து "விஷ்ணய்யா, வாரீசு இல்லாம போச்சி வாரீசு இல்லாம போச்சிங்குறாங்களே நம்ம முதலாளிக்கு வாரீசு இல்லாமலா போச்சு!"

பாக்கியத்தின் பேச்சு கொஞ்சநேரம் விஷ்ணுத்தேவருக்குப் புரியவில்லை. இப்படிக் கணக்கு இவருக்குத் தெரிந்தவரையில் எந்தக் கீழ்ச்சாதிப் பொண்ணும் போட்டதில்லை. கொஞ்சநேரத்தில் அதை நிதானித்த தேவர் பையச் சிரித்து கையையும் தலையையும் ஒரு சேர ஆட்டி- அது சரி நீ...அய்யலுசாமிய சொல்றியா... போச்சு.. போ..ஆம்பளேன்னா சேறு கண்ட இடத்துல மிதிப்பான், தண்ணி கண்ட எடத்தில கழுவுவான். அதுவும் இப்படி பெரிய எடமுன்னா கேக்கணுமா? எல்லாம் வாரீசாயிற முடியுமா? நல்லாச் சொன்னே. ஒன்ன கிழக்காமெ நிப்பாட்டி தாலி கட்டுனாராக்கும் நீ நல்ல கோட்டிக்காரி வந்து வாச்சே.

பாக்கியத்துக்கு ஒன்றும் புரியவில்லை. பத்துமாதச் சுமையில்லாமல் கால் ரூபாய் மஞ்சள் கயிறிலா வாரீசு பந்தம் இருக்கிறது. இந்த யோசனையோடும் துயரத்தோடும் சென்றாயனின் பண்ணையையும் தொளுவையும் பாழடைந்த அரண்மனையையும் கடைசியாய்ச் சென்றாயன் உலாவிய இடத்திலெல்லாம் அய்யலுசாமியை நிறுத்திக் கற்பனையில் பார்த்தாள்.

காரைச்சுவரின் விரிவுகளில் வேர்விட்டிருந்த ஆலஞ்செடிகள் தம் பழுத்த இலைகளை லேசுக்காற்றில் படபடத்தன. அவை பாசி பற்றிய சாமியாரின் பற்கள் அய்யலுசாமியைப் பார்த்து நெருநெருப்பதாய் உணர்ந்த பாக்கியம் "ஆமாம் கோட்டையாளு வமிசம் சென்றாயம் முதலாளியோட கருவறுந்து போச்சி" என்று கூறிக்கொண்டே அய்யலுச்சாமியை முந்தானை சேலையால் போர்த்தி அம்மா வீட்டுக்கு விரசலாய் நடக்கலானாள்.

மருவாதி

ஊர் மொத்தமும் கூடியிருந்தது. மீனம் பகடையும் அவன் மகன் கப்பியும் தலைய கவுந்தமட்டுல நின்னுக்கிட்டிருந்தாங்க. குடிச்சுப் புட்டா இந்தக் கப்பிப்பய இதே வேலையா வச்சிக்கிடுறான். இன்னக்கி அவனை ரெண்டுல ஒண்ணுன்னு முடிச்சிருங்கன்னு ஆளாளுக்கு பேசுனாங்க.

மீனனுக்கு பொறுக்கலை. மகனெப் பாத்து தாறுமாறா வஸ்ஸான். நாட்டாமை, கப்பியை மொறச்ச மட்டுல உக்காந்திருந்தார். அவர் மொறப்பை பாத்து மீனம்பகடை மகனை கையை ஓங்கி ஓங்கி பொழுதனைக்கும் அடிச்சான். அவன் உம்முன்னு நின்னுக் கிட்டிருந்தான்.

ஊர் சம்சாரிகளை ஒரு தடவை பார்த்து பழையபடி கப்பியை அடி அடின்னு அடிச்சான், "அடிச்சி வளக்காத பிள்ளையும் முறுக்கி வளக்காத மீசையும் வாயில்தான் கிடாவும்ங்கிறது சரீயாப் போச்சேடா ஒவ்விசயத்துல"

மீனம்பகடைக்கு கையும் வாயும் வலிச்சதுதான் மிச்சம்.

ஊருக்கு கிழக்கே கோபாலநாக்கெரு தென்னந்தோப்புலே ஆறு பேரும் உக்காந்தாங்க. 'ம்... இதான் வாப்பான இடம். நம்ம பாட்டுல சாவகாசமா உக்காந்து குடிச்சி பேசி போகலாம்.'

வேல்த்தேவர் சொல்லிக்கிட்டே நிழலோட்டமா உக்காந்தார். அடுத்தடுத்து பொன்னுநாயக்கர், இடைக்குடி கிட்ணன், தரகர் ராமையா. தலையாரி சுப்பையா சுத்தி உக்கார, மிலிட்டரி பாலு நடுவுலெ உக்காந்தான்.

பாலுவோட மிலிட்டரி மேலு மினு மினுப்பையும். கமகமன்னு அவன் சட்டை கைலியிலிருந்துவர்ற சோப்பு வாசத்தையும் ஆச்சர்யமா பாத்த மட்டுல இருந்தாங்க.

பாலு, மேல் சட்டையை தூக்கி இடுப்புல சொருகியிருந்த ரெண்டு ரம்பாட்டிலை தூக்கி முன்னாடி வச்சான். முண்டு மாதிரியிருந்த பாட்டில்களைப் பார்த்ததும் "அடிரா வொப்பனோலி மிலிட்டரி சரக்கு மிலிட்டரி சரக்குதான். இப்படி பாட்டிலாவது இங்கிருக்கிற கடைகள்ல வச்சிருக்கானா?"

தரகர் ராமையா சொன்னதும, "கிட்டயா இருக்கு ஜவான்க உடம்பை வளக்கிறதுக்குன்னே மத்திய சர்க்காரு கொடுக்குறானே. என்னென்ன பழ வகைகள் இருக்கோ அவ்வளவுமில்ல போட்டு இறக்குவான்."

கவர்மெண்ட் அதிகாரிங்கிற தோரணையிலெ தலையாரி சுப்பையா சொன்னார்.

"இங்கெல்லாம் சும்மா ஏமாத்து வேலை. இத்துப்போன இரும்பு. தீஞ்ச பேட்டரிக்கட்டை யூரியா உப்பு. நவச்சாரம் இதுகளை ஒண்ணாப் போட்டு கலக்கி காச்சி, வயசுப் புள்ளைக படத்தை முண்டமா வரைஞ்சி பாட்டில்கள்ல ஒட்டி குடிங்கடா பேப் பயகளா அப்படீன்னு கொடுத்தா பொன்னு நாக்கெருக்கெல்லாம் என்ன தெரியும் பாவம். குடிச்சுப் போட்டு மல்லாக்க கிடப்பாரு." இடைக்குடி கிட்ணன் கிண்டலடிச்சார்.

ரொம்ப இளக்காரமா எல்லாரையும் பாத்த பாலு. சிரிச்சிக்கிட்டே "ஒரு விசயம் மறந்துட்டமுள்ல. சோடா, கொறிக்கிறதுக்குன்னு யாரும் யோசிச்சுப் பாத்தமா?"

"ஐயையே"

"அது மறந்து போச்சா"

"நாங்கூட இன்னைக்கின்னு பத்துப் பைசா மடியில வெக்காம வந்துட்டேனே"

"துட்டு நான் வச்சிருக்கேன். துட்டைப் பத்தி கவலையில்லை." கைலியில் சுருட்டி வச்சிருந்த நூறு ரூபாதாளை எடுத்தான் பாலு.

“அப்போ நா போயிட்டு வர்றேன்.” பொன்னு நாக்கெரு எந்திரிச்சார்.

“சீ. மாமா நீங்க பெரியாளூ போகவா. சும்மாயிருங்க!”

எல்லாரும் சுத்தும் முத்தும் பாத்தாங்க. தூரத்துல ஒருத்தன் முள்ளூ பெறக்கிக்கிட்டிருந்தான். அவனை ஆறு பேரும் மாறி மாறி அவயம் போட்டு கூப்புட்டாங்க. அவன் வரும்போதே துண்டையெடுத்து கையில போட்டுக்கிட்டு மரியாதையா வந்தான் கிட்ட வந்ததும் ஆளூ அடையாளந்தெரிஞ்சது. மீனம் பகடை மகன் கப்பி.

“எல்லாரையும் கும்புடுறேன் மகா ராஜா”

“லே கப்பி! நீதானா வாவா! மொதலாளி கடைக்குப் போயிட்டு வரச் சொல்றாரு போயிட்டு வா!”

“செல்லுங்க எசமான் இந்தத அடிமைக்கி அதெ விட என்ன வேல”

ரூபாய வாங்குன கப்பி போன மாயந்தெரியல வந்த மாயந்தெரியல. அஞ்சாறு பன்னீர் சோடா அரைக்கிலோ மிக்சரோட வந்துட்டான்.

பாலு மாறி மாறி ஊத்திக் கொடுத்தான். எல்லாரும் கண்ணை மூடிக்கிட்டு மல்லுக்கட்டி ஒவ்வொரு ரவுண்டா குடிச்சாங்க. பாலு மட்டும் வெந்நீர் சாப்புட்ட மாதிரி ஒவ்வொரு மடக்கா குடிச்சான். மிலிட்டிரியில் அப்படித் தான் பெக்கு பெக்கா குடிப்பாகளாம்.

குடிச்சதும் உஸ்ஸ’ன்னு வாய் வழியா ஊதி மூக்கை வெடச்சிக்கிட்டு. “குடிக்கும்போதே எவ்வளவு மணமிருக்கு” சரக்கை புகழ்ந்தமாதிரியும் பாலுவைப் புகழ்ந்த மாதிரியும் வேலுத் தேவர் ரொம்ப மெக்கெப் பேசினார்.

“ஹாய்! சொல்லுணுமா!”

“எவ்வளவு சோடா ஊத்துனாலும் சரக்கு நெறத்தைப் பாரேன் காடை ரத்தமா இருக்கிறதை”

கப்பி அவங்க சாப்புடறதைப் பாத்து எச்சியை கடக்கு கடக்குன்னு முழங்குனான். ஒவ்வொருத்தருக்கும் சப்போட்டா பேசிக்கிட்டேயிருந்தான்.

“ம் ம்... அப்படித்தான். கண்ணை மூடிக்கிட்டு மளமளன்னு குடிங்கசாமி! இதென்ன செய்யும் மொதலாளி மாரை!”

மிச்சரெஎடுத்து வாயிலபோடுங்க அவ...ஙா... அவ்ளதான் அவ்ளதான்...

“சாமிக நல்லாச்சாப்புடுங்க. மிலிட்டரி ஐயாவுகளுக்கு நீங்க நல்லாச் சாப்ட்டாத்தான் திருப்தி” பாலுவைப் பாத்து அசடு வழிஞ்சி சிரிச்சான். ஒரு கும்புடு போட்டுக்கிட்டான்.

“இந்த சாமிக்கு ஊத்துங்க. அந்தா அவுகளுக்கு. மகாராஜ்மார்களுககு வேற புகையெதுவும் வாங்கியாரவா?”

உபசரிப்புல ரொம்ப மும்முரச்சலாயிருந்தான்.

“ஏலே கப்பி! நீ கொஞ்சம் போடுறியா?”

பாலு கேக்கவும் ரொம்ப வெட்கமா நீங்க சாப்புடுங்கசாமி. நாம் போயிதர்மர்களுக்கு முன்னாடி... அப்படீன்னு சொணங்கி மொணங்குனான். தலையை சொரிஞ்சுக்கிட்டே நின்ன அவனுக்கு குடிக்கணும்னு ஆர்வமிருந்தது தெரிஞ்சது, டேய் மொதலாளி சொல்றார்ல. குடிச்சிக்கோ. நீ எந்தக் காலம் இதெல்லாம் அனுபவிக்கப் போறே! அந்தா அந்த தென்னெ ஓலையைக் கிழி!”

மரத்திலிருந்து தரையை ஒட்டி வளைஞ்சி கிடந்த ஒரு தென்னங்கீத்தை கிழிச்சி பதனிக்கி கட்டுறமாதிரி வளைச்சுக்கட்டி நீட்டினான். கொஞ்சமும் முகஞ்சுழிக்காம, ஊத்த ஊத்த தவைக்கி தண்ணி குடிக்கிற மாதிரி வளைச்சி மண்டுனான். மிக்சரை ரெண்டு கையை நீட்டி மரியாதையா வாங்கி தூரமா போயி நின்னுகிட்டான். நேரமாக ஆக அஞ்சு பேரும் அஞ்சுத்திக்கமா ஒருச்சாச்சிக்கிட்டு பாலுவோட கொடை பாரம் பர்யத்தையும் அவங்கவங்க வீரப்பிர தாபத்தையும் கசாமுசான்னு பேசிக்கிட்டு கிடந்தாங்க.

கொஞ்ச நேரம் போனதும் கையில கிடந்த துண்டையெடுத்து தலையில நேஞ்சி கட்டுன கப்பி விறுவிறுன்னு வந்தான். பாலுக்கு முன்னாடியிருந்த ரம்பாட்டிலை எடுத்து மேலயும் கீழயும் பாத்தான். பிறகு கீழ வச்சான். எல்லாரையும் ஒரு தடவை சுத்திப் பார்த்தான். யாரும் நிமுந்து பாக்கிற மாதிரியான நெலமையிலில்லை.

பாட்டிலோட எடுத்து கடகடன்னு குடிச்சதும் மிக்சரை கை நிறைய அள்ளிக்கிட்டான். பாலுவை மெல்ல கையால சுரண்டி "மிலிட்டரியில"

பாலு மெல்ல தலைய ஒசத்தி என்னங்கிற மாதிரி தலையை மேலும் கீழும் ஆட்டுனான்.

"மிலிட்டரியில... மிலிட்டரியில... சண்டைக்கெல்லாம் போவீகளா?"

கேட்டுக்கிட்டெ கைச்சாடை வேற போட்டான்.

பாலு ஆமாங்கிற மாதிரி தலையை ஆட்டி அடேயப்பா அதையேங்கேக்கேங்கிற சாடையில கையை அப்படியும் இப்படியும் ஆட்டுனான்.

"நல்லா மயிர்களைப் பிடுங்குனீரு! நீங்கெல்லாஞ்சண்டை போட்டு நாட்டெபொல்லா காப்பாத்திருவீக!"

இப்போ பாட்டில்லயிருந்து கிளாசில ஊத்தி எடுத்து மடக்குமடக்குன்னு குடிச்சான்.

"ஏய்!... ஏலே... என்ன பெரிய்ய மயிரு மாதிரி பேசுறே"

"யோவ் என்னத்தய்யா கண்டீரு. மயிரு தயிருன்னு எங்கெ நா ஓடுறேன் என் ஓட்டத்தை பிடிச்சீரும் பாப்பம். மிலிட்டரியாம் மிலிட்டரி." எந்திரிச்சி நின்னான்.

பொன்னு நாக்கெரும் இடைக்குடி கிட்ணனும் சுதாரிச்சி "ஏலே திமிராடா படவா! செருப்புட்டடி நாயை. அதென்னடா அப்படி பேசுறே. ஒழுங்கா மொதலாளிகிட்டே மன்னிப்புக் கேள்றா"

கப்பி பேசாம மொறச்சமட்டுல நின்னுக்கிட்டேயிருந்தான்.

"இப்பொ மன்னிப்புக் கேட்டு கால்ல விழுகுறயா இல்லயா?" அடுத்து மூணு பேரும் கப்பியை நாக்கைத் துருத்திக்கிட்டு அதட்டுனாங்க.

"என்னடா மொறக்கிறெ எந்திரிச்சி வரவா?"

"சரி மொதலாளி தப்புத்தான் மன்னிச்சுக்கோங்க"

சொல்லிக்கிட்டே பாலு கால்ல விழுந்தான். மறு நிமிசம் எந்திரிச்சதும் மிலிட்டரி பாலு கன்னத்துல சப்பு சப்புன்னு மாறி மாறி அடிச்சுப்புட்டான். பல்ல நறநறன்னு கடிச்சுக்கிட்டு "மன்னிப்பாம் மன்னிப்பு கால்ல விழுகணுமாம் வெண்ணெக்கி."

வாய்க்கு வந்தபடி வஞ்சிக்கிட்டே தூரமா ஒரு மரத்து நிழல்ல போயி நின்னுக்கிட்டான்.

அவ்வளதான். அவ்வளபோதையிலயும் எல்லோருக்கும் சளசளன்னு வேர்த்து விளுவிளுத்துப் போச்சி.

"ஏலே கப்பி ஏலே கப்பி!" ஆளாளுக்கு கூப்பாடு போட்டாங்க. அவன் எதையும் காதுல வாங்காம எதேதோ புலம்பிக்கிட்டு அங்குட்டும் இங்குட்டுமா உலாத்துனான். இதையெல்லாம் பாத்து அரண்டு போயிருந்த தரகு ராமையா, "நா அப்பவே சொல்லணும்னு பாத்தேன். இவன் குடிச்சுப்புட்டா கால்ல விழுகிறேன்னு பழியா அடிச்சுப் போடுவானே".

அன்னக்கி அப்படித்தான் சாத்தூர் பஸ் ஸ்டாண்டுல குடிச்சுப்போட்டுரகளை பண்ணிக்கிட்டிருந்தான். நாங்கள்லாம் பாத்து "ஏண்டா இப்படி தராதரமில்லாம பேசிக்கிட்டிருக்கே நம்ம ஊரு நாட்டாமை மொதலாளி உள்ள நிக்கிறாரு. அவருக்காச்சும் மரியாதை வேண்டாம்?. அப்படீன்னு சொல்ல உடனே துண்டையெடுத்து வாயிலபொத்தி ஒன்னு அழுதுகிட்டே போயி நாட்டாமை கால்ல விழுந்து எஜமான் நா ஒங்களை கவனிக்கலை எஜமான்! இந்த ஏழையை நீங்கதான் மன்னிக்கனும்னு கால்ல விழுந்தவன் திடீர்ன்னு எந்திரிச்சி 'மன்னிப்பென்னடா மன்னிப்பு கால்ல' விழுகணுமோ கால்ல

அப்படீன்னு சிவனேன்னு நின்ன நாட்டாமை மொதலாளிய 'சடேர் சடேர்ன்னு' காது கடுக்கண் உடைய அடிச்சுப் போட்டான்".

"இந்த மயிரை அவனுக்கு குடியை கொடுக்குமுன்ன சொல்லலாமுள்ல"

"வெறும் வயித்துல ஊத்திட்டானா? சொக்கு பொசுக்குன்னு ஏறி புத்தி தடுமாத்தம் ஆகி ஒரு நிமிசத்துல என்னென்னமோ ஆகிப்போச்சி!"

பொன்னு நாக்கெரு. தலையாரி சுப்பையா, இடைக்குடிகிட்ணன். வேலுத்தேவரு நாலு பேரும் மிலிட்டரியெ பாத்தாங்க. அவன் பரிதாபமா உங்காந்திருந்தான் பெருமை மயிரா ஆளுகளை கூட்டியாந்து ஊத்திக்கொடுத்து ஜபர்தஸ்தை காட்டணும்னு வந்தா இந்தப் பயகிட்டெ அடிவிழுந்துட்டமே. ஊருக்குள்ள இவ்வள நாளும் ரொம்ப வெறப்பா திரிஞ்சதெல்லாம் போச்சேன்னு அழுகாத குத்தம்மா உக்காந்திருந்தான்.

கூட்டி வந்த இடத்துல அடிபெக்கெ விட்டுட்டுமேன்னு இந்த நாலு பேரும் "நில்லுரா தாயோழி! இன்னக்கி என்ன ஆனாலுஞ்சரி அடிச்ச அந்த கையை ஒடிக்காம விடமாட்டோம்"னு லம்ப லாடிக்கிட்டு போனாங்க.

கப்பி விறுவிறுன்னு இந்தப் பக்கமா ஓடிவந்து எந்திக்க முடியாம கெடக்கிற தரகர் ராமையா கிட்டெ "மொதலாளி சொல்லுங்க எதோ தெரியாம நடந்து போச்சு. மொதலாளிமாரு ரொம்ப கோவமா இருக்காங்க. நீங்கதான் சொல்லி ஆத்தணும்னு" கிட்டெ உக்காந்தான்.

தக்கிமுக்கி எந்திரிச்சி காலை ஊணியும் ஊணாம நின்ன ராமையா. "ஒதைக்கணும்டா ஒண்ணையெல்லாம். தலப்புரட்டு புடிச்சவனே எங்களைவிட நீ பெரிய போதைக்காரனோ ராஸ்கோல்! பட்டாத்தான் தெரியும்"

"அப்படிச் சொல்லாதீக மொதலாளி! எனக்கு யாரிருக்கா கடவுளே"ன்னு கால்ல விழுந்தவன் விழுந்த ஜோர்ல எந்திரிச்சதும் சத்து சத்துன்னு தரகர் கன்னத்துல விளந்தீர

அடிச்சி, "நீயெல்லாம் எவ்வள பேரை காப்பாத்துவே நீ ஒரு பிறவி, ஒங்காலல்ல விழுகணுமோ மயிராண்டி" ரெண்டு கன்னத்தையும் பிடிச்ச மட்டுல தரகர் ராமையா சுத்தி சுத்தி பார்த்தார். அங்கிட்டிருந்து வந்த அந்த நாலுபேரும் இதைப் பாத்துக்கிட்டாங்க. இருந்தாலும் ஒருத்தருக்கொருத்தர் காட்டிக்கிடலை. எதுக்கு சனியனை? இதை விட்டுட்டு மிலிட்டிரிக்கு நன்றிக்கடனா,

"மாப்புளேய்! மாப்புளே! ஒங்க மேல கைபட்டிருச்சில்லே. நாங்க குளோஸ் பண்ணாம விடமாட்டோம். என்ன வந்தாலுஞ்சரி அந்த பழியை நா ஏத்துக்கிடுறேன்."

"நீ சும்மாயிருப்பா கிட்ணா! இந்தப் பொன்னுநாக்கென் கடைசிக்காலம் ஜெயில்ல தான்னு முடிவாகிப் போச்சி எங்கிட்டெட விடுங்க அதை."

"பொன்னு சின்னையா! வெள்ளைக்காரன் ஜெயிலை எங்களுக்குன்னே கட்டுனான். ஜெயிலு ஒண்ணும் புதுசு இல்லை எனக்கு. அட தூக்குக்கு போனாத்தான் என்ன?"

"பாலுத்தம்பி ஒண்ணும் கவலைப் படாதிரும் இந்த தலையாரி உத்யோகம் இருந்தாலுஞ்சரி போனாலுஞ்சரி. இன்னக்கி முடிவு பண்ணிட்டேன் வாங்கய்யா! உள்ளபடியிருக்கு."

"டேய்! நில்லுரா சிரிக்கிபிள்ளே. நீ நல்ல ஒருத்தன் ஒருத்திக்கி பிறந்திருந்தா நில்லுரா அங்கெ. ஆறு பேரும் தள்ளிக்கிட்டும் ஒட்டிக்கிட்டும் லம்பிக்கிட்டே நெரு நெருன்னு கப்பியை நெருங்குனாங்க. கப்பி பின் வாங்குனான்."

"மொதலாளி! அவசரப்படாதீக. என்னம்மோ இன்னக்கி விடிஞ்ச நேரம். ஆகாத வேளை. என்னமோ நடந்து போச்சி. நா ஒங்க அடிமை. சொன்னாக்கேளுங்க."

"ஏல சின்னச்சாதி பயலே நீ சொல்லி நாங்க கேக்கவாடா பிடிங்கய்ய அவனை"

"சாமி காலையில எந்திரிச்சி ஒங்க நிழல்ல நிக்கிறவன். ரெண்டு செருப்புட்டு அடிங்க. நீங்க வீசியெறிஞ்ச எச்சியை திங்கிற நாயி. சாமி ஒங்ககால்ல..." அப்படீன்னு குனிஞ்சான்.

“ஏய் எங்கால்ல விழுகாதே... எங்கால்ல விழுகாதே...” வேலுத்தேவர் பின்னாடி நகண்டார்! “இது நல்லால்லே ஏலேய்... கால்ல விழுகாதே...”

“மகாராஜா ஒங்ககால்ல...”

வேண்டாம் வேணடாம் இடைக்குடி கிட்ணன் அயிரை மீனு மாதிரி பின்னாடி துள்ளி பாஞ்சி ஓட ஆரம்பிச்சார். மத்த ரெண்டு பேரும் “கால்ல விழுக விடாதீங்க கால்லவிழுக விடாதீங்க”ன்னு மத்த ரெண்டு பேருக்கும் சொல்லிக்கிட்டே ஓடுனாங்க.

“யார் கால்லயாச்சும் விழுந்தாத்தான் எனக்கு புத்தி வரும் எஜமான்களே” பின்னாடியே ஓடினான். தரகர் ராமையா ரெண்டு தவடையையும் பொத்திக்கிட்டே ஓடமாட்டாமல் ஓடுனார். மிலிட்டிரி பாலு எல்லாருக்கும் முந்தி கிளி போகுதுன்னு பறந்துக்கிட்டிருந்தான். மிலட்டிரிகாரனில்லே? மிலிட்டரி செலக்சன்ல கூட அந்த ஒட்டம் அவன் ஓடுனது இல்லை.

நாட்டாமை கப்பியை இன்னும் மொறசசமட்டுலயே இருந்தார். அன்னக்கி பஸ் ஸ்டாண்டுல ஒண்ணும் இல்லாததுக்கு கடுக்கண் உடைய வாங்குனது அவரு கண்ணுக்கு முன்னால் வந்து வந்து போய்க்கிட்டிருந்தது. இன்னக்கி இவ்வளவு கூட்டத்திலயும் அவருக்கு குபீர் குபீர்ன்னுக்கிட்டிருந்தது.

நாட்டாமையின் தீவிரமான யோசனையும் மொறைப்பும் மீனம்பகடைக்கு ரொம்ப கவலையாயிருந்தது.

சாமியவுகளுக்கு முன்னாடிபோயிநில்லுரா. பழைபடியும் கப்பியை அடி அடின்னு அடிச்சான்.

“சாமி ஒங்க கை குளூர அவனை அடிங்கசாமி.எனக்கு கையில மூளை இல்லை. அவனை உசிரு போக அடிங்க”

“இவ்வள நடந்திருக்கு வந்து இவ்வளநேரமாச்சு. நாட்டாமை மொதலாளியை மதிச்சு கால்ல விழுகுறேன் சாமின்னு ஒரு நல்ல வார்த்தை அவன் வாயில இருந்து வருதா பாருங்களேன்.”

பச்சை மனசு

கட்டுன வேட்டியும், எப்பவாவது போக்குவரத்துக்குண்ணு போட்டுக்கிடுற, உடம்புல சேந்தும் சேராத ஒரு சட்டையைப் போட்டுக்கிட்டு, கழுத்தில கிடந்த கட்டம் போட்ட துண்டை கையில எடுத்துப் போட்டுக்கிட்டு கோர்ட்டுக்கு மொதோ தடவையா அன்னக்கித்தான் வந்திருந்தான் முத்தாலு.

கோர்ட்டு ஆரம்பிக்காததுனால ஆளுக கசாம்புசாம்ன்னு திரிஞ்சாங்க. கூட்டங் கூட்டமாக நின்னு பேசிக்கிட்டிருந்தாங்க. வாய்தாவுக்கு வந்த கைதிகளை வீட்டுகள்ல இருந்து வந்த பொம்பளைப் பிள்ளைகள் பார்த்துப் பேசி அழுதுக்கிட்டிருந்தாங்க. போலீசுகள் விலங்கை அவிழ்த்துவிட கைதிக அவங்க கைக்குழந்தையைத் தூக்கிவச்சி கண்ணீர் விட்டு அழுதுகிட்டிருந்தாங்க. முத்தாலுவுக்கு பார்க்க பரிதாபமா இருந்தது. கருப்பு அங்கி போட்ட வக்கீல்கள் வராண்டாவில் அங்குட்டும் இங்குட்டும் நாலு கைகளோட அலையுறமாதிரி இவனுக்குத் தெரிஞ்சது. முத்தாலு ஒரு வெவரமும் தெரியாம பக்கர பக்கர முழிச்சான். தூரத்துல நின்ன லிங்கசாமி வாத்தியார் இவனைப் பார்த்தும் பாராதது மாதிரி அங்குட்டு திரும்பிக்கிட்டார்.

ஜட்ஜ் வரும் முன்னாடி வக்கீலுகள் அவங்கவங்க கேஸ'களுக்கு சாட்சிகளை ரெடிபண்ணி உள்ள எப்படியெல்லாம் கேள்வி கேட்பாங்கன்னு டிரெயினிங் கொடுத்துகிட்டிருந்தாங்க.

உம்பேரென்ன?

வீட்டுோர் நம்பரென்ன?

குத்தவாளி உனக்கு எப்படித் தெரியும்?

அவம் மேல என்ன கேஸ் போட்டிருக்குன்னு தெரியுமா?

அவனுக்கும் உனக்கும் என்ன உறவு?

இப்படிக்கேட்டு பதில் வாங்கிட்டிருந்தாங்க.

முத்தாலுவுக்கு கண்ணெக் கட்டி காட்டுல விட்ட மாதிரி இருந்தது யார் கிட்ட கேக்கிறது. எங்ஙனபோயி நிக்கிறது. ஒண்ணும் தெரியாம விளக்கெண்ணையில விழுந்த எலி மாதிரி கிடந்து முழிச்சான். அவன் தட்டழிஞ்சி தபதாயப்படுறதை வாத்தியார் பாத்துப் பாத்து சந்தோசப்பட்டார். மாறிமாறி அவனைக் பாக்குறதும் கேலியா சிரிச்சி திரும்பிக்கிடறதுமாயிருந்தார்.

கிடந்து லோல்பட்டாத்தான் பயலுக்கு புத்தி வரும். மனசுக்குள்ள கறுவினார். அதுக்குள்ளயும் போலீஸ் வந்துட்டாங்க.

“இந்தாப்பா நீதான முத்தாலு?”

“ஆமாய்யா” அவசரமா உடம்பைக் குலுக்கி பதில் சொன்னான்.

“உள்ள போனதும் ஜட்ஜ் கேப்பாரு குத்தத்தை ஒத்துக்கிடுறியாம்பார். ‘ஒத்துக்கிடுறேன்னு’ சொல்லு. நூறு ரூபாயோ நூத்தம்பது ரூபாயோ அபராதம் போடுவார் கட்டுனதும் வீட்டுக்கு போயிறலாம். வேறொண்ணும் உளறீராதே.”

“சரிங்கய்யா”

“சட்டையில மேல பித்தானைப் போடு. இல்லன்னா அதுக்கு வேற அபராதம் போடுவாரு.” தூரத்துல நின்ன வாத்தியாருக்கு நேரம் நெருங்க நெருங்க குஷியாயிருந்தது. “ராஸ்கோல்படவா! நம்மகிட்ட என்ன எடக்கு எகடாசி பேசுனான். இப்பொ பேசட்டும்! கவர்மெண்டோட மோதுனா சும்மா விடுவான்?”

டெலிபோன் போஸ்ட் வரிசையா நட்டிக்கிட்டே வந்திருக்காங்க. முத்தாலு புஞ்சைக்கு நேரா வரவும் அந்த பெரிய வேப்பமரம் இருக்குல்லே? அந்த இடத்துல ஒரு போஸ்ட் ஊன வேண்டியதாகிப்போச்சு. அந்த மரத்தை வெட்டப் போகும்போது இவம்போயி எம்மரத்தை வெட்டாதீக. ஏ உசிரே போனாலும் வெட்ட சம்மதிக்க மாட்டேன்னு மரத்தை ரெண்டு கையாலயும் ஆவிப்பிடிச்சிக்கிட்டு புலையாடியிருக்கான்.

அவ்வளதான். இம்புட்டு பேனாவில அரைச்சொட்டு மைய ஊத்துனதும் அரைப் பேப்பர்ல எழுதி நீட்டீட்டான். கவர்மெண்ட் வேலைய செய்யவிடாம இடைஞ்சல் பண்ணுதான்னு கோர்ட்டுல கேஸ் பைல் பண்ணீட்டான்.

இவன் பாடு சோலிக்கு இதெல்லாம் தேவையா? ஐயா சாமி எம்பொழப்பு இப்படி. இவ்வளவுக்குள்ள இருக்கு. இந்தாங்க பத்து இருநூறு வச்சிக்குங்க கொஞ்சம் தள்ளி நட்டுங்கன்னு கால்ல கையில விழுந்து சரிக்கட்டியிருக்கலாம். இவன் கோடுநாடு கண்டவனா இருந்தா பரவாயில்லை. இன்னுங்கிடந்து வாய்தா வாய்தான்னு நாயலையாத அலைச்சல் அலையணும். ஊரே அம்பாயப்பட்டுப் போயிருந்தது.

இந்த வாத்தியாரு மட்டும் "கிரித்திரியம்பிடிச்ச பய. பெரிய்ய சத்தியாக்கிரகி. போயி மறியல் பண்ணியிருக்கான். டெலிபோன் டிபார்ட்மெண்டுன்னா கிள்ளுக் கீரையா? அது இல்லாம இப்பொ உலகமேயில்லை. வகைய்யா மாட்டிக் கிட்டான். இன்னுங் கம்பி எண்ண வேண்டியதான்."

மனசுக்குள்ள அவன் கிடந்து சீரழியப் போறதை நெனச்சி நெனச்சி ஆனந்தப்பட்டார். ஒரேரு சம்சாரித்தனம் பண்ணுற வங்களல்லாம், காட்டுமேட்டுல வாய்க்காவரப்புல மாடுகன்னு பயிருபச்சைன்னு கண் மசங்குற நேரம் வரைக்கி அல்லாடிட்டு வந்ததும், குளிச்சு சாப்புட்டு ராத்திரியில் கொஞ்ச நேரம் ஊர் நிலவரம் உலக நடப்புகளை பேசுறதுக்குன்னு ஒவ்வொரு சம்சாரிக்கும் ஒரு வீடு பழக்கப்பட்டிருக்கும். முத்தாலுவுக்கும் அப்படியொரு வீடு இஷ்டமானதாயிருந்தது. ரிடையர்டு வாத்தியார் லிங்கசாமி வீடுதான் அது.

முத்தாலு வீட்டுக்கு வந்திருக்கான்னாலே வாத்தியார் மகள் நிர்மலாவுக்கு ஒரே சிரிப்பாணிதான். அப்பாவின் பேச்சுக்கு பேச்சு ஏட்டிக்குப் போட்டியா பதில் பேசும் போது சிரிச்சி வயிறு வலிச்சுப் போகும். கூட அம்மா கோசலையும் சேந்துக்கிடுவாள். அவுங்க மூணுபேருக்கும் அது காரசாரமான விவாதமாயிருக்கும்.

முத்தாலுக்கு வீடு. வீடுவிட்டா புஞ்சை. மருந்துக்குக் கூட படிப்பு வாசனை இல்லை. விவரந்தெரிய வர்ற வயசுல தகப்பனை இழந்ததுனால குடும்பச் சுமைதாங்கி ஆகி, உலக நடப்புகளே வல்லிசா தெரியாதவனா யிட்டான்.

தினசரியும் நடுராத்திரி வரைக்கும் நடக்கிற பேச்சுக்களிலே அவன் கருத்தானது படிச்ச ஆளுகள் ஒரு கூறுபாடு மில்லாதவங்க ஆங்கிறதுதான். வாத்தியாரும் எவ்வளவோ விஞ்ஞான மெல்லாம் தினசரியும் போதிச்சுத்தான் பார்த்தார். அது அதக்கு எதுப்புக் கொடுத்து அடச்சிருவான். அது வாத்தியாருக்கு ரொம்ப ஆத்திரத்தை வரவழைச்சிருந்தது. அவன் முட்டாள்த்தனமா பேசுறதுமில்லாம அவரையும் கேனையன், விருதா கிறுக்கன்கிற லெவலுக்குக் கொண்டாந்திருவான். இப்படித்தான் ஒரு நாள் வாதம் முத்திப் போயி கடைசியில் உலகத்தைப் பத்தி வாத்தியார் அவனுக்கு விளக்கும்படி ஆகிப்போச்சு.

"அடேய்ப்... சூரியன் நின்ன இடத்துலதான் இருக்கு பூமிதான் தன்னைச் சுத்திக்கிட்டே சூரியனை சுத்தி வருது."

"எப்படி... எப்படி?" அகப்பட்டுக்கிட்டார் வகையா என்கிற மாதிரி அவசரமாக கேட்டான். வாத்தியார் பிறகொருதரம் சொன்னார். கொஞ்ச நேரம் அவரையே உத்துப் பார்த்துக்கிட்டேயிருந்தான்.

"ஓகோ... சரி சரி... அப்படியா? அப்பொ சூரியன் நகலலேங்கிறீக." ஆட்காட்டி விரலால் கீழ் உதட்டில் தட்டிக் கொண்டே வாத்தியாரைப் பாத்து தீர்மானமா கேட்டான்.

"ஆமாங்கிறன்ல்லே. பூமிதான் தன்னைச் சுத்திக்கிட்டே சூரியனையும் சுத்திவருது." முத்தாலு பக்கத்திலிருந்த

கோசலையம்மாளைப் பாத்து "பாத்துக்கோங்க லட்சணத்தை" ஆங்கிற மாதிரி தலையை மேலும் கீழும் ஆட்டி,

"கேட்டுக்கிட்டீங்களாக்கா. இப்படிப் பேசுனா? நாம பதில் சொல்லப் போனா ஒரே வார்த்தையில் படியாத முட்டாப்பயன்னுவாங்க. ஐயோ கடவுளே...கடவுளே!!" ஒரு உச் கொட்டி தலையை கீழே கவிழ்ந்தான். வாத்தியார் இவனையே பாத்த மட்டுலஇருந்தார். பழையபடி கோசலையம்மாளைப் பார்த்துப் பேச ஆரம்பிச்சான்.

"இதெல்லாம் வெளியில சொன்னா வெட்கக்கேடா இல்லையாக்கா?" பிறகென்ன? நாம தினோமும் கண்ணார பாக்குறோம். காலையில் பொழுது கிழக்கெ புறப்பட்டு சாயுங்காலமா மேற்கெ போயி அடையிறது, நகரமா சக்குன்னு நிக்கிதாம். பூமிதான் கிறுகிறுன்னு சுத்துதாம். ஊருக்குள்ள யார்கிட்டயாவது நாலு பேர் கிட்ட சொல்லி பாப்பமா?"

வாத்தியாரை அடுத்து வாயெடுத்து பேச விடாம "இதுல தெரிஞ்சு போச்சி படிச்சவங்க வவுசு" அப்படீன்னு மூச்சுவிடாம வாத்தியாரை ரொம்ப இளப்பமா பேசிக்கிட்டே போனான்.

"முழிச்சிருக்க முழியை தோண்டிரு வாங்க போலுக்கே ஐயைய்யே"

"சும்மாவா சொன்னாந்தம்பி எழுதுனவன் ஏட்டைக் கெடுத்தான் படிச்சவன் பாட்டைக் கெடுத்தான்னு" இது கோசலையம்மாள்.

அந்த அம்மாளும் பள்ளிக்கூடத்திக்கம் போனதில்லை. சம்சாரித் தனமாக வீட்டுல வளர்ந்து சொந்த தாய்மாமன் மகள்ங்கிறதுனால வாத்தியாருக்கு கட்டி வச்சாங்க.

"இப்படி ஆளு கூட முப்பது வருசமா குப்பை கொட்டுறேன் பாத்துக்கோ"

ஏதோ பேச வந்தவரை அந்த அம்மாளும் இடங்கொடுக்காம அவரப்பத்தின சங்கதிகளை அடுக்க கூடிருச்சி.

முத்தாலு உபதேசிக்கிற மாதிரி கையை ஆட்டி "நாங் கேக்கேன்னு கோவிச்சுக்கிடாதீக வாத்தியாரய்யா. ஒங்க கிட்ட

படிச்சவன் எவனாவது முன்னுக்கு வந்திருக்கானா? இல்லை தெரியாமத்தான் கேக்கேன்"

அவர் பெஞ்சாதியை முறைச்ச மட்டுல இருந்தார். அதை ஓரக்கண்ணால் பாத்து பெரிசா சட்டை பண்ணாமல் ஒரு படி மேலே போனாள் கோசலையம்மாள்.

"சாப்பிட்டுட்டு பல்லை மூணு தேறமும் விளக்குற ஆளுகளை பாத்திருக்கியாப்பா நீயி!"

"என்னது மூணு தேறமும் சாப்டுட்டு சாப்டுட்டா?"

"ஙக்காம்... பேசுறாக பேச்சு. வெளியெ சொன்னா கேவலம்."

"இது குளிச்சு துவட்டிட்டு சூரிய நமஸ்காரம் பண்ணுனபிறகு குண்டி கழுவுன கதைதாம்போ"

அந்த அம்மாவோட இகழ்ப்பம். முத்தாலுவோட வெறுவாக்கட்ட பேச்சு வாத்தியாருக்கு திண்டுக்கு முண்டான கோபத்தை உண்டாக்குனது என்ன செய்ய?

இப்படி தினசரி ஏதாவது ஒரு விவாதம் நடக்கும். இந்த உலகப் பிரச்சினை வந்ததிலிருந்து தினமும் ஆரம்பத்தில் பிரச்சனை எங்கெயோ தொடங்கி சுத்திச் சுத்தி கடைசியில் உலகத்துக்கே வந்துரும்.

கோசலையம்மாளும் முத்தாலுகூட சேந்துக்கிட்டு இந்த வரத்து வர்றாளேன்னு யோசிச்ச வாத்தியார். கோசலைம்மாளை தனிமைப்படுத்த அவனுக்கு எப்படியும் உலகத்தை பத்திபோதிச்சே ஆகணும்னு முடிவு பண்ணுனார். அதுக்கான மார்க்கமா ஒருநா உலக உருண்டை ஒண்ணை எங்கிருந்தோ வாங்கியாந்திருந்தார்.

ஒரு மெழுகுவர்த்தியைக் கொளுத்தி சூரியனாவச்சி விளக்க ஆரம்பிச்சார்.

"இந்தா பாத்தியா. இந்த ஊதா கலர்ல இருக்கே இது பூராம் கடல். இந்த மரக்கலர்ல இருக்கு பாரு இது நாம நிக்கிற நிலம்"

ரொம்ப வாஞ்சையா பக்கத்தில நின்னு அவரு சொல்லச் சொல்ல அட அப்படியா! அடிரா சக்கை! பார்ரா! அப்படின்னு

அக்கறையா கேட்டுக்கிட்டிருந்தான். வாத்தியார் ரொம்ப குஷியாயிப்போனார். விளாவாரியா இரவு எப்படி பகல் எப்படின்னு விளக்குனார். பய நம்மவழிக்கு வந்துட் டான்னு அவருக்கு கொண்டாட்டமாயிருந்தது.

வாத்தியார் நாலஞ்சு நாளா ரொம்ப மனசு நோகிப்போய் கிடக்கார். கொஞ்சம் விட்டுப் பிடிப்போமுன்னு அவன் நினைக்கிறது அவரென்னத்த கண்டாரு?

அது மாதிரி கோசலையம்மாளுக்கு முத்தாலு மேல ரொம்ப நம்பிக்கை. அந்த மனுசன் என்னதான் விருதாவுல கத்துனாலும் அந்தத் தம்பி ரொம்ப சுளிவாயிருக்கும்னு திடம்மா இருந்தாள். முத்தாலு எப்ப எதிர்ப்பு கொடுக்கப் போறான்னு நிர்மலா உள்ளேயிருந்து ஜன்னல் வழியா ஆவலா பாத்துக்கிட்டிருந்தாள்.

“சரி வாத்தியாரய்யா இந்த இடத்துல நாம நிக்கிறோம்ங்கிறீகளே. இங்கே நிக்கெ முடியுமா? சரட்டுன்னு வழுகிறாதா.” பூமி உருண்டையில் விரலால் வழுக்கிக் காட்டினான்.

“ம்... அப்படிக்கேள் அது எப்படீன்னா பூமிங்கிறது ரொம்பப் பெரிசு. நாம நிக்கிறது பெரீய்ய மலைமேல மைனா நிக்கிறமாதிரின்னு வச்சுக்கோயேன்” சரஞ்சரமா வடியுற வேர்வையை கூட தொடைக்க தோணாம அம்பாயப்பட்டு விளக்குனார். கண்ணாடியை தொடச்சி தொடச்சி மாட்டுனார்.

“சரி. இந்த நீல நிறத்தில முக்கால் வாசி கடல் இருக்குன்னு சொன்னீகளே இப்படி இருந்தா தண்ணி சொளுசொளுன்னு ஒழுகீறாது கீழ? அதெல்லாம் எங்க போய்ச் சேருமோ?”

எப்பவும்போல் கோசலையம்மாள் முத்தாலுவுக்கு ஆதரவாக “அதெல்லாம் புரளி தம்பி. வேல மெனக்கிட்டு அதப்போயி பாத்துக்கிட்டு இருக்கியே. தெளியக்கடைஞ்ச கிழவி கூடையைக் கொண்டுகிட்டு தண்ணீக்கு போனாளாம். அதுமாதிரி மெத்தப்படிச் சிட்டா இப்படித்தான் வல்லிசா புத்தியிருக்காதூங்நேன். அன்னைக்கு ஒருநா என்ன சொல்றாரு. வானத்துல இருக்கிற நட்சத்திரம் நிலாவெல்லாம் இப்பொ நாம பாக்குறமாதிரி இருக்காதாம். இந்தப் பூமி மாதிரிதான்

அதுகளும் ஊரகலத்துக்கு இருக்காம். 'பிச்சிப்பூவு சிதறிக்கிடக்கு பெறக்க நாதியில்லே ராசா மககோவிச்சுட்டு போறா அழைக்க நாதியில்லேன்னு' பாடிவச்ச பெரியாளுக பே கொண்டவங்க போலுக்கு."

நிர்மலாவுக்கு சிரிப்பு தாங்கலை வழக்கம் போல வாத்தியார் தனிமைப்பட்டு போனார். சரி இனிமே இவங்ககிட்டே பேச்சை சுருக்கிறணும்னு முடிவு செஞ்சிட்டார். அப்படியிருந்தும் இவங்க விடுறமாதிரியில்லை ராத்திரிக்கு ராத்திரி முத்தாலு வந்து சேரவும் வாத்தியாரை சாடையா அருவமில்லாமல் சிரிக்கவேறு செஞ்சாங்க. விவரந்தெரிஞ்ச நிர்மலா கூட முத்தாலு கட்சியில் பொழுது போகட்டுமேன்னு சேந்துக்கிட்டாளா? இவர் தன்னால பொருமிக்கிட்டிருந்தார்.

இதுக்கெல்லாம் மேல ஊர்ப்பிள்ளையார் கோயில்ல வச்சி ஒரு சம்பவம் நடந்தது.

அன்றைக்கு காலையிலிருந்தே மழை அடப்பு. புஞ்சை வேலைக்கு போக முடியாம ஊரு இளவட்டங்களெல்லாம் பெரிய கண்மாய் பிள்ளையார் கோயில்ல உட்கார்ந்து தாயம் விளையாடிக்கிட்டிருந்தாங்க. டவுன்ல போய் பென்சன் வாங்கிட்டு திரும்புனவாத்தியார், மேலெல்லாம் நனைஞ்சி கோயில் பக்கமாய் ஒதுங்கி, துண்டைப் பிழிஞ்சு தலை முகமெல்லாம் துவட்டிக்கிட்டிருந்தார்.

"வாத்தியாரய்யா நல்லா நனஞ்சிட்டீங்க போலுக்கு" அப்பமீன்னான் கூட்டத்திலிருந்த முத்தாலு.

"ஆங்.....ஓ..... நீ இங்கேதான் இருக்கியா..."

ஒப்புக்கு பதில் சொல்லிட்டு துவட்டுறதில் மும்முரமாயிருந்தார்.

கூட தாயம் விளையாடிக்கிட்டிருந்த கோவாலு. வாத்தியார் மழைக்கு ஒதுங்குனதைப் பாத்து அவருக்கு ஆதரவா பேசுற மாதிரி கருமத்தை தாங்கிக்கிர்றோம் தருமத்தை தாங்க முடியலையே வாத்தியாரய்யா" அப்பமீன்னான்.

துண்டை இடுப்பில் கட்டி வேட்டியை பிழிஞ்சுக்கிட்டே திரும்புனவாத்தியார் 'எது கருமம்ங்கிறே எதை தருமம்ங்கிறே'ன்னார்.

“வெயிலுதான். அந்தக் கருமத்துல கிடந்து காட்டுல பொழுதனைக்கும் மாரடிக்கிறோம். சடசடன்னு அஞ்சாறு தூத்தல் விழுந்துட்டா அந்தப் புண்ணியத்தைத் தாங்கமாட்டாம அங்குட்டு ஓடு. இங்குட்டு ஒதுங்குன்னு ஓட ஆரம்பிச்சிர்றோமே”

“இந்தாப்பா! ஏய்..... வெயிலு இல்லேன்னா என்னாகும் தெரியுமா? புல்பூண்டு செடி செத்தை ஒண்ணு முளைக்காது. பூமியில ஒத்த ஜீவராசிகூட ஜீவிச்சி இருக்க முடியாது. அதைப்போயி கருமம்ங்கிறியே.”

நாலஞ்சுபேரும் முத்தாலுவை மொத்தமா ஏறிட்டுப் பாத்தாங்க. வாத்தியாரைப் பாத்து நாடிய அசைச்சி, ‘நீ சொன்னது சரியாப்போச்சுங்கிற’ மாதிரி சாடை காட்டி சிரிச்சிக்கிட்டாங்க.

முத்தாலுகிட்ட வாக்கொடுக்கிற வாத்தியாரு என்னைக்காவது நம்ம கையில சிக்கமாட்டாரான்னு திட்டங்கட்டிக்கிட்டு இருந்த மாதிரி கோவாலு பிடிச்சிக்கிட்டான்.

“ம்.... சொல்லுவீக. ஏஞ்சொல்ல மாட்டீக நல்லகோடையில கரிசக்காட்டுல உழவுக்கு பின்னாடி விட்டுப்பத்துனா தெரியும் வெயிலோட அருமை. வீட்டுல ஜம்முன்னு நிழலோட்டமா உக்காந்துக்கிட்டு... அதுல காத்தாடி வேற. வெளியே வந்தா குடை பிடிச்சுக்கிடறது.”

“கூலிங்கிளாசு. அதெ வீட்டுட்டெ” இது செமினி.

“ஆமாமா அது வேற! இவ்வளவும் எதுக்காம்? மனுசன் ஜீவிச்சி இருக்கத்தானே வெயிலடிக்கி. அதை தடுப்பு போட்டு தடுக்காட்டா என்ன?”

முத்தாலு துண்டாலே வாயைப் பொத்திக்கிட்டு தெக்கால திரும்பி கமுக்கமா சிரிச்சான்.

ஏதோ பேச வாயெடுத்த வாத்தியாரு பேச்சை அமுக்கிற மாதிரி தாயக்கட்டத்திலெ நாயை நகர்த்திக்கிட்டெ அய்யனாரு சொன்னான் “ரொம்ப படிப்பு முத்திப் போச்சுன்னா மூளை

அப்படித்தாம்பா வேலை செய்யும். சும்மாவா சொல்லியிருக்கான் சொலவடை. படிக்காதவனுக்கு ஒரு லக்காம் படிச்சவனுக்கு மூணு லக்காம்."

"அதென்ன சொலவம். கொஞ்சஞ் சொல்லு நாங்கேட்டதில்லை." முத்தாலு நல்லபிள்ளை மாதிரி அதை விவரமாய் சொல்லச் சொல்லவும், எதோ தாக்கு இதுலெ இருக்கிறதாய்ப் பட்ட வாத்தியார் அய்யனாரின் விளக்கத்தை கேக்காத மாதிரி வடக்கே திரும்பி ஊரைப் பார்த்து நின்ன மட்டுல கூர்மையா கேட்டார்.

"என்ன மாதிரி ஒரு படியாத முட்டாப்பய. பாதை வழியா நடந்து போயிட்டு இருக்கும் போது எதுலயோ நலுக்குன்ன மிதிச்சிட்டான். சே! என்ன ஜீன்றமோ த்தூன்னு ரோட்டுல நல்லா காலை தேச்சி விட்டுட்டு போயிட்டானாம். அதே மாதிரி வெள்ளையு சொள்ளையுமா வந்த ஒரு படிச்ச அறிவாளி அதே மாதிரி அந்த இடத்துலயே மிதிச்சாராம்".

"அதுவும் செருப்புக் காலோட! விபரமாச் சொல்லு" இது செமினி.

"ஆமா ஆமா. அந்த மட்டுல அடடே என்னத்துல மிதிச்சிருப்போமுன்னு யோசிச்சுக்கிட்டே காலை பெரட்டி பெரட்டி பார்த்தான். பிறகு அதைகையால தொட்டு மோந்து பாத்தானாம்."

"ஏன்னா படிச்சவர். எதையும் ஆராய்ச்சி பண்றவரில்லே."

"பின்ன அவரு படிப்புக்கு மரியாதி வேண்டாமா? அதுக்குப் பிறகு "ஆய்த்தூ"... சேச்சேனுட்டு கையில தொட்டதை பக்கத்திலிருந்த சுவத்துல வேற இழுகி வச்சிட்டு போயிட்டானாம்."

எல்லோரும் ஹேஹே...ன்னு சிரிச்சி திரும்பிப் பார்க்கையில் வாத்தியார் மழையோட நனைஞ்சி போய்க்கிட்டுருந்தார்.

கோர்ட்டுல வாத்தியார் அலை பாஞ்சிக்கிட்டு திரிஞ்சார். பேறு கால ஆஸ்பத்திரியில முன்னும் பின்னும் அலைஞ்ச மாதிரி தபதாய்ச்சி திரிஞ்சார். முத்தையாத் தேவர் வகையறா,

வேலாயுதம் வகையறான்னுதான் கூப்பிடுறானேயொழிய இவனை இன்னுங் கூப்புடலையே. கூப்புட்டு அவங்கள மாதிரி வாய்தா போட்டுறக் கூடாது உடனே தண்டிக்கணும் இவனையெல்லாம்.

முத்தாலு...முத்தாலு...முத்தாலு.

அவனுக்கு முன்னாடி வாத்தியார் உள்ள ஓடி "சிக்குனான் படவான்னு" நெனச்சிக்கிட்டே ஒரு காலி சேர்ல போய் உக்காந்தார்.

இடுப்புல துண்டை கட்டிக் கும்புட்ட மட்டுல ஜட்ஜை பாத்தமட்டுல ஓரம்மா மரியாதையா நின்னான் முத்தாலு.

"டெலிபோன் டிபார்ட்மெண்டாரை வேலை செய்ய விடாம தடுத்தியாயா?" முத்தாலுவைப் பாத்து குமாஸ்தா கேட்டார்.

"ஐயையோ இல்லெ எஜமான். எம்மரத்தை வெட்டாதீகன்னுதான் போயிமறிச்சேன்"

"அந்த மரத்தை வெட்டிட்டுத் தான் போஸ்ட் நடவேண்டியிருக்கு."

"அந்த மரத்தைக் காட்டிலும் இந்த போஸ்ட் எங்க ஊருக்கு என்ன வளமையை கொடுத்தறப்போகுது சாமி."

"டெலிபோன் டிபார்ட்மெண்ட் இப்பொ ரொம்ப அத்யாவசியமானது. அந்த வேலைய மறிச்சது சட்டப்படி குற்றம்."

"அப்போ மரத்தை வெட்டுறது சட்டப்படி ரைட்டுன்னு சொல்றீகளாய்யா" வக்கீல்கள் பக்கத்திலிருந்து "ஏய்...ஸ்... பேசாம கேஸை ஒத்துக்கிட்டுப் போய்யா"கசமுசலாய் முத்தாலுவைப் பாத்து சாடை காட்டினார்கள்.

"எசமான் நா படியாத முட்டாப் பயதான். ஒத்துக்கிர்றேன். ஆனாபடிச்சவங்க சொல்லுறது ஒண்ணும் செய்யுறது ஒண்ணுமாயிருக்கு. வீட்டுக்கு ஒத்தமரம் வளப்போம். மரமிருந்தாத்தான் மழை பெய்யும். அப்படீன்னு கவர் மெண்ட்ல துட்டை துட்டுன்னு பாக்காம ரேடியோவிலயும் சுவத்துக்

காட்டுலயும் கண்டதிக்கமெல்லாம் சொல்லி எழுதி வச்சிருக்காங்களே அது இந்த மரமில்லையா சாமி! இன்னிமே வெக்கிற செடிக்கு மட்டுந்தானா எசமான்?"

"சரிய்யா... தொலைத் தொடர்புங்கிறது இன்னக்கி உலகம் இயங்க முக்கிய பாத்திரமாயிருக்கே!"

"அப்படியா துரை! நா என்னத்தக் கண்டேன். இந்த போன்ல பேசாமலும் கரண்ட் இல்லாமலும் மத்த ஏரோப்ளேன் ரயிலுன்னு கண்டுபிடிக்க முந்தியுங்கூட மனுசர்கள் இருந்திருக்காங்க. ஆனா மழை தண்ணியில்லாம லோகத்துல உசிர்கள் இருந்ததா தெரியலை எசமான். டி.வி. மிக்ஸி கேஸ'ன்னு ஊருக்குள்ள கொண்டு வந்துட்டு குடிக்க தண்ணியில்லாம கிடந்தா அது படிப்புக்கு லட்சணமா எசமான். நாந்தப்பு செய்திருந்தா செருப்புட்டு நாலடி அடிங்க எம்மரத்தை மட்டுமில்லெ எந்த பச்சை மரத்தையும் என் உசிரு உள்ளளவும் வெட்டவிட்டுப் பாக்கமாட்டேன் சாமி..."

குப்புற நெடுஞ்சாணையில் கும்பிட்டு விழுந்து கிடந்தான் முத்தாலு.

கோர்ட்டுலயும் வளாகத்துலயும் கூடி நின்னவங்கள்லாம் சிரிச்சிட்டாங்க. நீதிபதி சைலன்ஸ் சைலன்ஸ்ன்னு சுத்தியலை வச்சி அடிக்காம அவரும் சிரிச்சிக்கிட்டே இருந்தார்.

லிங்கசாமி வாத்தியாருக்கு மட்டும் கண்ணுல இருந்து கண்ணீர் வந்துக்கிட்டிருந்தது. அதுக்கு என்ன அர்த்தம்ன்னு தெரியல.

ஒட்டுவாரொட்டி

சுப்பக்கா தெருவழியே குண்ணாங்குண்ணான்னு ஓடியாந்துக் கிட்டிருந்தா பின்னாலயே புருஷன் கூடாண்டி நில்லு... நில்லுபயமவளே ஒன்னய இன்னக்கி சோலிய முடிக்காம விடமாட்டேன்னு தொயந்து ஓடியாந்தார். அவரு கையில சிக்கீராம, பளிச்சின்னு ஒரு சந்துக்குள்ள நொழஞ்சி இன்னொரு தெருவிலெ இறங்கி சுப்பக்கா ஓடுறா.

“இங்குட்டுத்தான் வந்தா...ம்... அதுக்குள்ள மாயமா மறைஞ்சிட்டாளே... சமத்து யார்கிட்ட பண்றே சமத்து...போ... எவ்வள தூரம் ஓடுவியோ பாப்பம். இன்னக்கித்தான் இருக்கு உனக்கு வேடிக்கை.”

இவரு ஒரு திக்கம் அவரா பும்பிக்கிட்டு, நடையோட கூட்டில் லாமையும் ஓட்டத்தோட கூட்டில்லாமையும் வேகமா போய்க் கிட்டிருந்தார். எதுத்து வர்ற ஆளுககிட்ட ‘எஞ்சுப்பக்கா இங்குட்டு போறா?’ கேட்டுக்கிட்டே பதிலைக் காதுல வாங்கியும் வாங்காம, போற ஆளுயாருன்னு குறிப்பு கூடத் தெரியாம சுப்பக்காவை மடக்கிப் பிடிக்கிறதிலேயே தீவீரமா நடை விரசல் குறையாம படு போக்குல போனார்.

சுப்பக்காவும் தெருவுல தட்டுப்படுற ஆளுககிட்ட இந்த மனுஷன் வந்து கேட்டார்ன்னா என்னய இந்தப்பக்கம் காண்கலைண்டுருங்க. சொல்லிக்கிட்டே வழக்கம்போல ஒரு இருட்டு இடுங்கல்ல. இல்லெ ஏதாவது ஓரஞ்சாரம இருக்கிற தெரிஞ்ச வீட்டுலயோ போயி அரவமத்து உட்கார்ந்துட்டா.

நாலஞ்சி நாளக்கி ஒருநா, இப்படி இவங்க ரெண்டுபேரும் விடாதே பிடின்னு ஊரை ஒரு ரவுண்டு வருவாங்க. இது ஊருபூராம் அறிஞ்ச விசயம். யாரும் இதைப் பெரிசா எடுத்துகிடறதில்லே. என்ன எவடம்னு கண்டுக்கிறதேயில்லை. என்ன! கழுதைக சம்பந்தம் பண்ணிப்புடிச்சிக. ஒத்த பொம்பளப்புள்ளே. புருஷன்கிட்டெயில்லாம வீட்டில வந்து கெடக்கா. கொஞ்சமாச்சும் நெஞ்சுல ஈரந்தட்டுப்படாம இப்படி ஓடிக்கிட்டு திரியுதே ரெண்டும். அப்படின்னு ஒருத்தர் ரெண்டுபேர் சொன்னாக. அவங்கபாட்டுல சொல்லுதான் அதப்பத்திகவலை?

திடீர்ன்னு ஒவ்வொரு சமயம் சாமம் போல "ஐயையோ என்னை அரிவாமனையிட்டு வெட்டவர்றான் பிடிங்க பிடிங்கன்னு" சுப்பக்காளும், "பிடிங்கய்யா அவளை... அவளை இப்படிப் பிடிச்சிக் கொடுங்கன்னு" கூடாண்டியும் ஆள் அரவமத்த தெருவுல அவங்களா கூப்பாடு போட்டு ஊரு மொத்தத்தையும் எழுப்பி விட்டுருவாங்க. நாய்க பெருவாரிகுலைச்சிகிட்டு சுத்திநிக்கும்.

"அட! இந்தக் கழுதைகளாக்கும்," என்னமோ ஏதோன்னு வந்த சனங்க வைது மெணங்கிக்கிட்டே திரும்பப்போகும்.

சொன்னா வெட்கக்கேடு. இப்படி ரப்பட்டுல கரச்சல் பண்ணுனாலோ, இல்லே கருக்கல்ல எந்திரிச்சதும் சுப்பக்காளை அடிச்சி விரட்டி தெருவழியே முடுக்கிக்கிட்டு வர்றார்ன்னா அவருக்கு ராத்திரி , 'சங்கதி' ஆகலைன்னு அர்த்தம்.

எது எக்கேடுகெட்டாலுஞ் சரி. ராத்திரி எட்டு மணிவாக்குல வேலவிட்டு வந்ததும் இதுதான் மொதல்லெ. வேட்டியமடிச்சுமடிச்சுக் கட்டிக்கிட்டு இங்கிட்டும் அங்கிட்டமா வீட்டுக்குள்ள வளையம் போட்டுத்திரிவார்.

'ம்... சுப்பு' 'ஏய்...சுப்பு' 'இந்தா...ஓய்... இந்தா காது கேக்கலையா? பார்! நா என்னை சொல்லிகிட்டிருக்கேன். கொஞ்சம் வா...ம்... வந்ததும் போ. இன்னும் பாரு காதுல விழுகுதா இல்லையா. இதான். இப்படித்தான் இப்படித்தான வெனய வெட்டியா சம்பாதிச்சிக்கிடுறே. என்ன பெரிய சமையல்? இப்பொ ஒங்கிட்டே சோறு கேட்டனா? முன்வாசலுக்கும்

புறவாசலுக்கும் நடையா நடப்பார். அந்த அம்மாளும் அடுப்படி வேலை செய்துகிட்டே வசவுன்னா வசவு கணக்கு வழக்கிருக்காது. "நீயெல்லாம் மனுசப்பிறவிதானா? சரியொத்த ஆம்பளெகளெல்லாம் அக்கம் பக்கம் இல்லே? வந்தமா கால் முகங்கழுவி சாப்புட்டாமான்னு இல்லாம இப்படியா கழுத கணக்கா லோலோன்னு பின்னாடியே ஏ! சுப்பு; ஏ! சுப்புன்னு நொழஞ்சு நொழயமுன்னெ கால்ல வெந்நிய ஊத்திக்கிட்டு நிக்கியே உதுத்த மனுசா"

இவரு அணத்த ஆரம்பிச்சதும், பதிலுக்குச் சுப்பக்கா ஒரு மூச்சு வாய்ப்பாடு மாதிரி தினேமும் இப்படி ஒப்பிப்பா. அதெல்லாம் இவருக்குக் காதல ஏறாது, இவரு இவரு சோலியிலதான் தீவிரமா இருப்பார். 'ம்..ம்சுப்பு.. நேரமாகுது சொன்னா சொன்னவுடனே என்னைக்காவது சரீண்டிருக்கையா? அதானெ மனுசனுக்கு எரீச்சலாப் போவுது. மூஞ்சியெ சுழிச்சுக்கிட்டு உக்காரவும் எந்திரிக்கவுமா ஒரே பறப்பலதான் இருப்பார். "அதுக்கு" பிறகுதான் குளிப்பு. சாமி படத்துக்கு முன்னாடி நின்னு பயபக்தியா குப்பிட்டு திருநீறுகள் பூசி சாப்ட்டு சூசுவான்னு படுத்திருவார்.

சுப்பக்கா, உடம்புக்கு முடியலேன்னோ, மேலுக்கு சேட்டமில்லேன்னோ, கோணகலப்பை சாத்துனா இவருகிட்ட சொல்லுபடியாகாது. அப்படி இக்கன்னாபோட்டா ராத்திரியெல்லம் தூங்காவிடாம சண்டைதான், தொஙகுற மட்டும் தொங்கி பார்ப்பார். ஆகலையா! விடிஞ்சும் விடியுமுன்னே தெருக் காட்டுல அடி பிடின்னு விரட்டுதான். ஊருக்குள்ள எத்தனெ பேரு இதைச் சொல்லி கேலிபண்ணிச் சிரிச்சாலும் இவரு மயிரு போச்சுன்னு போய்க் கிட்டிருப்பார். ஊரெல்லாஞ்சுத்தி பிடிச்சிவந்து சுப்பக்காவை அழுக அழுக வச்சி இவரு காரியங் சாதிச்சுக்கிடுறார்ன்னு தான் எல்லார்க்கும் தெரியுமேயொழிய, அப்போ அவருவாங்குற வாங்கு வெளியே யாருக்காவது தெரியுமா?

'அப்படி கேக்குதாடா ஒனக்கு எர்ருமைமாடு! அப்படியா கேக்கூங்கிறேன் எப்பதான் ஒனக்கு ஆனும்? ஒன்னயெல்லாம்... நல்லா... கீழ ஒரு கல்லை அண்டக்கொடுத்து மேல ஒரு கல்ல வச்சித் தட்டணும் அதை!' ரெண்டு கையாலயும் தலமயிரைப்

பிடிச்சு உலுக்கி, கணார் கணார்ன்னு பலங்கொண்ட மட்டும் தலையில மொட்டுக்கா கொடுப்பாள்.

தோட்டக்காரன் கிட்டெ அடிவாங்கிக்கிட்டே கொஞ்சங்கூட செனாரிக்காம நெறுக்கு நெறுக்குன்னு சோளப்பயிரை மேஞ்சுக்கிட்டு சொரணையில்லாம தோட்டத்தைச் சுத்தி சுத்தி நெறுநெறுன்னு ஒலப்புற கோயில்மாடு மாதிரி, கூடாண்டி கொஞ்சமாச்சும் ம்...ங்கிட்டுமே அந்நேரம்...ம்ஹூம். ரெண்டு விலாவுலயும் அப்படியே பிடிச்சு கை வலிக்க நமட்டுவா, ப்பூ! இவளுக்கு த்தான் விரலு கொறக்களிக்கும்.

'இப்படியா ஆம்பளை? எந்நேரமும் அதுலயே புழங்கிக் கிட்டிருக்கிறது. சொல்லச்சொல்ல கேக்கலைன்னா பிறகு ஒம்அப்பனக் கணக்காவே கை கால் வராம வாதம் வந்து கெடக்க வேண்டியதான், இருக்க வேண்டியதான். வேண்டாங்கலெ. ஒரு நேரத்துல வயசுல எல்லாரும் இருக்கிறதுதான். அப்பவும் இப்படி கொடும உண்டுமா சாகிறவரைக்கும் வேற சிந்தனையில்லாம திரிஞ்சா? ஒங்க ஆத்தா புரட்டாசி மாத்தையில நாய் மந்தைகளோட பெத்துப் போட்டாளோ என்னமோ?'

அக்கம் பக்கத்து வீடுகள்ல, தினசரி நடக்கும் இந்தச் சள்ளையைப் பத்தி பெருசா ஒன்னும் இச்சிலாத்திப்பட்டுக்கிடறதில்லை. சுவரு தாண்டி வர்ற இவங்க அவயம் அவங்களுக்கு ரேடியோவுல நாடகம் கேட்ட மாதிரி. சுப்பக்காவோட ஆவேசமான வசவும் திடீர்னு மௌனமாகிப் போன கூடாண்டியைப் பத்தியும் கடுமையான காட்சி வித்தாரிப்புல இருப்பாங்க. அந்த நேரத்துல வேற உலக நெனப்பே இல்லாத மனுசனையும், அப்பொ உடம்பை பத்தினப் பிரக்ஞை எதுவுமில்லாம கத்திக்கிட்டிருக்கிற மனுஷி யையும் நெனைக்க நெனைக்க ரொம்ப ஆச்சரியமா இருக்கும்.

"பொம்பளப் புள்ளெய கட்டிக்கொடுத்து ஒரு மாசந்தான் ஆகுது. அதுக்குள்ள அந்தப்புள்ளெய கூட்டிக்கிட்டு விவகாரம்னு மாப்பிள்ளை வந்திருக்கார். வந்து ரெண்டு வாரமாச்சு. அதுக்கு நாலு பெரியாளுகளெ வச்சி என்ன ஏதுன்னு விசாரிச்சி ஊருக்கு நல்லமுறையில அனுப்பி வெப்போமுங்கிற எண்ணமெல்லாங்கிடையாது. என்னயத்தான்

இலட்சுமணப்பெருமாள் 391

வந்தும் வராததுமா குடை குடைன்னு குடையிறது. நா என்ன செத்தா போனேன். இங்கதானெ இருக்கும். எங்கெயும் ஓடியா போயிரும் ஆங்கங்கெட்ட மூதி."

மக சம்பந்தப்பட்ட பஞ்சாயத்துக்குச் சுப்பக்காதான் போயிருந்தா. அந்த விவகாரத்தைக் கேட்டா பெரீய்ய கேவலம். "இப்படி பயலுக்குப் பெறந்தவா அவ எப்படியிருப்பா? அது ஒரு விருதா சின்னமுண்டே." சுப்பக்கா அசிங்கமா அங்கலாய்ச்சுக்கிட்டா

பிள்ளைய பாத்தா கூடாண்டி மகள்ன்னு சொல்ல முடியும்? உடம்பு வரிசை பார்க்கிறதுக்கே நெலுநெலுன்னு அல்வாத்துண்டை தொட்ட மாதிரி. ஒரு ஒண்ணுக்குமத்த சேலைய கட்டி நின்னாலும் அந்த உடுப்புக்கே ஒரு அழகு கொடுப்பா. எம்மாம் பெரிய கூட்டத்துல நின்னாலும் கண்ணாடி பல்லக்கு மாதிரி பளீர்ன்னு ஒளிவா தெரிவா. பெண்ணுக்கான மாப்ளயா அவன்? அவன் முகரைக்கட்டைக்கு இந்த பிள்ளைமேல என்ன அப்படிக்குறையக் கண்டானோ?

மொதநா ராத்திரியிலிருந்தே மாப்ளகாரனுக்கு பெரிய மண்டையடி யாவுல்ல இருக்காம் இவளால. வீட்டு வேல செய்யக் கொள்ள அதெல்லாம் சும்மா சொல்லக்கூடாது. நாத்துனாட்ட சண்டை போட்டா, மாமியாள பேசிப்புட்டானெல்லாம் கிடையாது. அந்த வகையில யாதொரு குத்தமும் சொல்லமுடியாது. புருசன்கிட்டெயும் நல்லாத்தான் சிரிச்சுப் பேசுறா. வெந்நி போட்டு வக்கெ. முதுகு தேய்ச்சிவிட பக்கத்தில உக்காந்து பரிமாற. புருசன் பேசப்பேச ராத்திரியெல்லாம் உட்கார்ந்து சிரிச்சிக்கிட்டே உட்கார்ந்திருப்பா.

ஊர் அமந்த நேரம். தனிச்சு ரெண்டுபேரும் கொள்ளை சந்தோசத்தில தொட்டுப் பிடிச்சி விளையாடுவாங்க. இவன் இடுப்புல பிடிச்சி கிள்ளுனா, அவளும் பதிலுக்கு பலம்மா இவன் கன்னத்துல கிள்ளி வைப்பா. 'ஸ்...ஹா!' வலியில்லே! சுகம். உதட்டை இழுத்துக் கன்னத்தில் மெல்லமாஅடிப்பான் ஞ்ஞா...ம் சிணுங்கிகிட்டே அவளும் ஒத்த பொய்யடி அடிப்பா. அந்த மட்டுல பாஞ்சி ஆவலா இறுக்கிப் பிடிச்சி உதட்டோரமா லேசாக் கடிச்சா அவா வேணுமின்னே பலம்மா

செவிக்கு கீழே நறுக்குன்னு கடிச்சிட்டு 'வெவ்வெவ்வேன்னு' வக்கலங் காட்டுவா. 'ஹ்..ஹா.ன்னு அப்படியே பெருமூச்சு விட்டு ஆவேசமா அவ கழுத்தோட இவன் மூஞ்சை சரிச்சி மூசுமூசுன்னு நாசியோட வெப்பக்காத்தைப் பரத்தி ஆவல் ஆவலா........ 'கெக்கெக்கெக்கே.......'

ஏ! பாதகத்தி இதென்ன சிரிப்பு. சின்னச் சிரிப்பெல்லாம் இல்லே. தெருவே கேக்கிற தாங்க முடியாம உடம்பெல்லாம் குலுங்கச் சிரிக்கிறாள். அப்பபாத்துதானா அந்தச் சிரிப்பாணி வரணும். அவ்ளதான் அப்படியே விறுள் தட்டிப்போய் கீழே சாஞ்சீருவான்.

கதிபோக்கில ஓடியார்றவன் கல் தடுக்கிப் பொத்தட்டீர்னு விழுந்து கால்கை மண்ணைத் தட்டி விட்டுக்கிட்டே யாரும் நம்மள பாத்துட்டா களான்னு சுத்திமுத்தி பார்த்துக்கிட்டெ நகர்றவன் மாதிரி இவன் நிலைமை.

விடியுமுன்னாவுள்ள கூந்தரிப்பு நேரம். பச்சைப்புல்லு நுனியில இருக்கிற சொட்டுப் பனியை மேய, கூட்டுல இருந்து புணுபுணுன்னு கிளம்புன நத்தை சன்னஞ்சன்னமா நகண்டு நெருங்கி நெருங்கி அண்டுற நேரம்... சடசடன்னு பக்கத்துல ஏதோ பெருஞ்சத்தங் கேட்டதும் சுருசுருன்னு தன் கூட்டுக்குள்ள சுருங்கிடற மாதிரி இவனுக்கும் சர்வ மொத்தமும் சுருங்கிச் சுருண்டு போயிருவான்.

இது ஒரு நாள்னா பரவாயில்லெ. தினோமும் அந்தக் கூத்தா? அந்தக்கடைசி அத்தம்பாத்தா அப்படி சிரிக்கணும். ஒரு வேளை கருப்புக்கோளாறா இருக்குமோ? பஞ்சாயத்துல பலவிதமா ஆராய்ச்சி நடந்தது. இல்லை. வீட்டுல மத்தப்படி எந்தப் பிசச்சனையுமில்லை. இதுல ஒண்ணுல தான் இவனுக்கு மட்டுந்தான் பிச்சனையா இருக்கா.

இவன் மறுநா மணிக்கணக்குல எடுத்துச் சொல்லையில சரிசரிங்கிறா. என்ன சொல்லி என்ன செய்ய. 'அப்பொ' பாத்து பகபகன்னு பக்கத்து வீடெல்லாம் கேக்கிற மாதிரி சிரிச்சித் தொலைச்சிர்றாளே.

அகில உலகத்துலயும் இவன் கேள்விப்பட்டதில்லை. அந்தஷணத்துல மனுசர்கள் மூஞ்சியெ பாக்கணுமெ. எவ்வளவு

கர்ணகடூரமா வச்சிருக்காங்க. சிரிப்பா வரும்.? மத்தியான வெயில்ல மண்ணு வெட்டுறவன் முகத்தை காட்டிலும் இறுகலாவில்லே மொகரைக இருக்கும். இடையில தடைபட்டா என்னம்மா கோபம் வருது தாட்சண்யமில்லாம. இவன் சின்னப்புள்ளெயிலே, புதுசா கல்யாணம் முடிச்ச இவனோட அக்காவும் மாமாவும் மச்சு வீட்டுல இருக்கும்போது விளையாட்டுப்போல படீர்னு கதவைத் தெறந்துட்டான். இவனைப் பார்த்ததும் அக்கா அப்படியே புரண்டு சுவரோரமா திரும்பிக்கிட்டா. வேஷ்டியைக் கட்டிக்கிட்டே வந்த மாமா 'ஏல! அறிவில்லே போடா அங்கிட்டு' நாக்கைத் துருத்திக்கிட்டு கையை ஓங்கினார். ரொம்ப செல்லம்மா தன்னை வச்சிக்கிடும் அக்கா அதைக் கண்டுக்கிடலையே; அதிர்ந்து அழுகையாய் வர ரொம்பநாள் அக்கா மாமா பக்கமே போகாம இருந்தான். ஆக்காட்டி விரலைப் பிடிச்சுக்கச் சொல்லிக் கடையில போய் வேணுங்கிறதெல்லாம் வாங்கி கொடுப்பாரே அந்த மாமாவா அப்படிப் பேசுனார்? அப்பொபுரியலை இவனுக்கு.

இப்பொதான் கொஞ்சநாளைக்கு முன்ன வேலை செஞ்ச சம்பளம் வாங்க முதலாளி வீட்டுக்குப் போனான். கதவு உள்புறமா தாழ் போட்டிருந்தது. ரொம்ப நேரம் தட்டினான். திறக்கலை. ஆள் உள்ள இருக்கே. ஏன் திறக்கலை. பக்கத்திலிருக்கிற ஜன்னல் வழியா திரையை விலக்கி உள்ள பாத்தான். உள்ளிருட்டில பாத்து நிதானிக்குமுன்னெ கதவு திறந்தது. வந்த மொதாளியம்மா தலைவிரி கோலமா நின்னுட்டிருந்தாங்க. 'என்னவேணும்?' இவன் பதில் சொல்லுமுன்னே அந்த அம்மா தொயந்து "புத்தியிருக்கா இல்லையாடா உனக்கு. ஜன்னல் வழியா பாக்குறே. கதவு திறக்கல்லேன்னா பேசாம போக வேண்டியதான அறிவு கெட்டபய. இந்த மாதிரி இன்னொரு தரம் செய்தே செருப்படி வாங்கீறீவே படவா ஆளப்பாரு."

நமக்கு வாச்சவளுக்கு மட்டும் நேர்மாறா இருக்கே. பஞ்சாயத்தப் பண்ணுனவங்களுக்கும் திகைப்பு. நெனச்சி நெனச்சி சிரிப்பு. இதென்னடா இது கூத்து. இப்படி எங்கயாச்சும் கண்டிருக்கா. கூட்டத்துல கூப்புட்டு வச்சி கேட்டா அந்தப்புள்ள கபடமில்லாம சொல்றா. "நா என்ன செய்யட்டும்

சிரிக்கணும்னா சிரிக்கிறேன். அந்நேரம் பாத்து எனக்கு அப்படித் தோணுதுங்கிறா."

இதை என்னான்னு பேசித் தீர்க்க முடியும்? ஆளும் பேருமா சொல்லி சத்தம் போட்டு கூறு சொல்லி புருசனோட அனுப்பி வச்சிட்டாங்க. கூட்டத்துல இருந்தவங்கள்லாம் வீட்ல போய் அவங்க பொம்பளயாள்ககிட்ட சொல்ல. இதென்ன கிரகசாரம். இங்கதான் அப்பனும் ஆத்தாளும் நித்தமும் மல்லுக்கட்டித் தெள்ளுத்தெறிக்காகன்னா மகளும் அந்த வார்ப்பிலதான் போன இடத்துல குப்பை கொட்டுறாளான்னு ஊரெல்லாம் பேச்சு.

அத்தோட முடிஞ்சதா? பஞ்சாயத்து வழக்கு பேசுன அநேகவிவகாரதாரிகளோட வீட்டுக்கள்லயும் செய்தியைக் கேள்விப்பட்ட அநேக வீட்டுகள்லயும் அன்னையிலிருந்து ராத்திரி பதினொரு மணிக்கு மேல ஏகப்பட்ட பொம்பளை சிரிப்பாணிகள். ஐயைய்யே இதென்னடா தும்பம்? என்னைக்குமில்லாத திருநாளா இருக்கு. அவங்கவங்க காலையில பொஞ்சாதிககிட்டெ விவரங்கேட்டா அவளுகள்லாம் ஒரே மாதிரி சொல்றாங்க, ம். என்ன செய்ய அந்நேரம் பாத்து அந்தப் பிள்ளை ஞாபகம் வந்திரிச்சின்னு பழையபடிக்கும் சிரிக்கிறாளுக.

சே! இது பெரிய ஒட்டவாரொட்டியா இருக்கும்போலுக்கே கூடாண்டியையும் சுப்பக்காளையும் கூப்பிட்டு. மந்தையில வச்சி இம்புட்டுத் தான்னு இல்லே வசவு. மூஞ்சியிலெ முழிக்காத அளவுக்கு ஆளாளுக்கு வையிறாங்க. 'பெருசுக கூறுபாட இல்லாம இருக்கத்தானெ பொம்பளப்புள்ளே அவ்வளவு லட்ணமா வளந்திருக்கு. ஒரு சம்பந்தம் பண்ணியும் இன்னும் திருந்தியிருக்கீகளா.'

போதும் போதும் கொடமானம். அப்படியே உக்கிப்போயி சுப்பக்கா வீட்டுக்குள்ள நொழஞ்சதும் கூடாண்டியை என்ன சொன்னாளோ, இல்லே எதக் கொண்டி அடிச்சாளோ, எப்பவும் எதுக்கும் லொங்காத கூடாண்டி அடிகிடி சுள்ளுன்னு தச்சிரிச்சோ என்னமோ பயமவளை கொன்னு போட்டுத்தான் மறுவேலைன்னு விரட்ட சுப்பக்கா தெருவழியா அப்படி ஓடியாந்தா.

ராத்திரி ரொம்ப நேரமாகியும் கூடாண்டி வீட்டுக்கு வரலை காடிக்கு முன்னாடி கட்டிப் போட்ட மாடு, கூளத்தை எதிர்பாத்து ரெண்டு பக்கமும் மாறிமாறி எதிர்பாக்குற மாதிரி சுப்பக்கா பொழுதனைக்கும் வாசலுக்கு வந்து நின்னு தெருவை மாறி மாறிப் பாத்தபண்டமா இருந்தா! காணோம், அவளும் அவ்வளவுக்குள்ளதான் இருப்பா போலுக்கு. இறங்கி எல்லா இடமும் ரொம்ப நேரமா தேடுனா.

வேற வேலயா அவங்கவங்க வீட்டுக்கு முன்னாடி பேசிக்கிட்டிருக்கிற ஆளுககிட்ட இவளா வலியப்போயி "அப்படி நா என்ன பேசிட்டேன். குத்தப்பட எதுவுஞ் சொன்னனா நா அப்படிப் பேசுவறவளா நீங்க செல்லுங்க, ஞாயத்தை."

"ஏ போ! கிறுக்கு மூதி. நாங்க என்ன சோலியா பேசிக்கிட்டிருக்கோம். இங்க வந்து இவ பகுத்தை கொழிக்கா! போவாளா."

எல்லார்கிட்டயும், "நீங்க வந்து ஞாயஞ்சொல்லுங்க பொட்ட கழுதை வாயிருக்க விடாம பேசிட்டேன். என்ன அவ்வளவு பொறுக்கப்படாதா. உனக்கு எத்தனதடவை கை மிஞ்சியிருக்கு. நாம் பொறுத்துட்டு போகலையா".

எதக்கெ நிக்கிற ஆளை புருசம் மாதிரியே உருவிச்சு பேச, அவங்க ரெண்டு பேச, நல்லா வாங்கிக் கட்டிக்கிட்டே வந்தா.

அநேக நேரத்துக்குப்பிறகு மடத்துல படுத்திருக்காருன்னு தாக்கல் தெரிஞ்சு அங்க போனாள்; உள்ளே ஒரே இருட்டு. "ஏய் இந்தா பாரும்...மாமோவ்..." அப்படீன்னு ரொம்ப நேரமா மாறிமாறி கூப்பிட, கூடாண்டி தவிர மத்த ஆளுக ஒவ்வொண்ணா எழுந்திருச்சிட்டாங்க.

"எம் மேல குத்தந்தான் மாமா; வீட்டுக்கு வாரும். நாந் தெரியாம பேசியிருந்தாலும் செய்திருந்தாலும் ரெண்டு செருப்புட்டு அடியும் பெத்துக்கிடுதேன்" குரல் கம்மியது. முந்தானையால் கண்ணீரைத் தொடச்சாள்.

"இப்பொ வரமுடியுமா? முடியாதா?....ம்...? சரி அப்பெ எம்முடிவை நா தேடிக்கிடுதேன்."

முழிச்சுக்கிட்டே கம்முன்னு ஒரு மூலையில மொடங்கிக் கிடந்த கூடாண்டியைத் தேடிப்பிடிச்சி எழுப்பி போய்யா வீட்டுக்கு! பொம்பள கண்ணீர் விடுறா. அப்படி என்ன உனக்கு வீம்பு? ஆளாளுக்குப் புத்தி சொல்லி வீட்டுக்குப போகச் சொன்னாங்க. "இன்னும் அந்த முண்டெ மூஞ்சியிலியே முழிக்க மாட்டேன்னு" வீராப்பா பேசிட்டுப் பழையபடி படுக்கப் போனவரை வெளியே பிடிச்சி இழுத்துட்டு வந்தாங்க.

"வங்க மாமா, நாந்தான் இந்த ஒரு தடவை மாப்பு இன்னுமே திட்டு பேசலேண்ட்டன்ல்ல."

"ஒன்ன யாரு நாயி இங்க வரச் சொன்னா?" நின்ன இடத்துலேயே மிதிக்கிறமாதிரி காலைத் தூக்கி இறக்கினார். ரெண்டு கையையும் பிடிச்சிக்கிட்டு வந்த ஆளுகளைத் திமிறிக்கிட்டு எகிறி எகிறிக் குதிச்சு வசவா வஞ்சார்.

சுப்பக்கா தலைய கவிந்த மட்டுல பின்னாடி நடந்து வந்தா.

"சரிசரி தப்புத்தான் தப்புத்தான். இன்னும் ஒண்ணும் பேசலை சாமி"

ரெண்டு பேரையும் வீட்டுக்குள்ள அனுப்புனபிறகு வந்த நாலுபேரும் வெளியே கொஞ்சம் நின்னாங்க.

"அவன் விருதா லூசுப்பய. அவம்பாட்டுல கோபத்துல பொம்பளைய தாறுமாறா கைநீட்டிப் படாத இடத்துல பட்டிருச்சின்னா? அதுவுஞ்சரித்தான் அப்ப செத்த தாம்சங்காட்டிப் போவோம்"

பக்கத்துல இருந்த நீகூள பட்டியக்கல்ல உட்கார்ந்து ஆளுக்கொரு பீடிய பத்தவச்சாங்க. வீட்டுக்குள்ளிருந்து ஒரு சத்தத்தையுங் காணோம். விளக்கு கூட உள்ள போயி பொருத்தலையே என்ன...

கொஞ்சநேரத்தல 'கிக்கிக் கிக்கிக் கிக்கிக்கே' ன்னு சுப்பக்காளோட அடக்க மாட்டாத சிரிப்புச் சத்தம், குளுந்த நேரத்துல அந்தத் தெரு முழுக்கக் கேட்டது.

உத்தராயணம்

உசிரு எதுக்கோ தாம்சம் ஆகிக்கிட்டிருந்தது. கண்ணைத் திறந்து யாரையும் அடையாளம் பாக்கலை. வாயைத்திறந்து என்னமோ சொல்லணும்னு பார்க்கிறார். சொல்ல முடியலை. கைச்சாடையிலயும் ஆளுகளுக்கு விளங்க வைக்க முடிலைன்னதும் வூவ்....ன்னு ஊமையமுகை அழுகிறார். வேண்டப்பட்ட ஆளுகள் அவரு காதோட வாய்வச்சி பலம்மா என்னென்னமோ கேக்குறாங்க. அவருக்கு வேண்டியதை மட்டும் யாரும் இப்பொ வரைக்கும் கேக்கலை.

அவரோட கைப்பக்குவத்தில் செய்த, அநேக ராத்திரிகளில் அவரு ஆனந்தமா உபயோகிச்ச அந்தக் கயித்துக் கட்டிலில் விதவிதமான சேலைகளை விரிச்சி அதுக்கு மேல படுத்துக் கிடந்தார் உத்தண்டு தாத்தா.

பெரிசை கட்டிலிலிருந்து கீழஇறக்கிப் போட்டற வேண்டியதான் என்று கூட்டத்தில் யாரோ சொல்லும்போது கையை வேண்டாம் என்கிற மாதிரி ஆட்டிக் காட்டுறார். அவர் சொல்ல முடியாமல் மனசில் வைத்து தவிக்கிற அந்த விசயம் நிறைவேறாம இந்த உசிரை விடமாட்டேன் என்று பிடித்து வைத்திருக்கிறார். கட்டில்ல பரத்தியிருக்கிற ஒவ்வொரு சேலைக்கும் ஒரு கதை இருக்கு. இப்பொ அவருக்கு உஷார் இருந்தா ஒவ்வொருத்தி வந்து சேந்ததையும், குப்பை கொட்டிப் போனதையும் ரசிச்சி நயமாச் சொல்லுவார். ரொம்பப்பேருக்கு இவரைப் பத்தின நிறையச்சேதிகள் தினுசுவாரியாத் தெரியும். அவருக்கே கூட சேந்திருந்த அநேக பொம்பளைக மறந்து

போச்சு. அந்த மறதியையும் மீறுன மிச்ச சொச்சந்தான் இவரு படுக்கையில் கிடக்கும் பழைய கண்டாங்கிச் சேலைகள்.

'அந்த பாம்படம் போட்ட கருத்த அம்மா!'

இப்படி யாராவது பேச்சுப்பராக்கில ஞாபகப்படுத்தினா ரொம்ப யோசனைக்குப் பிறகு "உஷ்..........ஙா......அவ வடக்கத்திக் காரியில்லே! ஐ! டேயப்பா சும்மா சொல்லப்படாது அவ நெறந்தான் அட்டக்கருப்பு. மத்தப்படி கட்டிலுக்கு ராசாத்தியில்லே"

அப்பொ அனுபவிக்கிற மாதிரி புன்முறுவலா சிரிச்சிக் கடவாப்பல் இருந்த எளுறுகள் வரைக்கும் இறுகக்கடிச்சித் தாடையை இடமும் வலமுமா ஆட்டுவார். இப்படி ஒண்ணொண்ணா ஞாபகத்துல கொண்டுவந்து கேக்கிற ஆளுகளுக்குப் பொழுது போகாதபோது வரிசைப்படுத்துவார்.

வெளியே உக்காந்திருக்கிற பொம்பளைக கூட்டத்துல அறுபது வயசானாலும் ஒத்த ரூபா அளவு பொட்டும் வளைக்கொண்டையும் போட்டு வாய் நிறைய செவசெவன்னு வெத்தலை போட்டு கிழட்டுக்கண்களை வட்டமா சுத்தி சுத்தி உருட்டிப் பேசிக்கிட்டிருக்கிற கிராமமுன்சீப் பெண்டாட்டி வடிவம்மா நல்ல பிராயத்துல உத்தண்டு தாத்தாவுக்கு உண்டுமுன்னா இப்பெ யாரு நம்புவா?

அந்தம்மா வீட்டிலிருந்து இவருக்குத் தினோமும் பித்தளைத் தூக்கு நிறைய நெல்லுச் சோறு எதாச்சும் ஒரு கவிச்சுக் குழம்போட தவறாம வந்து சேரும். ஒரு சொக்கலால் பீடிக்கட்டு; தீப்பெட்டி. தீப்பெட்டியைத் திறந்து பாத்தா உள்ள புது அஞ்சு ரூபாதாளு கைச்செலவுக்கு?

வீட்டுக்கு முன்னாடி கூடியிருந்த அநேகப்பேருக்கு அன்னைக்குத்தான் தெரியும். உத்தண்டு தாத்தாவுக்கும் ஒரு சம்சாரம் இருக்குன்னு. மறுகால் குறிச்சியிலிருந்து வாக்கப்பட்டு வந்தா. தாத்தாவோட தகப்பனார் கொழும்பு கிட்ணன் மகனுக்குக் கண்ணாடி பல்லக்குல பட்டினப்பிரவேசம் வச்சார். மாடுகள் பூட்டுனவண்டியில கண்ணாடிப் பாசிகள் கோர்த்துத் தொங்கவிட்ட பல்லக்கு. தலைச்சுமையில் இரண்டு

பெட்ரோமாக்ஸ் லைட்டின் வெளிச்சம் பாசிகளில்பட்டு பலவண்ணகளில் மின்ன பொன்னு மாப்பிள்ளை உக்காந்து விடிய விடிய ஊர் சுத்தி ஊராங்கி வந்தாங்க.

முக்குக்கு முக்கு வண்டியை நிறுத்திச் சொந்தக்காரங்க பொண்ணுமாப்பிள்ளைக்கு சோடா கலர் வாங்கிக் கொடுத்தாங்க.

ஊர்வலம் முடிஞ்சி பொண்ணு மாப்பிள்ளைய மொத ராத்திரிக்கு அனுப்ப மணி காலை நாலு ஆகிப்போச்சு.

யாருக்கும் இன்ன விபரம்ன்னு தெரியலை. புதுப்பொண்ணு காலையில மொத பஸ்ஸீக்கு ஒரு பொட்டலத்தைக் கக்கத்துல இடுக்கிக்கிட்டு புதுப்பொண்ணுக்குன்னு கட்டியிருந்த கூரைச் சேலையோட ஊருக்குக் கிளம்பீட்டா! இருக்க மாட்டேன்னா இருக்க மாட்டேன்னு கல்யாணத்துக்கு வந்த விருந்தாடிக இருக்க ஒரேபிடுங்கா ஓடிப்போனா.

திடீர்ன்னு தாத்தாவுக்க நாடி ஒடுங்கி ஆவி பிரியுற மாதிரி அவருகையும் காலும் ஆட்டங்காணும். ஜனங்கக் கட்டிலை சுத்தி நிப்பாங்க! அவ்வளதான்; இன்னும் ஒரு அரை மணிநேரந்தான் அப்படின்னு பேசுவாங்க. அந்தஜீவனை அவர் லேசுல விடுறமாதிரி இல்லை. அவரு எதை நெனச்சோ மனசு ஆத்தாம அடிவயித்திலிருந்து விடுற அழுகைச்சத்தம் ஒரு பெரிய கவலையைக் கொண்டிருக்கிறது அவங்களுக்கு என்ன தெரியும்?

“ம் ஹீம் இது லேசுல போறமாதிரி தெரியலை. வெட்டியா கூட்டம் போட்டுக்கிட்டு. எல்லாரும் வேலைய பாத்துப் போங்க. கிழவன் இன்னும் எத்தனை கல்யாணம் முடிக்கப் போறானோ?”

யாரோ கூட்டத்துல சொல்லவும் ஒரே சிரிப்பலையா இருந்தது.

ஊருக்குள்ள ஒரு பொம்பளையாளு புதுசா தண்ணிக் கிணத்துலயோ, காடுகரையில வேலத்தலத்திலயோ, தட்டுப்பட்டா அது தாத்தா கூட்டியாந்ததாத்தான் இருக்கும் இதை எங்கிருந்து அமைச்சி கொண்டாந்துட்டாரு அப்படின்னு அன்னைக்குப் பூராவும் அதே பேச்சாத்தான் இருக்கும்.

இப்படி வீட்டுக்குக் கூட்டியாந்து வச்சிக்கிடறது போக, அங்குட்டங்குட்டு இவரு பிரதாபங்கள் பரவி, தொடுப்புகள் சேர்த்துக்கிடறதெல்லாம் தனிக்கதை.

அம்மாபட்டி மணியாரு பெஞ்சாதி, இவரு வளத்தியிருக்கும். வளத்திக்கித்தக்கன ஈடு ஒண்ணு போல செதுக்கி வச்செ மாதிரி இருப்பா, வயசு இன்னேன்னு எவனும் மதிக்க முடியாது. உடம்பு வெறப்பும் நடைவெறசும், பேச்சும், சிரிப்பாணியும், எப்பேர்பட்ட திக்விசயனும் நின்னு திரும்பிப் பாக்கணும்.

புல்லாப்பட்டி மைனரு, ஒரே ஒரு நடைக்கு மட்டும் அவ வந்துட்டு போறதுக்கு அம்மாபட்டியிலிருக்கிற அக்கரைப்பிஞ்சை அஞ்சு ஏக்கரும், அதைச் சேந்தடியான கம்மாயையும் எழுதி வக்கிறேன்னார். வெத்தலை எச்சியை செவேர்னனு வெள்ளைக் கதர் சட்டையில துப்பிருவேனுட்டா. ஆனா, இந்த ஒரு அந்து மந்துமில்லாத தாத்தாவுக்கு அந்தக் கொடுப்பினை இருந்திருக்கு பாத்துக்கோங்க.

தாத்தா ஒரு வகையில இந்த அம்மாவுக்கு மாமா முறை. இவரு எது ஒரு சோலியா அந்த ஊரு போகும் போதெல்லாம் இவரு வந்திருக்கிறது தெரிஞ்சி அந்த அம்மா தற்செயலா வந்தது மாதிரி இவரு இருக்கிற பக்கமா வந்து ஒரு செண்டிப்பு கொடுத்துட்டுப் போவா.

“மனுசன் ஒரே மட்டுல வளந்து கால்கள் திருகல்மருகலா வளைஞ்சி ஆளு ஒரு ஆங்க பாங்கமில்லாம இருக்காரு. எப்படித்தான் பொம்பளைகளைப் பேசி மயக்கி வசக்கி வசியமாக்கிடுராரோன்னு இந்த அம்மாவுக்கு ஆச்சரியம். அவரைப் பாக்க நாலஞ்சு தடவையாவது இங்குட்டும் அங்குட்டுமா அலைஞ்சி அலமோதும் பாவம்.”

“என்ன மாமா அக்காளைக் கூட்டியாந்தீகளா? நீரு எத்தனை அக்காளத்தான் கூட்டியாரு வீரு! அதென்னமாமா போயி கூட்டிட்டு வர்ற பொம்பளைகளைக் கொண்டுவந்து என்னதான் செய்றீரு? இந்தக் கவட்டக்கால வச்சிக்கிட்டு பருத்திவிதை ஆட்டித் தண்ணிக்கு விடுறீரா? இல்லை புண்ணாக்கு நனையப் போட்டுத் தண்ணி வெப்பீரா.”

“ஓய்! என்ன வெக்கிறேன்னு இன்னைக்கு இருந்து ஒனக்குச் சொல்லீட்டு போகட்டுமா, அப்படியே வீட்டுக்கு வாரேன்”

“ஆமாமா ஒம்ம கோணக்காலுக்கு இன்னுமொரு இருபது வயசு கொமருவேணும். காலு கிழக்கெ ஒண்ணு போகுது வடக்கே ஒண்ணுபோகுது” பலம்மா சிரிச்சாள். பெரிசுக்குக் கோபம் வந்து என்ன பண்ணீருவாரம்ங்கிற மாதிரி இருந்தது அது.

சரி சரி “ஒருநா திருவிழா” இருக்கு அப்படீன்னு தாத்தா முடிவு பண்ணிட்டார். நாளுக்குநா கிண்டல் கேலி அளவு மீறி போறதைப் பாத்தார்; நல்ல பூட்டைபுடிச்ச கம்மங்கருது வளைஞ்சி வந்து நெஞ்சுல விழுந்து என்னைக்கசக்கி ஊதி வாய்நிறைய மென்னு தின்னுன்னு கெஞ்சுற மாதிரி இருந்தது. இன்னுந்தாங்காதுன்னு முடிவு பண்ணுனார்.

ஒரு நா ராத்திரி அங்க ஒரு வீட்டுல தங்கல்போட்டுப் பம்மல்ல எந்திரிச்சார். ஜனங்க காட்டு வேலைக்கு வரிசை வரிசையா போயிக்கிட்டிருந்தாங்க. பள்ளுன்னு விடிஞ்சு வெளிச்சம் விழுக மணியாரு பெண்டாட்டி வெத்தலையுங் கையுமா நல்லதண்ணிப் பானைய தலையில வச்சுக்கிட்டுக் காட்டுக்குப் புறப்பட்டுப் போனா. ஆளுயர நாத்துப் புஞ்செயில ஒத்தையடிப்பாதைத் தடத்துல உடம்பெல்லாம் நாத்து சோகை கிச்சல மூட்ட நடந்து போகும் போது, தண்ணிப்பானை சுமை திடீர்ன்னு குறைஞ்சது. திரும்பிப் பாக்குமுன்ன. லபக்குன்னு பொடதியோட கொண்டையைப் பிடிச்சி வளைச்சி அப்படியே இடங்கையில சாச்ச உத்தண்டு தாத்தா “ஒங்க அக்கா மார்களுக்கு பருத்தி விதை ஆட்டித் தண்ணிக்கு விட்டனா, புண்ணாக்கு நனையப்போட்டுத் தண்ணிக்கு விட்டனான்னு இப்பொ பாக்கியா” அப்படீன்னு நாக்கைத் துருத்திக்கிட்டுக் கேட்டார்.

“இந்தா பாரும் விடும் மாமா! என்ன செய்யணும்கிறீரு. ஒம்ம மொகரைக்கட்டைக்கு அது ஒண்ணுதான் பாக்கி” இத்தனைநாளும் அவசரப்படுத்துனதை அப்பொ உறுதிப்படுத்துனா. நாத்துக்காடு சளசளன்னு ரொம்ப நேரமா

ஒலம்புனது. நல்ல பாம்புகூட போராடி விடுபட்ட கோழி கழுத்தை இடப்புறமும் வலப்புறமுமா திலுப்பிக்கிட்டே கழுத்தை நீட்டி நீட்டி மடக்கித் தொண்டை கிழிய கூவி ஒரு ஓட்டம் ஒரு நடையுமா ஒரு நடையும் ஒரு ஓட்டமுமா விறண்டு ஓடுற மாதிரி எம்மா...சூ கருக்கல்ல தின்ன குதிரைவாலி சோறும் பிதுக்குப் பருப்புக் குழம்பும் வெளிய வந்திரும் போலுக்கோன்னு வேர்க்க விறு விறுக்க ஓடுனவ தான்.

‘உத்தண்டுக்கிழவன் இப்பவோ அப்பவோன்னுல்ல கிடக்காராம்’ மடத்துல உட்கார்ந்திருந்த ஆளு ஒருத்தர் சேதியைச் சொன்னதும் சாகட்டும் கிழட்டுப் பயபுள்ளெ. அப்படின்னான் ஒரு இளவட்டம்.

அவனுக்கு மட்டுமா. ஊர்லயிருக்கிற பெருவாரியான இளவட்டங்களுக்கு அவருமேல ஒரு எரிச்சலும் ஆத்திரமும் தான். இளவட்டங்களுக்குப் பெண்ணு கிடைக்கமாட்டேங்கிது. மாப்பிள்ளை கருப்புங்குறா, ஆளுலட்சணமில்லேங்குறா, வாக்கப்படமாட்டேங்குறா இந்தக்கிழவன் பாரேன் போனதிக்கமெல்லாம் ஒண்ணக் கொண்டாந்திர்றான். பிள்ளைகளும் பாக்கப் பாக்க ஒண்ணொன்னும் ரதிகணக்கா.

லச்சண்ணா மொதலாளி தோட்டத்துல, தாத்தா காவலிருக்கும்போது தான் மேட்டுப்பட்டி உருளியம்மா சேகரம். அந்தப்பொம்பளைக்கி அப்படியொரு கோட்டி இந்தத்தாத்தா மேல.

ராத்திரி ஊரு அடங்கனதுக்கப்புறம் ஆறுகல் தொலவு தினசரியும் லொங்கு லொங்குன்னு அந்த மையிருட்டல பேய் நடமாடற சாமத்துல காலாங்கரை பாதை வழியாவே நடந்து வந்து பம்புசெட்ரூம்ல ‘பேசிசெஞ்சி’ இருந்துட்டு வெளிச்சம் படுமுன்ன ஓடீருவா.

பாதையில்லாத அத்துவான கரிசல்ல ஒரு உத்தேசமா ஊடுகாட்டுல வர்றதனால சோளத்தட்டைகளும் கம்மந்தட்டைகளும் பருத்திமார்களும் கால் கைகள்ல சிராய்ச்சி, சிராய்ப்பு அவ மேலு காலெல்லாம் வரிவரியா காய்ப்பேறிப் போயிருக்கும்...

இப்பைக்கிப்ப உருளியம்மா பேகொண்டு போய் திரியுறா. இந்தக்கிழவன் இருந்திருந்தாப்புல சின்னத்தம்பியாபுரத்துல இருந்து ஒரு பிள்ளையை, அதுவும் சித்துப் பிள்ளை! கையடக்கமா! நல்லாயிருந்தா வயசு இருபதக்குள்ளதான் இருக்கணும். கூட்டியாந்து வீட்டுல வச்சிக்கிட்டார். அவளோட தகப்பனும் கூட இருந்துதான் சேத்து வச்சிருக்கான். அந்த ஆளுக்குத் தாத்தாவ விட வயசுக்கம்மி.

உருளி பல நா ராத்திரி நடையா நடந்து இந்த மனுசனைப் பம்புசெட் தோட்டத்துல காங்காம அலமோதி உங்கமா தூங்காம கடைசியில ஒரு நா தாத்தாவோட ஊருக்கே வந்துட்டா. அவரு, எங்க நின்னு பேசிக்கிட்டிருந்தாலும் எதுக்கே எதுக்கே போய் நிக்கிறாள்; தாத்தா 'ஊ'ங்கலை 'ஆ'ங்கலை, இவளும் விட்டபாடில்லை. ஒவ்வொரு வீடா உக்காந்து ஒரே ஒப்பாரி. மாசக்கணக்கா புலையாடுறா.

"சரி விடு உருளி! அந்த ஆளப்பத்தித் தெரியாதா. விருதா சின்னப்புத்திக்கார மனுசன். நீ என்னத்தெ மல்லுக்கட்டுனாலும் அந்த ஆளு உதறுனா உதறுனதுதான். ஒம்புருசனைவிடப் பெரிய அழகனாக்கும் இந்தக்கிழவன். அவன் எப்படியாப்பட்ட பொறுமைசாலி. நீ கிழிச்ச கோட்டைத் தாண்டாத சத்திய வந்தன். ஒன்னய எதுத்து ஒரு சொல் சொல்லிருப்பானா? விட்டுத்தொலை இவனை. ஊரைப்பாத்துப்போ." எல்லாரும் உருளிக்கி இப்படியேதான் போதிச்சாங்க. அவமனசு ஆத்தல் அடையல.

விக்கலும் பொருமலுமா அலையுறா. இம்புட்டுப் புள்ளெய கொண்டுவந்து வச்சிக்கிட்டு அவ அப்பன் காரனையும் கூட வச்சிக்கிட்டு ஒரே வீட்டுல ரெண்டுபேரும் மாமன்னுக்கிடுறதும் மச்சான்னுக்கிடுறதும்..

கொஞ்சம்பேரு உருளிக்கிச் சப்போட்டு பண்ணுனாங்க.

"அந்தச் சின்னபலவற்றை லேசுப்பட்டவள் இல்லே. அவ சடங்கான புண்ணு ஆறுமுன்ன கொள்ளை போகுதுன்ன ஓடியாந்திருக்காளே. ஒரு வாலிபப்பய கிடைக்காமலா போயிருவான்; பொறுக்க மாட்டாம திரியுறாள்களே." என்ன

உன்னைவிட அப்படி உடம்புக் கட்டாம் அவளுக்கு. ஒடுக்கி முண்டெ! கிழவன் முள்ளுல விழுந்து எந்திரிச்ச மாதிரிதான். என்ன! கொஞ்சம் மூஞ்சி வேணுன்னா லட்சணமா இருக்கு

உருளியம்மா அண்ணாக்கப் பாத்து தலைமுடிய உதறி கொண்டை போட்டுக்கிட்டே, "ம்... பாத்தம் பாத்தேன் அந்த லட்சணத்தை..." அப்படீன்னாள். தன்னைவிட அவள் அழுகுங்கிறதை உருளி மனசுக்கு ஒவ்வலை. தலையக்கவுந்து தன் நெஞ்சையும் ரெண்டு புஜத்தையும் மாறி மாறிப் பாத்துட்டு "அப்படியழகு உண்டுமா உலகத்துல" அப்படீன்னு இகழ்சசியா சொல்லிட்டு அவளப்பத்தி நக்கலா, முடியொருநா பாக்கணும்; முகமொருநா பாக்கணும்; இடுப்பொருநா பாக்கணும்; விடிஞ்சொருநா பாக்கணும்; போயொருநா பாக்கணும்; வந்தொருநா பாக்கணும்...த்தூ.....பொல்லா லட்சணம்."

"அவருதான் தன்மதியில்லாம கெடக்காரே. இறக்கிக் கீழ போடுங்கய்யா கட்டில்ல கிடந்த மட்டுல உசிரு போகக்கூடாது"

அந்தக் குரலைக் கேட்டதும் தாத்தாவின் கால் லேசா ஆடுனது. வாய்மெல்ல ஆன்னு திறந்தது. கைமெல்ல எழும்பி வேண்டாம்னு சைகை காட்டுனது. யாரு வரணும்னு மனசுல நெனச்சிக்கிட்டிருக்காரோ! ஒரு புண்ணிய வாட்டின்னா தெரியும். அவ்வளவையும் இப்பொகொண்டு வந்தா வீட்டுல விலக இடமிருக்குமா?

அந்தப் பிரசித்தி பெற்ற கட்டில்ல கிடக்கிற சேலைகள்ல அவரு உடம்பைக் கிடத்திகிட்டது, பழையசுகலயம் தட்டி இல்லே. எப்படியெப்படியெல்லாம் எத்தனைவயித்தெரிச்சிலை சம்பாதிச்சோம்கிறதை நெனச்சி நெனச்சி அவரு பெரிய சித்ரவதையில கிடக்கிறது யாருக்கும் தெரியாது. ஒவ்வொருத்தியும் எவ்வளவு நம்பிக்கையில வந்திருப்பா, அவ நெனச்சுக்கூட பாத்திருக்கமாட்டா, அடுத்தவளைக் கொண்டுவந்து வச்சப்போ அவ எப்படியெல்லாம் மண்ண வாரித் தூத்திட்டுப் போனாளோ?

தருமத்துக் கொவ்வாததை எவ்வளவு கெட்டிக்காரத்தனமா இத்தன காலமா செய்துட்டு வந்திருக்கோம். ஆணும்

பொண்ணுமுன்னா குடும்பத்துல கீழ ஒரு பேச்சு மேல ஒரு பேச்சு இல்லாமலா இருக்கும். அவ்வளதான் அந்தப் பேச்சை சாக்காவச்சி அடுத்த நாளே ஒருத்தியை வீம்புக்குன்னு கூட்டிவந்து ஒப்புக்குச் கல்யாணம் முடிச்சி ராத்திரியோட ராத்திரியா பட்டினப் பிரவேசம். எதுத்துப் பேசுனவள் வயித்தெரிச்ச படனுமுன்னு.

அது அந்த ஆண்டவனுக்கே அடுக்கிச்சா? ஒவ்வொரு பொம்பளையோடவும் ஆடுன ஒரு பாட்டம் ஆட்டத்துக்கு ரகத்துக்கு ஒர முள்ளூ வச்சி உடம்பெல்லாம் நறுச்சு நறுச்சுன்னு சொருகுன மாதிரி தாங்கமுடியலை உடம்பு வலி. ஞா....ஓ....என்று அணத்துனாலும் வேணும் வேணும் நல்ல உனக்கு உள் மனசு சொல்லிக் கிட்டேயிருந்தது.

பொறுக்குமா இல்லே பொறுக்குமா பூமித்தாயிக்கு? முடிவுவேணுமில்லய்யா? எதுக்கும் ஆண்டவன் தண்டனை இருக்குல்லே!

படுற அவஸ்தையிருக்கே. நெஞ்சுக்கூடு உடைய முட்டுற மூச்சு. இந்த இடம்ன்னு தெரியாத ஏகமான திரேகவலி. உடம்புல எந்தப்பாகமும் அசைக்க முடியாத ரோதனை. வாயெழும்பாம, நெனச்சதைச் சொல்ல முடியாம, ஐயோன்னு ஆத்த முடியாம, உசிரும் லேசுல போகாம, இந்தக் சித்தரவதை எங்கயாச்சும் உண்டா?

வேலைக்குப் போன இடத்துல எல்லாரும் வீடு வந்து சேந்தபிறகு, இவருமட்டும் கண்ணாடி நாக்கெரு பனைக்கூட்டத்துல கள்ளூ விக்கிறவ கூட தினோமும் இருட்டுறவரைக்கும் அவ வியாபாரம் முடியுற வரையில இருந்து, வீட்டுவரைக்கும் போயி வழியனுப்பிட்டு வேற வர்றார்ன்னு ஒரு வாரமா கேள்விப்பட்டு, இப்பொ சேந்திருக்கிற ஆம நாட்டு பொம்பளை காந்தாரி, பாம்படம் ரெண்டும் மேலகீழ ஏறி இறங்க 'இருக்கட்டும் இருக்கட்டும் நான்நேர்ல பாத்தன்னக்கி வச்சிக்கிடுறேன்னு' கறுவல்ல இருந்தா. ஒரு நா பட்டப் பகல்ல கள்ளூக்காரி வீட்டுலயிருந்து பரபரன்னு வராதநாயை இழுத்த மாதிரி அண்ணாக்கயித்துலக் கையவிட்டு இழுத்துக்கிட்டே வந்துட்டா.

“ஆமா அவளுககிட்டெயெல்லாம் நீ என்னத்தடா கண்டே! என்ன புதுசா கண்டே! உலகத்துல நீ ஒருத்தன்தான் ஆம்பளையா? உனக்கென்ன உருக்குலயா செய்திருக்கான் ஆண்டவன். மனுச மக்க நெனச்சா உலகத்துல பொம்பளக்கி வேற ஆம்பளையும் ஆம்பளக்கி வேற பொம்பளையும் கிடைக்காமலா இருக்கும்? ஒரு அடக்கசடக்கம் வேண்டாம்! எதோ ஒரு அஸ்த்துமஸ்த்துல ஒண்ணு ரெண்டு ஒழுக்கக்கேடா மாறிக் கிடறதுதான். தாயோளி இதே சோலியா?”

“இன்னையிலிருந்து ஒனக்கு வேத்து நெனப்பே இல்லாம பண்ணிர்றேன். இனிமே மகனே உன்னைய விடிய விடிய தூங்கவிட்டாத்தானே. சக்கையா சாரைப் பிழிஞ்சி விட்டுர்றேன்.”

தாத்தாவைப் பொத்துன்னு கட்டில்ல தள்ளிவிட்டாள்.

புருஷி

அஷ்டதிக்குகளும் அன்று அமைதியடைந்த மாதிரியான பிரமை கண்ணனுக்கு. வனமே திகிலடைந்து கிடந்த தோற்றம். பாஞ்சாலி ஏன் அப்படிக் கூறினாள்? போகிற போக்கில் ரொம்ப எளிதாக சொல்லிவிட்டு இருந்து கொண்டாள். கண்ணனுக்கோ காலங்காலமாய் பெண்கள் குறித்த கணிப்பில் படர்ந்து விட்ட தீ அது. ஆனால் அதுதான் உண்மை என்பதும் நிரூபணமாகிவிட்டது. அவள் அப்படிக் கூறியதின் பின்னால் அது குறித்து யாதொரு அதிர்ச்சியும் வியப்பும் தெரிவிக்காத பாண்டவர்களின் அமைதிதான் கண்ணனுக்கு ஆச்சரிய மாயிருந்தது. இந்த ஐந்து பேர்களாலும் அவள் வாழ்க்கையில் எதுவொரு மகிழ்ச்சியும் பெறவில்லை என்பதை அவர்களே ஒத்துக் கொள்கிறமாதிரி அவர்களின் நீண்ட மௌனம். அந்த ஆமோதிப்பு. இந்தக் கருத்தை அவர்களிடம் அவள் பலமுறை சொல்லியிருக்க வேண்டும்போல்தான் தெரிந்தது கண்ணனுக்கு. குணமெனும் குன்றேறிநிற்கும் தருமன், ஒரு தெய்வமே எதிரே நின்றாலும் சீறியடிக்கும் திறல் வீமன், போரில் காலனும் அஞ்சக் கலக்கும் அர்ச்சுனன். வாள் தேர்ச்சியில் சிறந்த நகுல சகாதேவர்கள் அத்தனை பேரையும் ஆண்மைகுறித்து அவள் சொல்ல, இவர்கள் பரிதாபமாய் தலை கவிழ்ந்து இருப்பதா. ஆனால் இவனால் அதை சாதாரணமாய் கொள்ள முடியவில்லை. சொன்னவள் யார்? பாஞ்சாலி தேசத்துப் புத்திரி. பெரும் வேள்வியிலே திருஷ்டத்துய்மனுடன் பிறந்த நெருப்புச் செல்வி, தனக்கு நேர்ந்த மான ஹீனத்திற்காக துரியனின்

தொடை கிழித்து துர்ச்சாதனின் ஆக்கைரத்தம் பிழிந்து கூந்தலில் நெய்யாய் தடவி குழல் முடிக்க சபதம் கொண்டவள்.

அந்தப் பெண்ணரசியின் அடிமனதில் இப்படியொரு எண்ணம் தீராத வேட்கையாய்ப் படிந்து கிடக்கிற தென்றால் கௌரவர்களுக்கு சொல்லவா வேண்டும். பின் எந்த அவமானத்தைத் துடைத்து மீண்டும் இந்திரப்பிரஸ்தத்தைப் பெற்று ஆளப் போகிறார்கள், இந்தப் பாண்டவர்கள்?

ஆறுபேர்களுக்கும் வனவாசக் காலம் எவ்வளவு துயரம் மிக்கதாய் இருந்தது என்பதை கண்ணன் அறிவான். மிகவும் இக்கட்டான சூழ்நிலையின் போதெல்லாம் அவர்கள் நினைத்த மாத்திரத்தில் வனத்தில் பிரசன்னமாகி துன்பம் தவிர்ப்பது தனது வழக்கமாய் கொண்டிருந்தான். அன்றும் அப்படியொரு துன்பமான சூழ்நிலை. பாஞ்சாலி அருச்சுனனுடன் உலாவந்து கொண்டிருந்தாள். பலவகைப்பட்ட அடர்ந்த மரங்களுக் கிடையில் தனித்த நெடுங்கால நாவல் விருட்சம் ஒன்று. அதில் புலர்கால சிறு செஞ்சூரியன் போல ஒரே ஒரு பழம்.

அருச்சுனனின் தோளில் நாடி சேர்த்து மறு புஜத்தில் கைகளை படரவிட்டு ஒரு குதூகல சிணுங்கலில் பழத்தைக் சுட்டினாள். காண்டீபத்தை நேர்த்தியுடன் வளைத்தால் வையத்தை துகள் செய்யும் விஜயனுக்கு இது ஒரு பொருட்டா? அந்த சணமே கனி திரௌபதியின் கையில் தவழ்ந்தது.

பழம் விழுந்ததா இல்லை மலர் விழுந்ததா என ஓசையை திகைக்கும் முன்னம் மாரிக்கால பாம்புகளின் படையெடுப்பைப் போல ரிஷிகளின் கூட்டம் அநத திசை நோக்கி பாய்ந்து வந்தன. விவரணையில் அந்த வனத்தையே சல்லடை போட்டனர். வீழ்த்தியது அருச்சுனன் எனத் தெரிந்ததும் கொஞ்சம் சுணங்கி விசாரணை அனுதாபமாயும் அங்கலாய்ப்பாயும் முடித்து செல்லும்படியாயிற்று.

“வில் விஜயா! இருக்கின்ற துன்பங்கள் உங்களுக்குப் போதாதா. மேன்மேலும் இடர்களை நீங்களே தரவித்துக்கொள்ள வேண்டுமா தெய்வமே” ரிஷிகளின் ஓட்டநாட்டங்களைப் பார்த்து ஆங்காங்கிருந்த சகோதரர்கள் தருமன். வீமன், நகுலன், சகாதேவன் நால்வரும் ஓடிவந்தனர்.

“பாண்டவர்களே என்ன காரியம் செய்துவிட்டீர்கள்… இது சாதாரண நாவல் பழமன்று. பன்னிரெண்டு வருடத்திற்கொருமுறை பழுக்கும் அதிசயப் பழம். இதை அமித்திரர் எனும் மகரிஷி உண்டு வேறு எவ்வித உணவும் கொள்ளாது இதனாலேயே உயிர் வாழ்கிறவர். வருடங்கள் கழிந்து அந்த முனிபுங்கவர் பசியார வருங்கால மிது. பழம் காணாதது தெரிந்தால் உண்மையில் உங்களுக்கு அமித்திரராகவே ஆகிவிடுவார்” என கவலையில் கூறிக் கலைந்தனர் ரிக்ஷிகள்.

அந்த ஆபத்து காரியத்திற்காகவே ஆறுபேர்களும் கண்ணனை நினைத்து வரவழைத்திருந்தனர். வந்த கண்ணன் ஒரு உபாயம் கூறினான். அறுவரும் அவரவர் மனத்தில் உள்ளதை ஒளிவு மறைவின்றி சொன்னார்களேயானால் பழம் மரத்தில் சென்று பொருந்தும். உள்ளத்தின் உண்மை ஒளியை வாக்கினில் கொண்டுவர பணித்தான்.

சகோதரர்கள் உள்ளூரை உண்மையை சொல்லச்சொல்ல பழம் மரத்தினை நோக்கி சிறிது சிறிதாய் உயர்ந்து கொண்டேயிருந்தது. இனி பாஞ்சாலியின் முறை. கண்ணன் நேராக நிமிர்ந்தான்.

“புவியில் மாதர்கள் கற்புடையவர்களாக இருப்பதற்கு அவர்கள் விரும்புகிற ஆடவரை அடையப்பெறாததுதான். எனக்கு ஐந்து கணவன் மார்கள் வாய்த்திருந்தும் என் மனம் இன்னொரு புருசனை நாடுகிறது.”

கண்ணன் அதிர்ச்சியடைந்தான். தங்கையின் கூற்றைக் கேட்டு பதற்றமாய் பாண்டவர்களை கலக்கம் மேலிட நோக்கினான். அவர்களின் முகத்தில் எந்தக் கலவரமுமில்லை. மீண்டும் திரௌபதியைப் பார்த்தான்.

அவள் எந்த மனச்சஞ்சலமுமில்லாமல் பலமுறை புலம்பி அலுத்ததை மீண்டும் ஒருமுறை ஒப்புவித்த மாதிரியில் உட்கார்ந்திருந்தாள். நாவல் பழமோ இறுதியாய் எழும்பி மரத்தின் பழைய நிலையில் பொருந்திக் கொண்டது.

துன்பம் போக்கியதும் துவாரகைக்கு போய்விடும் கண்ணன். அன்று வனத்தை சுற்றி சுற்றி வந்தான். உறுமலும்

பொறுமலுமாய் வெகுநேரம் கண்டமேனியாய் திரிந்தான். பொறுக்கா மனக்குழப்பத்தில் அந்திசாயும் வரை கானகமெல்லாம் உலாத்தினான். தன் சிரசில் உள்ள கிரீடத்தின் நுனியில் அழகு கொழிக்கும் பீலி துவண்டு முன்நோக்கி வளைந்து ஆடியாடி நிமிர்ந்து கொண்டிருந்தது. எலும்பை உறைக்கும் அந்திக் குளிர்காற்றிலும் கண்ணனின் உடல் வியர்த்துசலசலத்தது. எமபுத்திரனான தருமன், வாயுமகனான வீமன். இந்திரன்மைந்தன் அருச்சுனன், அஸ்வினி தேவர்களின் பிள்ளைகளான நகுலன், சகாதேவன், இப்பேறப்பட்ட ஐவரை கணவன் மார்களாக பெற்றிருந்தும் இனியொரு புருசன் வேண்டுமென்று என் மனம் நாடுகிறது என்றாளே பாஞ்சாலி, அதுவும் பழம்பொருந்தச் சொன்ன கபடமற்ற உள்ளக்கிடக்கை.

யார் அந்த ஒருவன்? யார்? யார்?

பலருடைய உருவங்கள் அவன் மனத்தில் தோன்றித் தோன்றி மறைந்தன. எந்த உருவத்தையும் பாஞ்சாலியுடன் இணைத்துப் பார்க்க சகிக்கவில்லை அவனுக்கு. ஆனால் அவன் மட்டும் அவன்...அவன்....கர்ணன்!

நினைக்கும் போதே கண்ணனுக்கு உலகம் தலைகீழாய்ச் சுழன்றது.

அவனை எண்ணியிருப்பாளோ?

பாண்டவரின் தாய் குந்திபெற்ற தலைச்சேய் அவன்தானே. அவன் இந்தக் கூட்டின் பறவைதானே. இந்த உறவுகளின் தொடர்ச்சி அங்கவயக் குறிப்பு, அவள் கண்கள் வயமாய் அவனை ஸ்பரிசிக்கத் தூண்டியிருக்குமோ ஓர்நாள்?

அப்படி இவள் விழைந்தால்! அந்தக்காரணம் துவங்கி, அந்த ஒளிக்கீற்றின் வெளிச்சத்தில் பாண்டவருக்கும் கர்ணனுக்குமான காராக்கிரகம் விலகி அண்ணன் தம்பியர் கூடச் சேர்ந்து விட்டால்...அதன் மூலம் உண்மை உலகிற்கு தெரிந்து மகாபாரதப் போரே நின்று போனால் தன் இலக்கு.... இலட்சியம்?

“திரௌபதா...!” ஆவேசமாய் அலறினான்.

“பாஞ்சாலி...! பாஞ்சாலி......! பலமுறை கூச்சலிட்டான். ஆ!”

துணுக்குற்று சுயநினைவுக்கு வந்தான். நல்லவேளை அவன்

மட்டும் தனித்து காட்டின் நடுவே நின்றிருந்தான். ஆவேச முற்று பாஞ்சாலி இருக்கும் திசை நோக்கி ஓடி வந்தான். கொன்றை மரத்தின் கீழே அவள் மட்டும் தனித்திருந்தாள். பஞ்சவர்கள் யாருமில்லை. இருள்அவளை சூழ்ந்திருந்தது.

"தங்கையே திரௌபதி!" மூச்சின் வேகம் மறைத்து சாந்தமாய் அழைத்தான்.

"உம்......" திரும்பியவள் என்ன அண்ணா என்று விளித்தாள்.

"நீ உண்மையில் உள்ளும் புறமுமாக இரண்டு வாழ்க்கையா வாழ்கிறாய்?"

"ஓ அதைக் கேட்கின்றாயா நீ அதை இன்னுமா ஞாபகத்தில் கொண்டிருக்கிறாய். நான் தான் மறக்கமாட்டாமல் தள்ளப்பட்டிருக்கிறேன். உனக்கென்ன தலையெழுத்து, விட்டு ஒழி!"

விரிந்து கிடந்த கூந்தலை கோதியபடி அனாயசமாய் சொன்னாள்.

"மறக்க முடியுமா சகோதரி அந்த உன் வாசகத்தை."

திரௌபதி சிரித்தாள்.

"பின்னே நான் மட்டும் இந்த உலகின் பெண்ணில்லையா! குடியானவன் வீட்டுப் பெண்களிலிருந்து தேவ தேவர்களின் குடும்ப ஸ்திரீகள்வரை விதிக்கப்பட்டிருப்பது ஒரே இலக்கணந்தான். சுயம்வரங்களில். வீரவிளையாட்டுக்களில் பணயம், படையெடுப்பில் சிறையெடுப்பது. சூதில் அடிமைப் படுத்துவது, பொன்பொருளில் விலை பேசுவது. பெண்ணின் வாழ்க்கை அவள் சுதந்திரத்தில் அமைந்ததில்லையே."

கவரிகள் வீசுபட கொற்றவெண் குடையின் கீழே சகல சௌபாக்கியங்களுடன் திகழும் மன்னரின் பாரியானாலும் அதை அந்தப் பெண் தீர்மானிப்பதில்லை இது ஒரு பெண்ணாய் இருந்தாலே புரியும். பெண்களின் காதல் வாழ்வு காட்டாற்று வெள்ளமாய் பொங்கி வீணே பயனற்று பாழ் வெளியில் இறைந்து சன்னமாய் தடந்தெரியாமல் காய்ந்து சுவடற்று போகிறது. பாஞ்சாலியின் கண்ணில் கண்ணீர் முத்தென திரண்டு பின் உள்ளிறங்கியது. கண்ணன் தலை

கவிழ்ந்திருந்தான். சிறிது இடைவேளைக்குப்பின்,

"கிருஷ்ணை! திரௌபதி! பாஞ்சாலி! உன்தமயனின் இந்தக் கேள்விக்கு மட்டும் நல்ல பதில் தருவாயா?"

கண்களைத் துடைத்த பாஞ்சாலி இவ்வளவு பேசியதும் வீண். கண்ணனின் கேள்வி நோக்கமே வேறு எனத் தெரிந்து அந்தக் கேள்விக்காய் ஏறிட்டாள்.

"இந்த ஐந்து பேரைத்தவிர இனியொரு புருசனை நாடினேன். என்றாயே அது யாரென்று நான் அறிந்து கொள்ளலாமா?"

பாஞ்சாலி பித்தம் சிதறுண்டவளைப் போல கடகடவென கண்ணனைப் பார்த்துச் சிரித்தாள். அன்று பக்தியுடன் அழைத்தவள் இன்று இகழ்ச்சியாய்ச் சொல்லி அழைத்தாள்.

"பாண்டவசகாயா, மைவண்ணா, மாதவா, யாதவா, வாசவா, கேசவா, மாயா, ஆயா, மதசூதா, ஆதியே, அந்தமே, என் சோதரணே! எழுந்து நின்று ஆவேசமாய் கண்ணனைப் பார்த்துக் கூவினாள்."

"என்னை நீ தூற்று! இகழ்! இவள் கற்பிழந்தவள் என்று துவாரகை யோய்ச் சேரும் வரை கூவு! இந்த வனமே என்னைக் காறிஉமிழ அலறு! ஆனால் இந்த உலகமே என்னை வெறுத்தாலும் எனக்கு இன்னொரு புருசன் வேணும்."

அவன்! நான் அந்நியனால் துகிலுரியப்படும் போது கையாலாகாதவனாய் இருக்கக் கூடாது. என்னைச் சீண்டுபவன் கையை துண்டிக்க வேண்டும். நான் யாராலும் அவமானப்பட நேர்ந்தால் அவர்தம் தலைகளைக் கொய்து வாணாளை முடிக்கவேண்டும். பிறந்த மண்ணையும் மக்களையும் மதிக்கவேண்டும். பெற்ற தேசத்தையும் உற்ற மாந்தரையும் சூது கொண்டு இழப்பவரையும் பறிப்பவரையும் ஏக பாணத்தால் அழித்தொழிக்க வேண்டும். என்மக்கள் விதேசிகளால் துன்புறுவதா? என்நாடு என்பூமி இதில் ஒருபிடி மண்ணும் அந்நியன் எடுத்துச் செல்ல சகியேன் என்று கொடுவாளினை ஏந்தும் ஒரு புருசன் எனக்கு வேணும். இன்னொரு புருசன் வேணும். அவன் எனக்கு நிழலாய் இருக்கணும் பாஞ்சாலி வெகுநேரம் வரை அழுது கொண்டிருந்தாள்.

பிம்பத்தின் பின்னே

அடர்ந்து சூழ்ந்து தாவரங்களை தழுவி காடுகளுக்கூடே சரயூ நதி பாய்ந்து வருகிறது. கறந்த பாலாய் நுரைமேவி வரும் நதியின் போக்கை அருவியொழுகும் கண்களால் அவலமெய்த பார்த்துக் கொண்டேயிருந்தான் இராமன். கையில் கோதண்டமின்றி முதுகின் புறத்தில் அம்புறைத்தூணியுமில்லாமல் ஞாண் இடையில் ஒற்றைத் துகிலுடன் ஒரு பராரியைப் போல் கவிழ்தலையும் முன்கை கூட்டியும் மௌனித்துநிற்கிறான். சுழன்றடிக்கிறது சூறைக்காற்று.

நதியின் கரைமருங்கில் நிற்கும் ராட்சச விருட்சங்கள் கிளையை காற்றின் போக்கிலும் வீச்சினை எதிர்த்தும் ஆடி ஆடி ஹோய்ங்... ஹோய்ங்... என ஊழிக்கால ஒலி கிளப்புகிறது. பன்னெடுநாளாய் கன்னாபின்னாவாய் வளர்ந்த இராமனின் நரைத்ததும். செம்பட்டையுமான தாடியும் தலைமுடியும் காற்றில் அசைந்து அசைந்து படிகின்றன. கருத்த அவனது வயோதிக சுருக்கல் மேனியில் சாம்பல் நிறச் செதில்கள் இடையறாது பற்றியிருந்தன. கால்கள் போனபடியெல்லாம் அலைந்து திரிந்ததால் காட்டுச்செடிகளின் உராய்வு வெண்மையாய் குறுக்கும் நெடுக்குமாய் மேனி முழுக்க கோடுகள் கிழித்திருந்தது.

ஒரு மதி சுவாதீனமற்றவனாய் திடீரென அரக்கங்கொண்டு சிரித்தான். சில நொடிகளில். பலவாறாய் நினைந்து புலம்பிக் கேவிகேவி அழுதான். துயரம்மிக்க பல நினைவுகள், அவனைச்

சுற்றியுள்ள வெளிகள் முழுவதும் விச ஜந்துக்களாய் சூழ்ந்து நிறைத்து இவனை நோக்கி படைகளாய் ஊர்ந்து வளைத்தன.

'இப்படி ஆக்கிக்கொண்டேனே! என புலம்பியவாறு மண்ணை அள்ளி அள்ளி வாயில்போட்டு அண்ணாந்து வானம்பார்த்து கால் கைகள ஆட்டி 'ஓ' வென அலறி பேய்க்காற்றில் ஆர வாரிக்கும் பெருங்காட்டின் கூச்சலைவிட ஆவேசமாய் குரல் எழுப்பினான். 'சீதா...சீதா...' என்று தன்பாரியாளின் பெயர் சொல்லி கூவி நெஞ்சில் மாறிமாறி அறைந்து ஆவேசமாய் நதியின் எதிர்திசையை நோக்கி ஓட ஆரம்பித்தான்.

பூமி பிளந்து அவளை விழுங்கும்வரை அங்கேதான் சீதை கடைசியாய்க் கிடந்தாள். அவள் கண்முன் எல்லாம் இருண்டு கிடந்தது. அவள் மனக்குகையின் காராகிரஹத்தை ஆயிரம் சூரியர்கள் கொண்டு ஏற்றினாலும் மேன்மேவியாய் படிந்துள்ள இருள்திரளை எளிதில் விலக்கிட மடியாது. அவளின் அந்திமகால பொழுதுகளில் 'அம்மா அம்மா' என்ற தன் இளையபுத்திரன் லவனின் மரணஒலி ஒன்றேதன் காது மடல்களில் ஒலித்துக்கொண்டிருந்தது. சாமத்தில் எங்கோ ஒரு பறவையின் கத்தும் ஓசை. காட்டு பூனைகளின் சமிக்ஞை சத்தங்கள் லவனின் கடைசி அழுகையைப் போன்றே அவளுக்கு கேட்கிறது.

ஓடிவந்து மூச்சு முட்ட மடியோடு இருகை சேர்த்து ஒட்டி அணைத்து ஆனந்திக்கும் லவன். 'தாயே தாயே' என இப்பொழுதும் கதறுவதுபோல் சீதை உணர்கிறாள்.

கானகத்தின் நெடுநாளைய வாசத்தினால் ரத்தமும் சதையும் உலர்ந்து போய் காய்ந்த மரத்தின் கிளைகளாய் நெருநெருத்த தன் கைகளால் காய்ந்த இலந்தைச் செடியாய் தலையில் அப்பியிருந்த கேசத்தில் மாறி மாறி அடித்துக்கொண்டாள்.

அதோ ஒரு நந்த வனம் குதித்தாடி வருவதுபோல் குதூகலமாய் அவளை நோக்கி ஓடிவருகிறான் லவன். சோகை பிடித்த அவள் உடல் மலர்கிறது. 'மகனே என் செல்வமே!' தள்ளாடி ஓடி அவனை இறுக கட்டி உச்சி முகருகிறாள். ஆ! சாம்பலின் நாற்றம் தீய்ந்த புல்லின் வாசம். சோர்ந்து விழுகிறாள்.

இருளின் வழியே பாதை கிழித்து இரண்டு கைகளாலும் கால்களாலும் பூமியைக் கீறியவாறு ஈன்ற கன்றினை இழந்து தேடும் ஒரு விலங்கினைப் போல் ஊர்ந்து ஊர்ந்து ஆவேசங்கொண்டு திசையின்றி நகர்ந்து திரிகிறாள். முதிர்ந்த செடிகளும் கொடிகளும் சளசளவென வளைந்து படிந்து சோகத்தில் மெல்லெழுந்து ஆடி சீதையைப் பின்புறமாய் பார்த்து இரக்கங்கொண்டு நிற்கின்றன.

தண்ணீரில் மூழ்கி மரணிக்கும் மனிதன் மும்முறை வெளிவந்து அடங்குவதுபோல் சீதை ஆழத்தில் மீளமுடியாது போய்க்கொண்டேயிருந்தாள். அவளின் குழி விழுந்த கண்களில், உள்ளது உயிரென வைத்திருந்த சிறிது ஒளி ஒவ்வொரு அவலத்தையும் அவள் நினைவுக்கு சாவு தெளிச்சியாய் விவரிக்கத் தலைப்பட்டது.

அன்று தென் திசையில் தன் வில்திறம் காட்டி நபும்சகர்களை வீழ்த்திய தன் நாதனை வெற்றித்திருமகனாய்ப் பார்க்க ஆயத்தம் ஆகிறாள். பாதங்களின் கீழே பூமியும், கண்கள் காணும் திசையெல்லாம் வெறுமையும் அன்றி சீதையின் கண்களுக்கு வேறு எவையும் தெரியவில்லை. ஒளி பொருந்திய இராமனின் உருவத்தை அவ்வெளிகளெல்லாம் நிறைக்க அந்த வெற்றிடங்களை ஸ்தாபித்திருந்தாள்.

அவன் இனிய குரலையன்றி வேறு சப்தங்களை காது மடல்கள் நிர்தாட்சண்யமாய் நிராகரிக்கின்றன. நாசியின் சுவாசம் அவன் வீர வதனத் தோள்களில் படிந்து நுகரத்துடிக்கின்றன. அவன்தன் விரல்களால் இவளின் கேசத்தை கோதி தன் மார்போடு இறுக அணைக்கும்போது வெட்கத்தால் அவனிலிருந்து பொய்யாய் தள்ளிவிடுபட முயற்சிக்க வேண்டுமே என சீதையின் கைகள் வருந்துகின்றன.

மெய்க்கீர்த்தியோர் சபை என அறியப்பட்ட சான்றோர்கள் முன் கோடிக் கண்கள் பலமாதமாய் ஏங்கிய அந்த சந்திப்பு நிகழுங்காலையில்...

‘அசோக வனத்துச் சீதையே! நீ கற்புள்ளவள்தானா?’

பிராணநாதனைக் கண்டதும் ஆனந்தித்த கண்களில் அதிர்வு.

அட்ட திசைகளும் ஒருகணம் விதிர்விதிர்த்து நின்றன. சீதையின் கண்களை நேரிடையாய்க் காணத் தாங்கவொண்ணாத ராமன் எங்கோ திரும்பி தடுமாறிப் பேசினான்.

"எனக்கு எவ்வித ஐயமுமில்லை! இந்தச் சமூகம் நாளை ஒரு வேளை இப்படிச் சிந்திக்கக்கூடாதல்லவா?"

'ஊரார் மேல் பழி, இவள் இதயமெல்லாம் வலி'. பெருமிதமும் காமமும் பொருந்தி வந்த கண்கள் அவலமாய் அங்குமிங்கும் அலைபாய்ந்தன. 'பெண்ணாய் படைத்தாயே இறைவா!' ஓரக்கண்ணால் அழுகை நிமிர்ந்த பார்வையால் இறைஞ்சி துணையானைப் பார்த்தாள். 'ஐயோ! மாதம் இத்துணை கடந்தும் பிரிவின் துயர் சிறிதேனும் அவன் கூறிய வார்த்தையில் மட்டுமல்ல அவன் வடிவிலும் தெரியவில்லையே. பிரிந்த காலங்களில் இராமனை நான் நினைத்திருந்தேன் எனச் சொல்ல மடியாமல் மனம் முழுக்க நிறைத்திருந்தேனே.' எங்கோ வெறித்தபடியாயிருந்த அவன் முகத்தில் சந்தேகச்சேறு அப்பிக் கிடந்தது. மாறாத ரணம் மனத்தில் பதிந்தது.

சீதை தனித்துவிடப்பட்டாள். அண்ணன் சொல்லை திண்ணமுறக்கேட்ட இளையவன் அக்னியை மூட்ட பாய்ந்தோடினான். காமம் வெகுளி மயக்கமென முப்பகை வென்றோர், இராமனின் சொல்லில் கட்டுண்டு தலைகவிழ்ந்திருந்தார்கள்.

துணைப்படை அமலப்படை பயிற்சிப்படை, காலப்படை பகைவிடுபடைகள் முதலியன சூழ்ந்திருக்க சூதர்கள், ஆசான்கள், வாதுவர்கள், ஆரோதனர்கள், ஆள்வோர்கள். ஏனாதிகள், வள்ளுவர்கள் முன் 'எத்தனை பிறவியெடுத்தாலும் ராமனின் தோள்களையே தழுவவேண்டும் என்று ஆரண்யத்தினின்றும் பிரிந்த நாளிலிருந்து நான் விரதம் கொண்டவளே!'

திகம்பரமாய் சீதை அக்னியில் நின்றிருந்தாள்.

படை பரிவாரங்களுக்குப் பின்னால் அயோத்தியின் வன்வினைஞர்கள் செதுக்கிய அரச மாளிகையின் ஏவலுக்காய் அழைத்துச் செல்லப்படும் தாதியாய் நடத்திக் கொண்டுவர அனுமதிக்கப்பட்டாள். தெளிந்த நீர்நிலையில் சந்தேகக்கல்

விழுந்து எழுப்பிய அலைகள் சில கணங்களில் மறைந்து போனாலும் குட்டையின் ஒரு மூலையில் அந்தக்கல் ஒரு குறையாய் வீற்றிருக்கவே செய்கிறது.

அயோத்தியில் மன்னன் நகர்வலம்.

இரவு வேளைகளில். அரசின் மாண்பு குறித்தும் ஆட்சியின் புகழ் குறித்தும் அறிய அரசாள்வோர் மேற்கொள்ளும் வழி. ஆனால் அப்படி அறிய சென்றானா? இல்லை ஸ்ரீலங்கா சீதையின் கற்பின் பெற்றி பற்றி ஊரார் கருத்தறிய சென்றானா? ராமன் சொன்ன நகர் வலச் செய்தி அன்று விடிகாலையில் சீதையின் விதியாகப் புலர்ந்தது.

அந்தக் குடிலில் இருந்த காழியன் தன் தாரத்திடம் "அடி கள்ளி! உன் உடன் பிறந்தாளின் வீட்டில் ஒருநாள் இரவு தங்குமாறு என்னுடன் கோபித்து சென்றது குற்றம். உன் தமக்கையின் கணவன் என்போல் யோக்கியவான் அல்லவே. அவன் ஒரு ஸ்திரிலோலன். அவனுக்கு உன்மேல் முன்பிருந்தே ஒரு மயக்கம் உண்டு. எட்டுக்கெட்டு எட்டுப்போட்டு கட்டிய சதுரத்தில் செம்மண் தரையும் ஜம்புத் தட்டை வேய்ந்த கூரையும் உள்ள மனைக்குள்ளே ஒன்றாய் தூங்கிக் கிடந்து வந்தவளை திரும்ப சேர்த்துக் கொள்ள மானமில்லா ராஜா ராமனில்லை நான்."

தலைமை அசைச்சர் சுமந்திரன் உள்ளிட்ட சபாமண்டபம் திகைத்திருந்தது. இராமனின் மனதில் படிந்திருந்த அழுக்குக்கு வழிகோலாய் ஒரு சாட்சியம் அமைந்தது. அவநம்பிக்கை உறுதி ஆனது.

பரிசோதிப்பின் பிறிதொரு வடிவமாய்த் திரண்ட, வயிற்றின் இன்னொரு உயிரின் சுமையோடு ஈவிரக்கமின்றி கொடிய விலங்குகளும் ஆளுயரப் பறவைகளும் திரியும் அத்துவான வனத்தில் மனித சுவாசமில்லாத பகுதியில் திக்கற்று விடப்பட்டாள்.

ஒரு நாளில் வால்மீகி என்னும் மகரிஷியை இன்னொரு ஜனகனாய்ச் சந்தித்தாள். தாய்ப்பறவையின் அடி வயிற்றுக் கதகதப்பில் அணையுண்ட நிம்மதியில் அந்த மகானின்

சேவையில் கானகத்தின் வாசம் கழிந்து கொண்டிருந்தது. சூர்ய குலத்தோன்றலாய் கோசலநாட்டிற்கு வருங்காலத்தில் முடிசூடி ஆளவிருப்பவன் அயோத்தியின் நாற்பத்தி ஏழாவது மன்னவன் குசலவன் என்னும் நாமத்தில் காட்டில் காற்று வெளியில் பிறந்தான் திக்குகளை போர்த்தியவனாக.

ஒருநாள் நிஷ்டையிலிருந்த முனிவரிடம் சொன்னாள். சுவாமி ஆற்றிற்கு தண்ணீர் மொண்டுவர செல்கிறேன். குழந்தை குசலவனை கண்காணித்துக்கொள்வீர்களா? மரக்கிளையில் தொங்கிய தொட்டிலை ஆட்டியபடி கேட்டாள். பதில்இல்லை. வனத்தின் உள்ளே ஊளைகளும் உறுமல்களும் பிளிறல்களும் மாறிமாறிக் கேட்ட வண்ணமாய் இருந்தன. முனிவரின் இந்நிலையில் நம்பிவிடுதல் தவறு. குசலவனை இடுப்பிலும் தண்ணீர்ப் பானையை தலையிலும் கொண்டு ஒற்றைத்தடம் பற்றி ஏகினாள் சக்கர வர்த்தி திருமகனின் தர்மபத்தினி. தவம்கலைந்தது. ஆடும் தொட்டிலைக் கண்டார். காற்றில் வெறுமனே முன்னும் பின்னுமாய் அலைந்தது. அந்தோ! என் செய்வேன் சீதையின் குரல் கேட்டதே. ஒரு அசரீரியின் குரல்போல் மௌனத்தின் ஆழ்மையிலும் குழந்தையைக் கவனித்துக் கொள்ளவேண்டுமாய் இறைந்தது காதில் விழுந்ததே. சீதைக்கு என்ன பதில் சொல்லித்தேற்றமுடியும். இந்தக் கானகத்தின் நிராதரவில் ஒரு நம்பிக்கையுருவாய்ப் பெற்ற குழந்தை அல்லவா? அதுவும் பறிபோனதென்றறிந்தால்....

பதட்டத்துடன் அருகில் படர்ந் திருந்த தர்ப்பைப்புல்லை சிறிது பறித்தார். உடன் ஆள் மருட்டுக்கொடியின் இலையையும் சேர்த்து பரம் பொருளை மன்றாடிவேண்டி தொட்டிலிலிட்டார். அதோ பூந்தளிராய் லவன் சிரித்துக்கிடக்கிறான்.

சேலையின் ஒரு முன்றானை பகுதியை தூளியாய் பின் முதுகில் கட்டி குசலவனைக் கொண்டு, தலையில் குடத்துடன் நடந்துவருகிறாள் சீதை. ஆச்சரியத்தில் முனி. தொட்டிலில் குழந்தையைக் கண்ட பிரமிப்பில் சீதை. குற்ற உணர்வில் மறைவினின்று வெளிப்பட்ட முனிவர் 'அம்மா இவனையும்

உன் மகனாகப் பேணு. குசலவனுக்குத் துணையாக லவன்.' மன்னிப்புக் கோரும் பாவனையில் கூறிமுனி ஏகினார்.

வ்வா...வ்வா.... சிறு பழம் பிளந்தது போல் வாயிதழ் விரிய பிஞ்சு கால்கைகளை ஆட்டி தாயின் முகங்கண்டு மாறிமாறிச் சிரிக்கிறான் குழந்தை.

அன்று இராமன் வருகை புரிந்திருந்தான்.

அயோத்தியிலிருந்து பல பகல்களையும். இரவுகளையும் போக்கி சேனை பரிவாரங்களோடு காடேமிரள வந்துசேர்ந்திருந்தான். தவயோகிகளும். முனிவர்களும் செய்தியறிந்து இந்த அண்டம் முழுமையிலும் இருந்து பல நாட்கள் சிரமபயணம் மேற்கொண்டு வனாந்திரம் சேர்ந்து இராமனை வரவேற்றனர்.

தாயின் அறிமுகத்தில் தந்தையை முன்னரே அறிந்திருந்த குழந்தைகள் பாசத்துடன் பறந்துவந்தன.

"தந்தையே"

"தந்தையே"

"எங்களை ஆசிர்வதியுங்கள்" குசலவனை குறிப்பால் உணர்ந்து மெய்யோடு அணைத்த இராமனின் கைகள் லவனை நெட்டித்தள்ளியது. கீழே விழுந்த சிறுவன் ஏமாற்றத்தால் முகம், மெய் சோர்ந்து பராக்க விழித்தான்.

சீதையே யாரிந்தச் சிறுவன்?

கண்ட காட்சியாலும் கேட்ட கேள்வியாலும் இராமனின் அத்துணை அமோகமும் க்ஷண நேரத்தில் பொடிப் பொடியாய் போயின. வந்த ரிஷிகள் சீதை நிமித்தமாய் இராமனின் செயல்களை ஓரிருமுறை கேள்வியுற்றதைப் பெரிதாகக் கொள்ளாத போதில் இன்று மிக அருகில் அந்த மிலேச்சத்தை அருவருப்புடன் உணர்ந்தனர். பாவம் மகள் சீதை!

அவள் ஒடிந்து மனங்கலங்கி நிற்பதை சகியாதவராய் குலைந்து போயினர்.

இராமனின் அஜாதசத்ரு எனும் பலம் பொருந்திய மாயை

சன்னஞ்சன்னமாய் அவனிலிருந்து க்ஷீணிக்க ஆரம்பித்தது. பிரம்மாண்டத்தை மிக நெருங்கி காண்கையில்தான் அதன் அசிங்கங்களும் அவலட்சணங்களும் தெரியவருகின்றன. எட்டமுடியாத ராஜகம்பீரங்களைக் கிட்ட நெருங்கி ஸ்பரிசிக்கையிலேதான் சராசரியைவிடவும் போலியாய் கீழ்மையாய் இருப்பதை உணரமுடிகிறது.

“தீக்குளிப்புக்கு ஏற்பாடு செய்யுங்கள்! இம்முறை சீதை அல்ல சிறுவர்கள்.” வானம் செம்பாதியாய் பிளந்து தலையில் விழப்போகும் பயத்தில் விதிர்விதிர்க்கிறாள் சீதை.

“அம்மா! தாயே கலங்காதீர்கள் நாங்கள் உன் பிள்ளைகளல்லவா? பொறுமைத்தாய் பொத்தி பொத்தி பேணிப்பொரித்த சேய்களல்லவா? இந்தச் சோதிப்பில் வெற்றிபெறுவோம்.”

மாறிமாறி முத்தமிட்டனர். குசலவன் எரியும் நெருப்பு நோக்கிச் சென்றான். லவன் மீண்டுமொரு முறைவந்து “என்னைப்பெற்றவளே“ என நொறுங்க அணைத்து திரும்பித் திரும்பிப் பார்த்தவாறு குசலவனின் பின்னே தொடர்ந்தான். பாசத்தால் சீதையின் கண்கள் வெப்ப நீரில் மிதந்தன.

குண்டத்தை குசலவன் நீந்திக்கடந்தான். அந்தோ வானளாவிய தீ நாக்குகள் லவனைச் சூழ்கின்றன.

அன்னையே! தாயே!

சிறு புல்லினை பற்றியதுபோல் சிறுவன் மேல் பாய்ந்த தீக்குழம்பு புசு புசுவென லவனை சாம்பலாய் சரித்துக் கொண்டிருக்க கைகள் ரெண்டையும் தாயினை நோக்கி நீட்டிக் கதறுகிறான்.

“ஐயோ என் பிள்ளையைக் காப்பாற்றுங்கள்! தவசீலர்களே லவன் என் மகன் அவனை காத்தருளுங்கள்! ஐயா முனிபுங்கவர்களே ரிஷிகளே!...”

“அம்மா... அம்மா”

“ஐயோ முற்றிலுமாய் சிதைந்து போனானே! நான் என் செய்வேன். அயோத்தி வீரர்களே நீங்கள் பிள்ளைகள்

பெற்றதில்லையா? வளர்த்த தில்லையோ? தெய்வமும் சத்தியமும் வேதங்களும் உலகில் இன்னும் இருக்குமோ? இத்தனைக்கும் பின்னால் நான் ஆவி தரித்து உள்ளேனா?”

கூட்டம் தலை கவிழ்ந்தது. சீதையின் அலறலும் கூடியுள்ளோர் கேவல் ஒலியும் அலை அலையாய்க் கானகத்தில் சிதறி எதிரொலித்தது. சீதையைத் தேற்ற யாரும் துணியவில்லை.

“தம்பி...சகோதரா...லவனே என் தோழனே என்னையும் அழைத்துக் கொள்ளடா உன் பிரிவினின்றும் நான் உயிர்பொறுக்கலாற்றேன். அம்மா லவனை கூப்பிடுங்கள் தாயே! இல்லை என்னை அவனுடன் சேர்த்து விடுங்கள்.... லவனே... தம்பி!”

பரிதவித்து திரியும் குசலவனைப் பாய்ந்து பிடித்தான் இராமன். திமிறிய சிறுவனை இறுகப்பற்றி சீதையைப் பார்த்துக் கூவினான்.

“சீதா! இதோ நம் மகன் குசலவன் இங்கே இருக்கிறான். மயக்கம் கொள்ளாதே பேதையே! நம் குலத்தின் முன் லவன் ஒரு மாசு. அவன் நம் குசலவனைப்போன்று சூரிய வம்சத்தான் அல்ல. மருட்சி கொள்ளாதே!”

அரச ஐம்பங்கள் போர்த்திராத அதிகாரங்கள் ஆர்ப்பரிக்காத வனங்களின் நடுவே ராஜ ஆரவாரங்கள் வெளிறி மனித இழிவின் குணாம்சங்கள் இராமனிடமிருந்து பல்லிளிக்கத் தொடங்கியது.

உத்தரவுக்கு காத்திராமல் இகழ்ச்சி சொல்லி ஒன்றன் பின் ஒன்றாய்க் கிளம்பத் தலைப்பட்டன படைபரிவாரங்கள். வனம் வெறிச்சோட ஆரம்பித்தது. நாட்கள் வேகமாய்க் கழிகின்றன. உருத்தெரியாது தொலைத்து விட்ட எதையோ இராமன் தன்னந்தனியாளாய் அந்த வனம் முழுமைக்குமாய்ச் சுற்றித் தேடிக்கொண்டே இருக்கிறான்.

என்மகன் லவன் வருவான். என்னை அழைத்துப்போவான். இந்தக் கானகமெல்லாம் என்னைக் கூட்டிச்சென்று துஷ்டமிருகங்களை வேட்டையாடி இன் விலங்குகளைக் காத்து அவைகளின் மகிழ்வை எனக்குக் காட்டி அவன் மகிழ்வான்.

குசலவனின் தோள் மீது கை சேர்த்து சோதரா என வாஞ்சையாய் முத்தமிடுவான்.

மகனே! லவனே!

சோர்ந்த உடலை திமிறி நிமிர்த்தி நடந்தாள். கைகளை றெக்கையாய் விரித்து மேடு பள்ளத்தில் தட்டுண்டுத் தடுமாறி பலங்கொண்ட மட்டும் ஓடினாள். அன்று சாம்பலாகிப்போன காட்டு மரங்களின் சாம்பல் குவியலின் நடுவில் நின்று கொண்டு நாலாபுறமும் லவனின் புல் சாம்பலை தேடுகிறாள். மடியெங்கும் சாம்பலை இறைத்துப்போட்டு பிராண்டிப் பிராண்டி பார்க்கிறாள்.

ஒரு பொழுதில் அவள் அசைவுகள் குறையத் தொடங்கின. அவள் தொண்டையின் மிடற்றுப்பகுதி மத்தியில் நிலைத்து நின்றது. பற்களிலிருந்து ஊறிய எச்சில் இறுதியாய் வாய்வழியில் சிந்தியது. நிலைத்த கண்களுக்கு முன்னால் காட்சிகள் மறைந்து போயின. பெருஞ்சாம்பல் குவியல் அவளை முழுமையாய் விழுங்கத் தொடங்கியது.

ஆதித்யன் சாயுங்காலத்தில் இருந்தான். மேல் திசை நோக்கி ஓடி அலுத்த இராமன் நதியின் மருங்கில், கவலைக் கண்களுக்குள் ஒடுங்கிய முகத்தோடு தனது சகல சம்பத்துக்களும் அயோத்தி மக்கள் முன் நீர்த்துப்போனதை நினைக்கவும் சக்தியற்று ‘உம்உம்’ என்று உறுமிய காட்டிரைச்சலும் நதியின் பேரிரைச்சலும் தனது முடிவுக்கு கட்டியங்கூறும் பூத கணங்களாய் சங்கொலிக்க, சரயூநதியின் நடு ஆழத்தை நோக்கி பிரக்ஞையற்றுப் போய்க்கொண்டிருந்தான்.

கால ஓட்டத்தில் சகல அழுக்குகளையும் வசீகரித்துக்கொண்டு என்றும் இயல்பு மாறாது ஓடும் சரயூநதி அந்த முன்னந்திப்பொழுதில் நீல நிறத்தை கரைத்த வர்ணமாய் மாறிக்கொண்டிருந்தது.

சாதிமனுசன்

சிட்டான் பாடு ரொம்பச் சங்கட்டமா போச்சி. அனுபவிச்சி பாக்கும்போதுதான் தெரியுது. வேலைக்குப் போனோம் ஒருவா கஞ்சியைக் குடிச்சோம் சூசுவான்னு படுத்து எந்திரிச்சோம்னு இருந்தாவில்லெ! இது என்னடான்னா விடிஞ்சி எந்திரிச்சதும் அந்த ஊர்ல கலவரம், இந்த ஊர்ல நாலு கொலை பஸ்ஸ'ல தீய வச்சிட்டான் கல்ட்டு எறிஞ்சி கண்ணாடிய உடைச்சான்னு ஆளு நிம்மதியா போயி நிம்மதியா வரமுடியலையே.

இந்தா பாரு மணி எட்டுத்தான் ஆகுது. ஊரே கழுவி கவுத்தின மாதிரி இருக்கு. தெருவுகள்ல ஒரு அரவத்தையுங்காணோம். ஜனநடமாட்டமே இல்லாம தெரு கம்முன்னு அடங்கிப் போய்க் கிடக்கு. தெருலைட்டு கண்ண கண்ண சிமிட்டிகிட்டிருந்தது. ஊரு இருக்கிற லட்சணத்துக்கு இந்த லைட்டு கூடவா உருப்படியா எரியப்படாது? ஒரு பத்து நாளா இந்த தொறட்டுதான்.

வீட்டுக்குள்ள எட்டிப்பாத்தான் சிம்னி விளக்கு மண்ணெண்ணை இல்லாம எவ்வி எவ்வி குதிச்சிக்கிட்டிருந்தது. வீட்டுக்கு பின்னாடி சந்துக்கு நேரா மண்பானையில கால் கை முகங் கழுவ தண்ணியிருக்கு. சித்து வேலை செய்த சிமெண்ட் சுண்ணாம்புக் கலவைகள் காலுகையை விர்ர்ரு விர்ர்ருன்னு பிடிச்சாலும் அந்த சந்துல இருக்கிற இருட்டைப் பாக்க அவனுக்கு ரொம்பப் பயம். ஊர் அடக்கமும் தெரு நிலவரமும் சுற்றியிருந்த இருட்டும் அவனுக்கு ரொம்ப பயத்தைக் கொடுத்துது. திடீர்ன்னு ஒரு வெறிக்கூச்சலா "ஏ! குட்டச்சி!"

அப்படீன்னு பெண்டாட்டிய அவயம் போட்டு கூப்புட்டான். அந்தக் கத்தலில் அவனுக்கு பக்கத்துல யாரோ துணைக்குயிருக்கிறமாதிரி கொஞ்சம் தைரியப்பட்டுக்கிட்டான்.

சின்னப்பிள்ளையிலிருந்தே அவனுக்கு இருட்டுன்னா திட்டங்கெட்ட பயம். தெரு வழியே ராத்திரி நடந்து வரும்போது ரெண்டு வீடுகளுக்கு நடுவுல இருக்கிற கட்வு இருட்டா இருக்கு மில்லையா அது அவனை விழுங்க எதோ ஒண்ணு 'ஆ'ன்னு வாயைத் திறந்த மட்டுல இருக்கிறதா இவனுக்கு நெஞ்சுல படபடன்னு அடிச்சிக்கிடும். அதுக்கு நேரா வந்தவுடன் திடுதிடுன்னு ஓடியாருவான். சந்து கடந்ததும் சாவகாசமா நடந்து வருவான். பழையபடி ஒரு கடவு வந்தா அதைத் திரும்பி பாக்காம நேரா பாத்தமட்டுல ஏதாவது சாமி பேரை மொணங்கிக்கிட்டே ஓடுவான்.

இப்பவும் சித்து வேலை விட்டு வரும்போது பஸ்ஸ்டாப் இறங்கி அந்த சுமைதாங்கிக்கல். அதைத் தாண்டி வீரசின்னு சமாது இந்தப் பகுதி வரும்போது 'என்னதான் நடக்கும் நடக்கட்டுமே இருட்டினில் நீதி மறையட்டுமே' 'மனிதன் மனிதன் எவன்தான் மனிதன்' இப்படி பலம்மா பாடிக்கிட்டு ரோட்டு வழியே கண்ணை மூடிக்கிட்டு வேர்க்க விறுவிறுக்க ஓடியாருவான்.

சிம்னி விளக்கு அணையப் போறதுக்கு முன்னாடி 'குப்பு டுப்பு கும்' முன்னு ஜ்வாலையை மேல தூக்கி கொப்பளிச்சி அடங்கிக்கிட்டிருந்தது. பயம் கோபமாவும் ஆத்திரமாவும் வாயில முணு முணுப்பா வெளிவந்தது.

'எங்க குட்டச்சிய காணம்' இந்த பயத்துல வர்ற மனத்துயரத்துக்கெல்லாம் அவள்தான் ஆறுதல் என்னதான் அவனை மூஞ்சியில் முழிக்கவிடாமல் திட்டினாலும் அவள் பக்கத்துலெ இருந்தாலே ஒரு தெம்புதான் சும்மா சொல்லிட்டாப்புலெ ஆச்சு! பொம்பளைக்கு பொம்பளை ஆம்பளைக்கு ஆம்பளை டேஙப்பா? சரியான கைகாரியில்லே.

எங்கேதான் போய்த் தொலையுவா? ரெண்டு திக்கமும் தெருவை திரும்பி திரும்பி பாத்து பல்லை நறநறன்னு கடிச்சிட்டிருக்கும்போது பெரியபயல் ஓடியாந்தான். அஞ்சாம்

இலட்சுமணப்பெருமாள் 425

வகுப்பு படிக்கிறதுக்கு தக்கன பேசமாட்டான். ஊரு பூராம் அவம்பேச்சைக் கேட்டு ஓயம்பாருவாக. அக்கம்பக்கத்துல நல்லா பழகுறவீடுகள்ல "அடியாத்தி பேச்சா பேசுறான் இப்பவே பெரிய மனுசங் கணக்கல்ல நீட்டி மொழக்குறான்" அப்படீன்னுவாக.

வேண்டாத ஆளுகள் 'வயசுக்கு தக்கன பேசலை' கழுதை இருக்கிற துக்கோ போறதுக்கோம்பாக.

"யய்யா நீ இப்பத்தான் வர்றியா?" மே மூச்சி கீமூச்சு வாங்க வெறச்ச மட்டுலெ நின்னுக்கிட்டு அவசரமாக் கேட்டான்.

"ஆமாமா. சரீ.... இந்த இருட்டுகசத்துல ஒங்காத்தா எங்குட்டு தொலஞ்சா மூதேவி! மனுசனுக்கு பசிவேற கொல்லுது"

"யய்யா ஒனக்கு விவரந்தெரியாதா? நம்ம ஆளுக மூணு போரோட தலைய வெட்டி நம்ம தலைவர் சிலைக்கு கீழே கால்மாட்டுல வச்சிட்டு போயிட்டாகளாம். ஊர்ல எந்த தெருவுலயும் வீடுகள்ல ஒத்த சனங்கிடையாது. பூராவும் போலீசுக்கு பயந்துகிட்டு அங்குட்டங் குட்டு ஓடிட்டாகளாம்."

அதையெல்லாம் இப்பொ சிட்டான் கண்டுக்கிடறதில்லை. இவனும் இந்த மாதிரி கலவர நேரங்கள்ல ரொம்ப போடுசாத்தான் திரிஞ்சான். அவஞ்சாதிக்காரங்க நாலுபோர் "சிட்டான் நம்ம பயகள்லயே நல்ல வெடிப்பானபய. துணிச்சலா அரிவாளைத் தூக்கிக்கிட்டு கிளம்பீர்றான்." அப்படீன்னு பேசும் போது இவனுககு உடனே யாரையாவது இழுத்துப் போட்டு அடிக்கணும் போல இருக்கும். கலவரநேரத்துல பொம்பளை பிள்ளைகள் இருக்கிற இடத்துல ஒரு சினிமாவுல கதாநாயகன் நடந்து வரும்போது 'வாராரய்யா வாராரய்யா வாராரு'ன்னு அவுக சுத்தி சுத்தி வந்து பாடுற மாதிரி நெனச்சி ஒரு தினுசா நடப்பான்.

வேத்து சாதிக்காரங்க இவனைப் பாக்கும்போது கை தன்னால மீசைக்குப் போகும். ஹஹாம்.... ஹார்ம்... அப்படின்னு செருமி மனசுல பெரிய வில்லாதி வில்லன் மாதிரி நின்னு மொறச்சிப்போவான். அவங்க வேத்துமையா நெனைக் காட்டாலும் இவன் தன் சாதிக்கி உடைவாளேந்துன தளபதி

மாதிரியும் எல்லாத்தையும் இவன்தான் காப்பாத்தி ரட்சிக்கிற மாதிரியும் நெனப்பு.

குட்டச்சி ஒருநா கறாலா சொல்லிப் புட்டா. "இங்க பாரு! சோத்தெ தின்னமா தூக்குச் சட்டியில கஞ்சியெ ஊத்துனமா அரவமத்து வேலைக்கு போனாமான்னு இருக்கணும். பெரிய கெட்டிக்காரன் கணக்கா எல்லா ஒந்தலையில ஓடுனமாதிரி செருமிக்கிட்டு திரிஞ்சியோ வீடு நொழஞ்சிக்கிட மாட்டே."

இருட்டு வீட்டுக்குள்ள போக மாட்டே! சாதிக்காரங்க நாலுபேரு சேர்ந்தவுடனே ஜங்கு ஜங்குன்னு குதிக்கிறது! கைய நீட்டி நீட்டி மொழக்குறான் பெரிய்ய கோடு நாடு கண்டவன் மாதிரி. இனி எங்கயாச்சும் நிக்கெப் பாத்தேன். அந்தக் கையை 'கடக்' குன்னு ஒடிச்சிருவேன் பாத்துக்கோ. போன கலவரத்துல எவனோ எங்கெயோ ரெண்டு பேரை வெட்டிப் போட நம்ம ஊர்ல வந்து பத்து பேரை பிடிச்சிட்டுப்போயி ஆறுமாசம் சிவகங்கையில கண்டிசன் பெயில் போட்டுட்டான். இப்பொ அஞ்சறு வருசமா வாய்தா வாய்தான்னு அந்த வீடுகள்ல எப்படி சீரழியிறாக தெரியுமா? அஞ்ச வயசு நாலு வயசு பள்ளிக் கூடம் போக வேண்டியதெல்லாம் பட்டாசுக் கம்பெனிக்கு வேலைக்குப் போயி இவங்க வாய்தா போய்வர செலவுக்கு கொடுக்கிறாங்க. இதைப் பாத்து நடந்துக்கோ எப்பேர்ப்பட்ட ஆபீஸர் கேட்டாலுஞ்சரி, மந்திரிமகன் மந்திரியே கேட்டாலும் நீ என்ன சாதின்னா மனுச சாதின்னு சொல்லு. அதுக்கு மேல வர்றதைப் பார்ப்போம்.

சீசாவிலிருந்து சிம்னி விளக்கில் மண்ணெண்ணையை ஊத்தி திரிய நசுக்கிவிட்டு தீபத்தை ஏத்தி திரியை நல்லா தூண்டிவிட்ட குட்டச்சி, வட்டில்ல சோத்தெப்போட்டு சிட்டானுக்கு முன்னாடி வச்சா. வயித்துலபோய் கவளங்கள் அடுத்தடுத்து விழுகவும் கொஞ்ச நேரத்துக்கு முன்னாடி இருந்த ஆத்திரம் எரிச்சல் எல்லாம் பழைய முருங்கை மரத்துக்கு ஏறுனது. வட்டில்ல மறுசோறு போட்ட குட்டச்சி நிமுந்து புருசனைப் பார்த்தாள். அவன் சோத்தை திங்காம எதுத்த சுவத்துல விழுந்த இவனோட பெரிய தலை நிழலைப் பார்த்து அப்படியும் இப்படியும் ஆட்டி கறுவலா மொணங்கிக்கிட்டிருந்தான். 'ம்

வச்சிக்கிடறேன் இன்னக்கி' 'இன்னென்ன தாட்சண்யம்'னு சொல்லிக்கிட்டே தலையை கரட்டாண்டி மாதிரி ஆட்டுனான்.

கொஞ்ச நேரம் அவன் மூஞ்சியையே பாத்த குட்டச்சி "என்ன மொணக்கம்? குட்டி போட்ட நாய் கணக்கா பேசாம திங்கிறதில்லே!" அப்படீன்னாள். கொஞ்சங்கூட நெலமையை நிதானிக்காம ரொம்ப அசால்ட்டா பேசுன அவளைத் திரும்பி, கண்ணு ரெண்டையும் திரட்டி முழிச்சி சினத்தோட "ஒன்னயக்கணக்கா ரோசங்கெட்ட பொட்டச்சிரிக்கியிருந்தா மூணு தலையென்ன ஒரு முன்னூறு தலைய சீவி நம்ம தலைவர் சிலைக்கு கீழ வெக்க மாட்டான்?" கோழி தவிட்டை விழுங்குன மாதிரி விக்கலும் கிக்கலுமா தின்னு முடிச்சி எந்திரிச்சிட்டான்.

நொண நொணன்னுக்கிட்டெ உள்ளெயும் வெளியேயும் திரிஞ்சிக் கிட்டேயிருந்தவன். ஒரு முடிவுக்கு வந்தவனாய் மச்சு மேல தட்டட்டியில கிடந்த தேஞ்சி போன முள்ளுத் தரிக்கிற ஒரு மொட்டெ அரிவாளை தேடியெடுத்து வெளியே கிடந்த பட்டியக்கல்லுல செங்காம்பட்டியெ நுணுக்கிப் போட்டு நாக்கெத் துருத்திக்கிட்டு சும்மா ஒரு மணிநேரமா சர்ரு சர்ருன்னு தீட்டி பெரு விரலால கூர்பாத்துக்கிட்டான். மினுக்குன்னு தெருலைட் எரியும்போது பெஞ்சாதியை ஒரு பார்வை பாத்துக்கிட்டான். குட்டச்சி பழைய பாய் மேல கிழிஞ்ச சேலய விரிச்சி தெருவுல காத்தோட்டமா பிள்ளைகளைப் போட்டு படுத்துக் கிடந்தவா இவனை திரும்பி பார்த்து "பெரிய திக்கு விசயன் போலத்தான்" அப்படீனுட்டு கையால வாயப் பொத்திக்கிட்டு சிரிச்சா.

ரொம்ப வெழத்தோட திரும்பிப் பாத்த சிட்டான், படுக்கையில உடம்பு பூராம் குலுங்க வாயப் பொத்திக்கிட்டு சிரிக்கிற குட்டச்சியைப் பாத்து என்னமோ மாதிரி மூஞ்சியை சுருக்கி ரொம்ப ராஞ்சனையா தலயக் கவுந்தான். அவள் எதை மனசுல வச்சி சிரிக்கிறா. இவன் வீறாப்பு எவ்வளவு தூரம் செல்லுமுன்னு தெரிஞ்சுதான் சிரிக்கிறாங்கிறது இவன் மனசுல சட்டுன்னு படவும் இவன் மூஞ்சி இம்புட்டாப் போச்சி. அவ நெனச்சு நெனச்சு சிரிப்பாணியா சிரிச்சுக் கிட்டிருந்தாள்.

அவளுக்கு விவரந்தெரிய சிட்டான் வேட்டி கட்டி நின்னதை அவள் பாத்ததில்லை. அந்தக் காக்கி அரைக்கால் டிரவுசர்தான். கல்யாணத்து அன்னக்கிக்கூட அவன் வேட்டி கட்டி நின்னானான்னு யோசிச்சு பாக்கிறாள். வேட்டி கட்டுன சிட்டான் உருவம் மனசுல நிக்கவேயில்லை.

அன்னக்கி ஊர்ல பொங்கலு வடக்குத்தெரு ஆளுகளும் தெக்குத் தெரு ஆளுகளும் ஒத்துமையா. வரிப்பிரிச்சி விழா ரொம்ப விமரிசையா நடந்தது. மொத நா ராத்திரி கரகாட்டம். ஊர் முச்சந்தியில கூட்டமுன்னா அப்படிக் கூடிக்கிடக்கு. கோடாங்கிபட்டி மேளம் கோவில்பட்டி ரெட்டை நாயனம் ஆட்டத்துக்கு தூத்துக்குடியிலிருந்து சரியான கொமரிக ரெண்டுபேர் அடேயப்பா ஆட்டத்துக்கும் நாயன மேளகாரங்களுக்கும் அவ்வளவு பொருத்தமாயிருந்தது. சனங்க மெய்மறந்து கிடந்தாங்க.

அப்பபாத்து எங்கிருந்துதான் வந்தானோ காட்டுராசா. சனியங்கணக்கா வந்து கூட்டத்துக்கு நடுவுல நின்னுக்கிட்டான். காட்டு ராசான்னா விருதா சல்லிப்பய. அவம்மேல ஏகப்பட்ட கேஸ் இருக்கு. வாரண்டு தப்பி திரியுறவன். அந்தப் பக்கம் பூராவும் ரப்பட்டுல ஒத்தை சத்தையில வர்ற ஆளுககிட்டெ வழிப்பறி பண்ணுவான். ஆளுபாத்தா நோஞ்சான் மாதிரி. கருவாட்டு சட்டிக்கு ஒரு சட்டி தேறமாட்டான். முடியுதோ முடியலையோ பெரிய பலவான் மாதிரி கூப்பாடுபோட்டுக்கிட்டு மேல வந்து விழுகிறதுனாலெ நமக்கே ஒரு தம்பயம் கொடுத்திரும். காட்டு வழியே தான் திரியுவான். பருத்தியெடுக்கப் போற பொம்பளைக கிட்டெ பெண்டுக்கு வான்னு வல்ரூட்டியம் பண்ணுவான்.

வேடிக்கை பாத்த கூட்டம் கலைய ஆரம்பிச்சது. பொம்பளெபுள்ளெக கொத்து கொத்தா கிளம்புனது-ஆமா அவன் எந்த நேரத்துல என்ன செய்ய காத்திருக்கானோ! நின்னுக் கிட்டிருந்த ஆம்பளையாளுக வடக்குத்தெரு ஆளுக வடக்காமயும் தெக்குத்தெரு ஆளுக தெக்காமயும் ஓடுறதுக்கு தோதா நின்னுக்கிட்டிருந்தாங்க.

உள்ளூர்ல காட்டு ராசாவுக்கு பழக்கப்பட்ட வெறும் பயககிட்டெப் போயிவம்படியா சில பேர் சிரிச்சிப் பேசிக்கிட்டாங்க. கூட்டம் அல்லுஞ்சில்லுமா சிதர்றதைப் பாத்து மேளகாரங்க என்ன ஏதுன்னு கேட்டு இப்படியாப் பட்டவன்னு விபரந்தெரியவும் பதட்டத்துலெ தாளந்தப்பி மொத்தோ மொத்துன்னு கொட்டுல சாத்த ஆரம்பிச்சிட்டாங்க. நாயனகாரங்க கேள்விப்பட்டு நாதசுரத்தை அண்ணாக்க பிடிச்சிக்கிட்டு 'ஊ'ன்னு நரி ஊளையிட்ட மாதிரி அவயக்காடு போட்டாங்க. ஆட்டக்காரிக காலுக பின்னாலாடி சங்கடி புக்கடின்னு சாணி மிதிக்க கூடிட்டாங்க. அந்த இடத்துலெ இந்த நிமிசம் அணுகுண்டு விழுகப்போகுதுன்னு தெரிஞ்சா ஜனங்க எப்படியெல்லாம் அலமோதுமோ அப்படியான நிலவரம் ஆகிப்போச்சி.

"யாய்ய்ய்......"

கையில வச்சிருந்த ஒரு கம்பால திடீர்ன்னு எரியுற டியூப்லைட்டுல ஒரு போடு போட்டான் காட்டுராசா. இடம் திடீர்ன்னு இருண்டு பல்ப் சலோர்ன்னு சிதறுனது. அவ்வளவுதான் கூட்டம் அல்லரை சில்லரையா சிதறி திக்கு திசை தெரியாம ஓட ஆரம்பித்தது. ஆணும் பெண்ணும் குழந்தை குட்டிகளோட ஒரே அவயக்காடும் ஓட்டமுமா திரிஞ்சாங்க.

"நில்லுரா ஏலேய்... நொாக்க மக்கா... வெட்டுறா!"

அவன் யாரைச் சொல்றான்னு தெரியலை ஓடுன எல்லாரும் நம்மளத்தான்னு நெனச்சு மூச்சப் பிடிச்சு ஓடுனாங்க. கொட்டுக்காரங்க மேளத்தை சுமக்க மாட்டாம மேல கீழ விழுந்து எந்திரிச்சி கிந்தி கிந்தி ஓடுறாங்க. கரகாட்டக்காரிக ஜல் ஜல்ன்னு இருட்டில தெரு வழியே சலங்கை சத்தத்தோட ஓட, ஊர் நாய்கள்லாம் முடுக்குது.

அந்த நேரந்தான் சிட்டான். பொங்கச் சாமான்கள் வாங்கி வீட்டுல வச்சிப்போட்டு என்ன நெனச்சானோ நல்லநாள் பொழுதுன்னு ஒத்த வேட்டியை எடுத்து டவுசருக்கு மேல கட்டிக்கிட்டான். வேடிக்கை பாக்க புறப்பட்டான். அந்த முக்குத் திரும்புற இடத்துல போத்தையா மொதலாளி வீடு. முன்னாடி

திண்ணையில அவருகூட பெஞ்சாதி. மகள் மகன் கிழவன் கிழவி எல்லாரும் உக்காந்திருந்தாங்க. தினசரி ராத்திரி பன்னிரெண்டு மணிவரைக்கும் முணு முணு முணுன்னு ஊர்ப் பொரணியெல்லாம் பேசி உக்காந்திருப்பாங்க. அது அந்த வீட்டுக்குன்னே வாழையடி வாழையா அமைஞ்சிபோன சமாச்சாரம். அந்த வீட்டுக்கு நேராவரவும் ஆட்டம் நடந்த இடத்திலிருந்து கலவரிபட்டு வயசான தவில்க்காரன் மேளத்தை தூக்கமுடியாமல் தூக்கிக்கிட்டு அறியாத ஊர்ல திசை தெரியாம மிரண்டு போய் ஓடியாந்தான்.

சிட்டான் அவனை 'ஏய் நில்லப்பா என்ன விவரம்'னு கேட்டுக்கிட்டிருக்கும்போதே பின்னாடி இருட்டுக்குள்ளிருந்து சனங்க ஹோன்னு ஓடிவந்தது. மே மூச்ச கீமூச்சு வாங்க நின்ன கொட்டுக்காரன் சனங்க வர்ற வரத்தைப் பாத்து இந்த ஆள்கிட்டெ விபரமெல்லாம் சொல்லிக்கிட்டிருக்க முடியாதுன்னு ஒரே வார்த்தையில 'அங்க வெள்ளை வேட்டி கட்டுனவனயெல்லாம் முடுக்கி முடுக்கி வெட்டுறான்' அப்படீன்னுட்டான்.

அவ்வளதான். நிலைகுலை பதறுன சிட்டான் பதட்டத்துல மேளகாரனை மல்லாக்க தள்ளிவிட்டதும் நாலுகால் பாய்ச்சல்ல ஓடிவந்து போத்தையா முதலாளி வீட்டுக் கதவைத்திறந்து உள்ள போய் தாழ்ப்பாள் போட்டுக்கிட்டான். குடும்பத்தோட அவங்க பூராவும் வெளியே உக்காந்திருக்காங்க. குடும்பமே எந்திரிச்சி கதவைத் தட்டுறாங்க. "ஏலே எருமைமாடு கதவைத் திறடா வீட்டுக்காரங்க வெளியெ நிக்கிறோம். வயசுக்குவந்த பொம்பளெப் பிள்ளை நிக்கிது உன் உசிரு அவ்வளபெருசாப் போச்சா" அவனுக்கு ஓடி வர்ற ஆளுகபூராவும் ஏதோ இவன் வெள்ளை வேட்டியை குறிப்பா வச்சி ஓடிவர்ற மாதிரி நெனப்பு. என்ன சொல்லியும் அவன் கதவை திறக்கலை கீழத்தெருவுக்கு ஒரு ஆளானுப்பிச்சி குட்டச்சியை கையோட கூட்டி வரச் சொன்னார் முதலாளி. குட்டச்சி விபரந் தெரிஞ்சு ஓடியாந்தா.

"இந்த பாரு ஏ புத்திகெட்ட மனுசா நீயெல்லாம் மனுசந்தானா பொசகெட்ட கழுதை அடச்சீ கதவைத்திற"

குட்டச்சி சத்தங்காட்டவும் கொஞ்சம் தெம்பு வந்த சிட்டான் கதவைத் திறந்து வெளியே வந்தான் வேட்டியை அவிழ்த்து மடிச்சு கக்கத்தில் இடுக்கியிருந்தான் “அட லொங்காத கழுதை லொங்காத கழுதை” மொக வாயில கைவச்சிக்கிட்டு இப்படி ஆம்பளையும் உண்டுமான்னு கண்ணிமைய மூடாம நின்னாள். மொதலாளி வீட்டுல எல்லாருக்கும் தாங்க முடியாத சிரிப்பு. வர்றாளுக பேறாளுக கிட்டெ சொல்லிச் சொல்லிச் சிரிக்கிறாங்க.

குட்டச்சிக்கி சிரிப்பாணி அடக்கமுடியலே. அந்தச் சாமத்துலயும் அப்படித்தான் சிரியோ சிரின்னு சிரிக்கிறா.

இவ கெடக்கா பொட்டெ முண்டெ அப்படீன்னு நெனச்சிக்கிட்டே அரிவாளை டவுசருக்கு பின்னால தொங்கவிட்டு விறுவிறுன்னு நடந்தான். சந்துக்கு நேரா இருட்டைப் பாத்து இப்பொ பாட்டுப் பாடாம ஓடாம சந்தை திரும்பி பாக்கமலேயே ‘துண்டா வெட்டிப்போடுவேன்’ ‘ஒரே போடுதான்’ அப்படீன்னு சொல்லிக்கிட்டே போனான். வாய் முணுமுணுத்தாலும் ஒவ்வொரு சந்து கடந்து போகும் போதும் உடம்பு சலார் சலார்ன்னு புல்லரிச்சது.

இரும்புக்கு காத்து கருப்பு அண்டாதுன்னு யாரோ சின்னப்பிள்ளையில சொன்னது இப்பவும் ஞாபகத்துக்கு வந்தது. ஒரு கையால அரிவாளை தொட்டுக் கிட்டே வந்தான். எதுத் தாப்புல காலாடி தாத்தா தட்டுத் தடுமாறிக்கிட்டு வாய்க்கு வந்தபடி ஏசிக்கிட்டே வந்தார்.

“என்ன மாமா என்ன விபரம் புலம்பிக்கிட்டே வர்ரீக? ரோட்டுல எவனும் உங்களை என்னமும் சொன்னானா. சொல்லுங்க இந்தா அங்கதான் போரேன்.”

“அடப்போடா! அங்க எவன் இருக்கான். யாரை நிக்கெவிடுறான் போலீஸ்’?. முன்னால ஒரு தடவை கலவரி வந்தப்போ வேட்டி கட்டுன இளவட்டங்களை ஒருத்தன் பாக்கியில்லாம பிடிச்சுக் கொண்டு போய் உள்ளவச்சான். இந்த வட்டம் இம்புட்டிம்புட்டு பயகளை டவுசர் போட்டுக் கிட்டு விளையாடித்திரிஞ்ச பொடீசுகளைப் பூராம் கண்ணு மூக்குத்

தெரியாம பிரம்புட்டே அடி அடின்னு அடிச்சி வண்டியில ஏத்திக்கிட்டிருக்கான். என்னய "ஏ பெரிசு உனக்கு இந்நேரம் ரோட்டுல பிடுங்குற வேலையா" அப்படீன்னான். "நாங்கெடக்கேன் கிழவன் சீவனில்லாம" அப்படீன்னேன். நீ கிழவன்னு எனக்குத் தெரியும். இந்த பிரம்புக்குத் தெரியுமா ஓடுறான்னு அடிச்சி பத்திவிட்டுட்டான். நான் பஸ்ஸ்டாண்டுல படுக்கிறது போச்சி. இன்னும் எங்கெ போகவோ.

கிழவன் பேசிக்கிட்டேயிருக்க தன்டவுசரை குனிஞ்சு பாத்தான் சிட்டான். சிமெண்ட் கலவையிலெயே கிடந்து ஒரு மாசமா தண்ணியிலியே நனையாத டவுசர் இவனைக் காட்டி கொடுக்க ரொம்ப வெறப்பா நின்னது.

அந்த மட்டுல திடுத்திடுதிடுன்னு வீட்டுக்கு ஓடி வந்த சிட்டான். குட்டச் சியையும் பிள்ளைகளையும் ஒரே தாண்டா தாண்டி கதவைத் திறந்து உள்ளே போய் பூட்டி நின்னுக்கிட்டு சொன்னான். "ஏய் குட்டச்சி போலீஸ்' வந்து ஒங்கிட்டெ எதுவொன்னும் விபரங்கேட்டா இந்த வீட்டுல ஆம்பளையாளு யாரும் இல்லேண்டிரு."

வெறி

அம்பலகாரருக்கு இன்னும் நிம்மதியில்லை. வெறும் ஆளாகத்தான் கூட்டத்துல உட்கார்ந்திருக்காரேயொழிய அவரு மனசு பாடாய்ப் பட்டுக்கொண்டிருந்தது. அவரோட பூர்வோத்திரத்திலும் வம்ச தாத்பர்யத்திலும் எங்கேயோ கறை பட்டுட்டதாகத் தவிக்கிறார். மீதமிருக்கிற மேலிரண்டு கீழிரண்டு சிங்கப் பற்களை ஆத்திரத்தில் இறுகக் கடிக்கும்போது இரும்புத்துண்டை இடையில் கொடுத்தால் மென்னு பஸ்பமாக்கிடுற மாதிரி அடிச்சிலுவாயையும் மேல்ச் சிலுவாயையும் கன்னத்தில் வரிகள் விழுக நகட்டிக்கொண்டே இருந்தார்.

காலனியில் இருக்கிற ஆண் நாய்களைப் பூராவும் வண்டிக்கால்ல கட்டி தூக்காட்டச் சொல்லிட்டார் "ஒண்ணுகூட உசிரோடு இருக்கப்படாது. அது மட்டுமில்லே. இனி எவனும் அங்கே ஆண்நாய் வளர்க்கப்படாது நான் என்ன சொல்லவர்றேன்னு உங்களுக்கு விளங்குதா இல்லையா" என்று சுற்றி உட்கார்ந்திருக்கிர பஞ்சாயத்துக் கூட்டத்தைப் பார்த்து கர்ஜனை பண்ணுனார். கூட்டம் மொத்தமும் "அது சரிதான். அது சரிதான். இதை அனுமானிக்க முடியாமலா இருக்கோம்." என்று ஏகக்குரலில் ஆமோதித்தது.

இளவட்டங்கள் காலனிக்குள் நுழைந்து ஓடோடி நாய்களைப் பிடித்துவந்து வண்டிக்காலில் தூக்கிட்டுக் கொல்லவும். திமிறிய நாய்களை பெரும் உலக்கைகளைக் கொண்டு சுற்றிவளைத்து அடித்து வீழ்த்தவும். கம்பி

வளையங்களில் சுருக்கு மாட்டி அவற்றின் கழுத்தை நெரித்து ரத்தங் கக்கச் சாகடிப்பதுமாக தீவிரமாய் இருந்தார்கள்.

"ஏலே கறுத்த நாய் ஒண்ணு! நல்லா இடுப்புயரத்துல காதுகள் வெடச்ச மட்டுல இருக்கும். அது பிடிபட்டதா?"

ரெண்டு ஆள்காட்டி விரல்களையும் காது மடல்களில் வைத்து பாவனைசெய்து கட்டினார்.

நாய்கள் அடிபட்டுச் சாகும்போது கத்துற கத்தலில் இங்குட்டாகப்பட்ட தெருக்களில் உள்ள நாய்களெல்லாம், அதைப்பார்த்து சுற்றி நின்று பயத்துடன் பெருவாரியாகச் சூழ்ந்து குரைத்துக் கொண்டிருந்தது. கொஞ்சதூரம் ஓடுவதும் திரும்ப வந்து குரைப்பதுமாக ஒரே அவயக்காடாய்க் கிடந்தது. அம்பலம் கொஞ்சங்கூட இரங்கலை.

ரொம்ப நாளைக்கப்புறம் அப்படியே கீழத்தோட்டம் வரையிலும் போகலாமேன்னு ஒருநாள் கிளம்புனார். வண்டிப்பாதை வழி நடந்து போகும்போதே, காலனியை தற்செயலாகத் திரும்பிப்பார்த்தார். ஆண்டெனாக்கம்பிகள், தெருவிளக்கு குடிதண்ணீர்க் குழாய், சிமெண்ட் ரோடு என்று தெரு பளிச்சென்று இருந்தது. அதோடு ஏகப்பட்ட நாய்கள் அலைந்து திரிந்தன. உதட்டைப் பிதுக்கி தலையை மேலும் கீழும் ஆட்டிக்கொண்டே "மிச்சம் விழுந்து நாய்கள் வளர்க்கிற அளவுக்கு வந்துட்டாங்களா" என்று கறுவிக்கொண்டே ரெண்டு எட்டுத்தான் எடுத்து வெச்சிருப்பார். முதல்ல ஒரு நாய் அவரைப் பார்த்து குரைத்தது. பின்னாடியிருந்து ஒன்று அதைத் தாண்டி ஓடிவந்து இவரை நெருங்கி நின்று குரைத்தது அவ்வளவுதான்... சந்துபொந்துகளில் இருந்து வஃப்.. வஃப் என்று அநேக நாய்கள் பாய்ந்து வந்தன. சுற்றி இவரை வளைத்து மாறி மாறி குரைக்க "ஏய்....சேடு... இந்தா...ம்...யாரை... கொல்லப்போறேன்" என்று வெறுங்கையை மாறி மாறி வீசினார். அடுத்த அடி எடுத்து வைக்க முடியவில்லை. நின்ற இடத்திலேயே கால்களை உதறிக்கொண்டிருந்தார். எந்தப் பக்கமும் நகரமுடியாததால் கீழே குனிந்து ஒரு கல்லை எடுக்க முயன்றார். ஒரு கறுத்த நாய் இவர் கழுத்தைக் கடிக்கிற அளவில் நெருங்க, "ஏய்...இந்தா...சீ போ!" என்று நிமிர்ந்ததும் அப்படியே

பின்னடித்து ஓடி இன்னும் பலமாகக் குரைத்தது. "ஆள்த்தெரியாம...ம்...பாரு... சாகப்போறியளா" என்று கீழே விழுந்த துண்டைக்கூட எடுக்க முடியாமல் சுற்றிச்சுற்றி வந்தார். வேட்டியை கிழே வரையில் இறக்கிவிட்டு "ச்சொ...ச்சொ" என்று சமாதானம் பண்ணினார். நாய்களின் வளையம் நெருங்கிக்கொண்டே வந்தது.

திடீரென்று எங்கோ பார்த்துக் குரைத்தபடி அத்தனை நாய்களும் ஒன்றுக்குப்பின் ஒன்றாக ஓடிப்போனது.

வேர்க்க விறுவிறுக்க.... உசிரை கையில் பிடித்துக்கொண்டு திரும்பி வீடு வந்து சேர்ந்தார். "இவ்வளவு நடந்திருக்கு. அங்கிருக்கிற ஒரு பயலாவது முண்டெயாவது என்னான்னு எட்டிப்பாத்தாளா?" என்று வேறு அவருக்கு வேதனை. சரி! இந்தச் சம்பவம் எவ்வளவோ தேவலை என்கிற மாதிரி அடுத்து நடந்த சங்கதிதான் இவருக்குப் பெருத்த அவமானமாகி இம்மாதிரியான சட்டங்கள் போடுவதற்கும் காரணமாயிருந்தது.

அம்பலகாரர் வீட்டில் ஒரு நாய் உண்டு. புசுபுசுவென்று பஞ்சுப்பொதி மாதிரி ரோமங்கள். அதில் தடித்த காரெட்டை செருகி வெச்ச மாதிரி மூஞ்சி, நாக்குமடிச்சு தொங்குன மாதிரி காதுகள். முப்பதினாயிரம் ரூபாய் விலையில் மருமகன் வாங்கி அனுப்பியிருந்தார் இங்கிலீஷ் மீடியத்தில் ஏழாம்வகுப்பு படிக்கிற பெரிய பேராண்டிதான், ஒரு நாளைக்கு ரெண்டு தடவை அதை சோப்பு போட்டுக் குளிப்பாட்டு வான். பொம்பளைப் புள்ளைகள் ரெண்டு பொடிசுகள் சேர்ந்து அது முகத்துக்கு வாசனை களிம்பும் பவுடரும் தடவி உடம்பெல்லாம் மல்லிகை செண்ட் போட்டு விடுவார்கள். ஆளாளுக்கு அதைக் கீழேவிடாமல் இடுக்கிக்கொண்டே அலைவார்கள்.

ராத்திரிக்கு ஊஞ்சலில்தான் அந்த நாய் தூங்கும். பிஸ்கட். பால் போன்றவையும் மதியம்போல் கோழி ஈரல் கால்கிலோவும்தான் அதன் ஆகாரம். அப்படியொரு கொடுப்பினை உள்ள நாய்! அது குரைத்து யாரும் கேட்டதில்லை வெளியே வேத்து ஆள் நடமாட்டம் கண்டால் குடுகுடுன்னு அடுப்பாங்கரைக்கு ஓடிப்போய் உட்காந்துக்கிடும்.

வெளி ஆளுகளோட மூஞ்சியிலே முழிக்காத இந்த புசுபுசு நாய் உள்ளூர் நாயை தனக்கு சினேகம் பிடிச்சதுதான் ஆச்சரியம். வீட்டுக் கொல்லைப்புற பக்கமாக வந்து ஒண்ணையொண்ணு அடிக்கடி பார்த்து மூஞ்சிகளை மாறி மாறி நக்குறதும், ஹீல் ஹீலென்று வேத்து நாயின் மொணக்கத்துக்கு ஹக் ஹக் கென்று புசுபுசு நாய் பதிலிறுப்பதுமாக சந்திப்புகள் தொடர்ந்தன.

புதிதாக வந்துபோகும் நாய் இங்கதான் எங்கோ தனக்கு அறிமுகமானதாக முதலில் அம்பலகாரர் நினைத்தார் "யாரோட நாய்?" என்று பலநாள் யோசனை பண்ணிப் பார்த்தார். எங்கெயோ பார்த்தஞாபகம் இருக்கு. பளிச்சினு ஞாபகத்துக்கு வரல்லை என்று குழம்பிக்கொண்டே இருந்தார். ஒரு மத்தியானம் போல சாப்பிட்டு அசர்ற நேரம் பளிச்சினு பொறிதட்டி அதிர்ந்துபோய் தடபுடலாக எழுந்து கொல்லைப் பக்கம் ஓடி அந்த நாய் எங்கெங்கெல்லாம் நின்னதோ அங்கு பூராவும் தேடினார்.

அன்றைக்கு காலனிப்பக்கம் நாய்கள் வளைச்சபோது இவர் குனிஞ்சு கல் எடுக்கையில் குரவலையைப் பிடிக்கிற மாதிரி ஒரு நாய் பாய்ஞ்சதே....அதேநாய். இவருக்கு இருப்புக் கொள்ளலை. அது காலனி நாய்தான் என்று உறுதியான பிறகு ஆகா கோட்டித்தனம் ஆகிப்போச்சே என்று புலம்பலானார். இவரு நாயைப் பற்றிய பெரிய கவலை வேறு வந்து சேர்ந்தது.

ஆளில்லாத நேரம் இவரோட புசுபுசு நாயை அணைச்சுப் பிடிச்சு அது ஆணா பொட்டையாவென மொளோர் என்று வளர்ந்திருந்த அதன் ரோமங்களை விலக்கிச் சோதிக்க ஆரம்பிப்பார். இவர் தூரப் பார்வையில் துழாவி, விளங்கும் முன்னால், யாராச்சும் ஒரு ஆள் வந்துவிடும் அந்தநேரம் ஹக் ஹக் கென்று சத்தமிட்டுக் கொண்டே நாய் குதித்து ஓடிவிடும். எது எப்படியிருந்தாலும் காலனி நாயை இனிமேல்தொட்டு வரவிடாமல் விரட்ட முடிவு செய்தார். அதைக் காண்கிறபொதெல்லாம் "போறயா என்ன" என்று அங்குட்டும் இங்குட்டும் ஆயுதத்தைத் தேடுகிற மாதிரி பாவ்லா பண்ணித் துரத்தி விடுவார்.

இதற்காகவே தெருவில் ரோடுபோடக் கொட்டியிருந்த ஒன்றரை இஞ்ச் கற்கள் ரெண்டு கூடையை கொல்லையில் போட்டு வைத்துக்கொண்டார். காலனி நாயோ ஒவ்வொரு தடவையும் இவர் கல்லெறியை கொஞ்சமும் சட்டை பண்ணாமல் லாகவமாக காலைத்தூக்கி விலகி, 'உர்ர்ர்.... வஃப்' என்று குரைத்து முறைத்தவாறு ஓடிவிடும்.

இவரின் எதிர்ப்பும் ஆட்சேபமும் அதிகரிக்க அதிகரிக்க... இவற்றின் சந்திப்புகள் தீவிரமடைந்து, ஒரு நாள் உச்சகட்டத்தை அடைந்தது. உணர்ச்சிப்பிரவாகத்தில் இரண்டும் பிணையலாடி அந்தப் பிறவிகளுக்கேயுரிய வகையில் பட்டுக்கொண்டு ரெண்டும் எதிரெதிர் திசையில் திரும்பி இழுபறியாய்க் கிடந்தது. காதலின் பொங்குமாங்குணர் புணர்வில் இப்படியொரு இழிகதியேற்படும் என்று புசுபுசு நாய்க்குத் தெரிய வாய்ப்பில்லை கிடந்து தட்டழிந்தது. காலனி நாயைவிட இது அளவில் சிறிதாய் இருந்ததால் அதன் பின்னத்திங்கால்கள் இரண்டும் தரையில் பரசாமல் அந்தரத்தில் தொங்கியது. காலனி நாய் இழுத்த இழுவைக்கெல்லாம் புசுபுசுநாய் முன்னங்கால்களை ஊன்றியும் சிலசமயம் பரபரவென இழுபட்டுக்கொண்டும் திரிந்தது.

அம்பலகாரர் பேத்தியாள்தான் முதலில் கொல்லைப்பக்கம் வந்தாள். கூடவே அவளுக்கு முன்னால் போய் நாயைப் பிடித்து விளையாட சின்னவளும் எப்பவும் போல் அவளை முந்திக்கொண்டு ஓடிவந்தாள்.

இவற்றை அந்தக்கோலத்தில் பார்த்ததும் ஏதோ அயல் நாயொன்று தங்களது நாயோடு சண்டை போட்டுக் கொண்டிருப்பதாகப் பொடிசுகள் நினைத்து, "தாத்தா...தாத்தா சீக்கிரம் வாங்க ஓடிவாங்க" என்று கத்திக்கொண்டே தங்கள் நாயைப் பிடித்து இழுக்க ஆரம்பித்தார்கள். இவர்கள் சத்தத்தைக் கேட்டு அம்பலகாரர் வெளியில் வந்தார். ஆகா நெனச்ச மாதிரியே நடந்து போச்சே? இவருக்கு ஆத்திர ஆத்திரமாக வந்தது. என்ன செய்ய என்று விளங்காமல் கிட்ட நெருங்கியவர், அந்நிலையிலும் தன் வீட்டுநாய் ஆணா, பெட்டையா என்ற ஆராய்ச்சியில் தெளிவுபெறும் பொருட்டுச்

சுற்றிச்சுற்றி வந்தார். நெற்றிக்கு மேல் கை வைத்துக்கொண்டு தலையை ஒருச்சாய்த்து ரொம்ப நேரம் பார்த்ததும் காலனி நாய்தான் ஆண் நாய் என்பது விளங்கி, அவரின் கோபம் இப்போது விஸ்வரூபமெடுத்தது. "ராஸ்கோல் படவா நானும் பாத்துக்கிட்டிருக்கேன். உனக்கு எவ்வளவு தினாவெட்டிருந்தா பயமில்லாம இங்கு வருவே... ம்... இன்னுங்கொஞ்ச நேரத்துல பாரு உன்னைய..." என்று ஒன்றரை இஞ்ச் கல்குமி பக்கமாக ஓடினார். தங்கள் நாயை இழுக்க இழுக்கப் பின்னோக்கி வரும் காலனி நாயை "போ. போ." என்று சிறிசுகள் கைவலிக்க அடித்தார்கள்.

"இந்தா வந்துட்டேன்... இந்தா வந்துட்டேன்" என்று இரண்டு கையிலும் ஒன்றரை இன்ச் கல்லை எடுத்துக்கொண்டு ஓடிவந்த அம்பலகாரரை அதுவரை அப்புராணியாக இழுத்த இழுவைக்கெல்லாம் போய்க்கொண்டிருந்த காலனி நாய் "வாவ்....வாவ்... வஃப் வஃப்" என்று தலையை உலுப்பி உலுப்பி அன்றைக்கு மாதிரியே இப்பவும் பயங்கரமாகக் குரைத்தது. கையிலிருந்த கற்களை அப்படியே கீழே நழுவவிட்ட அம்பலகாரர். "நம்ம நாயை மட்டும் இழுங்க... எதுவும் எக்கேடும் கெட்டுப்போகுது என்று விட்டுக்கொடுக்கும் மனப்பான்மை உள்ளவர் போல் பேசி அந்தப்பக்கமாகப் போய் நின்று ஓரக்கண்ணால் பார்த்தவாறு வாய்க்கு வந்தபடி கையை நீட்டி நீட்டி வைதுகொண்டிருந்தார்.

காலனியில் இருந்த அத்தனை ஆண் நாய்களையும் இவருக்கு முன்பாகவே வண்டிக்காலில் கட்டித் தூக்கிட்டுக் கொன்றாலும் வர்றவர்களிடத்திலெல்லாம். "அந்தக் கறுத்த நாயி இடுப்பு மட்டத்துக்கு இருக்கும் காதுரெண்டும் வெடச்ச மட்டுல..." என்று ஆட்காட்டி விரல்களைகாதுமடல்களுக்கு மேலே வைத்து பாவனைகள் காட்டிக்கொண்டேயிருந்தார்.

வீட்டுக்குள் இருக்கும்போதும் கோபமாகவே அலைந்தார் "ஒரு காலனி நாய் வந்து வீடு நுழைஞ்சு இப்பேர்க்கொத்த நாயை கை வச்சிரிச்சே" என்று ரௌத்திரம் பூக்க திரிஞ்சார். "நாய் வளத்தீகளே லட்சணமாமு" என்று எதிர்ப்படுகிறர்வகளை எல்லாம் திட்டவும் கைக்கெட்டிய பிள்ளைகளை அடிக்கவும் புடிக்கவுமாய் இருந்தார்.

அவர் மனசில் என்னென்னமோ திகிலாக எண்ணங்கள் ஓடத்தொடங்கின. தம் பாரியாள் ஆதிலட்சுமி நின்றுகொண்டிருக்க, பண்ணக்காரன் சுப்பன் நார்க்கட்டிலில் உட்கார்ந்து அட்டணக்கால் போட்டு சிரிச்சுச் சிரிச்சுப் பேசறமாதிரியும் தினைமாவு போன்ற தம் தெருப்பொண்ணுகள் காலனி வீடுகளில் தரித்திரப் பிள்ளைகளைப் பெற்று ஒட்டி உணர்ந்துபோய் தலையில் எண்ணெய்ப் பிசுக்கு காணாமல், மூன்றுகல் வைத்த அடுப்புகளில் காய்ந்த கொரண்டிச் செடிகளைப்போட்டு சமைத்துக்கொண்டு, புகையோடு புகையாக மன்றாடுவதாகவும் ஒரு தொலைக்காட்சி தொடர்போல மனதில் காட்சிகள் வச்சிரமாகப் படிந்து விரிந்து கொண்டே இருந்தது.

காலனியை சல்லடை போட்டு அலசியும் அம்பலகாரர் சைகை செய்துகாட்டிய நாயை மட்டும் எங்கு தேடியும் கிடைக்கவில்லை "அந்த ஒண்ணு மட்டும் கண்ணுல தட்டலையேப்பா" என்று உட்கார்ந்த இடங்களில்லெல்லாம் இளவட்டங்கள் பேசிக்கொண்டார்கள்.

இன்றையோடு எத்தனாவது நாளாகத் தூங்கவில்லை என்று அம்பலகாரர் கணக்கு வைக்கவில்லை. சாமம் போலஎழுந்து மாடுகளுக்குக் கூளம் போடலாமேயென்று இருட்டில் தட்டுத்தமாறி வந்தார். ஊரே திரண்டு இவ்வளவுதடபுடல் செய்தும் பிரயோஜனமில்லாமல் அவர் நெஞ்சில் இன்னும் ஒரு பருமன் இருந்து கொண்டுதானிருந்தது. கூளத்தை அள்ளி மாடுகளுக்கு முன்னால் காடிகளில் சிதறிவிட்டதும் திரும்பினார். தூரத்தில் இவரோட புசுபுசு நாய் செம்பருத்திச் செடிகள் ஓரமாக நின்றுகொண்டிருந்தது.

அது பண்ணிய சேட்டைகளில் மனசுவிட்டுப்போன அம்பலகாரர் முன்னம்மாதிரி அதைப் பத்திரப்படுத்துறதெல்லாம் இல்லை. அதுவும் வீடேகதியென்று முடங்கிக் கிடந்த கழுதை, இப்போ கொஞ்சங்கூட மானரோசமில்லாமல் படிதாண்டிப்போக ஆரம்பித்ததே என்று மனசுக்குள் சபித்து. இந்த லட்சணத்துக்கு முப்பதாயிரம்... என்று முனகியவாறே வராண்டாவில் ஏறினார். பிறகும் இதை

இப்படியேவிட்டால் மற்ற நாய்கள் மாதிரி இதுவும் மழுமாறிப்போகும் என்று நினைத்து திரும்பிவந்தார். இப்போது அந்த நாய் பின்புறமாகத் திரும்பி 'ஹக் ஹக்'கென குரல் கொடுத்தது.

அந்த இருட்டு வெளிச்சத்தில் ஒரு சந்தேகத்தோடு முழங்காலில் கைகளை ஊன்றிக் குனிந்து, கூர்மையாகக் கண்களை இடுக்கிக் கொண்டு நாடியை அப்படியும் இப்படியுமாய்த் திருப்பி திருப்பிக் கவனமாகப் பார்த்தார். செடிகளின் நிழல் இருட்டில் புசுபுசு நாயோடு பிணைசலில் பட்டுக்கொண்டு காலனி நாய் மறைந்திருப்பது தெரிந்தது.

பாம்பை மிதித்தவர் போல் அம்பலகாரர் துள்ளி விழுந்து "சேடு....ஏய்.... ச்சீ.... போ!" என்று கற்களை ஓடி ஓடிப் பொறுக்கி, "எங்கே வந்து வச்சுக்கிடுறே! ம்.... இதுவும் கூடச்சேந்து அதை ஒளிச்சு வக்கிறதைப் பாரேன்.... அட எழவே.... அன்னியோட ஒழிஞ்சதுன்னு பார்த்தா இன்னும் தொயருதோ?" இருட்டில் கறுப்பாகக் கிடப்பதையெல்லாம் கையிலே வாரினார். கல் என்று நினைத்து சாணியில் கைவிட்டார். இன்னிக்கு ரெண்டுல ஒண்ணு பாக்காம விடறதில்லை கண்டமேனிக்கு கற்களை பாணம் விட்டதுபோல சராமரியாக வீசினார். இரண்டும் மாறி மாறி கல்லெறியிலிருந்து தப்புவதற்காக இழுத்துக்கொண்டு கொல்லையைச் சுற்றிச் சுற்றி அலைந்தன. சிலசமயங்களில் இரண்டும் சேர்ந்தே குறுக்குவாக்கில் சேர்ந்த மட்டில் நகர்ந்து தப்பித்தன.

காலனி நாயை மட்டும் குறிவைத்து எறிந்தாலும் இருட்டில் நெகா புடிபடாமல் கல் அவரது நாய் மேலேயே போய் விழுந்தது. அந்த வேதனையைத் தாங்கமுடியாமல் அது ஒரு மாதிரியாக ஊளைவிட்டது.

அம்பலகாரர் அலுத்துப்போனார். காலனி நாயை என்ன செய்யலாம்? என்று ஆங்காரத்தோடு நிற்கையில், அவை தனித்தனியே விலகின. அயர்ச்சியாய் அடியெடுத்து வைத்து வெளியேறிய காலனி நாயை இதுதான் சமயமென்று நாக்கைத் துருத்தியவாறு விரட்டி ஓடினார்.

அந்த நேரம் பக்கத்தில் நின்றிருந்த புசுபுசுநாய் 'வாஃப்' என்று எதிர்பாராமல் அவர்மேல் பாய்ந்தது. இடுப்புக்கு மேலே தாவிய நாயை "யாய்... செத்த கழுதை" என்று அலறியவாறு ரெண்டு கையாலும் பிடித்தவர், கொச கொச வென்ற அதன் ரோமங்களின் ஸ்பரிசத்திலும் கடித்து விடுமோ என்ற பயத்திலும் நடுங்கி, தன் மூக்கின் மேல் விழுந்த அதனுடைய ஒரு காதை பதட்டத்தில் கடித்துவிட்டார். 'ங்...ங்...ங்...' என்று சத்தமிட்ட நாயை "ச்சீ..ப்போ சனியன் சனியன்" என்று தூரத்தூக்கி எறிந்தார் அது வாள் வாளென்று கத்தியவாறு பொத்தென விழுந்து அவ்விடத்திலேயே சுருண்டுகொண்டது.

"த்தூ... ப்பூ... த்தூ... ப்பூ" என்று துப்பியவாரே ஓட்டமும் நடையுமாய் வீட்டுக்குள் போய்விட்டார்.

நல்ல அதிகாலை. தூக்கம் மயக்கமாய் பரிணமிக்கும் வேளை. இவ்வளவு பரபரப்பும் அக்கம்பக்கம் தெரியாமல் மளமளவென்று நடந்தேறியது.

கால்நடை டாக்டர் நாயின் காதை புரட்டிப் புரட்டிப் பார்த்தார். நாயைக் கையில் வைத்திருந்த அம்பலகாரரின் பெரிய பேராண்டியப் பார்த்து "ஏதோ கடிச்சதிலே காதுக்கு மேல ரெண்டு பல்லும் கீழரெண்டு பல்லும் பதிஞ்சிருக்கு" என்றார். "ஆமா இப்படி கடிச்சு வெச்சது எதுன்னு தெரியுமா? யாரும் பாத்தீங்களா?"

உறைபோட்ட கையால் பல் பதிந்த காயத்தைத் தொடவும் நாய் வலி தாங்காமல் 'ஹ்ம்ம் ஹ்ம்ம்' என்று முனங்கிய முனகலும் அவர்கேள்வியும் ஏககாலத்தில் இருந்தது.

"எதுக்கு டாக்டர் கேட்கிறீங்க?"

"ஏன் கேட்கிறேன்னா... ஒரு விவரம் நாம தெரிஞ்சுக்கிடணும். இதைக் கடிச்ச அந்த மிருகத்துக்கு வெறி பிடிச்சிருந்ததா?"

மகரந்தை

எசமான் பொம்மையக் கவுண்டரின் கால் விரல்களுக்கு சொடுக்குகள் போட்டு சற்றுப் பின்னால் நகர்ந்து கல் திண்ணையில் சாய்ந்தான் பஞ்சன். கவுண்டர் அரைத்தூக்கத்திலிருந்தார். எசமானரின் மகள் சீதாலுவுக்கு நேற்று தான் பிரசவமாயிருந்தது. குழந்தையின் வா வாங்கிற அழுகைச் சத்தம் அந்தக் காரைவீடு தாண்டி இந்தக் தொழுவரைக்கும் இரைந்து கொண்டிருந்ததால் கவுண்டரின் முழுத்தூக்கம் இழுபறியாய்க் கிடந்தது. அடிக்கடி கண்விழித்து 'ச்சொ' 'ச்சொ' என்று எரிச்சலாய்ச் சலித்துக் கொண்டார்.

பஞ்சனுக்கு அந்த இளந்தளிரின் அழுகை ஒலி மனசை என்னவோ செய்தது. அவனோட தங்கச்சி பாப்பிக்கி, சிறு குழந்தைகள்ன்னா அவ்வளவு ஆசை. அவள் மனசுக்கேத்த மாப்பிள்ளை வாச்சும் ஒரு குழந்தையைப் பெத்து கொஞ்ச கொடுப்பினை இல்லை.

பஸ்ஸ'ல போகும்போதும் வரும்போதும் சினிமா தியேட்டரிலும் இல்லே தெருவுல வாரபோறப்பவெல்லாம்கூட, குழந்தையை இடுப்புல வச்சிக்கிட்டு யாரு வந்தாலுஞ்சரி முன்பின் தெரியாத ஆளாயிருந்தாலும் அவங்க குழந்தையைப் பிடுங்கி கொஞ்சோ கொஞ்சுன்னு கொஞ்சுவாள்.

பாப்பியை நினைச்சதும் அவன் கண்களில் நீர் முட்டியது. பச்சைக் குழந்தைகளின் சத்தங்கேட்கும் போதெல்லாம் அவனுக்கு தங்கச்சியின் ஞாபகந்தான் வரும். குழந்தைக்காக-

ஒரே ஒரு குழந்தைக்காக என்னெல்லாமோ செய்து முடிச்சிட்டுப் போயிட்டாளே. இப்பொ ஒரு இருபது வருசம் இருக்கும். அந்தா தெற்கே தூரமாத் தெரியுற வேப்பந்தோப்புக்கு பக்கத்துலதான் பாப்பியை ஒரு சந்தனச்சிலையை புதைக்கிற மாதிரி புதைச்சான்.

அன்றைக்கு பஞ்சன் வீட்டுக்கு முன்னாடி தெரு ஆட்கள் பூராவும் கூடிக்கிடந்தார்கள். பாப்பியைச் சுற்றி பெண்கள் கூட்டம் 'மொளோர்' என்று அப்பிக்கிடந்தது, சில கிழவிகள் அவள் நாடியை அலைத்து உடம்பை ஆதரவாய் வருடி 'மனசை சிதறி விட்டுட்டயே பாதகத்தி' என்று கையை விரித்து ஆட்டி கவலையாய் அங்கலாய்த்துப் போனார்கள்.

தூரத்தில் நின்ற இளந்தாரிப் பெண்கள் பாப்பியின் முகத்தையும் கோலத்தையும் பார்க்க ஒருவரையொருவர் முண்டி மோதி வட்டத்தின் மையத்தில் கண்களை அலைய விட்டுத்தேடினர். 'நாமெல்லா இக்கதிக்கு ஆளாயிடக்கூடாது. ரொம்ப எச்சரிக்கையா இருக்கணும்' என்று ஒருவருக் கொருவர் பார்வையிலேயே சர்வ ஜாக்கிரதையாகிக் கொண்டு மாராப்புச் சேலையை அடிக்கடி இழுத்துச் சரிசெய்து கொண்டனர்.

"இந்தா விலகம்மா விலகு. ம்..ம்..விலகிக்கெ விலகிக்கெ. எசமான் வர்றாரு.' எகடை முத்தன் ஆட்களை விலக்கினான். பெண்கள் எழுந்து சேலையை சரி செய்து கொண்டும் மூக்கை உறிஞ்சி துடைத்துக் கொண்டும், விலகிப் போய் நின்று கொண்டார்கள். தனித்து விடப்பட்ட பாப்பி எழுந்து கொண்டையை சரி செய்து நின்றாள். எசமான் உட்காரவும் எகடை கூட்டத்தைப் பார்த்துச் சொன்னான்.

"அதாகப்பட்டது நம்ம சாதி கட்டுப்படி, நம்ம வீட்டு பொம்பளைக வேத்துசாதிஆம்பளையோட பேசிப் பழகி இருந்தா, அபராதமா 'கூடைமண் கட்டி அடிக்கிற' வழக்கத்துக்காக இந்தக்கூட்டம் கூடியிருக்கு. அப்படியாக கடக்கரை பெஞ்சாதி பாப்பிய குத்தவாளியா சாக்கிக வாரியா ருசுச் செஞ்சு ஊரு எசமான் உத்தரவுக்கு ஏற்க, சாதிசனத்துக்கு முன்னாடி தெண்டனையை நிறைவேத்தப் போறோம்னு தெரிவிச்சுக்கிறேன்."

உடனே மணியக்காரன், கோல்காரன், எகடை மூன்று பேரும் எசமானனுக்கு முன்னாடி வரிசையில் நின்றார்கள். எதிர்த்த வரிசையில் பாப்பி, பாப்பியின் புருசன் கடக்கரை, அண்ணன் பஞ்சன் ஆகியோர் நிறுத்தி வைக்கப்பட்டார்கள்.

பச்சையாய் கறுத்து அழுது வீங்கியிருந்த முகத்தோடு, பஞ்சன் எசமானனைப் பார்த்து கடைசியாய்க் கெஞ்சினான். "மொதலாளி அது சின்னக்கழுதெ சாமி. சிறிசிலிருந்தே தாயில்லாம வளந்தது. ஆண்டே நீங்கதான் ஒரு தெய்வமா இருந்து கண் பாக்கணும் கடவுளே" கைகளை உயர்த்தி குனிந்து சாஷ்டாங்கமாய்க் கும்பிட்டான். தன் பண்ணையாளாய் இருந்தாலும் கவுண்டர் கண்ணை மூடிக்கொண்டு கறாலாக கையைத் தூக்கி ஆட்டினார். "அதெல்லாம் தாட்சண்யம் கிடையாது."

அண்ணன் பேச்சு நிராகரிக்கப்பட்டு அவனும் புருசனும் தலைகவுந்து நிற்கிறதைப் பார்த்து மடை உடைஞ்ச மாதிரி கத்தினாள் பாப்பி.

"என்னய மன்னிச்சி விடுங்க எசமான். எம் புருசனால எனக்கு பிள்ளையில்லேன்னு ஒரு பிள்ளை வேணுங்கிறதுக்காக அடுத்த மனுசனுக்கு முந்தி விரிச்சிட்டேன். என் அப்பனாத்தா அறியச் சொல்றேன் எங்கறித் திமிருல தின்னு தினவெடுத்துப்போயி இந்த சரீர சுகத்துக்கு போகல சாமி. இந்த வயித்துல ஒரு புழு தங்காதான்னு அறிவை செத்த நொடியில சிதற விட்டுட்டெஞ்சாமி!"

அடிவயிற்றிலும் தலையிலும் கைகளால் மாறிமாறி அறைந்தாள். பெண்கள் சிலர் அவள் கைபிடித்து சமாதானம் செய்ய, அப்படியே தலையில் கைவைத்து கூட்டத்தை ஏறிட்டுப் பார்க்க லொங்கிபோய் தலையைக் கவிழ்ந்தவாறு ஒரு ஓரமாய் உட்கார்ந்து அழுது கொண்டேயிருந்தாள்.

"ஆம்பளையாளு யாரு?"

நிசப்தமான சூழலில் கூட்டத்திலிருந்து ஒரு இளவட்டம் கேட்டான். எகடை முத்தன் அவனைத் திரும்பி ஒரு மொறை

மொறைத்து "எவன்டா அவன் சும்மா இருக்கமாட்டாயா? செருப்படி பெத்துப் போகப்போறெ சம்சாரிக பேரைத் தெரிஞ்சுக்கிட்டு அவிக மயித்தைப் புடுங்கப் போறயா... சிரிக்கி பிள்ளே." கூட்டம் இன்னும் இறுக்கமாய் அமைதிகண்டது.

பாப்பியைப் பார்த்து, 'எந்திரிச்சி இப்படிவா' என்று எகடை கூட்டிக்கொண்டு போனான். ஒரு பிரம்பு கூடை நிறைய மணல் ரொப்பியிருந்தது. அதற்கு முன்னால் நிற்கவைத்தான். "இப்பொ இந்தக் கூடையை ஒந்தலையில தூக்கிவக்கிறேன். அதுக்கு எனக்கு ஒரு பணம் கொடுக்கணும். அப்படியே போயி கூட்டத்தை ஒரு சுத்துச் சுத்திகோல் காரரு மணியக்காரரு எசமான் இவுக மூணுபேரு முன்னாலையும் போயி நின்னு "புத்தி புத்தி புத்திபுத்தி புத்திபுத்தி"ன்னு சொல்லி நிக்கெனும் அங்கெ வந்து கூடையை இறக்கி வெப்பேன். அதுக்கு ஒரு பணம் தரணும். பிறகு மூணுபேர் கால்லயும் விழுந்து எந்திரிச்சி கூட்டத்தைச் சுத்திவந்து ஒரு கும்பிடு போடணும். இப்படி மூணு தேரம்.'

அடக்கி வைத்திருந்த அழுகை உடைந்து பஞ்சன் 'ஓ'ன்னு அலறி முகத்தில் சொத்து சொத் தென்று அறைந்து 'மானம் போச்சே மானம் போச்சே' என்று கதறி அழுதான். கடக்கரை துண்டை வாயில் வைத்தபடி கண்ணீர் சிந்தினான். பஞ்சன் தன்னை உசிரா வளர்த்த அவன் அப்பன் செத்தபோது கூட அவன் இப்படி அழுததில்லை. தன்உடன்பிறந்தாளுக்கு இப்படி யாப்பட்ட அவச்சொல் வந்திருக்சேன்னு கல்லு மாதிரியான அவன் இளவட்ட உடம்பு ஊளையா ஒழுகி தொவ்வலாய்த் தொங்கிப் போனது. கூட்டம் பூராவும் கலங்கிப் போயிருந்தது.

அவன் அப்பன் ஊர்க்கால்மாடு மேய்ச்சாலும் தாயில்லாப் பிள்ளைகள்ன்னு பஞ்சனையும், பாப்பியையும் ரொம்பச் செல்லம்மா வளத்தான். பாப்பி பெரிய மனுஷியானதும் பஞ்சன்கிட்டே "ஐயா பஞ்சாட்சாரம்! தங்கச்சிய கண் கலங்காம பாத்துக் கிடணுமுய்யா பொம்பளப்புள்ளெய ஒருத்தன் கையில பிடுச்சிக் கொடக்குந் தட்டியும் ஊருக்குள்ள யாரும் நாக்குமேல பல்போட்டு பேசிறப் படாது." மகளைப் பார்க்கும் போதெல்லாம் 'அம்மா பாப்புத்தாயி நீ, போற இடத்துல

இன்னாரு மகளா இன்னாரு தங்கச்சியான்னு பேச்சு பேருவாங்கணும்.'

'என்ன கிரகசாரமோ ஊருக்குள்ள பேச்சுக் கேக்கவேண்டிய நேரம்'

'நேரங்காலம் யாரத்தான் விட்டு வச்சிச்சி' 'லொங்காம ஊருமேயுற கழுதைகளுக்கு செய்ய வேண்டிய பைசலை மகாலட்சுமின்னு பேரு வாங்குன பிள்ளைக்கு பண்ணணும்னா அப்பொ நேரம் கெட்ட நேரமா இருக்கப் போய்த்தானே.'

தண்டனை நிறைவேறி முடியவும் கூட்டம் பலமாதிரியா பேசிக் கலைந்தது. மூணுபேரு மட்டும் ஆளுக்கொரு திசையாய் உட்கார்ந்து இருந்தார்கள்.

"அண்ணே ஒன்னய தலைகவுர வச்சிட்டனே. இந்தப் பாதகத்தி சிறுக்கிய கல்லவச்சு எறிஞ்சே கொன்னு போடுண்ணே! இனி என்னம்மா நீ ஊருக்குள்ள நெஞ்சை நிமித்தி நடப்பே! நம்ம ஆத்தா அப்பன் பேரைக் கெடுத்தவளை நீ வச்சிப் பார்த்தாலும் நா இன்னும் இந்த உசிரை சுமந்துக்கிட்டு இருக்க மாட்டேன்."

"ஏ மாமா எனக்கு தாலிகட்டுன தோஷத்துக்கு இந்த கழுத்துல உருவாஞ்சுறுக்குப் போட்டு இந்த மரத்துல என்னை தூக்காட்டிரு மாமா" தன் கைகளால் தானாகவே பலமாதிரி ஹிம்சித்துக்கொண்டாள். கடக்கரை எழுந்து அவள் பக்கத்தில்போய் ஆதரவாய்க் கைகளைப் பிடித்தான்.

"ஏமா! பாப்பி! தாயி! கோட்டிக்காரி! இங்கபாரு உனக்கு நா இருக்கன்டா. ஒன்னய தொட்டுத் தாலி கட்டுனவன்நான். நா ஒன்னய வேத்துமையா நெனச்சு ஒரு சொல் சொன்னனா? எம் பொண்டாட்டியப் பத்தி எனக்குத் தெரியும்மா. நீ எனக்குத் துரோகம் நெனச்சு தப்புத்தண்டா பண்ணுறவான்னு எம்மனசு எ...அடி மனசு சொல்லணும். மனுச மக்களோட குணமணத்தை எந்த விசயத்தை வச்சி தீர்மானிக்கிறது? முட்டாப் பயமக்கா முட்டாப்பயமக்கா ஒங்க சாதி வழமைகள்ல இடிவிழுக."

பெண்டாட்டிய தூக்கி மடியில வைத்தான். "நீ எது செஞ்சாலும் முன்யோசனயில்லாம செய்ய மாட்ட.

என்னயப்பாரு. மாமா ஒன்மேல எப்பவும் போலத் தான் இப்பவும் மதிப்பு வச்சிருக்கேன். நீ ஒரு தப்புஞ்செய்யலடா..." இடது கையில் சாய்த்து தலை முடியக் கோதிவிட்டான்.

தினமும் பெண்டாட்டியை எங்கேயும் தனியே விடாமல் பின்னாடியே திரிந்தான் கடக்கரை. பொட்டச்சிக்கித் தக்கன மனசு விட்டுட்டாள்னா?... கண்ணசராமல் காவலிருந்தான். கள்வம் பெருசா காப்பாம் பெருசா? ஒரு நாள் பேய் அசர்ர சாமத்துல மொகட்டில் கயிறு போட்டுத் தொங்கி விட்டாள் பாப்பி.

எசமான் செருமல் கேட்டு கண்ணீரை துடைத்து நிமிர்ந்தான் பஞ்சன். குறிப்பறிந்து வெத்திலை உரலில் வெத்திலை பாக்கு இடிக்கத் தொடங்கினான். குழந்தையின் அழுகை ஒலி இப்பொழுது அதிகமாய் இருந்தது. சாய்வு நாற்காலியில் தூக்கத்தை இன்னும் பாக்கி வைத்து சாய்ந்திருந்த எசமானனின் கிழட்டு முகம் சுருங்கியது.

"என்ன பிள்ளெடா இது ஒரே அவயக்காடா இருக்கு. செத்த நேரம் வாயமூடாம"

ஹிஹ்ஹி என்று சிரித்த பஞ்சன் "இருக்காதா எசமான் குழந்தையோட தகப்பன் கொடிவழி எப்பேர்ப்பட்டது சாமி. பூராவும் வெண்கலச் சத்தங் கொண்ட தொண்டை உள்ளவங்களாச்சே தகப்பன் தாத்தாயெல்லாம்"

கவுண்டர் மெல்ல அவனைத் திரும்பிப் பார்த்து 'மயிர்களைப் பிடுங்குனது.' கையை இகழ்ச்சியாய்க் காட்டித் திரும்பிக் கொண்டார். பஞ்சன் கழுத்தைச் சாச்சி அசடுவழிய "என்னஎசமான் அப்படிச் சொல்லீட்டீக" என்றான்.

"பிறகென்ன!

"அதாவது... ஒங்கிட்டெ சொல்றதுக்கென்ன. விவரத்தைக்கேளு."

உரலை வாங்கி ஆட்காட்டி விரலால், இடித்த வெத்தலைக் கலவையைத் தோண்டி வாயில் போட்டவர் சுத்தும் முத்தும் பார்த்து விட்டு சுதியைக் குறைத்து சொல்ல ஆரம்பித்தார்

"நம்ம பூச்சம்மா சீதாலுவோட கல்யாணம் முடிஞ்சி இந்த ஐப்பசி வந்தா வருசம் ஆறு முடியுதில்லே. குழந்தை குட்டின்னு ஒண்ணும் பேச்சைக்காணோம். நமக்கிருக்கிறதோ ஒரு பொம்பளைப் புள்ளை இப்படியிருந்தா என்ன அர்த்தம்னு மகளையும் மருமகனையும் ஆஸ்பத்திரியுல போய் செக் பண்ணுனோம். இங்க அங்க இல்லே. ஒரு ஆஸ்பத்திரி ரெண்டு ஆஸ்பத்திரியில்லே மெட்ராஸ்ல இருக்கிற பெரிய ஆஸ்பத்திரிக அம்புட்டும் போய்ப் பாத்தாச்சு. மருமகன் விந்துல ஒண்ணும் எசக்கு இல்லேனுட்டான். உசிரணு மருந்துக்குக்கூட கிடையாதுன்னா பாரு. பின்ன என்ன செய்ய..."

கவுண்டர் கண்ணை மூடி மல்லாக்க தலை சாய்த்து இருந்து விட்டு "அந்த மட்டுல" என்றவாறு பழையபடி நேராய் உட்கார்ந்து குறையுஞ் சொன்னார்:

"அப்புறமா போன வருசம் மெட்ராஸ்லதான் ஒரு ஆஸ்பத்திரியில இதுக்குன்னே அந்த டாக்டர் படிச்சிருப்பாம்போலுக்கு ஒரு வேத்து மனுசன் கிட்டெயிருந்து விந்த எடுத்து...எப்படி?"

பஞ்சனின் முகத்தைப் பார்த்து இளித்து "சொல்றது விளங்குதா? உலகம் எந்த அளவுக்கு முன்னேறிருச்சி பாத்துக்கோ. இதுக்குன்னு பேங்கே இருக்குதுன்னா பாத்துக்கோ அந்த விந்த கொடுத்த மனுசன் யாரு. எவடம் எப்படியாப்பட்ட ஆளு. கருப்பா சிவப்பா அதெப்பத்தியெல்லா நமக்குத் தெரியாது. கேக்கவும் முடியாது. சீதாலுவோட கர்ப்பப்பையிக்கு பொருத்தமாயிருக்கா அப்படின்னுதான் பாக்கான். கர்ப்பப்பையில டியூப் மூலமா விந்தை வச்சிடுறான். அப்படி வச்சதை பத்து மாசமா பக்குவமா வளத்து பெத்தெடுத்த குழந்தெடாஇது." இந்த அதிசயத்தை அவன் கேட்டு அப்படியே அசந்து போவான்னு நெனச்சு அவரின் பொலுவாய் திறந்த மட்டுல அவனையே பார்த்துக்கொண்டிருந்தார்.

பஞ்சன் கொஞ்சநேரம் எசமானின் முகத்தையே திகைப்பாய்ப் பார்த்துக் கொண்டிருந்தான். "என்னடா உனக்கு

நம்பிக்கையில்லையா?" கேட்டுக்கொண்டே ஹியீஹி ஹிஹ்ஹி என்று நாக்கை நீட்டி இருமிக்கொண்டிருந்தார்.

பஞ்சன் திடீர்ன்னு எந்திரிச்சி கடகடன்னு சிரிச்சான். அடிவயிறு குன்ன, பெருமாள் கோயில் நகரா அதிர்ற மாதிரி சிரிச்ச சிரிப்புல குழந்தையோட அழுகெச்சத்தம் கூட சட்டுன்னு நின்னுபோனது. எசமானைப் பார்த்து வலிப்பம் காட்டுற மாதிரி கையை வச்சிக்கிட்டு சிரியோ சிரின்னு சிரிச்சான் அவன் கண்ணுல இருந்து கண்ணீர் பொங்கி வந்தது. எசமான் பொம்மையக்கவுண்டர் அவனை வினோதமா பார்த்துக்கிட்டேயிருந்தார். அவருக்கு இன்னும் விளங்கலை.

இருள் மனிதர்கள்

நடந்து நடந்து இரண்டு பேரும் அய்யனார் கோயிலைத்தான் தாண்டியிருக்கிறார்கள். இன்னும் கரைப்பாதையேறி ஒரு கல் தொலைவு நடந்து கல்வெட்டாங் கிடங்கிற்குள் இறங்கி மேடேறி பனைக்கூட்டம் தாண்டி அப்பண்டு முதலாளி தோட்டங்கடந்து பைபாஸ் ரோடு போக வேண்டும். அங்கிருந்து டவுன் ஆஸ்பத்திரிக்கு குறுக்கும் நெடுக்குமாய் தெருக்களுக்குள் நுழைந்து போனாலும்அந்த தூரம் மட்டும் ஒரு மைல் தாராளமாய் இருக்கும்.

அக்னி நட்சத்திரம் முன்னேழு பின்னேழு முடிந்து ஒரு ஏழுநாள் ஆனபின்னாலும் வெயிலின் உக்கிரம் தீயாய் உடம்பில் விழுந்து எரிந்தது. அறுபதைத் தாண்டிய வயதாகிப் போன பங்கஜத்தம்மாளுக்கு ஈழை நோய் கண்டிருந்தது. முந்திச் சேலையால் தலையை முக்காடிட்டு கூன் விழுந்த உடம்பைத் தாங்கிப் பிடிக்கிற மாதிரி கைகளை இடுப்பில் வைத்துக் கொண்டு அடியைஎண்ணி எண்ணி வைத்து நடந்தாள். போய்ச் சேர வேண்டுமே என்ற அந்த நடைதான் அவளுக்கு விரசல்.

நெஞ்செலும்புகளின் இடையில் தோல்படிந்து எண்ணி விடும்படியாக அவை வெளித்தெரிந்தன. இடுப்பில் இருந்த கைகளை இறக்கி இரண்டு தொடைகளிலும் ஊன்றி கரைப்பாதையில் ஏறி பின்னால் திரும்பிப் பார்த்தாள்.

தூரத்தில் வந்து கொண்டிருந்த வயித்துப் பிள்ளைச் சூலி முனிச்சிக்கு ரொம்பவும் முடியவில்லை. வாயிலிருந்து நாக்கு

லேசாக வெளித்தள்ள கிந்தி கிந்தி நடந்து வந்து கொண்டிருந்தாள். வெயிலும் தூரமும், வயிறு பருமனும், அவளைக்கிறங்கடித்து விட்டது. முழு ஊனமான, எலும்புத்தாக்கம் மட்டுமே உள்ள, சிறிய இடது காலை ஊன்றும்போது இடப்பக்கமாய் ஒரு முழத்திற்கு அவள் உருவம் கீழே சாயும். நேர்த்தியான வலது காலை ஊன்றும்போது நேராய் நிமிர்ந்து மேல்நோக்கி எகிறிய உருவம், அடுத்த வினாடி தொபுக்கென்று கீழே விழப்போவது போல இடதுகாலை ஊன்றுவாள்.

அவளின் கர்ப்ப வயிறு அவளையெங்கே பின்னோக்கிக் கவிழ்த்து விடுமோ என்பது மாதிரி இட வலப்புறமாய் ஆடிக்கொண்டேயிருந்தது.

ஆத்தா எதிர்பார்த்து கரையின் மேலே வெயிலில் நிற்பதைப் பார்த்த முனிச்சி, கொஞ்சம் வேகமாய் நடப்பதைப் போல உணர்ந்து கொண்டாளே தவிர நடை விரைவு கொள்ளவில்லை. கரையின் மேட்டில் ஏற சிரமப்பட்ட முனிச்சி, தடாலென கைகளை தரையில் ஊன்றி ஒரு பிராணியைப் போல ஊர்ந்து மேல் நோக்கிப் போனாள். அப்போது அவளின் சூம்பிய இடதுகால் சேலைக்குள் தறிக்கால்களைப் போல தனியாக அந்தரத்தில் ஆடிக் கொண்டிருந்தது. ஒருகால் பலத்தில் மேலே தாவித் தாவி வந்த முனிச்சியை பங்கஜத்தம்மா மெல்ல நடந்து வந்து தூக்கிவிட குனிந்தாள்.

அவள் கைகளைத் தட்டி மறுத்து தானாக ஊன்றி எழுந்தாள் "நீங்முங்நாடி போ... நாங்நடங்ந்து பிங்நாடியே வந்திவேங்" ஆத்தாளுக்கு மூக்கின் வழியே அவள் எப்போதும் பேசும் பாசையில் தைரியம் சொன்னாள். நாக்குதான் பேசியதானாலும் ஒலி மூக்கின் வழியேதான் வந்தது. புறா முட்டை மாதிரியான அவள் கண்கள் பங்கஜத்தம்மாவிடம் பேசிய போது எங்கோ வானத்தைப் பார்த்தபடி இருந்தது. பிடறி வரை படிந்திருந்த தலை முடி வேர்வையில் நசநசத்தது.

"பேச்சு அரைகுறைதான், காலு ஒண்ணு ஊனந்தான், புண்ணியவாட்டிபதினஞ்சு வருசமாஎன்னை பெத்த தாய் மாதிரி வச்சுப் பாக்காளே! உலகத்துலே நானும் பாக்கேன்

பெத்துவளத்தது கூட தாய் தகப்பனை கடைசி காலத்துல பாக்கிறதில்லை. எங்கிருந்தோ வந்தா எங்காலம் சென்றிருச்சி. இவளை நான் கண்டெடுக்கலையோ நான் நாறித்தான் செத்திருப்பேன்”

பங்கஜத்தம்மாவின் மனசு நினைத்ததை கண்ணீர் வெளிக் கொணர்ந்தது. சாயங்காலம் ஆறுமணிவரையிலும் தீப்பெட்டி ஆபீசில் கிடந்து லோல்பட்டு விட்டு ஊருக்கு மேற்கே ஆற்றின் வடகரையில் ஒதுக்குப்புறமாயுள்ள மண்டகப்படி கட்டிடத்துக்கு வருவாள் முனிச்சி. ஒரு காலத்தில் சாஸ்திரிகள் நிறைந்த அக்ராஹரம் இருந்த இடம்அது. கிழக்கேயுள்ள சாத்தூர் நகரத்திலிருந்து சாத்தூரப்பன் என்ற திருவேங்கடேசப் பெருமாள் அக்ரஹார வாசிகளுக்காக இந்தக் கட்டிடத்திற்கு ஆற்றின் வழியாகப் பல்லக்கில் வந்து, இந்த மண்டகப்படியில் எழுந்தருளி, மறுநாள் யானை வாகனத்தில் திரும்பி, வழியில் மற்ற ஜாதிக்காரர்களுக்கும் அருள் பாலித்துச் செல்லும் இரண்டு நாள் ஆனித்திருவிழா நடக்கும் என்று சொல்கிறார்கள்.

சாஸ்திரிய குடும்பங்கள் பல வருசங்களுக்கு முன்னமே அரசாங்க வேலை சம்பந்தமாய் ஒன்றன்பின் ஒன்றாய்க் குடிபெயர்ந்த பின்னால் இந்தக் கட்டிடம் மட்டும் எஞ்சி கல் பெயர்ந்து பாசி பிடித்துக் கேட்பாரற்றுக் கிடக்கிறது. அங்குதான் பங்கஜத்தம்மாவின் சட்டடியான படுக்கை.

குடத்தை எடுத்துக் கொண்டு காலடி மறையுற நேரத்தில் தெற்கே ஆற்றிற்கு வந்தகாலையும் வராதகாலையும் இழுத்துக் கொண்டு ஊற்றில் தண்ணீர் மொண்டு வந்து அரக்கப் பரக்க சமையல் செய்து கட்டிலில் படுத்திருக்கும் பங்கஜத்தம்மாவிற்கு வெந்நீர் வைத்துக் குளிப்பாட்டி சாப்பிடவைத்து நாலைந்து வருடமாய் முடியாமல்கிடந்தவளை இப்பொ கொஞ்சம் தெம்பாகநடக்க வைத்திருக்கிறாள்.

ஒத்தக்காலில்லாத அந்த சின்னஞ்சிறிசு மூணு ஆள் வேலையைச் செய்கிறாள். இந்தப்பாடுகளில் தனக்கிருக்கும் ஊனமே அவளுக்குத் தெரியவில்லை. அது அவளுக்கு ஒரு

குறையாகப் படவில்லை. அது பற்றி யாராவது பேசினாலும் அவள் மூக்கின் வழியே கோபித்துச் சிணுங்குவாள்.

அப்படித்தன் குறைபற்றிய பிரக்ஞையேயில்லாத முனிச்சியின்மேலே தெரிந்தே ஒரு சுமையை ஏற்றி வைத்து விட்டாள் பங்கஜத்தம்மா.

"நான் தப்பு செய்திட்டனா? என்னை காலம்போனகாலத்துல உசிருல தூக்கிச் சுமந்தவளுக்கு வஞ்சனை பண்ணிட்டனா? அவளுக்கு நல்லது செய்ற மாதிரி அந்தப் பச்சை மண்ணை உயிரோட இம்சுபட வச்சிட்டனா? ஏ! பெருமாளே! வெங்கடேசா! விவரம் தெரியாத குழந்தை உயிரோட தபதாயப்படுறது சகிக்கலையே. இந்த வாயில்லா சீவனை என் சின்னப்புத்திக்கி தக்க பலி கொடுத்திட்டனா? ஒம்புள்ளையா இருந்தா இப்படிச் செய்வியான்னு நெத்தியிலெ ஒன் நாமந்தரிச்ச ஒரு பெரிய மனுசி நித்தமும் கனவுல வந்து சினந்து சினந்து பேசி காறித் துப்புறாளே பெருமாளப்பா!"

இந்த ஊருக்கு அவள் சிறுமியாய் வந்தபொழுது ஏழு அல்லது எட்டு வயதிருக்கும். யானை கட்டிச் சாவடிக்குப் பக்கத்தில் சிறுவர்களெல்லாம் கூடி அந்தச் சிறுமியைச் சுற்றி நின்று எகடாசி பேசி கோட்டா செய்து கொண்டிருந்தார்கள். அந்த நேரம் பங்கஜம் அந்தப் பக்கமாய் வந்தாள், பிள்ளைகளை விலக்கி எட்டிப் பார்த்தாள். அந்தப் பெண் பிள்ளையின் தோற்றத்திலேயே இவளுக்கு இரக்கம் வந்து முகம் வாடிப் போனாள்.

"ஏ சின்னப் பைய புள்ளைகளா போங்க அந்தப் பக்கம். பாவம் யாரு பெத்த பிள்ளையோ, எங்ஙன தப்ப விட்டுட்டாகளோ!"

பக்கமாய்ப் போய் சிறுமியின் முக நாடியைப் பிடித்தது தூக்கி "ஒம்பேரென்னம்மா" என்றாள்

"முனிச்சி!"

"ச்சொ...ச்சொ..." என்ற பங்கஜம் "சாப்பிட்டயா" என்றாள்.

சாப்பிட்டேனென்றோ, சாப்பிட வில்லையென்றோ

அர்த்தமாகாத "நங்காயா சாப்பிட்டே" என்று நொண நொணத்த பேச்சைப் பேசிக் கொண்டே அந்தச் சிறுமி எழுந்து நடக்க முயன்றாள். கிழிந்த பாவாடையின்னுள்ளே அவளின் ஒரு கால் அவளின் கை முழ அளவிற்குச் சூம்பிக்கிடந்தது.

பங்கஜத்திற்கு கண்களில் நீர் ததும்பி நின்றது. "அடப்பாவமே அப்படிச் சொல்லு! பிள்ளையை சுமைன்னு தான் விட்டுட்டுப் போயிட்டாக. இந்தாபாரு பாப்பா உங்க அம்மா எங்கே? அம்மா பேரென்ன சொல்லு."

அந்த சிறுமியின் முகம் அடுத்த விநாடி பிரகாசமாய் சந்தோஷித்தது. அவள் பிரியத்துக்குரிய அந்த முகம் தோன்றித் தோன்றி மறைகிறது. அவளை மறக்கவோ அவள் பற்றி சொல்லவோ முடியவில்லை. திட்டுத் திட்டாய் மேகங்கள் சூரியனைக் கடந்து செல்லும்போது அலை அலையாய்ப் பூமியில் புரளும் நிழல்கள் வருடிக்கொண்டு செல்கிற மாதிரியான நினைவு.

துளசி வாசனையுடன் வழுக்கைத் தலையில் சிவந்த ஒற்றைச் சிவப்பு நாமம் தரித்த அந்த சிவந்த கிழட்டு மனிதர் வந்துவிட்டால் அம்மா இவளை எங்காவது ஒளித்து வைப்பாள். வாய்பேச முடியாதவளாயிருந்தாலும் எப்பவாவது அப்பா என்று அந்த மனுசரை அழைத்து விடுவாளோ என்ற பயம் அவளுக்கு. 'அங்மா' என்றாலே ஓடிவந்து வாய் பொத்தினாள். சில நேரம் அந்த நாமதாரிக் கிழவரை எதிர்பாராமல் பார்வையில் படநேர்ந்தால் "எங்காவது கொண்டு ஒழின்னு சொன்னேனேல்ல சின்னச்சாதிப்பய மகளே."

சுற்றி நின்றவர்களைப் பார்த்தும் பங்கஜத்தைப் பார்த்தும் உதட்டைப் பிதுக்கி 'நே' என்று விக்கிவிக்கிக் கண்களைக் கசக்கிக் கொண்டு அழுதாள்.

பங்கஜம் முந்தானையில் மூக்கையும் கண்ணையும் தொடைததவாறு இரண்ட கைகளையும் அவளை நோக்கி நீட்டி 'வா' என்று தலையை ஆட்டிச் சிரித்தவாறு கூப்பிட்டாள். அனாதையாய்த் தான்படும் பாடுகள் மனதுக்குள் இருளாய்ச் சுற்றி எழும்பி அந்தச் சிறுமியின் மேல் இரக்கமாய்க் கவிந்தது.

இலட்சுமணப்பெருமாள் 455

மெல்ல மெல்லக் கால்களைச் சாய்த்து ஊன்றி எழுந்து, ஒரு சிறு அலையைப் போல பங்கஜத்தோடு வந்து சேர்ந்து கொண்டாள்.

முனிச்சி பங்கஜத்தின் பின்னாடியே திரிவாள். ரெண்டு பேரையும் ஊருக்குள் தனித்தனியே பார்ப்பது அரிது. ஏ முனிச்சி இதாபாரு இது எங்க பங்கஜத்தம்மா என்று யாராவது மேலே கை வைத்து விட்டால் 'ஙா' என்று எழுந்து நொண்டி நொண்டி நாக்கைத் துருத்திக் கொண்டு தெருவில் கிடக்கும் கற்களை எடுத்து வீசுவாள்.

பங்கஜத்தம்மா முதலாளி வீடுகளில் வீட்டு வேலைகளைச் செய்தது போக வயசுப் பெண்களின் மாதாந்திர துணிமணிகளை ஆற்றில் போய் அலசி வருவாள். பழையதும் சில நேரம் பலகாரங்களும் கிடைக்கும். பழைய துணி மணிகளையும்கேட்டு வாங்கி வந்து முனிச்சிக்குப் போட்டு அழகு பார்ப்பாள். கடந்து போகும் நாட்கள் இருவரின் வடிவங்களையும் காலத்தின் போக்குக்கும் மூப்புக்கும் தகுந்த மாதிரி மாற்றிக் கொண்டேயிருந்தது.

தெற்றிய பற்களும் மேல்நோக்கிப் பார்த்த உருண்டைக் கண்களும் கீழிறங்கி மேலெழும்பி சாய்ந்து சாய்ந்து நடக்கும் அகோச்சர வடிவமாயிருந்தாலும் உடல் வாளிப்பும் பருவமும் முனிச்சியை இளந்தாரிகளிடமிருந்து அவளால்காப்பாற்ற முடியவில்லை.

ஊர் வாலிப பயல்கள் செய்யும் சிலுமிசத்துக்கு அஞ்சியும் லொங்கியும் தினசரியும் வந்து உட்கார்ந்து அழுதுகொண்டு இருப்பாள். முனிச்சி! எவ்வளவு ரோசம் அவளுக்கு.

******

பங்கஜத்தம்மாளுக்கும் அழுகைவந்தது. நலிந்து போனநெஞ்சு தாங்க மாட்டாமல் கனத்தது. கவலையுடன் முனிச்சியைத் திரும்பிப் பார்த்து மீண்டும் ஒருச் சாய்ந்து கொண்டாள். தான் அனாதையாய் அலைகிறபோது இப்படியான பயம் இல்லாமல் அநேக ஆம்பளைகளுடனான சிநேகிதம் பற்றி எந்தக் கவலையும் இல்லாமல் திரிந்தாள். ஊர்க்காரர்கள் தன்னை

தர்மக் கப்பல் என்று ஏளனம் செய்ததையும் இப்போது முனிச்சியின் ரோசத்தைப் பார்த்தும் உடம்பு இற்றுப் போனதை எண்ணியும் நினைத்து அசிங்கப்படுகிறாள். அந்தச் சண்டாளன் மட்டும் அந்த ருசிப்பைக் காட்டாமலிருந்தால்... இன்னொரு பசியைக் கிளப்பாமலிருந்திருந்தால்...

அன்றைக்குப பாவாடை தாவணி போட்டு தங்கப் பதுமை மாதிரி இருந்த நேரம். முதலியாரம்மா வீட்டில் பத்துப் பாத்திரம் தேய்த்து கவலையற்று வயிறு கழுவிக் கொண்டிருந்த காலத்தில் அந்த மனிதர் வந்தார். அசதியில் தூங்கிக் கொண்டிருந்தவளை முதலியாரம்மா வந்து எழுப்பினாள்.

"ஏ கழுதே எந்திரி யாரு வந்திருக்கா பாரு தூங்கு மூஞ்சிக் கழுதை! ஓஞ் சொந்தக்காரர் வந்திருக்காரு போய்ப் பாரு"

சொந்தமா? அவளுக்கு எல்லாமே முதலியார் வீடுதான். தனக்கென்று யாருமேயில்லை என்று விபரந்தெரிய எல்லோரும் சொல்லிச் சொல்லி தான் 'அநாதி' என்று தெளிவடைந்திருந்தாள். இப்போ சொந்தக்காரர் யாரு? கண்களைக் கசக்கிக் கொண்டு வந்தாள்.

முதலியாரய்யாவின் நாற்காலிக்கு எதிரில் நாற்காலிபோட்டுச் செக்கச் செவேலென்று நிறததில் லேசான முன் வழுக்கையில் சிவப்பு ஒற்றை நாமம் துளசிவாசனையுடன் பட்டு வேட்டியும் பைஜாமவுமாக சிரிக்கச் சிரிக்கப் பேசினார்.

இந்தாடி குழந்தே! இந்தப் புடவையைக் கட்டிக்கோ அந்த அட்டைப் பெட்டியிலே ஸ்வீட் இருக்கு என்று கொடுத்தார். இந்தாப்பா என்று மண்டகப்படியின் சாவியை முதலியார் ஞாபகமாய்க் கொடுத்தார். அதை வாங்கி "இந்தா மண்டகப்படி பக்கம் போயிருக்கியோ" என்றார் வந்தவர். இல்லையென்று தலையை ஆட்டினாள். "இடமாவது தெரியுமோ" என்றார். தெரியும் என்று தலையை ஆட்டினாள். திறந்து இடத்தை நல்லா சுத்தம் பண்ணிவை வர்றேன்.

அன்றிலிருந்துதான் அவள் அசிங்கத்தைச் சுமந்தாள். ஆள் நடமாட்டமே வெகு நாட்களாய்க் கண்டிராத மண்டகப்படிக்கு அன்று ஒற்றைத் தடம் விழுந்தது. கொஞ்ச நாட்களில் அந்தத்

தடம்மறைந்து மீண்டும் அங்கு புல் முளைத்தது. பலநாள் பாதையை வெறித்து வெறித்துப் பார்த்த பங்கஜம் ஏமாந்து போனாள். மண்டகப்படியே அவளுக்குக் கதியானது. அவளின் வயதும் வாலிபமும் வனப்பும் கூடக் கூட ஏக்கமும் தேவையும் கட்டாயமாகியது. மண்டபப்படியைச் சுற்றிப் பல பாதைகள் முளைத்தன.

அந்த மறக்க முடியாத சில இரவுகளை விதவிதமான பல இரவுகளால் மறக்க முயன்றாள். அதுவே வாழ்க்கையாகவும் ஆகிப்போனது.

முளைச்சு மூணு இலை விடாத பயல்களும் வயசுப் பையன்களும் முனிச்சி வேலைக்குப் போன நேரத்துல வந்து "ஏ கிழவி முனிச்சியைக் கொஞ்சம் ஏற்பாடு பண்ணு. இந்தா இந்த ரூபாயைப் பிடி ரொம்பவும் கிராக்கி பண்ணாதே" என்ற தினசரி நச்சரிப்புகள் அதட்டல்கள்.

வெளியே அழுது கொண்டு உட்கார்ந்திருந்த முனிச்சியை 'ஏட்டி' என்று கூப்பிட்டாள்

கண்ணைக் கசக்கிக் கொண்டு லப்பியபடியே உள்ளே வந்து பக்கமாய் உட்கார்ந்தவளை ஆதரவாய்த் தடவிச் சொன்னாள்.

"இருந்தாலும்டி இந்தா பாரு. என்னமோ என் தாய் தகப்பன் செய்த புண்ணியம். எனக்கு நீ கடைசி காலத்துல வந்து உதவணும்னு அந்த பகவான் உன்னை அனுப்பிச்சிருக்கார். சரி என்காலம் எப்படியோ செல்லுபடியாயிருச்சி. நீ இந்த ஒச்சக் காலு உடம்பை வச்சிக்கிட்டு ஒம் உசிரை இவ்ளநா காப்பாத்திட்டே. இன்னும் எத்தனை நாளைக்கு இந்தக் கந்தக மருந்துல கிடந்து மாரடிப்பே. நாளைக்கு என் கண்ணுக்குப் பிறகு உன் வயசு போன காலத்துல என்ன மாதிரி ஒரு சீக்கு நொடின்னு படுத்துக்கிட்டா உனக்குன்னு யாரிருக்கா?"

"ஒரு ஆதரவு உண்டுமா. ஒரு வெந்நி தண்ணி வெக்கெ முடியுமா? கேப்பாரில்லாம கிடக்க வேண்டியதுதான். ஆத்தா ஒன் நல்லதுக்கு சொல்றேன். தனக்குன்னு இருந்தாதான் அவக்குன்னு உதவும். ஒன்னும் தப்பில்லை.... ஒரு பிள்ளையைப் பெத்துக்கோ. துட்டுக்குத் துட்டும் ஆச்சி. பார்த்தையில்லே?

யாரையாவது எவரையாவது ஏன்னு கேட்க முடியுதா... சொல்ல முடியுதா? இந்த ஊர்ல யாரும் நியாயம் கேட்டுக் கொடுப்பாகளா நமக்கு?"

வெயிலான வெயிலில் கார், பஸ் இரு சக்கர வாகனங்கள் ஊடே நெரிசலான பஜாரில் போய்க் கொண்டிருந்த பங்கஜத்தம்மாளின் நினைவுகள் வெயில் அலைகளோடு அலைகளாய்க் கரைந்து கொண்டிருக்க பின்னால் திரும்பிப் பார்த்தாள்.

பேர் பாதி ரோட்டை மறித்து மறித்து விலகுகிற மாதிரி முனிச்சி பாவமாய் நடந்து வந்து கொண்டிருந்தாள்.

"ஐயோ பாவம்... ஆம்பளைகள்னாலே முகஞ்சுளிச்சவளை லொங்குனவளை தூர விலகி ஓடினவளை அச்சுறுத்தி நயந்து பேசி ஒத்துக்கொள்ளச் செய்துட்டமே. அது நெசம்மாவே அவளோட பிற்காலத்துக்கான ஏற்பாடா இல்லை காசுக்காக அப்பொ நானா ஏற்படுத்திக்கிட்ட சமாதானமா? எத்தனை ஜென்மம் எடுத்தாலும் எனக்கு இந்தப் பாவம் தொலையுமா?" கண் கலங்கியது. முடியவில்லை. தாங்க முடியவில்லை.

"யம்மா"! சாலையின் இடது பக்கம் உயர்ந்திருந்த சர்ச் கேட்டருகேயிருந்த வேப்ப மரத்து நிழலில் ஒதுங்கி உட்கார்ந்தாள்.

"இப்படிவாம்மா முனிச்சி..." இரைப்பு அதிகமாய் இருந்தது.

"என்னாலே இனிமே ஒரு எட்டு எடுத்து வெக்கெ முடியாது. அந்தா அந்தப் பக்கம்... நாலு கடை தள்ளி பெரிய மஞ்சக்கட்டடம் இருக்கு பாரு. அதான் தர்மாஸ்பத்திரி. போ, இந்த மாதிரி இதான் மாசம். இடுப்பு நின்னு நின்னு வலிக்குன்னு சொல்லு... என்னால துப்புரவா நடக்க முடியல...போ..."

*****

"இந்தா இடுப்பு வலிக்குல்லே... வலிதாங்க மாட்டாம கண்ணீர் விடறயில்லே. இப்பக் கூட புருசம் பேரு சொல்ல மாட்டேன்னா அப்படியென்ன திமிரு" என்றாள் நர்ஸ்.

முனிச்சியின் உருண்டைக் கண்கள் நாலாபுறமும் சுழன்றன. 'அங்மா' 'பங்ஹங்ம்' என்ற இரண்டு பெயர்கள் தவிர உலகத்தில் அவளுக்கு வேறு பெயர்கள் கிடையாது. வலியில் ங்ஙோ...ங்ஙோ... என்று வாய் திறந்து மூக்கின் வழியே தொடர்ந்து ஒலித்துக் கொண்டிருந்தாள்.

"இந்தா அடுத்தாளுக்கு வழிவிட்டு விலகி நில்லு! பிடிவாதம் பண்ணிக்கிட்டு" நர்சின் அதட்டலில் கிந்தி கிந்திப் போய் அருகிலிருந்த ஜன்னல் கம்பிகளைப் பிடித்துக் கொண்டாள் முனிச்சி. ரொம்ப நேரம் ஊமையாய் அழுதாள்.

வந்திருந்த பெரும்பாலான கிராமத்து ஜனங்கள் "ஐயோ பாவமே அது உசிருக்கு எப்படி வருதோ" என்று சூழ்ந்து நின்றது.

இரண்டு நர்சுகள் டூட்டிக்கு மாறினார்கள். "என்ன வெளியே கூட்டம்" என்று கேட்டுக் கொண்டே வந்தார்கள்.

"டெலிவரி கேஸ். பேருகேட்டா முனிச்சின்னா. புருசம்பேரு கேட்டாவாயைத் திறக்க அடம் பிடிக்கிறா?" புதிய நர்சுகள் அவளிடம் வந்தார்கள்.

"இந்தா துணைக்கு யாரும் இருக்காங்களா, இல்லேன்னா வெளியேகொண்டு போய் விடு. இந்த மதிரி ஹாண்டிகேப் டெலிவரியெல்லாம் கண்டிப்பா பிரச்சினையாத்தான் இருக்கும். ஏதாவதுன்னா யார் பதில் சொல்றது? ரெண்டு பேரா பிடிச்சு வெளியே கொண்டு போய் விடுங்கம்மா."

ரெண்டு பேர் என்ன செய்வதென்று பாவமே என நினைத்து இருபுறமும் தாங்கினார்கள். முனிச்சியின் வாயிலும் மூக்கிலும் இளங்கன்றின் மூக்கிலிருந்து வருகிற விளக்கெண்ணெய் மாதிரி வெள்ளை திரவம் சுரந்து கொண்டேயிருக்க ங்க்கே...ங்க்கே...ங்க்கே என்று திகராயப்பட்டு அடிகளை எடுத்து வைத்தாள்.

நர்சுகளின் அடுத்த வேலைகள் துவங்கின.

*****

ரெண்டு பெண்கள் அழுத மாதிரியான முகத்தை வைத்துக் கொண்டு "தாயி தாயி அந்தக் காலு ஒச்சமானபொண்ணு நடக்கமாட்டாம கிறங்கிருச்சி. தண்ணிக் குடம் உடைஞ்சி

போச்சும்மா, நீங்கதான் அதக்காப்பாத்தணும். வயித்துலயிருக்கிற உசிரு அக்கியை குடிச்சிருச்சினா ரெண்டு உசிருக்கும் ஆபத்துதாயி நீங்கதா கொஞ்சம் தயவு பண்ணனும்."

"பாத்தீங்கள்ல நாங்க எத்தெனகேசுக்கு பதில் சொல்லணும்? இப்படி இடத்துல வந்து புருசன் பேரைச் சொல்லாம பிடிசாதனை பண்ணுனா என்ன அர்த்தம்? டாக்டரம்மா வேற இன்னைக்கு மூடு சரியில்லாம இருக்காங்க."

"என்னமோ தாயி நாங்களும் சத்தம் போட்டு வைது கேட்டுப் பார்த்தோம். ஒரு வடிய்யா முழிக்கா. இடுப்பு வலியில புத்தி மிரண்டு போச்சோ என்னம்மோ. நீங்கதான் அந்த விவரங்கெட்டதைக் காப்பாத்தணும் நாங்க துணைக்கு நிக்கிறோம்மா,"

"சரி சரி கூட்டிட்டு வாங்க."

அந்த ரெண்டு பெண்களும் முனிச்சி சாய்ந்து கிடந்த ஜன்னல் அருகே ஓடினார்கள் அவள் அங்கே இல்லை.

*****

நெரிசலான மெயின் ரோட்டில் போக்குவரத்துக்கு நடுவிலே கொஞ்ச நேரம் நடக்கிறதும் பிறகு உட்கார்ந்து தவழ்றதுமாய் முனிச்சி உச்சி வெயிலில் நகர்ந்து நகர்ந்து போய்க் கொண்டிருந்தாள். எதிர்ப்படுகிற ஆளுகளை உச்சியில் அண்ணாந்து பார்த்து 'எங்புருசங் பேரு எஞ்ன' 'எங் புருசங் பேரு எஞ்ன' என்று கேட்டுக் கொண்டே வெயில் தரையில் ஊர்ந்தாள்.

"அடியேய்... அடியேய்... ஏ முனிச்சி ஆத்தா இங்கெ இருக்கன்டி. ஏ...முனிச்சி அட பாதகத்தி" -சர்ச்சின் முன்னால் வேப்பமரத்தடியில் சாய்ந்து கிடந்த பங்கஜத்தம்மா சத்தமிட்டு சத்தமிட்டு அடக்க முடியாத இருமலில் இரண்டு கைகளையும் நீட்டி அழைத்தாள். எழுந்திருக்க முயன்றாள். முடியவில்லை. ஆத்தாளை ஒரு மூன்றாம் மனுஷியைப் பார்க்கிற மாதிரி பார்த்துவிட்டுத் திரும்பவும் ஊர்ந்து எதிர்ப்படுகிறவர்களிடம் 'எங்புருசன் பேரு எஞ்ன' என்று தலையை ஆட்டி ஆட்டிக்

கேட்டுக் கொண்டே நெடுக நிற்காமல் நடந்து கொண்டேயிருந்தாள் முனிச்சி.

மீசை முளைக்காத வயசுப் பையன்கள். அரும்பு மீசை வைத்த அப்பச்சி மார்கள், வெள்ளை வேட்டி நேரியல் துண்டணிந்த முதலாளிமார்கள். கோட்டு சூட்டு அணிந்த துரைமார்கள் ஆகிய புருசர்கள் அவள் எதிரில் வந்து பின்னால் மறைந்து போய்க் கொண்டிருந்தார்கள்.

ஏற்ற வித்தியாசமான மனிதர்கள் பிடித்த சவப்பாடை சாய்ந்தபடியும் ஆடியபடியும் மயானத்தை நோக்கி விரைவதைப்போல முனிச்சி போய்க் கொண்டிருந்தாள்.

தீ

தாக்கல் வந்ததுதான் தாம்சம். ஊருச்சனமே பஸ்ஸாவ்ல திரண்டு போயிருச்சி. விறகுக்குப் போயிருந்த சேர்மத்தாயி, தகவல் தெரிய வந்ததும் விறகை அரைகுறையா அள்ளிப் போட்டுக் கட்டி அவக்குத்தவக்குன்னு ஓடியாந்தா. வீட்டு முத்தத்துல ஆணும் பொண்ணும் கூட்டமா கூடி நின்னாங்க.

வாயிலிருந்து பொவயிலை ஒழுக நின்று கொண்டிருந்த முத்து, சேர்மத்தாயியைப் பார்த்ததும் ஓடி வந்து விவரம் சொன்னான்.

“தீப்பெட்டி ஆபீஸ் பூராவும் பிடிச்சு எரியுதாம் சேர்மத்தாயி! பத்து ஏக்கர் சுத்தளவு இருக்கும் கட்டிடம். சுவத்துக்கு மேலே தீயி எக்காளம் போட்டு வருது. இப்பொ நெனச்சாலும் புல்லரிக்கி. சிவகாசி ஜனங்களே அங்கெதான் கூடிக்கிடக்கு. பேர்பாதி தொலைவுக்கு வந்தபிறகும் பாத்தா ஊரே புகை மண்டலமாக கிடக்கு. மொத்தம் ஆபிஸ் கேட்டுக்குள்ள நொழைய முடியல. ஒரே பொண நாத்தம். எத்தனை செத்துச்சோ. கால் கை போனது எத்தனை. ஒண்ணுங் கணக்கு கிடையாது.

அவ்வளவும் கரிக்கட்டையா வெளியே அடுக்கி வச்சிருக்காங்க. எங்கெ நின்னாலும் ஒரே அழுகைச் சத்தம். ஆணும் பொண்ணும் அய்யோ அம்மான்னு அவயக்காடு. கூப்பாடு. எம்பிள்ளையைக் காணமே. ஓம்பிள்ளையக் காணமேன்னு சுத்து வட்டாரம் பூராம் வந்து நிக்கி. தீயணைக்கிற வண்டி இத்தனைதான்னு கணக்கு வழக்கு இல்லே.

டையான் டையான் டையான்னு முனியசாமி வேட்டைக்கி கிளம்புன மாதிரி வந்துக்கிட்டேயிருக்காங்க."

"வந்து என்ன செய்ய? அவங்க கிட்டெ தண்ணியில்லையாம். இங்க எங்கயாவது இருந்தாச் சொல்லுங்கன்னு வந்து நிக்காங்க. இருக்கு தீப்பெட்டி ஆபீஸ'க்கு மத்தியில பெரிய்ய கிணறு இருக்கு. சுத்தி வேலி போட்ட மாதிரி தீ தகிக்கே! தீயை அணைச்சா அதுலே வேண்டிய தண்ணி எடுத்துக்கிடலாம். தண்ணி இருந்தா எரியிற தீயை அணைக்கலாம். நம்ம கிரகம் எப்படியிருக்குன்னு பாரு. "

"பெரிய பெரிய ஆபீஸர்கள் வரவும் போகவுமா பத்து ஐநூறு காருகள் இருக்கும். அங்குட்டும் இங்குட்டும் ஜீப்பு மூஞ்சிக்கு மேலே சிவப்பு லைட்டு விய்யா விய்யான்னு சுத்திக்கிட்டு பறந்துக்கிட்டு திரியுது. இன்னும் மந்திரி வேற வர்றதா பேசிக்கிடுறாங்க. நானும் எட்ட முட்டும் பாத்தேன். நம்ம ஊரு பிள்ளைக ஒன்னு கூட எங் கண்ணுக்குத் தட்டல. கொண்டு போன வெள்ளிரிப்பழத்தைக்கூட விக்காம தன்னால மனசு திகிலடிச்சுப் போயி கூடையை அங்கேய போட்டுட்டு இந்நியார வரைக்கும் அங்கெதான் வேடிக்கை பார்த்துக்கிட்டு நின்னேன். கண் கொண்டு சகிக்க முடியலை அந்தக் கொடுமையை.

தீத்து மண்ணுல சுட்ட அய்யனார் சிலை மாதிரி மேத்தோலல்லாம் உறிஞ்சி வெள்ளவெளேர்ன்னு மண்டைத் தொலியெல்லாம் பிஞ்சி கால் வளைஞ்சி கை வளைஞ்சி கண்ணு முழிகவெளியெ வந்து... ஹே... த்தூ... சே.... யப்பயப்பா இன்னும் ஒரு வாரத்துக்கு நான் கஞ்சி குடிக்க முடியாது."

●

"ஐயையோ! ஆண்டவனே எம் மூணு பிள்ளைகளும் என்னாச்சோ. நா யார்கிட்டேப் போயி சொல்லுவேன். இந்தப் பாதகத்திக்கி யாரிருக்கா... கண்ணிலிருந்து கண்ணீரும் வாயிலிருந்து வார்த்தைகளும் அனிச்சையா வந்து கொண்டிருந்தாலும் சேர்மத்தாயின் மனசு ஓரிடத்திலும் கால்கள் ஒரு திசை நோக்கியும் கைகள் தலையிலடித்துக்

கொண்டும் ஒரே ஓட்டமாய்ப் போய்க் கொண்டிருந்தாள்.

இன்றைக்கு திங்கட்கிழமை கையில் அணா பைசா கிடையாது அடுத்த சனிக் கிழமை பிள்ளைகள் சம்பளம் வாங்கி வர்ற வரைக்கும் இந்த வாரத்தை எப்படியாவது ஓட்டியாகணும்கிற வாரா வாரம் இருக்கிற பரிதாபநிலை. போன சனிக்கிழமை பிள்ளைகள் கொண்டு வந்த சம்பளம் : பலசரக்கு கடைக்கி, வார வட்டிக்கி. குடிதண்ணி வண்டிக்கி, தீபாவளிக்கு வாங்குன ஜவுளி பாக்கின்னு ஒரு மணிநேரத்துல துட்டு மாயமாப் போச்சி. தூக்கமில்லாம போயி உழைச்சிட்டு வர்ற பிள்ளைக ளுக்கு வாங்கித் திங்க ஒரு எட்டணாதர முடியலே. அடுத்த பிள்ளைக மாம்பழம் தின்னா பாத்து எச்சி ஊறி நிக்கிதுக.

இதுல பஸ்ஸுக்குப் போக துட்டு ஏது? அக்கம் பக்கம் ஒரு கைமாத்து கால் மாத்துன்னு வாங்க முடியலே அந்த மனுசனுக்குப் பயந்து யாரும் எந்த உதவியும் செய்ய மாட்டாங்க.

•

“அவகிட்டெ எவளாவது கொடுக்கல் வாங்கல்ன்னு வச்சுக்கிடட்டும் பிறகு இந்த கோடாங்கி கருப்பையா யாருன்னு காட்டுறேன்.” புருசன். வாசப்படி மிதிச்சு ஏழு வருசம் இருக்கும். கோடாங்கி கருப்பை யான்னா அந்த சுத்துப்பட்டிக்கே. தெரியும். பேய் விரட்டுறது, தகடு வெக்கிறது. தகடு எடுக்கிறது எதிரியை கால கை மொடக்கிற சித்து வேலைகள். இதுலே கைதேர்ந்த தொல்லாளி. சேர்மத்தாயிக்கு இதெல்லாம் சுத்தமா பிடிக்கலை. பொய், ஏமாத்து, மிரட்டறது, இதுவும் ஒரு பிழைப்பா. கூட கையாளு ஒருத்தன் சூரங்குடி சன்னாசிப் பயலை வச்சுக்கிட்டு மொத நாளே தகடைக் கொண்டு போய் வெக்கச் சொல்லிட்டு, மறுநாள் இவர் அருளாடிப் போய் எடுக்கிறது.

இதெல்லாம் அவளுக்குப் பிடிக்கலை. இப்படி தொழில் செய்த எந்தக் குடும்பமும் முன்னிலைக்கு வந்திருக்கா? நாமளும் நாலு பொம்பளைப் பிள்ளைகள் வச்சிருக்கோம். அதுகளுக்கும் நாளைக்கி நல்லது பொல்லதுகள் நடக்கணும். அப்புராணி சப்புராணிகளை ஏமாத்தி அந்தக் குடும்பங்கள் கெட்டுப் போயி அதுக வாயில விழுந்து அப்படிச் சம்பாதிக்கிற சம்பாத்யம்

வத்திக்குமா?

இதிலெதான் ஆரம்பத்திலிருந்தே சண்டை. சரி உனக்கும் எனக்கும எந்தத் தொந்தமும் இல்லேன்னு பேசி பொம்பளைப் புள்ளைக பொம்பளைக்கி என்று எழுதப்படாத கிராமச் சட்ட நியாயங்களின் அடிப்படையில் நாலு பிள்ளைகளோடு சேர்மத்தாயி ஒதுங்கிக் கொண்டாள்.

தற்சமயத்துக்கு அவனோட பூர்வீக வீடு இவர்கள் குடியிருக்கிறதுக்குன்னும், அஞ்சாறு வருசத்துல பிள்ளைக தலையெடுத்து ஒரு வீடு வாசல் போடுகிற வரைக்கும், பிறகு அருவம் படாம வீட்டை காலிபண்ணிரணும்னும் பேச்சு.

கருப்பையா ராசா மாதிரி இருந்தான். தொழிலுக்குப் போயிட்டு வர்ற இடங்கள்ல சகல சம்பத்துகளும் கிடைச்சது. சதா வெள்ளை வேட்டியும் மஞ்சள் ஜிப்பாவும் தூசு படாமல் போட்டிருப்பான். பாகவதர் தலைமுடி. முறுக்கி விடப்பட்ட மீசை, ஜனவசியம் பண்ணுவதற்காக தூரத்தில் வரும் போதே மணக்கும் ஐவ்வாது. கையில் மந்திரக்கோல் மாதிரி வெள்ளிப்பூண் வைத்த பிரம்பு.

ஒரு நாள் கடையில நாலஞ்சு பேருக்கு போண்டா வாங்கிக் கொடுத்து இவனும் சாப்பிட்டுக்கிட்டே அவர் தொழில் பிரதாபங்களைச் சொல்லிக்கிட்டிருந்தான். அவன் வாய்ச்சவடாலில் கூட்டம் கூடிக் கேட்டுக்கிட்டிருந்தது. யாரோ சொல்லிக் கொடுத்தோ எப்படியோ அவனை போகும்போதும் வரும் போதும் அந்தக் கடைசிப்பிள்ளை முத்து லட்சுமி ஏக்கமாய்ப் பார்ப்பாள். தினசரியும் ஊரை ஒரு சுத்துக் சுத்தி அவனை பாக்காம இருக்கமாட்டாள். அன்னக்கி கடையில வச்சி அவளுக்குக் கூப்பிடணும்னு ஆசையாயிருந்ததோ இல்லை அப்படிச் சொந்த நினைவூட்டல்ல ஒரு போண்டா கிடைக்கும்னு நெனச்சாளோ என்னமோ ஆவலா "அய்யா" அப்படீன்னுட்டா, அவ்வளவுதான். வீட்டுக்கு முன்னாடி வந்து நின்னு சேர்மத்தாயை இந்த அளவுன்னு இல்லாம திட்டுனான்.

"நூல்லயே நான் நடக்கிறவ, உழைச்சுத்தான் பிள்ளை குட்டிகளை காப்பாத்துவேன்னே! இத்தன வருசத்துக்கப்புறம்

'அய்யான்னு' கூப்பிடு அப்படீன்னு அனுப்பிச்சு வெச்சிருக்கியே அது எவனுக்குப் பொறந்ததோ. அதென்ன கழுதெக எல்லாமே ஒரு தண்ணியில வெந்திருந்தா தெரியும். எல்லாம் முடிஞ்சு கடைசிக் கட்டமா உறவு கொண்டாட விட்டிருக்கா. உடம்புல ரத்தங் குறைஞ்ச பிறகு."

சேர்மத்தாயி ஒண்ணுஞ் சொல்ல முடியலை. சாயந்தரம் வரைக்கும் பிள்ளைகளோட வெளியவே வர முடியாம கிடந்தா. அந்த மனுசனும் தன் தயவில்லாம பிள்ளை குட்டிகளோட பிழைக்காளே இவளை எப்படான்னு காத்திருந்தவன் பொழுது அடைகிற வரைக்கும் மானங்கெட்ட பேச்சு பேசி நிக்கிறான்.

சின்னவளை கண்ணு மண்ணு தெரியாம போட்டு அடிச்சா சேர்மத்தாயி. நாம தப்பு பண்ணப் போறோமோன்னு 'அய்யா' ன்னு கூப்பிடும் போதும். அந்த சின்ன மனசுல தோணுச்சு. இப்பொ அடிபடும் போது தப்பு பண்ணிப் போட்டோ முன்னும் தெரிஞ்சு போச்சு. போட்டு கைவலிக்க அடிச்சாலும் நாம அழுக நியாயமில்லேன்னு அந்தப் பிள்ளை தலையைக் கவுந்த மட்டுல அடி விழுந்த இடத்தை வலிதாங்க மாட்டாம தடவிக் கொடுத்துக்கிட்டே உதட்டைப் பிதுக்கிப் பிதுக்கி ஆத்தாமையை! வெளியேத்த முடியாம கிடந்தாள்.

கருப்பையா இன்னும் ஒருபடி மேலே போய் உடனே வீட்டைவிட்டு வெளியேறணும்னு சொன்னான். இப்படி நேரத்துலதான் சிவகாசிக்கு பஸ்ஸுல தீப்பெட்டி போடப்போன பிள்ளைகளுக்கு இப்படி ஆகிப் போச்சு.

•

பன்னிரெண்டு மைல் கோணாம்பட்டி ஊடு பாதை வழியாக நடந்தே சிவகாசிக்கு வந்துட்டா சேர்மத்தாயி. கண்ணீர பாதை நெடுக முத்து முத்தாய் உதுத்து வந்து சேந்தா.

"ஓடு ஓடு எல்லாம் ஆஸ்பத்திரியில போட்டு வச்சிருக்கு. இங்கெ நிக்காதே -" போலீசுக்காரர்கள் விரட்டிக் கொண்டிருந்தார்கள்.

செத்துப்போன பத்து அம்பது பிள்ளைகளுக்கு மேலே

மொத்தமா அடக்கம் பண்ணிட்டதாகவும் பக்கத்திலிருக்கிற இன்னொரு பெரிய பிடில்டிங்கிலே இறந்து போன காயமான பிள்ளைகளைப் பாக்கவந்த சொந்தபந்த ஆளுகளுக்கு பேரு அடையாளம் கேட்டு தகவல் சொல்லிக் கிட்டும் இருக்கிறதா கேள்விப்பட்டு அங்க ஓடுனா.

அங்கே ஒரு கவுண்டரிலெ உள்ள ஒரு ஆள் வர்ற ஆளுங்களுக்கு இறந்து போன, காயப்பட்ட பிள்ளைகளுக்கு என்ன உறவுன்னு கேட்டுப் பதிஞ்சு சாப்பாட்டுக்கு டோக்கன் கொடுத்துக் கிட்டு இருந்தார். கூட்டம் ஒண்ணோட ஒண்ணு முட்டி மோதி ஒரு ஆளுக்கு மேல ஒரு ஆளு குதிரை ஏறிக்கிட்டு. எனக்கு நாலு டோக்கன் இங்க ஏழு பேரு, பேரு சொல்லி பதிஞ்சாச்சி டோக்கன் தரலே, டோக்கன் பன்னெண்டுக்கு ஒன்பதுதான் இருக்கு - இப்படி ஓரே தள்ளுமுள்ளா கிடந்தது. அதுலயும் இடிச்சுப் பறிச்சு சேர்மத்தாயி ஒரு மணிநேரமா அல்லாடி கவுண்ட்டருக்கு முன்னாடி போயிட்டா.

ஐயா நா இரவார்பட்டியிலிருந்து வர்றேன். எம்பொண்ணுக மொத்தம் நாலுபேரு. காளீஸ்வரி, ராஜேசுவரி, சித்ராதேவி, முத்துலட்சுமி...

“எந்த ஊரு இரவார்பட்டியா...ம்... தாய் தகப்பன் பேரு?”

“கருப்பையா சேர்மத்தாயி”

“ஙா... சரி சரி... அந்தப் பிள்ளைகளுக்கு ஒண்ணுமில்லமா. இங்கதான் எங்கயாவது இருக்கும். சொல்லி கையெழுத்துப்போட்டு கூட்டிக்கிட்டுப் போம்மா. இவள் விசாரணை முடிந்து கூட்டத்தை முண்டி வெளியே வரும் போது பிள்ளைகள் நான்கும் யம்மா... யம்மா...” என்று ஓடி வந்தது. பிள்ளைகள் வாடி வதங்கிப் போயிருந்தார்கள். “ஏ... ஆத்தா... ஒங்களுக்கு ஒண்ணுமில்லையில்லே தாயி! எந்தச் சாமி புண்ணியமோ... நான் செய்த தவம் எஞ்சீதேவிகளுக்கு ஒண்ணும் ஆகலை.” எல்லாரையும் சேத்துப் பிடிச்சு அழுதாள்.

“அம்மா நாங்க யாருமே காலையிலிருந்து சாப்பிடலை” மூத்தவள் சொன்னாள். சேர்மத்தாயிருக்குப் படபடன்னது. அடப்பாதரவே. காலையில மூணு மணிக்கு வந்த பிள்ளைக

இன்னுஞ் சாப்பிடலையா? ஏந்தாயி?"

"காலையில் எட்டு மணிக்கெல்லாம் தீப்பிடிச்சிரிச்சி. சுத்திச் சுத்தி இரும்பு மிஷின்களா இருக்கு. பிள்ளைக அதைத்தாண்டி விருட்டுன்னு வர முடியலை. அதுக்குள்ள புகை மண்டிருச்சி. யாருக்கும் கண்ணு தெரியலை. நாங்க அந்நேரம் சாப்புட வரணும்னு வெளியே வரைக்கும் வந்தமா. அப்படியே கண்ணைக் கசக்கிக்கிட்டே ஓடியாந்தோம். தூக்குச்சட்டிக வச்சிருந்த ரூம்லயும் தீப்பரவி புகை சுத்தீருச்சி. எடுக்க முடியலை. அப்படியே வெளியே ஓடியாந்துட்டோம்."

"தூக்குச்சட்டி போனாப்போகுது. நீங்க உசிரு பொழச்சதே போதும். அப்படி ஏதாவது நடந்துட்டா 'பேசுற மனுசனுக்கு' ரொம்ப தொக்காப் போகும்."

அவளுக்குத் தெரியும் கருப்பையா புத்தி. பிள்ளைக எவனுக்குப் பொறந்த தோம்பான். அவனை எதிர்பார்க்காம குடும்பம் நடக்குதேங்கிற கறுவல். இப்படி எதாச்சும் இழப்பு ஏற்பட்டுச்சுன்னா எம்பிள்ளைகளெ கொன்னு போட்டா அப்படீன்னு பஞ்சாயத்தெ கூட்டிருவான். ஊரு அவன் பில்லி சூன்யத்துக்குப் பயந்து அவன் பின்னாடிதான் நிக்கும். பிள்ளைகளை பந்தி நடக்கிற இடத்துக்கு கூட்டிக்கிட்டுப் போனாள்.

"பிள்ளைகள் அவள் கையைப் பிடித்து இழுத்து நிறுத்தியது. அங்கெ போகவேண்டாம்மா. அப்பவே போய் பேரு சொல்லி பசிக்குதுன்னு சொன்னோம். செத்த பிள்ளைங்க, ஆஸ்பத்திரியில காயமா கிடக்கிற பிள்ளைங்க இவங்க சொந்தக்காரங்களுக்கு மட்டுந்தான் டோக்கன் தருவாங்களாம்."

சேர்மத்தாயிக்கு எரிச்சலும் கோபமும் வந்தது. விறுவிறுன்னு போயி அந்த கவுன்ட்டரில் இருக்கிற ஆளோடு சண்டை போட்டாள். "ஏய்யா நாங்களும் வேலை செய்ய வந்தவங்கதானே வேணுமின்னா ஆபிஸ் பேரேட்டை எடுத்துப் பாருங்க இருந்தா கொடுங்க இல்லைன்னா உள்ளபடி. நாங்க என்ன பொய்யா சொல்றோம். அப்படி ஏமாத்தி வாங்கிச் சாப்புட்டுட்டா எங்க பாடு தீந்து போகுமா? கொண்டுவந்த

சோத்துச் சட்டியைக் கூட எடுக்க விடாம தீ மண்டிருச்சி சின்னப் பிள்ளைக என்ன செய்யும்? காலையிலிருந்து குலை பட்டினியாக் கிடக்கு கொஞ்சம் தயவு பண்ணுங்க."

கவுன்ட்டரில் இருக்கிறவன் வரிசையில் நிக்கிற ஆளுகளுக்கு டோக்கன் கொடுத்துக்கிட்டே இப்படி ஆளுகளுக்குப் பதிலும் மூச்சு விடாமல் சொல்லிக் கொண்டிருந்தான். "இந்தா பாரும்மா சும்மா சொல்லியாச்சு. இப்பொ ஒரு தொளாயிரம் பேருக்கு சொல்லி மண்டையை உடைச்சிருக்கேன். என்ன கேட்டாலும் கிடைக்காது வெட்டியா நிக்காதீங்க. பாதிக்கப்பட்ட ஆளுகளுக்குத்தான் கவனிக்கச் சொல்லி உத்திரவு. வேணும்னா கொஞ்சம் பொறுங்க. கடைசியில் மிச்சமிருந்தா பாப்பம். சும்மா சொன்னதையே சொல்லி வாணாளை வாங்கப் படாது."

குழந்தைகளோடு வெளியில் உட்கார்ந்து விட்டாள் சேர்மத்தாயி. பிள்ளைகளுக்கு பசியில் கண்கள் உள்ளே போய்விட்டது. கிறங்கி கிறங்கி இவள் மடியில் மாறி மாறிப் படுத்தார்கள். முத்துலட்சுமி அம்மாவை அடிக்கடி தொட்டு கையைப் பிடித்து இழுத்து சிரித்தாள். அவள் குறிப்பறிந்து தன் முந்தானையைப விரித்துக் காட்டி ஆத்தாக்கிட்ட பத்துப் பைசா கிடையாது என்று உதறிக் காட்டியதும் போய் ஒரு ஓரமாய் உட்கார்ந்து ரோட்டின் வாகன போக்குவரத்து, டீப்பட்டறைகள், திறந்த வெளி ஒட்டல் எல்லாவற்றையும் வேடிக்கை பார்க்க கூடிவிட்டாள். மூத்தவளும் நடுவுலவளும் கிறங்கிப்படுத்திருந்த சின்னவளுக்கு நேரா சுருண்டு படுத்தார்கள். ராத்திரி மணி பத்தாகி விட்டது.

சேர்மத்தாயி பழையபடியும் போய், "அய்யா அஞ்சுபேருல எம்பேருக்கு வேணுன்னா டோக்கன் வேண்டாம் அந்த நாலுக்கும் டோக்கன் கொடுங்கய்யா சின்னஞ்சிறிசு பசி தாங்காது."

"எல்லாம் முடிஞ்சது. வாங்கிப் போட்ட சரக்கு ஆக்குன சாப்பாடு சரிய்யா வந்திருக்கு கணக்கு எந்தப் பிரச்சினையுமில்லாம முடிஞ்சது." ஏறிட்டுப் பார்க்காம அவர் வேலை திருப்தியாய் முடிந்த மும்முரத்தில் இருந்தார். உள்பக்கமாய்த் திரும்பி "இதே சாப்பாடு டவுன்ல இருக்கிற

ஆளுகன்னா ஆயிரத்து ஐநூறு பேரு சாப்பிட்டிருக்காது?" என்று கிராமத்து ஜனங்கள் பெருந்தீனிக்காரர்கள் என்ற தன் அபிப்பராயத்தை உறுதி செய்து கொண்டார்.

சேர்மத்தாயிக்கு அந்த ஊரே தூக்கிட்டுப் போற மாதிரி கண்ணை இறுக்க மூடிக்கிட்டு ஒன்னு உசிரு போகும்படியா அழுகணும்போல இருந்தது. கால்ல உசிரு இல்லாம மெல்ல நடந்து வெளியே வந்தாள். அப்பவே ஊரு போய் வீடு சேந்திருக்கலாமோ? இந்த சாமத்துல காலையிலிருந்து வயித்துல ஒண்ணும் இல்லாம பிள்ளைகளை ஊரு வரைக்கும் நடத்தி கூட்டிக்கிட்டுப் போகணுமே. அப்படி ஊடு காட்டுப் பாதை வழியா நடக்கச் சொல்லி ஊருக்குப் போயி?

அவளுக்கு கால்கள் மரத்துத் தெரிஞ்சது. ரோட்டின் ரெண்டு பக்கத்தையும் பார்த்தாள். சோடியம் விளக்கு வெளிச்சதுல தெருக்கள் வெறிச்சோன்னு கிடந்தது; பிள்ளைகள் நாலும் ஒண்ணுக்குப் பின்னாடி ஒண்ணா ஒடுங்கிப் போய் நின்னாங்க. அவங்களுக்கு அம்மாவைப் பார்க்க பயம்மாயிருந்தது.

வீட்டுல துட்டு துக்காணி கிடையாது. அய்யா வீட்டை காலி பண்ணச் சொல்லி வையுறார். அம்மாவுக்கு இன்னைக்கி அலைச்சல், எல்லாரும் காலையிலிருந்து சாப்பிடாம கிடக்கிறது. எதிர்பார்த்து ஏமாந்தது. இவ்வளவும் அம்மாவோட மனசுக்குள்ள புயலா அடிக்கிறது ஏதோ வடிவத்துல பிள்ளைகளுக்கு அந்தப்பூ முகத்துக்கு உள்ளே தெரியுது. பிள்ளைகள் பயந்து பதுங்கின.

ஊரை ஒரு தடவை சுத்திப் பார்த்தாள். பத்ரகாளி விஸ்வரூபம் எடுத்து ஊரை காலுக்கடியில் வச்சு குனிந்து பாப்பாளாமே அப்படிப் பாக்கிறாள். எல்லாம் அமைதியான தூக்கத்திலிருந்தது. தன் பிள்ளைகளைப் பார்த்தாள். அந்த எட்டுக் கண்களும், தூக்கத்தை எங்கோ தொலைத்துவிட்டு தரையில் விழுந்த மீன்கள் மாதிரி துவண்டு துவண்டு முழித்தன.

"இந்த ஊரே தீப்பிடிச்சி எரிஞ்சி சாம்பலாயிருக்கக் கூடாதா? நா எண்ணத்தைச் செய்வேன். பகவானே! அடப்பாதகத்தா!" - ஒரு கிறுக்கச்சி மாதிரி அங்கிட்டும் இங்கிட்டும் ஓடினாள்

சேர்மத்தாயி. பிள்ளைகளை ரெண்டு கை நீட்டிச் சபிச்சிட்டு சுத்தும் முத்தும் பார்த்தாள். சமையலுக்கு வாங்கிப் போட்ட வேலிக்கருவேல் விறகுக் கட்டைகள் குவிந்து கிடந்தன. பிள்ளைகளையும் அவற்றையும் மாறி மாறிப் பார்த்தாள். பிள்ளைகள் பயந்து அழத்துவங்கி பின்வாங்கி ஓடத்தலைப் பட்டதுகள்.

"ஏ நாசமாப் போக! ஒருநேர பசி யாத்தாத பூமியில தீ மட்டுமா பிடிக்கும். நீருண்ட களமா ஆகிப் போகும்." ஓடிப்போய் ரெண்டு கையிலும் ரெண்டு விறகுக் கட்டைகளை எடுத்துக் கொண்டாள். "எங்காவது தொலைங்கடி ... இத்தனை தீயில எவளாவது செத்தீகளா. ஒருத்தி பொசுங்கியிருக்கக் கூடாதா. நாலுல ஒண்ணாச்சும் தீயில அகப்படக்கூடாதா. அந்த ஜமீனுக்கு வாரிசுயில்லையின்னு நாலு முண்டைகளும் ஆளுக்கு முன்னாடி வெளியே வந்துட்டீகளே. எம்மூஞ்சியில் முழிக்காதீங்க போங்கடி... போங்கடி... எங்கயாவது கிடங்குல, கிணத்துல விழுந்து சாகுங்கடி"

"அய்யோ... அம்மா... அடிக்காதம்மா... அடிக்காதம்மா... அடிக்காதம்மா..." அடி தாங்காத குழந்தைகள் திசைக்கு ஒன்றாய் ஓடின விறகுக் கட்டையால் விரல்களில் பலமாய் விழுந்த அடிதாங்காமல் விரல்களையும் கைகளையும் உதறிக் கொண்டும் முதுகைத் தடவிக் கொண்டும் ரோட்டு வழியாகவும் சந்துக்குள் இருட்டிலும் நுழைந்து ஓடினார்கள்.

கைக்குச் சிக்கின சின்னவள் முத்து லட்சுமியை தன் ஆற்றாமை, வெறி தீரு மட்டும் அந்த இளந்தோல் உடம்பிலிருந்து பிய்யப் பிய்ய பலங்கொண்ட மட்டும் அடிக்க அந்தச் சின்னக் கால்கள் முடிந்தளவு தப்பிக்க வேகமாக ஓடி ஓட முடியாமல் மாறி எதிர்த்து ஓடி வந்து அம்மாவின் கால்களை ஆவிப் பிடித்துக்கொண்டு அண்ணாக்கப் பார்த்து தலையை ஆட்டிக்கேவினாள். "அம்மா அடிக்காதம்மா இன்னிமே தீப்பிடிச்சா உள்ள இருந்து வெளியே வரமாட்டம்மா... இன்னிம்மே வெளியே வரம் மாட்டம்மா..."

❐